आंतरराष्ट्रीय संबंध

महत्त्वाच्या संकल्पना

महाराष्ट्रातील सर्व विद्यापीठांतील पदवी व पदव्युत्तर वर्गांतील राज्यशास्त्र व आंतरराष्ट्रीय संबंध, संरक्षण व सामरिकशास्त्र या विषयाच्या अभ्यासकांसाठी व विद्यार्थ्यांसाठी मोलाचा असा संदर्भग्रंथ.

आंतरराष्ट्रीय संबंध

महत्त्वाच्या संकल्पना

डॉ. बी. डी. तोडकर

डायमंड पब्लिकेशन्स

आंतरराष्ट्रीय संबंध : महत्त्वाच्या संकल्पना

डॉ. बी. डी. तोडकर

Antarrashtriya Sambandha : Mahatvachya Sankalpana

Dr. B. D. Todkar

प्रथम आवृत्ती : २०१२

ISBN 978-81-8483-466-6

© डायमंड पब्लिकेशन्स

मुखपृष्ठ

शाम भालेकर

प्रकाशक

डायमंड पब्लिकेशन्स

२६४/३ शनिवार पेठ, ३०२ अनुग्रह अपार्टमेंट

ओंकारेश्वर मंदिराजवळ, पुणे–४११ ०३०

☎ ०२०–२४४५२३८७, २४४६६६४२

info@diamondbookspune.com

ऑनलाईन पुस्तक खरेदीसाठी भेट द्या
www.diamondbookspune.com

प्रमुख वितरक

डायमंड बुक डेपो

६६१ नारायण पेठ, अप्पा बळवंत चौक

पुणे–४११ ०३० ☎ ०२०–२४४८०६७७

लेखकाचे मनोगत

'आंतरराष्ट्रीय संबंध : महत्त्वाच्या संकल्पना' या शीर्षकाखाली लिहिलेल्या लिखाणाला ग्रंथाच्या रूपात पाहण्याचा योग आहे की नाही याबाबत मला खात्री नव्हती. तसेच याबाबत मनात अनेक प्रकारच्या शंकाकुशंका होत्या. त्या सर्व शंका निस्तरण्याचे व पुस्तक प्रकाशनाचे काम डायमंड पब्लिकेशन्सचे श्री. दत्तात्रेय पाष्टेसर यांनी अतिशय आत्मीयतेने केले, एवढेच नाही तर त्यांनी मला पुस्तकाच्या यशाची खात्री दिली. त्यामुळे माझ्यामध्ये मोठ्या प्रमाणात विश्वास निर्माण झाला. त्यांच्या या प्रेरणादायी आत्मविश्वासामुळेच 'आंतरराष्ट्रीय संबंध' या पुस्तकाबद्दल शिक्षकांच्या व विद्यार्थ्यांच्या मनात मी जिज्ञासा निर्माण करू शकलो. याबद्दल मी पाष्टेसर व संपूर्ण डायमंड पब्लिकेशन्स टीमचा मन:पूर्वक आभारी आहे.

'आंतरराष्ट्रीय संबंध : महत्त्वाच्या संकल्पना' या नावीन्यपूर्ण माहितीने नटलेल्या ग्रंथात एकूण आठ प्रकरणे आहेत. पहिल्या प्रकरणामध्ये दोन भाग असून पहिल्या विभागात आंतरराष्ट्रीय संबंध, त्याची व्याख्या, अर्थ, स्वरूप, व्याप्ती व अभ्यासाचे महत्त्व; तर दुसऱ्या विभागामध्ये वास्तववादी, समतोलात्मक, व्यवस्थात्मक, आदर्शवाद किंवा चिद्वाद, खेळ सिद्धान्त व विश्वव्यवस्था सिद्धान्त इ. आंतरराष्ट्रीय संबंधांचे दृष्टिकोन यांचा ऊहापोह केलेला आहे. दुसऱ्या प्रकरणामध्ये जागतिक राजकारणाला कलाटणी देणाऱ्या अफगाणिस्तान, सोव्हिएत रशियाचे विघटन, पूर्व युरोप, पश्चिम आशिया व इतर मुस्लिम राष्ट्रांतील घटना, तेलाचे राजकारण व आखाती युद्ध, नैसर्गिक गॅसचा पर्याय या प्रमुख घटनांचे सविस्तर विवेचन केलेले आहे. तिसऱ्या प्रकरणामध्ये परराष्ट्र धोरण, युद्ध, अलिप्तता धोरण, दहशतवाद, राष्ट्रीय हित व राष्ट्रीय शक्ती या आंतरराष्ट्रीय राजकारणातील प्रमुख संकल्पनांचे सविस्तर विवेचन करण्यात आले आहे. चौथ्या प्रकरणामध्ये शांतता आणि संघर्षाचा अभ्यास यांविषयी मांडणी केलेली असून, त्यामध्ये प्रामुख्याने शांततेच्या मार्गाने प्रश्नांची सोडवणूक, संघर्षाचे

व्यवस्थापन आणि सोडवणूक व हस्तक्षेप, सामूहिक सुरक्षितता, नि:शस्त्रीकरण व शस्त्रनियंत्रण, प्ररोधन, आंतरराष्ट्रीय कायदा, राजनय व सत्तासमतोल इ. संकल्पनांचा समावेश करण्यात आलेला आहे. पाचव्या प्रकरणामध्ये शीतयुद्ध, सलोखा किंवा तणावशैथिल्य (Detente - देत्तांत) नवीन शीतयुद्ध, शीतयुद्धोत्तर जग व एकध्रुवीय जग या आधुनिक संकल्पनांची अभ्यासपूर्वक मांडणी केलेली आहे. सहाव्या प्रकरणामध्ये आंतरराष्ट्रीय राजकीय अर्थव्यवस्था व उदारमतवाद, वाणिज्यवाद व परावलंबित्व या राजकीय अर्थव्यवस्थेच्या अभ्यासातील दृष्टिकोनांची सखोलपणे चर्चा केलेली आहे. सातव्या प्रकरणामध्ये क्षेत्रिय व आंतरराष्ट्रीय संघटना (यामध्ये आर्थिक संघटना व लष्करी संघटनांची चर्चा केलेली असून), आठव्या प्रकरणामध्ये भारत आणि जागतिकीकरण, जागतिक व्यापार संघटना, जागतिक नाणेनिधी व जागतिक बँक यांचे वर्णन व त्यातील भारताची भूमिका इ. वर सविस्तर प्रकाश टाकलेला आहे. या सर्वच प्रकरणांमधून पर्यायाने या ग्रंथातून अत्यंत विस्तृत व सखोल, अत्यावश्यक, अद्ययावत व उपयुक्त स्वरूपाची माहिती देण्याचा प्रामाणिक प्रयत्न केलेला आहे.

हा ग्रंथ आपल्याकडे सोपवताना मला अतिशय आनंद होत आहे. महाराष्ट्रातील सर्व विद्यापीठांतील पदवी व पदव्युत्तर वर्गांतील राज्यशास्त्र व आंतरराष्ट्रीय संबंध या विषयाचा अभ्यास करण्यासाठी, पुणे व उत्तर महाराष्ट्र विद्यापीठांतील पदवी व पदव्युत्तर वर्गांतील संरक्षण व सामरिकशास्त्र या विषयाचा अभ्यास करण्यासाठी; तसेच नेट व सेट या स्पर्धा परीक्षांसाठी राज्यशास्त्र आणि संरक्षण व सामरिकशास्त्र या विषयाचा अभ्यास करण्यासाठी, हा ग्रंथ उपयुक्त पडेल.

'आंतरराष्ट्रीय संबंध : महत्त्वाच्या संकल्पना' हा नावीन्यपूर्ण ग्रंथ लिहिताना मला माझी पत्नी सौ. मीनाक्षी हिने नेहमीप्रमाणे जे प्रोत्साहन दिले व साहाय्य केले त्याचा उल्लेख करणे आवश्यक आहे. तसेच माझ्या महाविद्यालयाचे प्राचार्य, ग्रंथालयातील सर्व कर्मचारी वर्ग, माझे सर्व सहकारी मित्र, पुणे विद्यापीठातील राज्यशास्त्र, संरक्षण व सामरिकशास्त्र अभ्यासमंडळाचे सर्व सदस्यमित्र, त्याचप्रमाणे हा ग्रंथ लिहिताना मला अनेक ग्रंथांचा आधार घ्यावा लागला, त्या ग्रंथांचे लेखक यांचा मी खूपच ऋणी आहे.

याप्रमाणेच प्रत्यक्ष-अप्रत्यक्षपणे ज्या हितचिंतकांची मला या कामी मदत मिळाली, त्या सर्वांप्रति मी कृतज्ञता व्यक्त करतो. हा ग्रंथ आपणा सर्वांचा आहे,

अभ्यासक विद्यार्थ्यांचा आहे. काही चुका, काही त्रुटी असल्यास मोठ्या मनाने क्षमा करा एवढेच! तसेच या ग्रंथामध्ये काही त्रुटी अथवा काही नवीन स्वरूपाची माहिति राहून गेली असल्यास आपण मला जरूर तसे कळवावे, म्हणजे पुढील आवृत्ती काढताना त्याचा विचार करणे मला शक्य होईल.

डॉ. बी. डी. तोडकर

(एम.ए., एम.फिल., पीएच.डी.)

न्यू आर्ट्स, कॉमर्स ॲण्ड सायन्स कॉलेज, अहमदनगर.

अनुक्रम

प्रकरण १

आंतरराष्ट्रीय संबंध

अ. आंतरराष्ट्रीय संबंध

अर्थ :

आंतरराष्ट्रीय संबंध हा अभ्यासाचा नवीन व स्वतंत्र असा विषय आहे. प्राचीन काळातील राज्ये स्वावलंबी होती. साहजिकच त्या काळातील संबंध फक्त राजकीय क्षेत्रापुरते मर्यादित होते. पण आज राज्यांचे वेगवेगळ्या प्रकारचे संबंध प्रस्थापित झालेले आपणांस दिसून येतात. विज्ञान व तंत्रज्ञानातील प्रगतीमुळे तसेच दळणवळणाच्या वेगवेगळ्या क्षेत्रात झालेल्या बदलांमुळे राष्ट्राराष्ट्रांतील अंतर कमी होऊन ती एकमेकांच्या अगदी जवळ आली आहेत. तसेच अलीकडच्या काळात त्यांच्या गरजा मोठ्या प्रमाणात वाढल्यामुळे ती एकमेकांवर अवलंबून राहू लागली. साहजिकच आंतरराष्ट्रीय संबंधांच्या कक्षा रुंदावल्या आहेत. यावरून आपणांस असे म्हणता येईल की, एका राज्याचे इतर राज्यांबरोबर प्रामुख्याने दोन प्रकारचे संबंध असतात. एक म्हणजे मित्रत्वाचे अन् दुसरे शत्रुत्वाचे. मित्रत्वाच्या संबंधांमध्ये परस्पर सहकार्य व मदतीची अपेक्षा असते, तर काही राज्यात संबंध बिघडतात आणि त्यातून त्यांच्यात युद्धस्थितीही निर्माण होते. अशा वेळी त्यांच्यात शत्रुत्वाचे संबंध प्रस्थापित होतात, अशा संबंधांना शक्ती संबंध असेही म्हणतात. तर अनेक राज्यांच्या हितसंबंधांमध्ये साम्य आढळत नाही म्हणून यांना राजकीय हित असे म्हणतात. आंतरराष्ट्रीय हितसंबंधांवरूनच आंतरराष्ट्रीय संबंधांचे स्वरूप ठरत असते.

व्याख्या :

जगामध्ये आज कोणतेही राष्ट्र पूर्णपणे स्वावलंबी नाही. कोणत्यातरी गरजांसाठी प्रत्येक राष्ट्राला दुसऱ्यावर अवलंबून राहावेच लागते. वास्तविक पाहता आपली ही

गरज भागवताना प्रत्येक राष्ट्र आपले हितसंबंध जपण्याचा प्रामुख्याने विचार करत असते. हा विचार करताना प्रसंगी त्याला दुसऱ्यावर आपली इच्छा लादावी लागते किंवा तशा प्रकारचा प्रयत्न करावा लागतो. हाच प्रयत्न प्रत्येक राष्ट्र आपल्या परराष्ट्रीय धोरणाच्या माध्यमातून करत असते. या सर्व बाबींचा विचार करूनच आंतरराष्ट्रीय संबंधाबाबत फेलिक्स ग्रॉस असे म्हणतात की, आंतरराष्ट्रीय संबंधाचा अभ्यास हा परराष्ट्र धोरणाच्या अभ्यासाशी तंतोतंत जुळणारा आहे. याशिवाय आंतरराष्ट्रीय संबंधाच्या व्याख्या अनेक विचारवंतांनी खालीलप्रमाणे केलेल्या आहेत.

हॅन्स मॉर्गेन्था यांच्या मतानुसार, आंतरराष्ट्रीय संबंध म्हणजे राष्ट्राराष्ट्रांतर्गत सत्तेसाठी चाललेला संघर्ष आणि सत्तेचा वापर म्हणजे आंतरराष्ट्रीय राजकारण होय.

पामर आणि पर्किन्स यांच्या मते, आंतरराष्ट्रीय राजकारण किंवा संबंध म्हणजे संक्रमणशील जागतिक समाजाचा अभ्यास होय.

क्विन्सी राईट असे म्हणतात, आंतरराष्ट्रीय संबंध म्हणजे जागतिक जीवनमानात महत्त्व प्राप्त झालेल्या, प्रादेशिकदृष्ट्या संघटित असलेल्या राष्ट्रराज्यांमधील संबंध होय किंवा आपल्या कुटील डावपेचांचा उपयोग करून, प्रभाव पाडून किंवा त्यांच्यावर आपले नियंत्रण प्रस्थापित व्हावे, यासाठी प्रसंगी कोणाच्याही विरोधाची पर्वा न करता आपले उद्दिष्ट सफल करायला उद्युक्त होणारी कला होय.

केनथ थॉम्पसन यांच्या मते, राष्ट्राराष्ट्रांतील संघर्षाला कारणीभूत ठरणारी परिस्थिती व संस्था परस्परांचे संबंध बिघडण्यास किंवा सुधारण्यास कारणीभूत ठरतात. त्यांचा अभ्यास म्हणजेच आंतरराष्ट्रीय संबंध होय.

हार्टमन यांच्या मते, ज्या प्रक्रियेद्वारे विभिन्न राज्ये आपल्या राष्ट्रीय हितसंबंधांची जुळवणी इतर राज्यांच्या राष्ट्रीय हितसंबंधांसाठी करीत असतात. त्या प्रक्रियांना आंतरराष्ट्रीय संबंध असे म्हणतात.

आज जगामध्ये संयुक्त राष्ट्रसंघाबरोबरच लष्करी व आर्थिक संघटना मोठ्या प्रमाणात उदयास आलेल्या आहेत. या संघटनांचे महत्त्व आंतरराष्ट्रीय राजकारणात दिवसेंदिवस वाढतानाच दिसत आहे. याचाही अभ्यास यामध्ये केला जातो.

स्वरूप :

वेगवेगळ्या कालखंडात आंतरराष्ट्रीय संबंधांच्या स्वरूपात बदल घडून आलेले आहेत. आज आंतरराष्ट्रीय संबंधाचे स्वरूप मोठ्या प्रमाणात व्यापक बनलेले आहे. पूर्वी हे स्वरूप अतिशय मर्यादित होते. ते डावपेचात्मक किंवा सैनिकी स्वरूपाचे होते.

त्या काळात बऱ्याच राष्ट्रांची लोकसंख्याही मर्यादित असल्यामुळेच अशी राष्ट्रे पूर्णपणे स्वावलंबी स्वरूपाची होती.

आज मानवाने विज्ञान व तंत्रज्ञानात केलेल्या प्रगतीमुळे तसेच दळणवळणाच्या वेगवेगळ्या क्षेत्रांत झालेल्या बदलामुळे राष्ट्राराष्ट्रातील अंतर कमी होऊन ती एकमेकांच्या अगदी जवळ आली आहेत. तसेच अलीकडे प्रत्येक राष्ट्राची लोकसंख्या मोठ्या प्रमाणात वाढल्यामुळे त्यांच्या गरजाही मोठ्या प्रमाणात वाढल्या आहेत. त्यातच मानवाने विनाशक स्वरूपाची शस्त्रास्त्रे निर्माण केल्यामुळे जागतिक परिस्थिती तणावाची बनून ती संरक्षणासाठी व इतर गरजांच्या पूर्ततेसाठी एकमेकांवर अवलंबून राहू लागली. त्याच वेळी दुसरीकडे अशा तणावाच्या परिस्थितीमधून जगाला बाहेर काढण्यासाठी आणि जागतिक शांतता व सुरक्षिततेसाठी आंतरराष्ट्रीय संघटनेच्या निर्मितीवर भर देण्यात आला. यातून आंतरराष्ट्रीय संबंधाच्या स्वरूपाच्या कक्षा रुंदावलेल्या आपणांस दिसून येतात.

पूर्वीच्या युद्धाचे स्वरूप हे दोन राष्ट्रांपुरतेच मर्यादित होते. तेव्हा आंतरराष्ट्रीय संबंधांचे स्वरूपही मर्यादित असलेले आपणांस दिसून येते. पण औद्योगिक क्रांतीने संपूर्ण चित्रच पालटवले. औद्योगिक क्रांतीमुळे उत्पादनात प्रचंड प्रमाणात वाढ झाली. युरोपातील राष्ट्रांनी आपला माल विकण्यासाठी व तेथील कच्चा माल मिळवण्यासाठी आशिया आणि आफ्रिका खंडात जाऊन, तेथील राष्ट्रांना गुलाम बनवून त्यांना वसाहतींचा दर्जा दिला. यामधूनच वसाहतवाद व साम्राज्यवादाची निर्मिती झाली. युरोपातील तसेच जगातील प्रमुख राष्ट्रांनी एकमेकांना शह देण्यासाठी शस्त्रस्पर्धेला सुरुवात केली. यामधूनच विनाशकारी पहिले व दुसरे महायुद्ध घडून आले. जगातील मानवतेच्या रक्षणासाठी व कल्याणासाठी जगामध्ये आंतरराष्ट्रीय संघटना स्थापन झाल्या, तरीही आज मानवी मूल्ये नष्ट होताना दिसून येत आहेत. मात्र प्रत्येक राष्ट्राच्या धोरणात परिस्थितीनुसार बदल होत आहेत. प्रत्येकाच्या अर्थव्यवस्था बदलत आहेत. त्यासाठी प्रत्येक राष्ट्र निरनिराळ्या संघटनात सहभागी होत आहे. त्यामुळेच जागतिक संघर्षाचे स्वरूपही व्यापक बनले आहे.

आंतरराष्ट्रीय संबंधाच्या स्वरूपात खालील कारणांमुळे बदल घडून आलेले आहेत-

१. जगात स्वतंत्र राष्ट्रांच्या संख्येत झालेली वाढ : विसाव्या शतकाच्या सुरुवातीपर्यंत जागतिक राजकारण युरोपभोवती फिरत होते. कारण संपूर्ण जगावर युरोपातील राष्ट्रांचीच सत्ता होती. द्वितीय महायुद्धानंतर त्यांची ही सत्ता हळूहळू नामशेष होऊन त्यांच्या गुलामगिरीतून अनेक राष्ट्रे स्वतंत्र होऊ लागली. त्यामुळे युरोपातील

राष्ट्रांचे महत्त्व कमी झाले. त्यातूनच आंतरराष्ट्रीय संबंधाचे क्षेत्र व्यापक बनण्यास मदत झाली.

२. परराष्ट्र संबंध आखणाऱ्या व्यक्तींच्या संख्येत झालेली वाढ : गुलामगिरीतून मुक्त झालेल्या अनेक राष्ट्रांत लोकतांत्रिक शासनाचा उदय झाल्यामुळे परराष्ट्र धोरण आखणाऱ्या व्यक्तींच्या संख्येत मोठ्या प्रमाणात वाढ होण्यास मदत झाली. त्यातूनच आंतरराष्ट्रीय संबंधाचे क्षेत्र व्यापक बनत गेले.

३. विज्ञान व तंत्रज्ञानातील प्रगती : विसाव्या शतकात मानवाने विज्ञान व तंत्रज्ञानामध्ये आमूलाग्र बदल घडवून आणले. अण्वस्त्रासारखी विनाशक शस्त्रास्त्रे निर्माण केली. त्यामुळे जगात भीतीचा समतोल निर्माण झाला. त्यातूनच आंतरराष्ट्रीय संबंधाचे क्षेत्र व्यापक बनण्यास मदत झाली.

४. आंतरराष्ट्रीय संघटनांची स्थापना : विसाव्या शतकात झालेल्या दोन महायुद्धांमुळे मोठ्या प्रमाणात विनाश घडून आला. साहजिकच द्वितीय महायुद्धानंतर जगात शांतता व सुरक्षितता स्थापन करण्याच्या हेतूने संयुक्त राष्ट्रसंघाची स्थापना करण्यात आली. त्यामुळेही आंतरराष्ट्रीय संबंधाचे क्षेत्र व्यापक बनण्यास मदत झाली.

व्याप्ती :

स्वतंत्र अभ्यासाचा विषय म्हणून आंतरराष्ट्रीय संबंधाला मान्यता मिळाली, तेव्हा प्रथमच या विषयाच्या व्याप्तीचा विचार होऊ लागला आंतरराष्ट्रीय संबंधाच्या व्याप्तीसंबंधी अनेक विचारवंतांनी आपले विचार व्यक्त करण्यास सुरुवात केली. त्यामध्ये प्रामुख्याने खालील मुद्यांचा समावेश करण्यात आला.

१. प्रस्थापित संबंध : एका राष्ट्राने आपल्या सीमा उल्लंघन करून दुसऱ्या राष्ट्राबरोबर जे संबंध प्रस्थापित केलेले असतात, त्यांचा समावेश या विषयात केला जातो.

२. समस्या : जागतिक समुदायातील स्वतंत्र राजकीय समुदायाच्या परस्पर संबंधाबाबत ज्या समस्या असतात, त्यांचाच आंतरराष्ट्रीय संबंधात विचार केला जातो.

३. प्रश्न : जागतिक सामाजिक संघर्ष व त्यांतील समन्वयातून जे प्रश्न उद्भवलेले असतात, त्यांचाच यामध्ये विचार केलेला असतो. यांचा प्रमुख उद्देश सामाजिक स्थितीत सुधारणा करणे, हा असतो. आंतरराष्ट्रीय संबंध वरील उद्देश पूर्ण करण्याचा सतत प्रयत्न करीत असतो.

४. **परराष्ट्रीय धोरण :** परराष्ट्रीय धोरणाचा अभ्यास हा आंतरराष्ट्रीय संबंधाचा केंद्रबिंदू मानला जातो. परराष्ट्रीय धोरण व आंतरराष्ट्रीय राजकारणाचा अभ्यास परस्परांशी तंतोतत जुळणारा आहे, असे मत काही विचारवंत व्यक्त करतात.

५. **राज्यव्यवस्था :** आंतरराष्ट्रीय संबंधाच्या अभ्यासात आज आधुनिक राज्यव्यवस्थेतील प्रत्येक व्यक्ती सार्वभौम राज्यव्यवस्थेच्या अंतर्गत राहून आपले हित साध्य करीत आहे. म्हणूनच या विषयात राज्यव्यवस्थेचाही अभ्यास करावा लागतो.

६. **राष्ट्रीय हित :** आज प्रत्येक राष्ट्र आपले राष्ट्रीय हित साध्य करण्याच्या हेतूने परराष्ट्रीय धोरणाची निर्मिती करताना दिसून येत आहे, म्हणूनच या विषयात राष्ट्रीय हिताचाही अभ्यास करावा लागतो.

७. **राष्ट्रीय सत्ता किंवा शक्ती :** आंतरराष्ट्रीय राजकारणात राष्ट्रांचा सत्तेसाठी संघर्ष चालू आहे. आपल्या राष्ट्रशक्तीत कशी वाढ होईल, हाच विचार आज प्रत्येक राष्ट्र करताना दिसून येत आहे. राष्ट्रीय हित साध्य करण्याचे राष्ट्रशक्ती हे प्रमुख साधन असल्यामुळे त्याचाही या विषयात अभ्यास करावा लागतो.

८. **राष्ट्रवाद नववसाहतवाद :** आंतरराष्ट्रीय संबंधाच्या व्याप्तीत राष्ट्रवाद, साम्राज्यवाद, वसाहतवाद व नववसाहतवादाचाही समावेश केला जातो. राष्ट्रवाद हा जगातील राजकीय जीवनाचा आत्मा मानला जातो. साम्राज्यवाद व वसाहतवादाची आज समाप्ती झालेली असली, तरी त्याची जागा नववसाहतवादानी घेतलेली आहे. त्यामुळेच या विषयात नववसाहतवादाचा अभ्यास करावा लागतो.

९. **नियंत्रण ठेवणे :** आंतरराष्ट्रीय संबंधांतील राष्ट्रांच्या व्यवहारावर नियंत्रण ठेवण्याचे कार्य सत्तासमतोल, सामूहिक सुरक्षा, निःशस्त्रीकरण, आंतरराष्ट्रीय कायदा, आंतरराष्ट्रीय संघटना या साधनांद्वारे केले जाते. त्यामुळे आंतरराष्ट्रीय संबंधाच्या व्याप्तीत या घटकांचाही अभ्यास करावा लागतो.

मानवाच्या निर्णय घेण्याच्या क्षमतेचाही अभ्यास आंतरराष्ट्रीय संबंधाच्या व्याप्तीत करावा लागतो.

याशिवाय आंतरराष्ट्रीय संबंधाची व्याप्ती खालील पाच प्रकारे दाखवता येते.

१. आंतरराष्ट्रीय राजनीती
२. आंतरराष्ट्रीय आर्थिक संबंध
३. आंतरराष्ट्रीय कायदे व आंतरराष्ट्रीय संघटन
४. आंतरराष्ट्रीय राजकीय संबंध
५. आंतरराष्ट्रीय संबंधाचा इतिहास व राजकीय भूगोल

आंतरराष्ट्रीय संबंधाच्या अभ्यासाचे महत्त्व :

आंतरराष्ट्रीय संबंधाचा अभ्यास आज आवश्यक ठरत आहे. कारण आजचे जग हे परस्परावलंबी आहे. मानवतेचे संरक्षण व मानवीय प्रगतीसाठी या विषयाचा अभ्यास करणे आवश्यक आहे. विशिष्ट व्यक्ती व राष्ट्रे विशिष्ट परिस्थितीत कशा प्रकारे वागतील, याचे ज्ञान या विषयाद्वारे होते.

या विषयाच्या विद्यार्थ्यांनी विषयाच्या अध्ययनासंबंधी असलेल्या अडचणी, विषयाचे उद्दिष्ट व ध्येय लक्षात ठेवूनच अभ्यास केला पाहिजे. एखाद्या शास्त्रज्ञाप्रमाणे त्याला अचूक निष्कर्ष काढता येणार नाही. उलट त्याच्या अभ्यासाचा संबंध व्यक्तीच्या भावना, व्यक्तिमत्त्व, परंपरा इत्यादींवर अवलंबून राहील.

आंतरराष्ट्रीय संबंधाचा अभ्यास म्हणजे सत्तेच्या राजकारणाचे विश्लेषण होय. एक अभ्यासविषय म्हणून या विषयाचा गंभीरपणे अभ्यास करणाऱ्या विद्यार्थ्याला आज जगातील निकडीच्या प्रश्नांची छाननी करणे आवश्यक ठरते. अभ्यासकाला जागतिक संबंधाची नवीन दृष्टिकोनातून व्याख्या करावी लागेल. या विषयाच्या अभ्यासाचे कार्य कठीण आहे. कारण त्यात अनेक समस्यांचे निरसन करायचे असते. आंतरराष्ट्रीय संबंधाच्या अभ्यासकाची प्रयोगशाळा संपूर्ण जगच समजले जाते. अभ्यासकास मानसशास्त्रीय, सामाजिक, राजकीय व आर्थिक प्रश्न समजून घ्यावे लागतात. सतत वाढत जाणाऱ्या व निकडीच्या प्रश्नांचे निरसन करू न शकल्यामुळे नाउमेद होण्याचा प्रसंग येऊ शकतो. परंतु अभ्यासकाने मनाचा समतोल ढासळू देता कामा नये.

आंतरराष्ट्रीय संबंधाच्या अभ्यासामुळे आपणास ही माहिती होते की, विशिष्ट परिस्थितीत व्यक्ती व राष्ट्रे कशाप्रकारे व्यवहार करतील. या विषयाच्या अभ्यासामुळे संघर्ष व तणावाची कारणे समजू शकतात. आंतरराष्ट्रीय एकात्मता व कल्याण कशा प्रकारे साध्य करता येईल, यांचे तंत्र व साधने यांचे ज्ञान प्राप्त होते. या विषयाच्या अभ्यासाद्वारे आंतरराष्ट्रीय क्षेत्रातील मानवीय व्यवहारांचे ज्ञान आपणांस होऊ शकते.

प्रत्येक राष्ट्र आंतरराष्ट्रीय घटनांचे स्वराष्ट्रीय हिताच्या दृष्टीने परीक्षण करीत असते. अभ्यासकास राष्ट्रवादाची भूमिका योग्य प्रकारे समजून घ्यावी लागते. राष्ट्रवाद निष्ठा निर्माण करतो व आजच्या असुरक्षित जगात राष्ट्रांना सुरक्षितता प्रदान करतो, असे राष्ट्रवादाचे पुरस्कर्ते त्याचे वर्णन करतात. तरीदेखील आक्रमक राष्ट्रवाद हा जागतिक शांतता व विश्वराज्याच्या रचनेत कशाप्रकारे अडथळे निर्माण करतो, याचे आकलन आंतरराष्ट्रीय संबंधाच्या अभ्यासाद्वारे होत असते.

सार्वभौम सत्तेची परंपरागत कल्पना आजच्या जगात कशाप्रकारे निरुपयोगी ठरली आहे आणि तिच्यामध्ये कोणते बदल करावे लागतील, याची माहिती या विषयाद्वारे प्राप्त होते.

जगाला पुनश्च युद्धाच्या ज्वालांपासून रोखणे, ही आजच्या युगाची गरज आहे, त्यासाठी योग्य मार्ग व साधने यांचे ज्ञान आंतरराष्ट्रीय संबंध या विषयाच्या अभ्यासाद्वारे प्राप्त होते. जरी आपण आजच्या जगातील सर्व प्रश्न सोडवू शकत नसलो, तरी या विषयाच्या अभ्यासामुळे ते क्लिष्ट प्रश्न कशा प्रकारे सोडविता येतील, याचे यथायोग्य मार्गदर्शन या अभ्यासाद्वारे होऊ शकते. या विषयाद्वारे सर्व आंतरराष्ट्रीय प्रश्नांचे अंतिम समाधान होऊ शकत नसले, तरी त्या प्रश्नांची निश्चित उत्तरे या विषयाद्वारे निदर्शनास आणून दिली जातात.

आजची संकटे लवकरच समाप्त होऊन नवीन जगाची व नवीन जागतिक संकेतांची निर्मिती होईल, यावर विश्वास ठेवणाऱ्या विद्यार्थ्यांनाच हा विषय शिकवला जातो.

या विषयाच्या अभ्यासाद्वारे कोणत्या व्यक्तीकडून जागतिक संस्कृतीचे जतन व जागतिक शांतता प्रस्थापित करण्याचा प्रयत्न होत आहे, याची माहिती विद्यार्थ्यांना प्राप्त होते. जागतिक संघटना, निःशस्त्रीकरण, सामूहिक सुरक्षितता इ. साधनांद्वारे एका विश्वराज्याची घडण कशाप्रकारे होऊ शकेल, याचे ज्ञान प्राप्त होते.

या विषयाद्वारे संयुक्त राष्ट्रसंघासारख्या आंतरराष्ट्रीय संघटनेची उद्दिष्टे व यशापयशाचे विश्लेषण करता येते. शस्त्रसंधी व जागतिक शांततेवरील त्यांच्या परिणामांची माहिती प्राप्त होते.

जागतिक आर्थिक तणाव व त्याच्या आंतरराष्ट्रीय राजकारणावरील परिणामांची माहिती या विषयाद्वारे प्राप्त होते. त्याचप्रमाणे परराष्ट्रीय धोरणाची रूपरेषा ठरवताना सर्वसाधारणपणे जनतेच्या सहकार्याची व त्याबाबत अभ्यासपूर्ण मत व्यक्त करण्याची आवश्यकता असते. या दृष्टीने या विषयाचे सांस्कृतिक मूल्य आहे.

जागतिक व्यवहारांचा अभ्यास करताना अभ्यासकाचा गोंधळ होईल. कारण त्याला असे आढळेल की, पुढारी त्यांना एका सिद्धान्ताची शिकवण देतात, परंतु प्रत्यक्ष व्यवहारात त्याविरुद्ध वागत असताना दिसतात. स्वातंत्र्य, समता, बंधुता यांची एकात्मक विश्वराज्याला गरज आहे असे पुढाऱ्यांचे एकीकडे वक्तव्य असते. पण व्यवहारात ते आत्यंतिक राष्ट्रवादाच्या भावनेने व विचारधारांनी प्रभावित झालेले असतात. अभ्यासकाला एक विश्वराज्य स्थापनेचे उद्दिष्ट डोळ्यांपुढे ठेवून व भावना विकार या गोष्टींची जाणीव या अभ्यासामुळे प्राप्त होते.

ब. आंतरराष्ट्रीय संबंधाच्या अभ्यासाचे विविध दृष्टिकोन किंवा सिद्धान्त :

राष्ट्रामधील विविध पातळ्यांवरील परस्परसंबंधांची वैशिष्ट्ये, राष्ट्रांचे वेगवेगळ्या काळातील वर्तन, प्रमुख चल घटकाच्या शोधासाठी वापरण्यात येणारी सुव्यवस्थित, अनुभवस्थित, अनुभवसिद्ध अशा ज्ञानावर आधारित जी पद्धत असते, तिलाच 'सिद्धान्त' असे म्हणतात अ‍ॅण्डी हॉकट यांनी 'राजकीय व्यवस्थेबाबत भूतकालीन वर्तमानकालीन व भविष्यकालीन तत्त्वज्ञान आणि शास्त्रीय ज्ञान म्हणजे सिद्धान्त' अशा प्रकारची व्याख्या केलेली आहे, तर अनेक विचारवंतांच्या मते एखाद्या गोष्टीसंबंधी किंवा वस्तुस्थितीविषयी ज्ञान प्राप्त करून देण्याच्या दृष्टीने नियमांच्या स्वरूपात सुसंगत आणि पद्धतशीर अशी जी विचारसरणी मांडण्यात येते, तिला सिद्धान्त असे म्हणतात. सिद्धान्तामुळेच आंतरराष्ट्रीय राजकारण हा विषय स्वतंत्र अभ्यासविषय म्हणून विकसित झालेला आहे. तसेच सिद्धान्तामुळे या विषयाचा पायासुद्धा भक्कम होण्यास मदत झाली असून या विषयाची व्याप्ती विस्तीर्ण बनली आहे. अर्थात, सामाजिक शास्त्रांमध्ये सिद्धान्त या संकल्पनेला स्वत:चा अर्थ व व्याप्ती असते. यातील विविध सिद्धान्तांमुळे आंतरराष्ट्रीय राजकारणाच्या अभ्यासाला सैद्धान्तिक स्वरूपाचे अधिष्ठान प्राप्त होऊन निश्चित स्वरूपाची दिशाही मिळालेली आहे. आंतरराष्ट्रीय संबंधात काही विचारवंतांनी सिद्धान्ताच्या संदर्भात खालील तीन आवश्यक तत्त्वे गृहीत धरली आहेत.

१. संशोधनासाठी उपयुक्त ठरणाऱ्या प्रश्नांची संच तत्त्वे गृहीत धरली आहेत.

२. संकल्पनेचा असा आराखडा ज्याद्वारे कामचलाऊ गृहीत तत्त्वे निर्धारित करणे. जेणेकरून संशोधनास मदत होईल.

३. संशोधनाला पूरक ठरणारे परस्पर सिद्धान्त सिद्धान्ताचे तत्त्वज्ञानाशी निकटचे संबंध असतात. याशिवाय सिद्धान्ताची आणखी काही तत्त्वे खालीलप्रमाणे आहेत.

सिद्धान्ताची तत्त्वे :

१. वास्तविकतेचा अभ्यास
२. सार्वधिकता व कालनिरपेक्षता
३. सत्याचार व आदर्शाचा शोध
४. मूल्यनिरपेक्षता
५. व्यावहारिकता
६. हितसंबंधाचा विचार
७. विचारसरणी
८. त्रुटींचा शोध घेऊन उपाययोजना करणे

९. सूत्रबद्ध मांडणी
१०. संशोधनाला व पूर्ण विचाराला वाव.

सिद्धान्ताची वैशिष्ट्ये :

१. एखादी घटना स्पष्ट करणे व तिचे विश्लेषण करणे, यासाठी सिद्धान्त ही चांगली पद्धत आहे.

२. सत्याचा शोध घेणे व सत्य जगासमोर मांडण्याचा प्रयत्न करणे, हे सिद्धान्ताचे प्रमुख उद्दिष्ट आहे.

३. राष्ट्राराष्ट्रांमधील वेगवेगळ्या प्रकारच्या संबंधाचे वर्गीकरण सिद्धान्तामुळेच शक्य होते.

४. जगात शांतता व सुव्यवस्था स्थापन करण्यासाठी जी आंतरराष्ट्रीय संघटना किंवा आंतरराष्ट्रीय व्यवस्था निर्माण करण्यात आली आहे, तिचे वेगवेगळे पैलू जगासमोर मांडण्याचे काम हे सिद्धान्त करतात.

५. सत्तासमतोल, सौदेबाजी, परराष्ट्र धोरण, राजनय इत्यादीच्या निर्मितीप्रक्रियेवर परिणाम करणाऱ्या घटकांचे सविस्तर स्पष्टीकरण सिद्धान्तामध्ये केले जाते.

६. एखाद्या घटनेचे स्पष्टीकरण व त्या घटनेच्या विश्लेषणाबरोबरच घटनेतील त्रुटींचाही शोध घेण्याचा प्रयत्न सिद्धान्तात केला जातो.

सिद्धान्ताची भूमिका :

आंतरराष्ट्रीय राजकारण व आंतरराष्ट्रीय संबंधांचा अर्थ, स्वरूप व व्याप्तीमध्ये घडून आलेल्या बदलानंतर त्या संदर्भातील सत्याची पडताळणी करून ती जगासमोर मांडण्यासाठी सिद्धान्ताची आवश्यकता मोठ्या प्रमाणात जाणवू लागली.

१. आंतरराष्ट्रीय राजकारण व संबंधाविषयीच्या ज्या वेगवेगळ्या संकल्पना आहेत, त्यांची सविस्तर माहिती विशिष्ट आकडेवारीसह जगासमोर मांडणे.

२. आंतरराष्ट्रीय राजकारण व संबंधाविषयीच्या अभ्यासाला निश्चित स्वरूपाची दिशा दाखवण्याचे काम करणे.

३. जगामध्ये ज्या वेगवेगळ्या स्वरूपाच्या घडामोडी घडतात, त्यांचा अर्थ व त्यांची भूमिका समजावून घेण्यासाठी सिद्धान्ताचा उपयोग केला जातो.

४. आंतरराष्ट्रीय राजकारण व संबंधाविषयीच्या संशोधनाला प्रोत्साहन देण्याचे काम सिद्धान्तामुळे सोपे होते.

५. परराष्ट्र धोरण, लष्करी धोरण, आर्थिक धोरण, राजनीती याबाबत चांगल्या

प्रकारचा निर्णय घेण्यासाठी, तसेच शासनकर्त्यांना योग्य दिशा दाखवण्याचे काम सिद्धान्त करतात.

६. आंतरराष्ट्रीय राजकारण व आंतरराष्ट्रीय संबंध यांची उपयोगिता समजवण्यासाठी सिद्धान्ताचा चांगल्या प्रकारे उपयोग होतो.

वरील विविध मुद्द्यांसाठी सिद्धान्त ही संकल्पना आवश्यक बनली असून आंतरराष्ट्रीय संबंधात तिच्या या भूमिकेचे चांगल्या प्रकारे समर्थन केले गेलेले आपणांस दिसून येते.

वास्तववादी किंवा सत्ता सिद्धान्त :

हा सिद्धान्त १९३० नंतर विकसित होऊ लागला. परंतु हा खऱ्या अर्थाने दुसऱ्या महायुद्धानंतर विकसित झाला. आंतरराष्ट्रीय संबंधाच्या अभ्यासाचा वास्तववादी सिद्धान्त हा एक महत्त्वाचा आहे. आदर्शवादी सिद्धान्त आंतरराष्ट्रीय राजकारणातील समस्या सोडवण्यास किंवा त्याचे विश्लेषण करण्यास अपुरा पडला. त्यातूनच जगातील राष्ट्रांना राजकीय वास्तवाला सामोरे जावे लागले. त्याची एक प्रतिक्रिया म्हणून हा सिद्धान्त उदयास आला. त्याचप्रमाणे आदर्शवादी सिद्धान्तामध्ये काही अस्वीकारार्ह अशा तरतुदी होत्या. त्यामध्ये व्यावहारिकता नव्हती. या पार्श्वभूमीवर ट्राइष्क, निटझे, कॉकमन, क्विन्सी राईट इत्यादी विचारवंतांनी आपले या संदर्भातील दृष्टिकोन मांडले. या सर्व विचारवंतांमध्ये इतर काही बाबतीत मतभेद असले, तरी राजकारणामध्ये सत्ता हा प्रमुख घटक असतो. राजकारण मग ते राष्ट्रांतर्गत असो वा आंतरराष्ट्रीय असो, सत्तेचे राजकारण असते. सत्तेची प्राप्ती, रक्षण आणि वाढ हा राजकीय प्रक्रियेचा गाभा असतो, यांबाबत सर्व वास्तववादी विचारवंतांचे एकमत आहे.

वास्तववादी सिद्धान्तामध्ये प्रत्येक देशाचा राजकीय नेता स्वत:च्या देशाच्या हिताचा सर्वप्रथम विचार करतो. त्यासाठी सत्ता आणि शक्तीचा वापर करतो. त्याने सत्तेचा वापर योग्य मार्गाने केला नाही; तर त्या राष्ट्रातील जनता त्याला सत्तेवर ठेवत नाही, ही वस्तुस्थिती आहे. सत्ता संपादन करणे आणि ती टिकवणे हा राजकारणाचा प्रमुख भाग आहे. राजकारणात ध्येयप्राप्तीचा विचार केला जातो, मार्गांचा नाही. सत्तास्पर्धेमध्ये राजकारण हे अनीतीने होते, असेही म्हणता येणार नाही. पण ही नीतितत्त्वे काटेकोरपणे पाळली जात नाहीत. आंतरराष्ट्रीय राजकारणातील नैतिकता परिस्थितीसापेक्ष मानली जाते. राष्ट्रीय नीतिमत्ता व आंतरराष्ट्रीय नीतिमत्ता यामध्ये फरक असल्याचे लक्षात येते. आंतरराष्ट्रीय क्षेत्रात सत्ता प्रभाव निर्माण करीत असते. आपल्या हितसंबंधांचे रक्षण प्रत्येक राष्ट्राने करावे. हा त्यांचा हक्क आहे हे जरी खरे

असले, तरी दुबळ्या राष्ट्रांना आपल्या हितसंबंधाच्या रक्षणासाठी मोठ्या शक्तिशाली राष्ट्रांच्या इच्छेवर अवलंबून राहावे लागते, ही वस्तुस्थिती आहे. यालाच वास्तववादी सिद्धान्त असे म्हणतात.

सत्ता सिद्धान्त किंवा वास्तववादी सिद्धान्ताची तत्त्वे :

१. आंतरराष्ट्रीय संबंध म्हणजे सत्ता संघर्ष आहे, जो सतत सुरू असतो. त्यामुळे प्रत्येक राष्ट्राचे परराष्ट्र धोरणही त्यानुसार निर्धारित होते. जागतिक राजकारणात शक्तिप्रदर्शन किंवा बलसंवर्धन हे एक प्रमुख उद्दिष्ट असते.

२. जागतिक पातळीवर चांगले-वाईट, शांतता-युद्ध असा कधीही न संपणारा संघर्ष चालू असतो. त्यातूनच सत्तेची लालसा निर्माण होते. परंतु मॉर्गेन्थांच्या मते सत्ता ही राष्ट्रीय हित साध्य करण्याचे चांगले साधन आहे. आंतरराष्ट्रीय राजकारणात सत्ता ही साध्य व साधन दोन्ही ठरते. सत्तेद्वारे राष्ट्रहित साध्य करायचे आणि सत्ताही वाढवायची, अशा प्रकारची अखंड प्रक्रिया सुरू असते.

३. राष्ट्रीय हित साध्य करताना योग्य प्रमाणात व ज्याद्वारे जास्तीतजास्त फायदा होत असेल, त्यानुसार शक्तीचा किंवा बळाचा वापर करणे सर्वथा योग्य असते.

४. सत्तासंघर्ष किंवा बलसंवर्धन करताना प्रत्येक देश आपले राष्ट्रीय हित जोपासण्याचा प्रयत्न करतो. त्यानुसार परराष्ट्र धोरण निर्धारित होते, म्हणजे राष्ट्रीय हित बलाच्या स्वरूपात परिभाषित करून मांडले जाते.

५. या सिद्धान्तामध्ये आंतरराष्ट्रीय राजकारणात वापरण्यासाठी अनेक उपाय सांगितले आहेत. कौटिल्याने आपल्या अर्थशास्त्र या ग्रंथात साम, दाम, दंड, भेद व तटस्थता असे उपाय सांगितले. मॉर्गेन्थाने सत्ता नियंत्रणाद्वारे शांतता प्रस्थापित करणे, सत्ता हस्तांतरित करणे आणि सोईनुसार सत्तेवर बंधने घालणे हे उपाय सांगितले आहेत. त्याचप्रमाणे सत्तेचा अविवेकी किंवा अतिरेकी वापर न करता वेळप्रसंगी स्थिती स्थापकता निर्माण करणे, हासुद्धा उपाय सांगितला आहे.

६. हा सिद्धान्त बुद्धी, अनुभव, तर्कशुद्धता आणि वास्तविक परिस्थिती यांना महत्त्व देतो. त्यासाठी प्रथम आंतरराष्ट्रीय व्यवहारांचे नियमन करणारे सर्वसाधारण नियम, देशाचे परराष्ट्र धोरण, पुढाऱ्यांचे वर्तन इ. उपलब्ध तथ्यांचा अभ्यास करणे आवश्यक आहे.

७. या सिद्धान्तामध्ये कोणत्याही प्रकारच्या भावना, तत्त्व किंवा नीतिमत्तेला स्थान नाही. निव्वळ राष्ट्राचे हित साध्य करण्यासाठी जे आवश्यक आहे ते करणे, हेच खरे ध्येय आहे.

हा वास्तववादी सिद्धान्त म्हणजे तर्कनिष्ठ आणि विवेकपूर्ण विचार आहे. त्यामध्ये सत्तेचा अमर्याद वापर किंवा अविवेकी विचार नाही. कौटिल्य किंवा मॉर्गेन्था दोघांनीही सत्ताकांक्षी राज्यकर्त्यांना राजनयाचा अवलंब करण्यास बजावले आहे. कोणत्याही प्रकारचा अतिरेक टाळून सत्तासमतोल कायम राखीत जागतिक शांतता स्थापन करण्याचा उद्देश यामध्ये आहे.

मॉर्गेन्थाचा वास्तववादी सिद्धान्त :

हॅन्स मॉर्गेन्था या जर्मन विचारवंताने आपल्या 'पोलिटिक्स अमंग नेशन्स' (Politics among Nations) या ग्रंथात अतिशय शास्त्रशुद्ध आणि व्यावहारिक विश्लेषण करून हा सिद्धान्त मांडला. त्यालाच सत्ता सिद्धान्त किंवा वास्तववादी सिद्धान्त असेही म्हणतात. मॉर्गेन्था यांनी वास्तववादी विचारांना आणि त्यातील सत्तेच्या संकल्पनेला मध्यवर्ती कल्पना मानले आहे. व्यक्तीचे इतर व्यक्तीच्या मनावरील आणि कृतीवरील नियंत्रण म्हणजे सत्ता. अशी त्याने सत्तेची व्याख्या केली आहे. आंतरराष्ट्रीय राजकारणात सत्ता हीच प्रामुख्याने प्रभाव पाडीत असते. तसेच आंतरराष्ट्रीय संबंध म्हणजे एक प्रकारचा सत्तासंघर्ष असून प्रत्येक राष्ट्राचे परराष्ट्र धोरण हे सत्तेला महत्त्व देत असते. इतरांवर आपली सत्ता कशी गाजवता येईल, हीच प्रत्येक राष्ट्राची इच्छा असते. यासाठीच जगातील सर्व राष्ट्रे प्रयत्न करीत असतात. आपापल्या हितसंबंधाच्या प्रयत्नांतूनच संघर्ष वाढतो. या संदर्भातही मॉर्गेन्था यांनी सामूहिक सुरक्षितता, आंतरराष्ट्रीय न्यायव्यवस्था, संयुक्त राष्ट्रसंघ, शस्त्रनियंत्रण या प्रकारचे संघर्ष नियंत्रणाचे मार्ग सांगितले आहेत. यांच्या सहकार्याने संघर्ष नियंत्रित करता येतात आणि त्याद्वारे शांतता प्रस्थापनेसाठी आदर्श राजनय पद्धतीचा वापर करून आंतरराष्ट्रीयवादाची भावना निर्माण करता येते. मॉर्गेन्थाने साररूपाने आपल्या सिद्धान्ताची सहा तत्त्वे खालीलप्रमाणे सांगितली आहेत–

१. आंतरराष्ट्रीय राजकारणाचे वास्तविक नियमांद्वारे नियंत्रण : सामान्य नियमांप्रमाणेच राजकारणदेखील काही ठरावीक नियमांद्वारे नियंत्रित होत असते. आंतरराष्ट्रीय समाजाच्या राजकीय व्यवहारांची माहिती करून घेण्यासाठी किंवा त्यात सुधारणा करण्यासाठी प्रथम या नियमांची माहिती करून घेणे गरजेचे आहे. हे नियम कोणत्याही नैतिक नियमांद्वारे नियंत्रित होत नसतात. हा सिद्धान्त सत्यास यथार्थ व बौद्धिक मानतो. हा सिद्धान्त बुद्धी व अनुभव यांना राजकीय सिद्धान्ताचे आधार मानतो. उदा. एखाद्या देशाचे परराष्ट्र धोरण समजण्यासाठी तेथील घटना व परिणामांचे विश्लेषण करणे आवश्यक असते. राजकीय पुढाऱ्यांनी केलेल्या कार्याद्वारेच त्यांच्या

उद्देशांचा अंदाज लावता येतो. अशा प्रकारे तेथील तथ्यांचे तर्कसंगत विश्लेषण करून काही निष्कर्ष काढता येतात व तथ्यांची रचना करता येते.

२. **राष्ट्रीय हित साध्य करण्यात शक्तीचा उपयोग करणे :** वास्तववादी विचारवंत कोणत्याही नैतिकतेचा विचार न करता केवळ कोणत्या परिस्थितीत राष्ट्रीय हिताच्या दृष्टीने कोणते कार्य योग्य ठरेल, याचाच विचार करतात. त्यांच्या मते परराष्ट्र धोरणाचा उद्देश राष्ट्रीय हित साध्य करणे, हाच असला पाहिजे. वास्तववादी केवळ विशुद्ध राष्ट्रीय हित व शक्तीद्वारे त्याचा प्रसार, हे आंतरराष्ट्रीय राजकारणाचे मुख्य तत्त्व मानतात.

३. **परिस्थितीच्या संदर्भात राष्ट्रीय हिताचा विचार :** राष्ट्रीय हित हेच आंतरराष्ट्रीय राजकारणाचे उद्दिष्ट आहे व शक्तीवर आधारित राष्ट्रीय हिताचा विचार करणे व त्यानुसार शक्तीचा उपयोग करणे आवश्यक ठरते.

४. **नैतिक आदर्शांबाबत वास्तववादी दृष्टिकोन :** नैतिकता या तत्त्वाबाबत वास्तववाद्यांचा प्रखर विरोध नाही. तरीही नैतिक सिद्धान्तांना राज्याचे धोरण ठरवताना आधार म्हणून मान्य करणे त्यांना मान्य नाही. नैतिक सिद्धान्ताचे राजकीय व्यवहारात थोडेफार महत्त्व जरूर आहे. परंतु त्यासाठी देश, काळ व परिस्थितीनुसार त्यांचे स्वरूप ठरत असते. वास्तववादी लेखक राजकारणात विवेक अथवा बुद्धीला अधिक महत्त्व देतात.

५. **राष्ट्रीय व आंतरराष्ट्रीय सामान्य नैतिक नियमांत पृथकता :** वास्तववादी हे कोणत्याही राष्ट्राच्या नैतिक इच्छा, आकांक्षा व जगाला नियंत्रित करणाऱ्या नैतिक नियमांमध्ये समन्वय स्थापन करीत नाहीत. दोहोंचे नियम पृथक असतात, असे वास्तववादी सिद्धान्ताचे प्रतिपादन आहे.

६. **राजकीय विचारांची श्रेष्ठता :** वास्तववादी विचारवंत राजकीय क्षेत्राची स्वायत्तता मान्य करतात. राष्ट्रीय हित साध्य करण्यात शक्तीच्या उपभोगावर भर दिला जातो. वास्तववादी सिद्धान्तात राजकीय विचारांनाच प्राधान्य दिले जाते, म्हणून वास्तववाद आंतरराष्ट्रीय राजकारणाबाबत वैज्ञानिक किंवा नैतिक दृष्टिकोनाचे महत्त्व स्वीकारण्याच्या विरुद्ध आहे.

वास्तववादी सिद्धान्ताचे परीक्षण :

मॉर्गेन्था यांनी निर्माण केलेल्या वास्तववादाला किंवा सत्तेच्या सिद्धान्ताला आंतरराष्ट्रीय राजकारणात महत्त्वाचे स्थान आहे. असे असले, तरी या सिद्धान्तावर पुढील प्रकारच्या टीका होताना दिसतात.

१. संघर्ष हा आंतरराष्ट्रीय राजकारणाचा एक महत्त्वाचा घटक आहे. वास्तविक पाहता आंतरराष्ट्रीय समूहात राज्याचे सहकार्य व परस्परावलंबित्व हे घटकही तेवढेच महत्त्वाचे आहेत. याचा विचार मॉर्गेन्था यांनी केलेला नाही, म्हणूनच या सिद्धान्ताला अभ्यासाचा आंशिक दृष्टिकोन म्हणता येईल.

२. मॉर्गेन्था यांनी आपल्या सिद्धान्ताला शास्त्रीय सिद्धान्ताचे नियम लावले नाहीत. कारण तथ्यांच्या अनुभवजन्य संशोधनातून सामान्य विधान काढणे व त्यातून एक निश्चित सिद्धान्त निर्माण करणे आवश्यक असते. मॉर्गेन्था यांनी याच्या उलट प्रक्रिया करून सामान्य विधानापासून प्रारंभ करून त्यातून जे विधान केले, त्यालाच त्यांनी एक वक्तव्य किंवा निवेदन मानले. त्यामुळे त्यांच्या विचारांत विसंगती आढळते.

३. जगातील सर्व माणसे व सर्व राज्ये सत्तेसाठी संघर्ष करतात, असे सांगून त्यांनी आंतरराष्ट्रीय संबंध म्हणजे सतत चालणाऱ्या संघर्षाचे व्यासपीठ मानले आहे. व त्यामुळे जगात कधीच शांतता स्थापन होणार नाही.

४. मॉर्गेन्था यांच्या सिद्धान्तात आंतरराष्ट्रीय क्षेत्रात काय घडले, याचे वर्णन आहे. तर काही ठिकाणी राजकीय पुढाऱ्यांना ते मौलिक स्वरूपाचा सल्ला देतानाही आढळतात. मॉर्गेन्थांचा सिद्धान्त सत्याधिष्ठित आहे, असे ते अधिकारवाणीने सांगतात; तरीही ते अशी तक्रार करतात की, जगात जे प्रत्यक्षात घडले ते त्यांच्या सिद्धान्तात समाविष्ट होऊ शकले नाही. म्हणजेच सिद्धान्त व वस्तुस्थिती यांच्यातील तफावतीची त्यांना जाणीव आहे.

५. सर्व माणसे व राज्ये सत्ता प्राप्त करतात, असे मॉर्गेन्था यांनी सांगितले आहे. परंतु या विधानामुळे त्यांच्या सिद्धान्ताला वास्तववादी सिद्धान्त म्हणता येणार नाही.

६. मॉर्गेन्था यांनी ज्यावेळी हा सिद्धान्त प्रतिपादन केला, त्यावेळी त्यांचा मानवावर विश्वास नव्हता. परंतु उत्तम राजनीतिज्ञ व कुशल राजनयपद्धतीद्वारे जगात शांतता प्रस्थापित होऊ शकते, असे ते म्हणतात. तेव्हा मात्र ते मानवावर विश्वास व्यक्त करताना दिसतात. ही त्यांच्या विचारातील विसंगती आहे.

७. राजनयाद्वारे संघर्ष नियंत्रित होऊ शकतात, पण त्यासाठी उत्तम राजनयिक प्रतिनिधींची गरज असते. परंतु असे प्रतिनिधी क्वचितच आढळतात, असे त्यांचे मत आहे आणि याच ठिकाणी त्यांच्या सिद्धान्तातील दोष प्रकर्षाने जाणवतो.

८. उत्तम राजनीतिज्ञ कसे निर्माण होतील, याचे उत्तर मॉर्गेन्था यांनी आपल्या सिद्धान्तात दिलेले दिसत नाही.

९. मॉर्गेन्था यांनी आपल्या सिद्धान्तात मानवाच्या फक्त हितसंबंध व सत्ता याच पैलूंवर भर दिला आहे.

१०. स्टेनले हॉफमन यांनी या सिद्धान्तावर 'तो सत्तेचा एकात्मवाद होय' अशा प्रकारची टीका केली आहे.

११. आधुनिक लेखकांच्या मतानुसार मॉर्गेन्था यांनी हित व सत्तेवर अवास्तव भर दिला आहे; त्याप्रमाणेच स्थानिक महत्त्व, शासनाचे स्वरूप, लोकांचा विश्वास व मूल्ये याकडे त्यांनी लक्ष दिलेले आहे.

१२. अठराव्या व एकोणिसाव्या शतकातील आंतरराष्ट्रीय राजकारणातील सिद्धान्ताच्या आधारावर या सिद्धान्ताचे प्रतिपादन त्यांनी केले आहे, म्हणूनच 'राष्ट्रीय हिता'ची, त्यांची कल्पना संदिग्ध वाटते.

१३. आंतरराष्ट्रीय संबंधांचे सत्तेच्या आधारावर विश्लेषण व महत्त्व प्रतिपादन करणे योग्य नाही. काही राज्ये सत्तासंघर्षापासून अलिप्त राहू इच्छितात. याबाबत स्वित्झर्लंड व भारताचे उदाहरण देता येईल. अलिप्ततेचे धोरण सत्तेच्या राजकारणाशी संबंधित नाही. तसेच अमेरिका-रशिया-चीन यांचे परस्परसंबंध नेहमी सत्तेच्याच दृष्टिकोनातून विचारात घेणे योग्य ठरणार नाही.

१४. हा सिद्धान्त केवळ सत्तेवर भर देतो. आजच्या संघर्षाची मूळ कारणे विचारधारांमधील संघर्ष, वसाहतवादाविरुद्ध स्वातंत्र्याची चळवळ ही आहेत. त्यांचा विचार मॉर्गेन्था यांनी आपल्या सिद्धान्तात केलेला दिसत नाही.

१५. या सिद्धान्तात 'मनुष्य हा आक्रमक वृत्तीचा आहे' हे गृहीत धरून तेच गुण राज्याला लागू करण्याचा प्रयत्न त्यांनी केलेला आहे. आजच्या अणुशक्तीच्या जगात प्रत्येक राज्य सरळ संघर्ष टाळण्याचा प्रयत्न करून आंतरराष्ट्रीय शांतता व सहकार्याचा विचार करीत आहे, परंतु याचा विचार त्यांनी केलेला दिसत नाही.

वास्तववादी सिद्धान्ताचे मूल्यमापन :

मॉर्गेन्था यांच्या वास्तववादी सिद्धान्तावर जागतिक पातळीवर जरी मोठ्या प्रमाणात टीका करण्यात येत असली, तरी त्यांच्या सिद्धान्ताचे मूल्यमापन करताना गुणदोषांचा विचार करणे आवश्यक ठरते. मॉर्गेन्था हे आजच्या आंतरराष्ट्रीय राजकारणातील विचारवंतांपैकी सर्वश्रेष्ठ विचारवंत म्हणून ओळखले जातात, म्हणूनच त्यांचे स्थान आजतरी सर्वश्रेष्ठ समजले जाते.

मूल्यांचा राष्ट्रीय धोरणावर होणारा परिणाम व प्रभाव याकडे मॉर्गेन्था यांनी दुर्लक्ष केले, असे मत क्विन्सी राईट यांनी व्यक्त केले आहे. तसेच मॉर्गेन्था यांनी विचारधारा व राष्ट्रीय धोरण यांचा मेळ योग्य प्रकारे घातला नाही, अशा प्रकारची टीका रेमन्ड ॲरॉन यांनी केली आहे. परंतु एखाद्या चांगल्या विचारवंताचे मूल्यमापन हे त्याने

सिद्धान्तात कोणती तत्त्वे मांडली नाहीत, यावरून होत नसून त्याचे यामधील गुणात्मक योगदान किती आहे, यावरून होत असते. मॉर्गेन्था यांच्या सिद्धान्ताचे मूल्यमापन याच दृष्टीने किंवा पातळीवरून होणे आज तरी गरजेचे आहे.

मॉर्गेन्थांच्या सिद्धान्ताचे मूल्यमापन करताना विसाव्या शतकात उदयास आलेल्या तीन संप्रदायांचा विचार करणे गरजेचे आहे. पहिला संप्रदाय हा आदर्शवादी संप्रदाय असून त्याने या शतकाच्या प्रारंभापासून १९४० पर्यंतच्या आंतरराष्ट्रीय राजकारणाला प्रभावित केले आहे. दुसरा संप्रदाय हा वास्तववाद्यांचा असून द्वितीय महायुद्धापासून ते १९६० पर्यंत त्याचा जगावर प्रभाव टिकलेला आपणांस दिसतो. तिसरा संप्रदाय हा व्यवस्थात्मकवाद्यांचा असून त्याचे कार्य इ. स. १९६० पासून सुरू झाले आहे.

आदर्शवाद्यांनी स्वप्नदर्शी आशावाद व्यक्त केला व जगात युद्ध संपुष्टात येऊन कायदा व सुव्यवस्था प्रस्थापित होईल, असे प्रतिपादन केले. परंतु लवकरच सुरू झालेल्या द्वितीय महायुद्धाने आदर्शवादी संप्रदायास आश्चर्याचा धक्का दिला. आंतरराष्ट्रीय राजकारणाचे योग्य निदान नैतिक सिद्धान्ताची शिकवण देऊन होत नाही, तर आंतरराष्ट्रीय राजकारणातील घटनांचे योग्य विश्लेषण करून करणे आवश्यक असते, असे प्रतिपादन करून वास्तववाद्यांनी आदर्शवाद्यांना स्वप्नातून जागे केले. याचाच अर्थ असा होतो की, मॉर्गेन्था यांच्या सिद्धान्ताशिवाय वास्तववादाचे संपूर्ण आकलन होऊच शकत नाही. कारण त्यांनी वास्तववादाला योग्य आकार व वळण देऊन त्याला एका संप्रदायाचे स्वरूप प्राप्त करून दिले आहे. या विषयातील शास्त्रीय किंवा तर्कशुद्ध अभ्यासाला सुरुवात करण्याचे श्रेय मॉर्गेन्था यांनाच द्यावे लागते. आंतरराष्ट्रीय राजकारणातील नव्यानेच उदयाला आलेल्या व्यवस्थात्मक सिद्धान्तामुळे वास्तववादी सिद्धान्त मागे पडला. परंतु या नवीन सिद्धान्ताचा उदय मॉर्गेन्था यांनी केलेल्या संशोधनात्मक कार्यातूनच झालेला आहे, हे मान्य करावेच लागेल.

केनेथ थॉम्पसन यांनी 'मॉर्गेन्था यांचा सिद्धान्त अजून विकसित होण्याच्या प्रक्रियेत आहे. त्यांच्या लिखाणाला अजून प्रारंभ व्हावयाचा आहे', असे मत व्यक्त केले.

मॉर्गेन्था यांनी आंतरराष्ट्रीय राजकारणाचे अध्ययन आदर्शवादाकडून व्यवस्थात्मक वादाकडे परिवर्तित केले आहे, म्हणूनच त्यांना आदर्शवाद व व्यवस्थात्मकवाद यांना जोडणारा दुवा म्हणतात. परंतु त्यांचे लिखाण आज कालबाह्य झाले आहे काय, असा प्रश्न उपस्थित होतो. वास्तविक पाहता, व्यवस्थात्मक सिद्धान्ताचा जसजसा विकास होत जाईल व या विषयास स्वतंत्र अभ्यासाचा विषय म्हणून मान्यता मिळेल, त्यावेळी मॉर्गेन्था यांचे लिखाण ऐतिहासिक स्वरूपाचे ठरेल. त्यांचे विचार कालबाह्य होणार

नाहीत. परंतु आधुनिक विचारवंतांच्या प्रयत्नांतून कोणताही सर्वमान्य असा शास्त्रीय सिद्धान्त पुढे आला नाही, तर नवमॉर्गेन्थावाद उदयाला येण्याची शक्यता नाकारता येणार नाही. आज सत्तेसाठी संघर्ष चालूच आहे. आंतरराष्ट्रीय संघर्ष नष्ट झालेला नाही. त्यामुळेच मॉर्गेन्था यांच्या सिद्धान्ताचे आजही तेवढेच महत्त्व आहे जेवढे सिद्धान्त मांडला तेव्हा होते.

समतोलाचा सिद्धान्त :

आधुनिक आंतरराष्ट्रीय संबंधाच्या अभ्यासातील हा एक प्रमुख सिद्धान्त आहे. आंतरराष्ट्रीय राजकारणात ज्या शक्ती आहेत, त्यांच्यामध्ये संतुलन राखण्याचीच प्रामुख्याने प्रवृत्ती आढळते. आंतरराष्ट्रीय क्षेत्रात परस्परविरोधी प्रवृत्ती आणि शक्ती यांचा अवलंब करून सत्तासमतोलात ठेवण्याचा प्रयत्न करण्यावर यामध्ये भर दिला जातो.

याविषयी अनेक विचारवंतांची वेगवेगळी मते आपणांस दिसून येतात. काहींच्या मते, 'विभिन्न गटांचे परस्परांवर नियंत्रण ठेवण्याचे साधन म्हणजे समतोलाचा सिद्धान्त होय'.

'आंतरराष्ट्रीय राजकारणात किंवा व्यवहारात निरनिराळे गट किंवा घटक असतात, त्यांच्यावर आंतरराष्ट्रीय राजकारणातील अनेक शक्तींचा अपरिहार्यपणे परिणाम होत असतो. या सर्वांचा परिपाक म्हणून आंतरराष्ट्रीय राजकारणात काही प्रमाणात एक प्रकारची स्थिरता निर्माण होत असते. ही स्थिरता निर्माण करणाऱ्या शक्तींचे जे विशिष्ट प्रकारचे परस्परांशी संबंध असतात, त्यास समतोल सिद्धान्त असे म्हणतात', अशा प्रकारचे प्रतिपादन क्विन्सी राईट यांनी केले आहे.

आंतरराष्ट्रीय राजकारणात काही शक्ती प्रत्येक राज्यावर आपापल्या परीने प्रभाव पाडत असतात. या शक्तींचा परस्परांत सहकार्यात्मक किंवा विरोधात्मक संबंध असतोच. हा संबंध कोणत्या ना कोणत्या प्रकारची स्थिरता प्रस्थापित करत असतो.

या सिद्धान्ताचा काही अंशी उपयोग लॉस्वेल, टॉलकॉट पार्सन, एच. एल. चाईल्ड्स या विचारवंतांनी आंतरराष्ट्रीय राजकारणाच्या अभ्यासात करून घेतला. तरीपण या सिद्धान्ताचे मुख्य प्रवर्तक म्हणून जॉर्ज लिस्का यांचाच उल्लेख करावा लागतो. जॉर्ज लिस्का यांनी आंतरराष्ट्रीय समतोलाच्या दृष्टीने एकंदरीत तीन प्रकार सांगितले आहेत.

१. सामान्य समतोल : आंतरराष्ट्रीय संबंधात किंवा राजकारणात वेगवेगळ्या तत्त्वांत समतोलाची प्रवृत्ती सहजरीत्या असते, अशा प्रकारचा सामान्य अर्थ त्यांनी या सिद्धान्ताचा सांगितला आहे. अर्थशास्त्राच्या सिद्धान्ताचा याबाबत त्यांनी आधार घेतलेला

आहे. वस्तूंचा पुरवठा व विनिमय करून आर्थिक क्षेत्रातील समतोल साधला जातो.

२. संस्थात्मक समतोल : व्यक्ती, वेगवेगळे सामाजिक गट, त्या गटांची आर्थिक स्थिती व त्यांच्या संस्कृती या संस्थांचा आंतरराष्ट्रीय समतोलाशी संबंध असतो, असे मत त्यांनी मांडले आहे. एवढेच नव्हे, तर त्यांनी या सिद्धान्ताचा सैद्धान्तिक व व्यावहारिक दृष्टिकोनातून विचार केला आहे. याच्याच आधारे त्यांनी याची व्याख्या पुढीलप्रमाणे केलेली आहे. 'क्रियाशील अशा राष्ट्रीय, क्षेत्रीय व जागतिक स्तरांवर कार्य करणाऱ्या विभिन्न संस्थांमध्ये समन्वय प्रस्थापित करणे होय'.

३. सैनिकी किंवा राजकीय स्वरूपाचा समतोल : सैनिकी व शस्त्रास्त्रांच्या मदतीद्वारा साध्य केला जाणारा जो समतोल आहे, त्यालाच सैनिकी किंवा राजकीय स्वरूपाचा समतोल असे म्हटले आहे. यापुढे जाऊन ते असे म्हणतात की, सैनिकी,राजकीय आणि आर्थिक क्षेत्रात जरी संघर्ष असला, तरी त्यात समतोल मुद्दाम स्थापित केला जात असतो, म्हणूनच ते याला 'बहुल समतोल' असे म्हणतात.

समतोलाच्या दृष्टिकोनाचा उपयोग करताना त्यांनी पुढील तीन मुद्द्यांवर विशेष भर दिला आहे –

१. आंतरराष्ट्रीय संघटनेचे प्रमुख अंग किंवा भाग म्हणून राज्याचा किंवा राष्ट्राचा विचार करणे.

२. राज्याची वेगवेगळी धोरणे.

३. राज्यामधील राजकीय व सामाजिक वातावरण यांचा प्रामुख्याने विचार करणे.

समतोलाचा उपयोग सत्तासंतुलन व सामूहिक सुरक्षितता यांचा एकत्र विचार करून लिस्का यांनी केलेला आहे. याच संदर्भात राज्यांचे संरक्षण, राज्यांची समृद्धी व राज्यांची प्रतिष्ठा एकपक्षीय कार्यवाहीद्वारे साध्य होणार नसून आंतरराष्ट्रीय संघटनेद्वारेच सुरक्षित राहू शकते, तसेच विकसितही होऊ शकते, याची जाणीव प्रत्येक राज्याला झाली पाहिजे, असे त्यांचे मत आहे. या जाणिवेतूनच आंतरराष्ट्रीय एकतेकडे राज्यांचा कल राहू शकेल. पुढे ते अशा प्रकारचा विचार व्यक्त करतात की, राष्ट्रीय, क्षेत्रीय व आंतरराष्ट्रीय पातळीवरून सैनिकी, राजकीय, सामाजिक व आर्थिक स्वरूपाचा दबाव आणून समतोलाची जाणीव आंतरराष्ट्रीय समूहातील राज्यांमध्ये निर्माण होऊ शकते. या सर्व परिस्थितीवरून ते असे म्हणतात की, समतोल ही आंतरराष्ट्रीय समाजाची प्रवृत्ती नसून ती प्रत्यक्ष व प्रयत्नपूर्वक स्थापित केली जाऊ शकते. याशिवाय जागतिक शांतता व सुरक्षितता अबाधित ठेवण्यासाठी समतोल आवश्यक असतो. अन्यथा आंतरराष्ट्रीय पातळीवर समतोल राहणार नाही, अशा प्रकारचे भाकितही ते करतात.

आंतरराष्ट्रीय समूहातील प्रत्येक राज्याने जागतिक समतोल राखण्यासाठी आपली भूमिका चोखपणे पार पाडली पाहिजे. यातील एखाद्या घटकाने केवळ स्वार्थासाठी जर आपल्या शक्तीचा गैरवापर केला, तर जागतिक समतोल बिघडण्याचीच शक्यता जास्त असते. याच संकल्पनेला जागतिक राजकारणात यथास्थिती असे म्हणतात. जगातील प्रत्येक राष्ट्राने जागतिक शांतता व सुरक्षितता राखण्यासाठी संयुक्त राष्ट्राला सहकार्य केले पाहिजे, तरच समतोल चांगल्या प्रकारे प्रस्थापित होईल.

समतोल सिद्धान्ताचे परीक्षण :

समतोल सिद्धान्ताचे परीक्षण करताना प्रामुख्याने खालील मुद्यांचा विचार करण्यात आलेला आहे.

१. हा सिद्धान्त राज्यांच्या संबंधावर मोठ्या प्रमाणात भर देतो.

२. युद्ध हे अनैतिक कृत्य असून त्यामुळे जगात असमतोल निर्माण होतो, हा विचार काहीसा एकांगी वाटतो. कारण यातून फक्त यथास्थितीचे दर्शन घडते.

३. समतोलाच्या दृष्टिकोनातूनच परराष्ट्रीय धोरण निश्चित केले जाते, हे यामध्ये गृहीत धरणे बरोबर होणार नाही.

४. आंतरराष्ट्रीय परिस्थिती नेहमीच स्थिर राहत नाही. तिच्यामध्ये सतत बदल होत राहतात. हा सिद्धान्त परिस्थितीच्या स्थिरतेवर अवलंबून असतो. परंतु प्रत्यक्षात मात्र अस्थिरता आढळून येते.

५. आधुनिक काळाचा विचार करता किंवा चंचल स्वभावाच्या मानवामुळे हा सिद्धान्त आज उपयोगी पडत नाही. पण मानवी व्यवहार ज्यावेळी नियंत्रित केले जातील, त्यावेळी हा सिद्धान्त उपयोगी ठरू शकेल.

६. यामध्ये फक्त समतोल स्थितीचे वर्णन केलेले आहे.

७. या सिद्धान्ताची कल्पना अर्थशास्त्रातील मागणी व पुरवठा यावरून घेतलेली आहे, परंतु आजच्या जगात तिचा उपयोग होताना दिसत नाही.

८. हा सिद्धान्त राज्यांच्या संबंधावर मोठ्या प्रमाणात भर देतो.

समतोल सिद्धान्ताचे मूल्यमापन :

समतोल सिद्धान्ताचा निष्कर्ष अशा प्रकारे काढता येईल की, आंतरराष्ट्रीय किंवा जागतिक पातळीवर कोणत्याही एखाद्या राष्ट्राला एवढे बलशाली होऊ दिले जात नाही की, ज्यामुळे ते दुसऱ्या राष्ट्रावर आपली इच्छा लादू शकेल. यातून आपणांस जागतिक शांतता निर्माण होण्यास मदत होईल, असे वाटते. तसेच जगामध्ये अनेक छोटीमोठी

राष्ट्रे आहेत. त्यातील प्रत्येकाला कोणत्या ना कोणत्या गोष्टीसाठी दुसऱ्यावर अवलंबून राहावेच लागते. आंतरराष्ट्रीय संबंधाचा सैध्दान्तिक दृष्टीने अभ्यास करण्यासाठी निश्चितपणे याचा उपयोग होऊ शकेल.

व्यवस्थात्मक किंवा व्यवस्था सिद्धान्त :

आंतरराष्ट्रीय राजकारणाचा अभ्यास हा द्वितीय महायुद्धापूर्वी ऐतिहासिक घटना व नैतिक मूल्यांच्या आधारावर केला जात असे. त्यामुळे शास्त्रीयदृष्ट्या यामध्ये अनेक दोष असल्यामुळे आंतरराष्ट्रीय प्रश्न सुटत नव्हते. त्याचप्रमाणे द्वितीय महायुद्धानंतर आंतरराष्ट्रीय संबंधाचे स्वरूप व व्याप्तीमध्ये मोठ्या प्रमाणात बदल घडून आले. अशा प्रसंगी या युद्धानंतर आंतरराष्ट्रीय प्रश्न सोडवण्यासाठी व आंतरराष्ट्रीय राजकारणाच्या अभ्यासासाठी नवनवीन मार्ग शोधण्यावर भर देण्यात आला. त्यामधूनच आंतरराष्ट्रीय संबंधाचा अभ्यास मोठ्या प्रमाणात प्रभावित करणारा सिद्धान्त म्हणून १९५० मध्ये व्यवस्था विश्लेषण सिद्धान्त पुढे आला आणि हा सिद्धान्त पुढे आणण्याचे श्रेय मॉर्टन कॉप्लान यांना द्यावे लागते. या सिद्धान्तामध्ये एखादी विशिष्ट स्वरूपाची घटना का घडली, तिचे परिणाम काय होतील याविषयीचे तर्क बांधणे सोपे जाते. शिवाय यावर व्यवस्थेचे नियंत्रण असते. एकाच व्यवस्थेमधील घटना या परस्परांशी निगडित असतात. त्यामुळेच त्यांचे स्वरूप शास्त्रशुद्ध विश्लेषण केल्याने उलगडणे सोपे जाते. एकंदरीत आंतरराष्ट्रीय संबंधात घडणाऱ्या विविध प्रकारच्या घटना या स्वतंत्र व अलिप्तपणे घडत नाहीत, तर त्यामागे विशिष्ट प्रकारचे सूत्र असते. तसेच या घटना एका ठरावीक व्यवस्थेचा भाग असल्याने त्यांच्या स्पष्टीकरणासाठी व्यवस्थेचे परीक्षण आवश्यक असते, हाच व्यवस्था सिद्धान्ताचा प्रमुख गाभा किंवा केंद्रबिंदू मानला जातो.

अनेक वर्षांपर्यंत राज्याच्या समूहाला राज्याचे कुटुंब किंवा समाज म्हणून ओळखले जात असे. परंतु यापेक्षा 'आंतरराष्ट्रीय व्यवस्था किंवा पद्धती' ही कल्पना अधिक शास्त्रीय व स्पष्ट स्वरूपाची आहे. 'राजकीय व्यवस्था किंवा पद्धती म्हणजे राजकीय घटनांचा परस्परांशी संबंध आणि त्या संबंधाचे नियमन करणारे नियम होत. जगाच्या विविध राजकीय क्षेत्रात घडणाऱ्या घटना या अव्यवस्थितपणे घडत नसून त्यांच्यात एक निश्चित व्यवस्था किंवा पद्धती व ठरावीक क्रम असतो'. राजकीय व्यवहार एका निश्चित राजकीय व्यवस्थेमुळे होत असतात. 'पद्धती किंवा व्यवस्था म्हणजे विशिष्ट परिस्थितीतील एक अशी सुव्यवस्थित रचना की, जिचे विभिन्न अवयव परस्परांतील क्रिया व प्रतिक्रिया यांच्याद्वारे एकमेकांशी संबंध ठेवत असतात.' अशा प्रकारची व्यवस्था किंवा पद्धतीची व्याख्या जेम्स एन. रोसेनो यांनी केली आहे.

व्यवस्था किंवा पद्धती या शब्दाचा वापर प्रामुख्याने खालील तीन प्रकारांनी करण्यात आला आहे.

१. आंतरराष्ट्रीय व्यवस्थेचा जरी यात अभ्यास होत असला, तरी ही व्यवस्था किंवा पद्धती स्वत: निष्क्रियच असते. परंतु या पद्धतीची रचना करणारी वेगवेगळी राज्ये मात्र यासाठी सक्रिय असतात. ही राज्ये परस्परांतील क्रिया व प्रतिक्रिया यांच्याद्वारे या आंतरराष्ट्रीय व्यवस्थेत गतीशीलता निर्माण करतात. या पद्धतीची माहिती करून घेण्यासाठी यांतील घटकांचे परस्परांतील व्यवहार समजून घेणे आवश्यक आहे. हे घटक स्वतंत्र आहेत व त्यांच्यावरच ही पद्धत अवलंबून आहे. त्यामुळेच घटकांचे व्यवहार समजून घेणे म्हणजेच व्यवस्थेची माहिती करून घेणे होय.

२. व्यवस्था किंवा पद्धतीची रचना ही तिच्या घटकांपेक्षा श्रेष्ठ आहे. या अर्थानुसार ही पद्धतीच घटकांचे परस्पर व्यवहार नियंत्रित करीत असते. या व्यवस्था किंवा पद्धतीमागे एक प्रकारची नियमव्यवस्था असते व ती आपल्या घटकांना मार्गदर्शन करीत असते. या अर्थाप्रमाणे व्यवस्था किंवा पद्धती स्वावलंबी असून तिचे घटक या रचनेवर अवलंबून असतात.

३. काही विचारवंतांनी व्यवस्था किंवा पद्धती म्हणजे आंतरराष्ट्रीय संबंधाचा अभ्यास व त्याची विश्लेषक पद्धती असे म्हटले आहे. या विचारवंतांनी आंतरराष्ट्रीय राजकारणातील समस्या समजून घेण्यासाठी व त्यांचे स्पष्टीकरण करण्यासाठी एका व्यवस्थेची किंवा पद्धतीची कल्पना केली आहे. या अर्थाने व्यवस्था किंवा पद्धती म्हणजे आंतरराष्ट्रीय संबंधाचे विश्लेषण करण्याचा एक मार्ग होय. आंतरराष्ट्रीय राजकारणाच्या अभ्यासात व्यवस्थात्मक दृष्टिकोन एकूण चार प्रकारचे आहेत.

अ. सत्ता संतुलनात्मक दृष्टिकोन

ब. समतोलाचा दृष्टिकोन

क. द्विध्रुवीय दृष्टिकोन

ड. जागतिक किंवा वैश्विक दृष्टिकोन.

याचबरोबर मॉर्टन कॉप्लान यांनी सहा पद्धती किंवा व्यवस्थेचा दृष्टिकोन सांगितला आहे.

मॉर्टन कॉप्लान यांचा व्यवस्था सिद्धान्त :

संपूर्ण जगामध्ये भूतकाळात किंवा वर्तमानकाळात आंतरराष्ट्रीय क्षेत्रात एकच पद्धती एकावेळी अस्तित्वात नसते; तर एकाच वेळी अनेक पद्धती अस्तित्वात असतात, असे मत कॉप्लान यांनी व्यक्त केले. कॉप्लान यांच्या मते आंतरराष्ट्रीय

राजकारणात एक क्रम व सुसंबद्धता आहे. आंतरराष्ट्रीय राज्यव्यवस्थेत राष्ट्रराज्यांची प्रमुख भूमिका काळ व परिस्थितीनुसार बदलत असते. एकंदरीत त्यांचा यामागील प्रमुख उद्देश आंतरराष्ट्रीय व्यवस्थेचे स्पष्टीकरण करून व्यवस्था व बाह्य परिवर्तन याच्यातील देवाणघेवाण प्रक्रियेचे विश्लेषण करणे हा होता. कॉप्लान यांनी आंतरराष्ट्रीय राजकारणाच्या अभ्यासासाठी सहा प्रकारच्या पद्धती किंवा व्यवस्थेचे प्रतिपादन केले आहे.

१. सत्तासमतोल पद्धती : इ. स. १६४८ मध्ये राष्ट्रराज्य व्यवस्थेला प्रारंभ झाला. त्यावेळी कोणत्याही प्रकारची केंद्रीय सत्ता नव्हती. एकच राज्य जास्त शक्तिशाली बनल्यास इतरांना धोका निर्माण होतो, म्हणून इतर राज्ये एकत्र येऊन ती या राष्ट्राविरुद्ध लढत. त्यावेळेपासून सत्तासमतोल पद्धतीचा प्रारंभ झाला. यामध्ये सत्तेच्या अनियंत्रित वापरावर ही पद्धती नियंत्रण घालते. १७ व्या, १८ व्या व १९ व्या शतकात युरोपीय देशांत ही पद्धती अस्तित्वात होती. यामध्ये पाचसहा शक्तिशाली राज्ये असणे आवश्यक असते. या पद्धतीत पुढील नियमांचे पालन करण्यावर विशेष भर दिला जात असे. प्रत्येक राष्ट्राने राजनीतीचा अवलंब करून आपली शक्ती वाढवावी, प्रत्येक राष्ट्राने राष्ट्रहिताचा विचार करून गरज पडल्यास युद्ध करावे, युद्ध झाल्यास शत्रूचा अधिकाधिक नाश करावा, कोणत्याही एका राष्ट्रास किंवा गटास आधिपत्य स्थापित करू देऊ नये, जी राज्ये विश्वराज्यीय संस्था स्थापन करण्याचा प्रयत्न करतील, त्यांना तसे करण्यापासून रोखावे व पराभूत राष्ट्रास सत्तासमतोल पद्धतीत सामील करून घ्यावे.

वरील नियमभंग झाल्यास ही पद्धतीच नष्ट होते. विसाव्या शतकात या नियमाचा भंग झाल्यामुळे पहिले व दुसरे महायुद्ध घडून आले.

२. शिथिल किंवा लवचीक द्विध्रुवीकरण पद्धती : द्विध्रुवीय पद्धतीत जगाचे विभाजन दोन प्रभावी व परस्परविरोधी गटांत झाल्याचे आढळून येते. हे विभाजन विचारधारेच्या तत्त्वानुसार होत असते. उदा. द्वितीय महायुद्धानंतर निर्माण झालेला अमेरिकन गट व सोव्हिएत रशियाचा गट. तसेच द्विध्रुवीकरण पद्धतीत शक्तिगटांमध्ये अंतर्गत मतभेद असण्याची शक्यता असते. उदा. नाटो व सिटो यांना दृढसंघटन म्हणता येणार नाही. तरीदेखील सत्तासमतोलाप्रमाणे यात गट बदलण्याची संभावना कमी असते. या पद्धतीत तिसऱ्या गटाचे आंतरराष्ट्रीय क्षेत्रात अस्तित्व राहू शकते किंवा राष्ट्रांना एका गटातून दुसऱ्या गटात जाण्याची किंवा दोघांमध्ये न जाता अलिप्त राहण्याची सवलत असते.

३. दृढ द्विध्रुवीकरण पद्धती : शिथिल द्विध्रुवीकरण पद्धतीतून दृढ द्विध्रुवीकरण पद्धती निर्माण होते. शिथिल द्विध्रुवीकरण पद्धतीमधील दोषांमुळे दृढ द्विध्रुवीकरण

निर्माण झाले, तर जगातील तटस्थ राष्ट्रे नष्ट होऊन कोणत्यातरी गटात संमीलित होतील व आंतरराष्ट्रीय संघटन समाप्त होऊन जगात केवळ दोन प्रभावी गट राहतील म्हणजेच यामध्ये राष्ट्रांना आपला गट सोडून दुसऱ्या गटात जाण्याची सवलत नसते.

४. विश्वात्मक संस्था पद्धती : या पद्धतीत आंतरराष्ट्रीय संघटनांची निर्मिती शिथिल द्विध्रुवीकरणातून निर्माण होईल. प्रत्येक राज्य आपले कार्य, जबाबदारी व आपली शक्ती आंतरराष्ट्रीय शांततेस बाधक होणार नाही, याचा विचार करून वाढवण्याचा प्रयत्न करील. सर्व राष्ट्रे आपले ध्येय शांततेच्या मार्गाने गाठण्याचा प्रयत्न करतील. आंतरराष्ट्रीय पातळीवर एकसंघ सरकार राहील. पर्यायाने राष्ट्राचे सार्वभौमत्व विश्वात्मक किंवा आंतरराष्ट्रीय सार्वभौमत्वात मिसळून जाईल.

५. श्रेणीबद्ध पद्धती : जरी शिथिल द्विध्रुवीकरण पद्धतीतून निर्माण झालेली विश्वात्मक किंवा आंतरराष्ट्रीय संस्थात्मक पद्धतीदेखील छिन्नविछिन्न झाली, तरी त्यातून श्रेणीबद्ध पद्धती निर्माण होऊ शकेल व सर्व राष्ट्रे सामूहिकरीत्या एका शक्तिशाली राष्ट्राच्या नेतृत्वाखाली येतील, उदा. आपल्या राष्ट्राच्या सुरक्षेसाठी द्वितीय महायुद्धानंतर अमेरिकेच्या नेतृत्वाखाली काही राष्ट्रे आली, तर आर्थिक परिस्थितीचा विचार करता श्रीमंत, विकसनशील, अविकसीत राष्ट्रे अशा श्रेण्या पडतात. अणुशक्तीचा विचार केल्यास अण्वस्त्रधारी व बिगर अण्वस्त्रधारी अशा श्रेण्या पाडाव्या लागतात.

६. एकात्मक नकाराधिकार पद्धती : ही पद्धती पहिल्या पाचपैकी कोणत्याही पद्धतीतून निर्माण होऊ शकते. ज्यावेळी प्रत्येक राज्याकडे दुसऱ्याचा विनाश करू शकतील, अशी भयानक अस्त्रे असतील, अशा परिस्थितीत एकात्मक नकाराधिकार पद्धती निर्माण होऊ शकेल म्हणजेच प्रत्येक राज्यास एकप्रकारे नकाराधिकार राहील. ही पद्धती त्याच वेळी यशस्वी होऊ शकते जेव्हा शांतता भंग करणाऱ्या राष्ट्राविरुद्ध सर्व राष्ट्रे उभी राहतील. अर्थात, ही पद्धती सामूहिक सुरक्षेवर आधारलेली आहे. यामध्ये युद्धखोर राष्ट्राच्या विरोधी सर्व राष्ट्रे एकत्र येतात व त्याच्या विरोधात कार्यवाही करतात.

व्यवस्था सिद्धान्ताची गृहीत तत्त्वे :

व्यवस्था सिद्धान्ताची गृहीत तत्त्वे खालीलप्रमाणे आपणास सांगता येतील-

१. आंतरराष्ट्रीय संबंध : आंतरराष्ट्रीय संबंधाच्या अध्ययनासाठी वेगवेगळ्या प्रकारचे दृष्टिकोन, पद्धतींचा अवलंब केला जातो. जगात दररोज कोठे ना कोठे घटना स्वतंत्रपणे घडत असते. पण आंतरराष्ट्रीय संबंधातील घटना मात्र स्वतंत्रपणे घडत नाहीत; तर त्या घडतानाही विशिष्ट अशा सूत्रावर आधारलेल्या असतात. घटना व

त्यामागील सूत्र समजण्यासाठीच व्यवस्थेच्या अभ्यासाची किंवा अध्ययनाची गरज आहे.

२. आंतरराष्ट्रीय संबंध परस्परांवर आधारित आहेत : आंतरराष्ट्रीय संबंधाला परस्पर संलग्न असणाऱ्या विविध घटकांचा संच, असे काही व्यवस्था सिद्धान्ताचा पुरस्कार करणारे विचारवंत मानतात. याच्या आधारे घटना का घडली, तिचे विश्लेषण, तिची देवाणघेवाण, तिचे रूपांतर या सर्व प्रक्रिया आंतरराष्ट्रीय व्यवस्थेतदेखील चालू असतात. आज आंतरराष्ट्रीय संबंधाचे स्वरूप व व्याप्ती मोठ्या प्रमाणात वाढल्यामुळे या सिद्धान्ताचे स्वरूपही गुंतागुंतीचे, गतिशील व अनाकलनीय बनले आहे.

३. जागतिक दृष्टिकोन : या सिद्धान्ताच्या विचारवंतांच्या मते आंतरराष्ट्रीय घडामोडींच्या विश्लेषणासाठी जागतिक दृष्टिकोन असलेली चौकट महत्त्वाची आहे. व्यवस्था सिद्धान्ताच्या या जागतिक दृष्टिकोनाला पेप्पर हे 'जागतिक गृहीत किंवा परिकल्पना' म्हणून संबोधतात, तर ॲरिस्टॉटलच्या 'जागतिक संपूर्णत्व' या विचारावर तो आधारित आहे. म्हणजेच सामाजिक सत्य जाणून घेण्यासाठी त्याकडे पाहण्याची गरज आहे, हाच या सिद्धान्ताचा एक भाग आहे. या सिद्धान्ताच्या विचारवंतांच्या मते, आंतरराष्ट्रीय घटना अविभाज्य आहेत.

४. सामान्य नियमक्रम : या सिद्धान्ताच्या विचारवंतांच्या मते, जगात घडणाऱ्या घटना गुंतागुंतीच्या आहेत. असे असले तरी त्या विभागणाऱ्या नाहीत, तर त्या संघटित स्वरूपात व नियमक्रम गतिशील आहेत. त्यामुळे आंतरराष्ट्रीय घटना अविभाज्य राहतात. या सिद्धाताच्या विचारवंतांच्या मते, इतर व्यवस्थांप्रमाणे जागतिक व्यवस्थेमध्ये आत्मनियंत्रणाची क्षमता असून बाहेरच्या वातावरणाला अनुकूल बदल घडवून आणण्याची प्रक्रिया या व्यवस्थेत सतत चालू असते.

मॉर्टन कॉप्लान यांच्या सिद्धान्ताचे परीक्षण :

१. कॉप्लान यांनी फक्त भूतकाळ किंवा वर्तमानकाळातील गोष्टींचाच विचार केला आहे. भविष्यकाळात राष्ट्रीय हिताच्या दृष्टीने कोणते परिवर्तन होऊ शकेल, याचा विचार केलेला नाही.

२. या सिद्धान्तात राष्ट्रीय हिताच्या कल्पनेस गतिहीन मानले आहे. परंतु जग हे गतिमान असून बदलत्या परिस्थितीनुसार राष्ट्रीय हिताच्या कल्पनेत बदल होत असतो.

३. या सिद्धान्तात केवळ राजकीय पद्धतीचाच विचार केला आहे. वास्तविक पाहता आंतरराष्ट्रीय क्षेत्रात राज्यांच्या व्यवहारावर धार्मिक, सांस्कृतिक, सामाजिक

अशा अनेक कल्पनांचा तसेच घटनांचा परिणाम होत असतो. याचा विचार या दृष्टिकोनात झालेला नाही.

४. यातील पहिल्या पाच पद्धती जागतिक प्रगती घडवून आणणाऱ्या पद्धती आहेत. पण सहावी पद्धती प्रगतीकडे जाणारी नाही.

५. यातील पहिल्या दोन पद्धती सत्तासमतोल व शिथिल द्विध्रुवीकरण पद्धती या वास्तविक पद्धती आहेत. परंतु इतर चार पद्धतींच्या आधारे भविष्यकाळात उदयास येणाऱ्या पद्धतींचा अभ्यास करणेही कठीण जाईल.

६. मॉर्टन कॉप्लान यांचा सिद्धान्त चुकीचा आहे. कारण त्यात जागतिक पद्धतीतून श्रेणीबद्ध पद्धतीत परिवर्तन होऊ शकते, असे म्हटले आहे. परंतु असे परिवर्तन केवळ साम्राज्यवाद किंवा वसाहतवादाचे पुनरुज्जीवन झाल्यास होऊ शकते. आजच्या काळात अशा पुनरुज्जीवनाची कल्पना करणे योग्य होणार नाही.

७. यातील घटक नकारात्मक पद्धती भविष्यकाळात उदयास येऊ शकणारी पद्धती म्हणून तिला मान्यता देता येईल. जेव्हा सर्व राज्यांजवळ अण्वस्त्रे उपलब्ध होतील, त्यावेळी सर्वांचे सर्वांविरुद्ध युद्ध होण्याची शक्यता निर्माण होऊ शकते. आजची अण्वस्त्र निर्माण करण्याची स्पर्धा पाहून भविष्यकाळात अशा पद्धतींची कल्पना करता येऊ शकते.

या सिद्धान्ताच्या अभ्यासात काही अडचणीही आहेत, म्हणून याठिकाणी त्यांचाही विचार होणे गरजेचे आहे. त्या अडचणी खालीलप्रमाणे आपणांस सांगता येतील.

या सिद्धान्ताच्या अभ्यासातील पहिली अडचण अशी आहे की, सर्व राष्ट्रे एकाच आंतरराष्ट्रीय पद्धतीचे घटक आहेत आणि ते वेगवेगळ्या पद्धतींत भाग घेत असतात, यासंबंधीही विचार करणे आवश्यक आहे. आज आपणांस दक्षिणपूर्व आशिया पद्धती, पश्चिम पद्धती, साम्यवादी पद्धती अशा अनेक पद्धती आढळतात. वस्तुत: हे वर्गीकरण अव्यवस्थित व अशास्त्रीय आहे. उदा. दक्षिणपूर्व आशिया पद्धती व पश्चिम युरोपीय पद्धती या परस्परांशी संबंधित असलेल्या पद्धती आहेत.

या सिद्धान्ताच्या अभ्यासात दुसरी अडचण कार्यकर्त्यांबाबतची आहे. एक व्यक्ती ही शासकीय अधिकारी व खासगी व्यक्ती म्हणूनदेखील कार्य करीत असते. परंतु जेव्हा राष्ट्रांबाहेरील निर्णयाबाबत कृती किंवा कार्य ती व्यक्ती करीत असते, तेव्हा ती आंतरराष्ट्रीय पद्धतीमधील कार्यकर्ता म्हणून ओळखली जाते. काही सामुदायिक संघटनाही आंतरराष्ट्रीय पद्धतीमध्ये कार्यकर्ते म्हणून कार्य करीत असतात. परंतु या संस्थांमधील निश्चित कार्यकर्ते कोण, हे सांगता येत नाही. त्याचप्रमाणे शासनाच्या

वतीने अनेक व्यक्ती कार्य करीत असतात, तेव्हा आंतरराष्ट्रीय पद्धतीमधील निश्चित कार्यकर्ते कोण, हे समजणे कठीण जाते.

ही अडचण दूर करण्यासाठी काही विचारवंत राज्यांनाच निर्णय निर्धारक मानतात. तरीदेखील निर्णय निर्धारक कोण? हा प्रश्न कायमच राहतो.

या सिद्धान्ताच्या अभ्यासात तिसरी अडचण वातावरणाची आहे. आंतरराष्ट्रीय पद्धतीचा विचार करताना काही विचारवंत संपूर्ण विश्वालाच आंतरराष्ट्रीय व्यवस्थेचे क्षेत्र मानतात व त्याबाहेरील अंतरिक्षातील वातावरणाला आंतरराष्ट्रीय वातावरण असे म्हणतात. परंतु काही विचारवंत आंतरराष्ट्रीय घटनांचा राज्यांवर होणारा परिणाम विचारात घेतात, तर काही लेखक आंतरराष्ट्रीय घटनांचा निर्णय निर्धारकावर होणारा परिणाम म्हणजे आंतरराष्ट्रीय वातावरणाचा परिणाम होय, असे समजतात.

या सिद्धान्ताच्या पद्धतीमध्ये वरीलप्रमाणे काही दोष व काही अडचणी असल्या, तरी त्या आपणांस सहजपणे दूर करता येतील. आज आपणांस आंशिक आंतरराष्ट्रीय पद्धतीचे अस्तित्व मान्य करावेच लागते. आज जगातील राष्ट्रांचा कल आंतरराष्ट्रीय शांतता, सुव्यवस्था व सहकार्याकडे झुकताना आढळतो. परंतु ही प्रक्रिया अतिशय मंदगतीने होत आहे. या सिद्धान्तातील अडचणी त्यामुळे हळूहळू दूर होतील. आंतरराष्ट्रीय संबंध या विषयाच्या अभ्यासास स्वतंत्र शास्त्र म्हणून स्थान प्राप्त झाल्यास व एक शास्त्रीय विषय म्हणून सर्वांनी त्याला मान्यता दिल्यास या व्यवस्था किंवा पद्धती दृष्टिकोनास शास्त्रीय विश्लेषणाचा सिद्धान्त म्हणून लवकरच मान्यता मिळेल आणि तो लवकरच जागतिक समूहाची लोकप्रियता मिळवेल.

आदर्शवाद किंवा चिद्वाद सिद्धान्त :

आंतरराष्ट्रीय संबंधातील आदर्शवादी सिद्धान्त हा फार जुना सिद्धान्त म्हणून ओळखला जातो. सतराव्या व अठराव्या शतकात या सिद्धान्ताने फ्रेंच व अमेरिकन स्वातंत्र्य आंदोलनाला मार्गदर्शन केलेले दिसून येते. त्यानंतर आंतरराष्ट्रीय राजकारणातील आदर्शवादी मांडणी होऊ लागली. आंतरराष्ट्रीय राजकारणात आदर्शवादी सिद्धान्ताने खालील मूलभूत स्वरूपाचे विचार मांडलेले दिसून येतात.

१. मानवी स्वभाव मुळातच सद्गुणी, परस्परांना सहकार्य करणारा, नीतिमत्ता पाळणारा असा आहे.

२. युद्ध हे वाईट कृत्य असून जागतिक पातळीवर सर्वांनी सामूहिकरीत्या त्याचा विरोध केला पाहिजे.

३. इतरांबरोबरच स्वत:चाही विकास करणे, या मानवातील उपजत गुणामुळेच सर्वांचा सहज विकास घडून येतो.

४. मानवातील वाईट प्रवृत्ती या वाईट व्यक्तींमुळे नसून वाईट संस्था आणि रचनेमुळे निर्माण होतात.

५. या संस्था मानवाला प्रलोभने दाखवून वाईट वागण्यास प्रवृत्त करतात, त्यांच्यात स्वार्थ जागवतात.

६. हा स्वार्थ व प्रलोभनेच युद्धासारख्या घृणास्पद वाईट प्रकाराला जन्म देतात.

७. आंतरराष्ट्रीय नीतिमत्तेचा प्रसार करून आणि पारंपरिक भेदभावपूर्ण व्यवहारांचा त्याग करून आंतरराष्ट्रीय राजकारणातील व्यवहारांचे नियमन करता येते.

८. जगामधून युद्ध, असमानता, हुकूमशाही राजवट यांचे पूर्ण उच्चाटन व्हावे.

९. जगामधून शस्त्र आणि व्यापारावरील नियंत्रणे नष्ट व्हावीत.

१०. आंतरराष्ट्रीय समस्या सोडवण्यासाठी एक जागतिक संघटना असावी.

११. पहिल्या महायुद्धाचे भयंकर असे परिणाम पाहता आंतरराष्ट्रीय राजकारणातील सर्व व्यवहार खुलेपणाने व्हावेत व त्यामध्ये पारदर्शकता असावी.

१२. आदर्शवादी सिद्धान्ताचे अंतिम उद्दिष्ट साऱ्या जगाचे संघराज्य स्थापन करणे, हे आहे.

१३. नैतिकतेवर आधारित सर्व प्रकारच्या शोषणाला प्रोत्साहित करणारे घटक नष्ट करून व्यापक स्वरूपात मानवाचे कल्याण साधणारी जागतिक परिस्थिती निर्माण करणे, हेसुद्धा आदर्शवादाचे उद्दिष्ट आहे.

पहिल्या व दुसऱ्या महायुद्धाचा जो काळ आहे, त्यावर या सिद्धान्ताचा विशेष प्रभाव पडलेला दिसतो. रूसो, कांट, वुड्रो विल्सन यांच्यासारख्या विचारवंतांनी या सिद्धान्ताचा पुरस्कार केलेला दिसून येतो. या विचारवंतांच्या दृष्टीने या नव्या जगात सतत मानवीय कल्याण साधले जाईल व त्यामुळे प्रगती होईल. कारण त्यात बुद्धी, शिक्षण आणि विज्ञानाच्या आधारे व्यवहार करण्यात येतील. त्याचप्रमाणे जगात कायमस्वरूपी शांतता प्रस्थापित करण्यावर भर दिला जाईल. अमेरिकेचे अध्यक्ष वुड्रो विल्सन यांनी पहिल्या महायुद्धानंतर जागतिक शांततेसाठी पराभूत राष्ट्रांबरोबर व्हर्सायचा तह केला. त्यामध्ये त्यांचे आदर्शवादी विचार दिसून येतात. एवढेच नाही तर त्यांच्या ज्या १४ तत्त्वांवर राष्ट्रसंघाची निर्मिती झाली, ती १४ तत्त्वे आदर्शवादी विचारांनी प्रभावित झालेली आहेत. ही आदर्शवादी तत्त्वे खालीलप्रमाणे आहेत-

१. शस्त्रास्त्रकपात व शस्त्रास्त्रनिर्मितीवर बंधने घातली.

२. रशियन प्रदेशातून सैन्य मागे घ्यावे.

३. फ्रान्समधून जर्मनीने सैन्य काढून घ्यावे.

४. बेल्जियमला सार्वभौमत्व प्रदान करण्यात यावे.

५. ऑस्ट्रिया-हंगेरीतील जनतेला स्वयंनिर्णयाचा हक्क देण्यात यावा.

६. ऐतिहासिक परंपरेच्या आधारे बाल्कन राज्यांची पुनर्रचना, सर्बिया, रूमानिया तसेच मॉटेनिग्रोमधून सैन्य काढून त्यांना स्वातंत्र्य बहाल करावे. सर्बियाला समुद्रमार्ग मिळवून द्यावा.

७. तुर्कस्थानच्या आधिपत्याखाली पारतंत्र्यात असलेल्या लोकांना स्वयंनिर्णयाचा अधिकार द्यावा, तसेच आंतरराष्ट्रीय हमीवर दार्दानिल्सची सामुद्रधुनी सर्व राष्ट्रांच्या जहाजांना व व्यापाराला खुली करावी.

८. पोलंडला स्वातंत्र्य दिले जावे. पोलंडला समुद्रमार्ग देण्याकरिता आवश्यक असलेला प्रदेश आंतरराष्ट्रीय करारान्वये दिला जावा.

९. सर्व लहानमोठ्या राष्ट्रांचे राजकीय स्वातंत्र्य व प्रादेशिक अखंडत्व निश्चित अशा करारान्वये टिकवण्यासाठी किंवा आंतरराष्ट्रीय समस्या, शांतता व सहकार्याच्या माध्यमातून सोडवण्यासाठी जागतिक संघटनेची निर्मिती करावी. उदा. राष्ट्रसंघ.

१०. राष्ट्रीयदृष्ट्या इटालीच्या सीमारेषांची निर्मिती करावी.

११. साम्राज्यवादी राष्ट्रांच्या ताब्यातील वसाहतींना स्वयंनिर्णयाचा हक्क द्यावा.

१२. मुक्त आंतरराष्ट्रीय करार किंवा तह यांचा पुरस्कार करावा.

१३. जगातील सर्व राष्ट्रांना सागरी स्वातंत्र्य द्यावे.

१४. जगातील सर्व राष्ट्रांना व्यापारविषयक समान संधी व मुक्त आंतरराष्ट्रीय व्यापाराच्या सवलती द्याव्यात.

आदर्शवादी सिद्धान्ताची वैशिष्ट्ये :

१. उदारमतवादी दृष्टिकोनावर हा सिद्धान्त आधारलेला आहे.

२. रूसो, कांट, वुड्रो विल्सन यांच्यासारख्या विचारवंतांच्या विचारांतून हा सिद्धान्त विकसित झालेला आहे.

३. सतराव्या व अठराव्या शतकात या सिद्धान्ताने फ्रेंच व अमेरिकन स्वातंत्र्य आंदोलनाला मार्गदर्शन केले.

४. जागतिक शांतता, सुव्यवस्था व सुरक्षिततेला हा सिद्धान्त प्राधान्य देणारा आहे.

५. शिक्षण व आंतरराष्ट्रीय संघटनेच्या जोरावर हा सिद्धान्त जागतिक रचनेची कल्पना राबवू शकतो.

६. जागतिक रचनेच्या कल्पनेत हिंसा, युद्ध यांना थारा नसेल. तर सगळीकडे शांतताच असेल.

७. स्वातंत्र्य, बंधुत्व, क्षमता व न्याय या मूल्यांवर या सिद्धान्ताची विचारसरणी आधारलेली आहे.

८. लोकांच्या चांगलेपणावर, सहकार्यावर हा सिद्धान्त अवलंबून आहे.

९. संस्थेच्या किंवा चांगल्या संरचनात्मक परिवर्तनातूनच व्यक्तीमधील दुर्गुण दूर होतील, यावर या सिद्धान्ताचा विश्वास आहे.

१०. युद्ध हे वाईट कृत्य असून जागतिक पातळीवर सर्वांनी सामूहीकरीत्या त्याचा विरोध करण्यासाठी जागतिक संघटना स्थापन करण्यावर हा सिद्धान्त भर देतो.

जागतिक रचनेची आदर्शवादी कल्पना :

जगामध्ये एकच आदर्शवादी जागतिक रचनेची कल्पना निर्माण करण्यासाठी खालील प्रकारची उपाययोजना चांगल्याप्रकारे राबवल्यास यशस्वी होईल.

आंतरराष्ट्रीय संघटना : आदर्शवादी जागतिक रचनेच्या निर्मितीसाठी चांगल्या आंतरराष्ट्रीय संघटनेची निर्मिती आवश्यक आहे. या संघटना आंतरराष्ट्रीय संघर्ष शांततेच्या व चर्चेच्या माध्यमातून सोडवण्याचा प्रयत्न करतात. त्यातूनच जागतिक युद्धाचा प्रसंग टाळण्यास मदत होते.

आंतरराष्ट्रीय कायदा : आदर्शवादी जागतिक रचनेची कल्पना ही प्रामुख्याने आंतरराष्ट्रीय कायद्यावर,त्यांतील संकेत, रूढी, परंपरेवर आधारित आहे. आदर्शवाद्यांच्या मते राष्ट्रशक्तीवर नियंत्रण ठेवण्यासाठी हा कायदा आवश्यक आहे. तसेच युद्धाचा धोका टाळण्यासाठी आणि जागतिक शांतता व सुरक्षिततेसाठी प्रत्येक राष्ट्राने आंतरराष्ट्रीय कायद्याचे पालन केलेच पाहिजे. या आंतरराष्ट्रीय कायद्याच्या संरक्षणाची व त्याच्या अंमलबजावणीची जबाबदारी जागतिक संघटनेवर असून त्यासाठी जागतिक राष्ट्रांच्या सामूहिक सहकार्याची आवश्यकता असते.

शस्त्रास्त्रांवर नियंत्रण : आदर्शवादी जागतिक रचनेची कल्पना यशस्वी करावयाची असेल तर सर्वप्रथम युद्धे बंद झाली पाहिजेत. शस्त्रास्त्रांमुळे युद्धे होतात. त्यामुळे जागतिक शांतता धोक्यात येते. पर्यायाने हा युद्धाचा धोका टाळण्यासाठी शस्त्रास्त्रे नष्ट करणे आवश्यक आहे. तसेच आदर्शवादी जागतिक रचनेची कल्पना ही प्रामुख्याने अहिंसेवर आधारित असून त्यासाठी शस्त्रास्त्रांवर नियंत्रण आवश्यक आहे.

नैतिकतेचा पुरस्कार : युद्धे, गटबाजी, सत्तेचा समतोल या अनैतिक गोष्टी

आहेत. याचा जगातील राष्ट्रांनी त्याग केला पाहिजे. तरच राष्ट्राराष्ट्रांतील परस्पर संशय, तणाव, अविश्वास कमी होण्यास मदत होईल, म्हणजेच आदर्शवादी जागतिक रचनेची कल्पना यशस्वी करण्यासाठी नैतिकतेच्या धोरणाचा पुरस्कार केला पाहिजे.

आदर्शवाद सिद्धान्ताचे दोष किंवा टीकात्मक परीक्षण :

१. या सिद्धान्तातील पहिली अडचण अशी आहे की, यानुसार आदर्श स्थिती त्याच वेळी निर्माण होईल, जेव्हा राष्ट्रे सत्तेच्या ऐवजी व्यवहारात नैतिकतेचे पालन करतील. परंतु व्यवहारात अशी स्थिती निर्माण होणे शक्य नाही.

२. आदर्शवादी जागतिक रचनेची कल्पना आंतरराष्ट्रीय कायदा व नैतिकतेवर आधारलेली आहे. हे एक स्वप्न वाटते, जे कधीच खरे होणारे नाही.

३. राष्ट्रराज्यांकडून ज्या व्यवहाराची अपेक्षा या सिद्धान्तात केली जाते, तशी प्रत्यक्षात राज्ये वागत नाहीत.

४. आदर्शवादी जागतिक रचनेची कल्पना ही अहिंसेवर आधारित असणे शक्य नाही. कारण आपल्या राष्ट्रीय हितासाठी जगातील प्रत्येक राष्ट्र आपली शक्ती वाढवण्याचा प्रयत्न करताना दिसून येते.

५. आदर्शवादी जागतिक रचनेची कल्पना तेव्हाच यशस्वी होईल, ज्या वेळी राष्ट्रे युद्धाऐवजी चर्चेतून जागतिक शांतता व सुव्यवस्था निर्माण करण्याचा प्रयत्न करतील; परंतु व्यवहारात हे शक्य नाही.

६. या सिद्धान्ताच्या निर्मितीशी लोकशाही पद्धतीने सर्वंकषवाद आणि शक्ती यांना नष्ट करावे लागेल आणि त्यासाठी जागतिक शासनाची निर्मिती करावी लागेल. या सर्वच गोष्टी व्यवहारात अशक्य वाटतात.

७. या सिद्धान्ताचे विचार वास्तवतेला धरून नाहीत, तर ते कल्पनेवर आधारलेले आहेत.

८. आंतरराष्ट्रीय संघटना व आंतरराष्ट्रीय कायदा यांचे पालन जगातील कोणतेही राष्ट्र मनापासून करत नाही.

९. जगातील प्रत्येक राष्ट्र आपल्या परराष्ट्रीय धोरण व राजनयाच्या माध्यमातून राष्ट्रीय हितसंबंधाची जोपासना करताना दिसते. त्याच वेळी ते दुसऱ्याकडे तिरस्काराने पाहते. यातूनच संघर्षाची परिस्थिती निर्माण होऊन जागतिक शांतता धोक्यात येते.

या सर्व दोषांमुळे आदर्शवादी सिद्धान्त इतरांच्या मागे पडलेला आहे.

खेळ सिद्धान्त :

आधुनिक आंतरराष्ट्रीय संबंधाच्या अभ्यासातील खेळ सिद्धान्त हा अत्यंत अभिनव स्वरूपाचा सिद्धान्त आहे. तसेच हा सिद्धान्त विश्लेषणाची एक चांगली पद्धती असून जगातील बदलत्या परिस्थितीनुसार कोणते निर्णय किंवा पवित्रे घ्यावेत, या संदर्भात मार्गदर्शन करणारा चांगला सिद्धान्त म्हणून ओळखला जातो. आंतरराष्ट्रीय राजकारणात राष्ट्रांना योग्य कृतीची नेहमीच निवड करावी लागते. यासाठी हा सिद्धान्त उपयुक्त व राष्ट्रांना उत्तम मार्गदर्शन देणारा आहे.

सर्वप्रथम याचा विकास गणिततज्ज्ञ व अर्थशास्त्रज्ञांनी केला. आर्थिक देवाणघेवाण, व्यापार आणि युद्धनीतीच्या दृष्टीने या सिद्धान्ताचा जास्त उपयोग करण्यात आला. सर्वप्रथम इ. स. १७१० मध्ये गणितज्ज्ञ व तत्त्ववेत्ता असलेल्या लिबनीझने युद्धनीतीच्या दृष्टीने या सिद्धान्ताचे प्रतिपादन केले. त्यानंतर एकोणिसाव्या शतकात आर्थिक प्रक्रिया व युद्धनीतीच्या दृष्टीने एजवर्थने एक नमुना प्रतिपादित केला. १९२८ मध्ये न्युमन यांनी खेळसिद्धान्ताचे महत्त्व सांगणारे प्रमेय मांडले. १९४४ मध्ये न्युमन व मॉर्गेन्स्टर्न यांनी आर्थिक क्षेत्राबाबत या सिद्धान्ताचे प्रतिपादन केले.

याशिवाय आंतरराष्ट्रीय राजकारणात या सिद्धान्ताचे सविस्तर प्रतिपादन मार्टिन शुबिक आणि कार्ल ड्वाईश यांनी केले आहे. मानवी जीवनातील संघर्षाप्रमाणे आंतरराष्ट्रीय राजकारणही संघर्षमय आहे. या सिद्धान्तामध्ये आंतरराष्ट्रीय राजकारणाला खेळ समजून त्याचे विश्लेषण केले आहे, म्हणजेच आंतरराष्ट्रीय राजकारण समजण्यासाठी खेळाला साधन बनवण्यात आले आहे. परस्परविरोधी राज्यांना खेळाडूंच्या दोन गटांप्रमाणे समजून एकमेकांच्या हालचालींचा अंदाज घेतला जातो. तसेच खेळाप्रमाणेच आंतरराष्ट्रीय राजकारणात कमीतकमी दोन खेळाडू किंवा प्रतिस्पर्धी म्हणजेच राज्ये असतात. प्रत्येकाजवळ काही डावपेच असतात आणि प्रतिस्पर्ध्याच्या डावपेचांचीही थोडीफार कल्पना असते. हे डावपेच आपल्या राष्ट्राचे उद्दिष्ट, गरजा, क्षमता व उपलब्ध साधनसामग्री यावर आधारित असतात आणि प्रतिस्पर्ध्याची उद्दिष्टे, गरजा, क्षमता आणि उपलब्ध साधनसामग्री यांचा अभ्यास करून डावपेचांचे नियोजन केले जाते. या माहितीच्या जोरावरच एक पक्ष दुसऱ्या पक्षाचे डावपेच विफल करण्याचा प्रयत्न करीत असतो. या सिद्धान्तानुसार खेळाप्रमाणेच आंतरराष्ट्रीय व्यवहारातील प्रत्येक सहभागी प्रतिस्पर्ध्यापेक्षा जास्तीतजास्त लाभ मिळवण्याचा प्रयत्न करतो. त्यासाठी आपल्याजवळ उपलब्ध असणाऱ्या डावपेचांद्वारे किती लाभ होईल, याचा अंदाज बांधला जातो. प्रतिस्पर्धीसुद्धा कोणते डावपेच योजेल, याचे अंदाज काढले जातात. या प्रक्रियेत एक अशी स्थिती येते, ज्या वेळी दोन्ही पक्षांचे डावपेच जुळतात आणि दोघांच्या लाभाचे समीकरण समान राहते.

खेळ सिद्धान्ताची तत्त्वे :

१. यात सहभागी होणाऱ्या दोन राष्ट्रांत हा संघर्ष किंवा खेळ चालतो. यामध्ये एकाचा पराभव तर दुसऱ्याचा निश्चित फायदा होतो.

२. यात सहभागी होणाऱ्या राष्ट्रांच्या डावपेचाचे विश्लेषण करून त्यामध्ये कोणते परिणाम होतील, याचा अंदाज केला जातो.

३. यात सहभागी होणारी राष्ट्रे एकमेकांच्या कमकुवत बाजूंचा सखोल अभ्यास करतात. या अभ्यासासाठी त्यांना आपल्या देशाच्या गुप्तहेर संघटनेवर प्रामुख्याने अवलंबून राहावे लागते.

४. या खेळात सहभागी झालेली परस्परविरोधी राष्ट्रे आपली स्थिती व बळ लक्षात घेऊन हा खेळ किंवा संघर्ष करण्यासाठी काही नियम तयार करतात. यानुसार खेळ किंवा संघर्ष झाला तरच त्याचा निकाल लागतो.

५. गुप्तहेरांनी आणलेल्या आपल्या प्रतिस्पर्ध्याच्या माहितीवरून डावपेच आखले जातात. हे डावपेच आखताना या खेळात आपला अधिकाधिक फायदा कसा होईल, याचाच विचार करण्यावर सर्वप्रथम भर दिला जातो.

ज्याप्रमाणे खेळाचे काही नियम असतात, त्याचप्रमाणे आंतरराष्ट्रीय व्यवहारांचे व संघर्षाचेही काही नियम असतात. त्यानुसार प्रत्येक राष्ट्र आपल्या हालचाली निश्चित करीत असते.

खेळ सिद्धान्ताचे काही नियम पुढीलप्रमाणे आहेत –

१. आंतरराष्ट्रीय क्षेत्रात परस्परविरोधी दोन तुल्यबळ प्रभावी पक्ष किंवा राष्ट्रे असतात. त्यांच्या परस्परविरोधी धोरणांमुळे किंवा डावपेचांमुळे त्यांच्यात संघर्ष अटळ असतो. यालाच खेळाडूंमधील किंवा राष्ट्रांमधील संघर्ष असे म्हणतात.

२. ज्याप्रमाणे खेळाडूंचे दोन पक्ष आपल्या बळाचा विचार करून खेळाचे काही नियम निश्चित करतात, त्याचप्रमाणे परस्परविरोधी राष्ट्रेदेखील आपली स्थिती व बळ लक्षात घेऊन काही नियम तयार करतात व यांना आंतरराष्ट्रीय राजकारणातील खेळाचे नियम असे म्हटले जाते.

३. आपल्या प्रतिस्पर्धी राष्ट्रांतील अंतर्गत व बाह्य व्यवहारांबाबत माहिती काढण्यासाठी गुप्तहेर व अन्य साधनांचा उपयोग करण्यावर भर दिला जातो. अंतर्गत स्थितीत प्रतिस्पर्धी राष्ट्रांतील आर्थिक, तांत्रिक व सैनिक क्षमतेचा अंदाज घेतला जातो, तर बाह्य स्थितीत प्रतिस्पर्धी राष्ट्राचे मित्र व शत्रूंचा, त्या राष्ट्राविषयीचा दृष्टिकोन जाणून घेण्याचा प्रयत्न केला जातो. या पद्धतीला शत्रूविषयीची सूचना प्राप्त करणे असे म्हणतात.

४. खेळ सिद्धान्ताप्रमाणे राष्ट्रे परस्परांविरुद्ध वेगवेगळे डावपेच आखत असतात. तसेच शत्रूराष्ट्रांच्या हालचाली लक्षात घेऊन आपले युद्धधोरण व परराष्ट्र धोरण ठरवले जाते.

५. पाचव्या अवस्थेत या खेळाचे मूल्यमापन केले जाते. त्यास पूर्ण मूल्य फेड असे म्हणतात. युद्धकाळात आपला एकूण किती लाभ होऊ शकतो, याचा यावरून अंदाज केला जातो.

याचाच अर्थ असा होतो की, खेळ सिद्धान्तामध्ये संघर्ष, खेळाचे नियम, सूचनाप्राप्ती, युद्धनीती व मूल्यमापन हे पाच नियम असतात.

खेळ सिद्धान्ताचे राष्ट्रांच्या हितानुसार पाडण्यात आलेले प्रकार :

१. पहिल्या प्रकारच्या खेळांना हितसंबंधाचे खेळ असे म्हणतात. हे खेळ समजूतदार खेळाडूंद्वारे व सहकार्यांच्या तत्त्वानुसार खेळले जातात.

२. दुसऱ्या प्रकारच्या खेळांना परस्परविरोधी हितसंबंधाचे खेळ असे म्हणतात. यामध्ये खेळाडूंचे सहकार्य अशक्य असल्यामुळे परस्परांवर दबाव आणण्याचा प्रयत्न केला जातो.

३. तिसऱ्या प्रकारच्या खेळांना संमिश्र हितसंबंधाचे खेळ असे म्हणतात. वरील दोन्ही प्रकारांमध्ये तिसरा प्रकार समाविष्ट आहे, कारण त्यात सहकार्य व विरोध दोन्हीची शक्यता असते. त्यामुळेच त्यास संमिश्र हितसंबंधाचा खेळ असे म्हणतात. अर्थातच समान हितसंबंधाच्या स्थितीतही पूर्ण सहकार्य प्राप्त झालेले नसते.

याशिवाय खेळ सिद्धान्ताचे तीन प्रकार पुढीलप्रमाणे आहेत :

१. शून्य योग खेळ : जेव्हा खेळातील एक पक्ष प्रतिस्पर्ध्यास पूर्णपणे नष्ट करून विजयी होतो, तेव्हा त्या प्रकारास 'शून्य योग खेळ' असे म्हणतात. असा खेळ सर्वंकष अमर्यादित अवस्थेत निर्माण होऊ शकतो. या खेळात दोन्ही पक्ष जीवनमरणात्मक संघर्षात गुंतले असतात. यातील खेळाडूकडे अनेक प्रकारच्या युक्त्या असतात. त्या परस्परास माहीत होणार नाहीत, अशा प्रकारची त्यांची योजना असते, यात लाभ व नुकसान यांचे समीकरण सारखेच असते, म्हणजे एकाला ज्या प्रमाणात लाभ होतो, तसे दुसऱ्यांचे त्याच प्रमाणात नुकसान होत असते. या खेळात फक्त दोनच खेळाडू असल्यामुळे जय-पराजय परस्परांना रद्द करीत असतात. अशा खेळासाठी खूप तयारी करावी लागते.

२. सतत किंवा अविरत योग खेळ : जगातील अनेक राष्ट्रे हा खेळ खेळत असतात. जेव्हा खेळातील एक पक्ष किंवा गट दुसरा पक्ष किंवा गटाचे कोणतेही

नुकसान होऊ न देता स्वत: जास्तीत जास्त लाभ प्राप्त करून घेण्याचा प्रयत्न करीत असतो, तेव्हा त्या खेळाच्या प्रकारास 'अविरत योग खेळ' असे म्हणतात. यामध्ये प्रतिस्पर्ध्याचे नुकसान करणे व त्यांच्याशी संघर्ष करणे अभिप्रेत नसून प्रतिस्पर्ध्याबरोबर सहकार्य करण्याचा प्रयत्न केला जातो. ज्याप्रमाणे एखाद्या बाजारात विक्रेते दुसऱ्यांचे नुकसान न करता स्वत:चा अधिकाधिक फायदा करून घेण्याचा प्रयत्न करत असतात, तद्वतच आंतरराष्ट्रीय राजकारणातील खेळ सिद्धान्तात आढळते.

३. अशून्य योग खेळ : आंतरराष्ट्रीय क्षेत्रातील राष्ट्रे आपापल्या देशाचा राष्ट्रवाद म्हणजेच आपल्या देशाचा फायदा कसा होईल, याचाच या खेळात प्रयत्न करतात. परस्परविरोधी राज्ये निरंतर संघर्ष व सहकार्य दोहोंत व्यस्त असतात, अशा खेळास 'अशून्य योग खेळ' असे म्हणतात. जेव्हा खेळात भाग घेणाऱ्या खेळाडूंची संख्या जास्त होते, त्यावेळी कोणाचे किती नुकसान किंवा लाभ झाला, हे जाणणे कठीण असते. जेव्हा खेळात दोनपेक्षा जास्त खेळाडू भाग घेतात, त्यावेळी त्यांच्यात सहमीलन होते व त्यातूनच स्वत:चा लाभ करून घेण्याचा प्रयत्न खेळाडू करीत असतात. खेळ सिद्धान्ताचे क्षेत्र व्यापक हितसंबंधाची प्राप्ती असून आर्थिक, राजकीय, सामाजिक व लष्करी हितसंबंधाचाही समावेश असतो.

खेळ सिद्धान्तात बुद्धिबळाच्या खेळाप्रमाणे जास्तीत जास्त प्यादे किंवा राष्ट्रे पटावर असतील, तो जिंकला जातो व ज्याची कमी प्यादे राहतील, तो पराभूत झाला, असे समजले जाते.

खेळ सिद्धान्ताची वैशिष्ट्ये :

१. आंतरराष्ट्रीय राजकारण हा एक चांगल्या प्रकारचा खेळ आहे : आंतरराष्ट्रीय राजकारणात आज सर्वच राष्ट्रे सत्ता मिळवण्यासाठी प्रयत्न करताना दिसतात. त्यासाठी ती या सिद्धान्ताचा वापर करतात. जागतिक सत्तेबरोबरच राष्ट्रीय हितसंबंधाच्या जपणुकीसाठी जगातील राष्ट्रे यांचाच अवलंब करताना दिसतात. परस्परविरोधी राष्ट्रीय हितसंबंधातूनच संघर्ष निर्माण होत असतात. संघर्षामध्ये विशिष्ट प्रकारचे नियमही असतात. तसेच या सिद्धान्ताच्या माध्यमातून प्रत्येक राष्ट्र दुसऱ्याचा पराभव कसा होईल, हेच पाहण्याचा प्रयत्न करताना दिसते म्हणजेच एकाचे नुकसान दुसऱ्याचा फायदा हे यामध्ये अभिप्रेत असते. शिवाय या संघर्षात बुद्धिबळाच्या खेळाप्रमाणे अचूक डावपेच आखावे लागतात. अन्यथा त्यामध्ये आपलेच नुकसान होण्याची शक्यता जास्त असते.

२. डावपेचाचे विश्लेषण : जगातील राष्ट्रे सत्ताप्राप्तीसाठी जे संघर्ष करतात, त्या संघर्षांमध्ये विजयी होण्यासाठी आणि शत्रूला पराभूत करण्यासाठी वेगवेगळ्या प्रकारचे डावपेच आखावे लागतात. हे डावपेच आखताना शत्रूच्या कमकुवत बाजू विचारात घ्याव्या लागतात. त्याचबरोबर आपल्या डावपेचाचे काय परिणाम होऊ शकतात, याचेही विश्लेषण आपल्या पातळीवर आपण करून ठेवले पाहिजे. तरच यामध्ये आपणांस निश्चितच यश मिळेल.

३. तर्कसंगत वर्तनाची तत्त्वे ठरवणे : सत्ताप्राप्तीच्या खेळामध्ये विजयासाठी तर्कसंगत वर्तनाची मोठ्या प्रमाणात अपेक्षा असते, ज्यामध्ये उपलब्ध परिस्थितीमध्ये ठरवलेले डावपेच, त्यातून निर्माण झालेले पर्याय किंवा पर्याय निवडण्याचे वर्तन होय. यामधून फायदा मिळेल अशा प्रकारचे डावपेच ठरवण्यासाठी राष्ट्राला आपल्या शत्रूच्या डावपेचांचा सखोल अभ्यास करावा लागतो. या सिद्धान्ताचे विचारवंत भिन्न परिस्थितीमध्ये तर्कसंगत वर्तनाची तत्त्वे ठरवण्याचा युद्धपातळीवर प्रयत्न करतात व त्यांच्या आधारावरच वर्तनाच्या फायद्यातोट्याचाही विचार केला जातो.

४. निर्णयप्रक्रियेचे विश्लेषण : निर्णयप्रक्रियेचा अभ्यास किंवा विश्लेषण करणारी खेळ सिद्धान्त ही एक चांगली पद्धती आहे. स्पर्धेवर आधारलेल्या निर्णयाचा या पद्धतीत अभ्यास केला जातो. एका विशिष्ट परिस्थितीमध्ये राष्ट्राचे वर्तन जर तर्कसंगत असेल, तर यामध्ये राष्ट्रे कोणत्या प्रकारचा निर्णय घेऊ शकतात, याचा अंदाज या सिद्धान्ताचा वापर करून काढता येतो. सहकार्य व संघर्ष करण्याच्या परिस्थितीत असलेल्या व्यक्ती, त्यांचा समूह किंवा राष्ट्र जे निर्णय घेतात, त्या निर्णयाच्या निर्मितीप्रक्रियेचा अभ्यास या सिद्धान्तात केला जातो.

५. फायद्यातोट्यांचे संख्यात्मक मोजमाप : आंतरराष्ट्रीय राजकारणात एखाद्या राष्ट्राने घेतलेल्या विशिष्ट निर्णयांच्या फायद्यातोट्यांचे संख्यात्मक पद्धतीने मोजमाप केले जाते. यासाठी गणितामधील तर्कपद्धतीचा अवलंब केला जातो. तर्कपद्धतीच्या परिणामांचा विचार करून अचूक निर्णय घेता येतात. ही मोजमापाची पद्धती स्पर्धेतील राष्ट्रांच्या संख्येनुसार बदलत जाते. युद्ध तसेच संरक्षणाचे डावपेच ठरवण्यासाठी या मोजमापाचा खूपच फायदा होतो.

खेळ सिद्धान्ताचे परीक्षण :

१. खेळ सिद्धान्ताचा मुख्य दोष असा की, जर अशा स्वरूपाचा खेळ दोन राज्यांच्या दरम्यान झाला, तर या खेळाबाबत या सिद्धान्ताचा उपयोग होऊ शकतो.

परंतु आंतरराष्ट्रीय राजकारणात अशा प्रकारची परिस्थिती शक्यतो निर्माण होत नाही. अनेकदा अनेक राज्ये या खेळात भाग घेत असतात.

२. थॉमस शिलिंग यांनी तर शून्य योग खेळाबाबतही शंका व्यक्त केली आहे. आंतरराष्ट्रीय राजकारणाचे मूलसार राज्यांचे परस्परांतील संघर्ष व परस्परावलंबित्व हेच आहे. त्यामुळेच त्यांच्यात काही प्रमाणात सहकार्य व समायोजनाचे वातावरण आवश्यक आहे, असे त्यांचे यावर मत आहे.

३. केवळ युद्धकाळातच शून्य योग खेळाची स्थिती निर्माण होऊ शकते. परंतु आंतरराष्ट्रीय राजकारणाच्या अभ्यासामध्ये केवळ युद्धाचा अभ्यास करून चालत नाही, तर दोन राज्यांतील युद्धस्थितीव्यतिरिक्त शांततेच्या काळातील परराष्ट्र धोरणाच्या प्रक्रियांचे विश्लेषण करणे आवश्यक असते. त्यामुळेच काही लेखक या खेळास शून्य योग खेळाऐवजी 'चिकन गेम' असे म्हणतात.

४. पेडलफोर्ड आणि लिंकन यांच्या मते, खेळ सिद्धान्ताच्या तंत्राचा थोडाफार उपयोग राष्ट्राचे धोरणविषयक अंदाज बांधण्यासाठी होऊ शकतो. या सिद्धांताद्वारे धोरणविषयक स्पष्ट मार्गदर्शन होण्याऐवजी राज्याराज्यांमधील कठीण प्रश्नच पुढे येतात म्हणजेच आंतरराष्ट्रीय संबंधात सर्व समस्यांचा अभ्यास करण्यासाठी खेळ सिद्धान्ताचा उपयोग होऊ शकत नाही.

५. खेळ सिद्धान्ताचा उपयोग युद्धाच्या डावपेचात्मक खेळाबाबत सैनिकांना व त्यांच्या अधिकाऱ्यांना प्रशिक्षण देण्यासाठी उपयुक्त ठरू शकतो. पण राजकारणातील कठीण समस्यांचे ज्ञान होण्यासाठी त्याचा उपयोग होत नाही.

६. थॉमस शिलिंग यांनी असे मत व्यक्त केले आहे की, हा सिद्धान्त मर्यादित युद्ध, शीतयुद्ध, अचानक आक्रमण किंवा अण्वस्त्राबाबत धाकदपटशा याबाबत उपयोगी पडत नाही. केवळ सर्वंकष युद्ध अवस्था लक्षात घेऊनच याचा अर्थबोध होऊ शकतो.

७. क्विन्सी राईट यांनी याबाबत असे मत व्यक्त केले आहे की, खेळ सिद्धान्तानुसार शीतयुद्धाचे विश्लेषण करून जर आपण परराष्ट्र धोरण ठरवू लागलो, तर परस्परांतील मतभेद समाप्त न होता ते उलट वाढत जातील व आपणांस अपयश येईल. एवढेच नाही तर आपण संपूर्ण विनाशाच्या टोकाला जाऊन उभे राहू.

८. खेळ सिद्धान्तात प्रत्येक राष्ट्र दुसऱ्याच्या कृती व सद्व्यवहाराबद्दल साशंक असते. यालाच 'प्रीसोनर डीलीमा' असे म्हणतात. राज्ये सदैव प्रतिस्पर्ध्याची खरी इच्छा काय, याबद्दल साशंकच असतात. त्यामुळेच खेळ सिद्धान्त परराष्ट्र धोरणाबाबत विश्वासार्ह मानला जात नाही.

खेळ सिद्धान्ताचे मूल्यमापन :

खेळ सिद्धान्त फारसा महत्त्वपूर्ण नसला, तरी आंतरराष्ट्रीय राजकारणातील काही घटनांचे सूक्ष्म विश्लेषण करण्यास आजतरी हा उपयुक्त आहे. खेळ सिद्धान्त निर्णयग्राही सिद्धान्ताला पूरक मानला आहे. कारण यातून आपणास अशी माहिती मिळते की, आंतरराष्ट्रीय समस्यांबाबत घेतलेले निर्णय हे तात्पुरत्या स्वरूपाचे असतात. त्यातून कायमचे प्रश्न सुटू शकत नाहीत. या सिद्धान्ताचा सर्वाधिक फायदा असा होतो की, प्रतिपक्षाच्या युद्धनीती व डावपेचांचा विचार करून त्यातील महत्त्वाच्या डावपेचांना शह देण्यास हा सिद्धान्त उपयोगी ठरतो. त्याचप्रमाणे हा सिद्धान्त कोणत्याही देशाच्या परराष्ट्र धोरणाबाबत अनुमान लावण्यासाठी उपयुक्त ठरतो.

विश्वव्यवस्था सिद्धान्त :

राष्ट्रराज्यांच्या कल्पनेतून विश्वराज्याची कल्पना पुढे आली. काही संघटनांद्वारे जागतिक सरकार स्थापन करण्याचा प्रयत्न केला गेला व त्यासाठी तात्त्विक विवेचन केले गेले. त्यामुळे तुलनात्मक राजकारणाचा अभ्यास राष्ट्रराज्यांच्या अभ्यासापुरताच मर्यादित न राहता त्यात विश्वराज्याच्या अभ्यासासही महत्त्व प्राप्त झाले.

१९९१ मध्ये सोव्हिएत रशिया या महासत्तेचे विघटन व पूर्व युरोपातील साम्यवादी राजवटी अतिवेगाने कोसळल्यामुळे आंतरराष्ट्रीय राजकारणात व तत्संबंधित साम्यवादी गटांच्या समाप्तीनंतर तीव्र वेगाने बदल घडून आले व त्यानंतर निर्माण झालेल्या नवीन विश्वव्यवस्थेची वैशिष्ट्ये जगासमोर आली, ती प्रामुख्याने खालीलप्रमाणे आहेत–

१. जागतिक राजकारणाचे स्वरूप द्विध्रुवीय ऐवजी एकध्रुवीय झाले. यामध्ये तिचे नेतृत्व करण्याची क्षमता अमेरिकेकडे असल्यामुळे या कल्पनेच्या केंद्रस्थानी अमेरिकेला मानण्यात आले.

२. शीतयुद्धकालीन महाशक्तींचे दृष्टिकोन समाप्त झाले, परंतु आता क्षेत्रीय सत्ता बनण्याच्या आकांक्षांना सुरुवात झाली.

३. साम्यवादाचा धोका संपुष्टात आला, त्याचबरोबर आंतरराष्ट्रीय पातळीवरील वाद संपुष्टात येऊन अमेरिका व सोव्हिएत रशियामधील शस्त्रस्पर्धा संपुष्टात आली.

४. विश्व किंवा जागतिक व्यापार संघटनेच्या स्थापनेबरोबर विश्व किंवा जागतिक आर्थिक व्यवस्थेच्या जागतिकीकरणाचा प्रारंभ झाला. आता आर्थिक समृद्धीला कोणत्याही देशाच्या समृद्धीचे द्योतक मानले जाऊ लागले. या दृष्टीने जपान, चीन, जर्मनी व काही मर्यादेपर्यंत भारताचे महत्त्व आंतरराष्ट्रीय राजकारणात वाढले.

५. नव्या विश्वव्यवस्थेत सर्व जागतिक संस्थांप्रमाणे संयुक्त राष्ट्रसंघ, जागतिक

व्यापार संघटना, आंतरराष्ट्रीय नाणेनिधी, जागतिक बँक, मानवाधिकार संघटना यांवर अमेरिका व तिच्या समर्थक देशांची पकड वाढत आहे.

विश्वव्यवस्थेचा किंवा जागतिक व्यवस्थेचा भारतावर प्रभाव :

१. आपल्या राष्ट्रीय हिताच्या प्रश्नात आंतरराष्ट्रीय स्तरावर आपल्या सहकार्यांच्या रूपात सतत उभ्या राहणाऱ्या सोव्हिएत रशियासारख्या महाशक्तीला गमावल्यानंतर भारताला जागतिक स्तरावर अमेरिकेचे सहकार्य प्राप्त करणे आवश्यक झाले.

२. साम्यवादी गटातील देशांच्या वाढत्या आर्थिक समस्यांमुळे भारताला यापुढे पश्चिमी देशांबरोबर तसेच आग्नेय आशियातील आपले आर्थिक संबंध सुधारण्यासाठी अगतिक व्हावे लागले.

३. आपल्या आर्थिक समस्यांचे निर्मूलन करण्यासाठी भारतास आर्थिक उदारीकरणाचे धोरण इच्छा नसतानाही अंगीकारावे लागले.

४. भारताची विशाल आर्थिक क्षमता व विशाल लोकसंख्येमुळे तसेच एक विशाल बाजारपेठ उपलब्ध करून देण्याच्या क्षमतेने नव्या विश्वव्यवस्थेत अमेरिका व तिच्या समर्थक देशांचा भारताप्रती सकारात्मक दृष्टिकोन तयार झाला.

नव्या विश्वव्यवस्था किंवा जागतिक व्यवस्थेचा इतर दक्षिण आशियाई देशांवर प्रभाव :

१. इतर दक्षिण आशियाई देशांचे अमेरिकेसाठी महत्त्व नव्या विश्वव्यवस्थेत कमी होत आहे, ज्यांचा उपयोग अमेरिका शीतयुद्धकाळात भारत, चीन व सोव्हिएत रशियावर अंकुश लावण्यासाठी करीत होती. त्याची आता आवश्यकता राहिली नाही.

२. अमेरिकेतील आर्थिक तंगीमुळे अमेरिकेच्या धोरणनिर्मात्यांना अकारण कोणत्याही देशाला मोठमोठे अनुदान वगैरे देण्याची प्रवृत्ती सोडण्यासाठी अगतिक केले गेले व याच कारणाने १९९१ नंतर पाकिस्तान, बांगला देश, श्रीलंका वगैरे देशांना मिळणारे अमेरिकेचे अनुदान व मदत हळूहळू कमी होऊ लागली.

३. भारताच्या तुलनेत या सर्व दक्षिण आशियाई देशांच्या कमी आर्थिक क्षमतेने या देशांना अमेरिकेच्या महत्त्वपूर्ण सूचीमध्ये प्राधान्य देण्यात आले.

४. अमेरिकेत भारताप्रती वाढते समर्थन, मोठमोठ्या भांडवलदारांचे भारताचे समर्थन करणारे धोरण, आंतरराष्ट्रीय स्तरावर पाकिस्तान वगैरे देशांद्वारे भारत किंवा इतर देशांत दहशतवादी कारवाया वाढवण्याबाबत केल्या जाणाऱ्या धोरणाप्रती वाढता विरोध या कारणांमुळे अमेरिकेच्या दक्षिण आशियाई धोरणात भारताचे महत्त्व वाढवले

व इतर दक्षिण आशियाई देशांचे महत्त्व कमी केले. वरीलप्रमाणे वाढत्या आंतरराष्ट्रीय व्यवस्थेमध्ये अमेरिकेचे बदलते दक्षिण आशियाई धोरण पहावे लागते. अमेरिकेच्या दृष्टीने जरी पाकिस्तान, बांगला देश, श्रीलंकेचे महत्त्व काही प्रमाणात कमी झाले असले व भारताचे वाढलेले असले, तरी अमेरिका पूर्णपणे भारताचा समर्थक बनलेला नाही. कारण अमेरिकेला पाकिस्तानच्या अणु-कार्यक्रमासाठी चीनच्या सहकार्याची माहिती असूनही तसेच पाकिस्तानद्वारे भारत व इतर देशांमध्ये दहशतवादी कारवाया चालू असल्याची माहिती असूनही अमेरिका पाकिस्तानला कोणत्या ना कोणत्या रूपात मदत करत आहे. अमेरिकेचे दुटप्पी धोरण यातून स्पष्ट होते. अमेरिकेसाठी भारताचे आर्थिकदृष्ट्या महत्त्व वाढत असले, तरी अमेरिका भारताला कोणत्याही परिस्थितीत एक शक्तिशाली देश बनवू इच्छित नाही. उदा. संयुक्त राष्ट्र सुरक्षा परिषदेत भारताच्या स्थायी सदस्यत्वाच्या मागणीला विरोध करणे, एनपीटी व सीटीबीटीच्या मार्फत भारताच्या अणुकार्यक्रमावर नियंत्रण आणणे तसेच भारताच्या अंतराळविषयक कार्यक्रमांच्या विकासमार्गात अडथळे निर्माण करण्याचा प्रयत्न करणे हे अमेरिकेच्या भारतविषयक धोरणातून स्पष्ट होते.

आजच्या परिस्थितीत भारत व पाकिस्तानद्वारे अणुस्फोट केल्यानंतर अमेरिकेद्वारे दोन्ही देशांवर आर्थिक प्रतिबंध लावण्याच्या घोषणेने अमेरिकेच्या दक्षिणआशियाई धोरणाबाबत असामंजस्याची परिस्थिती निर्माण झाली आहे व या परिस्थितीत अमेरिका दक्षिण आशियाई बाबींमध्ये चीनलाही महत्त्वपूर्ण स्थान देण्याच्या प्रयत्नात आहे. राजकीय तज्ज्ञांच्या मते अमेरिकेची ही रणनीती दक्षिण आशियामध्ये अधिक तणाव उत्पन्न करेल. कारण चीन भारताप्रती कधीही सामान्य भूमिका घेऊ शकत नाही. चीनचे धोरण म्हणजे पाकिस्तान, नेपाळ, बांगला देश, म्यानमार, श्रीलंका वगैरे देशांना लष्करी व इतर मदत करून भारताला व्याप्त करावयाचे आहे. अमेरिकेद्वारे दक्षिण आशियाई क्षेत्रात चीनच्या महत्त्वात वाढ करण्याच्या धोरणामुळे व या क्षेत्रातील देशांद्वारे (भारत वगळता) चीनकडून अधिक लष्करी सहकार्य वाढवण्यामुळे या क्षेत्रात भविष्यात अधिकाधिक शस्त्रास्त्रस्पर्धा वाढेल. या क्षेत्रात अशांतता निर्माण होण्याची शक्यता निर्माण झाली आहे.

प्रकरण २

जागतिक राजकारणाला कलाटणी देणाऱ्या प्रमुख घटना

विसाव्या शतकात तंत्रज्ञान, विचारप्रणाली व राजकारण यांमध्ये मूलगामी स्वरूपाचे बदल घडून आले व त्याचा जागतिक राजकारणावर प्रचंड परिणाम झाला. शीतयुद्धाच्या काळात साम्यवादी विचारसरणी व लोकशाही विचारसरणी यांच्या आडून सोव्हिएत रशिया व अमेरिका यांनी जणू जगाची आपापसात विभागणी करून घेतली. त्यानंतरच्या जागतिक राजकारणाने वेगळेच वळण घेतले. १९७० च्या शतकाच्या शेवटी सोव्हिएत रशियाने अफगाणिस्तानात हस्तक्षेप केला. पश्चिम आशियातील राष्ट्रांनी तेलाचा अस्त्र म्हणून अरब-इस्त्राईलच्या चौथ्या युद्धात वापर केला. १९८५ मध्ये ग्लासनोस्त व पेरेस्त्रोईका या स्वरूपाचे नवीन विचार घेऊन गोर्बाचेव यांचे सोव्हिएत सत्तेत आगमन झाले. या विचारातून व आपल्या परराष्ट्रीय धोरणाच्या माध्यमातून त्यांनी सर्वप्रथम अफगाणिस्तानातून आपल्या फौजा परत बोलावल्या. त्याच वेळी त्यांच्या विचाराने प्रेरित होऊन पूर्व युरोप व सोव्हिएत संघामधील अनेक घटकराज्यांत स्वातंत्र्याचे वारे वाहू लागले. यामधूनच पूर्व युरोपातील साम्यवादी राजवटी धडाधड कोसळू लागल्या. एवढेच नाही, तर याच विचाराने सोव्हिएत संघराज्याचाही बळी घेतला आणि त्याचे विघटन घडून आले. त्यानंतर अमेरिकेची एकाधिकारशाही सुरू झाली. यामधूनच दहशतवादाने अफगाणिस्तानात जोर धरला. २०१०च्या दशकात तेल उत्पादक राष्ट्रांमध्ये लोकशाही मार्गाने आंदोलने सुरू झाली. त्यामुळे हा प्रदेश जागतिक राजकारणाचा केंद्रबिंदू बनला. तेलाच्या किमती मोठ्या प्रमाणात वाढू लागल्या. त्याचा परिणाम जागतिक अर्थकारणावर होऊ लागला. यामधूनच नैसर्गिक गॅस हा तेलाला पर्याय म्हणून पुढे येऊ लागला. या सर्व मुद्द्यांचा परामर्श या प्रकरणामध्ये घेण्याचा प्रयत्न केलेला आहे.

अफगाणिस्तान :

अफगाणिस्तानच्या सभोवताली जी राष्ट्रे आहेत, त्यांच्यामध्ये वेगवेगळ्या प्रकारच्या राजकीय व्यवस्था अस्तित्वात आहेत. शिवाय ती अतिशय महत्त्वाकांक्षी व सामरिकदृष्ट्या महत्त्वाची असलेली आपणांस दिसून येतात. १९९१ मध्ये सोव्हिएत रशियाचे विघटन झाले. या विघटनामधून स्वतंत्र झालेली तुकमेनिस्तान, उझबेकिस्तान व ताजिकिस्तान ही राष्ट्रे अफगाणिस्तानच्या उत्तरेला असून त्यांच्या सुमारे ७४४ कि.मी., १३७ कि.मी. व १२०६ कि.मी. लांबीच्या सीमा अफगाणिस्तानला भिडलेल्या आहेत. पूर्वेला सुमारे ७६ कि.मी. लांबीची सीमा चीनच्या झिगीयांग या बहुसंख्य मुस्लीम लोकसंख्या असलेल्या प्रांताला भिडलेली आहे. अफगाणिस्तानच्या पूर्व व दक्षिण बाजूला पाकिस्तान असून त्याची सर्वांत लांबीची सीमा सुमारे २४३० कि.मी. या राष्ट्राच्या सीमेला लागलेली आहे. तिलाच 'डयूरांड रेषा' या नावानेही ओळखले जाते. तर पश्चिमेला इराण असून त्याची अफगाणिस्तानला लागलेली सुमारे ९३६ कि.मी. लांबीची सीमा आहे. अशा प्रकारे अफगाणिस्तान चोहोबाजूने भूसीमेने वेढलेला असल्यामुळे त्याला भूवेष्टित राष्ट्रांचा दर्जा प्राप्त झालेला आहे. कारण अफगाणिस्तानला कोठेही सागरी सीमा नाही. अफगाणिस्तान पाकिस्तान यांच्या आंतरराष्ट्रीय सीमेपासून सुमारे ४५० कि.मी. अंतरावर अरबी समुद्र आहे.

अफगाणिस्तानचे भूसामरिक महत्त्व :

अफगाणिस्तानचे स्थान दक्षिण आशियात आहे. तसेच त्याचे स्थान दक्षिण पश्चिम आशियातही असल्यामुळे व अफगाणिस्तान इस्लामिक राष्ट्र असल्यामुळे अफगाणिस्तानला फारच भूसामरिक महत्त्व आलेले आहे.

अफगाणिस्तानातील हिंदुकुश पर्वतात अनेक लहानमोठ्या आकाराच्या खिंडी असल्यामुळे तेथून प्राचीन कालावधीपासून भारत, इराण व मध्य आशियात सतत जा-ये करता येत होती. साहजिकच अफगाणिस्तान हा भारत, मध्य आशिया व इराणमध्ये जाण्याचा मोक्याचा टप्पा असल्याने त्यावर आपले प्रभुत्व प्रस्थापित करण्यासाठी त्या वेळी प्रत्येक आक्रमकाने प्रयत्न केलेला दिसतो. त्यामुळेच प्राचीन कालावधीपासून या प्रदेशाला भूसामरिक महत्त्व असलेले आपणांस दिसते. तसेच अफगाणिस्तान हा अतिशय दुर्गम डोंगरदऱ्या, दाट झाडी, तसेच वाळवंटी प्रदेश म्हणून ओळखला जातो. आज या देशाच्या चोहोबाजूला महत्त्वाकांक्षी राष्ट्रे आहेत, त्यामध्ये प्रामुख्याने उत्तरेला रशिया, पूर्वेला चीन, दक्षिणेला पाकिस्तान व भारत, तसेच हिंदी महासागरातील दिएगोगार्सियामध्ये असलेला अमेरिका यांचा समावेश होतो आणि

अफगाणिस्तानचे स्थान या सर्वांच्या मध्यभागी असल्याने त्याला भूसामरिक दृष्ट्या फारच महत्त्व प्राप्त झालेले आहे. आज या भागात पेट्रोल व नैसर्गिक गॅसचे साठे विपुल प्रमाणात आहेत. व्यतिरिक्त चीन, भारत, मध्यपूर्व व युरोप या विभागांच्या सीमा मध्य आशियाला भिडत असल्यामुळे जागतिक वर्चस्वाच्या दृष्टीने या प्रदेशावर पकड असणे अत्यावश्यक होते व आहे. याचसाठी अफगाणिस्तान अतिमहत्त्वाचा होता.

द्वितीय महायुद्धाच्या काळात नाझी जर्मनीच्या आक्रमणाला यशस्वी तोंड देण्यासाठी मध्य आशियातच सोव्हिएत रशियाला लष्करी डावपेचासाठी गरजेची असणारी 'भौगोलिक खोली' अफगाणिस्तानने मिळवून दिली. अफगाणिस्तानच्या या भूसामरिक महत्त्वामुळेच या प्रदेशावर आपला प्रभाव राहावा, यासाठी ब्रिटन व रशिया या दोन्ही साम्राज्यवादी राष्ट्रानी एकोणिसाव्या शतकाच्या अखेरीपासून एकमेकांना शह देण्याचे डावपेच आखले आणि त्यात अफगाणिस्तानचा उपयोग एखाद्या प्याद्यासारखा करण्यात आला, तेही त्याच्या भूसामरिक महत्त्वामुळेच.

द्वितीय महायुद्धानंतर मध्य आशियातील मुस्लीम बहुल राष्ट्रे सोव्हिएत राज्यांची संमीलित राज्ये बनली. त्या भागातील साम्यवादी विचारांचा पगडा अफगाणिस्तानातील तरुणांवरही बसू लागला, याचाच फायदा घेऊन सोव्हिएत रशियाने अफगाणिस्तानात राजकीय हस्तक्षेप करून त्यालाही आपल्या अंकित बनवले. तेव्हापासून तर डॉ. नजिबउल्लाह यांच्या काळापर्यंत अफगाणिस्तानच्या सत्तेत साम्यवादी विचारसरणीची सरकारे होती. या सर्वच सरकारांना सोव्हिएत रशियाचा सर्वांगीण पाठिंबा होता. द्वितीय महायुद्धानंतर जी शीतयुद्धाची परिस्थिती जगामध्ये उद्भवली, त्यामुळेही अफगाणिस्तानला मोठ्या प्रमाणात भूसामरिक महत्त्व प्राप्त झाले होते. अशा प्रसंगी अफगाणिस्तानवरील आपले वर्चस्व सोव्हिएत रशियाला कमी होऊ द्यायचे नव्हते.

तुर्कमेनिस्तान, उझबेकीस्तान व ताजिकीस्तान ही मुस्लीम राष्ट्रे सोव्हिएत रशियाच्या विघटनानंतर उदयास आली. ही राष्ट्रे आर्थिकदृष्ट्या खूपच मागासलेली आहेत. या राष्ट्रांमध्ये पेट्रोल व नैसर्गिक गॅसचे साठे मुबलक प्रमाणात आहेत. हे साठे हस्तगत करण्यासाठी किंवा त्या राष्ट्रांबरोबर व्यापार करण्यासाठी अफगाणिस्तान या राष्ट्रामधून जावे लागते, म्हणूनच त्यावर आपले वर्चस्व असावे किंवा आपल्याला सवलती देईल, असे सरकार अफगाणिस्तानमध्ये असावे, असे आर्थिक स्पर्धेतील प्रत्येक राष्ट्राला वाटते. याच हेतूने सभोवतालची सर्वच राष्ट्रे अफगाणिस्तानमध्ये भूसामरिक रस घेताना दिसून येतात.

भारताच्या दृष्टीने अफगाणिस्तानचे भूसामरिक महत्त्व :

प्राचीन काळी भारतावर जेवढी भूमार्गाने परकीय आक्रमणे झाली, ती सर्व अफगाणिस्तानमधील खैबरखिंडीतून झाली. त्यामुळे लष्करीदृष्ट्या या खैबरखिंडीला भारताच्या दृष्टीने फारच भूसामरिक महत्त्व आहे. ती खिंड अफगाणिस्तानात असल्यामुळे तेथे भारताच्या मर्जीतील राजकीय व्यवस्था असलेले सरकार असावे, असे भारतातील प्रत्येक शासकाला वाटते. कारण या मार्गे आपल्यावर आक्रमण होणार नाही, याची काळजी भारताला घ्यावी लागणार आहे. त्यामुळेच प्राचीन कालावधीपासून भारताचे अफगाणिस्तानबरोबरचे संबंध चांगलेच राहिलेले दिसतात. सोव्हिएत रशियाचा अफगाणिस्तानमधील हस्तक्षेप, त्यानंतरची मुजाहिदीन राजवट याही काळात उभय राष्ट्रांतील संबंध चांगलेच होते, फक्त तालीबान राजवटीत भारताचे अफगाणिस्तानबरोबरचे संबंध म्हणावे तेवढे चांगले नव्हते. कारण त्यांच्या काळातील दहशतवादी कारवायांच्या झळा भारताला विशेषत: भारताच्या काश्मीर राज्याला मोठ्या प्रमाणात बसल्या होत्या. आज अफगाणिस्तानचे सर्वांगीण भूसामरिक महत्त्व ओळखूनच भारताने हमीद करझाईच्या सरकारला पुनर्बांधणीसाठी व राष्ट्रउभारणीसाठी मोठ्या प्रमाणात सहकार्य केलेले दिसते. याशिवाय भारताच्या दृष्टीने अफगाणिस्तानचे भूसामरिक महत्त्व खालील आणखी काही कारणांमुळे स्पष्ट होताना दिसते –

१. भारत-पाकिस्तान संघर्षाच्या वेळी अफगाणिस्तानचा वापर पाकिस्तानविरोधी दुसरी आघाडी म्हणून करणे.

२. अफगाणिस्तानमध्ये वास्तव्याला असलेल्या हिंदू-शिखांच्या हिताचे संरक्षण करणे.

३. पाकिस्तानमधून चालणाऱ्या दहशतवादी कारवायांच्याविरोधी वचक बसवण्यासाठी किंवा त्यांना विरोध करण्यासाठी अफगाणिस्तानचा वापर करता यावा.

४. मध्य आशियाई राष्ट्रांबरोबरचा व्यापार वाढवणे व तेथील नैसर्गिक गॅस मिळवण्यासाठी अफगाणिस्तानचा वापर करता यावा.

अफगाणिस्तानातील क्रांत्या (Revolution in Afganistan) :

अफगाणिस्तानच्या राजकारणात एप्रिल १९७८ ते डिसेंबर १९७९ या कालावधीत तीन क्रांत्या घडून आल्या. यापैकी एप्रिल १९७८ या पहिल्या क्रांतीत राष्ट्राध्यक्ष दाऊदच्या विरोधात पीपल्स डेमोक्रॅटिक पार्टी ऑफ अफगाणिस्तान (पी.डी.पी.ए.) ने लष्कराच्या मदतीने क्रांती घडवून आणली. सप्टेंबर १९७९ मध्ये पंतप्रधान अमीनने एकेकाळचा आपला मित्र असलेल्या राष्ट्रपती तराकीला ठार मारून दुसरी क्रांती केली,

तर तिसऱ्या क्रांतीमध्ये (डिसेंबर १९७९) बबराक करमालने सोव्हिएत रशिया या भूप्रदेशाबाहेरील परकीय सत्तेची मदत घेऊन राष्ट्राध्यक्ष अमीनची हत्या करून अफगाणिस्तानची सत्ता आपल्या हाती घेतली. एकंदरीत अफगाणिस्तानच्या राजकारणात एप्रिल १९७८ ते डिसेंबर १९७९ या कालखंडात जो संघर्ष झाला,त्याची कारणे स्थूलमानाने आपणांस खालीलप्रमाणे सांगता येतील.

अफगाण संघर्षाची किंवा क्रांतीची कारणे :

१. अविश्वास : अफगाणिस्तानच्या राजकारणात एप्रिल १९७८ ते डिसेंबर १९७९ या कालावधीत तीन क्रांत्या घडून आल्या. एप्रिल १९७८ या पहिल्या क्रांतीत राष्ट्राध्यक्ष दाऊदच्या विरोधात तराकी, अमीन, करमाल यांसारख्या नेत्यांनी एकत्र येऊन लष्कराच्या मदतीने क्रांती घडवून आणली. हे तीनही नेते एकमेकांकडे अविश्वासाने पाहत होते. त्यातून सप्टेंबर १९७९ मध्ये पंतप्रधान अमीनने एकेकाळचा आपला मित्र असलेल्या राष्ट्रपती तराकीला ठार मारून दुसरी क्रांती केली, तर तिसऱ्या क्रांतीमध्ये (डिसेंबर १९७९) बबराक करमालने सोव्हिएत रशिया या भूप्रदेशाबाहेरील परकीय सत्तेची मदत घेऊन राष्ट्राध्यक्ष अमीनची हत्या करून अफगाणिस्तानची सत्ता आपल्या हाती घेतली. यामधूनच तेथे सतत संघर्षाची परिस्थिती राहिलेली आपणांस दिसून येते.

२. सोव्हिएत रशियाचा हस्तक्षेप : आंतरराष्ट्रीय सत्तासमतोलाचा विचार करता अफगाणिस्तानातील सोव्हिएत रशियाच्या हस्तक्षेपाचे सर्वात मोठे कारण म्हणजे त्यांचे वैयक्तिक राष्ट्रीय हित होय. अमेरिका, पाकिस्तान व चीन यांची जवळीक पाहता त्यांचा जर आपल्या सीमेजवळ एखादा लष्करी तळ झाला, तर आपली सुरक्षितता, शांतता व स्थैर्य मोठ्या प्रमाणात धोक्यात येईल, अशी भीती सोव्हिएत रशियाला वाटत होती. त्यातूनच सोव्हिएत रशियाने तेथे हस्तक्षेप केला. त्यामुळे अफगाण संघर्ष वेगवान बनण्यास मदत झाली.

३. अफगाणिस्तान सरकारकडे असलेला लोकमताचा अभाव : १९६५ पासून अफगाणिस्तानच्या सत्तेत वेगवेगळ्या प्रकारची साम्यवादी विचारधारा असलेली सरकारे सोव्हिएत रशियाच्या सहकार्याने आली. या सरकारांनी अफगाणिस्तान जनमताचा किंवा जनतेच्या मनाचा नेहमीच अनादर केला. त्यांच्यावर मोठ्या प्रमाणात अत्याचार, अन्याय केले. त्यामुळे या जनतेने सरकारविरोधात आंदोलने सुरू केली. त्या आंदोलनांतूनच तेथे संघर्षमय परिस्थिती निर्माण होण्यास सुरुवात झाली.

४. अफगाणिस्तानमध्ये सोव्हिएत हस्तकांचा वाढता जोर : अफगाणिस्तानमध्ये १९७८ मध्ये झालेल्या सौरक्रांतीपासूनच सोव्हिएत रशियन हस्तकांची

संख्या वाढत चालली होती. डिसेंबरच्या क्रांतीनंतरच्या कालावधीत ही संख्या एवढी वाढली की, अफगाणिस्तानमधील शासन त्यांच्याच सल्ल्यानुसार चालू लागले म्हणजेच अफगाणिस्तान शासनात त्यांचा प्रत्यक्ष हस्तक्षेप मोठ्या प्रमाणात झाला होता. शिवाय अफगाणिस्तानमधील कोणत्याच सरकारने त्यांचा विरोध केलेला दिसत नाही. पण अफगाणिस्तानमधील सोव्हिएत रशियन हस्तकांना अफगाणिस्तानमधील बंडखोर विरोध करू लागले, त्यातूनच अफगणिस्तानमध्ये संघर्षमय परिस्थिती निर्माण झाली.

५. राष्ट्रपती झाल्यानंतर अमीन यांची वाढती दडपशाही : अमीन अफगाणिस्तानचे राष्ट्रपती झाल्यानंतर अफगाणिस्तानमध्ये त्यांनी मोठ्या प्रमाणात दडपशाहीला सुरुवात केली. जनतेवर मोठ्या प्रमाणात अत्याचार सुरू झाले. तसेच अफगाणिस्तानातील तरुणांना लष्करी शिक्षण सक्तीचे करण्यात येऊ लागले. राष्ट्रपती अमीनच्या दडपशाहीमुळे धर्मगुरूंना त्यांच्या राजनीतीबद्दल शंका येऊ लागली होती. कम्युनिस्ट इस्लामविरोधी आहेत, असा प्रचार खेडोपाडी करण्यात येऊ लागला. त्यामुळे खेडोपाडी राष्ट्रपती अमीन सरकारविरोधी आंदोलने सुरू करण्यात आली. त्यांतूनच अफगाणिस्तानमध्ये बंडखोरांच्या निरनिराळ्या टोळ्या उदयास आल्यामुळे तेथे संघर्षमय परिस्थिती निर्माण झाली.

सोव्हिएत हस्तक्षेप :

राष्ट्रपती अमीनच्या काळात अफगाणिस्तानमध्ये त्यांनी मोठ्या प्रमाणात दडपशाहीला सुरुवात केली. जनतेवर मोठ्या प्रमाणात अत्याचार सुरू झाले. तसेच अफगाणिस्तान तरुणांना लष्करी शिक्षण सक्तीचे करण्यात येऊ लागले. त्यामुळे तेथील धर्मगुरूंना त्यांच्या राजनीतीबद्दल शंका येऊ लागली होती. कम्युनिस्ट इस्लामविरोधी आहेत, असा प्रचार खेडोपाडी करण्यात येऊ लागला. त्यामुळे खेडोपाडी राष्ट्रपती अमीन सरकारविरोधी आंदोलने सुरू करण्यात आली. त्यातूनच अफगाणिस्तानमध्ये बंडखोरांच्या निरनिराळ्या टोळ्या उदयास येऊ लागल्या. त्यामुळे अफगाणिस्तानची अंतर्गत परिस्थिती अत्यंत धोकादायक बनली. अफगाणिस्तानची अंतर्गत सुरक्षा, शांतता व स्थैर्य मोठ्या प्रमाणात धोक्यात येऊ लागले. राष्ट्रपती अमीन सोव्हिएत रशियाचे कोणतेही म्हणणे ऐकून घेत नव्हता. उलट तो सोव्हिएत रशियाविरोधी भूमिका घेऊ लागला. राष्ट्रपती अमीन अफगाणिस्तानची ध्येयधोरणे अमेरिका व पाकिस्तान यांच्याशी विचारविनिमय करून ठरवू लागला. हे असेच चालू राहिले, तर अमेरिकेचा हस्तक्षेप अफगाणिस्तानमध्ये वाढेल. त्यामुळे सोव्हिएत रशियाची सुरक्षा व या भागातील आपले हित धोक्यात येईल, हे टाळण्यासाठी सोव्हिएत रशियाने

अफगाणिस्तानमध्ये सैनिकी हस्तक्षेप केला. याशिवाय सोव्हिएत रशियाच्या अफगाणिस्तानातील हस्तक्षेपाची काही कारणे पुढीलप्रमाणे सांगता येतील –

१. सोव्हिएत रशियाचे राष्ट्रीय हित : आंतरराष्ट्रीय सत्तासमतोलाचा विचार करता अफगाणिस्तानातील सोव्हिएत रशियाच्या हस्तक्षेपाचे सर्वात मोठे कारण म्हणजे त्यांचे वैयक्तिक राष्ट्रीय हित होय. अमेरिका, पाकिस्तान व चीन यांची जवळीक पाहता त्यांचा जर आपल्या सीमेजवळ एखादा लष्करी तळ झाला, तर आपली सुरक्षितता, शांतता व स्थैर्य मोठ्या प्रमाणात धोक्यात येईल, अशी भीती सोव्हिएत रशियाला वाटत होती. त्याचप्रमाणे अफगाणिस्तानमध्ये वाढत चाललेल्या इस्लामिक बंडखोरांच्या हालचालींना विरोध करेल आणि आपले हित सुरक्षित राखू शकेल, असे सरकार अफगाणिस्तानमध्ये आणण्यासाठी सोव्हिएत रशियाने तेथे हस्तक्षेप केला होता.

२. राष्ट्रपती अमीनचे सोव्हिएत रशियाविरोधी धोरण : राष्ट्रपती अमीनच्या अगोदर अफगाणिस्तानच्या सत्तेत असलेल्या तराकी सरकारचे धोरण साम्यवादी विचारसरणीचे होते. राष्ट्रपती अमीनने आपल्या राजवटीत साम्यवादी विचारसरणीच्या विरोधी धोरण घेतलेले दिसते. असेच जर भविष्यात चालू राहिले, तर अफगाणिस्तानात आपल्या विरोधात पाकिस्तान व अमेरिकेचा हस्तक्षेप मोठ्या प्रमाणात वाढेल आणि ते आपल्या हिताच्या विरोधी असेल. हे होऊ नये म्हणून, तसेच अफगाणमधील साम्यवादाच्या संरक्षणासाठी सोव्हिएत रशियाने तेथे हस्तक्षेप केला.

३. अफगाणिस्तान सरकारकडे असलेला लोकमताचा अभाव : १९६५ पासून अफगाणिस्तानच्या सत्तेत वेगवेगळ्या प्रकारची साम्यवादी विचारधारा असलेली सरकारे सोव्हिएत रशियाच्या सहकार्याने आली. या सरकारांनी अफगाणिस्तान जनमताचा किंवा जनतेच्या मनाचा नेहमीच अनादर केला. त्यांच्यावर मोठ्या प्रमाणात अत्याचार, अन्याय केले. त्यामुळे या जनतेने सरकारविरोधात आंदोलने सुरू केली. त्या आंदोलनाला परकीय मदतही मोठ्या प्रमाणात मिळू लागली. साहजिकच अफगाणिस्तानची अंतर्गत परिस्थिती दिवसेंदिवस खालावत चालली होती. याच संधीचा फायदा घेऊन सोव्हिएत रशियाने तेथे हस्तक्षेप करून बबराक करमालला अफगाणिस्तानच्या गादीवर बसवले.

४. अफगाणिस्तानमध्ये सोव्हिएत हस्तकांचा वाढता जोर : अफगाणिस्तानमध्ये १९७८ मध्ये झालेल्या सौरक्रांतीपासूनच सोव्हिएत रशियन हस्तकांची संख्या वाढत चालली होती. डिसेंबरच्या क्रांतीनंतरच्या कालावधीत ही संख्या एवढी वाढली की, अफगाणिस्तानमधील शासन त्यांच्याच सल्ल्यानुसार चालू लागले. त्यामुळे अफगाणिस्तान शासनात त्यांचा प्रत्यक्ष हस्तक्षेप मोठ्या प्रमाणात झाला होता. शिवाय

अफगाणिस्तानमधील कोणत्याच सरकारने त्यांचा विरोध केलेला दिसत नाही. पण अफगाणिस्तानमधील सोव्हिएत रशियन हस्तकांना अफगाणिस्तानमधील बंडखोर विरोध करू लागले. त्यातूनच अफगाणिस्तानमध्ये हस्तक्षेप करण्यास सोव्हिएत रशियाला चांगलीच संधी मिळालेली दिसते.

५. अफगाणिस्तानमधील अस्थिरता : एप्रिल १९७८ ते डिसेंबर १९७९ यामधील वीस महिन्यांच्या कालवधीत अफगाणिस्तानमध्ये तीन रक्तरंजित क्रांत्या झाल्या. त्यामुळे अफगाणिस्तानात मोठ्या प्रमाणात अस्थिरता निर्माण होऊन तेथील स्थैर्य, सुरक्षितता व शांतता धोक्यात आली होती. या अस्थिरतेचाच फायदा घेऊन अफगाणिस्तानात स्थिरता निर्माण करण्यासाठीच सोव्हिएत रशियाने तेथे हस्तक्षेप केला.

६. हिंदी महासागरात जाण्याची सोव्हिएत रशियाची इच्छा : शीतयुद्धाच्या काळात किंवा नंतर आपणास बाराही महिने वापरात येईल, असे एखादे बंदर असावे. कारण सोव्हिएत रशियाची बंदरे सतत गोठलेली असतात. हिंदी महासागरातील बंदरांमधून आपणास समुद्रामध्ये हालचाली करता येतील व जगातील प्रमुख राष्ट्रांबरोबर व्यापार करता येईल, याचसाठी अफगाणिस्तानमध्ये सोव्हिएत रशियाने हस्तक्षेप केला असावा.

७. इराणवर लक्ष ठेवणे : राष्ट्रपती अमीनची सत्ता अफगाणिस्तानमध्ये असताना इराणमधील वातावरण जास्तच तापले होते. तेथे मोठ्या प्रमाणात अस्थैर्य निर्माण झाले होते. इराणमध्ये असलेल्या अमेरिकनांना ओलीस ठेवण्यात आले होते. त्या वेळी अमेरिका इराणवर हल्ला करेल की काय, अशी भीती निर्माण झाली होती. म्हणूनच सोव्हिएत रशियाने इराणच्या सरहद्दीवर हेरत शहराच्या परिसरात इराणमधील राजकीय घडामोडींवर लक्ष ठेवण्यासाठी आपली सैनिकी ठाणी उभारण्याची परवानगी राष्ट्रपती अमीनकडे मागितली होती. ती राष्ट्रपती अमीनने नाकारली, म्हणूनच मदत देण्याच्या बहाण्याने सोव्हिएत रशियाने आपल्या फौजा अफगाणिस्तानात आणल्या होत्या.

२७ डिसेंबर ते ३१ डिसेंबर १९७९ या पाच दिवसांत सोव्हिएत रशियाने अफगाणिस्तानात मोठ्या प्रमाणात सैन्य पाठवून अफगाणिस्तानच्या अतिमहत्त्वाच्या ठिकाणांचा ताबा घेतला होता. हेतू हा की, तेथील राष्ट्रपती अमीन सरकार सोव्हिएत रशियाविरोधी भूमिका घेत होते आणि ते अमेरिका व पाकिस्तान यांचे समर्थन करीत होते. सोव्हिएत रशियाची ही कारवाई एवढी गतिमान होती की, त्यामुळे पाकिस्तान, चीन व अमेरिका यांची राष्ट्रपती अमीनच्या सांगण्यावरून अफगाणिस्तानात शिरण्याची जी योजना होती, ती अक्षरश: अयशस्वी झाली होती.

अफगाणिस्तान संकट व अमेरिकन भूमिका :

सोव्हिएत रशियाचा अफगाणिस्तानात हस्तक्षेप झाला. त्यामुळे अमेरिका व सोव्हिएत रशिया या महासत्तांमधील चालू असलेल्या देत्तांत (सलोखा) या संकल्पनेला तडा गेला. एवढेच नाही तर या हस्तक्षेपाचा आंतरराष्ट्रीय राजकारणावरही विपरीत परिणाम झाला. दक्षिण आशिया व दक्षिणपश्चिम आशिया या भागांतील अमेरिकन हितापुढे एक प्रकारचे गंभीर संकट उभे राहिले. या हस्तक्षेपानंतर लगेचच अमेरिकन राष्ट्राध्यक्ष कार्टर यांनी हॉटलाईनवरून सोव्हिएत रशियाशी संपर्क साधून या घडामोडींवर तीव्र शब्दांत नाराजी व्यक्त करून लवकरात लवकर सोव्हिएत रशियाने आपल्या फौजा तेथून माघारी घ्याव्यात, नाहीतर या कारवाईचे उभय राष्ट्रांच्या संबंधावर अतिशय विपरीत परिणाम होतील, असेही सोव्हिएत रशियाच्या निदर्शनास आणून दिले. अमेरिकेने यावर अशी प्रतिक्रिया व्यक्त केली की, सोव्हिएत रशियाची ही कार्यवाही म्हणजेच जागतिक शांततेपुढील गंभीर स्वरूपाचे संकट असून त्यामुळे दक्षिणपश्चिम आशियातील राष्ट्रांपुढे मोठ्या प्रमाणात सुरक्षेचा धोका निर्माण झालेला आहे. या प्रतिक्रियेवरून सोव्हिएत रशियाचा अफगाणिस्तानमध्ये झालेला हस्तक्षेप अमेरिकेपुढे व्यापारी तसेच समुद्रमार्गावर डावपेचाच्या दृष्टीने मोठा धोका निर्माण करू शकतो, तसेच आखातातील अमेरिकन लष्करी अस्तित्वाला यामुळे धोका निर्माण होऊ शकतो. आखातातील तेल व इतर स्रोतांवर अमेरिकेचे पूर्ण नियंत्रण होते. सोव्हिएत रशिया कदाचित नैसर्गिक साधनसंपत्तीचा हा साठा बळकावेल, अशी धास्ती अमेरिकेला वाटते.

अमेरिकेमध्ये शासन व विरोधी पक्ष यांच्यात विचारविनिमय होऊन अफगाणिस्तान बंडखोरांना आपण मदत दिली नाही, तर अफगाणिस्तानातील सोव्हिएत रशियाविरोधी सुरू केलेली क्रांती यशस्वी होणार नाही, असा विचार करून अमेरिकेने पाकिस्तानची निवड करून त्यांच्यामार्फत अफगाणिस्तान बंडखोरांना मदत देण्यास सुरुवात केली. सोव्हिएत हस्तक्षेपामुळे पाकिस्तानच्या आश्रयाला आलेल्या लोकांना पाकिस्तानची आय.एस.आय. ही गुप्तचर संघटना लष्करी प्रशिक्षण देऊ लागली, तर अमेरिकन सी.आय.ए. ही गुप्तचर संघटना त्यांना लागेल ती मदत करू लागली. अफगाणिस्तान संकटाकडे पाहण्याचा अमेरिकन उद्देश असा आहे की, अफगाणिस्तान बंडखोरांना जास्तीतजास्त शस्त्रास्त्रे व दारूगोळा पुरवून सोव्हिएत रशियन सैन्याविरुद्ध लढण्यास भाग पाडावयाचे की जेणेकरून सोव्हिएत रशियाला अफगाणिस्तानमध्येच जास्तीतजास्त गुंतवून ठेवायचे म्हणजे त्यांचे खाडी क्षेत्राकडे दुर्लक्ष होईल. हीच अमेरिकेची यामागील प्रमुख भूमिका होती.

अफगाणमधील सोव्हिएत हस्तक्षेप आणि अफगाणमधील अंतर्गत संघर्ष :

सोव्हिएत रशियाच्या मदतीने अफगाणिस्तानात बबराक करमाल यांनी साम्यवादी सरकार स्थापन केले. या सरकारला सोव्हिएत रशियाचा राजकीय, प्रशासकीय, आर्थिक व लष्करी पाठिंबा होता. अफगाणिस्तानच्या संरक्षण व सुरक्षेचीही सर्व जबाबदारी सोव्हिएत रशियाने घेतली होती, याचाच अर्थ असा होतो की, अफगाणिस्तानवर सोव्हिएत रशियाचा अप्रत्यक्षपणे कब्जा झाला होता. सत्तेवर येताच राष्ट्रपती बबराक करमालने जनतेचा छळ करण्यास सुरुवात केली. त्यातूनच तेथे बंडखोरांचा उदय होऊ लागला. सुरुवातीला हे बंडखोर फक्त सोव्हिएत रशियन फौजांना विरोध करीत होते. त्यानंतर मात्र ते सर्वसामान्य जनतेलाही त्रास देऊ लागले, अफगाणिस्तानचे सरकार व अफगाणिस्तान बंडखोर यांच्या क्रूर अन्याय व अत्याचारामुळे अफगाणिस्तानची जनता मोठ्या प्रमाणात पिळवटून निघत होती. त्यातच अफगाणिस्तानातील सोव्हिएत रशियन हस्तक्षेपामुळे तेथील बंडखोरांची व्याप्ती वाढलेली दिसून येते. १९८० मध्ये अफगाणिस्तानमधील बंडखोरांनी 'इस्लामिक अलाएन्स फॉर लिबरेशन ऑफ अफगाणिस्तान' या बंडखोर संघटनेची स्थापना केली. त्यामध्ये त्यांचे प्रामुख्याने दोन हेतू होते. एक म्हणजे इस्लामिक देशाकडून पैसे मिळवणे त्यामुळे सोपे जाईल आणि दुसरे म्हणजे जगभरातून आपल्या कार्यवाहीला नैतिक पाठिंबा आणि प्रत्यक्ष मदतही मिळेल.

अफगाणिस्तानमधील बंडखोरांच्या वाढत चाललेल्या कारवायांमुळे तेथील राजकीय व्यवस्था पूर्णपणे विसकळीत बनण्यास सुरुवात झालेली होती, याचा फायदा शेजारील राष्ट्रांनी घेतला. त्यांनी बंडखोरांना अत्याधुनिक शस्त्रास्त्रे व आर्थिक मदत देण्यास सुरुवात केली. त्यामध्ये कवचधारी शस्त्रे, कवचभेदी शस्त्रे, विमानविरोधी तोफा, स्वयंचलित रायफली इत्यादींचा समावेश होता. याच शस्त्रास्त्रांच्या मदतीने त्यांनी सोव्हिएत रशियन फौजांविरुद्धच्या आपल्या हालचाली अतिशय गतिमान केल्या. त्यामुळे सोव्हिएत रशियाची चिंता अधिकच वाढली. त्यातूनच त्यांनी अफगाणिस्तानमधील आपल्या सैन्याची संख्या वाढवण्यास सुरुवात केली. त्याच वेळी राष्ट्रपती करमाल सरकारने काही अफगाणिस्तान सैन्यातील तुकड्यांना अत्याधुनिक शस्त्रास्त्रांनी सुसज्जीत करण्यावर भर दिला. तोपर्यंत अफगाण बंडखोरांनी अफगाणिस्तानातील महत्त्वाच्या ठाण्यांवर नियंत्रण प्रस्थापित केले होते. अफगाणिस्तानमधील २९ प्रांतांपैकी २३ प्रांतांत बंडखोरांच्या गतिमान कारवाया चालू होत्या. त्यामुळे तेथील राजकीय व्यवस्था विसकळीत होऊन अंतर्गत सुरक्षा धोक्यात येऊ लागलेली होती. परिणामी अफगाणिस्तान सरकार व सोव्हिएत फौजा यांच्या

पुढील राजकीय समस्यांत वाढच होत राहिली. त्यातच भर म्हणजे जगातील अनेक देशांनी अफगाणिस्तानमधील आपले दुतावास बंद केले. आंतरराष्ट्रीय समुदायाने अफगाणिस्तानची सर्व प्रकारची मदत बंद करून एक प्रकारे त्यांना वाळीत टाकले. सोव्हिएत रशियन सैन्याच्या अत्याचाराला अफगाणिस्तान जनता मोठ्या प्रमाणात कंटाळली होती. या सर्वांचा राग म्हणून ती अफगाण बंडखोरांना मदत करू लागली. अफगाण बंडखोरांना विरोध करण्यासाठी राष्ट्रपती करमाल सरकारने सक्तीची सैन्यभरती सुरू केली. त्यामुळे अफगाणिस्तानी लोक व सैनिक संधी मिळताच आपल्याकडील शस्त्रास्त्रांनिशी अफगाण बंडखोरांना जाऊन मिळू लागले. त्यामुळे बंडखोरांची शक्ती दिवसेंदिवस वाढू लागली. एवढेच नाही तर अफगाणिस्तान जनता बंडखोरांना करमाल सरकारची नजर चुकवून सर्वांगीण मदत करू लागली. त्यामध्ये प्रामुख्याने बंडखोरांना जेवण व लपण्याच्या जागा यांचा समावेश होता.

अफगाणिस्तानमध्ये आलेली सोव्हिएत रशियन फौज व त्यांना विरोध करत असलेले अफगाण बंडखोर यांमुळे अफगाणिस्तानमधील राजकीयदृष्ट्या जागृत समाजाचा भ्रमनिरास झाला. ग्रामीण व शहरी भागातील राजकीय स्थिरता व शांतता ही राजकीय घडामोडींमुळे भंग पावली. साहजिकच अफगाणिस्तानमधील जनजीवन पूर्णपणे विसकळीत बनले. यावर तोडगा म्हणून राष्ट्रपती बबराक करमालने १९८६ मध्ये अफगाणिस्तान सरचिटणीस व राष्ट्रपतीपदाचा राजीनामा दिला. पण खरे कारण म्हणजे त्यांना सहा वर्षांत अफगाणिस्तानमधील बंडखोरांना वठणीवर आणता आले नव्हते. त्याचप्रमाणे अफगाणिस्तानमध्ये राजकीय स्थिरता आणण्यात त्यांना यश आले नव्हते. त्यानंतर त्यांच्या जागी पी.डी.पी.ए.चे डॉ. नजिबउल्लाह यांना नेमून सोव्हिएत रशियाने अफगाणिस्तानच्या राजकीय व्यवस्थेत एक प्रकारे ढवळाढवळ केलेली दिसते. सत्तेवर येताच डॉ. नजिबउल्लाह यांनी सहा महिन्यांसाठी एकतर्फी युद्धबंदी जाहीर केली. अफगाणिस्तानला नवे रूप देण्याचाही त्यांचा प्रयत्न होता. पण त्यांनाही बंडखोरांवर वचक निर्माण करण्यात अपयश आले.

सोव्हिएत माघार व अफगाणमधील अंतर्गत संघर्ष :

अफगाणिस्तानमधील सोव्हिएत फौजा लवकरात लवकर परत गेल्या पाहिजेत. या संदर्भात संयुक्त राष्ट्रे, महासत्ता यांच्या माध्यमातून तसेच पाकिस्तान, अफगाणिस्तान, इराण यांच्या दरम्यान चर्चा होऊ लागल्या. या चर्चेचा काहीही परिणाम होणार नाही, म्हणजेच सोव्हिएत रशिया आपल्या फौजा अफगाणिस्तानमधून सहजासहजी माघारी घेणार नाही, याचीही कल्पना जगातील सर्वच राष्ट्रांना आलेली होती. पण अफगाण

बंडखोरांना जी मदत बाहेरून येत होती, ती बंद करण्यात यावी, या अटीवर आपल्या फौजा मागे घेण्यास सोव्हिएत रशिया तयार झाले. म्हणजेच अफगाणिस्तानातील कम्युनिस्ट सरकारच्या सुरक्षेची हमी सोव्हिएत रशियाला हवी होती.

मिखाईल गोर्बाचेव्ह यांनी १९८६ मध्ये ब्लादिव्हास्टोव्ह येथील भाषणात अफगाणमधून सोव्हिएत फौजा टप्प्याटप्प्याने परत घेण्याचे स्पष्ट केले. एवढेच नाही तर लवकरच माघारीची योजना तयार करून १५ मे ही तारीख त्यांनी निश्चित केली होती. हा माघारीचा कार्यक्रम साधारणपणे दहा महिने चालणार होता. त्यानंतर अफगाणिस्तानने आपले अंतरिम सरकार बनवायचे होते. मिखाईल गोर्बाचेव्हच्या या निर्णयामुळे प्रथमच सोव्हिएत रशियन सेनेच्या अफगाणिस्तानातून माघार घेण्याच्या निर्णयावर विश्वास निर्माण झाला होता. त्याच वेळी जिनिव्हा येथे अफगाणिस्तानमधून सोव्हिएत रशियन सैन्याची माघार; अफगाणिस्तानमधील पी.डी.पी.ए.च्या राजवटीचा शेवट व अफगाणिस्तानमधील विविध बंडखोर गटांशी चर्चा करून अंतरिम सरकारची स्थापना, अशा प्रकारचे तीन महत्त्वाचे करार होऊन सोव्हिएत फौजा १५ फेब्रुवारी १९८९ पर्यंत आपल्या देशात जातील, असे ठरले. १५ फेब्रुवारीपर्यंत फक्त १५०० सैनिक अफगाणिस्तानमधील डॉ. नजिबउल्लाह यांच्या सरकारच्या संरक्षणासाठी मागे ठेवून उर्वरित जवळजवळ दीड लाख सोव्हिएत सेना सोव्हिएत रशियाला परत गेली होती.

याचाच अर्थ असा होतो की, सोव्हिएत रशियाचा अफगाणिस्तानमधील हस्तक्षेप हा जगातील विविध राष्ट्रांच्या नेत्यांबरोबरच सोव्हिएत रशियन नेत्यांनाही मान्य नव्हता. काही का असेना १९७९ मध्ये अफगाणिस्तानात सुरू झालेल्या सोव्हिएत रशिया या परकीय हस्तक्षेपाचे माघारीत रूपांतर झाल्यामुळे अफगाणिस्तानमधील हस्तक्षेपाचे एक पर्व नष्ट होऊन दुसऱ्या पर्वाला सुरुवात झाली, असे म्हटल्यास वावगे होणार नाही.

सोव्हिएत रशियाच्या माघारीनंतर डॉ. नजिबउल्लाह यांनी स्वत:मधील आत्मविश्वास आणि दूरदृष्टीच्या आधारावर एका राष्ट्रीय नेत्याच्या रूपात अफगाणिस्तानमध्ये राष्ट्रीयत्वाची भावना निर्माण करण्याचा प्रयत्न केला. त्याचबरोबर जिनेव्हा कराराला अनुसरून त्यांनी अफगाणिस्तानसाठी संमिश्र सरकार स्थापन करण्याची तयारी दाखवली. संमिश्र सरकारच्या मुद्यावरून अफगाण मुजाहिदीन गटामध्ये वादावादी होऊन त्यांनी अशा सरकारमध्ये येण्यास नकार दिला. त्यानंतर त्यांनी डॉ. नजिबउल्लाह यांच्या विरोधात अंतर्गत संघर्षाला सुरुवात केली. अशाही परिस्थितीत डॉ. नजिबउल्लाह यांनी अफगाणिस्तानात शांतता, सुव्यवस्था व सुरक्षा सांभाळण्याचा मोठ्या प्रमाणात प्रयत्न केला. पण त्यामध्ये त्यांना यश येऊ शकले नाही, म्हणूनच त्यांनी अफगाणिस्तानची

शांतता व सुरक्षा अबाधित राखण्यासाठी सत्ता सोडण्याची तयारी दाखवली होती. पण आपल्यानंतर जे अंतरिम सरकार बनवले जाईल. त्या सरकारमध्ये आपल्या राष्ट्रीय पक्षाला सामावून घेतले पाहिजे, अशी अट त्यांनी घातली होती. त्याच वेळी अंतरिम अफगाणिस्तान सरकारमध्ये राष्ट्रीय पक्षाच्या व पाकिस्तानमधील मुजाहिदीन सदस्यांना कोणत्याही परिस्थितीमध्ये सामावून घेऊ नये, अशा स्वरूपाची भूमिका मुजाहिदीन गटांनी घेतलेली होती. त्यामुळे अफगाणिस्तानचे अंतरिम सरकार स्थापन करण्यात अडचणी येत होत्या. अशाही परिस्थितीत अफगाणिस्तानमधील सत्तेसाठी मुजाहिदीन गटामध्ये रस्सीखेच सुरू झाली होती. परिणामी याही वेळी अंतरिम सरकार स्थापन होऊ शकले नाही, तरीही डॉ. नजिबउल्लाह यांच्या सरकारवरचा राजकीय दबाव व मुजाहिदीनांच्या कारवाया यांमध्ये दिवसेंदिवस वाढच होत होती. त्याच वेळी डॉ. नजिबउल्लाह यांनी सत्ता सोडावी म्हणून अंतर्गत व आंतरराष्ट्रीय पातळीवरून त्यांच्यावरील राजकीय दबाव वाढू लागला. यावर तोडगा काढण्यासाठी व डॉ. नजिबउल्लाह यांचे मन वळवण्याची महत्त्वाची जबाबदारी संयुक्त राष्ट्रसंघाचे इस्लामाबाद येथील प्रतिनिधी बेनन सेवन यांच्यावर सोपवण्यात आली. तेव्हा त्यांनी डॉ. नजिबउल्लाहपुढे युतीचे सरकार स्थापन करून त्या सरकारचे नेतृत्व करावे किंवा मुजाहिदीनांबरोबर युती करून सरकार स्थापन करावे, असे प्रस्ताव ठेवले होते. त्यावर चर्चा होण्यापूर्वीच मुजाहिदीन गटांनी ते प्रस्ताव फेटाळून लावले व सरकारवरच्या हल्ल्यात मोठ्या प्रमाणात वाढ केली. त्यामुळे तर देशाची अंतर्गत परिस्थिती मोठ्या प्रमाणात खालावतच गेली. या गोष्टीचा विचार करून पक्ष कार्यकर्त्यांचा छळ करू नये, अफगाणिस्तानमधील अंतर्गत संघर्ष तत्काळ थांबवावा, त्याचप्रमाणे आपण व आपल्या कुटुंबीयांना देशाबाहेर जाऊ द्यावे या अटी बेनन सेवन यांच्यापुढे ठेवून डॉ. नजिबउल्लाह त्यांनी अफगाणिस्तानची सत्ता १६ एप्रिल १९९२ मध्ये आपल्या पदाचा राजीनामा देऊन सोडली.

डॉ. नजिबउल्लाह यांच्या राजीनाम्यानंतर दोन वर्षांसाठी डॉ. रब्बानी यांची अफगाणिस्तानचे राष्ट्राध्यक्ष म्हणून नेमणूक करण्यात आली. ते उदारमतवादी होते. डॉ. रब्बानी यांच्या निवडीला कट्टरपंथीय गटाचे नेते हिकमतयार यांनी प्रचंड विरोध केला. त्यांना पाकिस्तानचा अप्रत्यक्ष पाठिंबा होताच. त्यातूनच त्यांनी सरकारी फौजांच्या विरोधात कारवाया सुरू केल्या. पण एका वर्षातच त्यांनी डॉ. रब्बानी यांच्याबरोबर तह करून ते देशाचे पंतप्रधान बनले. आता खऱ्या अर्थाने मुजाहिदीन राजवट अफगाणिस्तानवर सुरू झाली होती. या राजवटीलाच 'नॉर्दन अलाएन्स' या नावानेही ओळखले जाते. या राजवटीबरोबरच गेल्या १४ वर्षांपासून सुरू असलेले सोव्हिएत रशियनप्रणित राजवटीचे वर्चस्व कायमचे संपुष्टात आले. आता तरी अफगाणिस्तानात

शांतता, सुरक्षा व स्थैर्य टिकेल, अशी लोकांना आशा वाटू लागली होती; पण तीही लवकरच फोल ठरलेली आपणांस दिसून येते.

सत्तेवर येताच डॉ. रब्बानी राजवटीने लोकांवर जाचक अटी लादण्यास सुरुवात केली. एवढेच नाही तर त्यांनी सत्तेवर येताना जो संयुक्त राष्ट्राबरोबर सत्तेसाठीचा करार केलेला होता, त्याचेही त्यांनी उल्लंघन केले. त्यामुळे मुजाहिदीन राजवटीला डॉ. नजिबउल्लाह प्रणित पी.डी.पी.ए.ने विरोध करण्यास सुरुवात केली. त्यातूनच तेथील अंतर्गत संघर्ष परत एकदा तीव्र बनण्यास सुरुवात झाली, म्हणजेच मुजाहिदीन राजवटीतही अफगाणिस्तानात स्थैर्य, शांतता, सुव्यवस्था व सुरक्षितता अबाधित राहू शकली नाही. सामान्य जनतेच्या हलाखीत तर जास्तच भर पडली. स्त्रियांवर मोठ्या प्रमाणात अत्याचार सुरू झाले.

सुरुवातीच्या काळात या मुजाहिदीनांना पाकिस्तान, अमेरिका यांच्याकडून मोठ्या प्रमाणात मदत मिळत होती. सत्तेवर येताच त्यांना मिळणारी ही मदत अपुरी पडू लागली. त्यामुळे ते निधीसाठी अमली पदार्थांच्या तस्करीकडे वळले. त्यातूनच तेथे अमली पदार्थांच्या उत्पादनाला सुरुवात झाली. त्यामुळे अफगाणिस्तानात अंतर्गत असंतोषाला मोठ्या प्रमाणात सुरुवात झाली. त्याचाच फायदा अनेक मुजाहिदीन गटांनी किंवा सुभेदारांनी घेतला व त्यांनी अफगाणिस्तानच्या वेगवेगळ्या भागांत आपल्या सत्ता प्रस्थापित केल्या म्हणजेच डॉ. रब्बानींच्या राजवटीत अफगाणिस्तान अनेक मुजाहिदीन गटांत विभागला गेला होता. हे गट आपापल्या भागांतील जनतेची मोठ्या प्रमाणात लूट करीत होते. लुटीतील माल पाकिस्तानात नेऊन विकत असत, तर कधी कधी हे गट आपापसांत संघर्षही करीत होते. या सर्व परिस्थितीमुळे अफगाणिस्तानची अंतर्गत सुरक्षितता मात्र मोठ्या प्रमाणात धोक्यात येत होती. याचाच फायदा तालीबानने घेतला व १९९६ मध्ये अफगाणिस्तान तालीबानच्या ताब्यात गेला,

अफगाणिस्तानातील सोव्हिएत रशियाच्या हस्तक्षेपानंतर तेथील अनेक लोक पाकिस्तानात निर्वासित म्हणून गेले. यातील बहुतेक लोक पाकिस्तानने उघडलेल्या निर्वासित छावणीत राहू लागले. या छावणीत अफगाणिस्तानमधून आलेल्या लहान मुलांसाठी पाकिस्तानने मदरसे सुरू केल्या. या शाळांमधून एक ठरावीक प्रकारचा अभ्यासक्रम शिकवला जात होता. त्यामध्ये प्रामुख्याने अफगाणिस्तानमधील राजवट, या राजवटीच्या अत्याचारामुळे तुम्हाला पाकिस्तानमध्ये कसे पळून यावे लागले, या शिक्षणाबरोबरच धार्मिक, अत्याधुनिक शस्त्रास्त्रे, युद्धतंत्र इ. प्रशिक्षणाचा त्यामध्ये समावेश होता. या शिक्षणामुळेच या मुलांची वृत्ती कम्युनिस्ट राजवटीबद्दल शत्रुत्वाचे

धोरण अंगीकारण्यास प्रवृत्त झाली. हळूहळू सूड, कमालीची क्रूरता ही मुलांच्या मनामध्ये बिंबवली गेली. त्यानंतर अमेरिका व अरब राष्ट्रे यांच्या आर्थिक व लष्करी मदतीमुळे पाकिस्तानने नंतरच्या कालावधीत त्यांच्या हाती बंदुका दिल्या. या मुलांना अरबी भाषेत 'तालिब इला' असे म्हणतात. हीच मुले पुढे तालीबान किंवा तालीबानचे कार्यकर्ते म्हणून उदयास आली. म्हणजेच तालीबान ही अशिक्षित व कट्टर इस्लामधर्मीय अफगाणिस्तान निर्वासितांची संघटना होती, असे म्हटल्यास चूक होणार नाही.

मुल्ला ओमरच्या नेतृत्वाखाली तालीबानने २७ सप्टेंबर १९९६ मध्ये अफगाणिस्तानची सत्ता आपल्या हाती घेतली. त्यांची ही सत्ता अनियंत्रित स्वरूपाची होती. काबुलवर सत्ता प्रस्थापित करताच संयुक्त राष्ट्राच्या धमकीला न घाबरता तालीबानने संयुक्त राष्ट्रांच्या काबूलमधील कार्यालयात आश्रय घेतलेल्या डॉ. नजिबउल्लाह व त्यांच्या भावाला तेथून बाहेर आणले व त्यांचा अमानुष छळ करून त्यांची हत्या केली. हत्येनंतर डॉ. नजिबउल्लाहाचे प्रेत चौकामधील विजेच्या खांबाला लटकावण्यात आले. त्यामुळे जनतेच्या मनामध्ये तालीबानविषयी दहशत निर्माण झाली आणि त्यांना कोठेही तीव्र स्वरूपाचा प्रतिकार झाला नाही. फक्त तालीबानला ताजिक वंशाचा अहमदशहा मसूद याने प्रचंड प्रमाणात विरोध केला. मात्र त्याला तालीबानपुढे नमते घ्यावे लागले अन् तो उत्तरेकडील पर्वतरांगेत पळून गेला. तरीही त्याच्या ताब्यात अफगाणिस्तानचा दहा टक्के भाग होता. असे असूनही १९९८ च्या अखेरपर्यंत तालीबान राजवटीने अफगाणिस्तानमधील २९ हून अधिक प्रांतांवर आपली सत्ता प्रस्थापित केली होती. ही सत्ता चालवण्यासाठी त्यांनी सहा जणांचे हंगामी सरकारही स्थापन केले होते. त्याच वेळी आपल्या ताब्यातील प्रदेशात अतिशय कठोर स्वरूपाची इस्लामिक राजवट राबवण्यास त्यांनी सुरुवात केली. त्यांच्या राजवटीत शरियतचा कायदा सर्वोच्च मानला जाऊ लागला. त्यांच्यामध्ये वंशभेदाचा मोठ्या प्रमाणात द्वेष होता. तालीबान हे पश्तूनी वंशाचे असल्यामुळे त्यांनी ताजिक व अझोरा वंशाच्या लोकांची बेसुमार कत्तल केली. त्यांनी लागू केलेल्या कायद्यामुळे अफगाणिस्तान कित्येक शतके मागे गेला.त्यातच भर पडली ती दहशतवादाची. ओसामा बिन लादेन यांच्या अलकायदा या दहशतवादी संघटनेची पाळेमुळे तालीबान राजवटीमुळे अफगाणिस्तानमध्ये खोलवर रुजली गेली होती. जेव्हा या दहशतवादाची झळ आजूबाजूच्या प्रदेशांना बसू लागली, तेव्हा संयुक्त राष्ट्राने अफगाणिस्तानवर आर्थिक निर्बंध घातले, त्यामुळे मोठ्या प्रमाणात तालीबानला व अफगाणिस्तानला आर्थिक चणचण भासू लागली. यावर तोडगा म्हणून ते अफूशेती व मादक पदार्थांच्या व्यापाराकडे पाकिस्तानच्या मदतीने वळले.

अफगाणिस्तानवर संयुक्त राष्ट्राने व जगातील प्रमुख राष्ट्रांनी आर्थिक निर्बंध घातल्यानंतर जगाला धडा शिकवण्याच्या हेतूने मुल्ला ओमरने तालीबान सरकारला बामियानमधील बुद्धाच्या मूर्ती तोडण्याचे आदेश दिले. तेथे गौतम बुद्धाच्या दोन अतिप्रचंड मूर्ती होत्या, त्या इसवी सनाच्या दुसऱ्या शतकात स्टॅडस्टोनमध्ये कोरून ठेवलेल्या होत्या. या दोन प्रमुख मूर्ती व त्या सोबत इतर अनेक लहान लहान मूर्ती जगातील प्रमुख राष्ट्रांच्या विनंत्या झुगारून रणगाडे, तोफा व स्फोटकांच्या मदतीने तालीबान राजवटीने नष्ट केल्या. अशा या धर्मांध अतिरेकी तालीबानी संघटनेचे वर्चस्व अफगाणिस्तानवर होते. तालीबान राजवटीने तेथे पाच वर्षे राज्य केले. या पाच वर्षांच्या कालावधीत अफगाणिस्तानची शांतता, सुव्यवस्था व सुरक्षा म्हणजेच स्थैर्य पूर्णपणे नष्ट झाले होते. त्यांच्याच आश्रयाने ओसामा बिन लादेन व त्याची अलकायदा ही दहशतवादी संघटना तेथे कार्यरत होती.

अमेरिकन हस्तक्षेप व अफगाणिस्तान संघर्ष :

११ सप्टेंबर २००१ ला अमेरिकेवर दहशतवादी हल्ला झाला, हा हल्ला एकाएकी झालेला नसून तो प्रामुख्याने इस्लामिक दहशतवाद्यांनी नियोजनबद्ध योजना आखून केलेला दिसतो. या हल्ल्याला इस्लामिक दहशतवादाची वाढ जशी कारणीभूत होती, त्याचप्रमाणे इतरही काही कारणे असलेली आपणांस दिसतात. या कारणाचा शोध घेण्यासाठी आपणांस द्वितीय महायुद्धानंतर अमेरिका व सोव्हिएत रशिया यांच्यात सुरू झालेल्या शीतयुद्धाच्या कालखंडापासून विचार करावा लागतो. अमेरिकेवरील हल्ल्यांच्या कारणांचा विचार करण्यापूर्वी अमेरिकेच्या दृष्टीने अफगाणिस्तानचे भूसामरिक महत्त्व कसे होते याचा विचार अगोदर करू.

अमेरिकेच्या दृष्टीने अफगाणिस्तानचे भूसामरिक महत्त्व :

१९९१ ला सोव्हिएत रशिया या महासत्तेचे विघटन होऊन त्यांच्या साम्राज्यातून अनेक राष्ट्रे स्वतंत्र झाली. त्यापैकी तुर्कमेनिस्तान, उझबेकीस्तान व ताजिकीस्तान ही मुस्लीम राष्ट्रे अफगाणिस्तानच्या उत्तर सीमेवर उदयास आली. आर्थिकदृष्ट्या ही तीनही राष्ट्रे खूपच मागासलेली होती. या राष्ट्रांच्या उदयानंतर त्यांचा समावेश मध्य आशियात करण्यात आला. त्यांच्या या समावेशामुळे मध्य आशियाला मोठ्या प्रमाणात भूसामरिक महत्त्व प्राप्त झाले. कारण मध्य आशियातील या आर्थिकदृष्ट्या मागासलेल्या राष्ट्रांमध्ये खनिज तेल व नैसर्गिक गॅसचे साठे मुबलक प्रमाणात आहेत. परंतु त्यांचा विनियोग करण्याची शक्ती या राष्ट्रांमध्ये नसल्यामुळे हे साठे आपणास मिळावेत,

अशी अमेरिकेची अपेक्षा आहे. त्याचप्रमाणे मध्य आशियात जाण्यासाठी प्रामुख्याने अफगाणिस्तानातून जावे लागते किंवा ही नैसर्गिक साधनसंपत्ती अफगाणिस्तानमार्गेच आपणास मिळवावी लागेल, हे लक्षात आल्याने अफगाणिस्तानचे भूसामरिक महत्त्व अमेरिकेसाठी मोठ्या प्रमाणात वाढले. यामधूनच अफगाणिस्तानवर आपले वर्चस्व ठेवण्यासाठी किंवा तेथील सरकार आपल्याला मानणारे असावे, या हेतूने सुरुवातीला पाकिस्तानमार्फत मुजाहिदीन व नंतर तेथील तालीबान राजवटीला अमेरिकेने मोठ्या प्रमाणात आर्थिक व लष्करी मदत दिलेली होती. भविष्यात अफगाणिस्तान व पाकिस्तान यांच्यात जर मैत्रीचे संबंध प्रस्थापित झाले, तर ते आपल्या मध्य आशियातील हितासाठी महत्त्वाचे असतील आणि तेथील नैसर्गिक साधनसंपत्ती आपणास विनाअडथळा मिळत राहील, याच कारणासाठी अफगाणिस्तानचे भूसामरिक महत्त्व अमेरिकेला फार वाटते.

अमेरिकेवरील दहशतवादी हल्ला :

९/११ ला अमेरिकेवर दहशतवाद्यांनी अमेरिकेच्या विविध विमानतळांवरून विमानांचे अपहरण करून हल्ला केला. हा हल्ला पूर्वनियोजित स्वरूपाचा होता. प्रश्न हा निर्माण होतो की, दहशतवाद्यांनी अमेरिकेवर हल्ला का केला? अमेरिकेवरील हल्ल्याची कारणे शोधताना आपणांस प्रामुख्याने द्वितीय महायुद्धानंतर अमेरिका व सोव्हिएत रशिया यांच्यात सुरू झालेल्या शीतयुद्धाच्या कालखंडापासून विचार करावा लागतो. त्यातील प्रमुख कारणे पुढीलप्रमाणे-

१. इस्राईलची निर्मिती : शीतयुद्धाच्या कालखंडात अरब राष्ट्रांच्या भूमीचा काही भाग वेगळा करून इस्राईल हे नवीन राष्ट्र अमेरिका व इंग्लंड यांनी पुढाकार घेऊन निर्माण केले. हेच इस्राईल अधूनमधून अरब राष्ट्रांवर हल्ले करून त्यांची शांतता, स्थैर्य व सुरक्षा धोक्यात आणताना दिसते. इस्राईलची निर्मिती व ते अरब राष्ट्रांवर करीत असलेला हल्ला, या प्रेरणेमागे अमेरिकाच असून ते इस्राईलला मोठ्या प्रमाणात शस्त्रसामग्री पुरवताना दिसते. त्यामुळे अरब राष्ट्रे अमेरिकेवर चिडलेली होती. त्यामधूनच अमेरिकेवर दहशतवादी हल्ला झाला असावा.

२. इस्लामविरोधी धोरण : गल्फ युद्धाच्या वेळी इराकवर बॉम्बहल्ले करून राष्ट्राध्यक्ष सद्दामला मारण्याचा प्रयत्न अमेरिकेने केला होता. त्यामुळे अमेरिकन धोरण इस्लामविरोधी असून त्याला धडा शिकवला पाहिजे, अशा प्रकारचा कट्टर प्रचार इस्लामिक संघटना करू लागल्या होत्या. विशेष म्हणजे या संघटनांना इस्लामिक राष्ट्रे गुप्तपणे मदत करतानाही दिसून येतात. म्हणजेच अमेरिकेवरील हल्ल्यात या संघटनांचाही हात असू शकतो.

३. सौदी अरेबियात सैन्य ठेवले : गल्फ युद्धानंतर काहीही कारण नसताना अमेरिकेने आपले सैन्य सौदी अरेबियात ठेवले. हे ओसामा बिन लादेनला आवडले नव्हते; कारण या सैन्यामुळे सौदी अरेबियातील इस्लामच्या पवित्र स्थळांची विटंबना होते, त्यामुळे या भागातील आपले सैन्य अमेरिकेने परत घ्यावे असा प्रयत्न ओसामा बिन लादेनने अनेकदा केलेला होता. पण त्याला सौदी अरेबिया व अमेरिका प्रतिसाद देत नव्हते, म्हणजेच ओसामा बिन लादेनला यामध्ये यश येत नव्हते. त्यामुळेच पाकिस्तानने तयार केलेल्या तालीबान राजवटीच्या मदतीने अमेरिकेला धडा शिकवण्याचे ओसामा बिन लादेनने ठरवले होते. यामधूनच अमेरिकेवरचा हा हल्ला झाला असावा.

४. तेलाचे राजकारण : गल्फ प्रदेशात अनेक विकसित व अविकसित राष्ट्रे आहेत. त्यांपैकी अनेक राष्ट्रे अमेरिकेला तेल पुरवठा करतात, म्हणजेच अमेरिकेची आर्थिक परिस्थिती गल्फ प्रदेशातील या राष्ट्रांच्या हातात आहे. असे असूनही या राष्ट्रांमध्ये फूट पाडण्याचे राजकारण अमेरिका करताना दिसते. हे ओसामा बिन लादेनला आवडणे शक्य नसल्यामुळे त्याने अमेरिकेला धडा शिकवण्याचे ठरवले. त्यातूनच अमेरिकेवर हा दहशतवादी हल्ला झाला असावा.

५. अमेरिकेची दडपशाही : अनेक वर्षांपासून अमेरिका इस्लामच्या अनेक पवित्र जागांवर कब्जा करीत आलेले होते. अनेक देशांतील संपत्तीची लूट करीत होते. आपले कायदे लागू करून तेथील जनतेला अपमानित करीत होते. तसेच संबंधित राष्ट्रांच्या विमानतळांचा वापर करून शेजारील राष्ट्रांना धमकी देऊन मुस्लिमांविरोधी धोरणे राबवत होते, म्हणजेच या भागातील अमेरिकेचे हे एक प्रकारचे आक्रमणच होते. त्यामुळे ओसामा बिन लादेन व त्याची दहशतवादी संघटना अमेरिकेच्या विरोधात गेली आणि योग्य वेळ येताच तिने अमेरिकेवर हा हल्ला केला असावा.

६. दहशतवादाला मदत : आज आंतरराष्ट्रीय परिस्थितीचा विचार करता, आपणांस असे जाणवते की, मुस्लीम राष्ट्रे व मुस्लीम अतिरेकी गट एकमेकांच्या सहकार्याने जगामध्ये एक प्रकारचे दहशतवादाचे जाळेच तयार करीत आहेत. अमेरिकेने त्या भागातील खनिज तेलावर आपला हक्क राहावा व ते आपणास सतत मिळत राहावे म्हणून त्यातील काही राष्ट्रांना वेळोवेळी सर्व प्रकारची मदत केलेली दिसते. याच काळात त्यांच्या मदतीमुळे अनेक मुस्लीम बहुल राष्ट्रे धर्मनिरपेक्ष धोरणाकडून कर्मठपणाकडे ढकलली जात होती. त्यामुळे तेथे अमेरिका धार्जिण्या सौम्य इस्लामी राजवटी निर्माण होऊ शकल्या. अमेरिकेचे हे कृत्य इस्लामच्या विरोधी असल्यामुळे अमेरिकेबरोबरच या सत्ताही उखडून टाकण्याच्या योजना दहशतवादी संघटना आखत

होत्या. यामधून सर्वात प्रथम धक्का अमेरिकेलाच द्यावयाचा, या हेतूने दहशतवाद्यांनी अमेरिकेवरच हल्ला केला असावा.

७. अफगाणिस्तान तरुणांना वाऱ्यावर सोडले : शीतयुद्ध काळात अमेरिकेने केवळ आपल्या फायद्यासाठी, स्वार्थासाठी अफगाणिस्तानी तरुणांना सर्व प्रकारची मदत देऊन सोव्हिएत रशियाविरुद्ध लढण्यास भाग पाडले होते. अफगाणिस्तानी तरुणांनीही मुजाहिदीन बनून आपले कार्य अतिशय चांगल्या प्रकारे केले होते. त्यांच्या या कृत्यांमुळेच सोव्हिएत रशियन सेना अफगाणिस्तानातून परत गेल्या होत्या. तेथील आपला कार्यभाग संपताच, सर्वसामान्य अफगाणिस्तानी नागरिकांचा विचार न करता अमेरिकेने तेथून पळ काढला. आतापर्यंत अफगाणिस्तानातील मुजाहिदीन नेत्यांवर जो काही अमेरिकेचा वचक होता, तोही आता नष्ट झाल्यामुळे ते आपापसांत संघर्ष करू लागले. त्यामध्ये अफगाणिस्तानी जनता होरपळून निघू लागली. पर्यायाने अफगाणिस्तानची अंतर्गत सुव्यवस्था, शांतता व सुरक्षा त्यामुळे धोक्यात आली. अमेरिकेने अफगाणिस्तानी तरुणांची मोठी फसवणूक केली, असा आरोप करून दहशतवाद्यांनी अमेरिकेला धडा शिकवण्यासाठी त्यांच्यावर हल्ला केला असावा.

८. अमली पदार्थ : अफगाणिस्तानातील अमली पदार्थांचा विळखा संपूर्ण जगाला बसावा, हेच ओसामा बिन लादेनचे उद्दिष्ट होते. कारण त्याला संपूर्ण जगावर इस्लामचे राज्य स्थापन करावयाचे होते. पण त्याच्या या मार्गात प्रमुख अडथळा अमेरिकेचाच होता. यातूनच अमेरिकेचा अडथळा दूर करण्यासाठी त्याने अमेरिकेवर हल्ला केला असावा.

अफगाणिस्तानवर अमेरिकन हल्ला :

ओसामा बिन लादेन व त्याच्या अल् कायदा या दहशतवादी संघटनेनेच अमेरिकेवर हल्ला केला, अशी अमेरिकेची खात्री पटली व ती त्याने इतर राष्ट्रांना पटवून दिली. दरम्यान ओसामा बिन लादेन, तालीबान राजवटीच्या आश्रयाला असून तालीबान राजवटीने त्याला आमच्या स्वाधीन करावे, अशी अमेरिकेने त्यांच्याकडे मागणी केली. पण तालीबान नेत्यांनी ही मागणी फेटाळून लावली. त्यामुळे ओसामा बिन लादेन व त्याला आश्रय देणाऱ्या तालीबान राजवटीला धडा शिकवण्यासाठी अमेरिकेने ६ ऑक्टो. २००१ ला भारतीय प्रमाणवेळेनुसार रात्री ९. ३० वाजता अफगाणिस्तानवरील हल्ल्याला सुरुवात केली.

अमेरिकन विमानदल व नॉर्दन अलायन्सची जमिनीवरील फौज यांनी अफगाणिस्तानमधून तालीबान राजवटीचा पूर्णपणे पराभव केला होता. पण एक गोष्ट

निश्चित होती की, अमेरिका-अफगाणिस्तान युद्ध एक महिना सात दिवस चालले. या युद्धात अमेरिकेने मोठ्या प्रमाणात अफगाणिस्तानवर हवाईहल्ले केले. एका महिन्याच्या हवाई कारवाईमध्ये पाच लाख पौण्डापेक्षा जास्त वजनाची बॉम्बफेक अफगाणिस्तानवर करण्यात आली. दोन, तीन आणि पाच हजार किलो वजनाचे, २० फूट जाडीचे काँक्रीटचे बँकर्स फोडणारे बॉम्ब वापरण्यात आले. पण अमेरिकेविरुद्ध तालीबान असे जमिनीवरील युद्ध झाले, अशा प्रकारचा उल्लेख मात्र कोठेच आढळत नाही. नॉर्दन अलायन्स व अमेरिकन हल्ल्यांच्या भीतीमुळे सर्वच ठिकाणांवरून तालीबान सैनिक पळून गेले होते. जाताना त्यांनी अफगाणिस्तानची सरकारी मालमत्ता आपल्याबरोबर नेली होती किंवा नष्ट केली होती. ओसामा बिन लादेन व मुल्ला ओमर यांचा कोठेच पत्ता लागला नाही. काही का असेना, अमेरिका व नॉर्दन अलायन्सचा विजय झाला खरा! परंतु तालीबान पूर्णपणे हरले आहे, असे मात्र म्हणता येणार नाही, तर ते अफगाणिस्तानात मधून मधून डोके वर काढणारच यामध्ये तिळमात्र शंका नाही.

अफगाणिस्तानची अंतर्गत समस्या :

६ ऑक्टोबरला अमेरिकेने अफगाणिस्तानवर हल्ले करण्यास सुरुवात केली. त्यानंतर तालीबान राजवटीमधील अरब आणि अफगाणिस्तान जनतेमध्ये वितुष्टाला सुरुवात झाली होती. मुळातच अरब लोक व ओसामा बिन लादेन हे अफगाणिस्तानमध्ये आलेले अफगाणिस्तानी जनतेला आवडलेले नव्हते. कारण ते परके होते. आता तर हेच अरब अफगाणिस्तानी जनतेला हुकूम सोडायला लागलेले होते. अमेरिकन बॉम्बहल्ल्यांत फक्त अफगाणिस्तानचे तालीबानी मरत होते, परके तालीबानी दररोज जागा बदलत होते. शिवाय त्यांच्याकडे अत्याधुनिक शस्त्रास्त्रे होती. हे लोक पावलोपावली अफगाणिस्तानच्या लोकांना अपमानास्पद वागणूक देत होते. त्यामुळे अफगाणिस्तानच्या लोकांमध्ये चीड निर्माण होत होती. त्यातूनच तालीबान सैन्यात दोन गट पडून त्यांच्यात अंतर्गत संघर्ष सुरू झाला होता. त्याचीही झळ अफगाणिस्तानच्याच जनतेला बसत होती, परकीय तालीबानला नाही.

अफगाणिस्तानात मुळातच गरिबी आहे. पण या गरिबीचीही जणू काही त्या जनतेला सवयच झालेली होती. कारण गेल्या कित्येक दिवसांपासून ती हलाखीत जगत होती. अमेरिकन बॉम्बहल्ल्यांमुळे त्यांच्या गरिबीत जास्तच भर पडली होती. त्यामुळेही जनता तालीबान राजवटीच्या विरोधात बंड करून उठेल, अशीही शक्यता नव्हती. एकंदरीत त्यांच्या गरिबीमुळे अफगाणिस्तानच्या अंतर्गत समस्यांत मात्र वाढच होत होती.

अमेरिकन हल्ल्यांमुळे संपूर्ण अफगाणिस्तानात मोठ्या प्रमाणात पळापळ सुरू झाली होती. या युद्धाचा अफगाणिस्तानच्या जनतेवर मानसिक परिणाम मोठ्या प्रमाणात होऊ लागला होता. त्यातच अनेक लोक या हल्ल्यांमुळे आपला देश सोडून पाकिस्तान व इराणच्या आश्रयाला निर्वासित म्हणून जाऊ लागले होते. पाकिस्तानने उघडलेल्या छावण्यांमध्ये अफगाणिस्तानचे जे लोक आश्रयाला गेले होते, त्यामधील असंख्य मुले व माणसे तेथील अन्न, आरोग्य या सेवांच्या कमतरतेमुळे मरत होती; आणि जे अफगाणिस्तानात राहिले, त्यातील काही अमेरिकन हल्ल्यामुळे मारले गेले. त्यातच अमेरिकन आदेशामुळे पाकिस्तानने अफगाणिस्तानला लागलेली आपली सीमा बंद केल्याने अफगाणिस्तानी लोकांना पाकिस्तान आपल्या हद्दीत येऊ देत नव्हता. त्यामुळे तर त्यांच्या हालात मोठ्या प्रमाणात भरच पडलेली दिसते. अमेरिकेच्या हल्ल्यामुळे अफगाणिस्तानमधील अमली पदार्थांचा व्यापार बंद होण्याऐवजी पाकिस्तानच्या आशीर्वादाने वाढलेलाच दिसून येतो. या व्यापारामुळेच दहशतवाद्यांना किंवा तालीबानला मोठ्या प्रमाणात मदत करण्यावर पाकिस्तानचा भर असलेला आपणांस दिसतो. या अमली पदार्थांच्या दहशतवादामुळे येथील परिस्थिती कमालीची अस्थिर बनलेलीही दिसते. अमली पदार्थांच्या या व्यापारामुळे समाजजीवनावर अत्याचार आणि अर्थव्यवस्थेला गुन्हेगारी रूप दिले जात असल्याने सामान्य जनहित, त्यांच्या वेगवेगळ्या संबंधाची झीज होत होती. अफगाणिस्तानातील राजकीय व्यवस्थेचा ढाचा यामुळे कमकुवत होत चाललेला होता. एकंदरीत अफगाणिस्तानच्या विकासाला सर्वच बाजूने, त्यातच अमेरिकन हल्ल्याने तर खीळच बसलेली दिसून येते. याचाच अर्थ सामान्य अफगाणिस्तानी लोकांच्या हालात या युद्धामुळे मोठ्या प्रमाणात भरच पडलेली दिसून येते. साहजिकच अफगाणिस्तानच्या अंतर्गत परिस्थितीत शांतता, सुव्यवस्था, सुरक्षा त्याचप्रमाणे बेरोजगारी, आर्थिक विषमता, स्त्रीजीवन, सामाजिक व राजकीय व्यवस्था यांबाबत अनेक समस्या त्यामुळे निर्माण झाल्या होत्या.

करझाई शासन आणि त्यांच्यापुढील आव्हाने :

अमेरिकेने अफगाणिस्तानावर हल्ला करून तेथील तालीबान राजवटीचा पराभव केला. त्यानंतर तेथे शांतता, स्थैर्य व सुरक्षा निर्माण करण्यासाठी डिसेंबर २००१ मध्ये जर्मनीतील बॉन येथे परिषद होऊन हमीद करझाई यांची हंगामी प्रशासनाच्या प्रमुखपदी नियुक्ती झाली. पुढे २००२ मध्ये त्यांची हंगामी अध्यक्ष म्हणून निवड झाली. त्यानंतर २००४ मध्ये तेथे प्रथमच संयुक्त राष्ट्रसंघाच्या मदतीने निवडणूक झाली होती; त्यामध्ये करझाई विजयी ठरले. त्यानंतर तेथे २० ऑगस्ट २०१० ला अध्यक्षीय निवडणूक

झाली व त्यामध्ये हमीद करझाई ५४.१ टक्के मते मिळवून विजयी झाले आहेत. अध्यक्षीय निवडणुकीबरोबर देशातील ४२० स्थानिक परिषदांच्याही निवडणुका झाल्या. विशेष महत्त्वाची गोष्ट म्हणजे या निवडणुकीचे व्यवस्थापन प्रथमच स्थानिक यंत्रणेने आणि अधिकाऱ्यांनी केले आहे. पण करझाई यांची अध्यक्षपदी झालेली निवड भ्रष्टाचारी मार्गानेच झालेली आहे, हे सर्व जण जाणून आहेत. त्यांनी स्वत:च्या निवडीची चौकशी करायला नेमण्यात आलेल्या समितीलाच बरखास्त करून टाकले. त्यामुळे करझाई यांचे प्रशासन भ्रष्टाचाराने किती किडलेले आहे याची कल्पना येऊ शकते. अशा या सध्याच्या हमीद करझाई शासनापुढे अफगाणिस्तानची राष्ट्रबांधणी किंवा पुनर्रचना करताना अनेक आव्हाने आजही उभी असलेली आपणांस दिसून येतात. त्यांतील काही आव्हाने खालीलप्रमाणे आहेत–

१. भ्रष्टाचार : अफगाणिस्तानात राजकीय भ्रष्टाचार हा नवा नाही. तो पूर्वीच्या साम्यवादी राजवटीतही होता. सोव्हिएत रशियाचे सैन्य माघारी गेल्यानंतर संपूर्ण देशात यादवी पेटून अराजकता माजली. सोव्हिएत फौजांशी मुकाबला करण्यासाठी अमेरिकेच्या मदतीने तयार करण्यात आलेल्या मुजाहिदीनांच्या अनेक टोळ्या एकत्र येऊन सत्तालालसेने अफगाणिस्तानचा कब्जा घेण्याच्या दृष्टीने प्रयत्न करू लागल्या. अफगाणिस्तानातील पोकळीबद्दल जगातील अनेक देशांनी चिंता प्रगट केली, तर पाकिस्तानच्या आयएसआयने या परिस्थितीचा फायदा घेऊन पूर्वीपासून माहीत असलेल्या कंदाहारी विद्यार्थी संघटनेला हाताशी धरले व त्यातूनच तालीबानने सत्ता हाती घेतली. त्यांनी देशाची फेरउभारणी केली नाही. त्यांनी मशिदी व पेट्रोलपंपाची उभारणी केली. टेलिफोनचे खांब उखडून टाकून त्यांनी त्यातल्या तांब्याची पाकिस्तानात सरसकट विक्री केली, असे बोलले जाते. त्यांनी देशाचा विकास फार मागे लोटला. त्यांनी अफूच्या लागवडीला प्राधान्य दिले व आपल्या एजंटांद्वारे आणि आयएसआयमार्फत त्याचा पाश्चिमात्य देशांत व्यापार केला. त्यातून मिळणाऱ्या पैशांतून सर्रास शस्त्रखरेदी केली. आज अफूचे उत्पादन ८ हजार टनाच्या घरात होत आहे व आंतरराष्ट्रीय बाजारात त्याची किंमत ६०० कोटी डॉलर्सपर्यंत आहे. अध्यक्ष करझाई यांचे दोन बंधू मंत्रिमंडळातील काही सदस्य व इतर निकटवर्तीय यांचा अफूच्या चोरट्या व्यापारात सहभाग असल्याचा आरोप आहे.

२. वॉरलॉर्डस् : आज काबूल या राजधानीत करझाई यांची सत्ता जरी असली, तरी देशाच्या ३४ प्रशासकीय विभागांत इतर प्रबळ 'वॉरलॉर्डस्' यांचेच प्राबल्य आहे. त्यांचा केंद्रीय नेतृत्वाला नेहमीच विरोध राहिला आहे. पुश्तू हाच अफगाणिस्तानातील सर्वांत मोठा वांशिक गट आहे आणि त्यानेच या देशावर सुमारे

२५० वर्षे राज्य केले आहे. तालीबान हा प्रामुख्याने पुश्तू, त्यातही दुर्राणी पुश्तू आहे. याउलट, हमीद करझाई हे पोपालझाई या जमातीचे नेते आहेत. पुश्तू जमातीला दुसऱ्या जमातीचे राज्य व वर्चस्व नको असल्याने देशाचा कारभार चालवणे करझाई यांना अवघड जात आहे. अशा परिस्थितीत करझाई पुढील वर्षात देश कसे चालवतात हे काळच ठरवेल.

३. शांतता, सुरक्षितता व स्थैर्य निर्माण करणे : आज अफगाणिस्तानच्या राष्ट्र उभारणीमध्ये शांतता, सुरक्षितता व स्थैर्याना अंतर्गत व बहिर्गत शत्रूंपासून प्रामुख्याने धोके आहेत. अंतर्गत धोके खालीलप्रमाणे सांगता येतील –

अ. सध्याच्या हमीद करझाई प्रशासनामध्ये वेगवेगळ्या वंशाचे मंत्री समाविष्ट आहेत. पण त्यांच्यात एकी नाही. सत्तेसाठी त्यांच्यात संघर्ष आहे. सत्तेसाठी ते कोणत्याही स्तराला जाऊ शकतात, याची जाणीव राष्ट्राध्यक्ष करझाई यांना असल्यामुळे ते सतत याच तणावाखाली असतात.

ब. अफगाणिस्तानमध्ये जे श्रीमंत शेतकरी आहेत, त्यांना सुभेदार किंवा वॉरलॉर्डस् या नावाने ओळखतात. हेच लोक पैशांच्या जोरावर सैन्याची निर्मिती करून देशाच्या सत्तेची स्वप्ने पाहू लागले आहेत. कारण आज त्यांच्याकडील सेना राष्ट्रीय सेनेपेक्षा अधिक सज्ज व प्रभावी आहे. त्यांच्याकडून अफगाणिस्तानचा गळा केव्हाही आवळला जाऊन तेथे यादवी येऊ शकते. हाच राष्ट्राध्यक्ष करझाई प्रशासनापुढील प्रमुख धोका आहे.

क. आज अफगाणिस्तानची शांतता, स्थैर्य व सुरक्षितता अमेरिका, नाटो व इतर परकीय सेनेमुळे टिकून आहे. ते जर देशातून निघून गेले, तर देशाची सेना व पोलीसदल हे तालीबान किंवा अल् कायदा या दहशतवाद्यांपुढे टिकाव धरू शकतील का? याही प्रश्नामुळे राष्ट्राध्यक्ष करझाई प्रशासन हतबल झाले आहे.

बहिर्गत धोक्यांमध्ये तालीबान या दहशतवादी संघटनेचा व त्यांना छुप्या मार्गाने मदत करणाऱ्या पाकिस्तानचाच समावेश करता येईल. हे बहिर्गत धोके खालीलप्रमाणे सांगता येतील–

अ. कोणत्या ना कोणत्या प्रकारे तालीबानला पाठबळ देण्याचे पाकिस्तानचे धोरण आणि ते उघड झाले असतानाही त्यांना पाठीशी घालण्याचा अमेरिकेचा पवित्रा यामुळेही अफगाणिस्तानच्या शांतता, सुरक्षितता व स्थैर्यापुढे आव्हान उभे राहू शकते. आज तालीबान दहशतवादी हे अफगाणिस्तान–पाकिस्तान सीमेवरील पश्तून पट्ट्यातील दुर्गम भागात आहेत. तेथून ते गनिमी काव्याने नाटो व अफगाणिस्तानच्या सैन्यावर हल्ले करून त्यांची शांतता व स्थैर्य धोक्यात आणताना दिसून येत आहेत. शिवाय

अमेरिका किंवा नाटो सैन्य अफगाणमधून बाहेर पडण्याची तसेच अफगाण सरकार अडचणीत येण्याची ते वाट पाहत आहेत.

ब. २००५ मध्ये पाकिस्तानने वझिरीस्तानमध्ये दहशतवाद्यांबरोबर शांततेचा करार केला. हा भाग अफगाणिस्तानला लागून आहे. याच भागात अलीकडे दहशतवादी कारवाया जोरात चालू झालेल्या आहेत. त्यातच अफगाणिस्तानातील आत्मघातकी हल्ल्यांतही वाढ झालेली आहे. या कृत्यांमागेही पाकिस्तानच आहे. त्यातच अफगाणिस्तानचे पाकिस्तानशी संबंध चांगले नाहीत. शिवाय अफगाणिस्तान स्थिर व शांत व्हावे, असे पाकिस्तानला वाटत नाही. हेसुद्धा राष्ट्राध्यक्ष करझाई शासनासमोरील अवघड आव्हान बनले आहे.

क. तालीबानरूपी दहशतवादाची झळ अफगाणिस्तानला मोठ्या प्रमाणात बसत आहे. या संदर्भात २० सप्टेंबर २००६ ला संयुक्त राष्ट्रांच्या आमसभेमध्ये हमीद करझाईंनी असे सांगितले की, अफगाणिस्तान दहशतवादाचा आज अतिभयंकर स्वरूपात बळी ठरत आहे. त्याच वेळी त्यांनी अफगाणिस्तानातील अंतर्गत व बहिर्गत दहशतवाद संपुष्टात आणण्याची आंतरराष्ट्रीय समुदायाला विनंती केली. एप्रिल २००७ मध्ये त्यांनी तालीबानला अफगाणिस्तानात शांतता प्रस्थापित करण्यासाठी अफगाणिस्तानच्या प्रवाहात येण्याचे आवाहन केले.

ड. अफगाणिस्तानातील वांशिक अस्मिता व टोळ्यांच्या अतिरेकी निष्ठा यांचा गैरफायदा तालीबानने घेतला, तर ते देशाच्या शांतता, स्थैर्य व सुरक्षिततेला मोठे आव्हान निर्माण होईल.

४. देशाची उभारणी : देशाची उभारणी करण्याची अवघड कामगिरी आज हमीद करझाई शासनासमोर आहे. कारण गेल्या २० ते २२ वर्षांपासून सतत होणाऱ्या यादवीमुळे अफगाणिस्तान पूर्णपणे बेचिराख झालेला आहे. तेथील सर्व पायाभूत सुविधा नष्ट झालेल्या आहेत. त्या सुविधा पूर्ववत करणे, गावागावात चैतन्य निर्माण करणे, प्रत्येक गावामधील अर्थव्यवस्था, जमीन सुधारणा, शैक्षणिक, मेडिकल, आरोग्यविषयक सेवा, दळणवळण व्यवस्था, रस्तेबांधणी, खासगी क्षेत्राचा विकास व इतर सुविधा सुधारण्याची गरज मोठ्या प्रमाणात आहे. यासाठी कोट्यवधी रुपयांची गरज आहे. जगातील श्रीमंत राष्ट्रे ही मदत अफगाणिस्तानला उपलब्ध करून देतीलही. पण रकमेचा योग्य तो उपयोग झाला पाहिजे. देशाची उभारणी करताना वाढलेली महागाई, त्यातून निर्माण झालेला भ्रष्टाचार सरकारला आटोक्यात आणावा लागणार आहे. अन्यथा अफगाणिस्तान उभारणीसाठी मिळालेली मदत लोक उदरनिर्वाहासाठी लुटून नेण्यास मागेपुढे पाहणार नाहीत. हे टाळण्यासाठी सर्वसामान्यांच्या गरजा भागवून

त्यांचे सहकार्य घेऊन देशाची उभारणी करण्याचे मोठे आव्हान करझाई सरकारपुढे आहे.

५. निर्वासितांचे पुनर्वसन : अफगाणिस्तानमधील अंतर्गत यादवी, सोव्हिएत रशियाचा हस्तक्षेप व माघार, त्यानंतरची तेथील यादवी, तालीबान राजवटीच्या अत्याचाराला कंटाळून लाखो लोक इराण, पाकिस्तान व इतर राष्ट्रांच्या आश्रयाला गेले. आश्रयाला गेलेले हे लोक निर्वासित म्हणून तेथेच राहिले. अफगाणिस्तान सोडून गेलेल्या या लोकांची अफगाणिस्तानमधील घरे नष्ट झालेली आहेत. शेती नापीक बनलेली आहे, तर काही लोक आपल्या व्यापारधंद्याला मुकलेले आहेत. अफगाणिस्तानातील श्रीमंत वर्ग मात्र युरोपियन देशांत स्थलांतरित झाला होता. आज अफगाणिस्तानात लोकशाहीप्रणित शासन स्थापन झाले आहे. हळूहळू तेथे शांतता प्रस्थापित होऊ लागलेली आहे, तेव्हा निर्वासित म्हणून वेगवेगळ्या देशांत गेलेल्या लोकांना सन्मानाने परत बोलावून घेतले जात आहे किंवा ते स्वत:हून आपल्या देशात परतू लागलेले आहेत. या सर्वांचे चांगल्या प्रकारे पुनर्वसन झाले पाहिजे. त्यांना अत्यावश्यक सेवा पुरवल्या पाहिजेत. अन्यथा ते शासनावर नाराज होतील. अशा वेळी दहशतवादी संघटना त्यांना प्रलोभने दाखवून आपल्या बाजूला वळवतील. असे झाल्यास परत एखादी तालीबानी फौज तेथे निर्माण होईल व त्यांच्यामुळे होणारे परिणाम देशासाठी घातक असतील. त्यामुळे निर्वासितांचे पुनर्वसन योग्य पद्धतीने करण्याचे मोठे आव्हान करझाई शासनापुढे आहे.

६. लोकशाही टिकवणे व तिचे संरक्षण करणे : अफगाणिस्तानात लोकशाही प्रस्थापित होऊन तिचे संरक्षण झाले पाहिजे, असे अफगाणिस्तानातील जनतेबरोबरच जगातील अनेक राष्ट्रांना वाटते. पण तेथे लोकशाही टिकवणे व तिचे संरक्षण करणे, फारच अवघड असे काम आहे. कारण गेल्या २५ वर्षांच्या कालावधीतील अत्याचाराच्या, अस्थैर्याच्या, रक्तपाताच्या जखमा अफगाणिस्तानचा समाज विसरू पाहत आहे. पण ते अद्याप त्यांना शक्य झालेले नाही. कारण या २५ वर्षांच्या कालावधीत तेथील कित्येक लाख माणसे मारली गेलेली आहेत, कित्येक लाख मुलांनी आई-वडिलांपैकी एक पालक गमावलेला आहे. ७० टक्क्यांपेक्षा जास्त जनता हमीद करझाई सत्तेवर आले, तेव्हा कुपोषणग्रस्त होती. अन्नधान्याची कमतरता हीतर तेथील जुनीच समस्या आहे. यामुळे अफगाणिस्तान स्त्री-पुरुषांचे आयुष्यमान ४० ते ४६ च्या दरम्यान झालेले आहे. अशा या राजकीय परिस्थितीमुळे आर्थिक, सामाजिक, मानसिक व बौद्धिक अशा सर्वच आघाड्यांवर पोळून निघालेले अफगाणिस्तानी तरुण आणि मध्यमवयीन पुरुषही उपजीविकेचा मार्ग म्हणून भलत्याच

मोहात पडले आणि त्यांनी हाच मार्ग स्वीकारला, तर तेथे लोकशाही टिकवणे व तिचे संरक्षण करणे फारच कठीण होऊन जाईल. हेसुद्धा एक मोठे आव्हान करझाई सरकारपुढे आहे.

७. अफू शेती : सोव्हिएत रशियन फौजा अफगाणिस्तानातून निघून गेल्यानंतर तेथील आपला रस संपला म्हणून अमेरिकेने अफगाणिस्तान मुजाहिदीनांना दिली जाणारी मदत थांबवली. त्यामुळे मुजाहिदीन व त्यांना मदत करणारे पाकिस्तान यांना आर्थिक चणचण भासू लागली. ती दूर करण्यासाठी पाकिस्तानच्या पुढाकाराने तेथे अफूशेतीला व अफूच्या बोंडातून चीक गोळा करण्याच्या कामाला सुरुवात झाली. यामधूनच त्यांना प्रचंड पैसा मिळू लागला. शेतकऱ्यांनाही उत्पन्नाचा चांगला मार्ग सापडला. हमीद करझाई सत्तेवर आले. त्यानंतरही यामध्ये फारसा फरक पडला नाही. तेव्हा जानेवारी २००२ मध्ये त्यांनी अफूशेतीवर बंदी घातली. पण त्याला योग्य तो प्रतिसाद मिळाला नाही. जोपर्यंत अफूशेतीला तेथे दुसरा मार्ग उपलब्ध होत नाही, तोपर्यंत अफूशेती बंद होणार नाही. अफूशेतीमुळे आम्ही मुलांना पोटभर जेवण, पुरेसे कपडे व चांगले शिक्षण देऊ शकतो, असे तेथील शेतकऱ्यांचे यावर युक्तिवाद आहेत. युनायटेड नेशन्स ऑफिस ऑन ड्रग्ज अ‍ॅण्ड क्राईम (यूएनओडीसी), व्हिएन्ना यांनी करझाई शासनापुढे आकडेवारीनिशी एक अहवाल सादर केला. त्यानुसार अफगाणिस्तानमध्ये एकूण मोठ्या ३४ प्रांतांपैकी २९ प्रांतांतून अफूशेती मोठ्या प्रमाणात केली जाते. अफूशेतीवर तेथे जवळजवळ २० लाख लोक गुंतलेले आहेत. असे त्यामध्ये नमूद केले होते. हीच अफूशेती अफगाणिस्तानच्या राष्ट्रउभारणीस राष्ट्राध्यक्ष करझाई यांच्यापुढे अडथळा ठरत आहे. त्यामुळे अफूशेती नष्ट करणे हेही एक मोठे आव्हान करझाई प्रशासनापुढे आहे.

८. मादक द्रव्यांचा व्यापार : जगातील एकूण अफूपैकी ७५टक्के अफू एकट्या अफगाणिस्तानमार्फत पिकवून जगाला पुरवली जाते, अफूपासून वेगवेगळ्या प्रकारची मादक द्रव्ये तयार केली जातात. आजच्या परिस्थितीत मादक द्रव्ये अफगाणिस्तानच्या अर्थकारणात प्रमुख बनली आहेत. कायदेशीर अर्थकारणापेक्षा अफूचे अर्थकारण प्रभावी समांतर आघाडी बनू पाहत आहे. अलीकडे अफूपासून हेरॉईनच्या निर्मितीला सुरुवात होऊन त्यांचा व्यापार वाढू लागला आहे. यामधूनच अफगाणिस्तानमधील शेतकरी, आंतरराष्ट्रीय गुन्हेगारी संघटना, गुन्हेगारांच्या सिंडिकेट्स यांचे व्यवहार व गुन्हेगारी जगात मादक द्रव्यांची निर्यात करण्याचे गुन्हेगारी जाळे यांचा कब्जा आता अफगाणिस्तानच्या अर्थकारणावर होऊन संपूर्ण देशावर त्यांची पकड बसण्याचा धोका निर्माण झाला आहे. यामधून तेथे केव्हाही उद्रेक होऊन अफगाणिस्तान यादवीच्या

दिशेने वाटचाल करू शकतो. यादवीचा अनुभव अफगाणिस्तान जनतेला आहे. पण नव्या यादवीत आंतरराष्ट्रीय गुन्हेगार असल्यामुळे ही यादवी मोठ्या प्रमाणात विनाशकारी असेल. साहजिकच मादक द्रव्यांचा व्यापार हेसुद्धा एक मोठे आव्हान करझाई शासनापुढे आहे.

९. पंजाबी किंवा शीख समाजाने देश सोडून जाऊ नये : प्राचीन काळी भारतातील पंजाबच्या रणजितसिंहाने अफगाणिस्तानात सतत बंडखोरी करणाऱ्यांवर जरब बसवून तेथे तीस वर्षे राज्य केले. उत्तम प्रशासन, शांतता व शांततेतून येणारी सुबत्ता कशी असते, ते अफगाणिस्तानच्या लोकांना त्यांनी दाखवले. त्यांच्या या तीस वर्षांच्या राजवटीत शीख समाजाची वस्ती अफगाणिस्तानात मोठ्या प्रमाणात वाढली. या समाजाने तेथे मोठ्या प्रमाणात व्यापार, शिक्षणसंस्था, पुरवठायंत्रणा वाढवण्यावर म्हणजेच अफगाणिस्तानच्या उभारणीस मोठ्या प्रमाणात हातभार लावला. पण पुढे अफगाणिस्तानातील यादवीला कंटाळून एक ते दीड लाख शीख भारताच्या आश्रयाला आले होते.

व्यापारामुळे देशाची भरभराट होते. शीख समाज हिम्मतवान व कष्टाळू आहे, त्यांच्यात सामाजिक बांधीलकी आहे. याचीच गरज आज अफगाणिस्तानच्या राष्ट्रउभारणीसाठी आवश्यक आहे. २००५ मधील भारताचे पंतप्रधान मनमोहनसिंग यांचा अफगाणिस्तान दौरा तेथील शीख समाजासाठी वरदान ठरला. कारण त्याच वेळी अफगाणिस्तानमधून गेलेल्या शीख समाजाने परत यावे व येथील पंजाबी व शीख मंडळींनी देश सोडून जाऊ नये, असे कळकळीचे आवाहन राष्ट्राध्यक्ष हमीद करझाई यांनी केले होते म्हणजेच पंजाबी व शीख समाजाला रोखण्याचे, त्यांच्याकडून राष्ट्रउभारणी करण्याचे व शीख समाजाचे संरक्षण करण्याचे मोठे आव्हान करझाई शासनापुढे आहे.

१०. परकीय सैन्य : अफगाणिस्तानमध्ये असलेल्या परकीय म्हणजेच अमेरिका व नाटो सैन्याचे वर्तनही चांगले नाही. ते स्थानिक जनतेशी समान पातळीवर वागत नाहीत. ते त्यांच्या संस्कृतीचा व परंपरेचा आदर करीत नाहीत. त्यांच्या खासगी आयुष्याला ते किंमत देत नाहीत. कोणतीही सूचना न देता सुरक्षेच्या नावाखाली झडतीसाठी केव्हाही दुसऱ्यांच्या घरामध्ये घुसतात. त्यामुळे स्थानिक जनतेच्या रोषात या परकीय फौजांमुळे वाढच झालेली आहे. याबाबत राष्ट्राध्यक्ष करझाई शासन हतबल असल्यामुळे हेसुद्धा त्यांच्यापुढील एक प्रमुख आव्हान आहे.

आजच्या परिस्थितीचा विचार करता लोकनियुक्त राष्ट्राध्यक्ष हमीद करझाईचे सरकार अफगाणिस्तानला अद्यापपर्यंततरी स्थिरता व शांतता मिळवून देऊ शकलेले नाही. तरीही आजपर्यंत त्यांनी अफगाणिस्तानमध्ये बऱ्यापैकी चांगले बदल घडवून

आणले आहेत, ज्यामुळे तेथील शांतता, सुरक्षितता व स्थैर्य बळकट होऊ लागले आहे. त्याशिवाय त्यांच्या काळात महिलांची स्थिती सुधारण्याचा प्रयत्न त्यांनी केलेला आहे.

सोव्हिएत रशियाचे विघटन :

शीतयुद्धात अमेरिकेला शह देणाऱ्या सोव्हिएत रशिया या राष्ट्रामधील साम्यवाद एकाएकी कोसळला. त्यामुळे केवळ पाश्चात्त्य अभ्यासकांनाच आश्चर्याचा धक्का बसला नाही, तर पूर्व युरोपातील राजकीय नेते व जनतेलाही बसला. एवढेच नाही तर जगाच्या नकाशावरून १९९१ ला सोव्हिएत संघराज्य हे नाव पुसले गेले. वास्तविक पाहता पश्चिम युरोपातील अभ्यासकांना १९८६ सालापर्यंत सोव्हिएत व्यवस्था मजबूत व स्थिर आहे, असेच वाटत होते. पण या भक्कम वाटणाऱ्या व्यवस्थेत सुधारणांचे वारे असणाऱ्या गोर्बाचेव्ह यांच्या धोरणामुळे व्यवस्थेच्या पायालाच धक्का बसला. गोर्बाचेव्ह यांचा हेतू खुलेपणा व पुनर्रचनेच्या मार्गाने समाजवादी व्यवस्था अधिक मजबूत करणे हाच होता. परंतु प्रत्यक्षात या धोरणामुळे तोपर्यंत टिकून राहिलेल्या; पण आतून पोखरल्या गेलेल्या व्यवस्थेलाच हादरा बसला. वरवर पाहता हा डोलारा पोकळ झालेला लक्षात आला नसल्यामुळे त्याच्या कोसळण्याने जगाला आश्चर्याचा धक्का बसला. नव्वदच्या दशकाच्या सुरुवातीसच जगातील सत्ताकारणाची समीकरणे बदलून टाकणारी ही अनपेक्षित घटना घडली.

सोव्हिएत संघराज्य कोसळण्याच्या कारणांचे दीर्घकालीन व तत्कालीन असे वर्गीकरण करता येईल. दीर्घकालीन कारणांमध्ये आर्थिक कारणे महत्त्वाची असली, तरी त्यांचा पाया राजकीयच होता. आर्थिक धोरणे व व्यवहार हे राजकीय विचारप्रणालीनुसार ठरत असल्याने त्यांचा विचार त्या संदर्भात करावा लागतो. त्याचप्रमाणे काही अंशी स्टॅलीनचे धोरण, विचारसरणी, प्रादेशिकता व गोर्बाचेव्हचे धोरण हीदेखील कारणे रशियाच्या विघटनास कारणीभूत झालेली आपणांस दिसतात. याशिवाय खालील काही कारणांमुळे सोव्हिएत रशियाचे विघटन घडून आले.

१. सोव्हिएत रशियाचा मोठा विस्तार : सोव्हिएत रशियाच्या विभाजनाचा हा मुख्य घटक मानावा लागतो. येथे अनेक भाषिक व वांशिक गट होते. युरोपीय रशियात जे लोक राहत होते, त्यांचे वर्चस्व सर्वच क्षेत्रांत होते. रशियातील उर्वरित भागातील लोकांबरोबर ते चांगले वागत नव्हते. साहजिकच लोकांमध्ये दुहीची भावना निर्माण झाली. रशियाचे विघटन होण्यास या लोकांचा असंतोष हे महत्त्वाचे कारण कारणीभूत ठरले.

२. केंद्रीय नियोजन व आधुनिकतेचा अभाव : केंद्रीय नियोजनावर आधारलेल्या व लवचीकपणे राबवल्या जाणाऱ्या केंद्रीकृत आर्थिक व्यवस्थेमध्ये केंद्रीकरणामुळेच एक संरचनात्मक कमकुवतपणा आला होता. उत्पादकतेत किंवा व्यवस्थापनात नवे प्रयोग वा संकल्पना राबवण्याला महत्त्व नव्हते. उत्पादनाच्या तंत्रातही नावीण्य आणण्याला फारसे महत्त्व नव्हते. कशाचे, किती उत्पादन करायचे व ते उत्पादन काय किमतीला विकायचे, हे केंद्राकडून ठरवले जात होते. बाजारपेठेतील मागणी व पुरवठातत्त्वाला वाव नव्हता. १९२० नंतर अवजड उद्योगांना महत्त्व दिले गेले. कारण देशाचा औद्योगिक पाया घडवायचा होता. सोव्हिएत रशिया महासत्ता बनण्यास हे धोरण बऱ्याच अंशी उपयुक्त ठरले. पण काहींच्या मते हे धोरण फार जास्त काळ पुढे रेटण्यात आले व त्याची उपयुक्तता व संयुक्तिकता संपुष्टात आली, तरीही ते चालू ठेवण्यात आले. १९७० नंतर संगणक क्रांतीने पाश्चात्त्य जगात क्रांतिकारक बदल झाल्यानंतरही सोव्हिएत रशियामधले हे बदल लष्कर सोडले तर पोहोचले नाहीत. औद्योगिक आधुनिकीकरणाच्या अभावी सोव्हिएत अर्थव्यवस्था तुलनात्मकदृष्ट्या कमकुवत बनली. उद्योगक्षेत्राप्रमाणेच सोव्हिएत शेतीक्षेत्रातील उत्पादकताही वाढली नाही. शेती व उद्योगक्षेत्रातील आर्थिक गतिरोधामुळे सोव्हिएत व्यवस्था एकप्रकारच्या अरिष्टात सापडली. राजकीय दृष्टीने कम्युनिस्ट शिस्त व दडपशाहीमुळे सर्व प्रकारचा विरोध दडपला जात होता. युद्धकालीन अर्थव्यवस्थेप्रमाणे जनसामान्यांच्या आकांक्षा दडपून लष्करासाठी मात्र साधनसंपत्ती उपलब्ध करून दिली जात होती. या काळात सोव्हिएत रशियामधील मृत्युदर व अर्भकांचे मृत्युप्रमाणही वाढले होते.

३. संरक्षणखर्चातील वाढ : नेपोलियन व हिटलरने रशियावर पूर्वी आक्रमण केले होते. तशा प्रकारची पुनरावृत्ती परत होऊ नये, म्हणून रशियाने आपल्या संरक्षणावरील खर्च मोठ्या प्रमाणात वाढवला. शिवाय काही बाहेरच्या राष्ट्रांमध्ये उदा. हंगेरीतील उठाव मोडून काढणे, अमेरिकेबरोबर सुरू केलेले शीतयुद्ध व अफगाणिस्तानमध्ये रशियाने हस्तक्षेप केल्यामुळेसुद्धा रशियाचा संरक्षणावरील खर्च वाढला. साहजिकच सामान्य जनतेच्या आर्थिक प्रश्नांकडे लक्ष्य देण्यास रशियाला वेळ मिळाला नाही.

४. कमकुवतपणा : आर्थिक गतिरोधाचे अरिष्ट, अर्थव्यवस्थेच्या आधुनिकीकरणाचा अभाव, शेती क्षेत्रातही अकार्यक्षमता व जोडीला अलवचीक केंद्रीय नियोजनावर/नियंत्रणावर भर देणारी व दडपशाहीवर टिकून असणारी राजकीय व्यवस्था या सर्वांमुळे सोव्हिएत व्यवस्था आतून कमजोर झाली होती. बाहेरच्या जगाला दिसणारे तिचे स्थैर्य वरवरचे होते. मिखाईल गोर्बाचेव्ह यांनी सुरू केलेल्या

आर्थिक व राजकीय सुधारणांमुळे ही व्यवस्था सुधारून भक्कम होण्याऐवजी आणखीनच खिळखिळी होऊन तिचे पूर्णत: विघटन झाले.

५. गोर्बाचेव्हचे धोरण : गोर्बाचेव्ह यांच्या ग्लासनोस्ट धोरणात माहितीचा व व्यवस्थेचा खुलेपणा अपेक्षित होता. पेरेस्त्रोइकामध्ये राजकीय व आर्थिक पुनर्रचना करण्याचे धोरण होते. गोर्बाचेव्ह यांच्या दोन्ही धोरणांपाठीमागे बदल घडवताना दडपशाहीऐवजी लोकांच्या संमतीचा आधार असावा, हा विचार होता. त्यांच्या या योजनेमागे सोव्हिएत व्यवस्था अस्थिर करण्याचा हेतू निश्चित नव्हता. परंतु ग्लासनोस्टसारखे धोरण लवकरच हाताबाहेर गेले. प्रसारमाध्यमांवरील नियंत्रणे उठल्यावर सोव्हिएत रशियामधील लोकमतावरील गोर्बाचेव्ह यांचे नियंत्रण सुटले. अभिव्यक्ती स्वातंत्र्यामुळे गोर्बाचेव्ह यांच्या विरोधकांनाही आवाज मिळाला. ग्लासनोस्ट धोरण विरोधी पक्ष निर्माण करण्याच्या हेतूने जरी राबवलेले नसले, तरी त्याची परिणती मात्र कम्युनिस्ट पक्षाची मक्तेदारी संपवण्यात झाली.

६. राजकीय व्यवस्था : ग्लासनोस्टमुळे सोव्हिएत समाजव्यवस्थेत मूलभूत बदल घडून आले. समाजव्यवस्थेतील बदलांसोबत राजकीय व्यवस्थेतही बदल केले गेले. कम्युनिस्ट पक्षाच्या एकाधिकारशाहीवर आधारित राजकीय व्यवस्था बदलून अध्यक्षीय व्यवस्था निर्माण करण्यात आली. १९८९ मध्ये झालेल्या लोकप्रतिनिधींच्या परिषदेत हे ऐतिहासिक निर्णय घेतले गेले. राजकीय व्यवस्थेवरील कम्युनिस्ट पक्षाचे नियंत्रण जसजसे सुटत गेले, तसतशी सोव्हिएत रशियाच्या विविध राष्ट्रांना बांधून ठेवणारी शक्तीही क्षीण होत गेली व त्यामुळे सोव्हिएत रशियाच्या रचनेलाच धोका निर्माण झाला. बहुवांशिक व बहुभाषिक, पंधरा स्वायत्त गणराज्यांचा मिळून बनलेला सोव्हिएत रशिया नावापुरताच संघराज्यात्मक होता. प्रबळ केंद्रीय सत्ता विचारप्रणालीचे पालन करण्याच्या दडपणामुळे व बळाच्या वापराच्या धाकामुळेच टिकून असलेले संघराज्य आता विघटनाच्या टप्प्यावर पोहोचले. या सर्व गणराज्यांना बांधण्यात कम्युनिस्ट पक्षाने महत्त्वाची भूमिका बजावली होती. या स्वायत्त गणराज्यांमध्ये प्रथमपासूनच असलेली स्वातंत्र्याची भावना पोलादी पकडीमध्ये दडपली गेलेली असली, तरी नष्ट झाली नव्हती. कम्युनिस्ट पक्षाचे अधिकार थोडे सैलावताच या गणराज्यांमधील स्वातंत्र्याच्या मागणीने उचल खाल्ली. विशेषत: लाटव्हिया, इस्टोनिया व लिथुआनिया या बाल्टिक देशांमध्ये आणि जॉर्जियामध्ये या भावनेचा जोर होता. त्याचा प्रभाव मध्य आशियाई अझरबैजान, आर्मेनिया इ. गणराज्यांवरही पडला. या स्वातंत्र्याच्या मागणीतून त्यासाठीच्या चळवळी उसळल्या व पाहता पाहता सोव्हिएत रशियाचे विघटन झाले.

७. गोर्बाचेव्हचे उदारमतवादी धोरण : गोर्बाचेव्ह यांच्या ग्लासनोस्ट धोरणाची

ही परिणती होती. मिखाईल गोर्बाचेव्ह 'राष्ट्रकांच्या प्रश्नाबाबत' असंवेदनशील होते. राष्ट्रकांच्या फुटून निघण्याच्या मागणीबाबत त्यांना अजिबात सहानुभूती नव्हती. पण बळाच्या वापराने ह्या चळवळी दडपाव्यात हे त्यांच्या उदारमतवादात बसत नव्हते. या त्यांच्या भूमिकेमुळे त्यांनी उदारमतवादी व स्थितीप्रिय अशा दोन्ही प्रकारच्या गटांचा पाठिंबा घालवला. १९९० ते ९१ च्या दरम्यान गोर्बाचेव्ह आलटून पालटून उदारमतवादी व स्थितीप्रिय गटांना संतुष्ट करण्याचा प्रयत्न करीत राहिले.

८. गोर्बाचेव्ह विरोधी वातावरण : ऑगस्ट १९९१ मध्ये कॉंझर्व्हेटिव्ह गटांनी गोर्बाचेव्ह यांच्याविरुद्ध कट करून अनेक दिवस त्यांना क्रिमियामध्येच डांबून ठेवले. गोर्बाचेव्ह यांच्या गणराज्यांकडे जास्त अधिकार सोपवण्याच्या योजनेमुळे हा गट खवळला होता. या काळात बोरिस येल्तसिन यांनी मॉस्कोमध्ये कटवाल्यांना न जुमानता तोंड दिले व नंतरच्या स्वत:च्या सत्तेचा पाया घातला. कट जरी फसला, तरी गोर्बाचेव्ह यांचे पद व अधिकार ते पुन्हा मिळवू शकले नाहीत. त्यांनीच मुक्त केलेल्या शक्ती आता त्यांच्या नियंत्रणाबाहेर गेल्या होत्या. त्यानंतर काही महिन्यांतच सोव्हिएत रशियाचे विघटन होऊन त्याजागी स्वतंत्र राष्ट्रांचा एक सैल संघ निर्माण झाला.

९. अर्थव्यवस्थेत क्रांतिकारी बदल : राजकीय घडामोडींबरोबरच आर्थिक पुनर्रचनाही चालू होती. अर्थकारण राजकारणापासून वेगळे करण्याच्या दिशेने प्रयत्न चालू झाले होते. १९८७ पासून बदल व्हायला खरी सुरुवात झाली. खासगी शेती व सहकारी उद्योगांना कायदेशीर मान्यता देण्यात आली. त्यानंतरच्या वर्षांत सरकारी उद्योगांत तयार झालेली उत्पादने खुल्या बाजारात विकण्याचे मर्यादित स्वातंत्र्य देण्यात आले. त्या सर्व उपाययोजना शासकीय नियंत्रणाखालील अर्थव्यवस्था हळूहळू 'मुक्त बाजारपेठ' व्यवस्थेच्या दिशेने नेण्यासाठी होत्या. परकीय भांडवलाला हळूहळू प्रवेश मिळाला. भांडवलशाहीपासून पूर्णपणे अलग राखणाऱ्या अर्थव्यवस्थेत एक प्रकारे क्रांतिकारक बदल होता.

१०. अर्थव्यवस्थेचा दुष्परिणाम : या आर्थिक बदलाचे परिणाम अरिष्टकारी ठरले. आर्थिक सुधारणांनी जुन्या व्यवस्थेच्या पायावरच आघात केला. आधीच्या व्यवस्थेचा आधार काढून घेताना त्याजागी नवी सक्षम आर्थिक यंत्रणा मात्र आणली नाही. नियोजन रद्द केले. पण त्याजागी व्यवस्थित चालणारी बाजारपेठेची व्यवस्था आली नाही. पेरेस्त्रोइका व ग्लासनोस्टच्या परिणामी चलनवाढ/महागाई, टंचाई व उत्पादनात घट या गोष्टी आल्या. त्याच्याच जोडीला वाढती गुन्हेगारी,सामाजिक विसकळीतपणा व भवितव्याबद्दलची अनिश्चितता हेही आले. पेरेस्त्रोइकाच्या पुनर्रचनेपेक्षा एकूण व्यवस्था मोडकळीला मात्र आली.

सोव्हिएत रशियनच्या विघटनाचे परिणाम :

सोव्हिएत रशियन विघटनाचे जे परिणाम झाले, ते पुढीलप्रमाणे-

१. सोव्हिएत रशिया या महासत्तेचा असा झपाट्याने ऱ्हास झाल्यामुळे अमेरिका ही एकच महासत्ता जगामध्ये उरली आणि तिने जगावर आपले वर्चस्व तितक्याच वेगाने प्रस्थापित करण्यावर भर दिला.

२. शीतयुद्ध समाप्त झाले आणि पूर्व युरोपात साम्यवादी सत्तेची जागा बहुपक्षीय लोकशाही सरकारांनी घेतली.

३. वॉर्सा करार संघटना बरखास्त झाली त्यामुळे आपोआपच नाटोच्या करार संघटनेचे महत्त्वही एकदम घटले.

४. सोव्हिएत रशियन संघराज्यांतून वेगळ्या झालेल्या देशांनी आपले स्वतंत्र अस्तित्व निर्माण केले आहे व तिसऱ्या जगातील अनेक देशांबरोबर अनेकविध करार केले आहेत.

५. सोव्हिएत रशियाकडून मिळणारी लष्करी, आर्थिक, राजकीय, तात्त्विक आणि तंत्रज्ञानविषयक मदत थांबल्यामुळे तिसऱ्या जगातील अनेक देशांना मोठे धक्के बसले आहेत आणि आता त्यांच्यासमोर नववसाहतवादाचा मोठा धोका आहे.

६. सोव्हिएत रशियाच्या विघटनामुळे जगातील साम्यवादाच्या मुळावरच घाव बसला आहे.

७. भरपूर लष्करी मदत करणारे एक विश्वासू मित्रराष्ट्र गमावल्यामुळे भारताचेही मोठे नुकसान झाले आहे.

८. सोव्हिएत रशियाची जागा आता रशियाने घेतली असून त्याला संयुक्त राष्ट्रसंघाच्या सुरक्षा समितीचे कायमस्वरूपी सभासदत्वही देण्यात आले आहे. त्यामुळे रशियाची राजकीय प्रतिष्ठा जरी वाढली असली, तरी जी-७ संघटनेतील देशांवर तो अवलंबून असल्यामुळे त्याला सोव्हिएत रशियाच्या संघराज्यांच्या ऱ्हासामुळे निर्माण झालेली पोकळी भरून काढणे अशक्य आहे.

९. अर्थात सोव्हिएत रशियाचे विघटन झाले, याचा अर्थ मार्क्सवाद्यांचा अंत झाला, असा मात्र नाही. ते एक असे तत्त्वज्ञान आहे की, ज्याचा उपयोग कोण करीत आहे, यावरच त्याचे यश अवलंबून आहे. जगातील शोषित जनतेस आजही मार्क्सवादी तत्त्वज्ञानाची व त्यावर आधारित समाजव्यवस्थेची तितकीच गरज आहे. एक मात्र खरे की, अभिव्यक्तिस्वातंत्र्याची गळचेपी करून जगातील कोणतेही राजकीय तत्त्वज्ञान दीर्घकाळ अस्तित्वात राहू शकत नाही, हे मात्र आपण लक्षात घेणे जरुरीचे आहे.

पूर्व युरोप :

सोव्हिएत रशियामधील घडामोडींचे तीव्र पडसाद पूर्व युरोपमध्ये उमटले. पूर्व युरोपातील साम्यवादाच्या पतनातील सर्वांत ठळक घटना होती, बर्लिन भिंतीची तोडफोड. पण पूर्व युरोपातील साम्यवादाच्या पतनाचे कारण केवळ सोव्हिएत साम्यवादाच्या पतनात नव्हते. त्यांची स्वतःची वेगळी कारणेही होती. सोव्हिएत रशियामध्ये साम्यवादी राजवट ७० वर्षे होती, तर पूर्व युरोपमध्ये केवळ ४० वर्षे. युगोस्लाव्हिया सोडल्यास इतर पूर्व युरोपीय देशांमध्ये साम्यवाद सोव्हिएत रशियाकडून लादला गेला होता. साम्यवादापासून दूर जाण्याच्या त्यांच्या प्रयत्नांना सोव्हिएत रशियाच्या सशस्त्र हस्तक्षेपाचे भय असल्यामुळे यश आले नव्हते. त्यामुळेच पूर्व युरोपातील साम्यवादाला असणाऱ्या विरोधाचा उगम शोधला पाहिजे. तसेच पूर्व युरोपातील उठावामध्ये हस्तक्षेप न करण्याच्या सोव्हिएत रशियाच्या निर्णयाची कारणेही पाहायला हवीत. पूर्व युरोपातील देशांमध्ये प्रतिकार व विरोधाची दीर्घ पूर्वपीठिका होती.

स्टॅलिनने १९४७ ते १९५३ च्या दरम्यान लादलेल्या राजवटींवर सोव्हिएत रशियाची भक्कम पकड होती. जरी 'समाजवादाकडे जाणारे वेगळे मार्ग' या तत्त्वाचा उच्चार केला जात असला, तरी वेगळेपणा एका मर्यादितच खपवून घेतला जात होता. १९५६ मध्ये हंगेरी व १९६८ मध्ये झेकोस्लोव्हाकियात जेव्हा कम्युनिस्ट राजवटीविरुद्ध उठाव झाले, तेव्हा ते सोव्हिएत लष्करी ताकदीने दयामाया न दाखवता चिरडून टाकले होते. अल्बेनिया व रूमानियामध्ये काही प्रमाणात राष्ट्रवादी सरकारे अस्तित्वात आली. अशी थोडीफार स्वतंत्रता मॉस्कोने खपवून घेतली असली, तरी आपली पकड सैल होऊ दिली नव्हती. अल्बेनियाने थोडा अधिक स्वतंत्रपणा चीन व सोव्हिएत रशियामध्ये वितुष्ट आले असताना चीनबरोबर अधिक सलोख्याचे संबंध प्रस्थापित केले होते. रूमानियाच्या सोसेस्कूचेही मॉस्कोबरोबरील व वॉर्सा कराराबरोबरचे संबंध संदिग्ध स्वरूपाचे होते. एकंदर लष्करी करारातील देशांमध्ये जेवढे ऐक्य असावे तेवढे पूर्व युरोपमधील देशांमध्ये नव्हते.

१९८९ मधील घटनांची सुरुवात खरेतर १९८० तील पोलंडमधील 'सॉलिडॅरिटी' च्या उदयाने होते. पोलंड हा नेहमीच सोव्हिएत रशियावर टीका करणारा देश राहिला होता. एक म्हणजे सोव्हिएत रशियाच्या सीमेवरील सामरिक दृष्टीने नेहमीच तो मोक्याच्या ठिकाणी आहे व दुसरे म्हणजे रशियन व पोलिश लोकांमध्ये परस्परवैराचा दीर्घ इतिहास आहे. गान्स्क बंदराच्या गोद्यांमधील कामगार संघटना म्हणून 'सॉलिडॅरिटी' ही संघटना अस्तित्वात आली. पण लवकरच ती कम्युनिस्ट

पक्षापासून स्वतंत्र अशी अर्धराजकीय संघटना बनली. जवळजवळ एकतृतीयांश पोलिश नागरिक तिचे सभासद बनले होते. पोलंडने जागतिक व्यापार संघटनेचे सभासदत्व घ्यावे का या व एक पक्ष राजवटीच्या तत्त्वाबाबत सॉलिडॅरिटीने जनमतकौलाचे आवाहन केले. यावर सोव्हिएत रशिया लष्करी हस्तक्षेप करेल, अशी भीती वाटत असताना प्रत्यक्षात जनरल यारूझेल्सी या नव्या पोलिश नेत्याला सत्तेवर आणले गेले. सॉलिडॅरिटीला लोकांमध्ये असणारा पाठिंबा वाढतच गेला. सॉलिडॅरिटीवर बंदी घातली गेली. पण १९८९ मध्ये जनरल यारूझेल्स्कीला ही बंदी उठवणे भाग पडले. एवढेच नव्हे, तर निवडणुकाही घ्याव्या लागल्या. निवडणुकांमध्ये सॉलिडॅरिटीला निर्णायक विजय मिळाल्यावर गोर्बाचेव्ह यांनी जनरल यारूझेल्स्कीला सत्ता सॉलिडॅरिटीकडे सोपवायला सांगितली. पोलंडमधील राजकीय सत्ताबदल अशा प्रकारे घडून आला.

पूर्व युरोपातील हंगेरी, ऑस्ट्रिया, पूर्व जर्मनी, झेकोस्लोव्हाकिया इ. देशांमध्येही या प्रकारचे सत्ताबदल घडून आले. हे बदल घडत असताना सोव्हिएत रशिया त्या बाबतीत काय भूमिका घेईल, ही शंका सातत्याने असताना प्रत्यक्षात सोव्हिएत रशियाने यापैकी कुठेही लष्करी हस्तक्षेप केला नाही. खुद्द सोव्हिएत रशियामधील अंतर्गत घडामोडी व बदल जसे याला कारण होते, तसेच त्याबरोबर बदलणारे सोव्हिएत परराष्ट्र धोरणही कारणीभूत होते.

पूर्व युरोपच्या प्रती असणारे सोव्हिएत परराष्ट्र धोरण 'ब्रेझनेव्ह प्रणाली' वर आधारित होते. १९६८ मध्ये सोव्हिएत प्रधानमंत्री लिओनिद ब्रेझनेव्ह यांनी असे जाहीर केले होते की, वॉर्सा करार संघटनेच्या सभासदांना त्यांच्या राजकीय विकासात केवळ मर्यादित सार्वभौमत्व असेल, म्हणजेच या राष्ट्रांच्या राजकीय घडामोडींमध्ये हस्तक्षेप करण्याचा अधिकार सोव्हिएत राष्ट्रप्रमुखांनी राखून ठेवला होता. गोर्बाचेव्ह यांनी उघडच ब्रेझनेव्ह प्रणाली सोडून दिली होती. ती सोडून देण्याच्या कारणांमध्ये ही प्रणाली ग्लासनोस्टच्या व्यापक धोरणाशी विसंगत होती, हे जसे असेल तसेच या प्रणालीच्या अभावी पूर्व युरोपीय देशांमध्ये इतक्या मूलगामी प्रमाणात बदल घडून येतील, असेही गोर्बाचेव्ह यांना वाटले नसावे. याखेरीज गोर्बाचेव्ह यांच्या भविष्यातील कल्पनाचित्रात युरोपचे विभाजन संपून एक अखंड युरोप निर्माण होण्याची संकल्पना मांडलेली होती. गोर्बाचेव्ह यांच्या धोरणामुळे एक आर्थिक सुधारित व जोमदार साम्यवादी व्यवस्था निर्माण होईल, ही आशाही कदाचित असेल. कोणत्याही कारणाने का असो, पूर्व युरोपातील राजकीय घडामोडींमध्ये सोव्हिएत रशियाचे प्रत्यक्ष नियंत्रण असणे त्यांना नको होते, हे नक्की.

सोव्हिएत रशियाचा हस्तक्षेप नाही :

परदेशांतील अयशस्वी, खर्चिक व लोकांनी उत्तरोत्तर नापसंत केलेल्या काही कारवायांमधून उदा. अफगाणिस्तानमधून माघार घेणे हाही गोर्बाचेव्ह यांच्या परराष्ट्र धोरणाचाच एक महत्त्वाचा भाग होता. लष्करी व परराष्ट्रीय धोरणांचा पुनर्विचार करून ब्रेझनेव्ह यांच्या काळातील आक्रमक व हस्तक्षेपवादी धोरणे रद्दबातल केली गेली. गोर्बाचेव्ह यांनी जर पूर्व युरोपातील स्वतंत्रतावादी चळवळी दडपल्या असत्या, तर पाश्चिमात्य देशांबरोबर सलोख्याचे संबंध प्रस्थापित करणे किंवा शस्त्रास्त्रांसंबंधी करार करणे वा व्यापारी करार करणे अवघड गेले असते. त्यामुळे पूर्व युरोपातील राजकीय उलथापालथीत सोव्हिएत रशियाने हस्तक्षेप टाळला.

युरोपातील देशांत सत्ताबदल :

या सर्व परिस्थितीत पोलंड व हंगेरीतील शासनव्यवस्था १९८९ च्या सुरुवातीला ढासळायला सुरुवात झाली व १९८९ च्या अखेरपर्यंत पूर्व युरोपातील इतरही देशांमध्ये कम्युनिस्ट राज्यव्यवस्था कोलमडल्या. पूर्व जर्मनी, झेकोस्लोव्हाकिया व बल्गेरियामध्ये नेतृत्वबदल करून व्यवस्था कोसळणे थांबवण्याचा प्रयत्न केला गेला. पण तो अयशस्वी ठरला. त्यामुळे होणारा सत्ताबदल थोडा पुढे ढकलला गेला इतकेच. १९८९ च्या नोव्हेंबर महिन्यात जर्मनीतील निदर्शकांनी बर्लिनची प्रसिद्ध भिंत तोडली. त्यामुळे दीर्घकाळ ज्या गोष्टीचे स्वप्न पाहणेही अशक्य होते, अशा जर्मनीच्या एकीकरणाची शक्यता निर्माण झाली व पुढे हे एकत्रीकरण झालेही. नोव्हेंबरमध्येच झेकोस्लोव्हाकियात सरकार कोसळले व वास्लाव हावेल हा नाटककार अध्यक्ष म्हणून निवडला गेला. रूमानियात अध्यक्ष सोसेस्कूने पोलिशी बळावर टिकून राहण्याचा प्रयत्न केला. पण डिसेंबरअखेर त्याला पकडून ठार मारण्यात आले. अल्बेनियात साम्यवाद थोडा जास्त काळ टिकला. पण तिथेही १९९० मध्ये नेतृत्वात बदल झाला.

पूर्व युरोपातील सत्ताबदलातून दिसून येते की, त्या देशांमधील राजवटी कठीण पण ठिसूळ अशा स्वरूपाच्या होत्या. त्या टिकवण्यासाठी शेवटी सोव्हिएत लष्करी बळावर अवलंबून होत्या. त्या बळाच्या वापराची शक्यता संपल्यावर या देशामध्ये अपरिहार्यपणे बदल घडून आले. या सत्ताबदलाची प्रमुख वैशिष्ट्ये पुढीलप्रमाणे-

१. पूर्व युरोपमधील साम्यवादाचा शेवट एकदमच झाला. पण साम्यवादी राजवटींना असणारा विरोध नवीन नव्हता.

२. सोव्हिएत रशियाने पूर्व युरोपीय राष्ट्रांचा एक गट जरी मान्य केला असला, तरी त्यांच्यातील फरकही मान्य केले होते.

३. पोलंडमधील सॉलिडॅरिटी या संघटनेने १९८१ मध्ये बंदी आलेली असतानाही विरोधाची धार कायम ठेवली.

४. पूर्व युरोपातील क्रांतिकारी बदलांना गोर्बाचेव्ह यांचे ब्रेझनेव्ह प्रणाली सोडून देणे उपकारक ठरले.

५. पूर्व युरोपातील साम्यवादी राजवटींमध्ये मुळातच समस्या होत्या. त्यामुळे केवळ नेतृत्वबदल करून तेथील क्रांतिकारक बदल टाळता आले नाहीत.

सोव्हिएत पतनानंतरचा युरोप :

शीतयुद्ध संपल्याचा म्हणजेच सोव्हिएत विघटनाचा सर्वांत मोठा परिणाम युरोपवर झाला. पूर्व युरोपातील सोव्हिएत रशियाने लादलेल्या साम्यवादी राजवटी एकामागून एक कोसळू लागल्या. १९९० मध्ये जर्मनीचे एकीकरण तर युगोस्लाव्हियाचे विघटन घडून आले. त्यामधून क्रोएशिया, बॉस्निया, हेर्झेगोविना, सर्बिया असे देश उदयास आले आणि विघटनानंतर वांशिक विद्वेषातून अनेक ठिकाणी वांशिक संघर्ष व कत्तली झाल्या. नाटो संघटनेलाही हस्तक्षेप करून या कत्तली थांबवणे सोपे गेले नाही.

नाटो संघटनेची व्याप्ती वाढून नव्याने स्वतंत्र झालेल्या पूर्व युरोपीय देशांना टप्प्याटप्प्याने सभासदत्व देण्यात आले. त्यामुळे नाटोची सदस्यसंख्या वाढण्याबरोबरच तिचा प्रादेशिक विस्तारही वाढला. पूर्वी रशियाच्या पुढाकाराने स्थापन झालेल्या वॉर्सा करारातील राष्ट्रे रशिया सोडून नाटोची टप्प्याटप्प्याने सदस्य बनली. २००६ मध्ये युरोपीय संघाची सदस्यसंख्या १२ होती, ती या सदस्यांच्या समावेशामुळे २७ वर जाऊन पोहोचली आहे. शीतयुद्धाच्या समाप्तीनंतर किंवा सोव्हिएत विघटनानंतर याप्रमाणे एका विस्तृत एकात्म युरोपची संकल्पना अस्तित्वात आली. युरोपीय संघाने युरोपीय संसदेबरोबरच 'युरो' या सामाईक चलनाचा स्वीकार करून एकत्र येण्याच्या प्रक्रियेतील पुढची पावले टाकली. समान आर्थिक धोरणाच्या जोडीने समान परराष्ट्र धोरण स्वीकारण्याचा युरोपीय संघाचा प्रयत्न आहे. एकत्र आल्यामुळे ताकद वाढलेला युरोपीय संघ जागतिक राजकारणातील प्रमुख आर्थिक सत्ता म्हणून पुढे येत आहे.

पश्चिम आशिया व इतर मुस्लिम राष्ट्रांतील घटना :

दुसऱ्या महायुद्धानंतर अनेक राजे तसेच हुकूमशहा यांची सत्ता संपुष्टात आली. त्यामध्ये प्रामुख्याने इजिप्तचे राजे फरूक, इराणचे शहा, आणि अफगाणिस्तानचे राजे झहीर यांचा समावेश होतो. दुर्दैवाने शीतयुद्धाच्या काळात जुने जाऊन त्यांच्या जागी नवे एकाधिकारशहा आले. त्यापैकी काहींना सोव्हिएत संघराज्यांचा आणि काहींना

अमेरिकेचा पाठिंबा होता. परंतु त्यांना अधिमान्यता मात्र नव्हती. लोकांमधून उत्स्फूर्त पाठिंबा नव्हता. जेवढी सत्ता केंद्रीभूत, तेवढी ती भ्रष्ट होत जाते. या सर्व राज्यकर्त्यांच्या बाबतीत तेच घडत राहिले. ट्यूनिशियापासून सुरू झालेली प्रस्थापितांविरोधी आंदोलनाची वावटळ इजिप्त, जॉर्डन, येमेन, लीबिया, सीरिया यांसारख्या राष्ट्रांमध्ये जाऊन पोहोचली. तेथील सत्ताधीशांना जनतेच्या रेट्यापुढे बदलावे लागले. यातून काही राष्ट्रांमध्ये अस्थिरता निर्माण झाली. म्हणजेच मुस्लिम राष्ट्रांमध्ये लोकशाहीच्या मागणीसाठी नागरिकांच्या सुरू झालेल्या आंदोलनांमुळे जगाचे लक्ष या भागाकडे वेधले गेले, हीच २१ व्या शतकातील महत्त्वाची घटना जगाच्या राजकारणाला वळण देणारी ठरली.

या उठावांचे सर्वांत मोठे वैशिष्ट्य म्हणजे या उठावांना काही मोठी योजनाबद्ध यंत्रणा राबवली जात असण्याची गरज पडली नाही. अरब राष्ट्रांमध्ये झालेली ही जी जस्मिन क्रांती आहे, याचे एक सर्वांत मोठे नि महत्त्वाचे वैशिष्ट्य म्हणजे ही मानवी इतिहासातली पहिली अशी क्रांतीची साखळी आहे. या साखळीतील क्रांती उग्र रूप धारण करीत असल्यामुळे माध्यमांची मोठी पंचाईत झालेली आहे. त्यांना क्रांतीचा चेहरा पकडता आला नाही. गर्दी आणि जनता हाच क्रांतीचा चेहरा आहे. एका अर्थाने क्रांतीतल्या नायकवादाविरुद्धची ही क्रांती आहे. तिने आपल्या अंगारात येणाऱ्या काळासाठी अनेक अर्थ लपेटून आणलेले आहेत. ते आज कोणी नीटपणे समजून घेण्याच्या मन:स्थितीत दिसत नाही.

उत्तर आफ्रिकेपासून पश्चिम आशियापर्यंत दोन खंडांमध्ये पसरलेल्या अरबी जगतात गेले सहा महिने असंतोषाचा वणवा धुमसतोय. महंमद बॉझिझी या पदवीधर फळविक्रेत्याने पोलीसी अत्याचारास कंटाळून १७ डिसेंबर २०१० रोजी स्वत:ला पेटवून घेतले आणि अरबी अस्वस्थतेच्या ज्वालामुखीचा उद्रेक झाला. ट्यूनिशियाचा हुकूमशहा बेन अली याला लोकक्षोभामुळे १४ जानेवारी रोजी पळून जाणे भाग पडले. त्याने सौदी अरेबियात आश्रय घेतला. ट्यूनिशियातून सुरू झालेली जस्मिन क्रांती आत्मदहनातूनच भडकत गेली. १३ जानेवारी २०११ रोजी मोहसीन बैतरफीफ याने आल्जीरियात स्वत:ला जाळून घेतले. १७ जानेवारी २०११ रोजी इजिप्तच्या संसदेसमोर एका व्यक्तीने स्वत:ला जाळून घेतले आणि इजिप्तमधील धुमसता असंतोष रस्त्यावर येण्यास आरंभ झाला. एकंदरीत हुकूमशाहीला आणि तिच्या अमानुष होत जाणाऱ्या यंत्रणांना आव्हान द्यायचे या नैसर्गिक ऊर्मीतून अरब जगतात राजकीय आंदोलने झाली. याशिवाय आर्थिक मंदी, बेरोजगारी, गरिबांची अतिप्रचंड लोकसंख्या, मुठभर श्रीमंतांच्या हातात एकवटलेली आर्थिक व राजकीय सत्ता, समान संधीचा बहुतेक महत्त्वाच्या क्षेत्रातील अभाव, नोकरशहा व राजकीय नेते (सर्वपक्षीय) यांच्या हातात

एकवटलेली सत्ता आणि त्यातून निर्माण होणारा अनाकलनीय भ्रष्टाचार, सर्व क्षेत्रांतील अमर्याद घराणेशाही, सरंजामदारी उद्योगसंस्था, पायाभूत सुविधांचा अभाव, निर्णय प्रक्रियेत लोकसहभागाचा निरोगी पायंडा नसणे वगैरे बाबी या क्रांतीला कारणीभूत झालेल्या आहेत. ट्यूनिशियातील ही क्रांती कसकशी पुढे सरकत गेली आणि यामधील अमेरिकन भूमिका कोणत्या प्रकारची होती. या क्रांतीचा दक्षिण आशियावर कसा परिणाम झाला याचा ऊहापोह यामध्ये केलेला आहे.

ट्यूनिशिया :

भ्रष्ट व दडपशाहीच्या सरकारी कारभाराचा फटका बसलेल्या व लोकशाहीची मागणी करणाऱ्या 'जस्मिन क्रांती' मध्ये सहभागी झालेल्या बौझीझीने स्थानिक प्रशासकीय कार्यालयाबाहेरच स्वत:ला जाळून घेतले आणि तेथील हुकूमशहा झाने अब्दीन बेग याची राजवट उलथून टाकण्यासाठी देशातील जनतेची एकजूट झाली. देशभर आंदोलन पेटले. बौझीझीच्या शरीराभोवती लपेटलेल्या ज्वालांनी पेटवलेला जनक्षोभाचा वणवा नुसता ट्यूनिशियातच पसरला नाही, तर त्याचा झंझावात होऊन प्रथम संपूर्ण पश्चिम आशिया आणि नंतर जगाच्या इतर भागांतही तो वेगाने फैलावला.

गेली २३ वर्षे सत्ता उपभोगत असलेल्या बेन अलीने आंदोलनकर्त्यांपुढे झुकत दीड टन सोन्यासह खाजगी जेट विमानाने पलायन करत सौदी अरेबियामध्ये आश्रय घेतला. सत्ता ताब्यात घेऊ पाहणाऱ्या अब्दीन बेन याचा मेव्हणा अब्जाधीश उद्योगपती बेलहसन ट्राबेली यानेही कॅनडामध्ये पलायन केले आहे. कॅनडाचे परराष्ट्रमंत्री लॉरेन्स कॅनन यांनी त्याला ट्यूनिशियाच्या ताब्यात देण्याची मागणी केलेली आहे. 'ट्राबेल्सीची मालमत्ता गोठवण्याचा प्रयत्न आम्ही करीत आहोत. मात्र, त्याने १९९० मध्ये कॅनडाचे नागरिकत्व स्वीकारले असून तो कायद्यातील पळवाटा शोधत स्वत:चा बचाव करत आहे. ट्यूनिशियात गेल्यावर आपल्याला त्रास होईल, असे सांगत तो कॅनडामध्ये राहत आहे,' असे कॅनन यांनी म्हटले आहे.

ऑक्टोबरच्या शेवटच्या आठवड्यात ट्यूनिशियामध्ये निवडणुका झाल्या. ट्यूनिशियातून अल अबिदिनी बेन अली यांना अध्यक्षपदावरून पदच्युत केल्यानंतर जनतेने उत्साहाने मतदानात भाग घेतला होता. बेन अली यांच्या काळात बंदी घालण्यात आलेल्या 'अल् नाहदा' पक्षाने २१७ पैकी ९० जागांवर विजय मिळविला. तसेच 'काँग्रेस फॉर द रिपब्लिक' पक्षाला ३०, तर 'इत्ताकटोल' पक्षाला २१ जागांवर समाधान मानावे लागले. बेन अली यांचा मित्र असणाऱ्या 'हेचमी हामदी' या लंडन येथील उद्योजकाच्या पक्षाला १९ जागा जिंकता आल्या. निवडणूक काळात अनेक

ठिकाणी जाळपोळीच्या व दगडफोडीच्या अनेक घटना घडलेल्या आहेत. या निवडणुकीत नाहदा पक्षाने सत्तेकडे आगेकूच केली. या पक्षाचे नेतृत्व रॅचीड घानौची यांच्याकडे आहे. या निवडणुकीमध्ये ७५ लाखांपेक्षा जास्त नागरिकांनी मतदान केले. नवीन प्रशासन, पोलीस यंत्रणा तसेच न्यायव्यवस्था यांच्या एकत्रीकरणातून या देशाचे प्रशासन नव्या उमेदीने सुरुवात करण्यास सज्ज झाले आहे. ट्यूनिशियात बहुपक्षीय लोकशाहीचा प्रयोग आता आकाराला/अंमलात येऊ लागला आहे. मात्र हुकूमशाहीची सवय लागलेल्या या देशासमोर लोकशाही नांदण्यासाठी प्रयत्न करण्याचे मोठे आव्हान असणार आहे.

इजिप्त :

आज इजिप्तमधील परिस्थिती ही या फसलेल्या राजकारणाचाच परिपाक आहे. आज जे काही या देशात घडते आहे, त्याची पाळेमुळे मागील काही सालामध्ये खोल रुजलेली आहेत. १९३० ला येथे मुस्लिम ब्रदरहूड या संघटनेची स्थापना झाली. राजे फारूख यांना सत्तेवरून दूर करून १९५२ साली नासर इजिप्तच्या सत्तेवर आले. इस्त्राईलच्या निर्मितीचा राग इजिप्तला अनावर होत होता. आपला देश इस्त्राईलपेक्षा मोठा करण्याच्या वेडाने नासर भारलेले होते.

हे इप्सित साध्य करण्यासाठी त्यांना लागणार होता, सुवेझवर पूर्ण कब्जा. हा कालवा जरी इजिप्तला खेटून जात असला तरी त्याची निर्मिती आणि नंतरच्या प्रशासकीय व्यवस्थेवर इंग्लंडचेच नियंत्रण होते. आणखी एक गोष्ट त्यांना करायची होती ती म्हणजे, आस्वान धरणाची उंची वाढवणे. या दोन्ही उद्दिष्टांसाठी त्यांनी अमेरिका आणि त्यावेळची दुसरी महासत्ता सोव्हिएत रशिया यांना चांगलेच झुलवले.

आस्वानसाठी त्यांना आर्थिक मदतीची गरज होती. ती पुरवायला अमेरिका आणि इंग्लंड तयार होते. पण त्यांची अट नासर यांना अमान्य होती. या दोन देशांना आर्थिक मदतीच्या बदल्यात इस्त्राईल आघाडीवर इजिप्तने शांतता पाळायला हवी होती. ती अट अर्थातच नासर यांना अमान्य होती. त्यामुळे त्यांच्यात कुरबुरी सुरू होत्या. त्यातच मदतीसाठी इजिप्त रशियाकडे झुकला. त्यामुळे अमेरिका आणि इंग्लंडचे पित्त खवळले. त्यानंतर नासर यांना मारण्याचे अनेक प्रयत्न या काळात झाले. इतके करूनही नासर बधत नव्हते. आता तर ते सुवेझच्या राष्ट्रीयीकरणाची चर्चा करू लागले होते. तेव्हा अमेरिकेने सौदी अरेबिया व ब्रदरहुड या अतिरेकी संघटनेच्या मदतीने नासरला विरोध करण्यास सुरुवात केली. त्यानंतर नासर यांनी ब्रदरहुडवर कारवाई करून त्यांच्या कार्यकर्त्यांना तुरूंगात पाठवले.

१९७० साली सत्तेवर आलेल्या अन्वर सादात यांनी तुरुंगातील ब्रदरहुडच्या कार्यकर्त्यांची सुटका केली. त्यांच्या काळात ब्रदरहुड ही सरकारी संघटना असल्यासारखीच वागली. नंतरच्या काळात त्यांच्या धर्मराजकीय बदफैलीपणा आला त्यातूनच त्यांची हत्या झाली. त्यांच्या हत्येनंतर सत्तेवर आले ते होस्नी मुबारक. मुबारक यांनी ३० वर्षे देशभर आणीबाणी लागू करण्याचा विक्रम केला आणि विरोधाचा संशय येताच तो दडपण्यासाठी पोलीस, गुप्त पोलीस इत्यादींची यंत्रणा मजबूत केली. कोणाचा संशय आला तर त्यास विनाचौकशी कोठडीत डांबण्यात येत असे. तसेच कित्येकजण नाहीसेच होते. त्यांचा कधी पत्ता लागला नाही. आणीबाणीचा उपयोग मुबारकने या प्रकारे केला.

इजिप्तमधील क्रांती :

ट्यूनिशियातील क्रांतीची प्रेरणा घेऊन, या वर्षी होणाऱ्या निवडणुका, गेल्या वर्षी खाद्यपदार्थांच्या वाढत्या किमतीविरुद्धचे आंदोलन व या वर्षी चर्चवर झालेल्या हल्ल्यांच्या पार्श्वभूमीवर देशातील जनतेने अध्यक्ष होस्नी मुबारक यांच्या सरकारविरुद्ध आंदोलन छेडले. त्यातच विकिलिक्सने या देशातील सत्ताधीशांचे पितळ उघडे पाडल्याने जनता अधिकच क्षुब्ध झाली आहे आणि त्यांनी आपले आंदोलन अधिकच तीव्र केले. यालाच पहिली विकिक्रांती असे नाव दिले आहे. पण या क्रांतीमुळे इजिप्तमधील असंतोष वाढतच गेला आणि सरकारविरुद्ध अनेक सक्रिय कार्यकर्ते संघटित होत गेले. या आंदोलनाचे मुख्य वैशिष्ट्य हे की, आंदोलन करणाऱ्यांनी घटनाबदल, नागरीक व आर्थिक स्वातंत्र्य यांची मागणी केली, धार्मिक नव्हे. तसेच मुस्लीम व ख्रिश्चन यामध्ये सामील होत होते.

या आंदोलकांनी आपले लक्ष मुबारक यांच्या नॅशनल डेमोक्रॅटिक पार्टीचे मुख्यालय, पोलीस ठाणी व सुरक्षा दलांची वाहने पेटवून देण्यावर केंद्रित केले. आंदोलकांना आधुनिक साधनसामग्रीचा उपयोग झाला. मुबारकने पहिल्यापासून विरोधक व वृत्तपत्रे यांना जरबेत ठेवले होते. सरकारी टी. व्ही. वाहिनी एकतर्फी प्रचार करत आली होती, पण लोकांनी इंटरनेट, फेसबुक, ट्विटर इ.चा वापर करून सरकारविरोधी वातावरण तापवत नेले होते. यानंतर मात्र या आंदोलनाचा विस्तार होऊ नये म्हणून इजिप्तमधील फेसबुक व ट्विटरसारख्या सोशल मीडिया, तसेच इंटरनेटवर सरकारतर्फे बंदी घालण्यात आली. त्यानंतर या आंदोलनकर्त्यांनी इजिप्तमधील आणीबाणी रद्द करण्याची मागणी केली. या आंदोलनामुळे गेल्या ३० वर्षांत प्रथमच मुबारक यांच्या सिंहासनाला हादरा बसला होता. अश्रुधूर सोडून, लाठ्या मारून आणि गोळ्या घालूनही रस्त्यावर उतरलेले

लोक हटत नाहीत, हे पाहिल्यानंतर त्यांनी आपल्या संपूर्ण मंत्रिमंडळाचा राजीनामा घेतला. मात्र त्याने आंदोलनकर्त्यांचे समाधान होण्यासारखे नव्हते. कारण मुबारक यांच्या राजवटीला लोक कंटाळले असून, त्यांनी सत्ता सोडल्याशिवाय ही रागावलेली जनता शांत होण्याची चिन्हे दिसत नव्हती. खुद्द लष्कराचीही सहानुभूती आंदोलकांना असल्याचे दिसले आहे.

भ्रष्टाचाराने पोखरलेली नोकरशाही, बेरोजगारांची वाढती फौज, आणि राज्यकर्त्या वर्गाकडून सर्वसामान्य जनतेची घोर उपेक्षा यातूनच हे उभे राहिले. मूलत: हा उठाव राजकीय आणि आर्थिक प्रश्नांवरून झालेला उद्रेक आहे. २००३ मध्ये तेथे अनेक सुधारणा करण्याचा प्रयत्न केला गेला. पण त्याने लोकांचे समाधान झाले नाही. इंटरनेटमुळे जगभरात काय चालले आहे याची माहिती लोकांना मिळू लागल्याने त्यांच्या आकांक्षा प्रचंड वाढल्या आहेत. कुठलेही राज्यकर्ते गोपनीयतेच्या कवाडाआड यापुढे लपू शकत नाहीत. इजिप्तमधील उठावातही फेसबुक किंवा ट्विटरवरून झालेल्या माहितीच्या देवघेवीचा वाटा मोठा आहे. हे आंदोलन म्हणजे राज्यकर्त्यांना आव्हान असले, तरी त्यातून लोकशाही उभी राहील असे नाही. त्यासाठी स्वायत्त नागरी समाज उभा राहावा लागतो आणि संस्थाही उभ्या कराव्या लगतात. परंतु तशी प्रक्रिया कुठे दृष्टिपथातही नाही. अमेरिकी नेते जगभर लोकशाहीची कितीही प्रवचने झोडत असले, तरी तशा प्रक्रियेला अमेरिकेने उत्तेजन दिलेले नाही. उलट एकाधिकारशाही राजवटींच्या पाठीशीच त्या देशाने आपले बळ उभे केल्याचे दिसून आले आहे. या सर्वांचे परिणाम आता भेडसावू लागले आहेत. त्यामुळेच आंदोलकांना गोळ्या घालू नका, अशा सूचना करण्याची वेळ अध्यक्ष बराक ओबामा यांच्यावर आली. ओबामा यांनी मुस्लीम जगातील अमेरिकेविषयीचा द्वेष कमी करण्याचा प्रयत्न सुरू केला असला, तरी अद्याप त्याला फारसे यश आलेले नाही. आपले हितसंबंध जपण्यासाठी सोईप्रमाणे अरब जगतातल्या राज्यकर्त्यांना हाताशी धरण्याचे धोरण अमेरिका जोपर्यंत बदलत नाही, तोपर्यंत ते येण्याची शक्यताही नाही. अशाही परिस्थितीत हुकूमशहा होस्नी मुबारक यांची तीस वर्षांची सत्ता पत्त्याप्रमाणे कोसळली.

क्रांतीनंतरचा इजिप्त :

या घटनेला आता जवळजवळ सहा महिने पूर्ण होत आहेत. सत्ता लष्कराच्या हातात देण्यात आली होती. नवी राज्यघटना बनवल्यावर निवडणुका होऊन लष्कर माघार घेईल व नागरी सरकार तेथे स्थानापन्न होईल, अशी अपेक्षा होती. पण राज्यकारभारावर आपले नियंत्रण ठेवण्याची तरतूद नियोजित राज्यघटनेत करण्याची

खेळी लष्कर खेळले आणि पुन्हा ताहरीर चौक पेटला. निदर्शने झडू लागली. गेल्या वेळची तटस्थ भूमिका सोडून लष्कराने बंदुका उगारल्या. असंख्य नागरिक मारले गेले. अजूनही मारले जात आहेत. लष्कर एक पाऊल मागे आले. राज्यघटनेतील तरतूद त्याने सुधारली, पण जनक्षोभ संपला नाही. या जनक्षोभाच्या वावटळीतच निवडणुका झाल्या. जनतेने भरभरून मतदान केले. पहिल्या व दुसऱ्या फेरीत 'मुस्लिम ब्रदरहुड' ला अनुक्रमे ६० व ४० टक्के मते मिळाली, पण हा लोकशाहीचा प्रयोग शांततेने अमलात येण्याची चिन्हे नाहीत. जनतेला लष्कर बराकीत जायला हवे आहे. लष्कराची त्याला तयारी नाही. या खडाखडीमुळे ताहरीर चौकात अजूनही जनक्षोभाचे पलिते पेटतच राहिले आहेत. असे असले तरी साऱ्या जगाचे लक्ष अजूनही इजिप्तकडेच आहे. अरब जगतातील तरुणाईच्या, लोकशाहीवाद्यांच्या आशा पल्लवित करणाऱ्या इजिप्तमध्ये नेमके काय होणार, याची सर्वांनाच उत्सुकता आहे. इजिप्तमध्येही लोकशाही स्थापन होणार का, क्रांतीच्या काळात हुतात्मा झालेल्या ८०० जणांना न्याय मिळणार का, पदच्युत अध्यक्ष होस्नी मुबारक यांना काय शिक्षा होणार, मुबारक यांच्या मुलांना, तसेच त्यांच्या भ्रष्टाचारी मंत्र्यांना त्यांच्या कृत्याची शिक्षा होणार का, असे एक नव्हे; तर अनेक प्रश्न सध्या सर्वांच्या मनात घर करून आहेत. या प्रश्नांच्या उत्तरातच या देशाचे आणि तरूणांनी घडवलेल्या क्रांतीचे भवितव्य दडले आहे.

बहारीन :

ट्यूनिशियाचे वारे इजिप्त पाठोपाठ आखातातील बहारीन या छोट्याशा अमिरातीत पोहोचले आणि राजे हमाद बिन इसा अल खालिफा यांच्या दडपशाहीच्या विरोधात जनता राजधानी मनामाच्या 'पर्ल स्वेअर' मध्ये उतरली. ही घटना १४ फेब्रवारीची. त्यामुळे बहारीनच्या या उठावाला '१४ फेब्रवारीची क्रांती' असे जगभर म्हटले गेले. सुरुवातीला राजे हमाद यांनी आपल्या पोलीस व लष्कराच्या जोरावर हा जनतेचा उठाव दडपून टाकायचा प्रयत्न केला. मात्र, त्याला यश येत नाही, असे दिसताच या अमिरातीच्या राजपुत्राने पुढाकार घेऊन जनतेच्या नेत्यांशी वाटाघाटी सुरू केल्या. बहारीनही ट्यूनिशिया व इजिप्तच्या मागोमाग लोकशाहीच्या मार्गावर वाटचाल करू लागणार, अशी चिन्हे दिसू लागली. मात्र, ही आशा क्षणिक ठरली. राजपुत्राने घेतलेला हा पुढाकार राजे हमाद यांनी थांबवला आणि काही कालावधीतच सौदी अरेबियाच्या फौजा बहारीनमध्ये दाखल झाल्या. त्यांनी जनतेचा उठाव पूर्णपणे मोडून काढला. हे होण्याचे महत्त्वाचे कारण म्हणजे बहारीनचे राजघराणे हे सुन्नी मुस्लीम आहे, तर बहुसंख्य जनता शियापंथीय आहे. पश्चिम आशियात व आखातात बहुसंख्य

राज्यकर्ते व जनता सुन्नी आहे. काही प्रमाणात विविध देशात शियापंथीय आहेत. अशा परिस्थितीत शियापंथीय इराण आणि त्याचे लष्करी सामर्थ्य व अण्वस्त्र बनवण्याची क्षमता याने केवळ अमेरिका, इस्त्राईल व पाश्चिमात्य जगच नव्हे, तर पश्चिम आशियातील अनेक देशांनाही चिंतेत टाकले आहे. अशा वेळी बहारीनमधील शियापंथीय जनतेचा आवाज तेथील राजघराण्याच्या वरचढ ठरला, तर हे लोण इतरत्र पसरू शकते आणि ते आपल्या पश्चिम आशियातील भूराजकीय रणनीतीला धोकादायक ठरेल, याची अमेरिकेने आणि त्या देशाचा पश्चिम आशियातील सर्वांत खंबीर दोस्त असलेल्या सौदी अरेबियाने जाणले. त्यानंतरच बहारीनमध्ये सौदी फौज उतरली.

खरे तर ताहरीर चौकापेक्षा मोठा रक्तपात बहारीनमध्ये झाला आणि आजही प्रचंड दडपशाही चालू आहे. पण त्याची फारशी दखल पाश्चिमात्य प्रसारमाध्यमे घेताना दिसत नाहीत आणि आंतरराष्ट्रीय घटनांसाठी त्यांच्या कलाने चालणारी भारतासह इतर देशांतील प्रसारमाध्यमे काही दाखवताना व छापताना आढळत नाहीत. विशेष म्हणजे 'अल जझिरा' ही वृत्तवाहिनी अरब देशांतील उठावाच्या बातम्या देण्यात आघाडीवर होती व आहे. पण बहारीनबाबत ही वाहिनी फारशा बातम्या देत नाही, कारण ही वाहिनी आखातातील कतारच्या सुलतानाच्या मालकीची आहे.

अशा परिस्थितीत बहारीनमधील लोकशाही क्रांतीचा निखारा सध्यातरी विझण्याच्या मार्गांवर आहे. आणखी एखादी ठिणगी पडली, तर हा निखारा पुन्हा धगधगू शकतो. मात्र, तशी शक्यता नजीकच्या काळात तरी संभवत नाही.

लीबिया :

ट्यूनिशियामध्ये एका युवकाने लोकशाहीसाठी आत्मदहन केल्यानंतर सुरू झालेल्या जस्मिन क्रांतीचे लोण इजिप्तमार्गे लीबियामध्ये येऊन पोहोचले असून, कर्नल मुहम्मद गडाफी यांच्याविरोधात आंदोलन सुरू केले. याला दिवसेंदिवस वाढता पाठिंबा मिळत आहे. लीबियातील हे आंदोलन मात्र चाळीस वर्षे अनिर्बंध सत्ता उपभोगणाऱ्या मुहम्मद गडाफी यांनी हिंसक मार्गाने दडपून टाकण्याचा प्रयत्न चालविला आहे. कारण सत्तेवर राहण्यासाठी वाट्टेल ते उपाय योजण्याचे गडाफी यांचे प्रयत्न आहेत. निदर्शकांवर बॉम्बहल्ले करण्यास त्याने मागेपुढे पाहिले नाही. वास्तविक राजधानी त्रिपोली व लगतच्या परिसरातच गडाफींचे नियंत्रण आहे. गडाफींचा हेकेखोरपणा कायम राहिला तर परिस्थिती आणखी बिघडू शकते. उठाव करणाऱ्या सामान्य लोकांना त्यांनी गंभीर परिणामांचा इशारा देत दमदाटीच चालवली आहे. 'लष्कर हाच तोडगा' यावर गडाफींचा

विश्वास असल्याने, त्यामुळेच ट्यूनिशिया व इजिप्तमध्ये रक्तविरहित झालेली क्रांती लीबियामध्ये मात्र रक्तरंजित होणार असल्याचे स्पष्ट झाले आहे.

बरोबर ४२ वर्षांपूर्वी १ सप्टेंबर १९६९ रोजी गडाफींनी राजे इद्रिस यांना हुसकावून लीबियात समाजवादी स्वरूपाचे, शोषितांचे राज्य स्थापन करण्याची घोषणा केली होती. आज इतक्या वर्षांनी लीबियामध्ये तेव्हासारखी परिस्थिती आहे. समाजवादाच्या नावाखाली गडाफींनी हुकूमशाही राबवली व जनतेचे सतत शोषण केले. तरीही गेल्या वर्षांपर्यंत गडाफींचे बरे चालले होते. अमेरिका, युरोपीय देश यांच्याशी संबंध चांगले होते. कच्च्या तेलाच्या उत्पादनापैकी ८५ टक्के तेल युरोपला व पाच टक्के अमेरिकेला पुरवून गडाफी मुबलक पैसा कमावत होते. मात्र इजिप्त, ट्यूनिशिया, बहारीन आदी देशांमध्ये आंदोलने सुरू झाली व लीबियात त्याचे लोण पोचले. जनतेने उठाव केला आणि परिस्थिती ओळखून पाश्चिमात्य देशांनी गडाफींना सत्ता सोडण्याचा सल्ला दिला. गडाफींनी तो नाकारला व बंडखोरी चिरडण्याचा प्रयत्न केला. शेवटी बंडखोरांनी 'नाटो'च्या मदतीने हवाई हल्ले करून त्यांना जेरीस आणले. बंडखोरांनीही ठिकठिकाणी गडाफींच्या सैन्याशी झुंज दिली. गडाफींना परागंदा होण्यावाचून मार्ग उरला नाही. राजवाड्याखाली बांधलेल्या भुयारातून ते आपल्या सिर्त या मूळ गावी पळून गेले.

सिर्त या मूळ गावातून पळून जाण्याचा प्रयत्न करत असतानाच बंडखोरांनी त्यांच्यावर 'ऑपरेशन लीबिया'च्या अंतर्गत हल्ला चढविला. त्यात गडाफी मारले गेल्याचे नॅशनल ट्रान्झिशनल कौन्सिलच्या (एनटीसी) सूत्रांनी सांगितले. कौन्सिलचे अधिकारी अब्दुल माजीद म्हणाले, 'अटक करण्यात आली, त्या वेळी गडाफी जखमी अवस्थेत होता. त्याच्या दोन्ही पायांना व डोक्यालाही गोळ्या लागल्या होत्या. त्यामुळे रुग्णालयात नेण्याची व्यवस्था करण्यात आली. मात्र, तत्पूर्वीच त्याचा मृत्यू झाला.' अशा प्रकारे गेली चार दशके लीबियावर एकाधिकारशाही गाजवणाऱ्या ६९ वर्षांच्या गडाफींचा शेवट झाला. दरम्यान, गडाफी मारले गेल्याचे वृत्त येण्याआधी ते अटक झाल्याची बातमी कळताच त्रिपोलीच्या रस्त्यांवर नागरिकांनी जल्लोषाला सुरुवात केली. ठिकठिकाणी मोटारींचे हॉर्न वाजवून नागरिक आनंद व्यक्त करीत होते. गडाफींचा प्रवक्ता मौसा इब्राहिम याला सिर्तमध्ये अटक करण्यात आल्याची माहिती बंडखोरांनी दिली आहे. त्यानंतर लीबियात सरकार स्थापन करण्यासाठी 'नॅशनल ट्रान्झिशनल कौन्सिल' कडून सुरू केलेल्या प्रयत्नांना यश येऊन तेथे सरकार स्थापन झाले आहे. लीबियाच्या नवीन सरकारला संयुक्त राष्ट्रांमध्ये स्थान मिळाले असले तरी अद्याप याबाबतीत कोणताही ठोस निर्णय झालेला नाही. अर्थात याबाबतचा संयुक्त राष्ट्रांमध्ये ११४ विरुद्ध १७ मतांनी हा ठराव मंजूर झाला होता. लीबियाच्या

नव्या सरकारला सुरक्षा, मानवाधिकार, राजकीय मुद्यांवर मदतीसाठी अमेरिकेनेही तयारी दाखवली आहे. मुस्तफा अब्देल जलील यांच्या नेतृत्वाखालील 'नॅशनल ट्रान्झिशनल कौन्सिल' कडे सत्ता येण्याची दाट शक्यता असल्याचे सध्या लीबियातील माध्यमांनी म्हटले आहे. सध्या लीबियाची सत्ता हंगामी पंतप्रधान मोहम्मद जिब्रिल यांच्याकडे आहे. हंगामी सरकार स्थापन झाल्यावर पुढील वर्षभरात राष्ट्रीय काँग्रेसच्या २०० जागांसाठी निवडणूक होण्याची शक्यता निर्माण झालेली आहे. अर्थात ही काँग्रेस (एका अर्थी संसद) देशाची घटना तयार करणार, त्यातून पक्षीय निवडणुकीच्या आधारावर लोकशाहीकडे लीबिया वाटचाल करेल.

लीबियापुढील आव्हाने :

नाटो किंवा पाश्चिमात्य देशांच्या मदतीने बंडखोरांना हा लष्करी विजय मिळाला. तथापि त्यामुळेच आता महत्त्वाचा प्रश्न उभा राहिला आहे तो म्हणजे लीबियात नव्याने निर्माण होणारी राजवट कोणाच्या हितासाठी काम करेल? 'आपण लीबियाची बंडखोरांच्या संघटनेच्या साह्याने उभारणी करू', असे नाटोने म्हटले आहे. मात्र ती जनतेच्या दृष्टीने धोकादायक ठरू शकते. लीबियाच्या भूमीत पाय रोवण्यासाठी पाश्चिमात्यांना आता मोकळे रान मिळणार आहे. भौगोलिकदृष्ट्या आपल्या अगदी जवळ असलेल्या लीबियामध्ये आंदोलकांना पाठबळ देण्यामागे युरोपीय देशांचा हाच हेतू आहे. बंडखोरांना लष्करी व आर्थिकदृष्ट्या परावलंबी करून आपले स्थान या देशांना बळकट करता येणार आहे. लष्करी तळ उभारण्यासाठी लीबिया हे या देशांना सोयीचे ठिकाण आहे. येथून इस्त्राईलला साह्य देणे अमेरिकेलाही सुलभ आहे. सर्वांत महत्त्वाचे म्हणजे ब्रिटिश पेट्रोलियम, शेल व इतर कंपन्यांना सुरक्षित व्यावसायिक जागा मिळण्यास लीबिया हा देश उपयोगी ठरू शकतो.

हा झाला परकीयांचा दृष्टिकोन. मुळात लीबियामधील जनतेने ज्या उद्दिष्टाने आंदोलन सुरू केले, ती साध्य करण्यासाठी आता बंडखोरांना प्रयत्न करावेच लागणार आहेत. त्यामुळे बंडखोरांच्या नेत्यांपुढे खालील आव्हाने आहेत–

१. गडाफी यांच्या विरोधात अनेक सशस्त्र गट तयार झाले. या गटांचे आपापल्या भागात प्राबल्य आहे. त्यांना एकत्र आणण्याचे आव्हान बिकट असून हे गट एकत्र आले तरी राजधानीतून केंद्रशासित अमल बसवणे त्यामुळे आणखी अवघड होईल.

२. त्रिपोलीच्या पाडावाचे श्रेय घेण्यावरून या बंडखोर गटांत संघर्ष होतील, सशस्त्र बंडखोर गटांकडून शस्त्रे काढून घेऊन तेथे सुव्यवस्थेची घडी बसविणे अवघड आहे.

३. सैन्याच्या तुकड्यांनी 'सुप्रीम सिक्युरिटी कमिटी' चे आदेश मानणे अपेक्षित असून या कमिटीकडे पोलीस, हंगामी संरक्षण दल, आणि परिसर समित्यांचे नियंत्रण अपेक्षित आहे. मात्र प्रत्येक शहरातील सशस्त्र गटांनी यापूर्वीच शहराची सर्व सूत्रे आपल्या ताब्यात घेतली आहेत.

४. शस्त्रास्त्रे ताब्यात ठेवण्यावरून बंडखोर गटांत चकमकी होतील, मिसरातातील बंडखोरांनी आपल्या ताब्यात घेतलेले रणगाडे परत देण्यास त्यांनी नकार दिलेला आहे.

५. लीबियातील तेलसाठे हे भावी संघर्षाचे मुख्य कारण होणार, त्यावरून प्रादेशिक संघर्ष भडकण्याची चिन्हे, त्रिपोलीतील गटांना झुकते माप जात असल्याची बेनगाझी शहरातील भावना आहे.

६. लीबियात यादवी सुरू असताना देशात राहून लढणारे आणि त्या वेळी देशाबाहेर गेलेल्यात संघर्ष होण्याची शक्यता नाकारता येणार नाही.

७. लीबियात कट्टर मुस्लिम गटांचा प्रभाव वाढण्याचा धोका मोठ्या प्रमाणात आहे.

८. लीबियामध्ये आतापर्यंत लिखित राज्यघटना नव्हती, ती निर्माण करून तिच्याअंतर्गत तेथे निवडणुका घेऊन सर्वमान्य सरकार स्थापन करावे लागणार आहे.

९. लीबियाची अर्थव्यवस्था सुरळीत करून जनतेच्या खिशात पैसा खेळता राहील याची तजवीज त्यांना करावी लागणार आहे.

१०. संयुक्त राष्ट्रसंघाने गडाफी यांची खाती गोठवली आहेत, ती खुली करवून घेऊन रोकड उभी करण्याचा मार्ग त्यांना उपलब्ध करावा लागणार आहे.

११. लीबियासमोर पुनर्रचनेचे अतिशय कठीण आणि महत्त्वाचे आव्हान उभे आहे. या देशातील बहुसंख्य लोक विविध जमातींचे आहेत. धर्माच्या कायद्यापेक्षा जमातींचे कायदे त्यांना जास्त महत्त्वाचे वाटतात. या सगळ्या जमातींना एका सूत्रात बांधण्यासाठी कुशल नेतृत्वाचीच गरज आहे.

लीबियात नाटोचा हस्तक्षेप :

१९११ मध्ये ब्रिटिश आरमाराने कोळशांऐवजी तेलावर चालणारी इंजिने बसवण्याचा निर्णय घेतल्यानंतर 'तेल' हे लष्करी सामर्थ्यांचे अविभाज्य अंग बनले. आणि विसाव्या शतकाच्या उत्तरार्धातील उड्डाण क्षेत्रातील प्रगतीनंतर 'तेल' हे मानवी जीवनात अन्नाएवढेच महत्त्वाचे ठरले. वास्तविक कोणत्याही देशात जनता बंडखोरी करते तेव्हा कायदा व सुव्यवस्था प्रस्थापित करण्यासाठी तेथील प्रशासनाची पहिली प्रतिक्रिया

सुरक्षा दलांचा वापर करून ती बंडाळी मोडून काढण्याचीच असते. अशा संघर्षात काही बंडखोर मारले जाणार, हे उघड आहे. अशा तऱ्हेने लीबियात हजारांवर नागरिक मारले गेल्याची ओरड करून सुरक्षा समितीला तेथील मानवी हक्कांची पायमल्ली होत असल्याची जाणीव करून देऊन नाटो देशांनी संयुक्त राष्ट्रांकडून तेथे सशस्त्र हस्तक्षेपाची परवानगी प्राप्त करून घेतली व लीबियातील पेचप्रसंग आणखीनच चिघळला.

यावरून पहिला निष्कर्ष निघतो तो असा, की भविष्यकाळात उरल्यासुरल्या तेलसाठ्यांवर मालकी हक्क प्रस्थापित करण्यासाठी बलाढ्य देश तेलसमृद्ध देशांविरुद्ध क्षुल्लक कारणे पुढे करून लष्करी कारवाई करण्यास मागेपुढे पाहणार नाहीत. यासंदर्भात इराणवर चोरट्या अण्वस्त्रनिर्मितीचा आरोप ठेवून ती थांबवण्यासाठी पाश्चिमात्य देशांनी 'सर्व पर्याय खुले' असल्याची ताकीद यापूर्वीच देऊन ठेवली आहे, हे विसरता कामा नये.

दुसरी गोष्ट म्हणजे सुरक्षा समितीत घेतल्या जाणाऱ्या निर्णयासंबंधी. ते योग्ययोग्यतेचा विचार करूनच घेतले जातात, असा सर्वसाधारण समज आहे; परंतु आता लीबिया किंवा तत्पूर्वी इराकच्या वेळी घेतलेले निर्णय केवळ वसाहतवादी देशांचे हितसंबंध जपण्याच्या दृष्टीनेच घेतले जातात, हे उघड झाले आहे. इराकच्या वेळी रशिया, चीन व जर्मनीने; तर आता रशिया, चीन, भारत व ब्राझील या देशांनी लष्करी कारवाईला असहमती दर्शवली होती. या चार 'ब्रिक' देशांची लोकसंख्या व विकासदर इतर सर्व देशांच्या तुलनेत अधिक असूनही त्याची कदर केली गेली नाही, हे लक्षात घेण्याजोगे आहे.

तिसरी आणि सर्वांत भयानक घटना म्हणजे लीबियातील कारवाईवर सुरक्षा समितीचे नियंत्रण नसून, तेथील सर्व सूत्रे 'नाटो' कराराच्या कार्यकारी मंडळाकडे सुपूर्त करण्यात आली आहेत. या अत्यंत धोकादायक निर्णयाची परिणती पुढे एक नवा भस्मासूर निर्माण होण्यास होऊ शकते. पाकिस्तानच्या 'इंटर सर्व्हिसेस इंटेलिजन्स' (आयएसआय)चे उदाहरण या संदर्भात सयुक्तिक ठरेल.

एकंदरीत आता लीबिया गडाफी यांच्या पकडीतून मुक्त झाला आहे. पण तेथे खरी बहुपक्षीय लोकशाही येईल की नाही, याची शंकाच आहे. कारण गडाफी यांच्या विरोधात लढणाऱ्यांचे नेतृत्व करणारा अब्देल हकीम बेल्हाज्ड हा अल कायद्याशी संबंधित होता. अमेरिकेच्या ग्वाटानामे तुरुंगातही तो काही वर्षे होता. याच लोकांच्या हातात सत्ता आली आहे. शरिया अमलात आणला जाईल, अशी घोषणाही त्यापैकी काहींनी केली आहे. अर्थात, अमेरिका व पाश्चिमात्य राष्ट्रांनी लीबियातील लोकशाहीत फारसा रस कधीच नव्हता व आजही नाही. त्यांना तेथील तेल व इतर नैसर्गिक

साधनसंपत्तीवर नियंत्रण हवे आहे. जाता जाता एक गोष्ट सांगायला हवी की, लीबिया वाळवंटात असूनही तेलाएवढेच तेथे पाणी मुबलक आहे. या पाण्यासाठी एका फ्रेंच कंपनीला अंतरिम सरकारने कंत्राट दिले आहे. लीबियावर बॉम्बहल्ले करण्यात नाटो राष्ट्रांपैकी फ्रान्सच आघाडीवर होता.

असो! गडाफी गेले, चांगले झाले, पुढचे ठाऊक नाही. नाहीतरी जगाला हवे आहे ते लीबियातले तेल. लोकशाहीला कोण विचारतो? पण लीबियाच्या नागरिकांचे दुष्टचक्र संपेल, असा याचा अर्थ नाही.

येमेन :

अध्यक्ष अली अब्दुल्ला सालेह यांच्या सरकारची मुदत २०१३ मध्ये संपणार होती मात्र, त्यांनी स्वत:ला तहहयात अध्यक्ष बनवण्याची घटनादुरुस्ती करून घेतली. 'आता आम्हाला बदल हवाय, त्यामुळे आम्ही अध्यक्षांविरुद्ध आंदोलन पुकारले आहे', असे शिक्षण मंत्रालयात काम करणाऱ्या अली अल हुसेनी यांनी म्हटले आहे. तीस वर्षांपासून राष्ट्राध्यक्ष असलेल्या सालेह यांच्या विरोधात देशाची राजधानी साना येथे हजारो नागरिकांनी आंदोलन सुरू केले. आपल्या राजवटीच्या विरोधात उसळलेल्या या जनक्षोभाला अली अब्दुला सालेह यांनी निर्दयीपणे चिरडून टाकण्यास सुरुवात केली. राजधानी सानात रस्त्यावर उतरलेल्या जनतेवर सालेह यांनी फौजा सोडल्या. त्यामुळे मोठी रणधुमाळी माजली. सालेह माघार घेण्यास तयार नव्हते आणि या दडपशाहीला न जुमानता जनता लढतच होती. या धुमश्चक्रीत स्वत: सालेह जखमी झाले आणि त्यांना सौदी अरेबियाला उपचारासाठी जावे लागले. त्यानंतर उपाध्यक्ष अब्दरब मन्सूर अल हादी यांनी सत्तेची सूत्रे हाती घेऊन जनतेविरुद्धचा संघर्ष चालूच ठेवला आणि काही काळाने बरे होऊन सालेह पुन्हा देशात आले.

आणि या संघर्षाला नव्याने तोंड फुटले. सुरक्षा समितीनेही त्यांच्यावर राजीनाम्यासाठी प्रचंड दबाव आणला होता. म्हणजेच जागतिक आणि अंतर्गत बंडाळीमुळे सालेह यांच्यावरील दबाब दिवसेंदिवस वाढतच होता. मात्र याला ते भीक घालत नव्हते, परंतु गडाफी यांच्या मृत्यूने त्यांचे मतपरिवर्तन झाले आणि त्यांनी पद सोडण्याचा निर्णय घेतला. त्याच वेळी येमेनची जनता आणि सालेह यांच्यात तडजोड घडवून आणण्याकरिता 'गल्फ को-ऑपरेशन कौन्सिल' च्या तर्फे मध्यस्थी करण्याचा सौदी अरेबियाचा प्रयत्न सुरू झाला आणि त्याला यश आले आहे. सौदी अरेबियाची राजधानी रियाध येथे २३ नोव्हेंबरला झालेल्या या कौन्सिलच्या बैठकीत सालेह यांनी ३० दिवसांत सत्ता सोडण्याच्या व ९० दिवसांच्या

आत तेथे निवडणुका घेण्याच्या करारावर सही केली. परंतु सालेहने जरी सत्ता सोडली असली तरी त्यांचे जवळचे नातेवाईक अद्यापही महत्त्वाच्या पदांवर कायम आहेत. येमेनची अंतर्गत परिस्थिती बिघडली तर या परिस्थितीत देशाला माझी पुन्हा गरज आहे, असे सांगत सालेह परत मायदेशी येण्याची शक्यता नाकारता येत नाही. नव्या करारानुसार सालेह यांनी आपली सत्ता उपाध्यक्षांकडे सोपवली असून देशात निवडणुका होणार आहेत. या निवडणुका फार्स झाल्या, तर जनतेला जो बदल हवा आहे तो होणारच नाही. म्हणजेच येमेनच्या जनतेचे या घटनेने फारसे समाधान झालेले नाही, कारण सत्ता सोडण्याच्या करारामध्ये सालेह तसेच त्यांच्या अनुयायांविरुद्ध खटला न चालवण्याचे आश्वासन त्यांना देण्यात आले आहे. त्यामुळे निदर्शकांमध्ये संतापाची भावना आहे. त्यामुळे अजूनही त्यांनी निदर्शने सुरूच ठेवण्याचा निर्धार केला आहे. शिवाय हा करार करताना त्यांनी राजकीय पक्षांना जे हवे होते ते फारसे दिलेले नाही. त्यामुळे या सत्तांतरामुळे लगेच येमेनमध्ये बदल होतील असे मानणे धाडसाचे ठरेल. तसेच नागरिकांनाही आपल्या लोकशाहीच्या मागणीसाठी बराच खडतर पल्ला पार करावा लागणार यात शंका नाही.

पण करारानुसार येमेनच्या सालेह यांची ३३ वर्षांची सत्ता संपुष्टात आली आहे. आता पुढे काय, हा मोठा कळीचा प्रश्न आहे आणि त्याबाबतची सौदी अरेबियाची भूमिका निर्णायक ठरणार आहे. आगामी काळात होणाऱ्या निवडणुकीत सौदी हस्तक्षेप होतो का, यावर बरेच काही ठरणार आहे. अर्थात, पडद्याआड उभी असलेली अमेरिका, सौदी अरेबिया व आखाती अमिराती यांच्यामार्फत काय घडवून आणते, हेही तितकेच महत्त्वाचे आहे. शेवटी पश्चिम आशियात काहीही व कितीही उलथापालथी झाल्या, तरी त्याने इस्राईलला धोका निर्माण होता कामा नये आणि तेलाच्या पुरवठ्यावर नियंत्रण ठेवता आले पाहिजे, अशीच अमेरिकेची रणनीती या भागात राहिली आहे. त्यामुळे सालेह गेले, तरी पुढे काय होणार, हे धुसरच राहिले आहे.

अरब क्रांती व अमेरिकन भूमिका :

अरब प्रदेशात सध्या सुरू असलेल्या घडामोडींचा संबंध खनिज तेलाशी आहे. या प्रदेशातील घडामोडींमुळे तेथील अनियंत्रित राजसत्ता, राजेशाही आणि हुकूमशहांना व त्यांच्या बोलवित्या पाश्चात्त्य धन्यांना झोपेतून जाग आली आहे. दुसरी बाब आहे इस्लामची. त्याची सगळ्यांना, विशेषत: पश्चिम युरोप व अमेरिकेला जास्त भीती वाटते. कारण आहे विरुद्ध पद्धतीची मूल्यरचना. हिंसाचाराचा आधार घेऊन दहशतवादी आपल्याला नष्ट करतील, अशी भीती पाश्चात्त्यांना वाटते. पश्चिम युरोपातील देश

आणि अमेरिकेची परराष्ट्र धोरणे याच गृहीतकावर आधारित असतात. पश्चिम आशियाबाबत पाश्चात्त्य जगाचे तीन मुख्य हेतू आहेत.

१. अरब प्रदेशांतील खनिज तेलाचा उपसा करून स्वत:साठी त्याचा वापर करणे.

२. इस्राईलला लष्करीदृष्ट्या सज्ज ठेवणे.

३. मूलतत्त्ववाद्यांवर नजर ठेवणे.

स्वार्थ साध्य करण्यासाठी अरब जनतेला राजकीय अज्ञानात ठेवण्याचे धोरण अमेरिकेने अमलात आणले. सौदी अरेबियातील निष्ठूर आणि भ्रष्ट राजेशाहीला अमेरिकेचा पूर्ण पाठिंबा आहे. सौदीचे राज्य असलेला हा देश पाश्चात्त्यांची निर्मिती आहे. पहिले महायुद्ध संपेपर्यंत जवळजवळ संपूर्ण पश्चिम आशिया म्हणजे तुर्कस्तानच्या ओटोमन साम्राज्याचा एक भाग होता. विसाव्या शतकाच्या प्रारंभी अरब प्रदेशांत खनिज तेल असल्याचा शोध ब्रिटनला लागल्यावर त्यांनी तेल हस्तगत करण्यासाठी ओटोमन साम्राज्य कमकुवत करणे सुरू केले.

महायुद्धाच्या काळात अरबांनी तुर्कांविरुद्ध उठाव करून ब्रिटिशांना मदत केली. तुर्की साम्राज्याविरुद्ध अरबांना चिथवण्याच्या कारवाया सुरू केल्यावर ब्रिटिशांनी सौदीबरोबर करार केला आणि विजय मिळाल्यावर या प्रदेशाचे आधिपत्य देण्याचे मान्य केले. ३० ऑक्टोबर १९१८ रोजी झालेल्या करारानुसार बहुतेक अरब प्रदेशाचा ताबा ब्रिटिशांना देण्यात आला. महायुद्धाच्या काळात केलेल्या मदतीचा मोबदला सौदींनी मागितला आणि ब्रिटिशांनी तो दिला. अशा प्रकारे हेजाझ, नज्द आणि असिर हे तीन प्रांत एकत्र करून १९३२ मध्ये सध्याचा सौदी अरेबिया अस्तित्वात आला आणि सौदी घराण्याची राजेशाही प्रस्थापित झाली. नव्या राजवटीने पहिली गोष्ट केली, ती देशाचे नाव बदलण्याची. ऐतिहासिक हेजाझ, नज्द आणि असिर या प्रांतांचे मिळून सौदी अरेबियाचे साम्राज्य अस्तित्वात आले.

खनिज तेलाचा ताबा आपल्याकडे ठेवण्यासाठी पाश्चात्त्य देशांनी सौदी राजवटीचा वापर केला. दुसऱ्या महायुद्धानंतर तेलासाठी अमेरिकेने सौदी अरेबियाला पंखांखाली घेतले. त्या बदल्यात तेथील भ्रष्ट राज्यकर्त्यांना मनाप्रमाणे वागण्याची मुभा देण्यात आली. मानवी हक्क, लिंगाधारित न्याय, भाषणस्वातंत्र्य, वर्तणूक, अल्पसंख्याकांचे हक्क, नागरी चळवळी, आणि धार्मिक स्वातंत्र्याच्या मुद्यांवर सौदी राजवट अत्यंत वाईट आहे.

पश्चिम आशियात लोकशाही येईल का, या प्रश्नाचे उत्तर देणे अवघड आहे. कारण अमेरिका आणि सौदी अरेबिया त्यात मुख्य अडसर आहेत. ट्यूनिशिया आणि इजिप्तचे सत्ताधीश अमेरिकेचे हित साधत असल्यामुळे अमेरिकेने तेथे थेट हस्तक्षेप

केला नाही. लीबियात गडाफींनी आंदोलकांना चिरडायला सुरुवात केल्यामुळे अमेरिका आणि नाटो देशांनी तेथे लष्करी कारवाई सुरू केली. इराणच्या राजकीय महत्त्वाकांक्षा रोखण्यासाठी बहारिनचा उपयोग होत असल्यामुळे तेथील राजवटीला अमेरिका आणि सौदी अरेबियाचा पाठिंबा आहे. निरंकुश राज्यकर्ते आणि बेबंद राजेशाहीचा प्रदीर्घ काळ सामना करणाऱ्यांनी त्याविरुद्ध आवाज उठवल्यामुळे पश्चिम आशियात अशांतता आहे. अमेरिकेने पाठिंबा दिल्याशिवाय त्यात यश येणार नाही. अक्षरश: गुलामीत जगणाऱ्या सौदी अरेबियातील जनतेने तेथील राजवटीविरुद्ध आवाज उठवण्याची गरज आहे.

अरब क्रांती व दक्षिण आशिया :

ट्यूनिशियात हुकूमशाहीविरुद्ध चळवळीची ठिणगी उडून ही क्रांतीची लाट पूर्ण उत्तर आफ्रिकेच्या देशांना व्यापून अरबी द्वीपकल्पात पोहोचली आहे. सौदी अरेबियासकट इतर अमिराती देशांनाही याची झळ लागली आहे. अजूनतरी या राजकीय त्सुनामीचा अंत दृष्टिक्षेपात नसून, तो कसा होईल व त्याचे परिणाम काय होतील, याची कल्पना कोणालाच नाही. उत्तर आफ्रिकेचे देश आपल्यापासून दूर आहेत. पण आखाती देश अगदी जवळ आहेत. तिथे होणाऱ्या राजकीय घडामोडींचा परिणाम आपल्या क्षेत्रात म्हणजेच दक्षिण आशियावर विशेषत: पाकिस्तानमध्ये कसा होणार, हा महत्त्वाचा मुद्दा आहे.

सर्व अरब देश जेथे क्रांतीची लाट पसरलेली आहे, त्यांच्या राजकीय व आर्थिक परिस्थितीत अनेक समान गोष्टी आहेत. सर्व देशांत लोकशाहीचा अभाव, एका हुकूमशाही व्यक्तीची अनेक वर्षे सत्ता, खनिज तेलावर अवलंबून असलेली आर्थिक व्यवस्था, अमेरिका आणि पाश्चिमात्य देशांचा पाठिंबा, याला जोडून बेरोजगारी आणि भ्रष्टाचार हे या देशांचे वैशिष्ट्य आहे. शिवाय असंतुष्टतेला अरबी द्वीपकल्पातील शिया-सुन्नी वाद, पण कारणीभूत झाला आहे व त्यामुळे फारसी आणि शिया अस्मितेचे नेतृत्व करणाऱ्या इराणला अरबी वादात ढवळाढवळ करायला निमित्तच झाले आहे. या घडामोडींमुळे क्षेत्रीय व संबंधित देशांच्या परराष्ट्र धोरणांना आव्हान उभे राहिले आहे. खास करून अफपाक क्षेत्रात गुंतलेल्या अमेरिकेसमोर हे सर्वांत मोठे कोडे आहे व अमेरिका-पाकिस्तान संबंधावर याचा काय परिणाम होतो, हे भारताला महत्त्वाचे आहे. आण्विक शस्त्रे असलेल्या पाकिस्तानमध्ये अरब क्रांतीला कारणीभूत असणारी निमित्ते उपस्थित आहेत. आक्रमक परराष्ट्रनीती, परावलंबी आर्थिक व्यवस्था, बेरोजगारी,

शिया-सुन्नी संघर्ष हे आहेतच. याचबरोबर सामान्य पाकिस्तानींना अमेरिका आणि पाश्चिमात्य देशांबद्दल भयंकर चीड आहे. मागे झालेल्या एका जनमत सर्वेक्षणात ६० टक्के पाकिस्तानींचे मत होते की, त्यांच्या देशाला अमेरिकेपासून सर्वांत जास्त धोका आहे. (भारताचे संकट फक्त २० टक्के लोकांना वाटले होते.) त्यांचे म्हणणे आहे की, पाकिस्तानात वाढता मूलतत्त्ववाद, दहशतवाद आणि हिंसाचार यांना अमेरिकी धोरण जबाबदार आहे. जणू त्यांच्या स्वत:च्या शासनाच्या धोरणाचा यात काहीच वाटा नाही. वाढत्या हिंसाचारात गेल्या चार वर्षांत ३० हजार लोकांचे प्राण गेले आहेत व सामान्य जनता हे सर्व मूक प्रेक्षक म्हणून पाहत आहे. कारण त्यांची लोकशाही नाममात्र आहे. पाकिस्तानच्या आर्थिक व्यवस्थेला रुळावर आणण्यासाठी जी राजकीय व सामाजिक इच्छाशक्ती लागते, ती नाही. कारण शासनाचे खरे धागेदोरे लष्कराच्या हाती आहेत. यामुळे देशाच्या एकूण उत्पन्नाचा मोठा वाटा सुरक्षादलांसाठी वापरला जातो. आज अशी स्थिती आहे की, लष्कर हीच एकमेव संस्था आहे, जी देश टिकवून ठेवत आहे. आपण जेव्हा अमेरिका-पाकिस्तान संबंधांची चर्चा करतो, तेव्हा खऱ्या अर्थाने अमेरिका-पाकिस्तानी लष्कराच्या संबंधांना महत्त्व देतो. 'अफपाक' क्षेत्रात अमेरिकी धोरण कसे असावे, कसे लढावे व पाकिस्तानने काय सहकार्य करावे, याच्यावर सध्या वाद चालू आहे. पण खऱ्या प्रश्नाला कोणीच वाचा फोडत नाही व ती समस्या आहे, पाकिस्तानच्या अण्वस्त्रांच्या सुरक्षिततेची. जर काही कारणास्तव एखादा अणुबॉम्ब दहशतवाद्यांच्या हाती लागला, तर काय होईल, याची कल्पनासुद्धा भयानक आहे. पाकिस्तानी लष्कराला अमरिकेच्या या काळजीची जाणीव असून, त्याचा फायदा घेऊन ते अमेरिकेची पिळवणूक (ब्लॅकमेल) करीत आहेत. या अनागोंदीत पाकिस्तानचे अंतर्गत राजकारण भर घालीत आहे. वायव्य सरहद्द प्रांतात अराजकता वाढत चालली आहे व तेथे तालीबानला रान मोकळे आहे. अमेरिकेचा दबाव असूनसुद्धा पाकिस्तानी लष्कर तालीबानीविरुद्ध तेथे कारवाई करायला तयार नाही. बलुचिस्तान प्रांतात फुटीरवादी सक्रिय आहेत व याला भारत जबाबदार आहे, अशी पाकिस्तानची तक्रार आहे. सिंध प्रांतात स्थिर सरकार असले, तरी कराची शहरात धार्मिक व मोहाजीरपठाण हिंसाचार चालूच आहे. उरला एकमेव व सर्वांत मोठा पंजाब प्रांत. येथेही तालीबानी सक्रिय आहेत व सूफी धार्मिक स्थळांवर वारंवार होणाऱ्या हल्ल्यांना ते जबाबदार आहेत. क्रांतीला पूरक ठरणारी सर्व कारणे आज पाकिस्तानमध्ये उपस्थित आहेत. तेथे ठिणगी पडल्यास भारताचे धोरण काय असावे, हा आपल्या दृष्टीने महत्त्वाचा प्रश्न आहे.

पश्चिम आशियाचे भूसामरिक महत्त्व :

आशिया खंडाच्या पश्चिमेकडील देशांचा पश्चिम आशियामध्ये समावेश केलेला आहे. त्यामध्ये इराक, इराण, सीरिया, कुवेत, लीबिया, ट्यूनिशिया, सौदी अरेबिया, इजिप्त इ. राष्ट्रांचा समावेश केला जातो. भूसामरिक किंवा लष्करीदृष्ट्या या प्रदेशाला खालील मुद्यांमुळे महत्त्व प्राप्त झाले आहे.

१. हा प्रदेश वाळू व खारट पाणी यांनी व्याप्त असा आहे. येथे मोठ्या प्रमाणात खनिज तेल आहे. ही राष्ट्रे सांस्कृतिकदृष्ट्या व यांत्रिकदृष्ट्या मागासलेली आहेत.

२. या देशांमध्ये आपापसांत वस्तूंची, शस्त्रांची व आचार-विचारांची देवाण-घेवाण होत असते.

३. या भागात अनेक लष्करी व महत्त्वाचे नाविकतळ व विमानतळ आहेत.

४. या प्रदेशाला तेलामुळे महत्त्व आले आहे. त्यामुळे या प्रदेशातील बहुतेक राष्ट्रे आपल्या अंकीत राहावीत असा प्रयत्न अमेरिका, रशिया व चीन हे करताना दिसतात.

५. या प्रदेशांतील लोक अशिक्षित व गरीब आहेत.

६. या प्रदेशांच्या वैशिष्ट्यपूर्ण स्थानामुळे खंडपार जलमार्ग, विमानमार्ग व खुष्कीचे मार्ग या ठिकाणी एकवटतात.

७. या भागात सुवेझ कालवा, नाविकतळ, विमानतळ, आफ्रिका, ऑस्ट्रेलिया व पूर्वेकडे जाणारे जलमार्ग व वायूमार्ग असल्यामुळे पाश्चिमात्य राष्ट्रे व अमेरिका या भागाकडे आकर्षित झाले.

८. या भागाला तेल साठ्यामुळे महत्त्व प्राप्त झाले आहे. तसेच तेलापासून मिळणाऱ्या पैशातून ही राष्ट्रे शस्त्रे विकत घेतात व आपापसांत संघर्ष करताना दिसतात. उदा. इराण व इराक यांच्यातील युद्ध.

तेलाचे किंवा पेट्रोलचे महत्त्व :

शरीराला जसे रक्ताचे महत्त्व आहे, तसेच महत्त्व आधुनिक युद्धात पेट्रोलला आहे. आज गतिमानता साधण्याचे प्रमुख साधन म्हणून पेट्रोलकडे पाहिले जाते. भूमी-पाणी-वायूयुद्धांतील गतिमानता पेट्रोलवरच अवलंबून आहे. युद्धकाळ असो की शांततेचा काळ असो, आधुनिक काळातील राष्ट्रीय आर्थिक विकासाचे प्रमुख साधन म्हणून पेट्रोलकडे पाहिले जाते.

पेट्रोलियमचा अर्थ खडकातील तेल होय. आधुनिक युगातील महत्त्वपूर्ण शक्ती साधनांपैकी हे एक आहे. कार्बन व हायड्रोजन यांच्या निरनिराळ्या मिश्रणातून बनलेल्या

त्यांच्या प्रमाणानुसार ते वेगवेगळ्या रंगात व वायूरूप, द्रवरूप व घनरूप अवस्थेत आढळते. जेथे पेट्रोल सापडते, तो भाग संबंधित देशासाठी स्वर्ग मानला जातो. लष्करी दृष्टिकोनातून विचार केल्यास सर्व देशाच्या सैन्यासाठी पेट्रोल आवश्यक अशा स्वरूपाची गरज बनलेली आहे. आज पेट्रोलशिवाय सैनिकी हालचालीची कल्पनासुद्धा केली जाऊ शकत नाही. उदा.द्वितीय महायुद्धाच्या काळात उत्तर आफ्रिकेतील १९४२ मध्ये झालेल्या अलअलामीनच्या लढाईत पेट्रोलअभावी जनरल रोमेलला आपले चांगल्या स्थितीतील ४५० रणगाडे रणभूमीवर सोडून माघार घ्यावी लागली होती.

युद्धात विजय मिळवून देण्याचीही भूमिका पेट्रोलच चांगल्या प्रकारे वठवू शकते. विमानाचे इंधन म्हणून पेट्रोलशिवाय पर्याय उपलब्ध नसल्यामुळे लष्करी दृष्टिकोनातून पेट्रोलचे महत्त्व दिवसेंदिवस वाढतच जात असलेले आपणांस दिसून येते. त्याचप्रमाणे वेगवेगळ्या रासायनिक प्रकल्पांमध्येही कच्चा माल म्हणून पेट्रोलचा वापर केला जात आहे.

दळणवळण, खाद्यपदार्थ, रासायनिक उद्योगांमध्ये पेट्रोलची भूमिका महत्त्वपूर्ण मानली जाते. निरनिराळ्या प्रकारच्या मोटारी, विमाने, जहाजे, डिझेल इंजीन, खोदाई यंत्रे, कृषी यंत्रे व कारखान्यातील यंत्रे इत्यादीमध्ये शक्ती वाढवण्यासाठी किंवा त्यांच्यात गतिमानता आणण्यासाठी पेट्रोलचा वापर मोठ्या प्रमाणात केला जात आहे. याशिवाय वेगवेगळ्या रासायनिक पदार्थांत, औषधांसाठी, कृत्रिम रबराच्या स्वरूपात याचा वापर करता येईल. पेट्रोलच्या या उपयोगामुळे पेट्रोलचे महत्त्व दिवसेंदिवस वाढतानाच दिसून येत आहे.

पेट्रोलच्या वरील महत्त्वामुळे या भागावर आपले प्रभुत्व असावे, अशा प्रकारचे प्रयत्न अमेरिका व रशियाकडून होत आहेत. पेट्रोलमुळे पश्चिम आशियातील राष्ट्रांना खूपच लष्करी महत्त्व आले आहे. सत्तास्पर्धेचे ते एक प्रमुख जागतिक केंद्र बनले आहे. या क्षेत्रातील राष्ट्राचे हित पेट्रोलशी जोडलेले आहे. यामुळे या क्षेत्राचे लष्करीदृष्ट्या महत्त्व अधिकच वाढताना दिसते. तेल निर्माण करणाऱ्या राष्ट्रांनाही याची पुरेपूर जाणीव असल्यामुळेच त्यांनी पेट्रोलचा शस्त्र म्हणून वापर करण्यास सुरुवात केलेली आहे. या शस्त्राचा सर्वप्रथम वापर चौथ्या अरब-इस्राईल युद्धापूर्वी इस्राईलला समर्थन देणाऱ्या अमेरिका व पश्चिम युरोपातील राष्ट्रावर दबाव टाकण्यासाठी केला गेला. या युद्धाला सुरुवात होण्यापूर्वी पेट्रोल उत्पादन करणाऱ्या राष्ट्रांनी 'आम्ही पेट्रोलच्या उत्पादनात घट करत असून पेट्रोलच्या किमती वाढवत आहोत, एवढेच नाही तर अमेरिका व हॉलंडच्या पेट्रोल निर्यातीवर प्रतिबंध लावत आहोत', अशा स्वरूपाची घोषणा केली.

या घोषणेबरोबरच युरोपची अर्थव्यवस्था डळमळीत होण्यास सुरुवात झाली.

पश्चिम युरोपच्या विकासाची गती एकदम थांबली. त्यामुळे या राष्ट्रांनी तीन दिवसांसाठी आपले उद्योगधंदे बंद केले. साहजिकच लाखो लोक बेकार झाले. शिवाय पाश्चिमात्य राष्ट्रांचा असा कल झाला की, युद्धाला सुरुवात होताच अरब राष्ट्रे ही घोषणा खरी करून दाखवतील म्हणूनच त्यांनी युद्धाला सुरुवात होताच इस्त्राईलविरोधी भूमिका घेण्यास सुरुवात केली. सैनिकी शस्त्रसामुग्री घेऊन जाणाऱ्या अमेरिकन विमानांना आपल्या हवाई हद्दीतून जाण्यास त्यांनी परवानगी नाकारली. पेट्रोलचा पुरवठा बंद झाल्याने पाश्चिमात्य राष्ट्रांचा अमेरिकेला होत असलेला विरोध लक्षात घेता, अरब-इस्त्राईल युद्धात समझोता घडवून आणण्याव्यतिरिक्त अमेरिकेपुढे पर्याय राहिला नाही.

आधुनिक काळात पेट्रोल हे सर्वात शक्तिशाली आर्थिक साधन मानले जात आहे. युरोपला या प्रदेशातून ८० ते ९० टक्के, अमेरिकेला १२ ते २० टक्के पेट्रोलची निर्यात केली जाते. ही निर्यात जर काही काळ या राष्ट्रांनी थांबवली, तर इस्त्राईलसमर्थक देश अरब-इस्त्राईल युद्धातून पटकन माघार घेतील, याची कल्पना पेट्रोल उत्पादक राष्ट्रांना आहे. त्यांनी अमेरिका व युरोपातील त्यांच्या मित्र राष्ट्रांविरोधी जर कडक भूमिका घेतली, तर अमेरिका व युरोपातील त्यांची मित्र राष्ट्रे संकटात सापडतील व कदाचित युरोपियन राष्ट्रे अमेरिकेशी असलेले संबंधही तोडतील. परंतु हे तेव्हाच शक्य होईल, जेव्हा सौदी अरेबिया अमेरिकेची साथ सोडून अरब राष्ट्रांबरोबर जाईल. कारण सौदी अरेबिया हा अमेरिकेचा कट्टर समर्थक आहे. त्यामुळे वरील अरबांची शक्यता योग्य वाटत नाही. म्हणूनच अमेरिका व इस्त्राईलविषयीची नीती किंवा धोरण यशस्वी होताना दिसते. इराण-इराक युद्ध, इराकने कुवेतवर केलेला हल्ला, अमेरिकेने इराकवर केलेला हल्ला या सर्वांमागे पेट्रोलचे लष्करी महत्त्व दडलेले आहे.

तेलाचे राजकारण आणि आखाती युद्ध :

आधुनिक काळात प्रत्येक राष्ट्राच्या सर्वांगीण प्रगतीसाठी पेट्रोल किंवा तेलाची गरज अत्यावश्यक आहे. पेट्रोल किंवा तेलाचे साठे किंवा एकूण जागतिक तेलापैकी ६६ टक्के तेलसाठे मध्यपूर्वेत असल्यामुळे या भागाला फारच भूसामरिक महत्त्व प्राप्त झाले आहे. इराक, इराण, कुवेत व सौदी अरेबिया ही राष्ट्रे यामध्ये महत्त्वाची आहेत. युरोपची ८० टक्के तेलाची गरज याच भागातून पुरवली जाते. जगातील इतर राष्ट्रेही याच भागावर यासाठी अवलंबून आहेत, शांतताकाळ किंवा युद्धकाळातही तेलाचे महत्त्व अनन्यसाधारण आहे.

मध्यपूर्वेतील राजकारणात महाशक्तींचा अनावश्यक हस्तक्षेप रोखण्यासाठी जे तेलाचे राजकारण केले जाते, त्यालाच 'तेलाची राजनीती' असे म्हणतात.

सुरुवातीच्या काळात तेल उत्पादनावर आपला अधिकार असावा, याच हेतूने महासत्ता मध्यपूर्वेकडे पाहत होत्या. यानंतर या मध्यपूर्वेतील राष्ट्रांनी महाशक्तीबरोबरील राजकारणात तेलाचा प्रयोग करण्याचे ठरवल्याबरोबर त्याला 'तेलाचे राजकारण' म्हटले जाऊ लागले. उदा. अमेरिका व इंग्लंडने इस्त्राईलला कोणत्याही प्रकारची मदत करू नये, यासाठी त्यांच्यावर दडपण आणण्यासाठी अरब राष्ट्रांनी तेलाचे अस्त्र वापरले, पेट्रोलची निर्यात करणाऱ्या अरब राष्ट्रांच्या 'ओपेक' या संघटनेने अमेरिकेला तेलपुरवठा न करण्याचा हा एक महत्त्वाचा निर्णय घेतला, तर युरोपातील राष्ट्रांवर दबाव टाकण्यासाठी तेलउत्पादक राष्ट्रांनी सर्व परकीय कंपन्यांचे राष्ट्रीयीकरण करण्याचे ठरवले. याला अरब-इस्त्राईल युद्धाने प्रोत्साहन दिलेले दिसून येते. त्यानंतर हळूहळू सर्वच परकीय कंपन्यांचे राष्ट्रीयीकरण सुरू झाले.

१९४८ पासून पाश्चिमात्य राष्ट्रांनी विशेषत: अमेरिका व इंग्लंडने इस्त्राईलचा पाठपुरावा केला. त्याला मोठ्या प्रमाणात आर्थिक, लष्करी व तांत्रिक मदत पुरवली. त्याच्या जोरावरच इस्त्राईलने पहिल्या तीनही युद्धांत अरबांचा प्रचंड पराभव केला. परंतु १९७३ मधील युद्धात अरब राष्ट्रांनी महासत्तांना विचार करण्यास भाग पाडले की, इस्त्राईलला मदत करायची की, या भागात इस्त्राईलवर दडपण आणून शांतता प्रस्थापित करावयाची. त्यासाठी अमेरिका व इंग्लंडने इस्त्राईलला कोणत्याही प्रकारची मदत करू नये, यासाठी त्यांच्यावर दडपण आणण्यासाठी अरब राष्ट्रांनी तेलाचे अस्त्र किंवा तेलाचे आर्थिक कारण वापरण्याचे ठरवले. सर्वप्रथम कुवेतच्या पेट्रोलियम मंत्र्याने पेट्रोलचा इस्त्राईलविरोधी शस्त्र म्हणून वापर व जगातील जी राष्ट्रे इस्त्राईलला मदत करतील, अशा देशांचा पेट्रोल पुरवठा बंद करावा, अशा प्रकारचे आवाहन त्यांनी अरब राष्ट्रांना केले. गुप्त संदेशाद्वारे इस्त्राईलला कोणत्याही प्रकारची मदत न करण्याचे सौदी अरेबियाने अमेरिकेला सुचवले. त्याच वेळी पेट्रोलची निर्यात करणाऱ्या अरब राष्ट्रांच्या ओपेक या संघटनेने अमेरिकेला तेलपुरवठा न करण्याचा एक महत्त्वाचा निर्णय घेतला. त्याचबरोबर इस्त्राईलने अरबांचा घेतलेला प्रदेश जोपर्यंत मुक्त केला जात नाही, तसेच पॅलेस्टाईन निर्वासितांचे सर्व हक्क त्यांना जोपर्यंत मिळत नाहीत, तोपर्यंत दर महिन्याला ५ टक्के तेलाचे उत्पादन कमी करावे. इस्त्राईलबरोबर असलेल्या देशांच्या पेट्रोलमध्ये कपात करावी व पेट्रोलच्या किमती १७ टक्क्याने वाढवाव्यात अशा प्रकारची विनंती कुवेतने अरब राष्ट्रांना केली.

इस्त्राईलवर आणखी दडपण आणण्यासाठी तेलाच्या उत्पादनाची मक्तेदारी असलेल्या अरब राष्ट्रांनी क्रूड ऑईलच्या किमतीमध्ये चौपट वाढ केली. या निर्णयाचा सर्व देशांच्या अर्थव्यवस्थेवर विपरीत परिणाम झाला. सर्व पाश्चिमात्य जग या भाववाढीच्या चक्रात सापडले. अविकसित देशांच्या अर्थव्यवस्थेवरही त्याचा परिणाम झाल्यावाचून राहिला नाही. अरब राष्ट्रांचा हा निर्णय म्हणजे आंतरराष्ट्रीय पातळीवरचा 'ब्लॅकमेल' होता. हा निर्णय बदलण्यास भाग पाडण्यासाठी अरब राष्ट्रांवर कारवाई करावी, असे विचार व्यक्त होऊ लागले. अमेरिकेचे परराष्ट्र व्यवहार सचिव हेन्री किसिंजर यांनी लष्करी कारवाईचा उल्लेख केला होता. लष्करी कारवाई व्यवहार्य असली, तरी तिचे राजकीय परिणाम गंभीर होतील, हे लक्षात घेऊन कोणत्याही देशाने लष्करी कारवाईचा पाठपुरावा केला नाही. या संदर्भात दुसरा धोका असा होता की, पाश्चात्त्य राष्ट्रांनी अरब राष्ट्रांवर लष्करी कारवाई केली असती, तर रशियाने अरब राष्ट्रांची बाजू घेतली असती व युद्धाचे क्षेत्र वाढले असते.

फेब्रुवारी १९७४ मध्ये अरब राष्ट्रांनी तेल पुरवठ्यावरची बंदी उठवली. जून महिन्यात मेरिकेचे राष्ट्रपती रिचर्ड निक्सन यांनी इजिप्तला भेट दिली आणि २५ कोटी डॉलर्सची मदत त्यांना जाहीर केली. सुवेझ कालव्याच्या दोन्ही किनाऱ्यांवर इजिप्तचे नियंत्रण प्रस्थापित झाल्याने हा कालवा वाहतुकीसाठी खुला करण्याचे निश्चित केले. इजिप्तवरील रशियाचा प्रभाव कमी करण्यासाठी आणि इस्त्राईलची अडवणुकीची भूमिका कमी करण्यासाठी अमेरिकेने इजिप्तला लष्करी मदत देण्याचेही जाहीर केले.

१९७३ च्या युद्धाला सुरुवात होताच परकीय तेल कंपन्यांचे राष्ट्रीयीकरण करण्यात आले. या निर्णयाचा ताबडतोब परिणाम झाला नाही. याचे कारण म्हणजे सिनाई वाळवंटातून इस्त्राईलला आवश्यक अशा ६० टक्के पेट्रोलचा पुरवठा होत होता आणि अरब राष्ट्रांमध्ये एकी नसल्याकारणाने अमेरिकेलाही गुप्तपणे तेल पुरवठा होत होता. पण नंतर मात्र हळूहळू परिणाम जाणवू लागला. तरीसुद्धा आंतरराष्ट्रीय राजकारणात तेलाला एक महत्त्वाचे राजकीय शस्त्र बनवण्यात आले. पेट्रोलच्या या शस्त्रामुळे युरोपियन राष्ट्रांना आपल्या धोरणात बदल करण्यास भाग पाडले. जपानने अरबांना आपले यापुढे सहकार्य राहील, असे जाहीर केले, तर तेल उत्पादक राष्ट्रांनी स्वीकारलेल्या धोरणाचा एक निश्चित परिणाम झाला. तो म्हणजे १९४८ पासून सातत्याने इस्त्राईलची बाजू घेणाऱ्या पाश्चिमात्य राष्ट्रांनी शांततामय तडजोडीसाठी इस्त्राईलवर यशस्वी दडपण आणले. अमेरिकन परराष्ट्रमंत्री डॉ. किसिंजर यांनी पुढाकार घेऊन अरब-इस्त्राईल युद्ध थांबवण्यासाठी व तेथे कायमस्वरूपी शांतता प्रस्थापित केली जावी म्हणून कॅम्प डेव्हिड येथे इजिप्त व इस्त्राईल यांच्यात शांततामय करार घडवून आणला.

आखाती युद्ध :

१९६० मध्ये खनिज तेल निर्यात करणाऱ्या देशांनी इराकची राजधानी बगदाद येथे एक संघटना स्थापन केली, तिलाच 'ओपेक' असे म्हणतात. या संघटनेमध्ये इराण, इराक, कुवेत, सौदी अरेबियाबरोबरच अनेक अरब राष्ट्रे सामील झाली. त्यानंतर असे ठरले की, एका ठरावीक प्रमाणात पेट्रोल निर्यात करणाऱ्या कोणत्याही राष्ट्राला ओपेकचे सभासदत्व दिले जाईल. त्याच वेळी संस्थापक सदस्याच्या धोरणाशी त्याचे धोरण जुळणारे असावे आणि खनिज तेलाचे उत्पादन नियंत्रित करून जागतिक बाजारपेठेत तेलाच्या किमती स्थिर ठेवणे, हा या संघटनेचा प्रमुख हेतू होता. त्याचबरोबर इतरही काही उद्दिष्टे होती. त्यामध्ये प्रामुख्याने सभासद राष्ट्रांचे हितसंबंध सुरक्षित ठेवण्यासाठी यामध्ये सतत विचारविनिमय करणे, तेलाच्या किमती जशाच्यातशा ठेवण्यासाठी उत्पादन नियंत्रणात ठेवणे, ग्राहकाला वेळेवर तेलपुरवठा करणे व लगेच सभासदांना त्यांचा हिस्सा देणे, पेट्रोलच्या किमतीत अकारण वाढ होणार नाही, हे पाहणे व तेल उत्पादन कंपन्यांबरोबर विचारविनिमय केल्याशिवाय तेलाच्या किमतीत बदल करू नये.

ओपेक देश श्रीमंत असून उद्योगधंदा, तंत्रविद्येत मागासलेले आहेत. परंतु, त्यांच्याकडे तेलाचे प्रचंड साठे असल्याने त्यांचा ते अमोघ शस्त्र म्हणून उपयोग करू शकतात. युद्ध व शांततेच्या काळातही अत्यंत महत्त्वाचा ठरलेला तेलासारखा पदार्थ अत्यंत कमी किमतीला विकला जातो, असे ओपेक देशांचे म्हणणे होते. तेल निर्यात करून त्यांना आवश्यक असलेल्या सर्व जीवनावश्यक वस्तू त्यांच्याकडे आयात केल्या जातात. जीवनावश्यक वस्तूंच्या किमतीत प्रचंड वाढ झाल्याने ओपेक देशांना तेलाची किंमत वाढवावी लागली. ओपेक देशांना आर्थिक विकासाकरिता पैसा आवश्यक आहे व तो मिळवण्याचा सोपा मार्ग म्हणजे तेलाची निर्यात. तेलाची निर्यात करून युरोपीय देशांत व अमेरिकेत ओपेक देशांना अद्ययावत शस्त्रास्त्रे खरेदी करता येतात. बहुतेक ओपेक देशांना दरवाढीमुळे प्रचंड परकीय चलन प्राप्त झाले. त्यानंतर अनेक विकसनशील देशांत ओपेक देशांनी प्रतिवर्षी १०० अब्ज डॉलर्सपेक्षा जास्त गुंतवणूक १९८० नंतर केली. अनेक ओपेक देशांनी गरीब देशांना मदत म्हणून आपल्या राष्ट्रीय उत्पन्नाच्या ३ ते १० टक्के उत्पन्न काही काळ वाटलेले आहे व अल्पदराने भांडवल गुंतवणूक, कृषी व्यवसाय व उद्योगधंद्यांत केली आहे. आपल्या देशातील तेल एक दिवस संपणार आहे, ही जाणीव या देशांना आहे व त्या दृष्टीने त्यांची तयारी सुरू आहे.

त्यातच अमेरिकन राजनीतीला बळी पडून व ओपेक संघटनेचे उल्लंघन करून

१९९० च्या सुरुवातीला कुवेतने पेट्रोलचे जास्तीचे उत्पादन घेण्यास सुरुवात केल्यामुळे पेट्रोलच्या किमती झपाट्याने खाली आल्या. तसेच दक्षिण रूमानियाच्या तेल क्षेत्रातून कुवेतने बेकायदेशीर तेल आयात केले. हे ओपेक संघटनेच्या विरुद्ध होते. हे आरोप इराकने कुवेतवर लावले. त्याच वेळी कुवेतमध्ये यादवी युद्ध सुरू झाले आणि कुवेतमधील क्रांतिकारी संघटनेच्या विनंतीवरून ऑगस्ट १९९० मध्ये कुवेतमध्ये इराकने आपल्या सेना पाठवल्या आणि आखाती युद्धाला सुरुवात झाली, तर जगाच्या विशेषत: अमेरिका व पाश्चिमात्य राष्ट्रांच्या दृष्टीने इराकने कुवेतवर आक्रमण केले. या हल्ल्यांमधून जीव वाचवून कुवेतचे राज्यकर्ते अलसाहब यांनी इराकची नजर चुकवून सौदी अरेबियामध्ये राजकीय आश्रय घेतला.

आंतरराष्ट्रीय समूहाने इराकच्या कुवेतवरील कारवाईवर मोठ्या प्रमाणात टीका केली आणि कुवेत या अलिप्त राष्ट्रांमधून ताबडतोब इराकने आपल्या फौजा मागे घ्याव्यात, अशा प्रकारची मागणी केली. जागतिक लोकमताचा आदर करून संयुक्त राष्ट्राने इराकच्या कारवाईवर टीका करून लवकरात लवकर इराकने आपल्या फौजा तेथून मागे घ्याव्यात, अशा प्रकारचा ठराव पास केला. सुरक्षा मंडळाने इराकच्या कृतीची निंदा करून इराकवर आर्थिक बहिष्कार टाकण्याचे पाऊल उचलले. १५ जानेवारी १९९१ पर्यंत इराकने कुवेत सोडला नाही तर संयुक्त राष्ट्राची फौज त्यांना कुवेत सोडण्यास भाग पाडेल, असेही सुरक्षा मंडळाने इराकला कळवले.

इराकने सुरक्षा मंडळाच्या या ठरावाकडे दुर्लक्ष केल्यानंतर अमेरिकेच्या नेतृत्वाखाली इराकविरुद्धची कारवाई संयुक्त राष्ट्राने हाती घेतली. अमेरिकन सैन्याने इराकच्या अनेक भागांवर एकाच वेळी हल्ले चढवले. अल्पावधीतच इराकचे प्रचंड नुकसान अमेरिकन हल्ल्यांमुळे झाले. याच वेळी इराकने कुटनीतीचा अवलंब करून इस्त्राईलवर हल्ला केला. इराकच्या कुटनीतीनुसार इस्त्राईलला युद्धात ओढण्यासाठी जेणेकरून या युद्धाला अरब-इस्रायल युद्धाचे स्वरूप इराकला द्यावयाचे होते. असे झाल्यास अरब राष्ट्रे इराकच्या बाजूने युद्धात उतरतील. परंतु आपल्यावर हल्ले होऊनही इस्त्राईलने तटस्थतेचे धोरण स्वीकारले.

या युद्धात इराकचे प्रचंड नुकसान होत आहे हे पाहून आखाती युद्ध थांबवण्यासाठी इराक तयार असून सर्वप्रथम या भागातून सर्वच देशांच्या फौजा निघून गेल्या पाहिजेत, इस्त्राईलने पॅलेस्टाईनच्या प्रदेशातून आपल्या फौजा काढून घ्याव्यात, तरच इराक आपल्या फौजा कुवेतमधून मागे घेईल, अशा प्रकारची अट इराकने अमेरिकेपुढे ठेवली, या अटीचे स्वागत पी. एल. ओ. ने केले. पण अमेरिकेने ही अट धुडकावली आणि आपले आक्रमण जास्तच वेगवान बनवले.

आखाती युद्धाचे परिणाम खालीलप्रमाणे झाले-

१. इराकचे जवळपास एक लाख सैनिक या युद्धात मारले गेले, कित्येक जखमी झाले, तर जवळजवळ ८० हजार युद्धकैदी बनवण्यात आले.

२. आखाती युद्धाला कंटाळून इराकने आपल्या फौजा कुवेतमधून २५ फेब्रुवारी १९९१ ला मागे घेतल्या.

३. संयुक्त राष्ट्राच्या मध्यस्थीने युद्धविराम होऊन युद्धकैद्यांना सोडण्याचे ठरवण्यात आले.

४. कुवेतमधून इराकने सैन्य मागे घेणे, हा सुरक्षा मंडळाचा आणि सामूहिक सुरक्षा योजनेचा महत्त्वपूर्ण स्वरूपाचा असा विजय होता.

५. अमेरिकेने ठरवलेल्या इराकविरुद्धच्या कारवाईला संयुक्त राष्ट्राला स्वीकारावेच लागले.

६. इराकची सैन्यशक्ती नष्ट करण्याचा अमेरिकन हेतू या युद्धाने सफल झाला.

७. या युद्धामुळे अरब राष्ट्रांमध्ये परत एकदा फूट पाडण्यात अमेरिका यशस्वी झाली.

८. कुवेतमध्ये अमेरिकेला आपले सैनिकी तळ परत या युद्धामुळे प्रस्थापित करता आले.

९. या युद्धानंतर इराकने आपल्याकडील रासायनिक व जैविक अस्त्रे नष्ट करण्याचे जाहीर केले.

युरोपियन राष्ट्रे व अमेरिका यांचे हितसंबंध पेट्रोलसाठ्यामुळे अरब राष्ट्रांत गुंतलेले आहेत. याच कारणासाठी अमेरिकेने इराकवर २००३ मध्ये हल्ला केला होता. वास्तविक पाहता आंतरराष्ट्रीय जनमताचा आदर न करता, संयुक्त राष्ट्रसंघाच्या शस्त्रनिरीक्षक पथकाने इराककडे कोणत्याही प्रकारची विनाशक शस्त्रास्त्रे नाहीत, असा अहवाल देऊनही, सुरक्षा परिषदेतील फ्रान्स, चीन व रशिया यांचा विरोध असतानाही अमेरिकेने आपल्या मित्र राष्ट्रांच्या मदतीने २० मार्च २००३ च्या पहाटे हवाईदलाच्या मदतीने इराकवर हल्ला केला. याचे प्रमुख कारण म्हणजे युरोपियन राष्ट्रे व अमेरिका यांचे हितसंबंध पेट्रोलसाठ्यांमुळे या प्रदेशांत गुंतलेले होते व इराकचा अमेरिकन धोरणाला विरोध होता. २० दिवसांच्या अविरत हल्ल्यानंतर इराकमधील युद्धाची सांगता ९ एप्रिल २००३ ला करण्यात आली. इराकवरील अमेरिकेचे आक्रमण एकविसाव्या शतकातील आंतरराष्ट्रीय राजकारणाला धक्का देणारी सर्वांत महत्त्वाची घटना ठरली आहे. हा हल्ला करताना अमेरिकेने आंतरराष्ट्रीय राजकारणाचे सर्व संकेत, कायदे व नीतिमत्ता गुंडाळून ठेवलेली दिसते. शिवाय या युद्धाचे कोणतेही ठोस कारण अमेरिकेने

दिलेले दिसत नाही. असे असले तरी इराकवर अमेरिकेने दोस्त राष्ट्रांच्या मदतीने जे आक्रमण केले त्या आक्रमणाचे खालील प्रमुख हेतू होते–

१. सद्दाम हुसेन यांना इराकच्या सत्तेवरून हटवून त्यांच्या जागी इराकऐवजी अमेरिकेचे हितसंबंध पाहील, असा नेता इराकच्या गादीवर बसवणे.

२. इराकच्या तेलसाठ्यांवर स्वत:चे नियंत्रण मिळवणे.

३. इराकनंतर आजूबाजूच्या राष्ट्रांच्या तेलसाठ्यांवर नियंत्रण बसवणे.

४. ओपेकमध्ये हस्तक्षेप करणे.

५. संपूर्ण जगावर नियंत्रण मिळवण्याचे हत्यार उपलब्ध करणे.

वरील हेतू समोर ठेवून २0 मार्च २00३ रोजी भल्या पहाटे अमेरिकने लांब पल्ल्यांच्या विमानांनी एकाच वेळी इराकच्या बसरा, कुर्ना, अमरा, बगदाद या प्रमुख शहरांवर प्रचंड बॉम्बफेक केली. या हल्ल्यांत तोमाहॉक, क्रूज क्षेपणास्त्रांनी चांगल्या प्रकारची भूमिका बजावली. क्षेपणास्त्रे युद्धनौकेवरून उडवली गेली. केवळ १२ ते १४ तासांत इराकवर प्रचंड बॉम्बफेक करून अमेरिका व तिच्या दोस्त राष्ट्रांनी इराकच्या आकाशावर वर्चस्व प्रस्थपित केले. त्यानंतर अमेरिका व इंग्लंडच्या फौजांनी दक्षिणेच्या बाजूने इराकवर हल्ला सुरू केला. त्या वेळी इराकने त्यांच्यावर 'स्कड' क्षेपणास्त्रांनी विरोधी हल्ला केलेला दिसतो.

इराकवरील कारवाईत अमेरिका व ब्रिटनबरोबरच जगातील एकूण ३५ देश सहभागी झाले, असे अमेरिकेचे म्हणणे आहे. अविरतपणे चाललेल्या या इराकवरील हल्ल्यांत अमेरिकेने जवळजवळ २.५ लाख सैनिक, तर ब्रिटनने ६0-७0 हजार सैनिक वापरले. बॉम्ब हल्ल्याव्यतिरिक्त पहिल्या दहा दिवसांत दोस्तांच्या एवढ्या मोठ्या सैन्याला इराकमधील महत्त्वाचे एकही ठिकाण जिंकता आले नाही. कारण इराकवरील हल्ल्याकडे अमेरिका बचावात्मक दृष्टिकोनातून पाहत होती. त्यांना सर्वप्रथम इराकची मनुष्यहानी कमीतकमी करून इराकचे तेलसाठे, तेलविहिरी, तेल कारखाने यांवर प्रामुख्याने ताबा मिळवायचा होता. आपण जर आक्रमक भूमिका घेतली, तर इराक स्वत:च्या हाताने ही संपत्ती नष्ट करण्याची शक्यता होती. पहिल्या सात दिवसांत इराकची ही संपत्ती जिंकून दोस्तांच्या सेनेपैकी इंग्लंडच्या फौजांनी दक्षिणेकडून, अमेरिकन फौजांनी उत्तरेकडून इराकवर हल्ला सुरू केला. त्यानंतर त्यांनी आपले लक्ष बगदादवर केंद्रित केले. बगदादमध्येही जीवित हानी टाळून, शत्रूला शस्त्रास्त्रे टाकून शरणागती पत्करण्यास भाग पाडण्यासाठी, शत्रूला घाबरण्यावर दोस्तांनी भर दिला. पण इराकने त्याकडे दुर्लक्ष केले. तोपर्यंत अमेरिकेने नागरी वस्तीवरील आक्रमण टाळले होते. पण आता इराकवरील हल्ल्यांत मोठ्या प्रमाणात वाढ करण्यात आली. २१ दिवसांच्या

हल्ल्यांत अमेरिकेने इराकवर १०,००० टनांच्या आसपास विमानातून बॉम्बहल्ले केले, तर रणगाडे व तोफांनी किती तोफगोळे टाकले, यांचा तर हिशोबच लागत नाही.

२० मार्च २००३ ते ९ एप्रिल २००३ या २१ दिवस चाललेल्या इराकवरील कार्यवाहीत सद्दाम व त्यांच्या फौजांना पराभूत करण्यात दोस्तांच्या सैन्याला यश आले. दोस्तांच्या म्हणण्याप्रमाणे इराकवरील कार्यवाही ९ एप्रिलला संपली. पण इराकी फौजा, इराकी दहशतवादी आजही तेथे असलेल्या दोस्तांच्या फौजांवर आत्मघातकी हल्ले करताना दिसून येत आहेत. युद्धानंतर इराकच्या पुनर्रचनेला अमेरिकेने सुरुवात केली. पण त्यामध्ये प्रगती मात्र झालेली दिसून आली नाही.

नैसर्गिक गॅसचा पर्याय :

भूयुद्धनीतिक खनिजामध्ये नैसर्गिक गॅसचाही समावेश केला जातो. नैसर्गिक वायूचा सर्वप्रथम वापर अमेरिकेत करण्यात आला. नैसर्गिक गॅसचे एकट्या अमेरिकेत जवळजवळ ८० टक्के उत्पादन घेतले जाते. भारतात गुजरात, हिमाचल प्रदेश व आसाम राज्यांत नैसर्गिक गॅससाठे आहेत. अलीकडेच मुंबईजवळ खोल समुद्रामध्ये बॉम्बे हाय येथे नैसर्गिक गॅसचा साठा सापडलेला आहे. तेथून तो पाईपवाटे उरण येथे आणून साठवला जातो. त्यासाठी उरण येथे खनिज तेल किंवा नैसर्गिक वायू साठवण्याचा प्रकल्प उभारला आहे.

'भूपृष्ठाखाली खोल खडकात असणारा व सामान्यत: खनिज तेलाच्या साठ्याच्या सान्निध्यात आढळणारा ज्वालाग्राही पदार्थ म्हणजेच नैसर्गिक वायू होय.'

खनिज तेलाचे साठे निर्माण होण्यास ज्या प्रकारची भूवैद्यानिक परिस्थिती आवश्यक असते, त्याच परिस्थितीमध्ये नैसर्गिक वायूची निर्मिती होते. काही वेळा हा वायू त्यावर रासायनिक प्रक्रिया न करता वापरण्यात येतो. तथापि कित्येकदा या वायूत असणारी कार्बन डायऑक्साईड, हायड्रोजन सल्फाइड, गंधकयुक्त रसायने, इ. अशुद्ध द्रव्ये काढून हा शुद्ध करण्यात येतो. एक आदर्श इंधन व रासायनिक उद्योगासाठी लागणारा कच्चा माल म्हणून नैसर्गिक वायू वापरला जातो.

नैसर्गिक वायू हा खनिज तेल व पाणी यांच्यापेक्षा हलका असल्यामुळे खनिज तेलाच्या साठ्याच्या वरच्या भागात तो एकत्र होतो. कित्येकदा अशा साठ्यांच्या आसमंतात भ्रंश अथवा विभंगामुळे भेगा पडतात व अशा भेगांतून खोल जागी असणारा वायू भूपृष्ठावर येतो. झरे, नद्या, विहिरीतील पाण्यातून भूपृष्ठाखालून येणाऱ्या नैसर्गिक वायूचे बुडबुडे दिसू लागतात. मिथेन व एथेन या दोन वायूंच्या मिश्रणातून नैसर्गिक वायू तयार होतो. दोन्हीही हायड्रोकार्बन्स वायुरूपात आढळतात. काही तैलाशयातील

नैसर्गिक वायू केवळ वायुरूप घटकाचे बनलेले असतात. त्यांना शुष्कवायू तर काही वायूचे द्रवात रूपांतर होऊ शकते, म्हणजेच ते घटक स्वरूपात असतात, त्यांना आर्द्रवायू म्हणतात.

भारत आणि नैसर्गिक गॅस :

पश्चिम आशियातील विशेषत: लीबियातील राजकीय परिस्थिती दिवसेंदिवस चिघळत आहे. तेथील सत्ताधीश मुहम्मद गडाफी सत्ता सोडण्यास तयार नाहीत. 'ओपेक' या कच्चे तेल उत्पादक देशांच्या संघटनेतील लीबिया हा प्रमुख तेल उत्पादक देश आहे. या परिस्थितीमुळे कच्च्या तेलाची किंमत १०० डॉलर्सच्या वर गेली आहे. भविष्यात ओपेक संघटनेतील सौदी अरेबिया, इराण या देशांमध्ये जर राजकीय परिस्थिती अस्थिर झाली किंवा चिघळली, तर याच कच्च्या तेलाच्या उत्पादनावर परिणाम होऊन कच्च्या तेलाचे दर अजून वर जाण्याची शक्यता आहे. कच्च्या तेलाच्या एकूण गरजेपैकी आजही आपला देश ७० टक्के तेल पश्चिम आशियातील राष्ट्रांमधून आयात करतो. कच्च्या तेलाच्या आयातीसाठी दरवर्षी आपल्याला सरासरी ७० ते ८० हजार कोटी एवढी मोठी रक्कम खर्च करावी लागते. वरचेवर कच्च्या तेलाच्या दरवाढीमुळे आपल्या देशाच्या अर्थव्यवस्थेला फार मोठ्या प्रमाणात फटका बसतो. साहजिकच या समस्येवर दीर्घकाळासाठी उपाय योजणे भारतासाठी तरी गरजेचे आहे. आज किंवा भविष्यात कच्च्या तेलास नैसर्गिक वायू किंवा नॅचरल गॅस हा एक चांगला पर्याय ठरू शकतो.

आता आपण देशातील नैसर्गिक वायूची मागणी-पुरवठा स्थिती, नैसर्गिक वायूचे उत्खनन करणाऱ्या कंपन्या व त्यांची क्षमता, नैसर्गिक वायूचे फायदे व त्याची पेट्रोल, डिझेल बरोबरची तुलनात्मक किंमत याबद्दल विस्ताराने बघू.

आजच्या काळात आपल्या देशामध्ये नैसर्गिक वायूची मागणी अंदाजे प्रतिदिन २४० एमएमएससीडी (मिलियन मेट्रिक स्टँडर्ड क्युबिक मीटर्स पर डे) इतकी आहे, तर पुरवठा अंदाजे १६३ एमएमएससीडी आहे. आज आपला देश सरासरी ८.५ टक्के दराने आर्थिक विकास करत आहे. त्यामुळे नैसर्गिक वायूची मागणी वाढतच जाणार आहे. परंतु, याबद्दल आपला देश आगामी काळात बऱ्याच प्रमाणात स्वयंपूर्ण होण्याची शक्यता आहे.

२००९ पर्यंत ओएनजीसी (ऑईल अँड नॅचरल गॅस कॉर्पोरेशन) ही सरकारी कंपनी नैसर्गिक वायूचे उत्खनन करणारी प्रमुख कंपनी होती. परंतु, एप्रिल २००९ पासून ही परिस्थिती आमूलाग्र बदलली. ओएनजीसी देशाच्या पश्चिम किनाऱ्यावर

पन्ना, मुक्ता, तप्ती या क्षेत्रांमध्ये नैसर्गिक वायूचे उत्खनन करत होती. परंतु, एप्रिल २००९ पासून रिलायन्स इंडस्ट्रीने देशाच्या पूर्व किनाऱ्यावर कृष्णा-गोदावरी खोऱ्यात नैसर्गिक वायूचे मोठ्या प्रमाणावर उत्खनन सुरू केले. आज ही कंपनी प्रतिदिन ६० एमएमएससीडी उत्खनन करते.

त्यामुळे देशाच्या नैसर्गिक वायूच्या उत्खनन क्षमतेमध्ये दुपटीपेक्षा जास्त वाढ झाली. रिलायन्स इंडस्ट्रीजने या क्षेत्रात अनेक विहिरी खोदल्या असून, आगामी काळात याचे उत्खनन १२० एमएमएससीडी या सर्वोच्च पातळीवर जाण्याची शक्यता आहे. यासाठी लागणाऱ्या मोठ्या गुंतवणुकीसाठी रिलायन्सने नुकताच ब्रिटिश पेट्रोलियम किंवा बीपी या जगप्रसिद्ध कंपनीशी करार केला आहे. तसेच ओएनजीसी, गुजरात स्टेट पेट्रोलियम कॉर्पोरेशन (जीएसपीसी) या कंपन्यांना कृष्णा-गोदावरी खोऱ्यात नैसर्गिक वायूचे साठे सापडले असून, २०१४ ते २०१५ पर्यंत ओएनजीसीची एकूण नैसर्गिक उत्खननक्षमता प्रतिदिन १०० ते ११० एमएमएससीडी, तर जीएसपीसीची क्षमता प्रतिदिन ३० ते ४० एमएमएससीडीपर्यंत पोहोचण्याची शक्यता आहे. तसेच, रिलायन्सने गुजरातमध्ये (खंबायत) ऑनशोअर (जमिनीवर) नैसर्गिक वायूचे साठे शोधले आहेत. या व इतर कंपन्या इतरत्र नैसर्गिक वायूचे साठे शोधण्याची मोहीम राबवत आहे. या सर्वांच्या प्रयत्नांनी आपला देश नैसर्गिक वायूच्या बाबत बऱ्याच प्रमाणात स्वयंपूर्णता गाठेल. त्यामुळे देशाच्या आर्थिक परिस्थितीत आमूलाग्र फरक पडेल.

नैसर्गिक गॅसचा उपयोग :

नैसर्गिक वायूचे अनेक फायदे आहेत. एक म्हणजे तो पर्यावरणपूरक आहे. त्यामुळे पर्यावरणाच्या रक्षणासाठी मोठा हातभार लागू शकतो. नैसर्गिक वायूचे पेट्रोल, डिझेलबरोबराचे तुलनात्मक दर पुढे नमूद केले आहेत. पेट्रोल ६३.५० रू. प्रतिलिटर, डिझेल ४२.५० रू. प्रतिलिटर, नैसर्गिक वायू ३५ रू. प्रतिकिलो, हे सरासरी आकडे आहेत. यावरून नैसर्गिक वायूचे फायदे लक्षात येतात.

देशाच्या प्रमुख शहरांतील सार्वजनिक वाहतूक व्यवस्था, तसेच राज्यातील परिवहन महामंडळाच्या बसगाड्या या सीएनजीवर (कॉम्प्रेस्ड नॅचरल गॅस) आधारित केल्यास हे एक आर्थिक आणि पर्यावरणदृष्ट्या वरदान ठरू शकेल. याला खर्च आहे. परंतु, दीर्घकाळात कच्च्या तेलाच्या समस्येवर मात करण्यासाठी, प्रभावी उपाय ठरू शकतो. याशिवाय साधारण एक हजार घनमीटर वायूचे उष्णतामूल्य ०.८२ टन खनिज तेलाच्या मूल्याइतके असते. वायूचे ज्वलन पूर्णपणे होते. प्रत्यक्ष वापर करण्यापूर्वी

त्याच्यावर खनिजतेलाच्या मानाने कमी प्रक्रिया करावी लागते. त्यांच्या ज्वलनामुळे धूर होऊन वातावरणीय प्रदूषण होत नाही इ. कारणामुळे नैसर्गिक वायूचे पुढीलप्रमाणे अनेक उपयोग केले जातात.

१. वायू क्षेत्राच्या आसपास घरगुती जळणासाठी वायू वापरण्यात येतो.

२. शुद्ध करून नैसर्गिक गॅस औष्णिक विद्युतनिर्मितीसाठी वापरतात.

३. द्रवरूप नैसर्गिक वायूमधील घटकांचा मोटारीत इंधन म्हणून वापर करण्यात येतो.

४. नैसर्गिक गॅसपासून रासायनिक खते तयार करता येतात.

५. खनिज तेल रसायनाच्या उद्योगामध्ये नैसर्गिक वायूचे महत्त्वपूर्ण स्थान आहे.

६. नैसर्गिक वायूवर प्रक्रिया करून दारूगोळा उत्पादनासाठी आवश्यक असणारी मूलभूत रसायने तयार करता येतात.

७. रासायनिक उद्योगात निरनिराळ्या प्रक्रियांसाठी हा वायू उपयुक्त आहे.

८. तेलक्षेत्रात कित्येक वर्षे उत्पादन केल्यानंतर त्यातील दाब कमी होतो. हा दाब विशिष्ट पातळीवर स्थिर राखण्यासाठी तैलाशयात वायू अंतःक्षेपित केला जातो.

प्रकरण ३

आंतरराष्ट्रीय राजकारणातील प्रमुख संकल्पना

प्रस्तावना :

आंतरराष्ट्रीय राजकारणाच्या अभ्यासात अनेक संकल्पनांचा अभ्यास केला जातो. त्यांपैकी प्रामुख्याने परराष्ट्रीय धोरण, युद्ध, अलिप्ततावाद, दहशतवाद, राष्ट्रीय हित व राष्ट्रीय शक्ती इ. संकल्पनांचा अभ्यास या प्रकरणामध्ये केला जाणार आहे. आज जगात प्रत्येक राष्ट्र आपल्या राष्ट्रीय हिताची जपणूक करत आहे, म्हणूनच राष्ट्रीय हितास परराष्ट्र धोरणाचे मूलस्थान मानले आहे. आज जगातील कोणतेही राष्ट्र स्वावलंबी नसल्यामुळे त्याला इतरांबरोबर संबंध प्रस्थापित करावेच लागतात आणि ते परराष्ट्र धोरणाच्या माध्यमांतून राबवले जातात. या संबंधांत कटुता निर्माण झाल्यास त्यामधून युद्धही होऊ शकते. हे युद्ध स्थानिक पातळीवर कसे राहील किंवा आपण त्यापासून कसे अलिप्त राहिले पाहिजे, यामधूनच अलिप्तता ही संकल्पना पुढे आली. तसेच दोन राष्ट्रांतील संबंध बिघडवण्याचे काम आज दहशतवाद करताना दिसून येत आहे. हे सर्व करण्यामागे एकच मूलभूत हेतू आहे, तो म्हणजे आपल्या राष्ट्राचे राष्ट्रीय हित अबाधित राहिले पाहिजे. त्यासाठी प्रत्येक राष्ट्र आपल्या राष्ट्राची राष्ट्रीय शक्ती वाढवताना दिसून येत आहे. तसेच विसाव्या शतकाच्या सुरुवातीलाच मानवाने अतिविनाशक अशा अणुशक्तीची निर्मिती केली. त्यामुळे जगामध्ये भीतीचा समतोल उभा राहिला. यातूनच आंतरराष्ट्रीय राजकारणात प्रतिरोधन या संकल्पनेचा उदय झाला. या सर्व संकल्पनांचा सविस्तर अभ्यास या प्रकरणात केलेला आहे.

परराष्ट्र धोरण :

आज जगातील कोणतेही राष्ट्र एकमेकांच्या सहकार्याशिवाय राहूच शकत नाही. कारण आज जगातील कोणतेही राष्ट्र स्वावलंबी नाही. जगापासून अलिप्त राहून

कोणतेही राष्ट्र आपला सर्वांगीण विकास करू शकत नाही, म्हणजेच प्रत्येकाला दुसऱ्या राष्ट्राबरोबर कोणत्या ना कोणत्या प्रकारचे संबंध ठेवावेच लागतात. तसेच आंतरराष्ट्रीय राजकारणात जगताना प्रत्येक राष्ट्राला काही कृती करण्याचे बंधन हे पाळावेच लागते. राष्ट्राचे हे परस्परसंबंध सूत्रबद्ध व निर्धारित अशा तत्त्वांवर आधारित असतात. प्रत्येक सरकारला दुसऱ्या राष्ट्रातील सरकारशी विशिष्ट पद्धतीचे आचरण ठेवावे लागते. तसेच राष्ट्राचे आचरण इतर राष्ट्रांना त्यांच्या हितसंबंध रक्षणाच्या दृष्टीने प्रभावित करीत असते. परराष्ट्र धोरण म्हणजे एका राष्ट्राद्वारे दुसऱ्या राष्ट्राबाबत स्वीकारलेले धोरण किंवा व्यवहार होय. राष्ट्राच्या कृतीची स्वहितासाठी जुळणी करून घेणे, हा परराष्ट्र धोरणाचा उद्देश समजला जातो.

परराष्ट्र धोरणाची व्याख्या :

परराष्ट्र धोरणाची व्याख्या करण्याचा प्रयत्न अनेक विचारवंतांनी केलेला आहे. त्यातील काही विचारवंतांनी केलेल्या व्याख्या पुढीलप्रमाणे–

प्रा. चार्ल्स बर्टन मार्शल यांच्या मते, 'परराष्ट्र धोरण म्हणजे राज्यसत्तेने आपल्या क्षेत्राबाहेरील परिस्थितीला प्रभावित करण्यासाठी केलेल्या कृतींचा क्रम होय'.

जॉर्ज मॉडेल्स्की यांच्या मते, 'परराष्ट्र धोरण म्हणजे राज्याच्या व्यवहाराची अशी विकसित पद्धती की, जिच्याद्वारे एक राज्य दुसऱ्या राज्यास आपल्या इच्छेनुसार व्यवहार करण्यास सांगत असते किंवा व्यवहाराची जुळवणी आंतरराष्ट्रीय पद्धतींनुसार करून घेत असते'.

फेलिक्स ग्रॉस यांच्या मते, 'परराष्ट्र धोरण म्हणजे एखाद्या राज्याशी कोणत्याही प्रकारचा संबंध किंवा व्यवहार न ठेवण्याचा निर्णय होय'.

जोसेफ फ्रँकल यांच्या मते, 'राष्ट्रीय हित हा परराष्ट्र धोरणाचा मूलभूत स्वरूपाचा सिद्धान्त आहे'.

वरील व्याख्येवरून आपणांस असे म्हणता येईल, की परराष्ट्रीय धोरणात खालील बाबींचा समावेश होत असतो–

१. प्रत्येक राष्ट्र आपले हित साध्य करण्याचा प्रयत्न करीत असते.

२. दुसऱ्या राष्ट्रांबरोबर व्यवहार करताना आपल्या धोरणविषयक सिद्धान्ताचे प्रतिपादन करणे.

३. आपल्या क्षमतेनुसार इतर राष्ट्रांबरोबर सर्वांगीण संबंध जोडणे.

परराष्ट्र धोरणाची उद्दिष्टे :

परराष्ट्र धोरणाची तीन प्रकारची उद्दिष्टे असतात. ती खालीलप्रमाणे -

अ. प्राथमिक प्रकारची उद्दिष्टे :

यांमध्ये प्रामुख्याने खालील उद्दिष्टांचा समावेश केला जातो-

१. आर्थिक विकास : राष्ट्राचा आर्थिक विकास घडवून आणणे हे संबंधित राष्ट्रांचे प्राथमिक स्वरूपाचे उद्दिष्ट असते.

२. राष्ट्रीय संरक्षण : राष्ट्राची भूमी, राष्ट्राचे संविधान, स्वातंत्र्य आणि सार्वभौमत्व, तसेच जनता व त्यांची संपत्ती यांचे देशात व देशाबाहेर संरक्षण करणे, हे संबंधित राष्ट्राचे प्राथमिक स्वरूपाचे उद्दिष्ट असते.

३. राष्ट्रशक्तीत वाढ करणे : राष्ट्राचे स्वसंरक्षण करण्यासाठी संबंधित राष्ट्राला आपल्या राष्ट्रशक्तीत वाढ करावी लागते, म्हणजेच हे त्या संबंधित राष्ट्राचे प्राथमिक स्वरूपाचे उद्दिष्ट असते.

ब. जागतिक प्रकारची उद्दिष्टे :

यामध्ये प्रामुख्याने खालील उद्दिष्टांचा समावेश केला जातो-

१. आंतरराष्ट्रीय समाजाची नवनिर्मिती करणे : जगातील मोठी राष्ट्रे जागतिक पातळीवर प्रतिष्ठा मिळवण्यासाठी विचारधारा किंवा राजकीय आधार घेऊन आंतरराष्ट्रीय समाजाची नवनिर्मिती करत असतात. हे त्या राष्ट्राचे जागतिक स्वरूपाचे उद्दिष्ट असते.

२. दीर्घकालीन जागतिक उद्दिष्टे : जगातील मोठी राष्ट्रे जागतिक पातळीवर राजकारण करण्यासाठी दीर्घकालीन जागतिक उद्दिष्टे समोर ठेवून त्यादृष्टीने सतत प्रयत्न करत असतात. हे त्या राष्ट्राचे जागतिक स्वरूपाचे उद्दिष्ट असते.

क. मध्यवर्ती प्रकारची उद्दिष्टे :

यामध्ये प्रामुख्याने खालील उद्दिष्टांचा समावेश केला जातो-

१. देशातील दबाव गटाचे हित : दबाव गटामुळे परराष्ट्र निर्मितिकर्त्यांना एक प्रकारची चालना मिळत असते. हे गट वेगवेगळ्या प्रकारचे असतात. उदा. राजकीय तसेच आर्थिक. त्यामुळे अशा गटांचे हित सांभाळणे हे संबंधित राष्ट्राचे मध्यवर्ती स्वरूपाचे उद्दिष्ट असते.

२. अराजनैतिक स्वरूपाची उद्दिष्टे : समाजाचे कल्याण आणि आर्थिक विकासाशी

निगडित असणारी काही उद्दिष्टे असतात. त्यांचा समावेश राष्ट्रांच्या मध्यवर्ती स्वरूपाच्या उद्दिष्टांत केला जातो.

३. राष्ट्राची प्रतिष्ठा वाढवणे : आपल्या राष्ट्राला जागतिक पातळीवर प्रतिष्ठा मिळवून देण्याचे प्रयत्न संबंधित राष्ट्राला करावे लागतात. हे त्या राष्ट्राचे मध्यवर्ती स्वरूपाचे उद्दिष्ट असते.

४. भूमीचा विस्तार करणे : साम्राज्यवादी विचारसरणीची राष्ट्रे व्यापाराचे निमित्त करून दुसऱ्या राष्ट्राची जमीन बळकावतात व आपल्या राष्ट्राचे क्षेत्र वाढवतात. हे त्या राष्ट्राचे मध्यवर्ती स्वरूपाचे उद्दिष्ट असते.

या उद्दिष्टांबरोबरच अर्नाल्ड वोलफर्स या विचारवंताने परराष्ट्रीय धोरणांच्या उद्दिष्टांचे खालीलप्रमाणे वर्गीकरण केलेले आहे–

१. प्रत्यक्ष राष्ट्रीय उद्दिष्टे : राष्ट्रीय स्वातंत्र्याचे संरक्षण हा प्रश्न यामध्ये येतो.

२. अप्रत्यक्ष राष्ट्रीय उद्दिष्टे : नागरिकांचे हितसंबंध सुरक्षित ठेवणे हा प्रश्न यामध्ये येतो.

३. आदर्शात्मक ध्येये

४. क्रांतिकारक ध्येय

५. परंपरागत ध्येये

परराष्ट्र धोरणाचे निर्धारक घटक :

परराष्ट्र धोरणाला प्रभावी करणारी साधने म्हणजे परराष्ट्र धोरणाचे निर्धारक घटक होत. यातील काही घटक हे कायम स्वरूपाचे उदा. भौगोलिक स्थिती व नैसर्गिक साधने, तर काही घटक मानवी प्रयत्नानंतर बदलता येण्यासारखे असतात. उदा. लोकसंख्या व राजनय किंवा राजनीती.

१. भौगोलिक तत्त्व : भौगोलिक तत्त्व हे परराष्ट्र धोरणातील कायमस्वरूपी तत्त्व म्हणून ओळखले जाते. भौगोलिक तत्त्वाचे महत्त्व सांगताना डॉ. एअर्स असे म्हणतात की, एक वेळ आंतरराष्ट्रीय करार किंवा संधी एकतर्फी भंग केल्या जातील. पण भूगोल आपल्या तत्त्वांशी एकनिष्ठ असतो. समुद्रसान्निध्य, चांगले हवामान यामुळे राष्ट्राची संरक्षण फळी मजबूत बनण्यास मदत होते. आज गतिमान वाहतुकीच्या साधनांमुळे जग जवळ आले आहे. भौगोलिक स्थितीवर या साधनांचा परिणाम झालेला आहे. शिवाय आधुनिक शस्त्रास्त्रांच्या निर्मितीमुळे भौगोलिक स्थितीचे परराष्ट्र धोरणामधील स्थान काहीसे कमी झालेले आपणांस दिसून येते, असे असले, तरी भौगोलिक स्थितीचा परिणाम परराष्ट्रीय धोरणावर पडत असतोच.

२. नैसर्गिक साधने : नैसर्गिक साधनांत अन्नधान्ये व खनिजद्रव्यांचा प्रामुख्याने समावेश केला जातो. यातील अन्नधान्य हे अतिशय महत्त्वाचे मानले जाते. अन्नधान्य सर्वसामान्य जनतेप्रमाणेच सैन्यालाही लागते. सैन्याला वेळेवर अन्नधान्य मिळाले नाही, तर पराभूत होण्याची वेळ येते; म्हणूनच अन्नधान्याचा साठा आहे, तोपर्यंतच दुसरे महायुद्ध जिंकण्याची घाई जर्मनीला झाली होती. खनिजद्रव्यांमध्ये युरेनियम, प्लुटोनियम, पेट्रोल यांचा समावेश होतो. लष्करीदृष्ट्या यांना फारच महत्त्व आहे. एकंदरीत अन्नधान्य व खनिजद्रव्यांसाठी राष्ट्राला कधीकधी दुसऱ्या राष्ट्रांवर अवलंबून राहावे लागते म्हणजेच हे घटक राष्ट्राच्या परराष्ट्रीय धोरणावर आपापल्या परीने परिणाम करताना दिसून येतात.

३. ऐतिहासिक घटक किंवा तत्त्वे : ज्या राष्ट्रांचा भूतकालीन इतिहास उज्ज्वल असतो, त्यांना भविष्यकाळही चांगला असतो म्हणजेच अशा राष्ट्राचे परराष्ट्र धोरण देशाचा ऐतिहासिक वारसा लक्षात घेऊन ठरवले जाते. कारण हीच ऐतिहासिक तत्त्वे परराष्ट्र धोरणाला मार्गदर्शन करत असतात. उदा. भारताचे परराष्ट्र धोरण असहकार, सत्य, अहिंसा या तत्त्वांवर आधारलेले आहे म्हणजेच ऐतिहासिक तत्त्वांचा परिणाम परराष्ट्रीय धोरणांवर पडलेला दिसून येतो.

४. लष्करी शक्ती : सैन्यशक्तीवरच राष्ट्राचा दर्जा अवलंबून असतो. जे राष्ट्र लष्करीदृष्ट्या शक्तिशाली असते, तेच राष्ट्र आंतरराष्ट्रीय राजकारणात समर्थ मानले जाते. लष्करी शक्ती ही कायमस्वरूपात नसते, तर ती सतत बदलत असते. उदा. दुसऱ्या महायुद्धाच्या अगोदर इंग्लंड व फ्रान्स या प्रबळ सत्ता होत्या, पण या युद्धानंतर त्या कोसळून पडल्या, तर त्यांची जागा अमेरिका व सोव्हिएत रशियाने घेतली. आज अणुशक्तीमुळे जगाचा विनाश जवळ आलेला असतानाही प्रत्येक राष्ट्र आपल्याकडे अणुशक्ती असावी, हाच प्रयत्न करताना दिसून येत आहे. याचाच अर्थ असा होतो की, लष्करी शक्तीही परराष्ट्र धोरणांवर परिणाम करताना दिसून येते. उदा. आज भारताच्या चोहोबाजूला अण्वस्त्रधारी राष्ट्रे आहेत. भारतीय लष्करी शक्तीला प्रबळ बनवण्याच्या हेतूने भारतानेही आपल्या परराष्ट्रीय धोरणांत बदल करून अण्वस्त्रधारी बनले पाहिजे, तरच आपण आपल्या राष्ट्राचे संरक्षण करण्यात यशस्वी होऊ.

५. तांत्रिक, वैज्ञानिक व औद्योगिक विकास : तांत्रिक, वैज्ञानिक व औद्योगिक विकासानेही परराष्ट्रीय धोरण प्रभावित होत असते. कारण यावर राष्ट्राची औद्योगिक प्रगती अवलंबून असते. औद्योगिक प्रगती जर प्रभावी असेल, तर संबंधित राष्ट्राला दुसऱ्यावर छाप टाकून त्यांना मदत करून आपल्या नेतृत्वाखाली आणता येते, म्हणूनच याही घटकाचा परिणाम देशाच्या परराष्ट्रीय धोरणावर होताना दिसतो.

६. **लोकसंख्या :** परराष्ट्र धोरणाच्या निर्णायक घटकांमध्ये लोकसंख्येचाही विचार करणे आवश्यक आहे. कारण तो अतिशय महत्त्वाचा आणि परिणाम करणारा घटक म्हणून ओळखला जातो. लोकसंख्येच्या बाबतीत भारताचा जगात दुसरा क्रमांक लागतो. यामुळेच जागतिक आणि दक्षिण आशियाच्या राजकारणात भारताला विशेष महत्त्वाचे स्थान प्राप्त झाले आहे. लोकसंख्या जास्त किंवा कमी असणे हेसुद्धा परराष्ट्रीय धोरणाला कधीकधी घातक ठरू शकते; कारण निसर्गाने साथ दिली नाही, तर जनतेला पुरेल एवढे अन्नधान्य देशात निर्माण होणार नाही. पर्यायाने जनतेसाठी अन्नाची इतर राष्ट्रांकडून आयात करावी लागते. अशा वेळी आपणांस आपल्या परराष्ट्रीय धोरणात बदल करावा लागतो.

७. **धोरण निर्धारक व पुढारी :** दोन राष्ट्रांच्या परराष्ट्रीय धोरणात विभिन्नता आढळते. प्रत्येक देशाच्या परराष्ट्रीय धोरणावर मुत्सद्दी, राजकारणी, अनुभवी व्यक्तींचा प्रभाव असलेला आपणांस दिसतो. देशाचे परराष्ट्र धोरण ठरवण्यामध्ये देशाचा परराष्ट्रमंत्री, शासनप्रमुख, संबंधित खात्याच्या मंत्रालयातील सचिव, उपसचिव हे अधिकारी आपापल्यापरीने योगदान देत असतात. लोकशाही शासनपद्धतीत धोरण निर्धारकाला अतिशय महत्त्व प्राप्त झालेले असते. त्याचप्रमाणे देशातील पुढारी व राजकीय विचारवंत यांचाही परराष्ट्रीय धोरणांवर प्रभाव पडत असतो.

८. **जागतिक लोकमत :** जागतिक लोकमत हे परराष्ट्रीय धोरणांवर परिणाम घडवून आणू शकते. कारण दिवसेंदिवस ते जास्त प्रभावी बनू लागलेले आहे. जागतिक लोकमतापुढे कोणत्याही शासनव्यवस्थेला नमते घ्यावेच लागते. शिवाय प्रत्येक राष्ट्राला जागतिक मताची कदरही करावीच लागते. तसेच जागतिक लोकमत हे कधीकधी अयोग्य किंवा दिशाभूलही करणारे असू शकते. जागतिक लोकमताच्या प्रभावामुळेच इंग्रजी सत्तेला भारताला स्वातंत्र्य द्यावे लागले. उदा. काश्मीर प्रश्न, गोवा प्रश्न, बांगला देशाचा प्रश्न ज्या ज्या वेळी निर्माण झाला त्या त्या वेळी भारताने जागतिक मताचा कौल घेतलेला दिसतो, तर १९९८ मध्ये जागतिक जनमताचा विरोध डावलून भारताने पाच आण्विक चाचण्या घेतलेल्या दिसतात. प्रश्न कोणताही असो, जागतिक जनमताचा परिणाम परराष्ट्रीय धोरणावर होताना दिसून येतो.

९. **राजनयाची गुणवैशिष्ट्ये :** राष्ट्राचे परराष्ट्रीय धोरण हे राजनय किंवा राजनीतीच्या गुणांवरून ओळखले जाते. कुशल व गुणसंपन्न राजनीतिज्ञालाच देशाच्या राष्ट्रीय हिताची स्पष्ट जाणीव असते. राष्ट्रातील उपलब्ध साधनसामग्रीचा तो देशाच्या राष्ट्रीय हिताची उद्दिष्टे साध्य करण्यासाठी अतिशय कुशलतेने उपयोग करीत असतो.

१०. **आंतरराष्ट्रीय संस्था :** राष्ट्रसंघ किंवा सध्याचा संयुक्त राष्ट्रसंघ यांचा

यामध्ये उल्लेख केला जातो. राष्ट्रांनी आपले परराष्ट्रीय धोरण मजबूत करण्यासाठी संयुक्त राष्ट्राच्या माध्यमातून आपापसांत मित्रत्वाचे व सहकार्याचे करार केले आहेत. शिवाय या संघटनेच्या नियमांचे बंधन राष्ट्रांनी स्वेच्छेने स्वीकारले आहे. साहजिकच कोणत्याही राष्ट्राला आपले परराष्ट्रीय धोरण आखताना आंतरराष्ट्रीय कायदा व संयुक्त राष्ट्रसंघटना यांचा विचार करावाच लागतो.

११. विधिमंडळ : लोकशाही शासनव्यवस्थेत लोकमताचे प्रतिबिंब देशाच्या विधिमंडळात असते. साहजिकच राष्ट्राच्या सर्व व्यवहारांवर त्याचा प्रभाव पडावा, अशा प्रकारची धारणा परराष्ट्र धोरण आखणाऱ्यांची असते. शिवाय लोकमताचा कौल घेतल्याशिवाय कोणतेही निर्णय घेणे राष्ट्रहिताच्या दृष्टीने अनिष्ट स्वरूपाचे असते.

युद्ध :

प्राचीन कालावधीपासून मानव एकमेकांशी युद्ध करीत आलेला आहे. प्रत्येक युद्धात त्याची साधने किंवा शस्त्रास्त्रे वेगवेगळी असलेली आपणांस दिसून येतात. सुरुवातीला तो युद्धासाठी तलवार, भाला, ढाल यांसारख्या शस्त्रास्त्रांवर अवलंबून असे. नंतरच्या कालखंडात बंदुकीचा व बंदुकीच्या दारूचा शोध लागल्यामुळे तो शत्रूबरोबर लांब राहूनच युद्ध करू लागला. अलीकडच्या काळात मानवाने विमाने, पाणबुड्या, रणगाडे, आधुनिक रायफली, अतिविनाशक अण्वस्त्रे, रासायनिक अस्त्रे व जैविक अस्त्रे निर्माण केल्यामुळे मानवी समाजाला प्रचंड प्रमाणात धोका निर्माण झालेला दिसून येतो.

युद्धाची व्याख्या :

आंतरराष्ट्रीय समूहात जगताना प्रत्येक राष्ट्राला आपली ध्येयधोरणे स्वत: राबवावी लागतात. ती राबवताना दुसऱ्याच्या हिताला बाधा निर्माण होणार नाही, हे पाहणे प्रत्येक राष्ट्राचे कर्तव्य असते. पण कधीकधी दोन राष्ट्रांची ध्येयधोरणे परस्परविरोधी असतात. अशा वेळी त्यांच्यात नेहमी संघर्ष उद्भवण्याची शक्यता असते. अशा संघर्षात इच्छाशक्ती महत्त्वाची मानली जाते. या संदर्भात युद्धाची सर्वसामान्यपणे अशी व्याख्या करता येईल की, 'एखाद्या राष्ट्राने आपली इच्छा दुसऱ्या राष्ट्रावर सक्तीने, अहिंसात्मकरीत्या किंवा युद्धावस्था निर्माण करून लादणे म्हणजेच युद्ध होय'.

पूर्वी युद्ध संकल्पना दोन किंवा अधिक गटांच्या सैन्यांतर्गत असलेल्या शस्त्रास्त्र संघर्षापुरती मर्यादित होती. 'परस्परविरोधी धोरण असलेल्या दोन मानवीय गटांमध्ये

संघटित शक्तीचा वापर करून एक गट आपले म्हणणे किंवा धोरण दुसऱ्या गटावर लादण्याचा प्रयत्न ज्या मार्गाचा अवलंब करून करतो, त्यास युद्ध असे म्हणतात'. अशी व्याख्या एनसायक्लोपिडियामध्ये केली आहे. इंग्रजी शब्दकोशामध्ये 'देशांतर्गत गटाच्या विरुद्ध किंवा परकिय सत्तेच्या विरुद्ध सैन्यदलाचा वापर करणे म्हणजे युद्ध होय', अशी व्याख्या केलेली आढळते.

क्रातिकारी गनिमी युद्धतंत्राचा जनक म्हणून ओळखल्या जाणाऱ्या माओ त्से तुंग यांच्या विचारानुसार, राजकीय संघर्षाचे सर्वोच्च रूप म्हणजे युद्ध होय. सशस्त्र संघर्षाशिवाय कोणालाही तरणोपाय नाही असे ते सांगतात. क्लॉझवित्झ यांच्या मते, 'युद्ध म्हणजे निरनिराळ्या साधनसंपत्तीद्वारे राष्ट्रीय नीतिधोरणांना सुरू ठेवण्याशिवाय दुसरे काही नाही. पामर आणि पर्किन्स यांच्या विचारानुसार 'शांती तात्पुरत्या संधीप्रमाणे असते, जिच्यामध्ये विचारांचा प्रत्येक समर्थक योग्य परिस्थिती प्राप्त करण्यासाठी, एक दुसऱ्याला धोका देण्यासाठी तयार असतो'. तर याच संदर्भात किन्सी राईट असे म्हणतात, 'युद्ध संघटित मानवी समाजाच्या संदर्भात कायद्याची अशी स्थिती आहे की, ज्यामध्ये कायदेशीर समानता, शत्रुत्व आणि हिंसेचा अतिरेक समाविष्ट असतो. त्याचप्रमाणे ज्यामध्ये दोन किंवा दोनपेक्षा जास्त शत्रूंना समान स्वरूपात सशस्त्र सैन्याद्वारे आपला संघर्ष सुरू ठेवण्याची परवानगी दिली जाते.' 'युद्धाचा अर्थ शत्रू पक्षाचे नुकसान करण्यासाठी विद्रोह किंवा हिंसात्मक कृती करणे', अशी युद्धाची व्याख्या कौटिल्य करतात.

ओपेन हाईमच्या मते, युद्ध दोन किंवा अधिक राज्यांमधील सशस्त्र सैन्याद्वारे लढला जाणारा संघर्ष असतो. ज्यांचा उद्देश शत्रूला सर्वच आघाड्यांवर संपूर्ण पराभूत करून आपल्या अटी किंवा शर्ती त्याला स्वीकारण्यास भाग पाडणे हा असतो. शत्रू पक्षाचे नुकसान करण्यासाठी विद्रोह किंवा हिंसात्मक कृती करणे यालासुद्धा युद्ध म्हणता येईल. मध्ययुगातील विचारवंत ऑगस्टिन व एक्विनास यांनी तर युद्धासंदर्भात असे म्हटले आहे की, युद्धाचा उद्देश युद्धात विजय मिळवून, मर्यादित कायदेशीर व्यवस्था परत स्थापित करणे हा असतो.

युद्धाची व्याप्ती :

प्राचीन किंवा ऐतिहासिक काळात समोरासमोर येऊन युद्ध करण्यावर भर दिला जात असे. सैनिकांची सुरक्षितता महत्त्वाची मानली जात असे. सर्वसामान्यांना युद्धाची झळ बसत नसे, म्हणजेच या काळातील युद्धाची विध्वंसकता तीव्र स्वरूपाची नसे. त्या काळात युद्धाचे काही नियम होते. उदा. रात्र होताच युद्ध थांबवले जाई, युद्धाचा

हेतू संपुष्टात येत असल्यामुळे युद्धाचा कालावधीही अल्प असे. शिवाय त्या काळातील युद्धे ही ठरावीक रणक्षेत्रातच लढली जात.

आधुनिक काळात विज्ञानाच्या सहकार्याने मानवाने सर्वच क्षेत्रांत प्रगती केली आहे. शस्त्रास्त्रांतही मानवाने भरीव स्वरूपाची प्रगती करून त्यांचा मारटप्पा, विध्वंसकशक्ती वाढवण्यावर भर दिला. त्यामुळे आधुनिक युद्धाचा संबंध सैन्यापुरता मर्यादित न राहता त्याची झळ सर्वांनाच बसू लागल्यामुळे विध्वंसकतेमध्ये वाढ झाली आहे. युद्धात ठरावीक जागेत न लढता आघाडीप्रमाणेच देशाच्या सर्वच क्षेत्रांत लढण्यावर भर दिला जाऊ लागला आहे, म्हणजेच युद्धक्षेत्र अमर्यादित स्वरूपात वाढले असून या युद्धाचा कालवधीही वाढला आहे.

आपल्या राष्ट्राचे संरक्षण, देशाची सुरक्षितता, सार्वभौमत्व व स्वातंत्र्याचे संरक्षण परकीय आक्रमणापासून करण्यासाठी प्रत्येक राष्ट्र सैन्य व शस्त्रास्त्रे म्हणजेच संरक्षणशक्ती बाळगू लागले. यांच्याच सहकार्याने प्रत्येक राष्ट्र दुसऱ्या राष्ट्राबरोबर युद्ध करीत असते. आपले राष्ट्र, आपली सेना ज्या वेळी शत्रूबरोबर युद्ध करण्यात गुंतलेली असते, अशा वेळी राष्ट्रातील जनतेने एकजूटीने, संयमाने व निर्धाराने त्यांच्यामागे खंबीरपणे उभे राहिले पाहिजे. प्रथम आणि द्वितीय महायुद्धाची व्याप्ती संपूर्ण जगभर पसरली होती. या दोन्ही महायुद्धांची झळ, इच्छा असो अगर नसो, जगातील सर्वच राष्ट्रांना कमीजास्त प्रमाणात बसलेली होती. द्वितीय महायुद्धानंतर जागतिक शांततेसाठी संयुक्त राष्ट्रसंघाची स्थापना झाली. त्या वेळी असे वाटत होते की, युद्धाची व्याप्ती आता मर्यादित राहणार. परंतु लगेचच सोव्हिएत रशिया व अमेरिका यांच्यात शीतयुद्धाला सुरुवात झाली व युद्धाची व्याप्ती परत वाढली. १९९१ मध्ये सोव्हिएत रशियाचे पतन होऊन शीतयुद्ध संपुष्टात आले, तरीही युद्धाची व्यापकता कमी होऊ शकली नाही. कारण मानवाने वेगवेगळ्या प्रकारची क्षेपणास्त्रे निर्माण केलेली आहेत. त्याचप्रमाणे दहशतवादाने संपूर्ण जगालाच ग्रासले असल्यामुळे युद्धाची व्याप्ती कमी होण्याऐवजी दिवसेंदिवस वाढतच जाताना दिसून येते.

युद्धाचे स्वरूप :

युद्धामध्ये किती राष्ट्रे सहभागी आहेत; त्यामध्ये सैनिक, शस्त्रास्त्रे किती व कोणत्या प्रकारची वापरली जातात; युद्धाची उद्दिष्टे काय आहेत; त्याची व्याप्ती कशी आहे; या सर्वांचा विचार करून युद्धाचे स्वरूप मर्यादित की सर्वंकश आहे, हे ठरवले जाते. मर्यादित साधने, मर्यादित शस्त्रे, हेतू, सैन्य यांचा वापर ज्या युद्धात केला जाईल, त्या युद्धाला मर्यादित युद्ध, तर ज्या युद्धात आपल्याकडील सर्व शस्त्रास्त्रे, सैन्य,

डावपेच यांचा मोठ्या प्रमाणात उपयोग केला जाईल, त्याला सर्वंकष युद्ध म्हणता येईल.

मर्यादित युद्ध :

मर्यादित उद्दिष्टे, मर्यादित साधने व मर्यादित भौगोलिक क्षेत्रांत जो संघर्ष होतो, त्यास मर्यादित युद्ध असे म्हणतात. ज्या युद्धात आण्विक, जैविक तसेच रासायनिक शस्त्रे सोडून इतर सर्व प्रचलित शस्त्रास्त्रांचा सर्रासपणे वापर केला जातो, त्यास मर्यादित युद्ध असे म्हणतात. या युद्धाचा कालावधी मर्यादित असतो व मर्यादित रणक्षेत्रातच हे लढले जाते. देशाच्या संरक्षणासाठी व शत्रूच्या प्रतिकारासाठी मर्यादित युद्धाची तयारी करण्यावर प्रत्येक राष्ट्राचा कल असलेला दिसतो. मर्यादित युद्ध फक्त सैनिकांपुरतेच मर्यादित असते. जनतेचा युद्धाशी संबंध नसतो. तरीही ज्या दोन राष्ट्रांत मर्यादित युद्ध होते, त्या युद्धाची झळ दोन्ही राष्ट्रांनाच बसते. दोन राष्ट्रांतील हे मर्यादित युद्ध मर्यादितच राहावे म्हणून सोव्हिएत रशिया, अमेरिका व इतर राष्ट्रे प्रयत्न करतात. या युद्धाला लागणारी शस्त्रास्त्रे व साधनसामग्री प्रत्येक राष्ट्राकडेच उपलब्ध असते किंवा बाजारात सहज उपलब्ध होते. दोन राष्ट्रांतील वादग्रस्त प्रदेशावरून अशा स्वरूपाची युद्धे होतात. उदा. भारत व पाकिस्तानमधील युद्धे.

सर्वंकष युद्ध :

जगाच्या कोणत्याही भूमीवर, अमर्याद शस्त्रास्त्रांनी, अनेक हेतूंसाठी जे युद्ध लढले जाते, त्यास सर्वंकष किंवा संपूर्ण युद्ध असे म्हणतात. प्रचलित शस्त्रास्त्रांबरोबरच आण्विक, जैविक व रासायनिक शस्त्रास्त्रांचा वापर ज्या युद्धात केला जातो, त्यास सर्वंकष किंवा संपूर्ण युद्ध असे म्हणतात. या युद्धाचा परिणाम अतिशय विनाशकारी असतो. मानवाने हाच विचार करून विनाशकारी शस्त्रे निर्माण करण्यावर भर दिला आहे. पहिले व दुसरे महायुद्ध प्रामुख्याने या प्रकारात मोडते. हे युद्ध विश्वव्यापी असते. त्यामध्ये अनेक राष्ट्रे गोवली जातात. कुटनीती, राजनीती, मानसशास्त्रीय, आर्थिक या साधनांचाही त्यामध्ये वापर करण्यावर भर दिला जातो. त्यामुळे या युद्धाचा परिणाम जगातील अनेक राष्ट्रांवर होतो. मोठ्या प्रमाणात वित्तहानी, मनुष्यहानी होते. शिवाय या युद्धात जगातील प्रमुख राष्ट्रे असतात. एकंदरीत आधुनिक युद्ध किंवा सर्वंकष युद्ध विनाशकारी असल्यामुळेच जगातील राष्ट्रे शांतता व सुरक्षितता यासाठी झटताना दिसतात, म्हणूनच आज अशा प्रकारच्या युद्धाऐवजी युद्धाचे स्वरूप मर्यादित कसे राहील, याकडे सर्वांचा कटाक्ष असलेला दिसतो.

युद्धाची कार्ये :

युद्ध ही दीर्घकाळ चालणारी एक प्रकारची संस्था असून तिची अनेक प्रकारची महत्त्वपूर्ण कार्ये असतात. त्यातील काही प्रमुख खालीलप्रमाणे आहेत–

१. संरक्षण : प्रत्येक राष्ट्राला अंतर्गत व बहिर्गत असे दोन प्रकारचे शत्रू असतात. या दोन्ही प्रकारच्या शत्रूंपासून राष्ट्रातील जनतेच्या हिताचे संरक्षण, युद्ध या मार्गाने करावे लागते किंवा राष्ट्र संरक्षणाचे युद्ध हे प्रमुख साधन मानले जाते.

२. अन्याय : दोन राष्ट्रांतील वाद जेव्हा शांततेच्या मार्गाने सुटत नाहीत, म्हणजेच अन्याय दूर होत नाही. त्यावेळी युद्ध हे अन्याय दूर करण्याचे प्रमुख साधन मानले जाते.

३. वाद : दोन राष्ट्रांत निर्माण होणारा वाद ज्यावेळी शांततेच्या मार्गाने सुटत नाही, किंवा वाटाघाटी करूनही सुटत नाही अशा वेळी युद्धाचा आधार घ्यावा लागतो.

४. गुलामगिरी : एखादे राष्ट्र अनेक दिवसांपासून जर गुलामगिरीत असेल, तर त्यामधून मुक्त होण्यासाठी किंवा स्वातंत्र्य मिळवण्यासाठी युद्धाचा मार्ग स्वीकारावा लागतो.

५. शांतता संघटना : जागतिक युद्धानंतर जगामध्ये शांतता प्रस्थापित करण्यासाठी आंतरराष्ट्रीय संघटना निर्माण केल्या जातात. एकतर या संघटना युद्धामुळे नष्ट होतात किंवा युद्धाच्या भीतीमुळे टिकून राहतात.

६. महत्त्वाकांक्षा : युद्धामुळे मानवाची पर्यायाने राष्ट्राची महत्त्वाकांक्षा वाढीस लागते. त्याचप्रमाणे राष्ट्रउभारणीसाठी किंवा राष्ट्राच्या विकासासाठी प्रत्येकाला युद्धाची गरज असते. राष्ट्रातील जनतेची आळशी प्रवृत्ती युद्धामुळे नष्ट होण्यास मदत होते, म्हणजेच राष्ट्रसंरक्षणासाठी ते आपापल्या परीने पुढे येत असतात.

७. स्थान : युद्धामुळे प्रत्येक राष्ट्राच्या सीमा निश्चित केल्या जातात. त्याचप्रमाणे युद्धामुळे जगाचा नकाशा निश्चित करण्यावर भर दिला जातो.

८. अस्तित्व : युद्ध हे जसे आक्रमण करण्याचे साधन आहे, तसेच ते दुसऱ्याचे आक्रमण परतवून लावण्याचे पर्यायाने आपले अस्तित्व टिकवण्याचेही प्रमुख साधन आहे.

युद्धाची कारणे :

युद्धाचे एखादे तत्कालीन कारण असते. परंतु केवळ एखाद्या कारणामुळे युद्ध होत नाही. युद्धाला अनेक कारणे कारणीभूत होताना दिसतात. युद्धाच्या अगोदरच

प्रत्येक राष्ट्राने युद्धाची तयारी केलेली असते. त्यांचा हेतूही ठरलेला असतो. अशी राष्ट्रे योग्य त्या संधीची वाट पाहत असतात. संधी मिळताच युद्धाची ठिणगी पडते. युद्धे का होतात? यावर शिकागो विद्यापीठात एक परिसंवाद घेण्यात आला. या परिसंवादात युद्धाला कारणीभूत होणाऱ्या २५० कारणांचा विचार करण्यात आला. क्विन्सी राईट यांनी आपल्या 'ए स्टडी ऑफ वॉर' या ग्रंथात सामाजिक, सांस्कृतिक, आर्थिक, राजकीय, तांत्रिक व लष्करी कारणे युद्धाला कारणीभूत होतात, हे ठामपणे सांगितले. या कारणांचा विचार आपणांस पुढीलप्रमाणे करता येईल –

१. सामजिक कारणे : मानव, मानवी गट, संस्कृती, धर्म, जात इत्यादींचा मिळून समाज बनतो. जीवन जगणे आणि वरचढ होण्याच्या प्रयत्नातून दोन मानवीय गटांमध्ये संघर्ष घडून येतो. शिवाय समाजातील विशिष्ट वर्गाची विशिष्ट प्रकारची एक संस्कृती असते. या संस्कृतीच्या जपणुकीसाठी किंवा संरक्षणासाठी संबंधित समाजाची धडपड चालू असते. आपली संस्कृती जर धोक्यात आली, तर तिच्या संरक्षणासाठी संबंधित राष्ट्र युद्धाचाही मार्ग स्वीकारण्यास मागेपुढे पाहत नाही.

२. सांस्कृतिक व वैचारिक कारणे : काही लष्करी विचारवंत संस्कृती व विचारधारा यांमधील संघर्ष, हे युद्धाचे प्रमुख कारण मानतात. सांस्कृतिक भेदांमुळे युद्धे होतात. भारत–पाकिस्तान यांच्यातील युद्धे या प्रकारात मोडतात. केवळ आपली संस्कृती श्रेष्ठ असून इतरांनी तिचा अवलंब केला पाहिजे, जर ते स्वीकारायला तयार नसतील, तर सामर्थ्याचा वापर करून त्यांच्यावर संस्कृती लादायची, ह्या प्रयत्नांतून सांस्कृतिक साम्राज्यवादाला प्रारंभ झाला आणि त्याचसाठी युद्धाचा मार्ग अवलंबला जातो. पहिले व दुसरे महायुद्ध ही दोन्ही युद्धे विचारधारांमधील संघर्षात मोडली जातात. अमेरिका व सोव्हिएत रशिया यांच्यातील शीतयुद्धदेखील याच प्रकारात मोडते.

३. आर्थिक कारणे : भांडवलवाद व अतिरिक्त उत्पादन ही युद्धाची दोन प्रमुख कारणे आहेत. आर्थिक उत्पादनामुळे निर्माण झालेला माल खपवण्यासाठी बाजारपेठांचा शोध घ्यावा लागतो व त्या बाजारपेठेवर वर्चस्व प्रस्थापित करावे लागते. या आर्थिक धोरणातूनच भांडवलवादी राष्ट्रांना युद्धे करावी लागतात. औद्योगिकीकरणाच्या प्रगतीमुळेही राष्ट्राच्या शक्तीत वाढ होत असते. त्यामधूनही युद्धप्रवृत्ती निर्माण होत असते. राहणीमान वाढवण्याच्या प्रयत्नांतूनही युद्धे होत असतात. वाढलेल्या लोकसंख्येच्या दबावामुळे राष्ट्राला अतिरिक्त जमिनीची गरज भासते. त्यातूनच त्यांचा कल विस्तारवादी प्रवृत्तीकडे झुकतो. काही राष्ट्रे विनाशक स्वरूपाची शस्त्रास्त्रे निर्माण करून ती दुसऱ्या राष्ट्राला विकतात. त्यामधूनही युद्धाचा धोका निर्माण होतो.

४. राजकीय कारणे : प्रत्येक राष्ट्र आपलीच शासनव्यवस्था सर्वश्रेष्ठ मानताना दिसते. शिवाय प्रत्येक राष्ट्राला अंतर्गत व बहिर्गत अशा दोन धोरणांचा विचार करून त्यांचा विकास करावा लागतो. यामधूनच संबंधित राष्ट्रात राष्ट्रवादाचा उदय होतो. राष्ट्रवादात सार्वभौमत्वाची कल्पना महत्त्वाची मानताना प्रत्येक राष्ट्र दिसते. त्यामुळे दुसऱ्यावर वर्चस्व गाजवण्याची प्रवृत्ती प्रत्येकामध्ये बळावते. त्यातून लढाऊ राष्ट्रवादाचा उदय होऊन ते राष्ट्र युद्धाकडे वाटचाल करू लागते.

५. मनोवैज्ञानिक कारणे : मानवी स्वभावात जोपर्यंत बदल होत नाहीत तोपर्यंत युद्धे बंद होणार नाहीत, असे विचार अनेक मानसशास्त्रज्ञ व्यक्त करताना दिसतात म्हणजेच मानवी स्वभाव युद्धाला कारणीभूत होताना दिसतो. त्याचप्रमाणे मानवाची विध्वंसक प्रवृत्तीसुद्धा युद्धाला कारणीभूत होताना दिसते. दुसऱ्यावर वर्चस्व गाजवण्याची प्रवृत्ती युद्धास जन्म देते. मानव परराज्यातील व्यक्तीकडे अनोळखीपणाच्या आणि साशंक वृत्तीने पाहतो. त्यांतूनच त्यांची बदला घेण्याची प्रवृत्ती किंवा दुसऱ्याची जमीन प्राप्त करण्याची सुप्त इच्छा युद्धाला कारणीभूत ठरते. स्वार्थी वृत्ती, मूर्खपणा व आक्रमक वृत्तीचे नेतृत्व यातून युद्धे उद्भवतात. त्याचप्रमाणे मानवी मनोवृत्तीमध्येही युद्धाचे मूळ कारण आढळते, तर काही जण युद्धाने आपली इच्छा दुसऱ्यावर लादतात.

६. तांत्रिक कारणे : आज विज्ञानाच्या मदतीने मानवाने विनाशक स्वरूपाची शस्त्रास्त्रे निर्माण केलेली आहेत. तयार केलेली शस्त्रास्त्रे कशी आहेत, याची चाचणी घेणे गरजेचे असते. त्यासाठी अशी राष्ट्रे दुसऱ्यावर युद्धे लादतात. विनाशक शस्त्रास्त्रांमुळे नि:शस्त्रीकरणाची कल्पना पुढे आली. पण आपल्या राष्ट्राच्या संरक्षणासाठी नि:शस्त्रीकरणाऐवजी शस्त्रस्पर्धेला उत्तेजन देताना प्रत्येक राष्ट्र दिसते. यांतूनच युद्ध प्रवृत्ती बळावते.

७. लष्करी कारणे : शेजारील राष्ट्राच्या तुलनेत प्रत्येक राष्ट्र आपली लष्करी शक्ती वाढवण्याचा प्रयत्न करीत असते. शक्ती वाढली की, दुसऱ्यावर वर्चस्व गाजवण्याची ईर्ष्या प्रत्येक राष्ट्रामध्ये निर्माण होते. त्यामधूनच त्यांच्यामध्ये संघर्षाची प्रवृती जागी होते.

युद्धाचे परिणाम :

युद्ध ही विनाशकारी घटना आहे. युद्धाचा मानवजातीवर विपरीत स्वरूपाचा परिणाम होतो. हे माहीत असूनही युद्धे लढली जातात. या युद्धांचे युद्धात गुंतलेल्या राष्ट्रावर, जनतेवर पर्यायाने संपूर्ण समाजावर परिणाम होतात. ते खालीलप्रमाणे आहेत-

१. शांतता व सुरक्षितता : युद्धामुळे उभय राष्ट्रांतील शांतता व सुरक्षितता

धोक्यात येते. युद्धामुळे उभय राष्ट्रांच्या जनतेलाही परिणाम भोगावे लागतात. जनतेची प्रचंड हानी होते. कधीकधी भावी पिढीलाही त्याचे परिणाम भोगावे लागतात. युद्धाचे स्वरूप तीव्र बनल्यास उभय राष्ट्रांबरोबरच आजूबाजूच्या राष्ट्रांचीही शांतता व सुरक्षितता धोक्यात येऊ शकते.

२. औद्योगिक विकासावर परिणाम : युद्धाला मजबूत करण्याचे काम प्रामुख्याने औद्योगिक क्षेत्र करीत असते. हे औद्योगिक क्षेत्र युद्धाला सुरुवात होताच सर्वप्रथम कसे नष्ट करता येईल, याचाच विचार प्रतिस्पर्धी राष्ट्रे करीत असतात. युद्धामुळे कोट्यवधी रुपये खर्च करून उभे केलेले औद्योगिक प्रकल्प, त्यातील अवजड मशनरी, तेथे असलेला पक्का व कच्चा माल काही क्षणांत नष्ट होतो. हे परत उभे करण्यासाठी तेवढ्याच प्रमाणात खर्च करावा लागतो, म्हणजेच युद्धाचा औद्योगिक क्षेत्रावर होणारा परिणाम राष्ट्रातील जनतेला व भावी पिढीला भोगावाच लागतो.

३. आर्थिक परिणाम : युद्धामुळे अनेक प्रकारच्या आर्थिक समस्या निर्माण होतात. त्या समस्या सोडवणे ही राष्ट्रापुढील महत्त्वाची अडचण होऊन बसते. युद्धकाळात सामान्य जनतेच्या गरजांपेक्षा सैनिकांच्या गरजांना अग्रक्रम दिला जातो. त्या गरजा पुरवण्यासाठी आर्थिक क्षेत्रावर ताण पडतो. पैशांची गरज मोठ्या प्रमाणात भासत असल्यामुळे राष्ट्राला वस्तूंच्या किमतीत वाढ करावी लागते. कधीकधी बाहेरील राष्ट्रांकडून कर्जही घ्यावे लागते. हे कर्ज फेडण्यासाठी युद्धानंतर वस्तूंच्या वाढवलेल्या किमती तशाच ठेवाव्या लागतात. युद्धामुळे किंवा नंतर देशाच्या निर्यातीपेक्षा आयात मोठ्या प्रमाणात वाढते. त्यामुळे राष्ट्रापुढे परकीय चलनाचा प्रश्न निर्माण होतो. शिवाय युद्धामुळे आर्थिक संपत्ती मोठ्या प्रमाणात नष्ट झाल्यामुळे त्याचा विपरीत परिणाम भावी पिढीवर पडत असतो. देशाची आर्थिक घडी पूर्णपणे विस्कटून गेलेली असल्यामुळे, राष्ट्राचा जीवनस्तर खालच्या पातळीवर येण्यास मदत होते. अन्नधान्याची मोठ्या प्रमाणात टंचाई निर्माण होते.

४. सामाजिक व सांस्कृतिक परिणाम : युद्धाचा सर्वांत मोठा परिणाम समाजावर होत असतो. कारण समाजातूनच सैनिकभरती केली जाते. त्यामुळे हे सैनिक जर युद्धात मारले गेले, तर संबंधित समाजाची तरुण पिढीच नष्ट होते, तर कधी कधी आपल्या संस्कृतीच्या संरक्षणासाठी एक समाज दुसऱ्या समाजाशी संघर्ष करीत असतो. त्यातून एक संस्कृती नष्ट होते, तर जी जिवंत राहते तिचा स्वीकार इच्छा नसतानाही दुसऱ्याला करावा लागतो. याचाच अर्थ असा की, युद्धाचे सामाजिक व सांस्कृतिक परिणामही होत असतात.

५. राजकीय परिणाम : युद्धाचा राष्ट्राच्या अंतर्गत व बाह्य राजकारणावर

विपरीत परिणाम होतो. युद्धामुळे नागरिकांच्या स्वातंत्र्यावर गदा येते. युद्ध नसताना तो देशात कोठेही राहू शकतो. कोणताही व्यवसाय करू शकतो. पण युद्धकाळात यावर नियंत्रणे येतात. नागरिकांना स्वत:च्या इच्छेनुसार वागता येत नाही. जनतेच्या हितापेक्षा राष्ट्रीय हित महत्त्वाचे मानून सैनिकांच्या गरजा अगोदर भागवण्यावर भर दिला जातो. सर्वसामान्य जनताही या कृतीला पाठिंबा देते.

युद्धानंतर आंतरराष्ट्रीय राजकारणात राजकीय गटबाजीला सुरुवात होते. युद्धाच्या परिणामांतून राष्ट्राला वाचवण्यासाठी किंवा युद्धे थांबवण्यासाठी, आंतरराष्ट्रीय संघटनांची निर्मिती करण्यावर भर दिला जातो. उदा. राष्ट्रसंघ व संयुक्त राष्ट्रसंघ यांच्या मदतीने जागतिक शांतता स्थापनेवर भर दिला जातो.

युद्ध टाळण्याचे उपाय :

युद्ध ही विनाशकारी घटना आहे, म्हणून खालील उपाय केल्यास ते टळू शकते.

१. राष्ट्राराष्ट्रांतील आर्थिक, सामाजिक व राजकीय मतभेद दूर केल्यास किंवा त्यांच्यात मैत्रीचे व सहकार्याचे वातावरण निर्माण केल्यास युद्धे बंद होण्यास मदत होईल.

२. जागतिक शांतता व सुरक्षितता स्थापण्यासाठी निर्माण करण्यात आलेली संयुक्त राष्ट्रसंघटना शक्तिशाली झाल्यास जागतिक, आर्थिक, सामाजिक व राजकीय स्वरूपाचे प्रश्न सोडवण्यास संयुक्त राष्ट्रसंघाच्या उपांगांना यश आल्यास, आंतरराष्ट्रीय संघर्ष महासभा व सुरक्षा परिषदेस यश आल्यास युद्धे बंद होण्यास मदत होईल.

३. परराष्ट्रीय धोरण आखणाऱ्या किंवा देशातील प्रमुख व्यक्ती यांच्यावर जनतेचे नियंत्रण असल्यास युद्धे निश्चितच बंद होतील.

४. लोकांमधील युद्धप्रवृत्ती नष्ट झाल्यास युद्धे निश्चितच बंद होतील.

५. युद्धाची संकल्पना मानवी मनात जन्म घेते म्हणून मानवी मनातून ते दूर करण्यासाठी लोकांना प्रशिक्षणाच्या माध्यमातून युद्धाचे परिणाम नेहमीच गंभीर व भयंकर होतात, असे पटवून दिल्यास जगातील युद्धे निश्चितच बंद होण्यास मदत होईल.

६. सामूहिक सुरक्षेची संकल्पना यशस्वी झाल्यास युद्धे आपोआपच बंद होतील.

७. शस्त्रनियंत्रण व नि:शस्त्रीकरणामुळेही युद्धे बंद होण्यास मदत होईल.

८. जागतिक शासनाची स्थापना झाल्यास युद्धे बंद होतील.

९. जगातील राष्ट्रांनी सर्वसंमत केलेले जे आंतरराष्ट्रीय कायदे आहेत, त्यांचे पालन झाल्यास युद्धे आपोआपच बंद होतील.

अलिप्तता / अलिप्ततेचे धोरण / अलिप्तता चळवळ / नाम :

प्रस्तावना :

द्वितीय महायुद्धानंतर अमेरिका व सोव्हिएत रशिया या दोन महाशक्तींचा झालेला उदय, ब्रिटिश व फ्रेंच यांच्या गुलामगिरीतून मुक्त झालेली आशिया व आफ्रिका खंडातील अनेक अविकसित; पण नवोदित स्वरूपाची राष्ट्रे अशा स्वरूपाच्या घटना महत्त्वाच्या मानल्या जातात. अमेरिका व सोव्हिएत रशिया या दोन्हीही सत्तांमध्ये परस्परविरोधी वैचारिक भिन्नता असल्यामुळे त्यांनी एकमेकांना शह देण्यासाठी नवीन स्वतंत्र झालेल्या राष्ट्रांना स्वतःच्या गटात ओढण्याचा प्रयत्न सुरू केला. पण या राष्ट्रांनी अमेरिका किंवा सोव्हिएत रशिया यांच्या गटात सामील न होता स्वतःचा सामाजिक आणि आर्थिक पाया मजबूत करण्यासाठी, म्हणजेच या दोन्ही महासत्तांच्या मदतीने आपला सर्वांगीण विकास करण्यासाठी वेगळे राहण्याचा निर्णय घेतला. त्यातूनच अलिप्ततेची किंवा नामची चळवळ उभी राहिली. या प्रकरणामध्ये अलिप्ततेचा अर्थ व संकल्पना, अलिप्ततेचे स्वरूप, अलिप्ततेचे मूल्यमापन, भारताची यामधील भूमिका किंवा योगदान, नामचा सामाजिक व आर्थिक पाया म्हणजेच अलिप्ततेचे आधार, नामची आजच्या काळातील उपयुक्तता आणि प्रासंगिकता यांचा ऊहापोह केला जाणार आहे.

अलिप्ततेची व्याख्या :

अलिप्तता किंवा अलिप्ततेचा सिद्धान्त म्हणजे अमेरिका व सोव्हिएत रशिया या दोन महासत्तांमधील शीतयुद्ध, द्विध्रुवीय जागतिक पद्धती विरुद्ध नुकत्याच स्वतंत्र झालेल्या राष्ट्रांनी संघटित केलेली जी चळवळ आहे, तिलाच 'अलिप्तता चळवळ' असे म्हणतात. तिच्यामध्ये राष्ट्राचा सामाजिक व आर्थिक पाया मजबूत करण्याबरोबरच जगामध्ये शांतता प्रस्थापित करण्याचा महत्त्वाचा मार्ग मानला जातो किंवा पाश्चात्त्य किंवा साम्यवादी अशा कोणत्याही राष्ट्रांच्या गटात, विशेषतः लष्करी करारामध्ये सामील न होता त्यापासून वेगळे राहणे म्हणजेच अलिप्तता होय. एकंदरीत अलिप्तता एक स्वतंत्र प्रकारचे धोरण आहे. नवीन स्वतंत्र झालेल्या राष्ट्रांनी साम्राज्यवादी व मोठ्या राष्ट्रांकडे न झुकता स्वतःची आर्थिक प्रगती करण्यासाठी आणि आपले स्वातंत्र्य अबाधित ठेवण्यासाठी निर्धारित केलेले हे एक धोरण आहे.

अलिप्तता हा शब्द इ. स. १९४५ मध्ये प्रथमच वापरला गेला. परंतु या सिद्धान्ताचे तटस्थता, विलगता, पृथकता असे अनेक अर्थ लावले जातात.

अलिप्ततेचा अर्थ समजावून घेताना अलिप्तता आणि तटस्थता यातील फरक जाणून घेणे आवश्यक आहे. तटस्थता असा अलिप्ततेचा अर्थ कधीकधी केला जातो. परंतु अलिप्तता व तटस्थता यामध्ये मूलभूत स्वरूपाचा भेद आहे. जागतिक राजकारणासंबंधी कोणत्याच प्रकारचे मत व्यक्त न करणे, कोण चूक आहे वा कोण बरोबर आहे, हे माहीत असूनही कोणत्याच पक्षाची बाजू न घेणे असा तटस्थतेचा अर्थ केला जातो.

पीटर लायन यांच्या मते, 'राजकीय तटस्थता म्हणजे दोन गटांमध्ये जेव्हा संघर्ष होत असतो, तेव्हा तिसरा गट त्यांच्यापैकी कुणाचीही बाजू न घेण्याचे धोरण ठरवत असतो'.

श्वार्त्सन बर्जर यांच्या मते, 'कोणत्याही प्रकारच्या संधीपासून दूर राहणे म्हणजे तटस्थता होय.' संधी याचा अर्थ नाटो, सिटो, वार्सा यांसारखे लष्करी करार असा अर्थ यांना अपेक्षित आहे.

परंतु अलिप्तता यापेक्षा जरा वेगळी आहे. जे अलिप्त देश आहेत ते जागतिक राजकारणात महत्त्वाची भूमिका बजावत असतात. जागतिक पातळीवर कोणत्याही प्रकारचे संकट निर्माण झाल्यास त्यासंबंधीच्या गुणदोषांची किंवा सत्य-असत्याची सविस्तर चर्चा करून जो बरोबर आहे, ज्याची बाजू सत्य आहे, त्याची बाजू घेणे म्हणजे योग्य धोरणाचे समर्थन अलिप्ततावादी राष्ट्रे करीत असतात म्हणजेच अलिप्ततेचे धोरण स्वीकारणारे राष्ट्र जागतिक प्रश्नाबाबत तटस्थ राहत नाही.

पंडित नेहरूंनी भारताचे अलिप्ततावादाचे धोरण स्पष्ट करताना एकदा असे म्हटले होते की, ज्या वेळी स्वातंत्र्याला धोका निर्माण होतो, न्यायाची संकल्पना धोक्यात येते किंवा आक्रमण होते, त्या वेळी आम्ही तटस्थ राहू शकत नाही आणि तटस्थ राहणारही नाही. कारण जागतिक शांततेचे रक्षण हे भारताच्या धोरणाचे मुख्य उद्दिष्ट आहे आणि त्या उद्दिष्टाला अनुसरून भारताने अलिप्ततेचा मार्ग स्वीकारलेला आहे. मात्र याचा अर्थ कृतिशून्यता असा नव्हे किंवा अनिष्ट गोष्टी निमूटपणे मान्य करणे असाही नव्हे. आपल्यासमोरील प्रश्नांबाबत तो होकारात्मक आणि गतिशील असे दृष्टिकोन स्वीकारतो. अलीकडेच झालेल्या खाडी युद्धातही अलिप्ततावादाचा हा अर्थ स्पष्ट झाला. उदा. कुवेतवर इराकने आक्रमण केले म्हणून या अलिप्ततावादी राष्ट्रांनी इराकवर टीका करून इराकने कुवेत सोडावा म्हणून इराकवर दडपण आणण्यास सुरुवात केली. परंतु याचबरोबर अमेरिका व संयुक्त फौजांनी कुवेतला मुक्त करण्याच्या नावाखाली जेव्हा इराकलाच नष्ट करण्याचे धोरण अवलंबिले, तेव्हा या अलिप्ततावादी राष्ट्रांनी अमेरिका

व मित्र राष्ट्रांच्या धोरणावर टीका करून तत्काळ युद्धबंदीची मागणी केली.

थोडक्यात कोणत्याही एका पक्षाची बाजू न घेता सत्यासत्यतेच्या आधारावर योग्य धोरणाचे समर्थन करणे म्हणजे अलिप्तता होय.

जॉर्ज लिस्का यांनी तटस्थता व अलिप्तता यांतील फरक करताना असे सांगितले की, 'कोणताही वाद किंवा संघर्ष यांबाबत कोण बरोबर आहे किंवा कोण चूक आहे, हे माहीत असूनही कोणाचीच बाजू न घेणे म्हणजे तटस्थता होय. परंतु अलिप्ततेचा अर्थ यापेक्षा वेगळा आहे. योग्य अयोग्य यात फरक करून नेहमी योग्य धोरणाचे समर्थन करणे म्हणजे अलिप्तता किंवा गटनिरपेक्षता होय'.

कोणत्याही बाह्य शक्तीच्या दबावाला बळी न पडता आपल्या हितसंबंधांना व उद्दिष्टांना अनुसरून योग्य तो निर्णय घेण्याचा अधिकार किंवा स्वातंत्र्य असणे, याचाच अर्थ बाह्य शक्तींपासून अलिप्त अशा समान विचारसरणीच्याआधारे तिसऱ्या जगाला एकत्र आणणारी संघटना म्हणजे अलिप्त राष्ट्रांची किंवा तटस्थ राष्ट्रांची चळवळ होय.

अलिप्तता चळवळ ही शीतयुद्धाला पर्याय म्हणून निर्माण झाली. सोव्हिएत रशियाचे १९९१ मध्ये विघटन झाले आणि शीतयुद्धाचे जगावरील सावट संपुष्टात आले. अमेरिका ही त्यानंतर एकच महासत्ता उरली. त्यामुळे या चळवळीबाबत निरनिराळे सूर निघू लागले. उदा. अलिप्ततेचा प्रथम स्वीकार करणाऱ्या युगोस्लाव्हिया या राष्ट्रात सात वर्षे यादवी सुरू होती. शेवटी त्या राष्ट्राचे विघटन झालेले आहे.

अलिप्ततेचा अर्थ व स्वरूप :

आंतरराष्ट्रीय राजकारणातील कोणत्याही गटात सामील न होता स्वत:च्या राष्ट्राचे धोरण स्वत:च्या राष्ट्रातच स्वतंत्रपणे आखणे हा अलिप्ततेचा सरळ सरळ अर्थ आहे. तो एवढ्यापुरताच मर्यादित न राहता याहीपेक्षा अधिक व्यापक दृष्टिकोनातून अलिप्ततेचा अर्थ स्पष्ट करणे आवश्यक आहे. अलिप्ततावादाचा अर्थ आणि तिचे स्वरूप आपणांस खालीलप्रमाणे सविस्तरपणे स्पष्ट करता येईल–

१. कोणत्याही गटात सामील न होणे : जगातील कोणत्याही राष्ट्रांच्या गटात किंवा लष्करी गटात सामील न होता स्वत:चे धोरण स्वत: आखून स्वतंत्रपणे वाटचाल करणे हा अलिप्ततावादाचा खरा अर्थ आहे, तर कोणत्याही गटात सामील होणे म्हणजे इतर देशांच्या प्रश्नात आपली किंमत देऊन हस्तक्षेप करण्यासारखे आहे. उदा. द्वितीय महायुद्धानंतर अमेरिका व सोव्हिएत रशिया या दोन गटांत जगाची विभागणी झाली. या दोन्ही गटांत सामील होण्यास भारताने नकार दिला.

२. लष्करी करारापासून वेगळे राहणे : द्वितीय महायुद्धानंतर अमेरिका व

सोव्हिएत रशियामध्ये शीतयुद्ध सुरू झाले. शीतयुद्धाच्या अंतर्गत राहून एकमेकांना शह देण्यासाठी, आपल्या गटात सहभागी झालेल्या राष्ट्रांच्या संरक्षणासाठी या राष्ट्रांनी लष्करी करार केले. त्यामध्ये अमेरिकेने पुढाकार घेऊन नाटो, सिटो, सेन्टोसारखे करार केले, तर सोव्हिएत रशियाने वॉर्सा हा लष्करी करार निर्माण केला. या करारापासून वेगळे किंवा अलिप्त राहणे हाही अलिप्ततावादाचा अर्थ आहे.

३. गटबाजीला थारा न देणे : अलिप्ततावादाचा खरा अर्थ हा यातील राष्ट्राचे व या चळवळीचे ध्येय हे जगात तिसरा गट निर्माण करण्याचे नसून तिसरे क्षेत्र निर्माण करणे हा आहे. शिवाय या क्षेत्राचा भर विश्वास, सहकार्य व युद्ध टाळणे यावर राहील. म्हणजेच या चळवळीचा भर हा जागतिक तणावात शिथिलता निर्माण करणे व शांततेचे क्षेत्र वाढवणे हा आहे.

४. स्वतंत्रपणे धोरण आखणे : अलिप्ततावाद म्हणजे आंतरराष्ट्रीय क्षेत्रात कोणत्याही राष्ट्राचे बांधील न राहता, कोणाच्याही दबावाखाली न येता स्वतंत्रपणे आपले धोरण आपल्याच देशातून ठरवणे किंवा आखणे होय. उदा. अमेरिका किंवा सोव्हिएत रशिया यांच्या धोरणांशी आम्ही सहमत राहू. पण त्यांच्या सल्ल्याशिवाय आम्ही आमचे धोरण राबवू, हे अलिप्ततावादाचे म्हणणे आहे.

५. नि:पक्षपातीपणे आपली भूमिका राबवणे : अलिप्ततावाद म्हणजे कोणत्याही आंतरराष्ट्रीय प्रश्नावर पूर्वग्रहदूषित न होता नि:पक्षपाती भूमिका घेणे किंवा आपला निर्णय स्वतंत्रपणे देणे हा होय. हीच भूमिका किंवा निर्णय जागतिक परिस्थितीत उपयुक्त ठरतात. उदा. व्हिएतनामवर अमेरिकेने केलेल्या बॉम्बहल्ल्याचा निषेध या भूमिकेमुळेच भारताला करता आला.

६. शांततेचे धोरण स्वीकारणे : आंतरराष्ट्रीय क्षेत्रातील कोणत्याही दोन राष्ट्रांत काही कारणास्तव तणाव निर्माण झाला, त्यातून संघर्षजन्य परिस्थिती निर्माण झाली, तर अशा प्रसंगी या दोन राष्ट्रांतील वादाचा जो मुद्दा आहे, त्यावर शांततेच्या मार्गाने बोलणी करून, सामोपचाराने व वाटाघाटीने तोडगा काढून संघर्षाची भूमिका टाळणे किंवा युद्ध टाळणे हाच अलिप्ततेचा अर्थ आहे. उदा. कोरियन युद्धात भारताने जागतिक शांततेची भूमिका याच हेतूने राबवलेली आहे.

७. सहकार्य व परस्पर विचारावर भर देणे : आंतरराष्ट्रीय समूहात जगताना प्रत्येकाला कोणत्या ना कोणत्या गोष्टींसाठी इतरांवर अवलंबून राहावेच लागते. अशा वेळी या गोष्टी मिळवण्यासाठी आपले धोरण आखताना त्यामध्ये सहकार्य व परस्परांशी विचारविनिमय यावर भर देणे हाच खऱ्या अर्थाने अलिप्ततावादाचा अर्थ सांगता येईल. याच हेतूने भारताने अलिप्ततावादाचे नेतृत्व केलेले दिसून येते.

८. जागतिक राजकारणात सक्रियपणे न्याय्य बाजू घेणे : अलिप्ततावादाचा अर्थ जगात घडणाऱ्या सर्व अन्यायकारक घटनांपासून व घडामोडींपासून दूर राहणे नव्हे. न्याय्य पक्षाची बाजू घेण्यास नकार दर्शवणे हा अलिप्ततावादाचा अर्थ नाही. जगात संघर्ष सोडवण्याचा युद्ध हा मार्ग नाही. त्यासाठी इतरही योग्य व न्याय्य मार्ग आहेत, असा अलिप्तता चळवळीचा अर्थ आहे.

अलिप्ततावादी चळवळीमधील भारताचे योगदान किंवा भूमिका :

अलिप्ततेचे धोरण आणि भारत यांचा सुरुवातीपासूनच अतिशय जवळचा संबंध राहिलेला आहे. अलिप्ततेच्या धोरणाचे प्रमुख जनक पंडित नेहरू, मार्शल टिटो आणि नासिर हेच होते. भारताने स्वातंत्र्यापासूनच अलिप्ततेच्या धोरणाचा स्वीकार केल्यामुळे अलिप्ततावादी चळवळीचा जनक म्हणून भारताकडे पाहिले जाते. भारताने जागतिक राजकारणात अलिप्ततेच्या संदर्भात फार मोठे योगदान दिले आहे. आंतरराष्ट्रीय राजकारणातील शीतयुद्ध, शीतयुद्धातून निर्माण झालेले लष्करी करार किंवा सैनिकी गट या पार्श्वभूमीवर भारताने पुढाकार घेऊन अलिप्तता चळवळीची उभारणी करून तिच्या माध्यमातून जगातील जी राष्ट्रे वसाहतवादाची शिकार बनली आहेत, त्यांच्या मुक्ततेसाठी प्रयत्न केले आहेत. न्याय, समता आणि शांततेचे वातावरण निर्माण होईल, अशा प्रकारच्या नव्या जगाची निर्मिती या चळवळीच्या माध्यमातून करण्याचे भारताचे स्वप्न आहे.

अलिप्ततेच्या धोरणाचा अर्थ जगातील कोणत्याही गटाबरोबर द्विपक्षीय संबंधाच्या आधारावर सैनिकी संघटनात भाग न घेणे हा होय. अशी राष्ट्रे अलिप्तता धोरणाचा पुरस्कार करीत असतानाच संयुक्त राष्ट्रसंघटनेला आंतरराष्ट्रीय शांतता आणि सुरक्षितता प्रस्थापित करण्याच्या दृष्टीने सहकार्य, मदत करत असतात. याचा अर्थ ही राष्ट्रे आंतरराष्ट्रीय प्रश्नाबाबत तटस्थ आहेत, असा मात्र नाही. पंडित नेहरू यांनी तटस्थतेच्या धोरणाचा अर्थ स्पष्ट करताना म्हटले होते की, जर स्वातंत्र्याचे अपहरण होत असेल, न्याय नाकारला जात असेल किंवा एखाद्या ठिकाणी आक्रमण होत असेल, तेव्हा आणि तशा परिस्थितीत आम्ही तटस्थ राहू शकत नाही आणि भविष्यातही राहणार नाही. अलिप्ततेचे धोरण प्रत्येक देशाला जागतिक पातळीवर निर्माण होणाऱ्या प्रत्येक प्रश्नाबाबत त्याच्या गुणानुसार आपली स्वतंत्र प्रतिक्रिया व्यक्त करण्यायोग्य बनवते.

भारताने स्वातंत्र्यानंतर आंतरराष्ट्रीय परिस्थितीचा अभ्यास करून अलिप्ततेच्या धोरणाचा स्वीकार केला. एवढेच नाही तर अलिप्तता चळवळीला फार मोठे योगदान दिले आहे. ते पुढीलप्रमाणे –

१. अलिप्तता चळवळीला आंतरराष्ट्रीय स्वरूप प्राप्त करून दिले : स्वातंत्र्यानंतर भारताने कोणत्याही गटात न जाता अलिप्ततेच्या धोरणाचा स्वीकार केला. भारताचेच अनुकरण करून जगातील स्वतंत्र झालेल्या राष्ट्रांनीही या धोरणाचा स्वीकार केला. या धोरणामुळे जागतिक शांतता, जागतिक न्याय, जागतिक सहकार्य या राष्ट्राच्या नवीन आकांक्षा साकार होत आहेत. या धोरणाच्या माध्यमातूनच या राष्ट्रांना वसाहतवाद, साम्राज्यवाद, परकीय हस्तक्षेप यांसारख्या घटनांना विरोध करता आला आणि आपल्या स्वातंत्र्य व सार्वभौमत्वाचे संरक्षण करता आले. भारताने या चळवळीचे प्रभावी नेतृत्व केल्यामुळेच जगातील नवीन व अविकसित राष्ट्रांना एक प्रकारचा हुरूप येऊन दिलासा मिळाला. त्यातूनच या चळवळीने आंतरराष्ट्रीय स्वरूप प्राप्त केले.

२. शक्तिशाली किंवा प्रबळ राष्ट्रांचे महत्त्व कमी करण्यात भारताला यश मिळाले : जागतिक घटनांबाबत निर्णय घेण्याचा अधिकार हा केवळ शक्तिशाली किंवा प्रबळ राष्ट्रांना नाही, हे भारताने अलिप्तता धोरणाचा स्वीकार करून जगाला पटवून दिले. शक्तिशाली किंवा प्रबळ राष्ट्रांची मक्तेदारी संपवून जागतिक राजकारणाचे लोकशाहीकरण करण्याची मोलाची कामगिरी भारताने पार पाडली. कारण शक्तिशाली किंवा प्रबळ राष्ट्रे लष्करी धोरण, शस्त्रस्पर्धा या विचारसरणीची होती. याविरुद्ध जनमत तयार करण्याचे काम भारताने या चळवळीच्या माध्यमातून केले. तसेच जगाला हेही पटवून दिले की, शस्त्रस्पर्धेमुळे जगाचा विनाश अटळ आहे.

३. स्वतंत्र धोरण घेण्याची भूमिका : अमेरिका व सोव्हिएत रशिया यांनी जगाची विभागणी दोन गटांत केली. यापैकी कोणत्याही गटात सहभागी झाले असते, तरी भारताची स्थिती दुय्यमच राहिली असती. कारण अमेरिका व सोव्हिएत रशिया या महासत्तांशी संबंधित अशा एखाद्या करारात किंवा संधीत सहभागी होणे म्हणजे अशा राष्ट्रांना आंतरराष्ट्रीय प्रश्नाबाबत स्वतंत्र असे विचार राहत नाहीत. अशा राष्ट्रांना कोणत्यातरी प्रमुख राष्ट्रांचेच समर्थन करावे लागते. भारताला आंतरराष्ट्रीय क्षेत्रात तसेच जागतिक प्रश्नाबाबत स्वतंत्रपणे विचार करण्याचे तसेच स्वतंत्रपणे धोरण स्वीकारण्याचे स्वातंत्र्य हवे होते. अशा स्वतंत्र धोरणाच्या प्रभावामुळेच भारताने अलिप्ततेच्या धोरणाचा स्वीकार करून अलिप्त चळवळीला बळकट बनवण्याचे काम केले.

४. आर्थिक स्थिती बळकट करणे : भारत स्वतंत्र झाला, त्या वेळी भारताची आर्थिक परिस्थिती अतिशय बिकट बनलेली होती. कारण इंग्रजांनी भारताचे खूप आर्थिक शोषण केले होते. अशा या अविकसित राष्ट्राला विकासाच्या मार्गाकडे नेण्यासाठी मोठ्या प्रमाणावर औद्योगिकीकरणाची आवश्यकता होती. यासाठी परकीय

चलनाची तसेच आर्थिक व तांत्रिक मदतीची नितांत गरज होती. जी अमेरिका व सोव्हिएत रशिया या दोन्ही राष्ट्रांकडून मिळण्याची शक्यता होती. अशा स्थितीत दोन्ही राष्ट्रांचे सहकार्य प्राप्त व्हावे, या दृष्टीने भारताला अलिप्ततेच्या धोरणाचा स्वीकार करणे गरजेचे होते आणि हा प्रयोग भारताने केलाही. भारताने या दोन्हीही महासत्तांकडून आर्थिक मदत घेऊन अलिप्ततेच्या धोरणाचा त्याग कधीही होऊ दिला नाही. त्यामुळेच भारताची अलिप्त चळवळीमधील भूमिका उठावदार दिसते.

५. शांतता व सुरक्षितता राखणे : द्वितीय महायुद्धामुळे जागतिक शांतता भंग पावली. ही शांतता व सुरक्षितता अबाधित ठेवण्यासाठी संयुक्त राष्ट्रसंघाची स्थापना करण्यात आली. तिच्या तत्त्वांवर भारताचा पूर्ण विश्वास आहे. शिवाय जागतिक शांतता व सुरक्षितता निर्माण करण्यासाठी अलिप्ततावाद हेच एक उपयुक्त धोरण आहे, हे भारताने वारंवार पटवून दिलेले आहे. त्याच काळात अमेरिका व सोव्हिएत रशिया शीतयुद्धाच्या अंतर्गत राहून एकमेकांना शह देण्यासाठी विनाशक स्वरूपाची शस्त्रे निर्माण करीत होती. त्यामुळेही जागतिक शांतता व सुरक्षिततेला धोका निर्माण झालेला होता. महासत्तांमधील ही शस्त्रस्पर्धा रोखून त्यावर होणारा खर्च गरिबांच्या हितासाठी केला जावा, ही भारताची तळमळ या चळवळीच्या माध्यमातून पाहावयास मिळते.

६. आर्थिक सहकार्याचे वातावरण निर्माण केले : द्वितीय महायुद्धामुळे जगातील अनेक राष्ट्रे गुलामगिरीतून मुक्त झाली. ही राष्ट्रे मुक्त म्हणजे स्वतंत्र झाली. पण ती आर्थिकदृष्ट्या अविकसित होती. अलिप्ततेच्या माध्यमातून जगातील विकसित राष्ट्रांनी या देशांना आर्थिक मदत करावी अशा प्रकारचे प्रयत्न भारताने केलेले आहेत. आज अविकसित राष्ट्रांचे आर्थिक प्रश्न न सुटल्यामुळेच जगावर आर्थिक संकट ओढवले आहे, ही बाब भारताने जगातील सर्वांच्या नजरेला आणून दिली आहे. याच धोरणाच्या माध्यमातून भारताने जगातील ही आर्थिक असमानता दूर करण्याचा प्रयत्न करून अविकसित देशांत सहकार्याचे वातावरण तयार केले आहे.

अशा प्रकारे अलिप्ततेच्या धोरणाचा स्वीकार करून भारताने राष्ट्रीय हित आणि राष्ट्रीय सुरक्षितता या दोन्ही गोष्टी साध्य केल्याच. पण त्याचबरोबर स्वतंत्र देश म्हणून जागतिक प्रश्नाबाबत स्वतंत्र विचार व्यक्त करण्याचे आणि स्वतंत्रपणे निर्णय घेण्याचे आपले स्वातंत्र्य अबाधित ठेवून अलिप्तता चळवळीला मोठे योगदान दिले.

भारताने अलिप्ततेच्या धोरणाचा स्वीकार केल्यामुळे तसेच दोन्ही महासत्तांबरोबर संबंध ठेवण्याचा प्रयत्न केल्यामुळे सुरुवातीच्या काळात भारताबद्दल जगामध्ये संशयाचे, अविश्वासाचे वातावरण निर्माण झाले. जागतिक स्तरावर काही व्यक्तींनी तर याचा उल्लेख अनैतिकता असा केला होता. परंतु भारताने वसाहतवाद, साम्राज्यवाद,

भांडवलशाही, वांशिकवाद इत्यादींना जेव्हा उघडपणे विरोध केला, तसेच विविध ठिकाणी आक्रमणामुळे निर्माण झालेल्या परिस्थितीत जेव्हा वस्तुनिष्ठ दृष्टिकोन स्वीकारला तेव्हा भारताबद्दल दोन्ही महाशक्तींच्या मनात निर्माण झालेले संशयाचे वातावरण दूर झाले आणि दोन्ही महासत्तांनी अलिप्ततेच्या धोरणाची उपयुक्तता मान्य करून भारताला त्याच्या पुनर्निर्माण कार्यात तसेच औद्योगिक विकासासाठी भरीव आर्थिक आणि अन्य प्रकारची मदत केली. भारताच्या अलिप्ततेच्या धोरणाने स्थैर्य आणि जागतिक मान्यता या दोन्ही गोष्टी प्राप्त केल्यामुळेच तिची अलिप्तता चळवळीतील भूमिका किंवा योगदान उठून दिसते.

२० ऑक्टोबर १९६२ ला चीनने भारतावर हल्ला केला. त्या वेळी भारताचे स्वातंत्र्य धोक्यात आले. अशा प्रसंगी भारताने जगातील विविध देशांकडून आपल्या संरक्षणासाठी सैनिकी मदत घेतल्यामुळे तसेच या आक्रमणानंतर आपली संरक्षणव्यवस्था मजबूत केल्यामुळे भारताने आपल्या अलिप्ततेच्या धोरणाचा त्याग केला का? अशा प्रकारची शंका त्या वेळी घेतली जात होती. परंतु या शंकेत काहीच अर्थ नव्हता. कारण प्रत्येक राष्ट्र स्वसंरक्षणासाठी विविध राष्ट्रांकडून शस्त्रास्त्रांची मदत घेतच असते. अलिप्तता याचा अर्थ स्वसंरक्षणाकडे दुर्लक्ष असा कधीच होत नाही. चिनी आक्रमणामुळे जागतिक शांततेचा आदर्श स्वीकारणाऱ्या भारताला वास्तववादाकडे वळावे लागले. भारत वास्तववादाकडे वळला, याचा अर्थ त्याने अलिप्ततेच्या धोरणाचा त्याग केला, असे कधीही म्हणता येणार नाही. कारण प्रत्येक राष्ट्राचे परराष्ट्र धोरण हे त्याच्या संरक्षण आणि सुरक्षा व्यवस्थेचा एक भाग असते. थोडक्यात चीनच्या आक्रमणानंतरही भारताने अलिप्त धोरणाचा त्याग न करता त्याचा पाठपुरावाच केलेला दिसून येतो. त्यामुळेही भारताची प्रतिमा व भूमिका या चळवळीत उठून दिसते.

१९७० च्या दशकात दक्षिण आशियातील परिस्थिती पाकिस्तानमुळे तणावाची बनली. पाकिस्तानने पुढाकार घेऊन भारताला शह देण्यासाठी व भारतावर हल्ला करण्यासाठी अमेरिका, चीन व पाकिस्तान अशा प्रकारची युती घडवून आणली. अशा प्रसंगी पाकिस्तानने भारतावर हल्ला केला, तर अमेरिका व चीन पाकिस्तानला मदत करतील आणि भारताची शांतता व सुरक्षितता धोक्यात येईल. अशा प्रसंगी भारताने आपल्या अलिप्तता धोरणाचा त्याग न करता अमेरिका, चीन व पाकिस्तान या युतीला शह देण्यासाठी आणि आपल्या संरक्षणासाठी सोव्हिएत रशियाबरोबर १९७१ च्या ऑगस्ट महिन्यात सहकार्य व मैत्री स्वरूपाचा करार केला. अशाही परिस्थितीत चीन किंवा पाकिस्तानने भारतावर हल्ला केलाच, तर मात्र या कराराचे रूपांतर सैनिकी करारात होणार नाही, असे मात्र म्हणता येणार नाही.

भारताच्या या कृतीमुळे त्याचे अलिप्तता चळवळीतील स्थान एक प्रकारे मजबूत बनण्यास मदत झालेली आपणांस दिसून येते. हीच भारताची या चळवळीतील भूमिका मानता येईल.

अलिप्ततेचे मूल्यमापन :

द्वितीय महायुद्धानंतर उदयास आलेल्या अलिप्तता चळवळीने जागतिक शांततेला पोषक स्वरूपाचे वातावरण निर्माण करून विकसित राष्ट्रांना अविकसित राष्ट्रांच्या समस्या समजावून सांगता आल्या. एकंदरीत या चळवळीने मोठ्या प्रमाणात यश मिळवलेले असले, तरी काही बाबतींत तिला अपयशही आलेले दिसून येते. अलिप्ततेच्या धोरणाचे मूल्यमापन करताना तिच्या गुणदोषाचे किंवा यशापयशाचे वर्णन करावे लागते.

अलिप्ततेच्या धोरणाचे अपयश :

अलिप्तता चळवळ ज्या उद्देशाने पुढे आली, ते उद्देश तिला पूर्णपणे साध्य करता आलेले नाहीत. ज्या बाबतीत तिला अपयश आले, त्यातील काही मुद्दे पुढीलप्रमाणे-

१. अलिप्तता चळवळीचा मुख्य उद्देश महासत्तांनी शीतयुद्धाच्या अंतर्गत राहून निर्माण केलेल्या गटापासून नवीनच स्वतंत्र झालेल्या राष्ट्रांना बाजूला ठेवणे किंवा मुक्त करणे हा होता. परंतु प्रत्यक्षात अलिप्ततावादी चळवळीत समाविष्ट असलेली अनेक राष्ट्रे अमेरिका, सोव्हिएत रशिया किंवा आताचा रशिया व चीन या राष्ट्रांची समर्थक राष्ट्रे आहेत. हीच राष्ट्रे अलिप्ततावादी चळवळीच्या सम्मेलनामध्ये कोणत्यातरी महासत्तांची बाजू घेताना दिसून येतात. उदा. पाकिस्तान हा अलिप्तता चळवळीचा सदस्य असूनही तो अमेरिका व चीनचा समर्थक असलेला दिसून येतो.

२. अलिप्तता चळवळीचा मुख्य दोष किंवा अपयश म्हणजे ही राष्ट्रे शिखर सम्मेलनामध्ये मोठमोठ्या घोषणा करतात. परंतु त्या अमलात आणण्याच्या दृष्टीने कोणतीच उपाययोजना करीत नाहीत. त्यामुळे त्या घोषणांना व पर्यायाने या चळवळीला काहीच अर्थ उरत नाही. उदा. नवीन आंतरराष्ट्रीय आर्थिक व्यवस्थेची स्थापना करणे.

३. अलिप्तता चळवळ जागतिक प्रश्नावर भर देण्याऐवजी परस्परांतील प्रश्नांवर चर्चा करण्यातच वेळ घालवते. त्यामुळे या चळवळीला मोठ्या प्रमाणात अपयश येताना दिसते. उदा. हवाना, हरारे तसेच दिल्ली येथील शिखर सम्मेलनात ही गोष्ट स्पष्ट झालेली आहे. त्यामुळे महत्त्वाचे निर्णय घेणे तिला कठीण होऊन बसते.

४. अलिप्तता चळवळीतील राष्ट्रे वसाहतवाद किंवा साम्राज्यवादाचा विरोध

करतात. तसेच स्वातंत्र्यासाठी चालू असलेल्या आंदोलनाचे समर्थन करतात. परंतु प्रत्यक्षात हे समर्थन शाब्दिक स्वरूपाचे असते. अशा स्वरूपाच्या आंदोलनासाठी पैसा, शस्त्र तसेच सैन्याची मोठ्या प्रमाणात गरज भासते. या साधनांची पूर्तता अलिप्ततावादी राष्ट्रे करताना दिसत नाहीत. त्यामुळे स्वातंत्र्यासाठी आंदोलन करणाऱ्या राष्ट्रातील जनतेला अनेक समस्यांना तोंड द्यावे लागते. साहजिकच त्यामुळे स्वातंत्र्यप्राप्तीचे त्यांचे उद्दिष्ट लवकर साध्य होत नाही.

५. अलिप्तता चळवळीचा मुख्य उद्देश महासत्तांनी शीतयुद्धाच्या अंतर्गत राहून निर्माण केलेल्या लष्करी करारात सामील न होणे, तसेच अशा करारांना विरोध करणे हा आहे. परंतु नंतरच्या काळात या लष्करी करारात सामील असलेल्या अनेक राष्ट्रांना या चळवळीचे सदस्यत्व दिले. कारण कोणतेही असले, तरी ही गोष्ट मूळ उद्देशाशी सयुक्तिक नाही, हे मान्यच करावे लागते.

६. अलिप्तता चळवळीतील राष्ट्रे जगात शांतता आणि सुव्यवस्था प्रस्थापित करण्यासाठी आपली चळवळ असल्याचे स्पष्ट करतात. परंतु पाश्चात्त्यांच्या मते परराष्ट्रीय धोरणाप्रमाणे व इतर राष्ट्रांच्या धोरणाप्रमाणेच ही संकल्पना राष्ट्रहिताची जोपासना करण्याचे धोरण अवलंबित असल्यामुळे ती अपयशी होताना दिसून येते.

७. अलिप्तता चळवळीतील सदस्य राष्ट्रांमध्ये आंतरराष्ट्रीय समस्येवर एकमत होणे आवश्यक आहे किंवा एखाद्या जागतिक प्रश्नाबाबत यांची भूमिका एक असणे आवश्यक आहे. पण या चळवळीतील प्रत्येक समस्येबाबत सदस्य राष्ट्रांमध्ये परस्परविरोधी भूमिका असलेल्या दिसून येतात. उदा. सी. टी. बी. टी. करारावर सही न करण्याचा भारताचा निर्णय नैतिक आणि आदर्शवादी होता. पण तरीही वरवर तोंडी पाठिंबा देऊनही या चळवळीतील सदस्यांनी प्रत्यक्ष मतदानात भारताचा पराभव केला. सुरक्षासमितीच्या सदस्यत्वाच्या निवडीबाबतीतही हेच घडले.

८. अलिप्तता चळवळीच्या वरील अपयशाबरोबरच अनेक विचारवंतांच्या मते अलिप्तता ही संकल्पना पुरेशा प्रमाणात स्पष्ट नाही म्हणजेच ती संदिग्ध आहे. शिवाय अनेक विचारवंतांच्या अलिप्ततेच्या विचारांमध्ये मतभिन्नता असल्यामुळे सर्वांना अभिप्रेत असलेला अर्थ यातून निघत नाही.

अलिप्ततेच्या धोरणाचे यश :

अलिप्तता चळवळीमध्ये निश्चित प्रकारच्या उणिवा आहेत. परंतु त्या उणिवांचे निरसन करता येऊ शकते. विकसनशील राष्ट्रांमध्ये ही घटना अधिकाधिक लोकप्रिय ठरली आहे, ती केवळ तिच्यातील योग्य अशा गुणांमुळेच. शिवाय अलिप्तता

चळवळीमध्ये जी राष्ट्रे आहेत, तीच राष्ट्रे संयुक्त राष्ट्रसंघटनेतही असल्यामुळे आंतरराष्ट्रीय शांतता प्रस्थापित करण्याच्या दृष्टीने अलिप्ततावादी राष्ट्रांचे महत्त्व आपोआपच वाढत आहे, हेही या चळवळीचे यशच मानावे लागेल. अलिप्तता चळवळीला ज्या बाबतींत यश आले, त्या बाबी पुढीलप्रमाणे-

१. द्वितीय महायुद्धानंतर अमेरिका व सोव्हिएत रशिया या महासत्तांनी शीतयुद्धाच्या अंतर्गत राहून एकमेकांना शह देण्यासाठी लष्करी गट निर्माण केले. एवढेच नाही, तर त्यांच्यात शस्त्रस्पर्धा जोरात सुरू झाली. यातून जागतिक शांततेला धोका निर्माण झाला. परंतु अलिप्तता चळवळीने त्यांना शह देऊन जागतिक शांतता राखण्याचे काम केलेले आहे. हे या चळवळीचे यशच मानले जाते.

२. द्वितीय महायुद्धानंतर अमेरिका व सोव्हिएत रशिया या महासत्तांनी शीतयुद्धाच्या अंतर्गत राहून एकमेकांना शह देण्यासाठी लष्करी गट निर्माण केले. त्यामुळे जगाची विभागणी दोन गटांत झाली. अलिप्तता चळवळीमुळे तिसरा अलिप्त राष्ट्रांचा गट अस्तित्वात आल्याने जगाची दोन गटांत होणारी विभागणी थांबली व नवीन स्वतंत्र झालेल्या राष्ट्रांना आपल्या कुवतीनुसार परराष्ट्रीय धोरण आखण्याची आणि विकास घडवून आणण्याची शक्ती या चळवळीने प्राप्त करून दिल्यामुळे हे या चळवळीचे फार मोठे यश मानले जाते.

३. द्वितीय महायुद्धानंतर अमेरिका व सोव्हिएत रशिया या महासत्तांनी शीतयुद्धाच्या अंतर्गत राहून एकमेकांना शह देण्यासाठी लष्करी गट निर्माण केले. त्याच वेळी जगामध्ये नवीन स्वतंत्र होणाऱ्या राष्ट्रांची संख्या फार मोठ्या प्रमाणात होती. ही सर्व राष्ट्रे महासत्तांच्या गटात सामील न होता ती अलिप्तता चळवळीत सामील झाली. त्यामुळे त्यांचे राजकीय, सामाजिक, आर्थिक उद्दिष्ट ठरवण्याचे स्वातंत्र्य अबाधित राहिले म्हणजेच या चळवळीने कोणत्याही एका महासत्तेच्या प्रवाहाखाली न येता स्वातंत्र्याचे रक्षण करणे त्यांना शक्य झाले. हेसुद्धा या चळवळीचे फार मोठे यश मानले जाते.

४. द्वितीय महायुद्धानंतर अमेरिका व सोव्हिएत रशिया या महासत्तांनी शीतयुद्धाच्या अंतर्गत राहून एकमेकांना शह देण्यासाठी गट निर्माण केले. या गटात नवीन स्वतंत्र झालेल्या राष्ट्रांना खेचण्याची स्पर्धा त्यांनी सुरू केल्यामुळे जगामध्ये एक प्रकारचा सत्तेचा समतोल निर्माण होऊ लागला. पण अलिप्तता चळवळीमुळे महासत्तांचा हा प्रयत्न थांबला. एवढेच नाही तर महासत्तांमध्ये चाललेल्या शस्त्रस्पर्धेला व त्यामुळे जगात निर्माण झालेल्या तणावालाच या चळवळीने विरोध केल्यामुळे शस्त्रस्पर्धेला

आळा बसून जागतिक तणाव कमी होण्यास मदत झालेली आपणांस दिसून येते. हे या चळवळीचे फार मोठे यश मानले जाते.

५. अलिप्तता चळवळीने सतत वसाहतवाद व साम्राज्यवाद याला विरोध केल्यामुळे तसेच स्वातंत्र्यासाठी आंदोलन करणाऱ्या राष्ट्राला संयुक्तपणे पाठिंबा दिल्यामुळे अनेक राष्ट्रांना स्वातंत्र्य मिळवणे सोपे गेले. कारण वसाहतवादी राष्ट्रांमध्ये मोठ्या संख्येने असलेल्या अलिप्तता राष्ट्रांच्या गटाला विरोध करण्याचे धाडस नव्हते. हेही या चळवळीचे फार मोठे यश मानले जाते.

६. अलिप्तता चळवळीमध्ये सामील होऊन आपल्या राष्ट्राच्या आर्थिक विकासासाठी ते जगातील कोणत्याही राष्ट्राकडून आर्थिक व तांत्रिक मदत घेऊ शकतात. कारण याबाबत अलिप्तता राष्ट्रांचा गट कोणत्याही प्रकारची अट कोणत्याही राष्ट्रावर घालत नाही. त्यामुळे आपला सर्वांगीण विकास घडवून आणण्यास ही राष्ट्रे स्वतंत्र असतात. हेसुद्धा या चळवळीचे फार मोठे यश मानले जाते.

७. द्वितीय महायुद्धानंतर अमेरिका व सोव्हिएत रशिया या महासत्तांच्या गटात न जाता नवीन स्वतंत्र झालेल्या राष्ट्रांनी तिसरा अलिप्त राष्ट्रांचा गट निर्माण केला. ही सर्वच राष्ट्रे संयुक्त राष्ट्राच्या महासभेचे सभासद असल्यामुळे तिच्या निर्णयावर त्यांचा प्रभाव पडत असतो. या अलिप्ततावादी राष्ट्रांच्या पाठिंब्याशिवाय महासभेत कोणताही निर्णय घेतला जाऊ शकत नाही. शिवाय संयुक्त राष्ट्राच्या कोणत्याही कार्यात हा गट नेहमीच सहकार्य करीत असतो. त्यामुळेच जगामध्ये शांतता प्रस्थापित होऊ शकली.

८. अलिप्ततावादी राष्ट्रांनी स्वयंपूर्ण होण्याच्या दृष्टीने परस्परांशी आर्थिक व्यवहार करण्यास सुरुवात केली. यातूनच नवीन आर्थिक व्यवस्था, नवीन समाचार व्यवस्था, योग्य भावात सर्व गोष्टी उपलब्ध करण्याच्या कार्यात मदत इ. गोष्टी या चळवळीमुळे सहजशक्य झाल्याने यातील राष्ट्रे आपला विकास करू शकली.

९. सर्वांत महत्त्वाची गोष्ट म्हणजे जागतिक शांततेसाठी परस्परांतील वाद युद्धाऐवजी परस्पर चर्चेने सोडवले जावेत यावर अलिप्ततावादी राष्ट्रांनी भर दिला. यासाठी त्यांनी संबंधित राष्ट्रावर नैतिक दबाव टाकला. या नैतिक दबावामुळेच अनेक प्रश्न सुटून युद्धाची भीती कमी होण्यास मदत झाली. हे या चळवळीचे फार मोठे यश मानले जाते.

अशा प्रकारे या चळवळीला अनेक बाबतीत जरी अपयश आलेले असले, तरी जोपर्यंत अलिप्ततावादी राष्ट्रे परस्परांत आर्थिक सहकार्य करून आर्थिकदृष्ट्या मजबूत होत नाहीत, तोपर्यंत खऱ्या अर्थाने ही चळवळ अलिप्ततावादी राहणार नाही. आज महासत्तांऐवजी विकसित विरुद्ध अविकसित राष्ट्रे अशा प्रकारची जगाची विभागणी

होत आहे. या चळवळीने अशा राष्ट्रांना संघटित करून त्यांना विकसित करण्याचा प्रयत्न केल्यास अलिप्ततावादी चळवळ खरोखरच जागतिक शांतता प्रस्थापित करू शकेल.

नामचा सामाजिक आणि आर्थिक पाया :

द्वितीय महायुद्धानंतर स्वतंत्र झालेल्या राष्ट्रांनी, अमेरिका व सोव्हिएत रशिया यांनी शीतयुद्धाच्या अंतर्गत राहून स्थापन केलेल्या विविध गटांत सामील न होता आपल्या सामाजिक व आर्थिक विकासासाठी अलिप्ततेच्या धोरणाचा स्वीकार केला. अलिप्ततेचा प्रमुख हेतू महासत्तांच्या गटात सामील न होता सामाजिक व आर्थिक हित समोर ठेवून आपल्या राष्ट्राचे धोरण निश्चित करणे आणि ते अमलात आणणे होय. याशिवाय जगाला तिसऱ्या युद्धापासून वाचवणे हासुद्धा आहे. अलिप्तता चळवळीचा मूलभूत पाया जरी सामाजिक व आर्थिक असला, तरी विविध कारणांमुळे ही चळवळ उदयास आली, असे आपणांस म्हणता येईल. ती कारणे खालीलप्रमाणे-

१. राष्ट्रवाद व स्वतंत्र परराष्ट्रीय धोरण : भाषा आणि संस्कृती हे युरोपीय राष्ट्रवादाचे आधार आहेत. पण आशिया व आफ्रिकेतील अनेक देश बहुभाषिक, बहुवांशिक, सांस्कृतिक, विविधतेने संपन्न असे आहेत. तरीसुद्धा स्वातंत्र्य लढ्याच्या काळात यांची राष्ट्रभावना तीव्र स्वरूपाची होती. या देशांच्या राष्ट्रवादाची जडणघडण भाषा, संस्कृतीच्या आधारे न होता परकीय सत्तेच्या विरुद्ध दिलेल्या लढ्यातून झालेली आहे. स्वातंत्र्याबद्दलचा अभिमान, राष्ट्रीय प्रतिष्ठा परत मिळवण्याची जिद्द आणि भविष्याबद्दलचा आशावाद ही या देशाच्या राष्ट्रवादाची वैशिष्ट्ये होती. याशिवाय साम्राज्यवादी राष्ट्रांनी या राष्ट्रांचे शोषण केले असल्यामुळे स्वातंत्र्यानंतर आपले स्वतंत्र परराष्ट्रीय धोरण असावे, याच हेतूने त्यांनी अलिप्ततेचा स्वीकार केला. या गटातील प्रत्येक राष्ट्र हे राष्ट्रहित लक्षात ठेवून तसेच इतर कोणत्याही राष्ट्राच्या प्रभावाखाली न राहता स्वतंत्र असे परराष्ट्रीय धोरण ठरवत असते.

२. विकासकार्यासाठी शांततेची आवश्यकता : आशिया व आफ्रिकेतील नव्याने स्वतंत्र झालेल्या राष्ट्रांना सर्वांगीण विकास करण्याची आवश्यकता होती. तो विकास घडवून आणण्यासाठी त्यांना शांततेची आवश्यकता होती. महासत्तांमधील संघर्ष, शस्त्रास्त्रस्पर्धा, त्यांच्या विकासाला अडथळा करणार होते, म्हणून त्यांनी दोन्ही गटांपासून अलिप्त राहण्याची भूमिका स्वीकारली.

३. तांत्रिक आणि आर्थिक सहकार्याची गरज : द्वितीय महायुद्धानंतर स्वतंत्र झालेली बहुतेक राष्ट्रे ही अविकसित होती. राष्ट्राचा आर्थिक विकास घडवून आणण्यासाठी

त्यांना इतर राष्ट्रांकडून तांत्रिक आणि आर्थिक सहकार्याची गरज भासत होती. राष्ट्रउभारणीचे कार्य हे केवळ एका गटात सामील होऊन पूर्ण होण्यासारखे नाही, याची जाणीवही त्यांना होती. त्यामुळेच या नवीन स्वतंत्र राष्ट्रांनी एका गटात सामील न होता अलिप्ततेच्या धोरणाचा स्वीकार केला. या धोरणामुळे त्यांना कोणत्याही गटाच्या दबावाखाली न राहता राष्ट्रविकासासाठी कोणत्याही राष्ट्राकडून तांत्रिक आणि आर्थिक मदत घेणे सोपे झाले. उदा. भारताने सोव्हिएत रशिया आणि अमेरिका या राष्ट्रांकडून तसेच त्यांच्या प्रभावाखाली असलेल्या विविध राष्टांकडून आर्थिक व तांत्रिक मदत घेतली. परंतु आपल्या मूलभूत अशा अलिप्ततेच्या धोरणात कोणत्याही प्रकारची तडजोड केली नाही किंवा त्यात परिवर्तनही केले नाही. एवढेच नाही तर आर्थिक सहकार्य करणाऱ्या राष्ट्रांनी जर काही प्रतिबंध लावण्याचा प्रयत्न केला, तर त्या राष्ट्रांकडून मिळणारी मदतच भारताने नाकारली.

४. जागतिक शांतता व सहकार्याची भावना : महासत्तांच्या प्रभावामुळे निर्माण करण्यात आलेल्या लष्करी करारात अनेक लहान राष्ट्रे सामील झाली असली, तरी अशा संधीमुळे युद्धाची शक्यता कमी होण्याऐवजी अधिकच वाढलेली आहे. कारण अशा कराराबरोबरच दोन महासत्तांमधील शीतयुद्धही अधिकच गंभीर बनले असून त्याचे केव्हाही तिसऱ्या महायुद्धात परिवर्तन होऊ शकते. याची जाणीव जगातील राष्ट्रांना झाल्यामुळे जागतिक युद्ध टाळण्याचा तसेच विविध राष्ट्रांत सहकार्य वाढवण्याचा सर्वांत महत्त्वाचा मार्ग म्हणजे दोन्ही महासत्तांपासून वेगळे राहून अलिप्ततेच्या धोरणाचा अवलंब करणे, हाच होता. याच दृष्टिकोनातून बहुतेक नवीन स्वतंत्र झालेल्या राष्ट्रांनी अलिप्ततेचा स्वीकार केला.

५. सांस्कृतिक व वांशिक बंधन : युरोपियन राष्ट्रे वांशिक आणि सांस्कृतिकदृष्ट्या इतरांपेक्षा स्वत:ला श्रेष्ठ समजत होती. गोऱ्या लोकांची वंशभेदी प्रवृत्ती, आशिया व आफ्रिका खंडातील नवीन स्वतंत्र झालेल्या राष्ट्रांना मानवणारी नव्हती. सांस्कृतिक व वांशिक स्वरूपाचा पैलू अलिप्ततेच्या चळवळीला प्राप्त झालेला असल्याने त्या सर्वांमध्ये परस्पर बंधुभावाची भावना निर्माण झालेली आहे.

६. वसाहतवादाला विरोध : वसाहतवादामध्ये पिळवटून निघून अनेक राष्ट्रांनी आपले स्वातंत्र्य मिळवले होते. दीर्घकाळाने आणि कष्टाने मिळवलेले हे स्वातंत्र्य या देशांना जपून ठेवायचे होते. वसाहतवादी देश आपले स्वातंत्र्य नष्ट करतील, ही भीती त्यांना होती व त्यातूनच वसाहतवादी सत्तांच्या राजकारणापासून अलिप्त राहण्याची त्यांची इच्छा त्यांनी पूर्ण केली.

७. विकासाचा आणि आर्थिक मदतीचा प्रश्न : नव्याने स्वतंत्र झालेली

बहुतेक राष्ट्रे आर्थिकदृष्ट्या मागासलेली होती. गरिबीपासून सुटका करण्यासाठी, जनतेचे राहणीमान उंचावण्यासाठी राष्ट्रांचे औद्योगिकीकरण करणे गरजेचे होते. अशा परिस्थितीत दोन्ही महासत्तांपासून अलिप्त राहून त्यांच्याकडून जास्तीतजास्त मदत मिळवण्यासाठी व आपला सर्वांगीण विकास करण्यासाठी हा एक मार्ग निश्चित केला.

८. जगाची दोन गटांत विभागणी : द्वितीय महायुद्धानंतर जागतिक राजकारणात अमेरिका व सोव्हिएत रशिया या दोन महासत्तांचा उदय झाला. या दोन्ही महासत्ता भिन्न विचारसरणीच्या असल्यामुळे त्या एकमेकांच्या विरोधी संघर्ष करण्याच्या हेतूने उभ्या राहिल्या. लोकशाही आणि भांडवलशाही अर्थव्यवस्थेचे समर्थन अमेरिकेने करण्यास सुरुवात केली, तर सोव्हिएत रशियाने साम्यवादी विचारसरणीचा अवलंब केला. या महासत्तांनी नवीनच स्वतंत्र झालेल्या राष्ट्रांना आपल्या बाजूला वळवण्यास सुरुवात केली. परंतु या नवीन राष्ट्रांना त्यांच्यात सामील होऊन आपले अस्तित्व गमावण्याची इच्छा नव्हती. दुसरे म्हणजे एका गटात सामील झाल्यास विनाकारण दुसऱ्या गटाचे शत्रुत्व पत्करण्यासारखे होते. यामधूनच दोन्ही गटांबरोबर मैत्री व सहकार्य प्रस्थापित करण्यासाठी या राष्ट्रांनी अलिप्ततेचा स्वीकार केला.

९. लष्करी गटापासून मुक्त राहण्याची इच्छा : अमेरिका व सोव्हिएत रशिया या दोन महासत्तांनी आपल्या गटातील लहान लहान तसेच नवीन स्वतंत्र झालेल्या राष्ट्रांना संरक्षण देता यावे म्हणून नवीन नवीन लष्करी करार करण्यावर भर दिला. उदा. अमेरिकाप्रणित नाटो या लष्करी करारात एकूण १५ राष्ट्रे आहेत. पाश्चात्त्य राष्ट्रांनी स्वसंरक्षणार्थ व सोव्हिएत रशियाच्या साम्यवादाला प्रतिबंध घालण्यासाठी हा लष्करी करार केला. याला प्रत्युत्तर म्हणून सोव्हिएत रशियाने पूर्व युरोप किंवा साम्यवादी राष्ट्रांच्या संरक्षणासाठी वॉर्सा हा लष्करी करार केला. या दोन्ही लष्करी करारातील महत्त्वाचे कलम म्हणजे करारातील कोणत्याही एका राष्ट्रावर कराराबाहेरील दुसऱ्या राष्ट्राने आक्रमण केले, तर करारातील इतर सर्व सदस्य राष्ट्रे त्या राष्ट्राला सैनिकी मदत करतील. अशाच प्रकारे सिटो आणि सेंटो यांसारखे लष्करी करार अस्तित्वात येऊ शकले. या लष्करी करारामुळे राष्ट्रे आणि त्यांचे गट परस्परांचे कायम शत्रू बनले व त्याचबरोबर महासत्तांमध्ये शीतयुद्ध सुरू झाले. या लष्करी करारामुळे संरक्षण सवलत मिळत असली, तरी त्यामुळे काही राष्ट्रांबरोबर विनाकारण शत्रुत्व वाढण्यास मदत झाली, म्हणूनच नवीन स्वतंत्र झालेल्या राष्ट्रांनी या करारात सहभागी होण्याचे टाळले. लष्करी करारात समाविष्ट न होण्याचा तसेच सर्वांकडून सहकार्य प्राप्त करण्याचा

महत्त्वाचा उपाय म्हणजे अलिप्ततेच्या धोरणाचा अवलंब करणे होय.

अशा प्रकारे महासत्तांनी निर्माण केलेल्या लष्करी करारापासून मुक्त राहण्याची इच्छा, आपला सर्वांगीण विकास, शीतयुद्धामुळे निर्माण झालेली जागतिक युद्धाची शक्यता टाळून जागतिक शांतता आणि परस्पर सहकार्य प्राप्त करण्याचा महत्त्वपूर्ण मार्ग अशा विविध दृष्टिकोनांमुळे नवीन राष्ट्रांनी अलिप्ततेच्या धोरणाचा स्वीकार करून आपला स्वतंत्र असा तिसरा गट जागतिक राजकारणात निर्माण केला. अलिप्त राष्ट्रांच्या निर्मितीमुळे जागतिक युद्धाची शक्यता तर टळलीच; परंतु त्याचबरोबर परस्पर सहकार्याची भावना वाढीस लागली. एवढेच नव्हे तर अलिप्त राष्ट्रांच्या गटांच्या निर्मितीमुळेच महासत्तांमधील तणाव कमी होऊन ते एकमेकांना सहकार्य करीत आहेत म्हणजेच अलिप्तता चळवळीचा खऱ्या अर्थाने सामाजिक व आर्थिक पाया आहे किंवा मूळ हेतू आहे, हेच यांतून सिद्ध होते.

सद्यस्थितीतील/आजच्या काळातील नामची उपयुक्तता आणि प्रासंगिकता :

१९९१ ला सोव्हिएत रशियाचे विघटन होऊन ४५ वर्षांपूर्वी अमेरिका व सोव्हिएत रशिया यांच्यात सुरू झालेले शीतयुद्ध संपुष्टात आले. त्यानंतर अस्तित्वात आलेल्या नवीन जागतिक रचनेत अलिप्तता चळवळ कालबाह्य झाल्याचे मत अमेरिका व पाश्चिमात्य विचारवंत मांडू लागले. त्यांच्या मते शीतयुद्धाच्या पार्श्वभूमीवर अलिप्ततावादी चळवळीचा उदय झाला होता. शीतयुद्धाच्या राजकारणापासून अलिप्त राहणे आणि परस्पर सहकार्याच्या माध्यमातून आपला आर्थिक व सामाजिक विकास साधणे या उद्देशाने या चळवळीचे व्यासपीठ तयार करण्यात आले होते. शिवाय कोणाच्याही प्रभावाखाली न जाता आपले स्वातंत्र्य आणि सार्वभौमत्व तिसऱ्या जगातील राष्ट्रांना टिकवून धरता यावे, यासाठी केलेला सामूहिक प्रयत्न म्हणजेच अलिप्तता चळवळ होती. पण पुढे या चळवळीमधील राष्ट्रांमध्ये ऐक्य आणि एकमताचा अभाव जाणवू लागल्याचे अनेक जागतिक घटनांमधून दिसून आले. उदा. एन.पी.टी. व सी.टी.बी.टी. करार या प्रश्नांवरून या चळवळीतील राष्ट्रांनी घेतलेली भूमिका त्यांच्यातील ऐक्याचा अभाव दाखवते. याचाच अर्थ असा होतो की, ही चळवळ कालबाह्य झाली आहे, पण तिची गरज आजही संपली आहे, असे मात्र म्हणता येणार नाही. तिचे स्वरूप बदलले असेल; मात्र गरज तेवढीच आहे, हे आजच्या परस्थितीत नाकारता येत नाही. एकंदरीत तिचे भवितव्य व उपयुक्तता आणि प्रासंगिकता खालीलप्रमाणे–

नामचे भवितव्य :

अनेक जागतिक प्रश्नांमुळे/कारणांमुळे अलिप्ततावादी चळवळीपुढे प्रश्नचिन्हे उभी राहिलेली आहेत ती खालीलप्रमाणे-

१. १९९१ मध्ये सोव्हिएत रशियाच्या विघटनाबरोबरच शीतयुद्ध संपुष्टात आले आणि एक नवी जागतिक रचना उदयास आली. यामध्ये अलिप्तता चळवळ कालबाह्य ठरली आहे. अशा प्रकारचा प्रचार मोठ्या प्रमाणात सुरू झाला. या प्रचारामध्ये काही प्रमाणात तथ्येही होती. कारण ज्या उद्दिष्टांच्या पूर्ततेसाठी अलिप्तता चळवळीची निर्मिती आणि विकास झाला होता, त्यातील काही साध्यही झाली, तरीही या चळवळीची कालबाह्यता अधिक उघड झाली.

२. शीतयुद्धानंतरच्या काळात अलिप्तता चळवळीतील अनेक राष्ट्रांनी आर्थिक उदारीकरणाच्या प्रक्रियेचा अवलंब करून आपली अर्थव्यवस्था जागतिक अर्थव्यवस्थेला जोडण्याचा प्रयत्न सुरू केला. मुक्त व्यापाराचे धोरण स्वीकारण्याबरोबरच आर्थिक आणि व्यापारी हितसंबंधांच्या रक्षणाला या राष्ट्रांनी प्राधान्य दिले. आर्थिक आणि व्यापारी विकासासाठी परकीय गुंतवणूक आकर्षित करणे, आर्थिक आणि व्यापारी विकासासाठी महासत्तांशी चांगले संबंध प्रस्थापित करून त्यांच्याकडून सवलती मिळवणे यांसारख्या उद्दिष्टांना प्राधान्य देण्यात आले. यामधूनच विभागीय व्यापारसंघ निर्माण होऊन प्रादेशिक हितसंबंधांना महत्त्व प्राप्त झाले. हा अलिप्तता चळवळीला बसलेला महत्त्वाचा धक्का होता.

३. संपूर्ण खंडाचे सामूहिक हितसंबंध जोपासण्यापेक्षा व्यक्तिगत आणि प्रादेशिक हितसंबंध जोपासण्याला आशिया व आफ्रिका खंडांतील राष्ट्रांनी प्राधान्य दिले. हे करत असताना अमेरिका किंवा पश्चिम युरोपीय आर्थिक महासत्तांच्या विरुद्ध संघर्ष करण्याच्या मन:स्थितीमध्ये ही राष्ट्रे नव्हती. अण्वस्त्रप्रसारबंदी कराराला मुदतवाढ देण्यासाठी जे मतदान संयुक्त राष्ट्रसंघटनेच्या व्यासपीठावरून घेण्यात आले, त्या वेळी अलिप्तता राष्ट्रांनी मुदतवाढीच्या बाजूने मतदान करून अलिप्तता चळवळीला धक्का दिलेला दिसतो.

४. संपूर्ण नि:शस्त्रीकरण हे या चळवळीचे प्रमुख तत्त्व आणि उद्दिष्ट आहे. ही चळवळ सुरुवातीपासून संपूर्ण नि:शस्त्रीकरणाची मागणी करत आलेली आहे. एन.पी.टी. व सी.टी.बी.टी. हे दोन्ही करार भेदभावावर आधारलेले होते. शिवाय काही राष्ट्रांचा आण्विक एकाधिकारशाही निर्माण करण्याचा त्यामागे स्वार्थी हेतू आहे, असे असतानाही अलिप्त चळवळीतील बहुसंख्य राष्ट्रांनी या करारांना मुदतवाढ मिळावी, या बाजूने मतदान केले. त्यामुळे या चळवळीमध्ये फूट पडली. हाही अलिप्ततावादी चळवळीचा पराभव मानला जातो.

५. अलिप्तता चळवळीच्या उदयात व विकासात भारताचे योगदान अतिशय महत्त्वाचे आहे. याच अलिप्तता चळवळीतील राष्ट्रांनी भारताचा विश्वासघात केलेला दिसतो. उदा. १९९६ मध्ये संयुक्त राष्ट्रसंघटनेच्या सुरक्षा परिषदेच्या हंगामी सदस्यपदासाठी भारत आणि जपान यांच्यामध्ये निवडणूक झाली. यामध्ये बहुसंख्य अलिप्त राष्ट्रांनी जपानच्या बाजूने मतदान करून भारताचा पराभव घडवून आणलेला दिसून येतो.

६. शीतयुद्धाच्या विघटनानंतरच्या भारतीय परराष्ट्रीय धोरणाचा आढावा घेतल्यास, भारताकडूनही वेळोवेळी अलिप्ततावादी तत्त्वांचा भंग झालेला दिसतो. भारताचे परराष्ट्रीय धोरण गेल्या काही दिवसांपासून अमेरिकेकडे झुकलेले दिसते. उदा. २००१ नंतर अमेरिकेने दहशतवादाविरोधी उघडलेल्या मोहिमेला भारताने समर्थन दिलेले आहे. विभागीय महासत्ता म्हणून पुढे यावे, ही भारताची महत्त्वाकांक्षा आहे. संयुक्त राष्ट्रसंघटनेच्या सुरक्षा परिषदेमध्ये कायम सदस्यत्व मिळवण्यासाठी भारताचे प्रयत्न चालू आहेत. भारताचे हे प्रयत्न किंवा महत्त्वाकांक्षा अमेरिकेच्या सहकार्याशिवाय पूर्ण होणार नाही, याची जाणीव भारताला आहे.

७. १९९८ मध्ये भारताने पाच अणुचाचण्या घेतल्या. भारताचे हे कृत्य अलिप्ततावादी तत्त्वांचा भंग करणारे किंवा अलिप्ततावादी विचारधारेच्या विरुद्ध होते. कारण भारत नि:शस्त्रीकरणाचे प्रयत्न सतत करत आलेला आहे. त्याच भारताकडून नि:शस्त्रीकरणाच्या तत्त्वांचा भंग झाला होता.

८. अलिप्ततावादी चळवळ शीतयुद्धानंतर नामधारी बनली. कारण या चळवळीच्या व्यासपीठावरून अनेक ठराव मंजूर करण्यात आले. पण या ठरावरूपी प्रश्नांसंबंधी कोणत्याही प्रकारची प्रत्यक्ष कृती किंवा प्रयत्न अलिप्ततावादी राष्ट्रांकडून झालेले नाहीत. यामागचे महत्त्वाचे कारण म्हणजे घेतलेल्या निर्णयाच्या अंमलबजावणीसाठी आवश्यक यंत्रणा या संघटनेकडे नाही. तात्पर्य, अलिप्तता चळवळीतील राष्ट्रांमध्ये सहकार्य प्रस्थापित करण्यात या चळवळीला अपयश आले.

त्याचप्रमाणे या कारणांमुळे अलिप्तता चळवळीच्या भवितव्यावर प्रश्नचिन्ह निर्माण झालेले आपणांस दिसून येते. या चळवळीतील राष्ट्रे सामूहिक हितसंबंधांपेक्षा व्यक्तिगत आणि उपविभागीय हितसंबंधांना अधिक प्राधान्य देताना दिसून येतात.

नामची उपयुक्तता :

वरील अनेक कारणांमुळे अलिप्ततावादी चळवळीचे अस्तित्व जरी धोक्यात आले असले, तरीदेखील ही चळवळ अद्यापतरी कालबाह्य ठरलेली नाही. अलिप्तता चळवळ ही फक्त नवीन स्वतंत्र झालेल्या राष्ट्रांना अमेरिका व सोव्हिएत रशिया

यांच्यातील शीतयुद्धाच्या राजकारणापासून अलिप्त ठेवणारी नव्हती, तर न्याय्य जागतिक रचनेचा तिचा उद्देश होता. इंग्लंड व फ्रान्स यांच्या दीर्घ गुलामगिरीतून मुक्त झालेली ही राष्ट्रे गरीब, अविकसित आणि विकसनशील अशा स्वरूपाची आहेत. त्या राष्ट्रांना आर्थिक आणि सामाजिक न्याय किंवा पाया मजबूत करून देण्यासाठी ही चळवळ विकसित झालेली होती. शिवाय ही चळवळ न्याय्य जागतिक रचनेच्या निर्मितीसाठी सदैव प्रयत्नशील राहिली.

आशिया आणि आफ्रिका खंडांतील राष्ट्रांचा आर्थिक व सामाजिक पाया मजबूत करण्यासाठी किंवा त्यांना न्याय मिळवून देण्यासाठी न्याय्य जागतिक रचनेच्या निर्मितीसाठी खालील उद्दिष्टांची पूर्तता होणे आवश्यक आहे. तरच आजच्या जागतिक रचनेत अलिप्तता चळवळ उपयुक्त आणि प्रासंगिक ठरेल. ही उद्दिष्टे पुढीलप्रमाणे आहेत.

१. उद्दिष्टांची पूर्तता : अलिप्तता हे ध्येय नाही, ही चळवळ म्हणजे एक धोरण आहे. राष्ट्रीय मूल्यांचे जतन करणे, हे या चळवळीतील प्रत्येक राष्ट्राचे धोरण आहे. ही चळवळ त्यासाठी फक्त एक माध्यम आहे. त्यामुळेच ही चळवळ आंतरराष्ट्रीय जीवनाचे महत्त्वपूर्ण स्वरूपाचे अंग बनली आहे. आपल्या सर्वांगीण विकासासाठी जगातील कोणाकडूनही मदतीची अपेक्षा करणे, पण ही मदत घेत असताना आपले स्वातंत्र्य, आपली इच्छा गहाण टाकली जाणार नाही, याची खबरदारी घेणे म्हणजे अलिप्ततावाद होय. या चळवळीच्या सर्व उद्दिष्टांची अजूनही पूर्तता झालेली नाही. ते कार्य अजूनही अपूर्ण आहे, म्हणून या चळवळीची उपयुक्तता आणि प्रासंगिकता आजच्या स्थितीतही तितकीच महत्त्वपूर्ण आहे.

२. सर्वांगीण विकास : नवीन स्वतंत्र झालेल्या, नवोदित तसेच तिसऱ्या जगातील राष्ट्रांचा अद्यापही सर्वांगीण विकास झालेला नाही. अशा राष्ट्रांचा राजकीय, सामाजिक आणि आर्थिक विकास अजून बराच व्हावयाचा आहे, म्हणून हे धोरण त्यांना उपयुक्त ठरेल. तसेच अविकसित व मागासलेल्या राष्ट्रांना आर्थिक लाभाचा उपयोग करून घ्यावयाचा आहे. राजकीय क्षेत्रातील यश आर्थिक क्षेत्रात रूपांतरित करणे अजूनही पूर्ण झालेले नाही. विकसित आणि अविकसित राष्ट्रांतील दरी दूर करण्यासाठी बड्यांचे वर्चस्व झुगारून परस्पर सहकार्य व विकासाचे कार्य राष्ट्राराष्ट्रांना अजूनही पार पाडायचे आहे. मानवजातीच्या प्रगतीसाठी, गरिबी व श्रीमंती यांतील अंतर कमी करण्यासाठीच या चळवळीचा उपयोग करून घ्यावयाचा आहे. या सर्व परिस्थितीचा विचार करता या चळवळीची उपयुक्तता अजूनही संपलेली नाही.

३. बहुकेंद्री जागतिक रचनेची निर्मिती : बहुकेंद्री जागतिक रचनेची निर्मिती

आर्थिक आणि सामाजिक पाया मजबूत करण्यासाठी किंवा न्यायाच्या प्राप्तीसाठी गरजेची आहे. बहुकेंद्री जागतिक रचनेच्या निर्मितीतूनच अमेरिका व तिच्या मित्र राष्ट्रांची एकाधिकारशाही कमी होणार आहे. बहुकेंद्री जागतिक रचना ही शह प्रतिशहामधून सत्तासमतोल करणारी आहे. बहुकेंद्री जागतिक रचनेच्या निर्मितीसाठी चीन, रशिया आणि भारतासारख्या मोठ्या राष्ट्रांकडून जे प्रयत्न सुरू आहेत, त्यांना सर्व अविकसित राष्ट्रांनी म्हणजेच अलिप्ततावादी राष्ट्रांनी पाठिंबा द्यायला हवा. बहुकेंद्री जागतिक रचनेच्या निर्मितीमधून आशिया व आफ्रिका खंडांतील गरीब राष्ट्रांना आर्थिक आणि सामाजिक न्याय प्राप्त होणार आहे, तसेच त्यांचा आर्थिक व सामाजिक पाया मजबूत होण्यास मदत होणार आहे. याचसाठी या चळवळीची उपयुक्तता अजूनही संपलेली नाही.

४. संयुक्त राष्ट्रांचे लोकशाहीकरण : शीतयुद्धानंतरच्या काळात संयुक्त राष्ट्राच्या लोकशाहीकरणाचा प्रश्न उग्र बनला. संयुक्त राष्ट्रांतील अमेरिकेचे वर्चस्व कमी करण्यासाठी तसेच अमेरिकेचा एकाधिकार नष्ट करण्यासाठी तिचे लोकशाहीकरण होणे गरजेचे आहे. १९१ सदस्यांपैकी जवळजवळ ११३ सदस्य हे अलिप्ततेचा स्वीकार केलेली राष्ट्रे आहेत. याचाच अर्थ असा होतो की, या संघटनेत २/३ बहुमत अलिप्त राष्ट्रांचे आहे. ही सर्व राष्ट्रे आपापसांतील मतभेद दूर करून जर एकत्र आली, तर संयुक्त राष्ट्रांचे लोकशाहीकरण अवघड नाही. संयुक्त राष्ट्राच्या लोकशाहीकरणांतर्गत पहिली पायरी म्हणजे सुरक्षा परिषदेचा विस्तार होय. अमेरिका व युरोपियन राष्ट्रांचे बहुमत सुरक्षा परिषदेमध्ये आहे. आशिया, आफ्रिका व लॅटिन अमेरिकेतील १०० हून जास्त राष्ट्रे संयुक्त राष्ट्राचे सदस्य असताना सध्या चीन हे एकमेव राष्ट्र सुरक्षा परिषदेमध्ये त्यांचे प्रतिनिधित्व करीत आहे. संयुक्त राष्ट्रातील या राष्ट्रांच्या प्रमाणानुसार सुरक्षा परिषदेमध्ये त्यांना प्रतिनिधित्व मिळायला हवे, म्हणून सुरक्षा परिषदेचा विस्तार करून विकसनशील राष्ट्रांना त्यामध्ये सामावून घेण्यासाठी अलिप्ततावादी चळवळीकडून सामूहिक प्रयत्न व्हायला हवेत. याचसाठी या चळवळीची उपयुक्तता अजूनही संपलेली नाही.

५. जागतिक व्यापाराची सर्वसामान्य नियमावली तयार करणे : जागतिक व्यापाराची सर्वसामान्य नियमावली तयार करण्यासाठी १९९६ पासून विकसित आणि विकसनशील राष्ट्रांनी एकत्र येऊन जागतिक व्यापार संघटनेच्या व्यासपीठावरून चर्चेला सुरुवात केली आहे. आपल्या प्रभावाचा, आपल्यासाठी सोईस्कर नियम बनवण्याचा प्रयत्न विकसित राष्ट्रे करीत आहेत. तसेच विकसित राष्ट्रे बालकामगार, मानवाधिकार, पर्यावरण रक्षण यांसारखी कारणे पुढे करून विकसनशील राष्ट्रांच्या व्यापारावर मर्यादा

घालण्याचे प्रयत्न करीत आहेत. विकसनशील राष्ट्रांना विकसित राष्ट्रांचे हे प्रयत्न हाणून पाडण्यासाठी अलिप्ततावादी चळवळीच्या माध्यमातून एक होऊन सामूहिक प्रयत्न करायला हवेत. विकसनशील राष्ट्रांची सौदेबाजीची क्षमता ते एकत्र आल्याने वाढणार आहे. आर्थिक व सामाजिक न्याय मिळवायचा असेल आणि नवीन आर्थिक जागतिक रचनेचे स्वप्न साकार करावयाचे असेल, तर परत एकदा विकसनशील राष्ट्रांनी अलिप्तता चळवळीमध्ये एकत्र यावयास हवे, म्हणूनच या चळवळीची उपयुक्तता अजूनही संपलेली नाही.

६. शोषणातून मुक्त होणे : भांडवलशाही व साम्राज्यवादी राष्ट्रांनी शोषणातून मुक्त होण्यासाठी या चळवळीची कास धरली. पण ते कार्य पूर्णपणे संपलेले आहे, असे अजूनतरी म्हणता येणार नाही. शोषणाचे अनेक मार्ग व विविध रूपे आजही अस्तित्वात आहेत. याचसाठी या चळवळीची उपयुक्तता आजही आहे.

या उद्दिष्टांच्या पूर्ततेसाठी आशिया व आफ्रिका खंडांतील राष्ट्रांनी एकत्र येऊन सामूहिक सौदेबाजी क्षमता वाढवण्यावर भर दिला पाहिजे. अलिप्ततावादाची उपयुक्तता आणि प्रासंगिकता आजच्या स्थितीतही तितकीच महत्त्वपूर्ण आहे.

दहशतवाद :

दहशतवाद हा एक दिशाहीन स्वरूपाचा विनाश नसतो. दहशतवादामागे काही निश्चित उद्देश असतात, प्रेरणा देणारी विचारप्रणाली असते, कार्य साधणाऱ्या संघटना असतात, अटळ निष्ठा, बांधिलकी ठेवणाऱ्या व्यक्ती असतात, आर्थिक बळ असते आणि ध्येय साध्य करण्याची असीमित जिद्द असते. भीती आणि दहशत निर्माण होईल अशी कृती करणे, यामध्ये अभिप्रेत असते. अशा या दहशतवादाची आज संपूर्ण जगभर चर्चा होताना दिसून येते.

अर्थ व व्याख्या :

दहशतवादाची निश्चित स्वरूपाची व्याख्या करणे कठीण आहे. दहशतवाद हा शब्द इंग्रजी 'टेररीजम' या शब्दाचे मराठी रूपांतर आहे. 'टेररीजम' हा इंग्रजी शब्द मूळ 'टेरिओस्टे' या फ्रेंच शब्दापासून घेण्यात आला आहे. हिंसक मार्गाने आपले उद्दिष्ट पूर्ण करण्यासाठी किंवा आपल्या ध्येयप्राप्तीसाठी व्यक्ती किंवा गट यांचा वापर करतात.

इंग्रजी शब्दकोशामध्ये 'लोकांना मारण्याची संघटित व्यवस्था म्हणजे दहशतवाद' असा दहशतवादाचा अर्थ सांगितला आहे. त्याचप्रमाणे 'टेरर' म्हणजेच दहशत हा

शब्द ‘डेटर’ या लॅटिन शब्दापासून आला असावा. थरकाप उडवणे किंवा घाबरवणे हा दहशतवादाचा अर्थ सांगता येईल. २५०० वर्षांपूर्वी चिनी युद्धशास्त्राचा प्रणेता सुतझु या तत्त्ववेत्त्याने ‘एकाला मारा व दहा हजार भयभीत करा’ अशा स्वरूपाचे दहशतवादाविषयीचे विचार सांगितले होते. तो पुढे जाऊन असेही म्हणतो की, ‘दहशतवादाचा उपयोग करून दहशतवादी आपली उद्दिष्टे चांगल्या प्रकारे साध्य करू शकतो.’

‘राजकीय, सामाजिक किंवा धार्मिक उद्दिष्टे साध्य करण्यासाठी, हिंसा किंवा हिंसेच्या घटकांचा उपयोग म्हणजेच दहशतवाद होय.’ अशी संयुक्त राष्ट्रसंघाने दहशतवादाची व्याख्या केली आहे. संयुक्त राष्ट्रसंघाच्या दहशतवादविरोधी समितीने असे सांगितले की, या समितीमध्ये ३५ सदस्य असून ते आफ्रिका, लॅटिन अमेरिका व आशिया खंडांतील आहेत व ज्यांना दहशतवादाची झळ कमीजास्त प्रमाणात बसलेली आहे. या समितीने ‘हिंसात्मक तत्त्वांना अग्रक्रम देऊन त्याद्वारे समाजामध्ये भीती निर्माण करणे म्हणजेच दहशतवाद होय,’ अशी दहशतवादाची व्याख्या केलेली आहे. कमीतकमी सैनिकी किंवा असैनिकी शक्तीचा उपयोग करून बलाढ्य प्रतिस्पर्ध्याशी दीर्घकाळ लढा देऊन त्यांना जेरीस आणणे, हा दहशतवादी तंत्राचा मूलभूत गाभा मानला जातो.

बेंजामिन नेता न्याहू यांच्या विचारानुसार, ‘आपली राजकीय उद्दिष्टे साधण्यासाठी निष्पाप लोकांची जाणूनबुजून आणि पद्धतशीरपणे केलेली हत्या वा त्यांना जखमी करून त्यांच्या अवयवांची केलेली निर्घृण तोडमोड आणि त्याद्वारे निर्माण केलेले भीतीचे वातावरण म्हणजेच ‘दहशतवाद’ होय.’

गौण राष्ट्रीय गटाकडून किंवा छुप्या सरकारी हस्तकातर्फे नागरी लक्ष्यांवर पूर्वनियोजित व राजकीयदृष्ट्या प्रेरित हिंसाचाराचा केलेला प्रयोग म्हणजे ‘दहशतवाद’ होय, अशीही त्याची व्याख्या करता येईल. रशियन व चीनच्या साम्यवादाला विरोध करण्यासाठी कट्टर मुस्लीम संघटनांनी अमेरिकेच्या मदतीने जे मृत्यूचे तांडव सुरू केले, त्या कृतीलाही ‘दहशतवाद’ असे म्हणता येईल. निष्पाप लोकांचा लक्ष्य म्हणून दहशतवादी प्रामुख्याने उपयोग करतात. निष्पाप लोकांचे बळी घेऊन दहशतवादी आपल्या उद्दिष्टांचा डांगोरा पिटण्याचा प्रयत्न करतात. हत्येमधील अमानुषता जितकी भीषण तेवढा त्यांचा गवगवा जास्त. प्रसिद्धी हे त्यांचे एक प्रमुख उद्दिष्ट आणि खळबळजनक परिस्थिती निर्माण करण्यासाठी अमानुषतेच्या कोणत्याही थरास पोहचण्यास दहशतवादी डगमगत नाहीत. दहशतवादी जरी ध्येयप्रेरित असला, तरी निष्पाप लोकांच्या हत्येप्रकरणी भीती पसरवून आपले उद्दिष्ट साध्य करण्याच्या प्रयत्नात तो असतो.

सुप्रसिद्ध युद्धनीतिज्ञ क्लॉजविल्झ यांच्या मते 'कोणत्याही राष्ट्राला दुसऱ्या राष्ट्राबरोबरच्या संघर्षात सरकार, प्रजा आणि सैनिक यांच्या बळाची आवश्यकता असते. परंतु दहशतवादी संघर्षात मात्र सरकार आणि सेनादले एका बाजूस आणि प्रजेचा काही भाग दुसऱ्या बाजूला असे विभाजन झालेले असते. या संघर्षामुळे मूळ युद्धकल्पनाच बदलून जाण्यास मदत होते.' ते पुढे जाऊन असेही म्हणतात की, 'दहशतवादी संघर्ष हा आता दोन राष्ट्रांमधील शत्रुत्वाच्या अभिव्यक्तीचे एक प्रभावी साधन होऊन बसले आहे. विशेषत: आकाराने लहान व शक्तीने कमजोर अशा राष्ट्रांना आपल्या शेजारी बलशाली राष्ट्राबरोबर संघर्षाची ज्योत तेवत ठेवून त्यांची शक्ती क्षीण करण्याचे ते एक परिणामकारक माध्यम झाले आहे.'

डॉ. शांतीश्री पंडित यांच्या विचारानुसार, 'राजकीय कारणांनी प्रेरित झालेला आणि भय निर्माण करण्यासाठी निष्पाप लोकांना आणि प्रशासनाला लक्ष्य करणारा हिंसाचार म्हणजेच दहशतवाद होय.'

वरील व्याख्यांच्या आधारे आपण असे म्हणू शकतो की, दहशतवाद हा मानवतेला लागलेला कलंक आहे. तो समूळ नष्ट झाला पाहिजे. कारण त्यामुळे दहशतवादी व्यक्ती आणि त्यांचे गट, अमानुष अशा हिंसेचीच भाषा करताना दिसतात.

दहशतवाद हे इतर पद्धतीपेक्षा कमी खर्चात आणि प्रत्यक्ष समोरासमोर न येता लढा देण्याचे दुय्यम तंत्र आहे. दहशतवादी आपल्या कार्यवाहीची योजना अत्यंत तर्कशुद्ध, सखोलतेने आखतात. तिचा कसून सराव करतात आणि ती अत्यंत काटेकोरपणे अमलात आणतात. त्यामुळे दहशत म्हणजे निर्घृण हिंसा असली, तरी त्याच्यामागे एक नियोजनबद्ध आराखडा आणि निर्धारपूर्वक अंमलबजावणी असते. दहशतवादी आपल्या तत्त्वाला पूर्णपणे बांधील असतो. तो आपला हेतू साध्य करण्यासाठी कोणत्याही थराला जाऊ शकतो. दहशतवादाचे हेतू त्यांच्या मनावर प्रशिक्षणाद्वारे बिंबवले जातात.

१. महत्त्वाच्या ठिकाणांवर बॉम्बफेक करणे.

२. मोठ्या प्रमाणात मानवी हत्या घडवून आणणे.

३. महत्त्वाच्या व्यक्तीचे अपहरण करणे.

४. वाहतुकीस अडथळा निर्माण होईल, अशी कृती करणे.

५. एखाद्या महत्त्वाच्या व्यक्तीला किंवा लोकांना ओलीस ठेवणे.

६. विमानाचे अपहरण करणे.

७. प्रस्थापित शासनव्यवस्था किंवा समाजव्यवस्था उखडून टाकणे.

दहशतवाद विकासाच्या व्याप्तीच्या प्रामुख्याने तीन पायऱ्या सांगितल्या जातात. दहशतवादाच्या पहिल्या पायरीत अशा विघटनवादी कृत्यांना सुरुवातीला नैतिक आणि

आर्थिक पाठिंबा देऊन त्यांना सरकारविरुद्ध बंड करण्यास प्रवृत्त केले जाते. एवढेच नाही तर त्यांच्यामधूनच बंडाचे नेतृत्व निर्माण केले जाते. दहशतवादाची दुसरी पायरी म्हणजे एकदा का त्या असंतोषाने मूळ पकडले आणि त्याचे रूपांतर विस्तृत लढ्यात झाले की, त्यांच्यामधून तरुण आणि जहाल मतवादी घटकांची निवड करून त्यांना लष्करी वा निमलष्करी शिक्षण देऊन तसेच त्यांना शस्त्रास्त्रांची मदत करून त्या लढ्याला हिंसक स्वरूप दिले जाते. तिसरी पायरी म्हणजे वरील संघटना तयार झाल्यानंतर त्यांच्याकरवी हिंसाचार घडवून आणावयाचा आणि प्रसार माध्यमांमार्फत त्याला आंतरराष्ट्रीय प्रसिद्धी द्यायची. यजमान देशाचे सैन्य त्या दहशतवादी कृत्यास आळा घालण्यासाठी तैनात झाल्यावर मग हा संघर्ष सतत जागृत राहतो.

दहशतवादाची वैशिष्ट्ये :

१. विशिष्ट प्रकारचा राजकीय हेतू साध्य करून घेणे.

२. या कार्यासाठी विध्वंसक व विनाशक शस्त्रास्त्रांचा वापर करणे.

३. सनदशीर मार्गाऐवजी बेकायदेशीर मार्गाचा अवलंब करून सरकारला हादरा देणे.

४. लपूनछपून कारवाया करण्यावर भर देणे.

५. दहशतवादी कारवाया करताना गौप्यतेवर भर देणे.

६. एखाद्या महत्त्वाच्या व्यक्तीला किंवा लोकांना ओलीस ठेवणे किंवा त्यांची हत्या करणे.

७. समाजामध्ये दहशत निर्माण होईल, अशा प्रकारची कारवाई करणे.

दहशतवादाची कारणे :

११ सप्टेंबर, २००१ या दिवशी अमेरिकेच्या वर्ल्ड ट्रेड सेंटर व लष्कराचे मुख्यालय असलेल्या पेन्टॅगॉन या ठिकाणांवर दहशतवाद्यांनी जोरदार आक्रमण केले. या आक्रमणामुळे अमेरिकेबरोबरच सारे जग खडबडून जागे झाले. त्यानंतर मोठ्या प्रमाणात दहशतवादावर चर्चा होऊ लागली. या चर्चेमधून आपण असे म्हणू शकतो की, दहशतवाद किंवा दहशतवादी एकाएकी जन्माला येत नाहीत. वेगवेगळ्या कारणांमुळे दहशतवाद वाढीस लागतो म्हणजेच दहशतवादी हा मुळात दहशतवादी नसतो, तर समाज किंवा वेगवेगळ्या राज्यव्यवस्थेतून ते जन्माला येतात. दहशतवादाची कारणे पुढीलप्रमाणे–

१. सामाजिक व सांस्कृतिक कारणे : काही समाजशास्त्रज्ञांच्या मते सामाजिक असुरक्षिततेच्या भावनेतून दहशतवाद उदयास येतो. कारण समाजात जगताना वैफल्य,

दुरावस्था, वंचिततेची कल्पना, एकटेपणा यामुळे व्यक्तीला नैराश्य येत असते. त्यातच समाजजीवनात दुर्मीळ साधनसंपत्तीत किंवा विकासाच्या प्रक्रियेत वा निर्णयात अशा काही व्यक्तींना वाटा मिळत नाही. त्यातूच हे लोक दहशतवादाकडे वळतात. आपल्या संस्कृतीच्या संरक्षणासाठीही दहशतवादाचा अवलंब करण्यावर भर दिला जातो. उदा. श्रीलंकेतील तमिळ आणि सिंहली या दोन जमातींमध्ये संघर्ष निर्माण झाला. त्यातूनच सिंहलीने तमिळी वंशावर अन्याय केला. अन्यायाच्या प्रतिकारासाठी सुरू झालेल्या संघर्षातून तेथे न संपणारा दहशतवाद जन्माला आला.

२. आर्थिक कारणे : देशाची डबघाईला आलेली आर्थिक परिस्थिती, आर्थिक शोषण, भांडवलशाही, अन् जमीनदारी पद्धती इत्यादींना कंटाळून, निराश होऊन, नवयुवक दहशतवादाकडे वळलेले आहेत. तसेच सीमावर्ती भागात किंवा घनदाट जंगलात जे लोक राहतात त्यांच्यासाठी सरकारकडून कोणत्याही प्रकारच्या आर्थिक सोयीसुविधा दिल्या जात नाहीत. त्यामुळे ते दिवसेंदिवस गरिबीत दिवस काढतात. त्याच वेळी जर त्यांना कोणी मोठ्या रकमेची लालूच दाखवली, तर ते त्याबदल्यात काहीही करण्यास तयार होतात. उदा. पैशांसाठी हत्या करणे, बॉम्बफेक करणे या सततच्या कामांमुळे पुढेपुढे ते दहशतवादाचा मार्ग स्वीकारताना दिसतात.

अशा वेगवेगळ्या प्रकारच्या कारणांमुळे दहशतवाद वाढीस लागतो. या दहशतवादाला आपापल्या हितसंबंधाप्रमाणे बाह्यशक्ती अप्रत्यक्ष मदत करतात. आपली जागतिक उद्दिष्टे साध्य करण्यासाठी अशी राष्ट्रे कायम सभ्यता, सुसंस्कृतपणा ही मानवी मूल्ये धाब्यावर बसवून दहशतवादाचा अवलंब करतात.

३. राजकीय कारणे : दहशतवादाला कारणीभूत होणाऱ्या राजकीय कारणांमध्ये राष्ट्रीय हितसंबंध विस्तारवादी धोरण, बदला घेण्याची प्रवृत्ती, द्विराष्ट्रवादाचा सिद्धान्त यांचा प्रामुख्याने समावेश करावा लागतो. काही राष्ट्रांचे आर्थिक, राजकीय हितसंबंध असतात. ते हितसंबंध दुसऱ्या राष्ट्रामुळे धोक्यात येतात. आपले हितसंबंध धोक्यात येत आहेत, हे पाहून अशी राष्ट्रे दहशतवादास प्रोत्साहन देतात. त्यातून दहशतवाद निर्माण होण्यास मदत होते. उदा. काश्मीर आमचा आहे. तो भारताकडून युद्ध करून जिंकता येत नाही, म्हणून स्वत:ची प्रतिष्ठा आणि हितसंबंध जपण्यासाठी पाकिस्तानने काश्मीरमध्ये दहशतवादाला खतपाणी घातले. तसेच स्वत:ची प्रतिष्ठा आणि हितसंबंध सुरक्षित ठेवण्यासाठी सुरुवातीच्या काळात अमेरिकेने पाकिस्तानच्या भारतातील दहशतवादाला व अफगाणिस्तानमधील तालीबान राजवटीला प्रोत्साहन दिले. त्याच दहशतवादाने अमेरिकेवर हल्ला करताच आपल्या हितसंबंधाच्या संरक्षणासाठी अमेरिकेने दहशतवादाविरुद्ध लढा देण्यास सुरुवात केली.

काही राष्ट्रांचे धोरण हे विस्तारवादावर आधारलेले असते, म्हणजेच दुसऱ्यावर वर्चस्व गाजवण्याचा ते प्रयत्न करतात. या प्रयत्नाला संबंधित राष्ट्राकडून म्हणावा तेवढा विरोध होत नाही. पण काही तरुण एकत्र येऊन अशा सत्तेला विरोध करतात. यातूनच दहशतवादाची निर्मिती होण्यास सुरुवात होते. उदा. पॅलेस्टाईनच्या प्रदेशात इस्त्राईलची निर्मिती झाली. हळूहळू इस्त्राईल पॅलेस्टाईनच्या प्रदेशात वर्चस्व गाजवू लागला. त्याला कंटाळून पॅलेस्टाईनमध्ये दहशतवाद निर्माण झाला. विस्तारवादाच्या हेतूने सोव्हिएत फौजा अफगाणिस्तानात शिरल्या, त्यांना विरोध करण्यासाठीच तेथे तालीबानची निर्मिती झाली.

एखादे बलशाली राष्ट्र ज्या वेळी दुसऱ्या राष्ट्रावर अत्याचार करीत असते, अशा वेळी त्या राष्ट्रातील जनता आपला निषेध नोंदवण्यासाठी रस्त्यावर उतरते; पण त्याकडे संबंधित राष्ट्र दुर्लक्ष करते. अशा वेळी रस्त्यावर उतरणाऱ्या जनतेमध्ये बदला घेण्याची प्रवृत्ती जागी होते. तेव्हा ते दहशतवादी कृत्यांचा आधार घेतात. कधीकधी ते मानवी बॉम्ब बनून या बलशाली सत्तेविरुद्ध लढण्यास तयार होतात. उदा. श्रीलंका सरकारच्या विरोधात तमिळ लोकांनी याच मार्गांचा अवलंब केला.

द्विराष्ट्रवादाच्या सिद्धान्तामुळे इंग्रजांच्या मध्यस्थीने अखंड हिंदुस्तानची भारत व पाकिस्तान या दोन राष्ट्रांची निर्मिती झाली. याला भारताची फाळणी झाली, असेही म्हणतात. फाळणीमुळे उठलेल्या जमातवादाच्या वणव्यात सारा देश होरपळून निघाला. पाकने याच संधीचा फायदा घेऊन जमातवादी विद्वेषाचे विष समाजमनात कायमचे कालवून दहशतवादाच्या निर्मितीला हातभार लावलेला दिसतो.

४. **धार्मिक कारणे :** मूलतत्त्ववादी व धार्मिक कट्टरतावादी दहशतवादाचा मार्ग स्वीकारून आपल्या विचारसरणीचा व धार्मिक तत्त्वाचा मार्ग स्वीकारतात. उदा. मुस्लिमांचा इस्लामिक जेहाद, ओसामा बिन लादेनचा अल् कायदारूपी दहशतवाद. दहशतवादी कारवायांमध्ये धार्मिक कारण जुन्या भक्कम स्वरूपात रुजलेले आहे. काश्मिरमधील पंडितांची किंवा हिंदूंची हत्या ही धार्मिक दहशतवादाची फळे आहेत. धार्मिक कट्टरतेच्या नावाखाली पाकिस्तानने भारताविरुद्ध दहशतवाद सुरू केला आहे.

५. **गरिबी व बेकारी :** कधी कधी सरकारच्या उदासीनतेमुळे राष्ट्राच्या विकासाला खीळ बसते. जनतेला आपल्या मूलभूत गरजाही भागवता येत नाहीत. त्यातून त्यांच्या जीवनात वैताग त्याचप्रमाणे संताप निर्माण होतो. युवकांना कष्ट करून शिक्षण घेऊनही नोकरी किंवा कामे मिळत नाहीत व ते बेकार राहतात. अशा वेळी देशात दारिद्र्य व बेकारी मोठ्या प्रमाणात निर्माण होते. त्यातूनच असे तरुण दहशतवादाकडे झुकतात. त्याच वेळी सरकारकडून आपल्या कोणत्याही अपेक्षांची पूर्तता होत नाही, अशी पूर्ण

खात्री या तरुणांची झालेली असते. अशा वेळी दहशतवादी प्रवृत्तीचे लोक यांना मोठ्या प्रमाणात सुखसोईची आमिषे दाखवून त्यांच्याकडून या मार्गाचा अवलंब करतात.

६. नीतिमत्ता : दहशतवादी वृत्ती जोपासण्यासाठी युवक-युवतींचा बुद्धिभेद केला जातो. त्यांच्या विचारांवर घाव घालून नवीन विचार त्यांच्या मनी रुजवले जातात. खरेखोटे, पापपुण्य, नीतिअनीती याविषयीच्या सर्वसामान्य कल्पना बदलून त्या युवकांचे मनोबल दहशतवादाकडे जाते. निरनिराळ्या इलेक्ट्रॉनिक माध्यमांचा उपयोग के ला जातो. हिंसाचाराशिवाय दुसरा मार्ग ते योग्य मानत नाहीत.

दहशतवादाचे प्रकार :

गेल्या काही वर्षांपासून जगातील दहशतवादाने उग्र रूप धारण केलेले आहे. अशा या दहशतवादाचे अनेक प्रकार आहेत. त्यातील काही प्रकार हे त्याच्या स्वरूपावरून विविध विचारवंतांनी पुढीलप्रमाणे मांडलेले आहेत –

१. राष्ट्रपुरस्कृत दहशतवाद : काही राष्ट्रांचे आर्थिक, राजकीय हितसंबंध असतात. ते हितसंबंध दुसऱ्या राष्ट्रामुळे धोक्यात येतात. आपले हितसंबंध धोक्यात येत आहेत, हे पाहून अशी राष्ट्रे दहशतवादास प्रोत्साहन देतात. त्यातून राष्ट्रपुरस्कृत दहशतवाद निर्माण होतो. उदा. काश्मीर आमचा आहे. तो भारताकडून युद्ध करून जिंकता येत नाही, म्हणून स्वतःची प्रतिष्ठा आणि हितसंबंध जपण्यासाठी पाकिस्तानने काश्मीरमध्ये दहशतवादाला खतपाणी घातले. तसेच स्वत:ची प्रतिष्ठा आणि हितसंबंध सुरक्षित ठेवण्यासाठी सुरुवातीच्या काळात अमेरिकेने पाकिस्तानच्या भारतातील दहशतवादाला व अफगाणिस्तानमधील तालीबान राजवटीला प्रोत्साहन दिले. त्याच दहशतवादाने अमेरिकेवर हल्ला करताच आपल्या हितसंबंधाच्या संरक्षणासाठी अमेरिकेने दहशतवादाविरुद्ध लढा देण्यास सुरुवात केली.

२. राष्ट्रीय किंवा देशांतर्गत किंवा राष्ट्रांतर्गत दहशतवाद : या दहशतवादाचा उदय एकाच राष्ट्रात होतो. त्याची व्याप्तीही त्याच राष्ट्रापुरती मर्यादित असते. यामध्ये आपल्याच देशाच्या सरकारविरोधी किंवा समूहाविरोधी काही अंतर्गत गट एकत्र येतात व आपल्यावर झालेला अन्याय, आपल्या काही मागण्या मान्य करून घेण्यासाठी या दहशतवादाचा स्वीकार करतात, म्हणून त्याला 'राष्ट्रीय दहशतवाद' असे म्हणतात. आपल्या मागण्यांच्या पूर्ततेसाठी ते सामान्य नागरिकांमध्ये हिंसाचाराच्या मार्गाने दहशत निर्माण करतात. उदा. श्रीलंकेतील तमिळी दहशतवाद, नेपाळमधील माओवाद्यांचा दहशतवाद, भारतातील नक्षलवादी, इंग्लंडमधील आयरिश रिपब्लिक आर्मीचा दहशतवाद

इ. राष्ट्रीय पातळीवरील दहशतवादाची काही प्रमुख उदाहरणे आहेत.

३. सीमेपलीकडील/देशाबाहेरील दहशतवाद/आंतरराष्ट्रीय दहशतवाद :

जेव्हा एका राष्ट्रातील दहशतवादी संघटना दुसऱ्या राष्ट्रातील सरकार किंवा जनतेच्या विरुद्ध दहशतवादी कारवाया करतात, तेव्हा त्यास 'आंतरराष्ट्रीय दहशतवाद' किंवा 'सीमेपलीकडील दहशतवाद' असेही म्हणतात. सीमापार दहशतवादामध्ये दहशतवादी संघटनेचा उदय आणि त्यांचे प्रशिक्षण एका राष्ट्रात होते. मात्र त्यांचे कार्य दुसऱ्या राष्ट्रात चालते. उदा. भारताच्या जम्मूकाश्मीर राज्यात हजारो निरपराध नागरिक ज्या दहशतवादी संघटनांच्या हल्ल्यात बळी पडत आहेत, त्या संघटनांची मुख्यालये पाकिस्तानमध्ये आहेत. तेथे त्यांना प्रशिक्षण दिले जाते. त्याकामी पाकिस्तानची आय.एस.आय. ही गुप्तहेर संघटना महत्त्वाची भूमिका बजावताना दिसते.

भारतातील दहशतवाद : अंतर्गत सुरक्षितता आणि उपाययोजना :

दहशतवाद राष्ट्रीय असो की सीमेपलीकडचा असो, या दोन्ही प्रकारांमधून देशाच्या राष्ट्रीय सुरक्षिततेपुढे आव्हान उभे राहते. या दोन्ही प्रकारच्या दहशतवादी कारवायांसाठी देशातीलच असंतुष्ट तरुणतरुणींचा उपयोग केला जातो. आज भारताच्या वेगवेगळ्या राज्यांत वेगवेगळ्या प्रकारच्या दहशतवादी संघटना कार्यरत होत्या व आहेत.

घरात घुसून हत्या करणे, मुलामुलींचे अपहरण करणे, अचानक आघात करणे, बॉम्बस्फोट घडवून आणणे, अंदाधुंद गोळीबार करणे, एखाद्याला झाडाला टांगून फाशी देणे, आणि प्रेत तसेच झाडाला लटकत राहू देणे यांसारखे विध्वंसक भय निर्माण करणारे कार्य या दहशतवादी संघटना करताना दिसतात.

भारतातील दहशतवादामध्ये क्रांतिकारी दहशतवाद, नक्षलवादी दहशतवाद, वांशिक दहशतवाद, धार्मिक कट्टरवादी दहशतवाद, फुटिरवादी दहशतवाद, प्रशासकीय दहशतवाद, गटवादी दहशतवाद अशा प्रकारच्या दहशतवादांचा समावेश होतो. या सर्व प्रकारच्या दहशतवादी कारवायांमुळे भारताची अंतर्गत सुरक्षितता मोठ्या प्रमाणात धोक्यात येताना दिसून येते. त्याचप्रमाणे या दहशतवादी कारवायांमुळे भारताच्या सर्वांगीण विकासकार्यापुढे अडथळा निर्माण झालेला आहे. त्यामुळे या दहशतवादाची सर्वच स्तरांवर पाळेमुळे नष्ट करण्याची सध्या वेळ आलेली आहे.

याशिवाय धार्मिक अस्तित्वासाठी लढणाऱ्या अकाली दलाने स्वतंत्र खलिस्तान राष्ट्राची कल्पना राजकीयदृष्ट्या विस्तारित करून पुढे आणलेली दिसते. त्यासाठी त्यांनी भारत सरकारच्या विरोधात संघर्ष सुरू केला होता. या संघर्षामुळे भारताची अंतर्गत सुरक्षितता मोठ्या प्रमाणात धोक्यात आल्यामुळे त्यांच्या विरोधात उपाययोजना

म्हणून तत्कालीन पंतप्रधान श्रीमती इंदिरा गांधी यांनी 'ऑपरेशन ब्लू स्टार' अंतर्गत त्यांच्यावर कार्यवाही केली होती. त्यातूनच श्रीमती गांधींची हत्या करण्यात आली होती. त्यानंतर पंजाबमधील दहशतवाद नष्ट करण्यासाठी राजीव गांधींनीही मोठ्या प्रमाणात प्रयत्न केले. पण त्यामध्ये त्यांना यश मात्र आले नाही. 'सीमी' म्हणजे स्टुडंट्स इस्लामिक मूव्हमेंट ऑफ इंडिया. भारताविरुद्ध जेहाद पुकारणाऱ्या जहाल मतवादी विद्यार्थ्यांची दहशतवादी कारवाई करणारी सीमी ही संघटना. संपूर्ण भारतात मुस्लीम धर्माचा प्रसार करून मुस्लिम भूमी म्हणजेच 'दारूल इस्लाम' ची व्याप्ती वाढवण्यासाठी हिंसेचा मार्ग अवलंबणे हे 'सीमी'चे मुख्य ध्येय आहे. भारतातील उत्तरप्रदेश, मध्यप्रदेश, गुजरात, केरळ, महाराष्ट्र, आंध्रप्रदेश आणि आसाममध्ये सीमीने आपले जाळे भक्कमपणे विस्तारले आहे. उत्तरप्रदेशात बिहारी उग्र दहशतवाद सामावलेला आहे. भारतातील राज्या-राज्यांमध्ये दहशतवादी कारवाया चालू असल्या तरी त्या सर्व एकाच प्रकारच्या आहेत. मात्र बिहारमधील दहशतवाद वेगळ्याच प्रकारचा आहे. संपूर्ण भारतात सर्वसाधारण दृष्टीने विचार केला, तर बिहारचे राज्य सामान्य स्वरूपाचे नाही. अशांतता, हिंसाचार, गोंधळ, भ्रष्टाचार इ. सर्वांचाच थैमान त्या ठिकाणी सुरू आहे. बिहारच्या प्रत्येक भागात मानवी संहार सुरू आहे. जमीनदारांची दहशतवादी भूमिका वाढतच आहे. त्यात यादवांची लेरिकसेना, भूमिदारांची ब्रह्मषी सेना, राजपुतांची कुमारसेना, कुर्मीजातीची भूमिसेना इ. दहशतवाद्यांनी आपली वास्तविकता स्पष्ट केलेली आहे.

काश्मीरमध्ये अलफताह आणि अलजिहाद, हिजबुल मुजाहिद्दीन, हिजबुल अलअमर मुजाहिद्दीन, लष्करे तोयबा, हिजबुल मुजाहिदीन, जमात-इ-इस्लामी इ. अनेक प्रकारच्या अतिरेकी दहशतवादी संघटनांनी धुमाकूळ माजवलेला आहे. त्यांतील बहुतांशी संघटनांनी पाकिस्तानच्या दबावाखाली आणि तालीबानकडून प्रशिक्षण घेऊन आपल्या दहशतवादी कारवाया सुरू ठेवलेल्या आहेत. त्या अतिरेकी संघटना फक्त पुरुषी संघटनांपर्यंतच मर्यादित नाहीत, तर त्यामध्ये अलीकडच्या काळात महिलांचाही समावेश झालेला आहे. 'दुरुतरन-इ-मिल्लत' ही इस्लामी मूलतत्त्ववाद्यांची दहशतवादी महिला संघटना आहे.

भारताची सुरक्षा दहशतवादाने डळमळीत झालेली आहे. भारतापुढे सामाजिक, आर्थिक, राजकीय व अन्य स्वरूपाच्या समस्या असताना दहशतवाद्यांच्या हिंसात्मक कार्यवाहीने विकासकार्य ठप्प झालेले आहे. दहशतवाद पंजाब, जम्मू काश्मीरमध्येच सीमित राहिलेला नाही. हळूहळू सर्वच राज्यांत त्याचा प्रसार झालेला आहे. दहशतवादामुळे सुरक्षेची भावनाही नष्ट होऊ पाहत आहे. राजकीय, सामाजिक, आर्थिक,

शास्त्रीय इ. सर्वच थरावर दहशतवादाची पाळेमुळे उखडून नष्ट करण्याची वेळ आलेली आहे.

प्रतिबंधात्मक उपाय :

आज दहशतवादाचा प्रश्न राष्ट्रीय त्याचप्रमाणे जागतिक पातळीवर मोठ्या प्रमाणात निर्माण झालेला आहे. हे दोन्ही प्रकारचे दहशतवाद नष्ट करण्यासाठी, रोखण्यासाठी किंवा त्यांचा प्रतिकार कमी करण्यासाठी आज जगातील प्रत्येक राष्ट्रांनी आपापल्या परीने प्रयत्न सुरू केलेले आहेत. दहशतवादाला प्रतिबंध घालण्यासाठी राष्ट्रीय व आंतरराष्ट्रीय पातळीवर उपाय योजले जात आहेत. त्याशिवाय खालील स्वरूपाचे प्रतिबंधक उपाय योजले पाहिजेत.

१. सामाजिक व सांस्कृतिक उपाय : एखाद्या विशिष्ट समाजावर सतत अन्याय, अत्याचार होत असतील, तर तो वेगळे राहण्याची इच्छा व्यक्त करतो. त्याची वेगळेपणाची मागणी मान्य झाली नाही, तर तो दहशतवादी मार्गाने जातो. ते होऊ नये म्हणून समाजावर अन्याय, अत्याचार न होता त्यांच्या सर्वांगीण विकासासाठी जाणीवपूर्वक प्रयत्न केल्यास दहशतवादाला निश्चितच प्रतिबंध घालता येईल.

समाजात अनेक प्रकारचे सांस्कृतिक गट आढळतात. त्यांच्यामध्ये भावनिक वाढ निर्माण करून प्रेम, जिव्हाळा निर्माण केल्यास त्यांच्यात एकमेकांबद्दल आदर वाढीस लागून त्यातूनही आपणांस दहशतवादास आळा घालता येईल.

२. राजकीय उपाय : वैफल्यग्रस्त झालेल्या दहशतवादी तरुणांना राष्ट्रपातळीवरून सुधारण्यासाठी संधी उपलब्ध करून दिली पाहिजे. त्यांना भावनिक आधार दिला पाहिजे, नवनवे कायदे करून दहशतवाद दूर कसा राहील, हे पाहिले पाहिजे. दहशतवाद्यांना मिळणारी साधने व साधनसामग्री त्यांना मिळणार नाही, याची खबरदारी घेतली पाहिजे.

दहशतवादाबरोबर संघर्ष करण्यात प्रत्यक्ष संघर्ष करणे, प्रत्येक वेळी शक्य होत नाही किंवा ते उचितही ठरत नाही. काही प्रसंगी शासकीय पातळीवरून दहशतवादाचे निर्मूलन करण्यासाठी वेगवेगळे प्रयत्न केले पाहिजेत. दहशतवाद निर्मितीमागची कारणे शोधून किंवा त्यांची उद्दिष्टे लक्षात घेऊन त्यांच्या नेत्यांशी करार करणे किंवा समझोता घडवून आणणे इ. मार्ग अवलंबणेसुद्धा श्रेयस्कर ठरते. अशाच प्रकारचे प्रयत्न करण्यासाठी माजी पंतप्रधान कै. राजीव गांधी यांनी पंजाब करार, मिझो करार तसेच आसाम समझोता घडवून आणला.

दहशतवाद निर्मितीमागे वशिलेबाजी, अन्यायी धोरण, बेजबाबदारपणा, राजकीय

उदासीनता, भ्रष्टाचार इ. कारणे असतात. दहशतवादाच्या निर्मूलनासाठी या कारणांचा पाठपुरावा केला पाहिजे. त्यासाठी प्रशासकीय पातळीवरून प्रयत्न झाले पाहिजेत.

त्याचबरोबर कोणत्याही राज्यकर्त्याने कोणताही प्रतिष्ठेचा प्रश्न न बनवता, पक्षीय विचार न करता, देशहित समोर ठेवून दहशतवाद नष्ट करण्याचा प्रयत्न करावा. वृत्तपत्रे किंवा प्रसारमाध्यमांनी दहशतवादाची भडक माहिती प्रसारित करू नये किंवा त्याला मोठ्या प्रमाणात प्रसिद्धी देऊ नये. तसेच कोणत्याही राज्यकर्त्याने आपल्या स्वार्थासाठी दहशतवादाला खतपाणी घालू नये किंवा त्यांची उपेक्षा करू नये. त्यांच्या कोणत्याही मागण्या मान्य करू नयेत, त्यांच्यापुढे शरणागती पत्करू नये.

दहशतवादाची तीव्रता ज्या प्रदेशांत आहे, तेथील तीव्रता कमी करण्यासाठी स्थानिक जनतेमधून पथके उभी केली पाहिजेत म्हणजेच दहशतवादाचा सामना किंवा दहशतवादावर प्रतिबंधक उपाययोजनेसाठी शासनाबरोबरच जनतेचाही सहभाग महत्त्वाचा असतो.

दहशतवादाविरुद्ध लढण्यासाठी महत्त्वाचा मार्ग म्हणजे सुसज्ज संरक्षण यंत्रणा होय. यामध्ये लष्करी दलांबरोबरच निमलष्करी दलांचा समावेश होतो. दहशतवादाचा मुकाबला करण्यासाठी या सर्वांना चांगली शस्त्रास्त्रे, बुलेटप्रूफ जाकिटे, गाड्या, वायरलेस संच, गुप्तचर यंत्रणा आवश्यक असते.

३. आर्थिक दर्जात वाढ करणे : दहशतवाद बेकारी, गरिबी व दारिद्र्यामुळे वाढीस लागतो. त्याला आळा घालण्यासाठी शासनाने सर्वसामान्यांच्या अत्यावश्यक गरजा (उदा. अन्न, वस्त्र व निवारा) भागवण्यावर भर दिला पाहिजे म्हणजेच राष्ट्रातील जनता सुखी, समाधानी राहील. सर्वांना काम उपलब्ध करून दिले पाहिजे. त्यासाठी देशातील शेतीउद्योग, कारखानदारी यावर आधारलेले अनेक छोटे छोटे उद्योगधंदे वाढीस लावण्यासाठी शासनाने सर्वांना सहकार्य केले पाहिजे, ज्यामुळे सर्वांच्याच आर्थिक दर्जात वाढ होईल. पर्यायाने दहशतवादाला आळा बसेल.

त्याचप्रमाणे देशातील दहशतवाद नष्ट करण्यासाठी आपल्या देशाची आर्थिक प्रगती होणे गरजेचे असते. आर्थिक प्रगतीच्या जोरावरच दहशतवादी कारवाया नष्ट करता येऊ शकतात. दहशतवादी कारवायांमागे आर्थिक शक्ती महत्त्वाची असते, म्हणून आपण आपली आर्थिक उन्नती करणे जरुरीचे असते. आर्थिक उन्नतीमधूनच दहशतवादी कारवाया थोपवता येतात. त्याचप्रमाणे दहशतवादाविरुद्ध यशस्वी कार्यवाही करण्यामागे दहशतवाद्यांची आर्थिक नाकेबंदी करणे हा एक मार्ग आहे. दहशतवाद्यांना कोणतीही गोष्ट विकत घेण्यासाठी कोणत्याही मार्गाने पैसा उपलब्ध होणार नाही, अशी व्यवस्था केली पाहिजे. जो कोणी दहशतवाद्यांना मदत करेल, त्याची सर्व बाजूने

कोंडी केली, तर दहशतवाद लवकर संपुष्टात येऊ शकतो.

याशिवाय दहशतवाद नष्ट करण्यासाठी सर्वांच्या सहकार्याची गरज असते.

राष्ट्रीय हित :

प्राचीन काळापासून राष्ट्रीय हिताची संकल्पना रुजलेली आहे. त्या राष्ट्रीय हिताच्या स्वरूपात आज थोडाफार फरक झालेला आढळतो. म्हणजेच हा शब्दप्रयोग व्यापक अर्थाने उपयोगात आणला जातो. राष्ट्रीय हितसंबंध ही अतिशय महत्त्वाची संकल्पना असून ही एक मानसिक धारणा आहे. त्यामुळे तिचे आंतरराष्ट्रीय राजकारणात फारच महत्त्व आहे. संपूर्ण आंतरराष्ट्रीय राजकारण राष्ट्रीय हित या संकल्पनेभोवती फिरताना दिसते. राष्ट्रीय हित समोर ठेवूनच प्रत्येक राष्ट्र आपल्या राष्ट्रीय आणि आंतरराष्ट्रीय धोरणाची उद्दिष्टे निश्चित करीत असते. परंतु ही उद्दिष्टे म्हणजे अंतिम ध्येय नसून ध्येय सिद्धीसाठी ती आवश्यक असतात, म्हणूनच त्यांना व्यापक अर्थ प्राप्त झालेला आहे.

अर्थ आणि संकल्पना :

राष्ट्रीय हिताची व्याख्या विविध विचारवंतांनी आपापल्या दृष्टिकोनातून करण्याचा प्रयत्न केला आहे. सर्वसामान्यपणे राष्ट्रीय हिताची व्याख्या पुढीलप्रमाणे करता येईल, 'राष्ट्रीय हित म्हणजे एखाद्या राष्ट्राद्वारे सैद्धान्तिकदृष्ट्या निश्चित केलेले ध्येय होय.' प्रत्येक राष्ट्राची परराष्ट्र धोरणाबाबतची उद्दिष्टे विभिन्न प्रकारची असतात. धोरण ठरवताना राष्ट्रीय हिताच्या कल्पनेला विशेष महत्त्व दिले जाते. राष्ट्रीय हिताची व्याख्या करताना पेडलफोर्ड आणि लिंकन म्हणतात, 'राष्ट्रीय हिताची संकल्पना समाजाच्या मूलभूत मूल्याशी संबंधित आहे. ते मूल्य म्हणजे राष्ट्राचे कल्याण. त्याच्या राजकीय विश्वासाचे संरक्षण, राष्ट्रीय जीवनपद्धती, प्रादेशिक अखंडता, आणि सीमांची सुरक्षितता.' या व्याख्येमध्ये राष्ट्रीय हिताला व्यापक असा अर्थ प्राप्त झालेला आहे.

राष्ट्रीय हिताचे स्पष्टीकरण देताना चार्ल्स लेरशे व अब्दुल सैद म्हणतात, 'राष्ट्रीय हित म्हणजे सामान्य व दीर्घमुदतीची अशी उद्दिष्टे की, जी साध्य होण्यासाठी राष्ट्रराज्य आणि सरकारही सतत प्रयत्नशील असतात.'

जोसेफ फ्रँकल राष्ट्रीय हिताची व्याख्या स्पष्ट करताना म्हणतात, 'राष्ट्रीय हित हा परराष्ट्र धोरणाचा मूलभूत सिद्धान्त आहे.' म्हणजे फ्रँकल परराष्ट्रीय धोरणाच्या तत्त्वालाच राष्ट्रीय हित संबोधतात.

राष्ट्रीय हिताच्या संदर्भात व्हर्नान व्हॅन डायक यांनी स्पष्ट केले की, 'राष्ट्रीय हित म्हणजे असे धोरण की, जे इतर राज्यांसोबत संबंध प्रस्थापित करण्यासाठी किंवा

प्रस्थापित करण्यासाठी झालेल्या संबंधाच्या रक्षणासाठी प्रयत्नशील असते.' राष्ट्रीय हित म्हणजे शक्तिशाली राष्ट्रांच्या आकांक्षा होत. त्या दुसऱ्या राष्ट्राच्या माध्यमातून पूर्ण केल्या जातात. अन्य राज्यांच्या तुलनेमध्ये एखाद्या राज्याच्या ज्या आशाआकांक्षा असतात, त्या सामान्यपणे परकीय नीतीच्या उद्देशांशी संबंधित असतात. त्या ध्येय, उद्दिष्टांनाच राष्ट्रीय हित असे संबोधले जाते.

थोडक्यात, राष्ट्रीय हिताची कल्पना इतर राज्यांच्या संदर्भातच केली जाते आणि प्रत्येक राष्ट्राच्या परराष्ट्र धोरणातून ती स्पष्ट होत असते. तसेच तत्कालीन हिताबरोबरच अपेक्षित हित साध्य करण्यावरच तिचा भर असतो. आंतरराष्ट्रीय दृष्टिकोनातून राष्ट्रीय हिताचा विचार केल्यास राष्ट्रीय हिताच्या प्राप्तीसाठी राष्ट्र शक्तिशाली असणे आवश्यक असते. राष्ट्रहिताच्या प्राप्तीचे मुख्य साधन शक्तीच असल्यामुळे राष्ट्रीय हिताला राष्ट्रशक्तीच्या स्वरूपातच स्पष्ट करता येते. याच कारणामुळे कोणत्याही राष्ट्राच्या परराष्ट्रीय धोरणाचा मुख्य उद्देश राष्ट्रीय शक्तीत वाढ करण्याचाच असतो. एवढेच नाही तर तो तसा असलाच पाहिजे म्हणजेच राष्ट्रीय हित ही एक मानसिक धारणा असून आंतरराष्ट्रीय राजकारणात तिचे सर्वांत अधिक महत्त्व आहे. संपूर्ण आंतरराष्ट्रीय राजकारण राष्ट्रीय हित या संकल्पनेभोवती फिरत असते. राष्ट्रीय हित समोर ठेवूनच प्रत्येक राष्ट्र आपल्या राष्ट्रीय आणि आंतरराष्ट्रीय धोरणांची उद्दिष्टे निश्चित करीत असते. ही उद्दिष्टे ध्येय सिद्धीसाठी आवश्यक असतात. अशा प्रकारे राष्ट्रहिताला व्यापक अर्थ आहे.

स्वरूप व व्याप्ती :

राष्ट्रीय हित वातावरणानुसार परराष्ट्रीय धोरणास दृष्टिकोन देत असते. कोणत्याही देशाचे परराष्ट्रीय धोरण हे त्या देशाच्या हितसंबंधावर आधारित असते. परराष्ट्रीय धोरणातील दीर्घकालीन मुदतीच्या किंवा अल्पकालीन मुदतीच्या प्रयत्नांबाबत राष्ट्रीय हित दिशा दर्शवते. राष्ट्राचे परराष्ट्रीय धोरण ठरवताना किंवा उपयोगात आणताना सर्व प्रकारच्या आंतरराष्ट्रीय स्थितीबाबत विचार करणे अत्यावश्यक असते. निश्चित राष्ट्रीय हित वा ध्येयधोरणांनुसार परराष्ट्र धोरण निर्धारित केले जाते. राष्ट्रीय हिताचा आणि अन्य राष्ट्रांच्या संबंधित घटनांचाही संबंध असू शकतो. या संदर्भात एखाद्या राष्ट्राची समर्थता, त्या राष्ट्राला भेडसावणारे प्रश्न यांचा जसा राष्ट्रीय हितसंबंधाच्या निश्चितीवर परिणाम होतो, तसाच मोठ्या राष्ट्रांकडून येणारे दबाव, आंतरराष्ट्रीय संघटनांच्या आज्ञा, हुकूम इत्यादींचासुद्धा परिणाम होतो. मॉर्गेन्थांच्या विचारानुसार, राष्ट्रीय हितसंबंध हे त्या राष्ट्राच्या क्षमतेशी प्रमाणबद्ध असावेत, तसे ते असतात. आपल्या सामर्थ्याचा व क्षमतेचा विचार करूनच प्रत्येक राष्ट्र आपल्या हितसंबंधांची उभारणी करते.

आंतरराष्ट्रीय राजकारणात एकच स्थिती कायमस्वरूपी नसते. किंवा लॉर्ड पामर्स्टनच्या शब्दांत सांगावयाचे झाल्यास, आंतरराष्ट्रीय राजकारणात कायमचे मित्र किंवा कायमचे शत्रू असे असूच शकत नाहीत. त्यामध्ये बदल किंवा स्थित्यंतरे ही होतच असतात. त्यानुसार राष्ट्राच्या हितसंबंधामध्येही बद्दल होत असतात. राष्ट्रीय हितसंबंधाची निश्चितीही वास्तववादी पद्धतीने होत असते. त्यामध्ये काल्पनिक आदर्शवादाला विशेष स्थान नसते, प्रत्येक देश आपल्या शक्तिगोलामध्ये राष्ट्रीय हितसंबंधाची निश्चिती करीत असतात. वास्तविक राष्ट्रीय हितसंबंधाची कल्पना ही मानसशास्त्रीय संकल्पना आहे. त्या संदर्भात रेमंड एर्शॅन यांनी स्पष्ट केले आहे की, राष्ट्रीय हित बोट दाखवून स्पष्ट करता येत नाही. कारण त्याचा संबंध व्यक्तीच्या गटांशी असतो. प्रत्यक्षपणे व्यक्तीशी तो कधीच नसतो. एखाद्या राष्ट्रात जितके गट राष्ट्रीय हितात भाग घेतात, तेवढे विभिन्न अर्थ राष्ट्रीय हिताचे निघतात.

राष्ट्रीय हित हे प्रामुख्याने राष्ट्राच्या सुरक्षेशी संबंधित असते. नॉर्मल हिल यांच्या मतानुसार राष्ट्रीय हितसंबंध हे परराष्ट्रीय धोरणाचे निर्मितिस्थान असते. व राष्ट्रीय सुरक्षिततेवरच प्रामुख्याने परराष्ट्रीय धोरणाची उभारणी केली जाते. आजच्या भयग्रस्त युद्धकुशल जगामध्ये सुरक्षा हा राष्ट्रीय हितसंबंधाशी जोडलेला अतिशय महत्त्वाचा घटक आहे. राष्ट्रीय हितसंबंधाचे वैचारिक, वैधानिक, वास्तववादी, नोकरशाही, वांशिक, परावलंबी आणि जागतिक हितसंबंधातून आधार निर्माण झालेले आहेत. या निरनिराळ्या आधारांवरून हितसंबंधाचे स्वरूपही बदलते. बऱ्याच वेळा जगामध्ये एकमेकांच्या विरोधी हितसंबंधाची जोपासणी झाल्याची आढळते. म्हणजेच राष्ट्रीय हितसंबंध हे महत्त्वाकांक्षेचे, परस्परविरोधी इच्छांचे, विविध उद्दिष्टांचे व प्रेरणांचे, राष्ट्रीय कर्जाचे, राष्ट्रीय मागण्यांचे आणि इतर घटकांचे एक अपत्य आहे. राष्ट्रीय हितसंबंध हे राष्ट्राच्या निर्णयनिर्धारण प्रक्रियेमध्ये अतिशय महत्त्वाची भूमिका बजावतात.

राष्ट्रीय हित आणि परराष्ट्रीय धोरण यांचा जसा संबंध आहे, तसाच राष्ट्रीय हिताचा सुरक्षा आणि आंतराष्ट्रीय सुरक्षेशी संबंध आहे. जगामध्ये राष्ट्रीय सुरक्षेचा प्रश्न सर्वांनाच भेडसावत आहे. नवोदित राष्ट्रच नाहीत, तर जुन्या राष्ट्रांनासुद्धा सुरक्षेसाठी विचार करणे जरुरीचे झालेले आहे. म्हणजेच राष्ट्रहिताचा अर्थ फक्त राष्ट्राचे कल्याण साधणे, एवढाच सीमित राहिला नसून संरक्षणाच्या दृष्टीनेही त्यावर गहन विचार होत आहे. पर्यायाने राष्ट्रहिताचा सिद्धान्त हा राष्ट्रीय संरक्षणाचाच सिद्धान्त म्हणून ओळखला जात आहे. त्याचे कारण स्पष्ट आहे. राष्ट्रीय हितामध्ये सुरक्षिततेला पर्यायाने अंतर्गत सुरक्षिततेलाही अधिक महत्त्व दिले जाते आणि त्या सुरक्षिततेच्या सिद्धतेमुळेच परकीय व अंतर्गत आक्रमणास आळा घातला जातो. राष्ट्रीय सुरक्षेच्या नावाने पर्यायाने राष्ट्रीय

हितासाठीच अंतर्गत शत्रूपासून बचाव होणे जरुरीचे आहे आणि त्या बचावासाठीच संरक्षणाची तयारी असणे आवश्यक आहे. संरक्षणाच्या तयारीमध्ये प्रत्येक राष्ट्राने सुरक्षा बाळगण्याचा प्रयत्न सुरू केलेला आहे. राष्ट्राराष्ट्राच्या संरक्षणाच्या तयारीमध्ये फरक आढळतो. तसेच राष्ट्राच्या ध्येयपूर्तीच्या साधनांमध्येसुद्धा फरक आढळतो. राष्ट्राराष्ट्रांच्या धोरणामध्ये जो फरक होत असतो, त्याला अनेक कारणे आहेत. काही राष्ट्रांनी शस्त्रीकरणावर भर दिला आहे. काहींनी नि:शस्त्रीकरणाच्या करारावर सह्या केलेल्या आहेत, तर काही राष्ट्रे अगदीच तटस्थ आहेत. यावरूनच प्रश्न निर्माण होतो की, सुरक्षितता ही राष्ट्रीय हिताचे माध्यम किंवा अंतिम ध्येय होऊ शकते काय? मेकियाव्हलीच्या शिष्यांनी संरक्षणाला अंतिम ध्येय मानले आहे, तर अनेकांनी राष्ट्रीय सुरक्षेस अंतिम ध्येय मानण्यास विरोध केला आहे म्हणजेच राष्ट्रीय हिताची कल्पना काही अंशी वादग्रस्त तर काही अंशी अस्पष्ट असल्याची दिसते.

बदलत्या राजनीतीच्या आंतरराष्ट्रीय क्षेत्रामध्ये सुरक्षिततेचे प्रश्न जाणून घेणे अतिशय महत्त्वाचे आहे. अण्वस्त्रांमुळे तर सुरक्षिततेची व्यापकता जागतिक स्वरूपाची झालेली आहे म्हणजे अण्वस्त्रांच्या संदर्भात कोणत्याही राष्ट्राचा प्रश्न हा वैयक्तिक नाही, तर तो संपूर्ण जगाच्या सुरक्षेचाही प्रश्न आहे. त्याशिवाय मानवतेच्या सुरक्षिततेचा प्रश्न हा राष्ट्रीय हिताच्या दृष्टीने एक नवीन प्रश्न आहे. आज राष्ट्रीय हिताचा सिद्धान्त हा राष्ट्रीय संरक्षणाचा सिद्धान्त मानला जात आहे. राष्ट्रीय हितामध्ये अंतर्गत सुरक्षिततेला प्रथमच स्थान दिले जाते. सुरक्षिततेच्या अद्ययावत मार्गांनीच परकीय आक्रमणांपासून संरक्षण करणे शक्य होते. कदाचित याच उद्देशामुळे जगामध्ये शस्त्रास्त्रनिर्मितीमध्ये वाढ होऊन शस्त्रस्पर्धा सुरू झालेली आहे. विचारांती व अनुभवातून संरक्षणविषयक करार होत आहेत. अर्थात, त्या करारांमध्ये नि:शस्त्रीकरण करार, शस्त्रनियंत्रण करार, अण्वस्त्रप्रसारबंदी करार, अलिप्तता धोरण, इत्यादींचा समावेश असला, तरी सुरक्षिततेचे महत्त्व कुणीही नाकारलेले नाही. सुरक्षितता ही मानण्यावर आहे. जगामध्ये जशा सुखाच्या कल्पना व दु:खाच्या कल्पना मानण्यावर अवलंबून आहेत, त्याचप्रकारे सुरक्षिततेचा विचार करता येईल. कारण कितीही शस्त्रास्त्रे गोळा केली, तरी सुरक्षितता प्राप्त झाली असे म्हणता येणार नाही. कोणत्याही देशाला संपूर्ण जग ताब्यात घेतल्याशिवाय किंवा जिंकल्याशिवाय परिपूर्ण सुरक्षितता प्राप्त झाली, असे म्हणता येणार नाही म्हणजेच राष्ट्रहितामध्ये सुरक्षितता आवश्यक असूनही ते राष्ट्राचे अंतिम ध्येय होणार नाही. कदाचित यामुळेच जॉन हर्झ यांनी 'सुरक्षिततेची द्विधावस्था' असा उल्लेख केलेला आहे. त्या संदर्भात प्रत्येक राष्ट्राने स्वत:चे संरक्षण करत असताना त्या संरक्षण तयारीमध्ये काही पथ्ये पाळणे आवश्यक आहे. त्यात इतर राष्ट्रांच्या मनामध्ये

संरक्षण तयारीबाबत निर्माण होणारा संशय दूर करणे आवश्यक ठरते, म्हणजेच या सुरक्षिततेमध्ये राष्ट्रीय समाधान व परकीय आक्रमणाची शक्यता कमी करणे जरुरीचे ठरते.

राष्ट्रीय हिताबद्दलच्या अनेक कल्पना स्पष्ट नाहीत. त्यांतील काही कल्पना तर वादग्रस्तसुद्धा आहेत. त्यामुळेच सामान्यपणे प्रत्येक राष्ट्रास जीवन जगण्याचा अधिकार या दृष्टिकोनालाच राष्ट्रहित मानता येईल. कौटिल्याने याच तत्त्वावर भर देऊन राष्ट्रीय विकास घडवून आणण्याचा प्रयत्न केला. आजच्या युगामध्ये राष्ट्रीय हिताचा संबंध आंतरराष्ट्रीय हिताशी जोडला जातो. ही कल्पना काही नवीन नाही. कौटिल्याने परराष्ट्र धोरण व राष्ट्रीय हित यांचा मेळ घालताना आंतरराज्य संबंध स्पष्ट केलेला आहे.

पामर आणि पर्किन्सच्या विचारांनुसार पुढील मार्गांनी राष्ट्रीय हितामध्ये वृद्धी होत असते. राष्ट्रीय हिताच्या व्याप्तीमध्ये राजनय किंवा राजनीती, डावपेच, अफवा, राजकीय युद्धे, आर्थिक साधने, साम्राज्यवाद, वसाहतवाद, युद्ध इत्यादींमुळे भर पडते. या मार्गांनी राष्ट्रीय हिताचे क्षेत्र वाढत जाते.

राष्ट्रीय हिताची तत्त्वे :

राष्ट्राला कोणत्या गोष्टीचे संरक्षण करावयाचे आहे व कोणत्या गोष्टी प्राप्त करावयाच्या आहेत, हे परराष्ट्र धोरणाच्या उद्दिष्टांत स्पष्ट केलेले असते. ही उद्दिष्टे दोन प्रकारची असतात.

राष्ट्राचे ध्येय व राष्ट्राची उद्दिष्टे यात वेळेचे किंवा कालावधीचे अंतर आहे. ध्येय गाठण्यासाठी जास्तीतजास्त कालावधी ठेवणे आवश्यक असते, तर उद्दिष्टे ही अल्पावधीत व ताबडतोब साध्य करावयाची असतात. ध्येय हे आदर्शात्मक हित असते, तर उद्दिष्ट म्हणजे वास्तविकपणे साध्य होण्यासारखे हित असते. ध्येय हे अपेक्षित हित साध्य करण्यावर भर देते, तर उद्दिष्ट हे तत्कालिक हित साध्य करीत असते.

राष्ट्रीय हित म्हणजे केवळ तत्कालिक हित साध्य करणे नव्हे, तसेच अपेक्षित हित साध्य करणेही नव्हे. या दोन्ही हितांचा अंतर्भाव तर राष्ट्रहितात होतोच. परंतु राष्ट्रीय हिताला यापेक्षा व्यापक अर्थ आहे. राष्ट्रीय हित हे तत्कालिक व अपेक्षित हित साध्य करण्याबाबत धोरण निर्धारकास सतत मार्गदर्शन करीत असते. राष्ट्रीय हित साध्य करण्यासाठी राज्याला नेहमी विभिन्न प्रश्न सोडवावे लागतात.

मॉर्गेन्था यांच्या मते, 'राष्ट्रीय हितात मुख्यतः दोन तत्त्वे अंतर्भूत असतात. पहिले तत्त्व म्हणजे तात्त्विक दृष्टीने राष्ट्रहिताची कल्पना योग्य म्हणून आवश्यक आहे आणि दुसरे तत्त्व म्हणजे राष्ट्रीय हित हे अस्थिर असून ते परिस्थितीनुसार निश्चित केले जाते.'

राष्ट्रीय हित एकदा आवश्यक आहे असे मानले म्हणजे राष्ट्राला दुसऱ्या राष्ट्राविरुद्ध आपल्या भौतिक, राजकीय आणि सांस्कृतिक एकरूपतेचे संरक्षण करणे आवश्यक बनते. याचा सहज परिणाम म्हणजे एका राष्ट्राचे हित हे दुसऱ्या राष्ट्राच्या हितापेक्षा भिन्न असते व प्रत्येक राष्ट्र आपले स्वत:चे हित साध्य करण्याचा प्रयत्न करीत असते. राष्ट्रीय हित साध्य करण्यासाठी प्रत्येक राष्ट्र कधी शांततेच्या तर कधी युद्धाच्या मार्गांचाही अवलंब करीत असते. आपल्या सुरक्षिततेच्या दृष्टीने शक्तीत अमाप वाढ करीत असते व याचा परिणाम म्हणजे इतर राज्यांना असुरक्षितता वाटू लागते. परिणामत: अशी राष्ट्रे आपली संरक्षणसिद्धता वाढवण्याचा प्रयत्न करतात.

राष्ट्रीय हिताची वैशिष्ट्ये :

राष्ट्रीय हितासंबंधी बऱ्याच व्याख्यांचे विश्लेषण केल्यास आपणांस राष्ट्रीय हिताची वैशिष्ट्ये पुढीलप्रमाणे दाखवता येतील–

१. अमूर्त कल्पना : राष्ट्रीय हिताची कल्पना ही अमूर्त तसेच मानसिक आणि तत्त्वज्ञानात्मक आहे. राष्ट्रीय हित कोणते हे स्पष्टपणे दाखवता येत नाही. परिस्थिती गट, आंतरराष्ट्रीय परिस्थिती या संदर्भात राष्ट्रीय हिताची कल्पना करता येते.

२. सुरक्षिततेशी संबंधित : राष्ट्रीय हिताचे दुसरे वैशिष्ट्य म्हणजे राष्ट्रीय हिताची कल्पना ही प्रामुख्याने राष्ट्राच्या सुरक्षिततेशी संबंधित असते. कारण राष्ट्र जर सुरक्षित नसेल, तर राष्ट्रहिताला अर्थ उरणार नाही, म्हणूनच राष्ट्राची सुरक्षितता, संरक्षण हे राष्ट्राचे निरंतर आणि कायम स्वरूपाचे हित असते.

३. परिस्थितीसापेक्ष : तिसरे वैशिष्ट्य म्हणजे राष्ट्राची सुरक्षितता हे एक हित सोडल्यास राष्ट्राच्या अन्य हितांची कल्पना ही परिस्थितीनुसार बदलत असते. कारण राष्ट्राच्या सुरक्षिततेसाठीच इतर हितांत परिवर्तन करावे लागते. या अन्य हितांना दुय्यम स्वरूपाचे हित किंवा धोरणाची उद्दिष्टे असेही म्हणता येईल. व्हर्नान व्हॅन डायक यांनी याच उद्देशाने राष्ट्रीय हिताचे निरपेक्ष हित आणि दुय्यम हिताची निवड योग्यतेच्या आधारावर करावी, असे म्हटले आहे.

४. सापेक्षता : राष्ट्रीय हिताचे चौथे उद्दिष्ट म्हणजे राष्ट्रहिताची कल्पना ही सापेक्ष असून इतर राष्ट्रांच्या संदर्भात करावी लागते म्हणजे राष्ट्रहिताची कल्पना ही वास्तववादी असावी लागते. आपले राष्ट्र व इतर राष्ट्रे यांच्या शक्ती आणि साधनसामग्रीशी तुलना करूनच वास्तववादी दृष्टिकोनातून राष्ट्रहिताची कल्पना निश्चित करावी लागते. उदा. राष्ट्राची सुरक्षितता. यासाठी राष्ट्रशक्तीत वाढ करणे आवश्यक असते. परंतु राष्ट्रशक्तीला

मर्यादा नाही, म्हणून इतर राष्ट्रांच्या तुलनेत आपण किती शक्ती संपादन करावी, हे प्रत्येक राष्ट्राला निश्चित करावे लागते.

५. राष्ट्रीय शक्तीवर आधारित : राष्ट्रीय हिताची कल्पना ही मानवी शक्तीचा, नैसर्गिक साधनसामग्रीच्या उपलब्धतेचा आणि जनतेच्या मनोबलाचा विचार करून ठरवावी लागते. म्हणजे राष्ट्राच्या एकूण शक्तीचा, सामर्थ्याचा विचार करून त्यानुसार आणि त्या प्रमाणात करावी लागते. कारण राष्ट्रीय हिताच्या निश्चितीनंतरच इतर राष्ट्रांशी संबंध कसे ठेवावे, हे निश्चित केले जाते.

६. परराष्ट्रीय धोरणांचा आधार : राष्ट्रीय हिताचे सहावे आणि शेवटचे वैशिष्ट्य म्हणजे राष्ट्रीय हित, हे राष्ट्राच्या अंतर्गत आणि परराष्ट्र धोरणाच्या निर्धाराच्या प्रक्रियेवर महत्त्वाचा प्रभाव टाकत असते. एवढेच नव्हे तर राष्ट्रीय हित साध्य करण्याच्या दृष्टीने या धोरणाचा साधन म्हणून वापर करण्यात येतो. राष्ट्राचे परराष्ट्रीय धोरण हे राष्ट्रीय हितानुसार स्वीकारलेल्या उद्दिष्टानुसार निश्चित केले जाते.

नॉर्मल हिल यांच्या मते, 'राष्ट्रीय हित हे परराष्ट्र धोरणाचे प्रारंभस्थान असते.' ऑर्गेस्की यांच्या मते, 'राष्ट्रीय हिताच्या संदर्भातच परराष्ट्र धोरणाचा अभ्यास केला जातो.' परराष्ट्रीय धोरणात जर राष्ट्रहिताची काळजी घेतली जात नसेल, तर त्या धोरणाला काहीच महत्त्व नसते. मॉर्गेन्था यांच्या मते, 'कोणतेही राष्ट्र मग ते कितीही शक्तीशाली असो, कोणत्याही विचारप्रणालीचा पुरस्कार करणारे असो, त्याला आपले परराष्ट्रीय धोरण राष्ट्रहित लक्षात घेऊनच निर्धारित करावे लागते.' जे राष्ट्र या सत्याकडे दुर्लक्ष करीत असेल, त्या राष्ट्राचे अस्तित्व धोक्यात येण्याची शक्यता असते.

राष्ट्रीय हिताची कार्ये :

राष्ट्रामधील आर्थिक, सामाजिक, सांस्कृतिक इ. स्वरूपाच्या विकासाबरोबरच त्या राष्ट्राचे अस्तित्व जोपासण्याची भूमिका राष्ट्रहितामध्ये असते.

१. परराष्ट्रीय धोरणास वातावरणानुसार किंवा परिस्थितीनुसार दृष्टिकोन देणे.

२. परराष्ट्र धोरणातील दीर्घमुदतीच्या किंवा अल्पमुदतीच्या प्रयत्नांबाबत मार्गदर्शन करणे.

३. राष्ट्राचे तत्कालीन हित, अनपेक्षित हित साध्य करण्याबाबत धोरण निर्धारकास सतत मार्गदर्शन करणे.

४. राष्ट्राचे स्वातंत्र्य आणि सार्वभौमत्व जोपासणे.

५. आर्थिक विकासासाठी व्यापारी सुविधा प्राप्त करणे.

६. राष्ट्रीय आणि आंतरराष्ट्रीय शांतता प्रस्थापित करणे.

७. आंतरराष्ट्रीय कायद्याचा विकास करणे. तसेच आंतरराष्ट्रीय संघटना यशस्वी करणे.

८. राष्ट्रीय सीमांचे संरक्षण करणे.

९. देशाची एकात्मता जोपासणे.

राष्ट्रीय हित परराष्ट्र धोरणासाठी वातावरणनिर्मिती करते. राष्ट्रीय हित व ध्येय, धोरणानुसार परराष्ट्रीय धोरण निश्चित केले जाते. सध्याच्या उपलब्ध परिस्थितीमध्ये बदल न करता विकास कार्य घडवून आणणे, हेच महत्त्वाचे हित असते, त्याच्या संरक्षणासाठी वेळप्रसंगी युद्धालासुद्धा तोंड द्यावे लागते. त्यामुळेच स्वातंत्र्याचे रक्षण करणे आणि राष्ट्रीय एकात्मता कायम राखणे हे राष्ट्रहिताचे आद्य कर्तव्य मानले जाते. अन्य हितांना आपण गौण किंवा दुय्यम मानतो. कारण त्या हितांमधून युद्ध करण्याची गरज नसते. ऐहिक किंवा भौतिक सुखसमृद्धी, विचारधारा, राष्ट्राची अस्मिता व प्रतिष्ठा यांचे संरक्षण करणे यामध्ये समाविष्ट असते. बदलत्या परिस्थितीनुसार राष्ट्रहिताच्या कल्पनेत बदल होत असतात.

राष्ट्रीय हिताचे प्रकार :

राष्ट्रहित हे प्रामुख्याने दोन प्रकारचे असते. पहिले म्हणजे स्पर्धात्मक राष्ट्रीय हित. यात एक राष्ट्र अन्य राष्ट्रांबरोबर स्पर्धा करून राष्ट्रीय हित प्राप्त करते. अशा प्रकारचे हित हे अस्थायी स्वरूपाचे असते. दुसऱ्या प्रकारच्या हितास 'निरपेक्ष राष्ट्रीय हित' असे म्हणता येईल. याच्या प्राप्तीसाठी इतर राष्ट्रांबरोबर स्पर्धा करावी लागत नाही. कारण अशा प्रकारचे हित हे फक्त त्या राष्ट्राचेच हित किंवा स्वार्थ असतो. हे हित परिवर्तनशील असते, म्हणजेच राष्ट्राच्या परिस्थितीत किंवा मूल्यांत परिवर्तन झाल्यास राष्ट्रहिताच्या कल्पनेत बदल होत असतो. याच कारणामुळे राष्ट्रीय हिताची कल्पना ही अस्पष्ट अशी कल्पना असल्याचे म्हटले जाते. याशिवाय राष्ट्रहिताचे वर्गीकरण थॉमस रॉबिन्सनच्या विचारानुसार सहा भागांत केले गेले आहे.

१. प्राथमिक हित : राष्ट्रासाठी सर्वाधिक महत्त्वाच्या हितांचा समावेश प्राथमिक हितामध्ये केला जातो. त्याच्या रक्षणासाठी मोठे राज्य मोठ्यांतमोठा त्याग करण्यासाठी नेहमी तत्पर असते. या प्रकारचे सर्वांत मोठे हित म्हणजे राष्ट्राची सुरक्षा होय.

२. दुय्यम हित : प्राथमिक हितापेक्षा थोड्या कमी महत्त्वाच्या हितांचा समावेश या प्रकारच्या हितामध्ये केला जातो. परंतु ते राष्ट्रीय सत्ता टिकवण्यासाठी आवश्यक असते. उदा. परदेशातील आपल्या नागरिकांचे संरक्षण आणि परदेशातील आपल्या राजदूतांचे हित जोपासणे.

३. चिरस्थायी हित : राष्ट्राची दीर्घकालीन ध्येयधोरणे किंवा उद्दिष्टांचा यामध्ये समावेश होतो. उदा. इंग्लंडने वसाहतवाद्यांच्या आणि विदेशी व्यापाऱ्यांच्या रक्षणासाठी नौकानयनाचे स्वातंत्र्य अबाधित ठेवलेले आहे.

४. बदलते हित : या हितामध्ये अशा हितांचा समावेश केला जातो की, जे एखाद्या राष्ट्राकडून विशेष परिस्थितीमध्ये राष्ट्रहितासाठी आवश्यक मानले जाते. याप्रकारचे हित प्राथमिक व द्वितीय प्रकारच्या हितांपेक्षा वेगळे असते. बदलते हित जनमत आणि वेगवेगळ्या व्यक्तींच्या वैचारिक प्रभावातून निर्माण होतात.

५. सामान्य हित : देशाला सामान्य स्वरूपामध्ये किंवा आर्थिक, व्यापारी आणि राजकीय क्षेत्रांपासून फायदा मिळवून देणाऱ्या हितांचा समावेश यामध्ये होतो. उदा. युरोपमध्ये इंग्लंडसाठी सत्तासंतुलन टिकवून ठेवणे हे या प्रकारचे हित आहे.

६. विशिष्ट हित : या प्रकारचे हित सामान्य हितापासून निर्माण होते आणि त्याबरोबर अधिकाधिक संबंध ठेवते. उदा. युरोपमध्ये सत्तासंतुलन टिकवून ठेवणे इंग्लंडचे सामान्य हित होते. परंतु या हिताच्या पूर्ततेसाठी आवश्यक होते की, ब्रिटिश द्विपसमूहासमोरील इंग्लिश खाडीपलीकडील बेल्जियम आणि हॉलंडमध्ये युरोपच्या कोणत्याही महाशक्तीचा अधिकार असता कामा नये.

राष्ट्रीय हिताचे आधार किंवा घटक :

राष्ट्रीय हिताचा विचार हा इतर राष्ट्रांच्या संदर्भात केला जात असल्यामुळे राष्ट्रहिताचा आधार किंवा घटक आपणांस पुढीलप्रमाणे सांगता येईल –

१. शक्ती : प्रत्येक राष्ट्राचे मुख्य हित हे राष्ट्राचे संरक्षण करणे हेच असते. इतर हितांचे स्वरूप संरक्षणाच्या तुलनेत गौण असते. संरक्षणासाठी राष्ट्राला शक्ती प्राप्त करणे तसेच इतर राष्ट्रांच्या तुलनेत तिच्यात वाढ करणे आवश्यक वाटत असते. कोणतेही राष्ट्र राष्ट्रीय हिताची प्राप्ती तेव्हाच करू शकते, जेव्हा ते राष्ट्र शक्तिशाली असते. आधुनिक काळात म्हणजे शीतयुद्ध आणि अचानक आक्रमणाची भीती यामुळे राष्ट्रीय सुरक्षिततेला महत्त्वाचे राष्ट्रीय हित मानण्यात येते. आज प्रत्येक राष्ट्र आपल्या शक्तीत वाढ करण्याच्या दृष्टीने शस्त्रास्त्रनिर्मिती विशेषत: अण्वस्त्रनिर्मितीवर भर देत आहे. याचबरोबर इतर राष्ट्रांशी सैनिकी करार करून आपल्या शक्तीत वाढ करीत आहे. याच कारणामुळे राष्ट्रीय हित आणि राष्ट्रीय शक्ती यांच्यात घनिष्ट संबंध आलेला दिसून येतो. एवढेच नव्हे तर राष्ट्रीय शक्ती हीच राष्ट्रीय हिताचा प्रमुख आधार बनली आहे.

२. शांतता : राष्ट्रीय हिताचा दुसरा आधार म्हणजे शांतता होय. प्रत्येक राष्ट्र राष्ट्रशक्तीत वाढ करीत असतानाच शांततेसाठी प्रयत्न करीत असते. कारण शांततेच्या

काळातच राष्ट्राला आपल्या नैसर्गिक साधनसंपत्तीचा विकास करता येतो, राष्ट्राला औद्योगिकदृष्ट्या प्रगत करता येते. एवढेच नव्हे तर शस्त्रास्त्रनिर्मिती आणि सैनिकी शक्तीत वाढ करण्यासाठीही शांततेची आवश्यकता असते. याच कारणामुळे सोव्हिएत रशिया आणि अमेरिका यांच्यासारख्या महाशक्तीसुद्धा जागतिक शांततेच्या दृष्टीने प्रयत्न करताना दिसतात. ऑर्गन यांच्या मते, 'युद्धसंघर्ष आणि तणावग्रस्त स्थितीत कोणतेही राष्ट्र आपापल्या हिताकडे लक्ष देऊ शकत नाही. एवढेच नव्हे, तर आपल्या संरक्षणासाठी आवश्यक अशी साधनेही ते प्राप्त करू शकत नाही. दुसऱ्या शब्दांत राष्ट्रहिताच्या प्राप्तीसाठी शांतता आवश्यक असते.'

३. संपत्ती : राष्ट्रहिताच्या प्राप्तीसाठी राष्ट्र हे आर्थिक आणि सांपत्तिकदृष्ट्या समृद्ध किंवा श्रीमंत असणे आवश्यक असते. या समृद्धीच्या जोरावरच राष्ट्र हे आंतरराष्ट्रीय क्षेत्रात आपला प्रभाव पाडत असते. तसेच आंतरराष्ट्रीय परिस्थितीवर नियंत्रण ठेवू शकते. आज अमेरिका तिच्या समृद्धीच्या जोरावर संपूर्ण जागतिक राजकारणावर आपला प्रभाव पाडत आहे. सोव्हिएत रशियासारख्या शक्तिशाली राष्ट्राने आज त्यांची स्थिती बिघडताच आपले महाशक्तीचे स्थान गमावले आहे. आज रशिया, अमेरिकेसारख्या शत्रू राष्ट्राबरोबर सहकार्यच करत नाही तर तिच्याकडून उपभोग्य वस्तूंची मदत घेत आहेत. थोडक्यात, राष्ट्रीय हिताच्या सुरक्षिततेसाठी राष्ट्राची सांपत्तिक स्थिती उत्तम असली, तरच ते इतर राष्ट्रांवर आपला प्रभाव टाकून राष्ट्रीय हित साध्य करू शकते, म्हणूनच राष्ट्राच्या सांपत्तिक स्थितीला राष्ट्रीय हिताचा तिसरा मूलभूत आधार म्हणता येईल.

भारताची सांपत्तिक स्थिती आज बिघडलेली असल्यामुळे आंतरराष्ट्रीय नाणेनिधीकडून त्याला कर्ज घ्यावे लागत आहे आणि कर्ज देताना ही संघटना काही नियंत्रणे राज्यावर घालत असते. १९७१ या वर्षी भारतात रुपयाचे दोन वेळा झालेले अवमूल्यन अशा नियंत्रणाचाच एक भाग आहे.

४. संस्कृती : संस्कृती हा राष्ट्रहिताचा मानसिक आधार आहे. संस्कृतीच्या माध्यमातूनच राष्ट्रहिताची कल्पना आकार घेत असते. राष्ट्राची संस्कृती समान किंवा एक असल्यास राष्ट्रहित अधिक स्पष्ट आणि सुरक्षित राहते. तसेच ते प्राप्त करण्यासाठी संपूर्ण राष्ट्र प्रयत्नशील असते. परंतु भिन्न संस्कृतीचे लोक जर राष्ट्रात असतील, तर मात्र राष्ट्रहित साध्य करणे कठीण जाते. उदा. इराक-अमेरिका युद्धात भारतातील मुस्लीम समाज सद्दाम हुसेन यांचे समर्थन करीत होता, तर आंतरराष्ट्रीय दृष्टिकोनातून तसेच पंचशीलाच्या तत्त्वानुसार भारताला अमेरिकेचे समर्थन करणे आवश्यक होते.

परिणामत: या वेळी राष्ट्रहित समोर ठेवून अतिशय संदिग्ध भूमिका सरकारला घ्यावी लागली. त्यामुळे आपल्या राष्ट्रहिताला धोका निर्माण झाला होता. अमेरिकेसारख्या राष्ट्राच्या विमानांना इंधन भरू न दिल्यामुळे अमेरिकेच्या प्रभावाखालील राष्ट्रांनी भारताला आर्थिक मदत देणे बंद केले होते. कुवेतनेही मुक्तीनंतर भारतीय लोकांच्या पुनर्बांधणीच्या कामात सहभाग घेतला जाणार नाही, असे घोषित केले होते. याचाच अर्थ भिन्न संस्कृतीचे लोक असल्यास किंवा दुर्बल सरकार असल्यास राष्ट्रहितास हानी पोहोचते.

५. राष्ट्रीय चारित्र्य : राष्ट्रीय चारित्र्याचा संबंध हा नैतिकता, प्रामाणिकपणा, कार्यक्षमता या गोष्टींशी असून राष्ट्रीय हिताचा हा महत्त्वाचा आधार असतो. लोक जर प्रामाणिक आणि मेहनती असतील, तर राष्ट्रहित साध्य करणे सहजशक्य होते. जपान, जर्मनीने प्रामाणिकपणा, उद्योगशीलता यांसारख्या गुणांमुळे व्यापक प्रमाणावर आपली औद्योगिक प्रगती केली आहे. दोन महायुद्धांचा फटका बसलेले जर्मन राष्ट्र आज पुन्हा उभे राहून भारतासारख्या देशाला तंत्रविज्ञान व आर्थिक क्षेत्रात मदत करीत आहे. या गोष्टीवरून जर्मन लोकांच्या गुणांची, चारित्र्याची कल्पना येते.

६. नेतृत्व : प्रामाणिक, दूरदर्शी नेतृत्वसुद्धा राष्ट्रहिताचा आधार असते. कारण राष्ट्रीय शक्तीच्या सर्व घटकांत समन्वय साधून राष्ट्रीय हित साधणे हे सर्वस्वी नेतृत्वावर अवलंबून असते. परराष्ट्र संबंधात, युद्धकाळात तर राष्ट्रीय नेतृत्वाचे महत्त्व अनन्यसाधारण असते. युद्धकाळात नेतृत्वामुळेच सैनिकांचे आणि जनतेचे मनोबल उंचावते व युद्धात यश मिळणे शक्य होते. शांततेच्या काळातही औद्योगिक प्रगतीसाठी उत्तम नेतृत्व आवश्यक असते. कारण या प्रगतीतून राष्ट्रहित साध्य होत असते. दुसऱ्या महायुद्धाच्या काळात आर्यवंश श्रेष्ठत्वाच्या सिद्धान्ताच्या आधारावर हिटलरला संपूर्ण जर्मन जनतेचे सहकार्य मिळाले होते. तसेच राष्ट्रहितासाठी कोणताही त्याग करण्यास जर्मन जनता सिद्ध झाली होती. याच काळात विन्स्टन चर्चिल यांनीसुद्धा आपल्या प्रभावी संदेशाद्वारे इंग्लंडच्या जनतेत नवचैतन्य निर्माण केले होते.

७. आंतरराष्ट्रीय परिस्थिती : राष्ट्रीय हिताचा आणखी एक आधार म्हणजे आंतरराष्ट्रीय परिस्थिती होय. राष्ट्रहिताच्या जोपासनेसाठी राष्ट्राने आंतरराष्ट्रीय क्षेत्रातील घटनांबद्दल अतिशय जागृत असले पाहिजे. आंतरराष्ट्रीय परिस्थिती समोर ठेवूनच प्रत्येक राष्ट्राच्या हिताची कल्पना निश्चित होत असते.

कोणत्याही एका महाशक्तीबरोबर राहून आपले हित साध्य होणार नाही, असे दिसताच भारताने तटस्थतेच्या धोरणाचा स्वीकार केला. त्यामुळे सोव्हिएत रशिया आणि अमेरिका या दोन्ही राष्ट्रांकडून आर्थिक विकासासाठी मदत मिळवता आली.

दुसरे उदाहरण म्हणजे अमेरिकेने पाकिस्तानला मदतीचे आश्वासन दिल्यामुळे भारताने रशियाशी परस्परमैत्रीचा करार केला. म्हणजेच आंतरराष्ट्रीय परिस्थिती लक्षात घेऊनच प्रत्येक राष्ट्र आपल्या हिताच्या रक्षणासाठी इतर राष्ट्रांशी संबंध ठेवत असते किंवा ते समाप्त करीत असते.

८. विचारप्रणाली : आधुनिक युगात विचारप्रणाली हा राष्ट्रीय हिताचा महत्त्वाचा आधार बनला आहे. द्वितीय महायुद्धानंतर जगात दोन महाशक्तींच्या उदयामुळे साम्यवादी विचारप्रणाली आणि भांडवलवादी आणि लोकशाहीप्रधान विचारप्रणालींच्या प्रभावाखाली जगाची विभागणी झाली. राष्ट्रीय हित समोर ठेवूनच प्रत्येक राष्ट्र यापैकी एका प्रणालीला मान्यता देताना दिसते. त्यामुळे राष्ट्राला राष्ट्रीय आणि आंतरराष्ट्रीय प्रश्नांबाबत निश्चित धोरण स्वीकारता येते व त्याला अनुसरून परराष्ट्रीय धोरणाची आखणी केली जाते व परराष्ट्राशी संबंध निश्चित केले जातात.

अशा प्रकारे राष्ट्रहिताचा आधार म्हणून वरील मुद्यांचा उल्लेख करता येतो. परंतु प्रत्यक्षात राष्ट्रीय हित हे राष्ट्रांतर्गत परिस्थिती आणि आंतरराष्ट्रीय स्थिती यावर बऱ्याच प्रमाणात आधारित असते.

मूल्यमापन :

राष्ट्रीय हिताची कल्पना अशा प्रकारे वादग्रस्त व अस्पष्ट आहे, म्हणूनच राष्ट्रीय हिताची सर्वसामान्य व्याख्या करणे कठीण आहे. प्रत्येक राष्ट्रास जीवन जगण्याचा अधिकार या दृष्टीने राष्ट्रीय हिताची सर्वसामान्य व्याख्या करता येईल. मूलभूतपणे राष्ट्रीय हित ही एक मानसशास्त्रीय धारणा आहे. राष्ट्राराष्ट्रांतील परिस्थितीमध्ये किंवा नीतिमूल्यांमध्ये झालेल्या बदलांमुळे किंवा परिवर्तनामुळे राष्ट्रीय हिताच्या कल्पनेत बदल होत गेला. हे बदलते स्वरूप राष्ट्रातील प्रभावी गट, लोकप्रिय नेत्याचे व्यक्तिमत्त्व, राष्ट्रीय शक्ती किंवा सत्ता व आंतरराष्ट्रीय समाजाच्या विद्यमान स्वरूपावरून हे परिवर्तित होत असते. रेमंड ऐरॉन यांच्या मते, 'राष्ट्रीय हित ओळखता येत नाही, कारण त्याचा संबंध व्यक्तिमत्त्वाच्या गटाशी असतो, व्यक्तीशी नव्हे.' एखाद्या राष्ट्रामध्ये जेवढे गट राष्ट्रहितामध्ये सहभागी होतात, तेवढ्या प्रकारचे अर्थ राष्ट्रीय हितातून निघत असतात. सुरक्षितता ही राष्ट्रीय हिताचे सर्वसामान्य लक्षण मानले जाते. सुरक्षितता ही ध्येय व उद्दिष्टे हे दोन्ही असू शकते. राष्ट्रीय हित हे धोरण निर्धारकांना आंतरराष्ट्रीय वस्तुस्थितीचे पुनरावलोकन करून त्यानुसार आपले ध्येय व उद्दिष्ट यामध्ये अग्रक्रम देण्याबाबत मार्गदर्शन करीत असते. परंतु केवळ राष्ट्रीय हिताच्या मार्गदर्शनानुसार अग्रक्रम ठरवला जात नसतो. त्यात साधनांच्या उपलब्धतेचाही विचार केला जातो.

राष्ट्रीय शक्ती किंवा राष्ट्रीय सत्ता :

राष्ट्रे आपली धोरणे मग ती अंतर्गत असो वा परराष्ट्रविषयक असो सत्तेच्या साधनांद्वारे अंमलात आणतात. मॉर्गेन्थाने सत्तेची व्याख्या करताना, 'एका व्यक्तीचे इतर व्यक्तींच्या मनावरील व कृतीवरील नियंत्रण म्हणजे सत्ता होय', असे म्हटले आहे.

सत्ता या संज्ञेच्या अर्थामध्ये सक्ती करण्याची शक्ती किंवा स्वत:ची इच्छा दुसऱ्यावर लादण्याची शक्ती हा अतिशय महत्त्वाचा भाग असतो. याच संदर्भात लॉस्वेल आणि अब्राहम म्हणतात, 'निर्णय प्रक्रियेतील सहअस्तित्वाला राष्ट्रीय सत्ता म्हणता येईल' राष्ट्रीय सत्तेच्या संदर्भात पामर आणि पर्किन्स असे म्हणतात की राष्ट्रशक्तीचा जागतिक राजकारणावर संपूर्ण प्रभाव आहे. स्वत:च्या इच्छेला अनुसरून इतर राज्यांचे वर्तन नियंत्रित करण्याची राज्याची क्षमता म्हणजे राष्ट्रीय सत्ता होय.

एखाद्या राज्याची इतर राज्यांवर सामर्थ्ययुक्त प्रभाव टाकण्याची आणि इतर राज्यांच्या प्रभाव टाकण्याच्या प्रयत्नांना प्रतिकार करण्याची क्षमता असा 'राष्ट्रीय सत्ता' या संज्ञेचा अर्थ आहे. प्राचीन भारताचे विचारवंत कौटिल्य म्हणतो, 'राष्ट्रीय सत्ता म्हणजे एका राष्ट्राने दुसऱ्या राष्ट्राच्या इच्छेनुसार किंवा मर्जीनुसार वागण्यासाठी वापरण्यात येणारे एक साधन आहे.'

महाभारतातील विदूर सत्तेबद्दल म्हणतात, 'बाहुबल, अमात्यबल, धनबल, अभिजातबल, अतिप्रज्ञाबल या पाच घटकांचा मिलाप म्हणजेच राष्ट्रीय सत्ता होय.'

यावरून आपण असे म्हणू शकतो की, राष्ट्रशक्तीवर संबंधित देशाचा विकास, अस्तित्व, यशापयश व ध्येयधोरण अवलंबून असते. एवढेच नाही तर त्यांचे आंतरराष्ट्रीय राजकारणातील वर्चस्व किंवा स्थान राष्ट्रीय शक्तीवरच अवलंबून असते. ही राष्ट्रीय शक्ती अबाधित किंवा मजबूत राहिली, तरच संबंधित राष्ट्राचे संरक्षण होईल. राष्ट्रशक्ती हा राष्ट्रव्यवस्थेचा आत्मा असून त्याद्वारेच राष्ट्र आपले धोरण ठरवत असते.

राष्ट्रीय सत्तेचे महत्त्व :

प्रत्येक राष्ट्र आपल्या राष्ट्रीय उद्देशाची पूर्ती आपल्या राष्ट्रीय शक्तीच्या माध्यमातून करीत असते. ज्या राष्ट्राकडे जितक्या प्रमाणात शक्ती असेल, ते राष्ट्र तितक्याच जलद गतीने आपले उद्देश साध्य करण्यात यशस्वी होत असते. याउलट मर्यादित राष्ट्रीय शक्ती असलेल्या राष्ट्रांना आपले उद्दिष्ट साध्य करण्यास अधिक वेळ लागत असतो. कारण त्यांना प्रत्येक वेळी इतरांच्या सहकार्यावर अवलंबून राहावे लागते. याचा अर्थ प्रत्येक राष्ट्राकडे शक्ती ही असतेच. परंतु राष्ट्राची ही शक्ती विविध घटकांच्या आधारे

निश्चित होत असल्यामुळे कोणत्या राष्ट्राची शक्ती किती आहे, हे निश्चित करणे कठीण जाते. दुसरे, म्हणजे प्रत्येक राष्ट्राकडे राष्ट्रीय शक्तीच्या विविध घटकांपैकी एखादा किंवा काही घटक अधिक प्रमाणात असतात, तर काही घटक फारच अल्प प्रमाणात उपलब्ध असतात. राष्ट्राजवळ कमी-जास्त प्रमाणात उपलब्ध असलेल्या सर्व घटकांच्या आधारेच राष्ट्राची शक्ती निश्चित होत असल्यामुळे काही घटक नसल्यास किंवा फारच कमी प्रमाणात असल्यास त्याचा परिणाम अन्य घटकांवर होऊन राष्ट्राची शक्ती अन्य राष्ट्रांच्या तुलनेत कमी होत असते. म्हणजेच प्रत्येक राष्ट्राच्या शक्तीची कल्पना ही त्या राष्ट्राकडे उपलब्ध असलेल्या राष्ट्रीय शक्तीच्या घटकांवर, त्या प्रत्येक घटकाच्या योग्य उपभोगावर इतर राष्ट्रांच्या तुलनेत करावी लागते. त्यामुळे कोणत्याही राष्ट्राच्या शक्तीचा अंदाज करणे, तिचे मूल्यमापन करणे हे अतिशय कठीण कार्य बनते. राष्ट्रीय सत्ता कायम स्थिर नसून सतत गतिमान अवस्थेत असते. राष्ट्रीय सत्तेचे आधारभूत घटक साधनसंपत्ती, डावपेच, आंतरराष्ट्रीय परिस्थिती हे आहेत. या विविध क्षेत्रांत सतत बदल होत असतात. कोणत्याही राष्ट्राची प्रत्यक्ष सत्ता आणि संभाव्य क्षमता यात बरेच अंतर राहू शकते. राष्ट्रीय संकटाच्या काळात एका मनाने, दृढनिश्चयाने अपव्यय टाळून व कार्यक्षमता वाढवून राष्ट्र स्वतःच्या सामर्थ्यात प्रचंड वाढ करू शकते. आंतरराष्ट्रीय संबंधाच्या क्षेत्रात राष्ट्रीय सत्तेचा उपयोग व भूमिका अतिशय महत्त्वपूर्ण आहे. प्रत्येक राष्ट्र त्यांच्या राष्ट्राच्या सत्तेचा उपयोग,

१. सुरक्षा राखणे.

२. आंतरराष्ट्रीय व्यवस्थेत आपले स्थान व दर्जा टिकवून ठेवणे.

३. आंतरराष्ट्रीय व्यवस्थेत आपले स्थान व दर्जात बदल घडवून आणणे.

४. राष्ट्रीय हितसंबंधाची पूर्ती करणे.

५. राष्ट्राची प्रतिष्ठा वृद्धिंगत करणे.

या पाच कारणांसाठी करते. म्हणून आंतरराष्ट्रीय संबंधाच्या अभ्यासात राष्ट्रीय सत्तेला फार महत्त्व आहे.

राष्ट्रीय सत्तेचे घटक :

प्रत्येक राष्ट्राजवळ कमीअधिक प्रमाणात सत्ता असते. राष्ट्रीय सत्ता ज्या घटकांमुळे निश्चित होते, त्यांना 'राष्ट्रीय सत्तेचे घटक' असे म्हणतात.

राष्ट्रीय सत्तेच्या घटकांचे वर्गीकरण स्थायी किंवा स्थिर व अस्थायी किंवा अस्थिर या दोन घटकांत केले जाते. स्थिर घटकांत राष्ट्राचा आकार व विस्तार, हवामानाची स्थिती आणि नैसर्गिक साधनसंपत्ती यांचा समावेश केला जातो. अस्थिर

घटकांत लोकसंख्या, राजकीय रचना, तंत्रज्ञान व लष्करी शक्ती यांचा समावेश केला जातो.

हे सर्व घटक परस्परावलंबित आणि परिवर्तनीय आहेत. त्या सर्वांचा एकमेकांशी एवढा घनिष्ट संबंध आहे की, त्यामुळे सत्तेची विभागणी अशक्य होते. शिवाय घटक परिवर्तनीय असल्यामुळे सत्तेचे मोजमाप करणे अवघड जाते.

स्थिर घटक :

१. राष्ट्राचा आकार आणि विस्तार : प्रत्येक राष्ट्राची भौगोलिक सीमा मग ती लहान असो की मोठी, ती राष्ट्रशक्तीचे प्रमुख लक्षण असते. आकाराने मोठ्या भूप्रदेशात जास्त लोकसंख्या राहू शकते. देशाचा आकार मोठा असल्यामुळे युद्धकाळात संपूर्ण देशावर शत्रू कब्जा करू शकत नाही. उलट लहान प्रदेशाचा ताबा शत्रू ताबडतोब घेऊ शकतो. विशाल भूमीमुळे विपुल प्रमाणात अन्नधान्य निर्माण करून ते निर्यात करता येते. अनेक राष्ट्रे आकाराने लहान असल्यामुळे परराष्ट्रीय धोरणाच्या बाबतीत ती योग्य निर्णय घेऊ शकत नाहीत. त्यामुळे त्यांना बरेच नुकसान सहन करावे लागते आणि पराजयही पत्करावा लागतो. अन्नधान्यासाठी त्यांना सतत दुसऱ्यावर अवलंबून राहावे लागते.

मोठ्या प्रदेशाचा एक फायदा असा होतो की, देशाच्या मध्य भागात मोठमोठे यंत्र कारखाने उभे करता येतात की, जेथे शत्रू पोहोचू शकत नाही. परंतु इंग्लंड, जपान याला अपवाद आहेत. त्यांचा आकार लहान असूनही युद्धात त्यांचे फारसे नुकसान झाले नाही. या राष्ट्रांचे परराष्ट्रीय धोरणही यशस्वी ठरले आहे. काही वेळा विशाल भूभाग अनेक समस्या निर्माण करीत असतो. उदा. संरक्षणाचा प्रश्न किंवा राष्ट्रीय एकात्मतेचा प्रश्न.

राष्ट्राचा भौगोलिक आकार आणि विस्तार सत्ता सामर्थ्य वाढवण्यात महत्त्वाची भूमिका बजावतो. केवळ आकारमान मोठे असून चालत नाही, तर जमिनीची उत्पादनक्षमता, पाऊस, हवामान ह्या गोष्टीदेखील तेवढ्याच महत्त्वाच्या आहेत.

२. हवामानाची स्थिती : ज्या राष्ट्राचे हवामान समशीतोष्ण असते, तो देश आपली प्रगती मोठ्या प्रमाणात करतो. शीत किंवा उष्ण हवामानात देशाच्या स्थितीवर विपरीत परिणाम होत असतो. उष्ण हवेतील लोक वर्षभर श्रम करू शकत नाहीत. शीत हवेत सतत बर्फ पडत असते. सहारा वाळवंटात गरम हवा असते, त्यामुळे या भागाची मोठ्या प्रमाणात प्रगती झालेली नाही. हवामानाचा राष्ट्रशक्तीवर फार परिणाम होतो. अमेरिका, रशिया, जर्मनी या देशांच्या उत्तम हवामानामुळे त्यांची जागतिक

प्रतिष्ठा वाढली. याउलट दक्षिण व दक्षिणपूर्वेकडील राज्यांना पावसावर अवलंबून राहावे लागत असल्यामुळे त्यांची प्रतिष्ठा वाढू शकलेली नाही. पर्जन्याचे प्रमाण मुबलक असेल, तर अन्नधान्य उत्पादनात स्वयंपूर्णता साधून लोकसंख्येच्या गरजा पूर्ण करता येतात. हवामानावर नियंत्रण ठेवण्याचे प्रयत्न आज अनेक राष्ट्रांकडून होत आहेत.

३. नैसर्गिक साधनसंपत्ती : नैसर्गिक साधनसंपत्ती ही नैसर्गिकरीत्या राष्ट्राच्या वाट्याला आलेली संपत्ती आहे. उदा. जमिनीची उत्पादनक्षमता, पर्जन्याचे प्रमाण इत्यादी. नैसर्गिक साधनसंपत्तीत अन्नधान्य व खनिजद्रव्ये यांचा प्रामुख्याने समावेश केला जातो या दोन्ही वस्तू जर राष्ट्राकडे उपलब्ध असतील, तर राष्ट्र मोठी आर्थिक व औद्योगिक प्रगती करू शकते. अर्थात नैसर्गिक साधनसंपत्तीची उपलब्धता केवळ आर्थिक, औद्योगिक प्रगतीसाठी पुरेशी नाही, तर या नैसर्गिक साधनसंपत्तीचा उपयोग करण्यासाठी आवश्यक तंत्रज्ञान, कुशल मनुष्यबळ, भांडवलाची आवश्यकता महत्त्वाची असते. याच्याच आधारे राष्ट्रे श्रीमंत होतात व राष्ट्रीय शक्ती वाढते.

आधुनिक राष्ट्राची शक्ती औद्योगिक व सैनिकी शक्तीवर अवलंबून असते. कच्च्या मालाशिवाय औद्योगिक विकास होऊ शकत नाही. नैसर्गिक साधनांत अन्नधान्य व खनिजद्रव्यांचा समावेश होतो.

अ. अन्नधान्य : जो देश अन्नधान्याने समृद्ध असेल, तो देश सर्वच क्षेत्रांत मोठ्या प्रमाणात प्रगती करू शकतो. ज्या देशात अन्नधान्याची कमतरता असते, त्यास इतर राष्ट्रांवर अवलंबून राहावे लागते. लोकसंख्येला पुरेसे अन्नधान्य आवश्यक असते. अन्यथा देशात क्रांती होऊ शकते किंवा देश गुलामगिरीतही जाऊ शकतो. सैन्यास अन्नाची गरज असते. उपाशीपोटी सेना लढू शकत नाही. वेळेवर रसद न मिळाल्यास पराभवही पत्करावा लागतो. ज्या राष्ट्राकडे अन्नधान्याचा भरपूर साठा असतो, तो जास्त वेळपर्यंत युद्ध लढू शकतो. अन्नधान्यामुळे, लोकसंख्येच्या वाढीमुळे, भीषण परिस्थिती निर्माण होऊ शकते. त्याचा परिणाम राष्ट्रांच्या अंतर्गत व बाह्य राजकारणावर होऊ शकतो. मॉर्गेन्थॉ यांनी भारताच्या अन्नधान्याच्या परावलंबित्वास 'परराष्ट्र धोरणातील कायमचा दुबळेपणा' असे म्हटले आहे. कारण भारतात कायम स्वरूपाची धान्यटंचाई आढळते. भारताची फार मोठी शेती पावसावर अवलंबून आहे. पाऊस वेळेवर पडला नाही तर अन्नधान्याचे उत्पादन होत नाही, इंग्लंड, जपानसारख्या प्रगत राष्ट्रांनाही अन्नधान्यासाठी दुसऱ्या राष्ट्रांवर अवलंबून राहावे लागते.

ब. खनिजद्रव्ये : राष्ट्रशक्तीच्या विकासासाठी खनिजद्रव्ये आवश्यक असतात. युरेनियम, प्लुटोनियम, पोलाद, कोळसा, पेट्रोल यांना लष्करीदृष्ट्या फारच महत्त्व

प्राप्त झाले आहे. ही सर्व खनिजे एकाच राष्ट्रात सापडत नाहीत, तर ती वेगवेगळ्या ठिकाणी सापडतात. त्यामुळे त्या ठिकाणांनाही लष्करी महत्त्व प्राप्त झाले आहे. उदा. पश्चिम आशियात भरपूर पेट्रोल आहे, तेथे इतर खनिजद्रव्ये सापडत नाहीत. अमेरिका व रशिया नैसर्गिक साधनांत जवळजवळ स्वयंपूर्ण आहेत. अमेरिकेत २७ खनिजद्रव्यांचे साठे आहेत. तरीही लोखंड त्यांना आयात करावेच लागते. अरब राष्ट्रे पेट्रोलसाठी प्रसिद्ध आहेत. युरोपियन राष्ट्रे व अमेरिका यांचे हितसंबंध पेट्रोलसाठ्यामुळे अरब राष्ट्रांत गुंतलेले आहेत. याच कारणासाठी अमेरिकेने इराकवर २००३ मध्ये हल्ला केला होता. युरेनियम व प्लुटोनियम ही खनिजे अणुशक्तीसाठी महत्त्वाची असतात. खनिजद्रव्ये परराष्ट्रीय धोरणावर प्रभाव पाडत असतात. उदा. अमेरिकेचे भारताला युरेनियम न पुरवण्याबद्दलचे धोरण दोन्ही राष्ट्रांच्या परराष्ट्र धोरणावर परिणाम घडवून आणत असते. परंतु नुसता खनिजद्रव्यांचा साठा असून चालत नाही, तर तो राष्ट्राला भूगर्भातून वर काढता आला पाहिजे. त्यासाठी तांत्रिक विकास, औद्योगिक क्षमता, कुशल कामगार व भांडवलाची आवश्यकता असते.

अस्थिर घटक :

अस्थिर घटकात लोकसंख्या, राजकीय रचना, तंत्रज्ञान व लष्करी शक्ती यांचा समावेश केला जातो. त्या घटकांचे सविस्तर स्पष्टीकरण खालीलप्रमाणे सांगता येईल.

१. लोकसंख्या : लोकसंख्या हा राष्ट्रशक्तीचा आधार म्हणजेच अस्थायी घटक समजला जातो. पूर्वी अधिक लोकसंख्या गौरवाचे लक्षण समजले जाई. युद्धासाठी सैनिकांची गरज असे. ज्या पक्षाचे सैन्यबळ अधिक त्यांच्या बाजूने ईश्वर असतो, अशी समजूत होती. परंतु आज त्यामध्ये तथ्य नाही. कारण आज युद्धशास्त्रात झालेल्या बदलांमुळे कमी सेनाही मोठ्या सेनेचा पराभव करू शकते. आज विपुल लोकसंख्येचा राष्ट्रसत्तेशी फारसा संबंध नाही. लोकसंख्येमुळे फक्त मनुष्यबळाचा पुरवठा होत असतो. मोठी लोकसंख्या असूनही १९०५ मध्ये जपानने चीनचा पराभव केला होता.

जास्त लोकसंख्येचे काही लाभही आहेत. लोकसंख्या जास्त असेल तर कामगार व सैनिकांची कमतरता भासत नाही. गुलामगिरीतील राष्ट्र स्वतंत्र आंदोलन करू शकते. औद्योगिक उत्पादनासाठी लोकसंख्येची आवश्यकता असते. उदा. पूल बांधणे, रस्ते दुरुस्त करणे, सैन्याला रसद पुरवणे, वाहने चालवणे इत्यादींसाठी जास्त लोकसंख्येची गरज असते. शिवाय उत्पादित माल खपवण्यासाठीही मोठ्या लोकसंख्येची गरज भासते. अधिक लोकसंख्येतून उत्तम कार्यकर्ते, सैनिक निवडता येतात. लोकसंख्येत स्त्री-पुरुषांचे योग्य प्रमाण असावे. १८ ते ४५ वयोगट देशात जास्त व चारित्र्यवान

असावा. शिवाय ते उत्साही व परिश्रमी असावेत. त्यामुळे राष्ट्राचे राहणीमान व राष्ट्रशक्ती वाढण्यास मदत होते. तसेच वाढत्या गरजांच्या पूर्ततेसाठी जास्त मानवी श्रमांची आवश्यकता असतेच. जास्त लोकसंख्येमुळे शत्रूला राज्याचा ताबा घेता येत नाही.

आज अतिरिक्त लोकसंख्येमुळे अन्नधान्य, बेरोजगारी, निकृष्ट आरोग्य यांसारख्या समस्या निर्माण झाल्या आहेत म्हणजेच प्रमाणशीर लोकसंख्या राष्ट्रशक्तीत वाढ करीत असते, असेच म्हणावे लागेल.

२. राजकीय रचना : राष्ट्रशक्तीच्या विकासात अमूक एक राजकीय पद्धतीच योग्य आहे, असे म्हणता येणार नाही, प्रत्येक पद्धतीत गुणदोष असतातच. हुकूमशाही शासन कार्यक्षम, लवकर निर्णय घेणारे असते, परंतु कायमस्वरूपी ते योग्य ठरत नाही. काही राष्ट्रांत धनिकतंत्र आढळते, तर काही ठिकाणी सैनिकतंत्र दिसते. काही राष्ट्रांत लोकशाही आहे, हाच आज उत्तम शासनप्रकार समजला जातो. राजकीय पद्धतीचा राष्ट्रसत्तेवर परिणाम होतो, परंतु ती लोकांच्या मानसिक वृत्तीशी व संस्कृतीशी एकरूप झाली पाहिजे. राजकीय पद्धतीत प्रशासन नि:पक्षपाती व कार्यक्षम असले पाहिजे. मॉर्गेन्था यांच्या मते, 'जी साधनांचा यथायोग्य उपयोग करू शकेल, तिलाच उत्तम राजकीय पद्धती म्हणता येईल.'

शासनधोरण हासुद्धा राजकीय रचनेचा भाग आहे. त्याचा आर्थिक प्रगतीवर बराच मोठा परिणाम घडून येतो. राजकीय रचना मानवाच्या आर्थिक कार्यास उपयोगी असली, तर प्रगतीचा वेग वाढत असतो. या परिस्थितीत मानवाच्या कार्याला प्रोत्साहन देण्यात येते.

राजकीय नेतृत्व राजकीय रचनेच्या परिस्थितीचा महत्त्वाचा भाग आहे. राष्ट्रीय चारित्र्य, जनतेचे मनोबल, साधनसंपत्तीचा उपयोग, तंत्रज्ञानातील प्रगती, सुसंघटित शासनव्यवस्था ह्या सर्व गोष्टी राजकीय नेतृत्वावर अवलंबून असतात. या सर्व गोष्टींच्या आधारे राष्ट्राची प्रगती साधण्याचे आणि प्रगतीला योग्य दिशा देण्याचे कार्य राष्ट्रीय नेतृत्वाकडे असते. यामध्ये राजकीय नेतृत्वाला किती यश मिळते, यावर राष्ट्राची प्रगती अवलंबून असते. युद्धकाळात राष्ट्रीय एकात्मता साधून संघटित जनशक्ती उभी करण्यात व शांततेच्या काळात देशातील मानवी साधनसंपत्तीचा, तसेच नैसर्गिक साधनसंपत्तीचा विकासात्मक कार्यासाठी उपयोग करून घेण्यात राजकीय नेतृत्वाची भूमिका महत्त्वाची असते.

३. तंत्रज्ञान–अंतर्गत रचनेचा विकास : तंत्रज्ञान ही एक व्यापक संकल्पना आहे. साधारणपणे तंत्रज्ञान म्हणजे कृषी, उद्योग, आरोग्य, प्रशासन, शिक्षण, दळणवळण,

आर्थिक व्यवहार अशा अनेक क्षेत्रांच्या विकासासाठी वापरण्यात आलेले संघटित, वैज्ञानिक ज्ञान जे एका अर्थाने विज्ञानाचे उपयोजन म्हणजेच तंत्रज्ञान असे म्हणता येईल. तंत्रज्ञान हे कोणत्याही राष्ट्राच्या आर्थिक व औद्योगिक प्रगतीचा मुख्य आधार आहे. युद्ध, अवकाश, संशोधन, दळणवळण, संगणक या क्षेत्रांमधील तंत्रज्ञानात एखाद्या राष्ट्राने घडवून आणलेल्या प्रगतीवरून त्या राष्ट्राची सत्ता ठरवली जाते.

तंत्रज्ञानात प्रगती केल्यामुळे एखाद्या राष्ट्राला आपला साम्राज्यविस्तार वेगाने घडवून आणता आलेला आहे. लष्करी तंत्रज्ञानातील प्रगतीच्या जोरावर वसाहतवादाच्या स्पर्धेत इंग्लंडचे स्थान अव्वल राहिले.

पहिल्या व दुसऱ्या महायुद्धात आधुनिक शस्त्रास्त्रांचा आणि संरक्षण पद्धतीचा वापर करणारी इंग्लंड, फ्रान्स, अमेरिकेसारखी राष्ट्रे विजयी झाली. १९४५ साली जपानवर टाकलेल्या दोन अणुबॉम्बनंतर जपानने तत्काळ शरणागती पत्करली. द्वितीय महायुद्धानंतर अमेरिका व सोव्हिएत रशिया यांच्यात शीतयुद्ध सुरू झाले. त्यात तंत्रज्ञानावर आधारित शस्त्रास्त्रे, क्षेपणास्त्रे, बॉम्ब, लढाऊ विमाने, युद्धनौका, पाणबुड्या यांची निर्मिती करून एक दुसऱ्यावर प्रभाव पाडण्याचा प्रयत्न ह्या दोन्ही महासत्तांनी केला.

संगणक तंत्रज्ञानात भारताने केलेल्या प्रगतीमुळे, ह्या क्षेत्रातील भारताचा व्यापार मोठ्या प्रमाणात वाढण्यास मदत झाली. भारतातील संगणक तज्ज्ञांना जगभरात मागणी आहे. तंत्रज्ञानातील विकासाच्या जोरावर आकारमान आणि लोकसंख्येच्या दृष्टीने जपानसारख्या छोट्या राष्ट्राने, जगातील पहिल्या पाच श्रीमंत राष्ट्रांच्या यादीत स्थान मिळवले आहे.

तांत्रिक विकासाचा महत्त्वाचा टप्पा म्हणजे दळणवळणाच्या साधनात झालेला विकास. दळणवळणाच्या साधनांत रेडिओ, रेल्वे, बस, वायरलेस, फोन, टी. व्ही., टेलिफोन यांचा समावेश होतो. या साधनांमुळे जग अगदी जवळ आले आहे. राजदूताच्या कार्यावरही दळणवळणाच्या साधनांचा विपरीत परिणाम झाला आहे. तांत्रिक विकासाचा परराष्ट्र धोरणावरदेखील परिणाम होत असतो. परंतु राष्ट्रात नुसताच तांत्रिक व वैज्ञानिक विकास होऊन चालत नाही, तर त्यांच्या जोडीने गुप्तहेर विभाग तसेच सूचना व संदेश देणारा वर्गदेखील महत्त्वाचा ठरतो. शत्रूचे सैन्यबळ, शस्त्रास्त्रे यांची माहिती काढणे आवश्यक असते. तांत्रिक विकासाबरोबरच सैनिकी नेतृत्वदेखील कुशल असले पाहिजे.

४. लष्करी शक्ती : लष्करी शक्ती हा राष्ट्रीय शक्तीचा एक महत्त्वाचा घटक आहे. पूर्वीच्या काळी प्रत्येक राष्ट्राकडे सेना आणि शस्त्रास्त्रे होती. त्या शस्त्रास्त्रांचा मारटप्पा मर्यादित होता. त्यामुळे समोरासमोर येऊन युद्ध करण्यावर सेना भर देत होती.

हेतू संपला की, युद्धे संपुष्टात येत असत. त्या काळात सैन्याच्या जीविताची विशेष खबरदारी घेण्यात येत असे.

युरोपात औद्योगिक क्रांती झाली. त्यामुळे नवनवीन शोध लागले. तांत्रिक विकास मोठ्या प्रमाणात झाला. युद्धतंत्रातही आमूलाग्र बदल घडून आला. दारूगोळ्याच्या शोधामुळे नवनवीन शस्त्रास्त्रे अस्तित्वात येऊ लागली. त्यांचा मारटप्पा वाढवण्यात आला. याच शस्त्रास्त्रांच्या जोरावर युरोपियनांनी संपूर्ण जगात आपल्या वसाहती व साम्राज्य स्थापन केले. त्याच दरम्यान भूसेना व नाविक सेनेचा विकास मोठ्या प्रमाणात घडून आला. यातून पहिले महायुद्ध घडून आले. हे महायुद्ध जवळजवळ चार वर्षे चालले. या युद्धात मोठ्या प्रमाणात हानी झाली. युद्धकाळात व युद्धानंतरही शस्त्रास्त्रांमध्ये नवनवीन शोध चालूच होते. हवाईसेनेची निर्मिती याच काळात झाली. पाणबुडी निर्मितीवरही याच काळात भर देण्यात आला. विमाने व पाणबुडी यांमुळे युद्धाची भूमी विस्तीर्ण स्वरूपात वाढली. समोरासमोर येऊन युद्ध करण्याचे दिवस संपुष्टात आले. विमानाच्या मदतीने द्वितीय महायुद्धाला सुरुवात झाली. जवळजवळ सहा वर्षे चाललेल्या या युद्धात विमानदलानेच वर्चस्व गाजवले. त्यामुळे हे युद्ध जास्त हानिकारक बनले. या युद्धाचा शेवट करण्यासाठी तर अमेरिकेने विमानदलाच्या मदतीनेच दोन अणुबॉम्ब जपानवर टाकले. अण्वस्त्रनिर्मिती हा युद्धशास्त्रातील व लष्करी शक्तीमधील आमूलाग्र असा बदल मानला जातो. द्वितीय महायुद्धानंतर सोव्हिएत रशिया व अमेरिका या महासत्तांमध्ये शीतयुद्धाला सुरुवात झाली. त्यांनी एकमेकांना शह देण्यासाठी विनाशक स्वरूपाची शस्त्रास्त्रे निर्माण केली. त्यातूनच वेगवेगळ्या आकाराची अण्वस्त्रे, हायड्रोजन बॉम्ब, कोबाल्ट बॉम्बची निर्मिती झाली. आज हीच महासत्ता, जगातील छोट्या छोट्या राष्ट्रांना आपण निर्माण केलेली शस्त्रास्त्रे विकतात व त्यांच्यात संघर्ष लावून देताना दिसतात.

विनाशक शस्त्रास्त्रांबरोबर ती वाहून ऐच्छिक ठिकाणी टाकण्यासाठी वेगवेगळ्या प्रकारची क्षेपणास्त्रे मानवाने तंत्रविज्ञानाच्या सहकार्याने निर्माण करण्यावर भर दिला आहे. त्यामुळे जगाचा विनाश अति जवळ आलेला आहे, असे म्हटल्यास चूक होणार नाही. त्यातूनच नि:शस्त्रीकरणाला प्रोत्साहन मिळून जागतिक शांततेवर भर देण्यात येत आहे. लष्करी शक्तीच्या विकासाबरोबरच औद्योगिक व तांत्रिक विकास केवळ राष्ट्रसत्तेचा पाया मजबूत करीत नाहीत, तर आंतरराष्ट्रीय राजकारणावरही त्याचा परिणाम होत असतो. विज्ञानाच्या विकासामुळे आधुनिक समाजात भयप्रद वातावरण निर्माण झाले आहे. उदा. अणुशक्ती. त्यामुळे मानव एकमेकाच्या जवळ येऊन जागतिक शांतता निर्मितीचा प्रयत्न करीत आहे.

औद्योगिक क्षेत्रातील विकासामुळे आर्थिक क्षेत्रातही परिवर्तन झाले. औद्योगिक क्रांतीनंतर राष्ट्राच्या सत्तासंतुलनात बदल झाला आहे. विज्ञान व औद्योगिक विकासामुळे कीटकनाशके निर्माण झाली. त्यामुळे मृत्युदर कमी होऊन लोकसंख्या वाढली आहे. औद्योगिक तंत्रात विकास झाल्यामुळे उत्पादन वाढले. बाजारपेठांच्या गरजेतून स्पर्धेचे वातावरण निर्माण झाले. या सर्वांचा विचार करता लष्करी शक्ती ही राष्ट्रीय सत्तेचा मूलभूत घटक आहे, हे मान्यच करावे लागेल.

याशिवाय भौगोलिक तत्त्वे, नैसर्गिक साधने, लोकसंख्या, तंत्रविज्ञान आणि सैनिक शक्ती, विचारधारा, मनोधैर्य किंवा नीतिमत्ता, नेतृत्व आणि राजकीय व आर्थिक पद्धती हे राष्ट्रशक्तीचे घटक हॅन्स मॉर्गेन्था यांनी आपल्या 'पॉलिटिक्स अमंग द नेशन्स' या ग्रंथात सांगितले आहेत.

प्रकरण ४

शांतता आणि संघर्षाचा अभ्यास

शांतता :

शांतता हे वरच्या पातळीवरील आंतरराष्ट्रीय उद्दिष्ट झाल्यानंतर त्यावर सर्वच स्तरांवर विचार सुरू झाला. शैक्षणिक क्षेत्रात याचा अभ्यास करण्यासाठी विद्यापीठामध्ये स्वतंत्र विभाग स्थापण्यात आला आणि शांततेचे विविध पैलू त्यामध्ये अभ्यासणे सुरू झाले. शांतता म्हणजे केवळ युद्ध थांबवणे नसून सकारात्मकदृष्ट्या सर्वच देशांमध्ये ठोस सहकार्य निर्माण करणे होय. त्यासाठी विविध राजनयिक उपाय करण्यात येऊ लागले. संयुक्त राष्ट्रसंघ आणि त्याच्या संलग्न संस्था ह्या दृष्टीने फार महत्त्वाचे कार्य करीत आहेत. त्याशिवाय विविध क्षेत्रीय संघटना, राष्ट्रकुल परिषद, अलिप्ततावादी चळवळ ह्यांचेही योगदान आहे. ह्या सर्वांचे कार्य हे सकारात्मक असून शस्त्रास्त्रबंदी, नि:शस्त्रीकरण, अण्वस्त्रांचे दुरुपयोग थांबवणे ही कार्ये नकारात्मक आहेत. परंतु एकूण हे सर्व प्रयत्न शांतता प्रस्थापनेसाठी पूरक आहेत.

आंतरराष्ट्रीय संबंधात अलीकडच्या काळात शांततेचा अभ्यास समाविष्ट झालेला आपणांस दिसतो. विसाव्या शतकाच्या सुरुवातीला या विषयावर विचारवंतांचा प्रभाव अधिक असल्यामुळे राष्ट्रांमधील राजनयिक संबंध, युद्ध, लष्करी करार, शांततेच्या निर्मितीसाठी करण्यात आलेले प्रयत्न इ. गोष्टींच्या वर्णनाला महत्त्व होते. परिणामी आंतरराष्ट्रीय संबंध म्हणजे राष्ट्रामधील राजनयिक संबंधाचा इतिहास असाच अर्थ या विषयाला प्राप्त झाला होता. दुसऱ्या महायुद्धामध्ये प्रचंड जीवित आणि वित्तहानीनंतर युद्ध आणि शांततेचा शास्त्रशुद्ध, पद्धतशीर अध्ययनावर भर दिला गेला. राष्ट्रे युद्धासाठी का प्रवृत्त होतात, युद्धखोर नेत्यांच्या मानसिकतेचे वर्तनवादी दृष्टिकोनातून विश्लेषण करण्यात येऊन शांततानिर्मितीचे विविध मार्ग शोधायचा प्रयत्न झाला. सन १९८० च्या दशकात शांतता अभ्यास कार्यक्रम नावाने एक नवीन शाखा आंतरराष्ट्रीय संबंधात

निर्माण झाली. अमेरिका आणि युरोपमधील अनेक विद्यापीठांमधून हा विषय आज शिकवला जात आहे. युद्ध व शांततेच्या अभ्यासासाठी आंतरराष्ट्रीय संबंधात आंतरशाखीय दृष्टिकोनाचा आणि विश्लेषणाचा अवलंब होत आहे. शीतयुद्धाच्या काळात विकसित झालेल्या प्ररोधन या युद्ध टाळण्याच्या आणि सलोखा या शांततानिर्मितीच्या तंत्राचा अभ्यास आंतरराष्ट्रीय संबंधात होतो.

शांततेचा अभ्यास :

जागतिक शांतता व सहकार्यासाठी दुसऱ्या महायुद्धानंतर संयुक्त राष्ट्रसंघाची स्थापना करण्यात आली. तसेच आंतरराष्ट्रीय वादास प्रारंभ झाला. युद्ध हे परस्परांतील संघर्ष सोडवण्याचे योग्य साधन नव्हे, याची जाणीव झाली. दुसऱ्या महायुद्धातील संपत्ती, संस्कृती व प्राणहानीकडे पाहून युद्धाचा मार्ग त्याज्य ठरवण्याचे सर्व राष्ट्रांनी मान्य केले. परंतु त्यानंतरही युद्धे बंद झालेली नाहीत. सत्तासंतुलन, सामूहिक सुरक्षितता, नि:शस्त्रीकरण हे सर्व प्रयत्न शांतता स्थापन करण्याच्या बाबतीत अपूर्ण ठरले. राष्ट्रवाद व प्रभुत्व या कल्पनांमुळे आंतरराष्ट्रीय संस्थांनादेखील यश मिळाले नाही, म्हणूनच जागतिक शासन किंवा विश्वराज्याची कल्पना पर्याय म्हणून मांडली गेली. पुढे राष्ट्राराष्ट्रांचे परस्परांशी आर्थिक, सामजिक, शैक्षणिक, सांस्कृतिक संबंध प्रस्थापित झालेले आहेत. वर्तमान स्थितीत विश्वविनाशक अण्वस्त्रांमुळे मानवाच्या संहाराचा काळ जवळ आला आहे, याची जाणीव सर्वांना झाली. तिसरे महायुद्ध झालेच, तर ते आण्विक होईल व त्यातून सर्वनाश ओढवेल, म्हणून आज नि:शस्त्रीकरण, जागतिक सहकार्य, विश्वराज्याची कल्पना अनेक तत्त्ववेत्ते, विचारक, नेते यांनी प्रतिपादन केली. १९४५ मध्ये शिकागो विश्वविद्यालयात 'जागतिक संविधान समिती'ची स्थापना करण्यात आली. इ. स. १९४६ मध्ये एक नागरिक समिती स्थापन करण्यात आली. आंतरराष्ट्रीय राजकारणात राष्ट्राराष्ट्रांचे परस्परसंबंध हे सहकार्याचे व सलोख्याचे असणे अत्यंत महत्त्वाचे आहे. त्या दृष्टीने ग्रेसर किर्क, क्लाऊस नोट, ई. एल. वुडवर्ड यांनी या विषयासंबंधीचे स्वरूप व क्षेत्र यासंबंधी विचार व्यक्त केले. १९५४ मध्ये यूनेस्कोने सी. डब्ल्यू. ए. मेनिंग यांनी संपादित केलेल्या पुस्तकानंतर आंतरराष्ट्रीय संबंधास एक स्वतंत्र विषय म्हणून मान्यता मिळाली. या विषयात राज्याच्या सर्व सामाजिक संबंधाचा विचार होत नसून त्यात विशेष प्रकारच्या शक्तिसंबंधाचा अभ्यास केला जातो, हे तेवढेच खरे आहे.

या विषयात अशाच प्रश्नांचा अभ्यास केला जातो की, जे सामाजिक संघर्ष व त्यांतील समन्वयातून उद्भवलेले असतात. आंतरराष्ट्रीय संबंधात सामाजिक स्थितीत

सुधारणा करणे हा मुख्य उद्देश असतो. राष्ट्रांचे परराष्ट्रीय धोरण, आधुनिक राज्यव्यवस्था, राष्ट्रीय हित, राष्ट्रवाद, साम्राज्यवाद, वसाहतवाद, नववसाहतवाद इत्यादींचा समावेश केला जातो. सत्तासंतुलन, सामूहिक सुरक्षा पद्धती, नि:शस्त्रीकरण, आंतरराष्ट्रीय कायदेपालन, आंतरराष्ट्रीय संघटनेद्वारे जागतिक शांतता प्रस्थापित करण्यासाठी प्रयत्न केले जातात. आंतरराष्ट्रीय संबंधात आंतरराष्ट्रीय कायदे, राजनयिक इतिहास, सैनिकी विज्ञान, आंतरराष्ट्रीय राजकारण, आंतरराष्ट्रीय संघटना, आंतरराष्ट्रीय व्यापार, वसाहतीचे सरकार व परराष्ट्रीय धोरण या आठ विषयांचा समावेश केला जातो. जागतिक शांतता प्रस्थापित करणे तसेच राष्ट्राराष्ट्रांचे परस्परसंबंध सलोख्याचे राखून जग तिसऱ्या महायुद्धाकडे लोटले जाऊ नये, यासाठी आंतरराष्ट्रीय संबंधाची पर्यायाने आंतरराष्ट्रीय शांतता व सुव्यवस्था टिकवण्यासाठी अभ्यास करणे अत्यंत आवश्यक आहे.

संघर्ष :

राष्ट्रांमधील विविध प्रकारच्या संघर्षांचे विश्लेषण करून ते सोडवण्यासाठी आंतरराष्ट्रीय संबंधाचे अभ्यासक प्रयत्न करताना दिसतात. संघर्षाचे विश्लेषण आणि संघर्षाची सोडवणूक या गोष्टींना आंतरराष्ट्रीय संबंधात दुसऱ्या महायुद्धानंतर महत्त्व प्राप्त झाले असून त्यासाठी स्वतंत्र विभाग विद्यापीठ पातळीवर निर्माण करण्यात आले आहेत. या दृष्टिकोनाच्या वाढत्या महत्त्वामुळे अनेक अभ्यासक आंतरराष्ट्रीय संबंधांना संघर्ष सोडवण्याची एक प्रक्रिया मानतात. आंतरराष्ट्रीय संबंधाच्या अभ्यासकांनी राष्ट्रांमधील संघर्ष सोडवण्यासाठी ज्या शास्त्रीय पद्धती विकसित केल्या आहेत, त्यांचा वापर अनेक राष्ट्रे आपले परराष्ट्र धोरण आखताना करताना दिसतात.

संघर्षाचा अभ्यास :

राष्ट्रांमधील परस्पर संबंधामध्ये संघर्ष हा न टाळता येणारा घटक किंवा मुद्दा आहे. संघर्ष आणि सहकार्य म्हणजेच शांतता ही राष्ट्रांमधील परस्परसंबंधाची दोन मुख्य वैशिष्ट्ये आहेत. आंतरराष्ट्रीय समूहात प्रत्येक राष्ट्र सत्ताप्राप्तीसाठी आणि राष्ट्रीय हितसंबंधाच्या जपणुकीसाठी प्रयत्नशील असते. त्या दृष्टीने परराष्ट्र धोरण आणि राजनयाची आखणी केली जाते. या उद्दिष्टांच्या पूर्तीसाठी राष्ट्रांमध्ये स्पर्धा चालू असते. ज्या राष्ट्रांचे हितसंबंध परस्परपूरक असतात, त्यांच्यात सहकार्य प्रस्थापित होते. ते आपला गट प्रस्थापित करून हितसंबंधाच्या पूर्ततेसाठी सामूहिक प्रयत्न करतात. पण ज्या राष्ट्रांचे हितसंबंध परस्परविरोधी आहेत, त्यांच्यात संघर्ष होणे स्वाभाविक आहे. काश्मीरच्या प्रश्नावरून भारत आणि पाकिस्तानचे, जेरूसलेमच्या प्रश्नावरून इस्त्राईल

आणि पॅलेस्टाईनचे, फॉकलंडच्या प्रश्नावरून इंग्लंड आणि अर्जेंटिनाचे हितसंबंध परस्परविरोधी आहेत. त्यामुळे त्यांच्यात गेल्या अनेक दशकांपासून संघर्ष चालू आहे. हा द्विपातळीवरील संघर्ष झाला. बहुपक्ष पातळीवरदेखील परस्परविरोधी हितसंबंधातून संघर्ष निर्माण होतात. जागतिक व्यापारविषयी सर्वसंमत नियमावली तयार करण्यासाठी जागतिक व्यापार संघटनेच्या व्यासपीठावर विकसित आणि विकसनशील राष्ट्रांमध्ये चर्चा सुरू आहे. पर्यावरणाचे संरक्षण, मानवी हक्क संरक्षण, कामगारांचे संरक्षण इ. विषयावर विकसित आणि विकसनशील राष्ट्रांचे हितसंबंध परस्परविरोधी आहेत. यातून निर्माण होणाऱ्या संघर्षामुळे जागतिक व्यापार संघटनेच्या मंत्री परिषदेच्या सिॲटल आणि कॅनकून येथे झालेल्या परिषदा अपयशी ठरल्या. अशा प्रकारे परस्परविरोधी हितसंबंधांमधून संघर्ष निर्माण होतात. ज्याप्रमाणे हितसंबंधाचे अस्तित्व कायमस्वरूपी आहे, त्याचप्रमाणे संघर्षाचे अस्तित्वदेखील कायमस्वरूपी आहे. संघर्षमुक्त आंतरराष्ट्रीय व्यवस्थेची कल्पना करणे अशक्य आहे. संघर्षामधूनच राष्ट्रांमध्ये युद्ध, हिंसाचार घडून येतो. विसाव्या शतकाच्या पूर्वार्धात जगाला दोन महायुद्धे अनुभवावी लागली. दुसऱ्या महायुद्धानंतर अमेरिका आणि सोव्हिएत रशियामध्ये विचारसरणीवर आधारित संघर्ष सुरू झाला. शस्त्रास्त्रस्पर्धा वाढली, लष्करी संघटनांची निर्मिती करण्यात आली. परिणामी आंतरराष्ट्रीय राजकारणात भीती, तणाव वाढला. सन १९९१ मध्ये सोव्हिएत रशियाच्या विघटनाबरोबर शीतयुद्धांचे राजकारण जरी संपुष्टात आले असले, तरी संघर्षाचे अस्तित्व कायम आहे. फरक फक्त संघर्षाच्या स्वरूपात पडला आहे. अमेरिका आणि सोव्हिएत रशियामधील संघर्षाची जागा विभागीय पातळीवरील संघर्षाने घेतलेली आहे.

अर्थ :

संघर्ष हा राष्ट्रांमधील क्रिया-प्रतिक्रियांचा स्वाभाविक परिणाम आहे. आंतरराष्ट्रीय व्यवस्थेत प्रत्येक राष्ट्राचे हितसंबंध, उद्दिष्टे परस्परपूरक किंवा समान असतीलच असे नाही. जेव्हा एकच उद्दिष्ट प्राप्त करण्यासाठी दोन किंवा त्यापेक्षा अधिक राष्ट्रे प्रयत्नशील असतात, तेव्हा त्यांच्यात संघर्ष निर्माण होतो. भारत आणि पाकिस्तानमधील काश्मीरचा प्रश्न याचे उत्तम उदाहरण आहे. काही अभ्यासकांनी संघर्षाच्या व्याख्या करण्याचा प्रयत्न केलेला आहे. त्यातील काही व्याख्या पुढीलप्रमाणे-

'संघर्ष म्हणजे अशी परिस्थिती की ज्यात दोन व्यक्ती, गट किंवा राष्ट्रे परस्परविरोधी कृत्य करण्याचा किंवा उद्दिष्ट गाठण्याचा प्रयत्न करतात.' - जोसेफ फ्रॅंकेल

'संघर्ष ही जाणीवपूर्वक केलेली स्पर्धा असून अनन्य मूल्याच्या प्राप्तीसाठी होणाऱ्या प्रयत्नांमधून संघर्षाची निर्मिती होते.' - हेरॉल्ड लास्वेल

या व्याख्यांवरून संघर्षाविषयी खालील गोष्टी स्पष्ट होताना दिसतात-

अ. आंतरराष्ट्रीय व्यवस्थेत राष्ट्रे हितसंबंध आणि उद्दिष्टांच्या पूर्तीसाठी सतत प्रयत्नशील असतात. जेव्हा एक गोष्ट प्राप्त करण्यासाठी दोन राष्ट्रांमध्ये स्पर्धा असते, तेव्हा त्यातून संघर्ष निर्माण होतो.

ब. संघर्ष ही जाणीवपूर्वक करण्यात आलेली स्पर्धा आहे. राष्ट्रीय स्वातंत्र्य आणि सार्वभौमत्वाच्या रक्षणासाठी, आर्थिक, व्यापारी उद्दिष्टांच्या प्राप्तीसाठी राष्ट्रांकडून होत असलेल्या प्रयत्नांमधून संघर्ष निर्माण होतो.

क. राष्ट्रांमधील हितसंबंध पूर्णत: परस्परपूरक किंवा परस्परविरोधी नसतात. परस्परपूरक हितसंबंधांमधून सहकार्य आणि परस्परविरोधी हितसंबंधांमधून संघर्षाची निर्मिती होत असते.

संघर्षाची वैशिष्ट्ये :

संघर्ष म्हणजे काय पाहिल्यानंतर आता संघर्षाची वैशिष्ट्ये आपणांस खालीलप्रमाणे सांगता येतील-

१. जाणीवपूर्वक निवडलेला मार्ग : संघर्ष किंवा सहकार्याचा मार्ग राष्ट्रे जाणीवपूर्वक निवडतात. राष्ट्रांमधील परस्परपूरक आणि परस्परविरोधी हितसंबंधाची, उद्दिष्टांची जाणीव राष्ट्रांना असते. यातून सहकार्याचा मार्ग निवडायचा की संघर्षाचा, हे राष्ट्रांना ठरवावे लागते. संघर्षाचा मार्ग टाळून सहकार्याचा मार्ग स्वीकारण्याचा निर्णय सर्वस्वी राष्ट्रांवर अवलंबून असतो. सन १९७० च्या दशकापर्यंत चीनने आपल्या शेजारील राष्ट्रांबरोबर असलेले सीमावाद सोडवण्यासाठी आक्रमक, हिंसक धोरणांचा पुरस्कार केला. तथापि गेल्या दोन दशकांपासून चीनने आपल्या परराष्ट्र धोरणात बदल घडवून आणला असून शांतता, चर्चेच्या आणि सहकार्याच्या माध्यमातून राजकीय स्वरूपाचे वाद मिटवण्यावर भर दिला आहे. भारत आणि चीनमधील सीमावाद सोडवण्यासाठी संयुक्त कार्यकारी समितीची सन १९८८ मध्ये स्थापना करण्यात आली आहे.

२. हिंसक किंवा अहिंसक कृत्यांचा विनिमय : संघर्षामध्ये प्रतिस्पर्धी राष्ट्रांमध्ये हिंसक किंवा अहिंसक कृत्यांचा सदैव विनिमय होत असतो. अशा प्रकारच्या विनिमयाद्वारे राष्ट्रे इतरांच्या तुलनेत आपली बाजू बळकट करण्याचा प्रयत्न करतात. हिंसक कृत्यांमध्ये प्रत्यक्ष सशस्त्र चकमकींचा, तर अहिंसक कृत्यांमध्ये मानसशास्त्रीय तंत्रांच्या आधारे प्रतिस्पर्ध्यांवर दहशत निर्माण करण्याचा प्रयत्न केला जातो. शीतयुद्धाच्या काळात अशा तंत्रांचा वापर अमेरिका आणि सोव्हिएत रशियाकडून अनेकदा झाला.

३. भिन्न स्वरूप : राष्ट्रांचे हितसंबंध आणि उद्दिष्टे असमान असल्यामुळे राष्ट्रांमधील संघर्षाचे स्वरूपदेखील भिन्न असते. काही संघर्ष भूप्रदेशावर नियंत्रण, सीमावाद, फुटीरतावादातून निर्माण होतात, तर काही देशांतर्गत शासनावर नियंत्रण प्रस्थापित करण्यातून. काही संघर्ष आर्थिक, वांशिक तसेच धार्मिक स्वरूपाचे असतात. संघर्ष हे स्थानिक, विभागीय तसेच आंतरराष्ट्रीय पातळीवरचे असू शकतात. अनेकदा विभागीय संघर्षाचे स्वरूप इतके गंभीर आणि संवेदनशील असते की, संपूर्ण आंतरराष्ट्रीय समुदायाचे लक्ष त्याकडे लागून असते. उदा. काश्मीरचा प्रश्न. आज भारत आणि पाकिस्तान ही दोन्ही राष्ट्रे अण्वस्त्रसंपन्न आहेत. या दोन देशांमधील काश्मीरच्या प्रश्नावरील संघर्ष अण्वस्त्र युद्धात रूपांतरित होऊ शकतो. याचे गंभीर परिणाम भारत पाकसह संपूर्ण दक्षिण आशियाला भोगावे लागू शकतात. हाच प्रकार इस्त्राईल आणि पॅलेस्टाईनमधील संघर्षाच्या बाबतीत आहे. संघर्षाचे स्वरूप भिन्न असल्यामुळे कोणती एक सैद्धान्तिक चौकट हे संघर्ष सोडवण्यास उपयुक्त ठरत नाही.

४. संघर्षातून सहकार्याचा मार्ग : अनेकदा संघर्षातून सहकार्याचा मार्ग मोकळा होतो. समान हितसंबंध असणारी राष्ट्रे एकत्र येऊन युती प्रस्थापित करतात. त्यामुळे प्रतिपक्षाविरुद्ध राष्ट्राची बाजू बळकट होते. समान हितसंबंध असणाऱ्या राष्ट्रांमध्ये सहकार्य वाढीस लागते. शीतयुद्धाच्या काळात भारत आणि सोव्हिएतमधील मैत्री आणि सहकार्यामुळे पाकिस्तान आणि चीनविरुद्ध भारताची बाजू बळकट होण्यास निश्चितच मदत झाली. आज आंतरराष्ट्रीय दहशतवादाचा सामना करीत असलेल्या राष्ट्रांचे हितसंबंध एक असल्यामुळे त्यांच्यात सहकार्य वाढीस लागले आहे. उदा. भारत आणि अमेरिका यांच्यातील सहकार्य गेल्या काही वर्षांत वाढले आहे. आंतरराष्ट्रीय दहशतवादाचा सामना करण्यासाठी रशिया आणि चीनदेखील सामूहिक प्रयत्न करीत आहेत.

५. संघर्षाचे स्वरूप अरिष्टापासून वेगळे : संघर्ष आणि अरिष्ट या दोन्ही शब्दांचा वापर अनेकदा एकाच अर्थी होत असला, तरी त्यात फरक आहे. संघर्ष ही एक दीर्घ प्रक्रिया असून या प्रक्रियेतील अरिष्ट हा एक टप्पा आहे. संघर्ष चालू असताना संकट केव्हाही निर्माण होऊ शकते. भारत आणि पाकिस्तानमध्ये काश्मीरच्या प्रश्नावरून गेल्या अनेक दशकांपासून संघर्ष चालू आहे. पण जेव्हा सन १९९९ मध्ये पाकिस्तानने भारताच्या कारगिल क्षेत्रात घुसखोरी केली आणि या घुसखोरांना बाहेर काढण्यासाठी भारताला जी लष्करी कारवाई करावी लागली, त्यामुळे दोन्ही देशांमध्ये मोठा तणाव निर्माण झाला. हा तणाव म्हणजे संकट. संकटाचे आपणास दुसरे उदाहरण पुढीलप्रमाणे देता येईल. चीन तैवानवर आपला दावा सांगत आहे. तैवानच्या चीनबरोबर

एकीकरणासाठी चीनचे युद्धपातळीवर प्रयत्न चालू आहेत. सन २००० मध्ये तैवानने जर एकीकरणाला विरोध केला, तर आपण लष्करी कारवाई करू, अशी धमकी चीनने दिल्यानंतर अचानक दोन्ही देशांदरम्यान तणाव निर्माण झाला. हा संकटाचा प्रकार आहे. अमेरिका आणि रशियादरम्यानचा शीतयुद्धकालीन संघर्ष ही एक दीर्घ प्रक्रिया होती. या प्रक्रियेमध्ये सन १९५० चे कोरियन युद्ध, सन १९६२ चा क्युबाचा क्षेपणास्त्र संघर्ष, सन १९६५ चे व्हिएतनामचे युद्ध, सन १९७१ चे बांगलादेश युद्ध यांमुळे दोन्ही महासत्तांमध्ये जो तणाव निर्माण झाला, हा अरिष्टाचा प्रकार होता. यावरून अरिष्टाची तीन प्रमुख वैशिष्ट्ये आपल्याला सांगता येतील-

१. अरिष्ट अनपेक्षित असते.

२. अरिष्टाचे अस्तित्व अल्पकालीन असते.

३. अरिष्टामुळे संघर्षातील सहभागी राष्ट्रांमध्ये अचानक तणाव वाढतो. युद्धजन्य परिस्थिती निर्माण होते.

जागतिकीकरणाच्या प्रक्रियेबरोबरच राष्ट्रांमधील आर्थिक आणि व्यापारी संबंध वाढत आहेत. वाढत्या आर्थिक संबंधाबरोबरच राष्ट्रांमधील आर्थिक संघर्षाचे प्रमाणदेखील वाढत आहे. यातून आर्थिक अरिष्ट अनेकदा उद्भवतात. अमेरिका आणि जपान या राष्ट्रांमध्ये अनेक व्यापारी मुद्यांवरून संघर्ष सन १९८० च्या दशकापासून चालू आहे. सन १९९५ मध्ये जपानी मोटारगाड्यांच्या अमेरिकेतील विक्रीवरून दोन्ही देशांदरम्यान मोठा वाद निर्माण झाला. याला काही अभ्यासक मोटारगाड्यांचे युद्ध असेही म्हणतात. हा वाद आर्थिक अरिष्टाचाच प्रकार आहे.

६. प्रत्येक संघर्षाचे रूपांतर युद्धात होत नाही : राष्ट्रांमध्ये विविध पातळ्यांवर अनेक प्रकारचे संघर्ष चालू असतात. यापैकी प्रत्येक संघर्षाचे रूपांतर युद्धामध्ये होत नाही. बहुतांश संघर्ष हे चर्चेच्या आणि शांततेच्या मार्गाने सोडवले जातात. संयुक्त राष्ट्र संघटनेच्या निर्मितीमुळे सहकार्याच्या माध्यमातून संघर्ष सोडवण्यासाठी उत्तम आंतरराष्ट्रीय व्यासपीठ उपलब्ध झाले आहे. अनेक राष्ट्रांमधील संघर्ष सोडवण्यात संयुक्त राष्ट्र संघटनेला यश प्राप्त झाले आहे. संघर्ष सोडवण्यासाठी प्रत्यक्ष युद्धाचा मार्ग अवलंबला गेल्याची उदाहरणे गेल्या ५० वर्षांत बोटावर मोजण्याइतकीच आहेत, असेच म्हणता येईल.

संघर्षाचे स्वरूप :

आंतरराष्ट्रीय राजकारणाच्या अभ्यासातील 'युद्ध आणि शांतता' ह्या दोन सर्वांत प्राचीन संकल्पना आहेत. प्राचीन काळापासूनच युद्धाचा इतिहास आणि त्या अनुषंगाने

होणारे शांततेचे प्रयत्न ह्याद्वारेच आंतरराष्ट्रीय राजकारणाचा अभ्यास होत आहे. या दोन संकल्पना आंतरराष्ट्रीय राजकारणातील दोन परस्परविरोधी टोके आहेत. युद्ध सुरू असताना शांतता थांबते आणि युद्ध संपते, तेव्हा शांतता सुरू होते. असा चढउताराचा प्रवास आंतरराष्ट्रीय राजकारणामध्ये सुरू असतो. जगाच्या इतिहासातील काही पर्व युद्धांमुळे चिरकालीन ठरली आहेत. युद्ध करणे हे शक्ती प्रदर्शनाचे प्रमुख साधन आहे म्हणजेच प्रत्येक देश इतर देशांवर वर्चस्व गाजवण्याचा प्रयत्न करतो. विशेषत: आपल्या शेजारच्या देशांच्या बाबतीत प्रत्येक देशाचे संघर्षमय संबंध असतात आणि सतत युद्ध करून एकमेकांना नामोहरम करण्याचा प्रयत्न त्यांच्यात होत असतो.

विसाव्या शतकातील फॅसिस्टवादासारख्या विचारसरणींद्वारे युद्धाचे उदात्तीकरण करण्यात आले आहे. युद्ध करणे हे राष्ट्राचेसुद्धा नैसर्गिक लक्षण मानले जाते.

पहिल्या महायुद्धानंतर युद्ध टाळणे म्हणजेच पर्यायाने शांतता प्रस्थापित करणे हे आंतरराष्ट्रीय स्तरावर एक सर्वमान्य उद्दिष्ट ठरते. त्यालाच अनुसरून मग राष्ट्रांमधील संघर्ष निवारण्यासाठी शांततामय व शिष्टसंमत मार्गांचा अवलंब करण्यास प्राधान्य देण्यात येऊ लागले. शांतता प्रस्थापित करण्यासाठी मग संघर्ष निर्माण करणारी मूळ कारणेच शोधून ती नष्ट करण्यासाठी व्यापक प्रयत्न सुरू झाले. ही कारणे गैर राजकीय स्वरूपाची आहेत. जगामधील राष्ट्रांमध्ये असलेली तफावत, विकासामधील पीछेहाट, मागासलेपणा ह्या कारणांमुळे हा संघर्ष निर्माण होतो. ह्या गैरराजकीय क्षेत्रांत जागतिक स्तरावर सहकार्य सुरू झाले. त्यातून जागतिक विषमता, असमतोल नष्ट करण्याचा प्रयत्न आहे.

संघर्षाची व्याप्ती :

आधुनिक काळातील संघर्षाचा विचार करताना मुख्यत: दोन गोष्टी नजरेसमोर उभ्या राहतात. त्या म्हणजे त्यांची व्याप्ती व काळ. त्यावेळी दोन किंवा अधिक बलाढ्या राष्ट्रांमध्ये संघर्ष निर्माण होतो, त्यावेळी अशा बलाढ्या राष्ट्रांच्या अंकित असलेल्या छोट्या राष्ट्रांनासुद्धा युद्धाची झळ प्रत्यक्ष वा अप्रत्यक्ष रीतीने लागते व त्यांची इच्छा नसतानादेखील ती युद्धात गोवली जातात. अशा सर्वव्यापी युद्धातून जागतिक युद्ध जन्म घेतात. संघर्ष निर्माण करणाऱ्या राष्ट्रांचा आर्थिक पाया विस्तृत आणि दूरगामी असल्यामुळे युद्ध चालू ठेवणे त्यांना परवडते. युद्धाची उद्दिष्टे पूर्ण झाल्याखेरीज युद्ध बंद करावयाचे नाही, हा निर्धार असतो. त्यामुळे शत्रू राष्ट्रांचा पूर्ण मोड झाल्याशिवाय अशा जागतिक युद्धाची सांगता होत नाही. पहिले महायुद्ध जर्मनी व इंग्लंड यांच्यात आधी सुरू झाले. पुढे जगातील सर्वच राष्ट्रे त्यात गोवली गेली. चार

वर्षे भयंकर संघर्ष होऊन पुढे जर्मनीचा संपूर्ण पराभव झाल्यानंतरच युद्धाचा शेवट झाला. हीच गोष्ट दुसऱ्या महायुद्धात घडली. इंग्लंड व जर्मनी यांच्यात औपचारिक युद्ध सुरू झाल्यानंतर रशिया व अमेरिका इंग्लंडच्या बाजूने युद्धात सामील झाले व दोस्त राष्ट्रांची संयुक्त भव्य आघाडी निर्माण झाली. जर्मनीच्या बाजूने प्रथम इटाली व नंतर जपान यांनी युद्धात उडी घेतली आणि शत्रू राष्ट्रांचीही आघाडी उभी राहिली. सात वर्षे जगाच्या प्रत्येक रणांगणावर निकराच्या लढाया झाल्या व शेवटी शत्रू राष्ट्राचा पराभव होऊन द्वितीय महायुद्धाचा शेवट झाला.

द्वितीय महायुद्धानंतर मात्र सशस्त्र संघर्षाने एक नवे वळण घेतलेले आढळते. या महायुद्धानंतर सोव्हिएत रशिया व अमेरिका महासत्ता म्हणून पुढे आल्या. त्यांच्याजवळ मोठ्या प्रमाणात अण्वस्त्रांचे साठे असल्यामुळे व त्यांच्यात शीतयुद्ध सुरू झाल्यामुळे भविष्यात जागतिक युद्ध झाल्यास त्याचा परिणाम अखिल मानवजातीवर होईल, याची जाणीव या दोन राष्ट्रांबरोबरच संपूर्ण जगाला असल्यामुळे जगाच्या कानाकोपऱ्यात दोन राष्ट्रांत सशस्त्र संघर्ष होण्याची भीती निर्माण झाल्यास शक्यतो अशा तऱ्हेचा संघर्ष स्थानिक स्वरूपात मर्यादित करावा, अशीच त्यांची भूमिका असते. याच भूमिकेमुळे भारत-पाकिस्तान, अरब-इस्राईल यांच्यातील युद्धे त्या त्या प्रदेशांपुरती मर्यादित राहिलेली आपणांस दिसून येतात. छोट्या किंवा विकसनशील राष्ट्रांचा आर्थिक पाया कमकुवत असल्यामुळे आणि त्यांची साधनसंपत्ती अपुरी असल्यामुळे दोनतीन आठवड्यांपेक्षा जास्त काळ संघर्ष चालू ठेवणे हे अशा छोट्या राष्ट्रांना परवडत नाही. भारतापुढे आज विकास व संरक्षण या दोन सारख्याच महत्त्वाच्या समस्या उभ्या असून आगामी भविष्यकाळात तरी आपल्याला प्रदीर्घ संघर्ष चालू ठेवण्याची साधनशक्ती उपलब्ध होईल, अशी आशा करण्यास जागा नाही.

सशस्त्र संघर्षाच्या संदर्भात आणखी एक वस्तुस्थिती विचारात घेणे आवश्यक आहे. ती म्हणजे पारंपरिक शस्त्रसंघर्ष आणि अण्वस्त्र संघर्ष ही होय. अण्वस्त्रे सोडून प्रचलित सर्व शस्त्रास्त्रांचा म्हणजेच बंदुका, तोफा, रणगाडे यांचा वापर ज्या संघर्षात केला जातो, त्याला पारंपरिक शस्त्रसंघर्ष असे म्हणतात. भारत व पाकिस्तानसारखी राष्ट्रे सशस्त्र संघर्षात ओढली गेल्यास तो संघर्ष पारंपरिक स्वरूपाचाच राहणार हे उघड आहे. आजच्या परिस्थितीत पाकिस्तानकडेही अण्वस्त्रे आहेत. चीनने अण्वस्त्रांच्या क्षेत्रात नेत्रदीपक प्रगती केलेली असली, तरी अमेरिका व सोव्हिएत रशियासारखी राष्ट्रे चीनला इतर कोणत्याही देशाविरुद्ध स्वैरपणे अण्वस्त्रांचा वापर करू देतील, ही गोष्ट सत्तास्पर्धेच्या राजकारणात संभवत नाही. जागतिक राष्ट्राराष्ट्रांतील वाद अजूनतरी पूर्णपणे मिटलेले नाहीत. शिवाय अण्वस्त्रांमुळे जगाचा विनाश जवळ आलेला आहे याची

जाणीव झाल्यामुळेच सोव्हिएत रशिया व अमेरिका यांनी आपापसांतील शीतयुद्ध थांबवले आहे. या कारणांमुळे भारतीय संरक्षणाचा प्रश्न मुख्यत: पारंपरिक शस्त्रसंघर्षाच्या चष्म्यातूनच न्याहाळावा लागतो.

जगाचा विनाश टाळण्यासाठी नि:शस्त्रीकरण व शस्त्रनियंत्रण यांसारख्या संकल्पना पुढे आल्या. पण त्यांचा फारसा फायदा झालेला दिसत नाही. त्यामुळे आज जागतिक शांतता कायमस्वरूपी प्रस्थापित करणे फारच अवघड बनलेले आहे.

जागतिक संघर्ष कमी करून शांततेचे किंवा सहकार्याचे वातावरण निर्माण करण्यात अलिप्तता चळवळीने चांगली भूमिका बजावलेली आहे. या चळवळीने दोन्ही महासत्तांच्या लष्करी गटापासून अलिप्त राहण्याची भूमिका घेतली. आशिया, आफ्रिकेतील देश तसेच लॅटीन अमेरिकेतील देश या सर्वांचे मिळून तिसरे जग बनले. अलिप्ततावादी चळवळीत तिसऱ्या जगाची राष्ट्रे सहभागी झाली. त्यामुळे परस्परविरोधी अशा दोन लष्करी गटांमध्ये सत्ता विभागली गेली नाही.

आज सोव्हिएत रशियाचे विघटन झालेले आहे. अमेरिका व चीन यांच्यातील संबंध सुधारत आहेत. सर्वांत प्रबळ आर्थिक सत्ता म्हणून जपानचा उदय होत आहे. देशादेशांतील सहजीवनामुळे व्यापार, विज्ञान, तंत्रज्ञानात अधिक आंतरराष्ट्रीय सहकार्य शक्य झाले आहे.

संघर्षाची कारणे :

संघर्षाची कारणे आपणांस पुढीलप्रमाणे सांगता येतील–

१. भूप्रदेशावर नियंत्रण : या तिन्ही प्रकारचे संघर्ष भूप्रदेशाशी, भौगोलिक ऐक्य टिकवण्याशी संबंधित असून पूर्वीपासून आंतरराष्ट्रीय संघर्षाचे प्रमुख कारण राहिलेले आहे. भूप्रदेश हा आर्थिक प्रगती आणि विकासाचे मुख्य साधन असल्यामुळे त्याचा समावेश राष्ट्रे आपल्या मुख्य: उद्दिष्टात करतात. या उद्दिष्टाला प्रा. वूल्फर ‘पझेशन गोल’ असे म्हणतात आणि या उद्दिष्टांसाठी राष्ट्रे तडजोड पसंत करीत नाहीत. परिणामी राष्ट्रांमधील बहुतांश युद्धे ही भूप्रदेशाशी, त्यावर ताबा प्रस्थापित करण्याशी निगडित आहेत. सन १८७१ मध्ये जर्मनीने फ्रान्सच्या मालकीच्या अल्सेस आणि लॉरेन्स या भूप्रदेशांवर ताबा मिळवला. हे भूप्रदेश परत मिळवणे फ्रान्सच्या परराष्ट्र धोरणाचे आणि राजनयाचे एकोणिसाव्या शतकाच्या उत्तरार्धातील प्रमुख उद्दिष्ट होते. पहिल्या महायुद्धात जर्मनीच्या पराभवानंतर फ्रान्सने हे दोन्ही प्रदेश परत मिळवले. दुसऱ्या महायुद्धापर्यंत भूप्रदेशावर ताबा प्रस्थापित करण्यासाठी राष्ट्रे लष्करी मार्गाचा अवलंब बहुतांश वेळा करीत होती. संयुक्त राष्ट्र संघटनेच्या निर्मितीबरोबरच चर्चा

आणि सहकार्याच्या माध्यमातून प्रश्न सोडवण्यासाठी प्रभावी आंतरराष्ट्रीय व्यासपीठ उपलब्ध झाल्यामुळे लष्करी मार्गांचा अवलंब कमी झाला आहे. सोव्हिएत रशियाच्या ताब्यातील काही छोट्या बेटांवर चीन आपले हक्क सांगत होता. १९६६ मध्ये एका कराराद्वारे सोव्हिएत रशियाने ही बेटे चीनला परत केली. त्याचप्रमाणे हाँगकाँग (१९९७) आणि मकाइचे (१९९९) चीनबरोबर एकीकरण लष्करी मार्गाचा अवलंब न करताच झाले. इराकने १९९१ मध्ये कुवेतवर ताबा मिळवण्यासाठी लष्करी मार्गाचा अवलंब केला. पण संयुक्त राष्ट्रसंघटनेच्या लष्करी हस्तक्षेपामुळे इराकला माघार घ्यावी लागली.

२. **सीमावाद :** सीमावादातून आंतरराष्ट्रीय संघर्ष निर्माण होण्याचे प्रमाण अधिक आहे. भारत-चीन, भारत-पाकिस्तान, इराण-इराक, अलसाल्वाडोर-होंडूरास, अर्जेंटिना-चिली, अर्जेंटिना-इंग्लंड (फॉकलंड बेटावरून वाद) ही सीमावादाची काही उदाहरणे आहेत. चीनसारख्या विशाल राष्ट्राचे १५ हून अधिक राष्ट्रांबरोबर सीमावाद चालू होते. यांतील काही संघर्ष हे संबंधित राष्ट्रांनी शांततेच्या, चर्चेच्या मार्गाने सोडवण्यात यश मिळवले आहे. जसे अलसाल्वाडोर आणि होंडुरासमधील सीमावाद जागतिक न्यायालयाने १९९२ मध्ये सोडवला. १९८० च्या दशकात चीनला शांततेच्या मार्गाने बरेच सीमावाद सोडवण्यात यश आले आहे. १९९४ मध्ये अर्जेंटिना आणि चिलीमधील संघर्ष संपुष्टात आला. सीमावाद सोडवण्यासाठी काही प्रसंगी राष्ट्रांनी युद्धाचा मार्गदेखील अवलंबला. उदा. १९६२ मध्ये चीनने भारतावर केलेले आक्रमण, १९८० मध्ये इराकने इराणवर केलेले आक्रमण, फॉकलंड बेटावरून इंग्लंड आणि अर्जेंटिनामध्ये १९८२ मध्ये युद्ध झाले. काही सीमावादाचे स्वरूप अद्यापही गंभीर बनले असून त्यांतून होणारा हिंसाचारही वाढला आहे. उदा. इस्त्राईल आणि पॅलेस्टाईनमधील सीमावाद, भारत आणि पाकिस्तानमधील सीमावाद. या सीमावादामुळे केवळ संबंधित देशांतीलच नाही, तर विभागीय शांतता आणि सुरक्षितता धोक्यात आली आहे. अनिर्णयीत सीमावादामध्ये दक्षिण चीन समुद्रातील स्पार्टली बेटांवरील संघर्ष हा महत्त्वाचा आहे. स्पार्टली बेटांवर चीन, व्हिएतनाम, मलेशिया व फिलिपाईन्स ही राष्ट्रे आपला अधिकार सांगत आहेत.

३. **फुटीरतावादी चळवळीतून निर्माण झालेले संघर्ष :** १९९० च्या दशकात दहापेक्षा अधिक राष्ट्रांमधील फुटीरतावादी चळवळींतून निर्माण झालेला संघर्ष एवढा तीव्र होता की, त्याची गंभीर दखल आंतरराष्ट्रीय समुदायाला घ्यावी लागली. युगोस्लाव्हिया, तुर्कस्तान, इराण आणि इराक, चेचन्या, पूर्व तिमोरमधील फुटीरतावादी चळवळींमधून झालेला हिंसाचार मोठ्या प्रमाणात होता. चेचन्या या रशियन संघराज्यातील मुस्लीम गणराज्याने संघराज्यातून फुटून निघण्याचा प्रयत्न १९९३-९४

मध्ये केला. हा प्रयत्न हाणून पाडण्यासाठी रशियाने चेचन्यामध्ये १९९५ मध्ये लष्करी हस्तक्षेप केला. चेचेन बंडखोर आणि रशियन लष्करामधील संघर्षात हजारो लोक मारले गेले. १९९९ मध्ये चेचन्यामध्ये रशियाने दुसऱ्यांदा लष्करी कारवाई केली. तुर्कस्थान, इराण आणि इराकमधील कुर्दीश राष्ट्रवाद्यांनी या तिन्ही राष्ट्रांमधील कुर्दीश बहुसंख्याक असलेल्या क्षेत्राचे मिळून स्वतंत्र राष्ट्र स्थापन करण्याचा प्रयत्न केला. या प्रयत्नांविरुद्ध तुर्कस्तानने लष्करी सामर्थ्याचा वापर केला. १९९१-९२ मध्ये युगोस्लाव्हियाचे विघटन झाल्यानंतर बोस्निया, क्रोएशिया आणि शेजारच्या सर्बिया राष्ट्रांमधील सर्बियन वंशाच्या लोकांनी मिळून विशाल सर्बियन राष्ट्र स्थापन करण्याचा प्रयत्न केला. यासाठी या क्षेत्रातील इतर वंशाच्या लोकांची मोठ्या प्रमाणात हत्या करण्यात आली. हा संघर्ष १९९५ पर्यंत चालला. १९९५ मध्ये नाटो या पश्चिम युरोपीय राष्ट्राच्या संरक्षण संघटनेने या क्षेत्रात लष्करी हस्तक्षेप केला.

४. देशांतर्गत शासनावर नियंत्रण प्रस्थापित करण्यावरून निर्माण होणारा संघर्ष : जोशूआ गोल्डस्टिनने मांडलेला राजकीय स्वरूपाचा हा एक संघर्ष आहे. जेव्हा एक राष्ट्र दुसऱ्या राष्ट्रामध्ये सत्तापालट घडवून आणण्याचा प्रयत्न करते, तेव्हा त्यातून हा संघर्ष निर्माण होतो. आंतरराष्ट्रीय राजकारणात राष्ट्रे प्रत्यक्ष किंवा अप्रत्यक्षपणे आपल्या हितसंबंधांना अनुकूल शासन शेजारी राष्ट्रांत प्रस्थापित करण्याचा आणि प्रतिकूल शासन पाडण्याचा सतत प्रयत्न करीत असतात. प्रतिकूल शासन पाडण्यासाठी शासनविरोधी घटकांना दुसऱ्या राष्ट्राकडून आर्थिक, राजकीय, नैतिक समर्थन देण्याचे प्रकार अनेकदा दिसतात. शीतयुद्धाच्या काळात अमेरिका आणि सोव्हिएत रशियाकडून असे प्रकार अनेकदा झाले. आपल्या विचारसरणीला अनुकूल शासन प्रस्थापित करण्यासाठी आणि विरोधी शासनांना पाडण्यासाठी या महासत्तांनी अनेकदा इतर राष्ट्रांमध्ये लष्करी हस्तक्षेपदेखील केला आहे. सोव्हिएत रशियाने १९६८ मध्ये झेकोस्लोव्हाकियामध्ये तर १९७९ मध्ये अफगाणिस्तानमध्ये हस्तक्षेप केला. अमेरिकेने १९९३ मध्ये ग्रेनाडामध्ये हस्तक्षेप केला. क्युबामधील फिडेल कॅस्ट्रोचे साम्यवादी शासन पाडण्यासाठी अमेरिका गेल्या तीन दशकांपासून प्रयत्नशील आहे. १९९१ च्या खाडी युद्धानंतर इराकमधील सद्दाम हुसेनची सत्ता संपवण्यासाठी अमेरिकेने बरेच प्रयत्न केले. तथापि बारा वर्षे अमेरिकेला या प्रयत्नांमध्ये यश आले नाही. शेवटी २००३ मध्ये इराकविरुद्ध लष्करी कारवाई करून सद्दाम हुसेनची राजवट संपवण्यात आली. या लष्करी कारवाईत नि:शस्त्रीकरणाचे कारण पुढे करण्यात आले. तैवानचे चीनबरोबर एकीकरण व्हावे यासाठी गेल्या एक दशकापासून चीनचे प्रयत्न चालले आहेत. त्यासाठी तैवानमध्ये एकीकरणाला अनुकूल असे शासन प्रस्थापित व्हावे,

यासाठी चीनकडून उघडपणे प्रयत्न होतात, देशांतर्गत शासनावर नियंत्रण प्रस्थापित करण्यासाठी राष्ट्रांकडून जे प्रयत्न होतात त्याला काही वेळा हिंसक वळण लागते. १९७९ मध्ये सोव्हिएत रशियाने अफगाणिस्तानमध्ये लष्करी हस्तक्षेप केल्यानंतर रशियन सैन्य आणि अफगाणिस्तानमधील स्थानिक मुजाहिदीन यांच्यात हिंसक संघर्ष झाले.

५. आर्थिक संघर्ष : आर्थिक हितसंबंधांच्या संरक्षणासाठी राष्ट्रांमध्ये चाललेल्या स्पर्धेतून अनेकदा संघर्ष निर्माण होतात. शीतयुद्धाच्या समाप्तीनंतर आर्थिक हितसंबंधांना प्राप्त झालेले महत्त्व, आर्थिक उदारीकरण आणि जागतिकीकरणाच्या प्रक्रियेतून तीव्र बनलेली आर्थिक स्पर्धा यांमुळे आर्थिक स्वरूपाच्या संघर्षाचे प्रमाण वाढले आहे. अमेरिका व जपानमधील १९९५ चे व्यापारयुद्ध, अमेरिका आणि चीनमधील पेटंट आणि पायरसीच्या मुद्यांवरून संघर्ष, आंतरराष्ट्रीय व्यापाराचे नियम ठरवण्यासाठी विकसित आणि विकसनशील राष्ट्रांमध्ये चाललेला संघर्ष, आर्थिक मुद्यांना धरून विभागीय व्यापार संघामधील संघर्ष, उदा. युरोपीय महासंघ विरुद्ध नाफ्टामधील संघर्ष, पर्यावरणाचे संरक्षण, मानवी हक्कांचे संरक्षण यांचा संबंध आंतरराष्ट्रीय व्यापाराशी लावण्यात आल्यामुळे विकसित आणि विकसनशील राष्ट्रांमध्ये (विशेषत: अमेरिकेविरुद्ध भारत आणि चीन) निर्माण झालेला संघर्ष इ. आर्थिक स्वरूपाच्या संघर्षाची काही उदाहरणे आहेत. अमली पदार्थांच्या व्यापारातून निर्माण होणारे संघर्ष हा आर्थिक संघर्षाचाच प्रकार आहे. अमली पदार्थांचा चोरटा व्यापार थांबावा, यासाठी १९९९ मध्ये अमेरिकेने पनामाविरुद्ध लष्करी कारवाई केली. पनामाचे तत्कालीन अध्यक्ष मॅन्यूअल नोरिगा यांचे अमली पदार्थांच्या व्यापाऱ्यांशी संबंध असल्याचा अमेरिकेला संशय होता. अमली पदार्थांच्या आंतरराष्ट्रीय व्यापारात सक्रिय असणाऱ्या पेरू, अफगाणिस्तान, म्यानमार, कंबोडिया, हैती, नायजेरिया, पॅराग्वे यांसारख्या राष्ट्रांमध्ये देशांतर्गत राजकारणातील संघर्षाचे प्रमाण अधिक आहे.

राष्ट्रांमधील आर्थिक संबंध नियंत्रित करण्यासाठी तसेच आर्थिक स्वरूपाचे संघर्ष चर्चेच्या माध्यमातून सोडवण्यावरून १९९५ मध्ये जागतिक व्यापार संघटनेची निर्मिती झाली. परिणामी आर्थिक संघर्षाचे रूपांतर हिंसाचार किंवा युद्धामध्ये होत नाही. आर्थिक स्वरूपाचे संघर्ष सोडवण्यासाठी जागतिक व्यापार संघटनेअंतर्गत एक विशेष यंत्रणा तयार केली गेली आहे. जागतिक व्यापार संघटनेचे सदस्य १४६ राष्ट्रे असून आंतरराष्ट्रीय व्यापाराविषयी सर्वसंमत नियमावली तयार करण्यासाठी जागतिक व्यापार संघटनेकडून प्रयत्न चालू आहेत. यासाठी १९९६ पासून मंत्रिपातळीवरील बैठका होत आहेत. आतापर्यंत अशा पाच बैठका झाल्या आहेत. तथापि विकसित आणि

विकसनशील राष्ट्रांमधील आर्थिक संघर्षामुळे अशी नियमावली तयार करण्यात अपयश येत आहे. विकसित आणि विकसनशील राष्ट्रांमधील आर्थिक संघर्षाची चार प्रमुख कारणे आहेत.

१. विकसित राष्ट्रांनी आंतरराष्ट्रीय व्यापार आणि पर्यावरणाचे संरक्षण, कामगारांचे मानक आणि मानवी हक्क संरक्षणाचा जोडलेला संबंध.

२. कृषी क्षेत्रातील अनुदानाच्या कपातीचा प्रश्न.

३. जकातीचे दर ठरवण्याचा प्रश्न.

४. देशांतर्गत क्षेत्रे आंतरराष्ट्रीय स्पर्धेसाठी मुक्त करण्याचे वेळापत्रक ठरवण्याचा प्रश्न.

एकूण जागतिक व्यापारापैकी ९० टक्के व्यापार हा जागतिक व्यापार संघटनेच्या अंतर्गत येतो. त्यामुळे जागतिक व्यापाराविषयीच्या नियमावलीवर एकवाक्यता झाली, तर राष्ट्रांमधील आर्थिक स्वरूपाचे संघर्ष सुटून आंतरराष्ट्रीय व्यापारामध्ये वाढ होईल. जागतिक व्यापाराविषयीची बोलणी यशस्वी होणे जागतिक दारिद्र्य निर्मूलनासाठीदेखील आवश्यक आहे. जागतिक बँकेच्या नुकत्याच प्रसिद्ध झालेल्या एका अहवालानुसार जगातील एक अब्जाहून अधिक लोकांचे उत्पन्न हे एक डॉलर किंवा त्यापेक्षा कमी आहे. ही बोलणी यशस्वी झाल्यास त्याचा सर्वाधिक फायदा विकसनशील आणि अविकसित राष्ट्रांना होणार आहे, हे तेवढेच खरे आहे, असे आपणांस म्हणता येईल.

६. वांशिक संघर्ष : वंशवादावर आधारित संघर्ष हा संघर्षाचा प्रमुख प्रकार असून आज अनेक राष्ट्रे या संघर्षात होरपळून निघत आहेत. वांशिक संघर्षाची अनेक कारणे आहेत. यामध्ये शासनावर नियंत्रण प्रस्थापित करणे, आपली स्वतंत्र ओळख जपणे, शासनाचे भेदभाव करणारे धोरण, इतर वंशाच्या लोकांचा द्वेष, आर्थिक फायदे, राजकीय अधिकार इ. कारणांसाठी वांशिक चळवळी आज तीव्र होताना दिसतात. बोस्निया, क्रोएशिया, सर्बिया, श्रीलंका, रवांडा, अफगाणिस्तान, इराक, भूतान इ. राष्ट्रे वांशिक संघर्षाला बळी पडली आहेत व पडत आहेत. श्रीलंकेमध्ये १९८३ पासून तमिळ आणि सिंहली या दोन वंशांमधील हिंसाचारात ६० हजारांहून अधिक लोक मारले गेले आहेत. रवांडामध्ये हुतू आणि तुत्सी या दोन वंशांमधील हिंसाचारात १९९४ मध्ये पाच लाखांहून अधिक लोक मारले गेले. १९९२ मध्ये क्रोएशिया, बोस्निया आणि सर्बिया या तीन राष्ट्रांमधील सर्ब वंशाच्या लोकांनी एकत्र येऊन विशाल सर्बिया राष्ट्र निर्माण करण्यासाठी प्रयत्न सुरू केले. या प्रयत्नांतर्गत या क्षेत्रातील इतर वंशियांच्या लोकांची मोठी कत्तल करण्यात आली. १९९० च्या दशकातच इराण, इराक आणि तुर्कस्तानमधील कुर्दीश वंशाच्या लोकांनी एकत्र येऊन

स्वतंत्र राष्ट्र स्थापन करण्यासाठी चळवळ सुरू केली. तुर्कस्थानने लष्करी सामर्थ्याचा वापर करून ही चळवळ दडपून टाकली. वांशिक संघर्षामुळे प्रादेशिकतावाद आणि संकुचिततावाद वाढला आहे. मानवी हक्क संरक्षण, अल्पसंख्याक आणि महिलांच्या अधिकाराचा प्रश्न गंभीर बनला आहे. विसाव्या शतकातील सर्व संघर्षपैकी ७५ टक्के संघर्ष हे वांशिक संघर्ष होते. शीतयुद्धाच्या समाप्तीनंतर १९९० च्या दशकाच्या सुरुवातीला अस्तित्वात असणाऱ्या ३७ संघर्षांपैकी २५ संघर्ष वांशिक स्वरूपाचे संघर्ष होते.

७. धार्मिक संघर्ष : धार्मिक असहिष्णुता, संकुचितपणा आणि धार्मिक मूलतत्त्ववादामधून होणाऱ्या धार्मिक संघर्षाचे प्रमाण गेल्या दशकात वाढले असून सध्या संपूर्ण जगाला भेडसावणाऱ्या आंतरराष्ट्रीय दहशतवादासारख्या समस्येचे मूळ धार्मिक संघर्षामध्ये आहे. धार्मिक श्रेष्ठत्वाच्या भावनेचा प्रसार करण्यासाठी, धर्माची स्वतंत्र ओळख आणि अस्तित्व टिकवण्यासाठी, धर्माच्या आधारावर लोकांना संघटित करण्यासाठी, धार्मिक पुनरुज्जीवनवादी आणि धार्मिक मूलतत्त्ववादी चळवळी अनेक राष्ट्रांमधून जोर पकडत आहेत. इराण, इजिप्त, जॉर्डन, अफगाणिस्तान, अल्जेरिया यांसारख्या राष्ट्रांमधून धार्मिक मूलतत्त्ववादी चळवळी आकार घेत आहेत. या चळवळींनी अल् कायदा सारख्या अनेक दहशतवादी संघटनांना जन्म दिला आहे. या संघटना धर्माच्या आधारावर समाज आणि राज्यव्यवस्था निर्माण करण्यासाठी हिंसाचाराच्या मार्गाचा अवलंब करीत आहेत. या दहशतवादी संघटनांचे केंद्र अफगाणिस्तानमध्ये १९९६ मध्ये स्थापन झालेल्या तालीबानच्या धार्मिक राजवटीमध्ये होते. ही राजवट २००१ मध्ये अमेरिकेच्या लष्करी कारवाईनंतर संपुष्टात आली. धर्मांधर्मांतील परस्परद्वेष हा गेल्या काही वर्षांत एवढा वाढला आहे की, भविष्यातील महायुद्ध हे धर्माच्या आधारावर लढले जाईल,असा अंदाज व्यक्त करणारे काही सिद्धान्त मांडले जात आहेत. यापैकी संस्कृती (धर्म) मधील संघर्ष हा महत्त्वाचा आणि प्रभावी सिद्धान्त आहे. हा सिद्धान्त अमेरिकेतील हर्वर्ड विद्यापीठातील राज्यशास्त्राचे प्राध्यापक सॅम्युअल पी. हंटिंग्टन यांनी १९९० च्या दशकात मांडला.

शांततेच्या मार्गाने प्रश्नांची सोडवणूक :

१. यू. एन. पद्धती :

आंतरराष्ट्रीय शांतता राखण्यासाठी त्याचप्रमाणे आंतरराष्ट्रीय वाद सोडवण्यासाठी, राष्ट्रसंघाप्रमाणेच संयुक्त राष्ट्रांचेही मुख्य उद्दिष्ट आहे. राष्ट्रसंघाच्या संविधानात या संदर्भात पुढील मार्गांचा अवलंब केलेला दिसून येतो.

अ. पहिला मार्ग म्हणजे राष्ट्रांनी परस्परांशी प्रत्यक्ष वार्तालाप करून संघर्ष सोडवावेत.

ब. आपापसांतील संघर्ष सोडवण्यासाठी पारंपरिक राजनय पद्धतीचा उपयोग करावा.

क. आपापसांतील संघर्ष सोडवण्यासाठी आपापसांत समझोता घडवून आणावा किंवा पंच निर्णयाद्वारे वाद सोडवावेत.

ड. आपापसांतील संघर्ष सोडवण्यासाठी राज्यांनी स्थायी आंतरराष्ट्रीय न्यायालयाचे क्षेत्राधिकार मान्य करावेत.

या न्यायालयाच्या क्षेत्राधिकारात ऐच्छिक कलम यासाठी घातले की, राज्यांचे मन वळवून त्यांनी आंतरराष्ट्रीय न्यायालयाचे क्षेत्राधिकार मान्य करावेत. परस्परविरोधी राष्ट्रे किंवा पक्षांना परस्परांत समझोता घडवून आणण्यास प्रवृत्त करणे हे या कौन्सिलचे प्रमुख कार्य होते व आहे. त्यासाठी प्रत्यक्ष वार्तालाप, पत्रव्यवहार, राष्ट्रसंघाच्या समित्या इ. मार्गांचा उपयोग करण्याची शिफारस करण्यात आली होती. युद्धाच्या धमकीस राष्ट्रसंघात चिंतेचा विषय समजला जातो व जावा. सदस्यांनी अशा आंतरराष्ट्रीय घटनांकडे किंवा वादाकडे सभेचे लक्ष केंद्रित करणे हे त्यांचे कर्तव्य ठरते. वाद पंचाकडे किंवा न्यायालयाकडे अथवा कौन्सिलकडे सोपवण्यासाठी दिला असेल, अशा वेळी तीन महिन्यांपर्यंत संबंधित राष्ट्रे किंवा पक्ष युद्ध बंद ठेवतील, अशी योजना करण्यात आली होती. आक्रमक राष्ट्रांविरुद्ध आर्थिक नाकेबंदी तसेच, आवश्यकता पडल्यास सैन्याचा उपयोग करण्याचीदेखील तरतूद यात केलेली होती. आक्रमक राष्ट्रांशी सर्व सभासद राष्ट्रे आपले आर्थिक संबंध तोडतील व या भयाने आक्रमण किंवा युद्धे बंद होतील, अशी अपेक्षा होती. थोडक्यात शांततापूर्ण मार्गाने असे वाद सोडवण्याचा आशावाद व्यक्त करण्यात आला. सैनिकी कार्यवाहीसाठी सदस्य राष्ट्रांना सैन्य द्यावे लागेल, अशी सदस्य राष्ट्रांकडून अपेक्षादेखील केलेली होती. कुठेही शत्रुत्वपूर्ण कार्य प्रारंभ झाल्यास राष्ट्रसंघ चार दिवसांच्या आत 'आक्रमक' कोण हे जाहीर करील व ज्या राज्यावर आक्रमण झाले असेल, त्यास आर्थिक व सैनिकी मदत देईल, असे १९२३ मध्ये जनरल असेंब्लीने मान्य केले होते. परंतु राष्ट्रसंघाच्या कारकिर्दीत कोणतीच सैनिकी कार्यवाही झाली नाही.

१९२४ च्या 'जिनेव्हा प्रोटोकॉल'मध्ये असे सुचवण्यात आले होते की, प्रत्येक राज्याने आपले आंतरराष्ट्रीय वाद जागतिक न्यायालयापुढे आणावेत. या न्यायालयाचा निर्णय अमान्य करणे म्हणजे आक्रमण समजले जावे. परंतु ब्रिटनमध्ये सत्ता बदलल्यामुळे जिनेव्हा प्रोटोकॉलला मान्यता मिळू शकली नाही. जिनेव्हा प्रोटोकॉल रद्द झाला व

त्यामुळे सर्व राज्ये युद्धापासून बचाव करण्याचा विचार करू लागली. फ्रान्सला जर्मनीपासून सतत आक्रमणाचे भय होते. नुकसानभरपाईच्या कारवाईनंतर फ्रान्सचा जर्मनीशी करार झाला होता. त्यानुसार ऱ्हूर प्रदेशातून फ्रान्सने आपले सैन्य परत बोलवले होते. फ्रान्स–जर्मनीशी स्वसंरक्षणासाठी नवीन संधी करू इच्छित होता. याच काळात स्टेट्समेन या पुढाऱ्याने जर्मनीची आर्थिक प्रगती करून आणली होती. जर्मनीने आंतरराष्ट्रीय संमेलन भरवण्याचा ठराव मांडला. त्या वेळेस जनमत विरुद्ध असूनही फ्रान्सचे पुढारी जर्मनीशी संबंध जोडण्याबाबत उत्सुक होते. पुढे ५ ऑक्टोबर १९२५ रोजी जर्मनी, फ्रान्स, इटाली, बेल्जियम, पोलंड, झेकोस्लाव्हाकिया ही राष्ट्रे स्वित्झर्लंडमधील लुकार्नो येथे एकत्र आली व त्यांनी सुप्रसिद्ध 'लुकार्नो करार' केला. या कराराने जर्मनीला इतरांच्या बरोबरीचे स्थान मिळाले व इतर राष्ट्रांशी जर्मनीचे असलेले जुने शत्रुत्व समाप्त झाले. या संधीनुसार सात करार करण्यात आले. १६ ऑक्टोबर रोजी या संधीवर स्वाक्षऱ्या करण्यात झाल्या. यामध्ये पुढील उद्देश समाविष्ट करण्यात आले होते–

१. परस्परांवर आक्रमण न करणे (स्वसंरक्षणाबाबत व असैनिकीकरणाच्या उद्दिष्टांचे उल्लंघन झाल्यास किंवा राष्ट्रसंघाद्वारे सैनिकी कारवाईचा आदेश दिला गेल्यास मात्र युद्ध करण्याचा अधिकार राखून ठेवण्यात आला होता).

२. परस्परांतील वाद पंच पद्धतीने सोडवणे.

पहिल्या महायुद्धानंतर ही पहिलीच महत्त्वपूर्ण संधी होती. राजनयिक इतिहासातील ही अभूतपूर्व घटना होती. त्यामुळे फ्रान्स व जर्मनी यांचे शत्रुत्व कमी झाले. जर्मनीने एल्सेस व लोरेन्स या प्रदेशांवरील आपल्या हक्काचा आग्रह सोडला. त्यामुळे जर्मनीच्या आक्रमणाच्या भीतीपासून फ्रान्स निश्चिंत झाला. जर्मनी, राष्ट्रसंघ व कौन्सिल यांचा कायम सभासद बनला. त्यामुळे राष्ट्रसंघाचे स्वरूप बदलले. या संघटनेत पराजित राष्ट्रालाही स्थान मिळाले होते. या संधीनंतर नि:शस्त्रीकरण प्रयत्नास यश मिळेल, असे दिसू लागले. लुकार्नो संधीवर सह्या झाल्या. त्याच दिवसापासून ऱ्हाइनलँड मधून मित्रराष्ट्रांनी आपल्या फौजा हटवण्यास प्रारंभ केला. त्यानंतर २७ ऑगस्ट १९२० रोजी पॅरिसमध्ये करार केला गेला. या संधीमुळे जागतिक वातावरणात सुधारणा दिसू लागली, तसेच ही संधी म्हणजे आंतरराष्ट्रीय सहजीवनाचा एक मार्ग होता. लुकार्नो संधीचे जर्मनी व फ्रान्सने वेगवेगळे अर्थ काढले. फ्रान्सने अमेरिकेकडे संदेश पाठवून युद्ध अवैध घोषित करून संधी घडवून आणण्याची इच्छा व्यक्त केली. अमेरिकेनेही संधी द्विपक्षीय असावी, असे सांगितले. त्यानुसार ब्रिटन, फ्रान्स, जर्मनी, जपान, बेल्जियम, पोलंड, झेकोस्लोव्हाकिया यांत २७ ऑगस्ट १९२७ रोजी पॅरिसमध्ये एक

करार झाला. यात पुढीलप्रमाणे निर्णय घेतला गेला. राष्ट्राचे धोरण म्हणून यापुढे युद्ध होणार नाही. तसेच आंतरराष्ट्रीय वाद सोडवण्यासाठी युद्धाचा मार्ग स्वीकारला जाणार नाही. या करारास 'किलॉग-बिऑपॅक्ट' असे म्हणतात. एकूण ६५ राष्ट्रांच्या संधीला मान्यता मिळाली. या संधीचे स्वागत मोठ्या प्रमाणात झाले. या संधीवर सोव्हिएत रशियाने हस्ताक्षर केले. आंतरराष्ट्रीय सहकार्य व शांततेच्या दृष्टीने ही महत्त्वाची संधी ठरली. राष्ट्रसंघाने युद्धावर संपूर्ण बहिष्कार घातलेला नव्हता. याउलट काही युद्धांना मान्यता दिलेली होती. पॅरिस संधीमध्ये मात्र युद्धाला बेकायदेशीर घोषित करण्यात आले होते. युद्ध करणाऱ्याला दंड देण्याची व्यवस्था केली गेली. काही राज्यांनी राष्ट्रसंघात युद्धावर बहिष्कार घालण्याबाबत ठराव मांडला. फ्रान्सने या ठरावाचे जोरदार स्वागत केले. दरम्यान इंग्लंडमधील सरकार बदलले व तिथे आर्थिक संकट आल्यामुळे हा ठराव दुर्लक्षित झाला किंवा लांबणीवर टाकण्यात आला. ही संधी त्यानंतर मात्र एक घोषणा वा संकल्प ठरली. कारण १९३१ मध्ये जपानने घोषणा न करता चीनविरुद्ध आक्रमण केले. पुढे इटालीनेही इथिओपियावर आक्रमण केले. हे आक्रमण राष्ट्रसंघ रोखू शकले नाही. १९३९ मध्ये तर दुसऱ्या महायुद्धास प्रारंभ झाला, या काळात राष्ट्रसंघात परस्पर सहकार्याऐवजी परस्परांत मतभेद निर्माण झाले. अमेरिकेसारखे प्रभावी राष्ट्र या राष्ट्रसंघाचे सभासद होऊ शकले नाही. त्यामुळे ही संधी अल्पायुषी ठरली.

संयुक्त राष्ट्रांच्या करारनाम्यात सहाव्या प्रकरणात आंतरराष्ट्रीय विवादांची शांततापूर्ण मार्गाने सोडवणूक करण्याचे विविध उपाय नमूद केले असून सुरक्षा समितीने कोणत्या क्रमाने त्यांचा वापर करावा, हेही सुचवले आहे. संयुक्त राष्ट्रांचे राजकीय क्षेत्रातील कार्य महत्त्वपूर्ण आहे. संयुक्त राष्ट्रामुळे अनेक ज्वलंत प्रश्न सुटले आहेत. अनेक वेळा जागतिक युद्धप्रसंग टळले आहेत. महत्त्वाचे जागतिक वाद सोडवण्यासाठी युनोने अनेकदा लष्करी कारवाई केली आहे. अनेक ठिकाणी एखाद्या पोलीस पथकासारखे कार्य केले आहे. आंतरराष्ट्रीय प्रश्नांची सोडवणूक करण्यासाठी भांडणाऱ्या राष्ट्रांना वाटाघाटी, चर्चा, सलोखा करण्यास भाग पाडले आहे व संयुक्त राष्ट्रसंघटनेने मध्यस्थाची भूमिका घेऊन राजदूतासारखे कार्य केले आहे. शस्त्रास्त्रांवर नियंत्रण घालणे, युद्धाची समाप्ती करणे, नि:शस्त्रीकरणाच्या दृष्टीने युनोने पावले उचलली. यासंदर्भात अण्वस्त्र निर्माण प्रतिबंधक संधी, बाह्य आंतरिक्षसंधी यांचा उल्लेख करता येतो.

१९५० मध्ये कोरिया युद्धाच्या वेळेस संयुक्त राष्ट्राने शांतिसेनेची निर्मिती करून तिला हा प्रश्न सोडवण्यासाठी पाठवले. हा प्रश्न युनोच्या लष्करी कारवाईमुळे सुटला होता. कोरिया प्रश्नाच्या वेळी सदस्य राष्ट्रांकडून मदत घेऊन महासभेने शांतता घडवून आणली. सुवेझ कालवा संघर्षाच्या वेळी इ. स. १९५६ मध्ये संयुक्त राष्ट्राच्या

सामूहिक सुरक्षा पद्धतीत यश मिळाले. त्याचबरोबर संयुक्त राष्ट्रांच्या आमसभेने शांततेसाठी एकत्र येण्याविषयीचा ठराव पास केला. आंतरराष्ट्रीय संघर्षामध्ये हस्तक्षेप करण्याची कृती करण्याचा अधिकार या संघटनेच्या करारनाम्याने सुरक्षा समितीला दिला आहे. पण सुरक्षा समितीला काहीच कृती करता येत नाही, हे पाहून आमसभेने या ठरावाद्वारे आंतरराष्ट्रीय सुरक्षेसाठी कृती करण्याचे अधिकार स्वत:कडे ठेवले. त्याअंतर्गत संयुक्त राष्ट्रांच्या आपत्कालीन सेनेची निर्मिती करण्यात आली. या मोहिमेची जबाबदारी महासचिवांवर टाकण्यात आली. या सेनेचा हेतू साध्य झाल्यामुळे ब्रिटन व फ्रान्सला आपल्या फौजा इजिप्तमधून परत बोलवाव्या लागल्या. आपत्कालीन सेनेचा हेतू साध्य झाल्याने पुढे अशाच तऱ्हेच्या मोहिमा हाती घेण्यात आल्या. उदा. १९५८ मध्ये लेबॅनॉनमधील संघर्षाच्या वेळेस पाठवलेला संयुक्त राष्ट्राचा निरीक्षक गट, १९६० मधील आफ्रिकेतील कांगो संघर्ष सोडवण्याबाबत संयुक्त राष्ट्रास यश मिळाले आहे. १९६४ मधील सायप्रसमधील शांततारक्षक सेना. अरब–इस्राईल संघर्षात युनोच्या निरीक्षकांनी पोलीस पथकाप्रमाणे कार्य केले. काश्मीर प्रश्नाच्या वेळीसुद्धा निरीक्षकांचे कार्य युनोकडे सोपवले होते. तसेच इंडोनेशियाला स्वातंत्र्य देण्याबाबत या संघटनेने यशस्वी मध्यस्थी केली आहे. व्हिएतनाम, हंगेरी, झेकोस्लोव्हाकिया प्रश्नाबाबत योग्य दखल घेतली आहे. संमेलनीय राजनय पद्धतीचा युनोने स्वीकार केला आहे. भांडणाऱ्या राष्ट्रांना एका ठिकाणी आणून त्यांच्यात चर्चा व सलोखा घडवून आणण्याचे कार्य या संघटनेने केले आहे. उदा. इंडोनेशियाचे पुढारी व हॉलंडच्या नेत्यांत सलोखा घडवून आणून इंडोनेशियाला याच पद्धतीने स्वातंत्र्य मिळवून देण्याचे कार्य संयुक्त राष्ट्राने केले आहे.

१९९१ मध्ये इराकने कुवेतवर आक्रमण करून तो देश गिळंकृत केला, तेव्हा संयुक्त राष्ट्रांनी अमेरिकेच्या नेतृत्वाखाली सेना उभारून तेथे हस्तक्षेप केला होता. संयुक्त राष्ट्रासाठी काम करणाऱ्या अमेरिकेच्या सैन्याने इराकबरोबर युद्ध करून त्यास पराभूत केले आणि कुवेतची मुक्तता केली.

२. शांततारक्षण, शांततानिर्मिती व त्यावर न्याय देणे यांतील संयुक्त राष्ट्राची भूमिका :

संयुक्त राष्ट्रसंघटनेने जगामध्ये शांतता व सुरक्षितता प्रस्थापित करण्याचे तत्त्व प्रस्थापित करण्यासाठी सुरक्षा समितीची स्थापना केली आहे.

अ. लष्करी कर्मचारी समिती.

ब. अणुशक्तीआयोग.

क. शस्त्रास्त्रांचा आयोग की ज्याद्वारे शस्त्रास्त्रांवर नियंत्रण ठेवण्याबाबत नि:शस्त्रीकरणाबाबत सुरक्षा समितीला सल्ला दिला जातो.

ड. नवीन राष्ट्रांना प्रवेश देण्याबाबत संयुक्त राष्ट्रांची प्रवेश समितीच सुरक्षा समितीला सल्ला देत असते.

इ. तसेच विशेष प्रश्नांवर सुरक्षा समितीला सल्ला देण्याचे प्रासंगिक कार्य समिती करते.

सुरक्षा समितीद्वारे सदस्य राष्ट्रांतर्गत वादविवाद शांततामय मार्गाने मिटवण्यावर भर दिला जातो. तसेच ती शस्त्रास्त्रांचे नियमन करण्याची व्यवस्था प्रस्थापित करते. आंतरराष्ट्रीय शांतता व सुरक्षितता जतन करण्यासाठी कोणते उपाय योजावयाचे, याचा निर्णय घेण्याचा अधिकार सुरक्षा समितीस आहे. सुरक्षा समितीस युनोच्या कार्यवाहीचा बाहू असे म्हणतात. कार्यवाहीचे उपाय लागू करताना सुरक्षा समिती शस्त्रास्त्रांचा वापर करण्याचे टाळते. या उपाययोजनांत आर्थिक संबंधांना अंशत: प्रतिबंध करणे, राजनैतिक संबंध तोडणे या उपायांचा समावेश होतो. जेव्हा हे उपाय प्रभावी ठरत नाहीत, तेव्हा सुरक्षा समिती हवाईदल, नौदल व भूदल यांच्या साहाय्याने आंतरराष्ट्रीय शांतता व सुरक्षितता प्रस्थापित करण्याचा उपाय योजते. या कार्यवाहीत निदर्शने, नाकेबंदी, युनोच्या सदस्य राष्ट्रांकडून होणारी हवाईदल, भूदल व नौदल कार्यवाही यांचा समावेश होतो. लष्करी कर्मचारी समिती ही सुरक्षा समितीला आंतरराष्ट्रीय शांतता व सुरक्षितता जतन करण्यासाठी आवश्यक असणाऱ्या लष्करी गरजांच्या प्रश्नांबाबत साहाय्य करते. या समितीत सुरक्षा समितीच्या कायम सदस्याच्या अगर त्यांच्या प्रतिनिधींच्या कर्मचाऱ्यांचा प्रामुख्याने समावेश होतो.

शांतिसेना :

आंतरराष्ट्रीय शांतता आणि सुरक्षितता टिकवण्याच्या संयुक्त राष्ट्रसंघटनेच्या कार्यात युनोच्या शांतिसेनेने महत्त्वाची भूमिका बजावली आहे. दोन राष्ट्रांमधील सशस्त्र संघर्ष, देशांतर्गत यादवी युद्ध थांबवून शांतता, लोकशाही आणि स्थिर शासनाच्या निर्मितीसाठी शांतिसेनेची निर्मिती करण्यात आली. शांतिसेनेची तरतूद संयुक्त राष्ट्रसंघटनेच्या मूळ घटनेत नाही. शीतयुद्धकालीन वाढते संघर्ष आणि असुरक्षितता गृहीत धरून शांतिसेनेची निर्मिती करण्यात आली. शांतिसेनेत युनोच्या सदस्य राष्ट्रांमधील सैन्य युनोच्या नेतृत्वाखाली युद्ध थांबवण्याचे आणि शांतता निर्मितीचे कार्य करतात. सन १९५० मध्ये युनोने मंजूर केलेल्या 'शांततेसाठी एकत्र येण्याच्या ठरावाअंतर्गत' शांतिसेनेची तरतूद करण्यात आली. सन १९५६ च्या सुएझ संघर्षानंतर शांतिसैन्यांचा वापर वाढला.

युनोच्या शांतिमोहिमांमध्ये केवळ सैन्याचाच नाही, तर पोलीस, डॉक्टर्स, निरीक्षक, निवडणूक निरीक्षक, कर्मचारी वर्ग, बिगर शासकीय संघटनांचे कार्यकर्ते इ. चादेखील समावेश असतो. केवळ युद्ध थांबवण्यापर्यंतच शांतिसैन्याचे कार्य मर्यादित नसून नि:पक्ष निवडणुकांच्या माध्यमातून स्थिर लोकशाही शासन प्रस्थापित करणे हे शांतिसैन्यांचे उद्दिष्ट आहे.

शांतिसेनेच्या निर्मितीपासून आजपर्यंत जवळजवळ ४० शांतता मोहिमा राबवण्यात आल्या आहेत. शीतयुद्धाच्या समाप्तीनंतर शांतिसैनिकांची भूमिका आणि शांतिमोहिमांचे प्रमाण वाढले आहे. विभागीय, वांशिक संघर्ष सोडवण्यात शांतिसैन्याची भूमिका महत्त्वाची बनली आहे. १९९० च्या दशकात युनोच्या शांतिसैनिकांनी 'मानवतावादी हस्तक्षेप' या धोरणाअंतर्गत अनेक राष्ट्रांमध्ये हस्तक्षेप करून अंतर्गत यादवी, हिंसाचार थांबवण्याचा, मदतकार्य पुरवण्याचा प्रयत्न केला आहे. शीतयुद्धोत्तर काळात शांतिसैन्याची भूमिका केवळ शांततेचीच उरलेली नाही, तर त्यांना शांतता निर्मिती आणि शांतता उभारणीची भूमिकादेखील पार पाडावी लागत आहे. सन १९९४ मध्ये संयुक्त राष्ट्रसंघटनेने १७ शांतिसैन्य मोहिमा विविध राष्ट्रांमध्ये पाठविल्या. त्यात ७०,००० हून अधिक सैनिक तैनात करण्यात आले होते. सन १९९० च्या दशकात पूर्व तिमोर, युगोस्लाव्हिया, रवांडा, ताझिकिस्तान, सिआरालोन येथील शांतिसैन्याच्या मोहिमा उल्लेखनीय ठरल्या आहेत.

शीतयुद्धाच्या काळात अमेरिका आणि सोव्हिएत रशिया यांच्यातील तीव्र सत्तास्पर्धेमुळे सुरक्षा समितीत या दोन देशांचे मतैक्य होऊन शांतताप्रस्थापनाचा उपाय योजणे जवळजवळ अशक्य होऊन बसले. वेगवेगळ्या आंतरराष्ट्रीय संघर्षांकडे शीतयुद्धाच्या चष्म्यातून पाहिल्यामुळे आक्रमक कोण, निर्बंध कोणते आणि कसे योजावेत आणि शांतताप्रस्थापनासाठी बळाचा वापर कधी आणि कसा करावा, या सर्वच प्रश्नांवर दोन महासत्तावर एकमत होणे दुरापास्त झाले. अशा वेळी शांतताप्रस्थापनाला पर्याय म्हणून शांततारक्षण ही कल्पना पुढे आली. शांततारक्षणाचा उपाय शांतताप्रस्थापनापेक्षा अधिक सोपा आणि व्यवहार्यही होता. शांततारक्षणाची मोहीम हाती घेण्यासाठी सुरक्षा मंडळाला आक्रमक कोण, हे ठरवण्याची गरज नाही. त्याचप्रमाणे तुलनेने लहान सैन्यबळाचा वापर करून शांततारक्षण करता येणे शक्य असते.

शीतयुद्ध संपता संपता संयुक्त राष्ट्रांनी हाती घेतलेल्या दुसऱ्या पिढीच्या काही शांततारक्षक मोहिमा या पारंपरिक शांतता रक्षणापेक्षा अधिक गुंतागुंतीच्या होत्या. यात शांततासेनेने केवळ बफर स्टेटची भूमिका निभावली नाही, तर शांतता उभारणीचेही

काम केले. अशा गुंतागुतीच्या कामासाठी संयुक्त राष्ट्रांनी सैन्यदलाप्रमाणेच नागरी गटांचीही नेमणूक केली होती. अशा प्रकारची एक यशस्वी मोहीम १९८९-९० मध्ये नामिबियामध्ये संयुक्त राष्ट्रांनी राबवली. येथे प्रथम शस्त्रसंधी करून शांततारक्षक सेनेने दक्षिण आफ्रिकेचे सैन्य मागे घेण्यास मदत केली. त्यानंतर राजकीय कैद्यांची सुटका, निर्वासितांना पुन्हा देशात परत येण्यास मदत, अशा कामांवर देखरेख केली. वंशभेदी व वर्णभेदी कायदे रद्द करणे, स्थानिक पोलिसांना त्यांच्या कामाचे प्रशिक्षण देणे अशा कामांतून शांततारक्षक सेनेने नामिबियामध्ये मुक्त निवडणुकांसाठी योग्य वातावरण तयार केले. नामिबियातील मोहिमेत संयुक्त राष्ट्रांच्या शांततारक्षकांनी प्रथमच लष्करी आणि नागरी कामे एकत्रितपणे केली आणि यशस्वीपणे पार पाडली.

नामिबियाप्रमाणेच संयुक्त राष्ट्राने १९९२-९५ या कालावधीमध्ये कंबोडियातील मोहीम हाती घेतली होती. शस्त्रसंधी व युद्धमान सेनांचे नि:शस्त्रीकरण केल्यानंतर, शांततारक्षकांनी कंबोडियाच्या परराष्ट्र धोरण, संरक्षण धोरण आणि आर्थिक धोरणांचा ताबा घेतला. थायलंडमधून निर्वासितांना परत येण्यास मदत केली. पोलिसांना प्रशिक्षण देऊन मानवी हक्कांच्या रक्षणासाठी अनुकूल वातावरण तयार केले. मूलभूत सुविधांची पुनर्प्रस्थापना केली. १९९३ मध्ये संयुक्त राष्ट्रांच्या शांततारक्षकांच्या देखरेखीखाली निवडणुकाही पार पाडल्या. मात्र १९९५ मध्ये संयुक्त राष्ट्रे बाहेर पडल्यानंतर कंबोडिया पुन्हा अस्थिरतेकडे जाऊ लागला.

शांततारक्षणाच्या तिसऱ्या पिढीच्या मोहिमांतही अशीच गुंतागुंतीची कामे हातात घेण्यात आली. या प्रकारच्या मोहिमांचे एक ठळक वैशिष्ट्य म्हणजे एकमेकांशी संघर्षात गुंतलेल्या देशांच्या संमतीशिवाय संयुक्त राष्ट्रांच्या सेना संघर्षग्रस्त प्रदेशांत पाठवण्याचा निर्णय घेण्यात आला. याचे एक उदाहरण म्हणजे १९९२-९५ मधील युगोस्लावियातील मोहीम. या बहुवांशिक देशातील कम्युनिस्ट सत्ता कोसळल्यानंतर अत्यंत हिंसक पद्धतीने त्याचे विघटन झाले. अनेक वर्षे चाललेल्या या दुर्दैवी प्रक्रियेदरम्यान १९९२ मध्ये संयुक्त राष्ट्रांच्या शांततारक्षक सेना प्रथम क्रोएशियाच्या सर्बियन प्रभुत्व असलेल्या भागात दाखल झाल्या. नंतर त्या बोस्निया-हर्झगोविना येथेही पाठवण्यात आल्या. दुर्दैवाने युगोस्लाव्हियातील नृशंस वंशहत्या थांबवण्यात या सेनांना अपयश आले. १९९५ मध्ये संयुक्त सेनांची जागा नाटो सेनांनी घेतली.

शीतयुद्ध संपल्यानंतर बदललेल्या आंतरराष्ट्रीय व्यवस्थेच्या संदर्भात संयुक्त राष्ट्रांचे तत्कालीन महासचिव बुत्रोस घाली यांनी 'ॲन अजेन्डा फॉर पीस' या नावाने शांततेचा एक नवा कार्यक्रम संयुक्त राष्ट्रांना सादर केला. आंतरराष्ट्रीय शांततेच्या संदर्भात शीतयुद्धोत्तर काळात संयुक्त राष्ट्रांना कोणत्या भूमिका कराव्या लागतील, याविषयी

तत्कालीन महासचिव बुत्रोस घाली यांनी पुढील मुद्दे मांडले –

अ. प्रतिबंधात्मक राजनय : यात विश्वासवर्धक कृती, सत्यशोधन, तसेच संयुक्त राष्ट्रपुरस्कृत सैन्यदलांची प्रतिबंधात्मक योजना यांचा समावेश होतो.

ब. शांततानिर्मिती : संघर्षात गुंतलेल्या वेगवेगळ्या गटांना शांततामय मार्गांनी तडजोडीच्या जवळ आणणे. हे शक्य न झाल्यास, प्रसंगी संकटग्रस्त गटांच्या अनुमतीविनाच, संयुक्त राष्ट्रांच्या कराराराम्याच्या सातव्या प्रकरणाअंतर्गत शांतताप्रस्थापनाची कारवाई करणे.

क. शांततारक्षण : परंपरागत पद्धतीने, संघर्षात गुंतलेल्या गटांच्या अनुमतीने संयुक्त राष्ट्रांचे सैन्य पाठवणे व संघर्ष थांबवणे.

ड. संघर्षोत्तर शांतता उभारणी : संघर्षग्रस्त प्रदेशात पुन्हा हिंसेचा उद्रेक होऊ नये, याकरिता सामाजिक, राजकीय व आर्थिक इन्फ्रास्ट्रक्चर विकसित करून शांततेचा पाया भक्कम करणे.

३. संघर्ष नियंत्रण म्हणजेच शांतता उभारणीचे उपाय :

संघर्ष हे बहुधा विशिष्ट राजकीय उद्दिष्टांसाठी केले जातात. ज्या कारणासाठी संघर्ष उत्पन्न होतो, ती समस्या सोडवण्यासाठी वेगवेगळे मार्ग किंवा उपाय अवलंबता येतात. संघर्ष हा त्यातील टोकाचा मार्ग झाला. याशिवाय शांतताउभारणीचे उपाय आपणांस खालीलप्रमाणे सांगता येतील–

१. हिंसक मार्ग सोडून संघर्षमय घटकांना पुन्हा शांततामय मार्गाकडे वळवण्याची पहिली पायरी किंवा पहिला उपाय म्हणजे युद्धबंदी होय. यामधून संघर्षमय घटक हिंसाचार तात्पुरता बंद करून वाटाघाटींकडे वळण्याचा आपला इरादा स्पष्ट करतात. युद्धोत्तर काळात युद्धबंदी प्रत्यक्षात आणण्यासाठी अनेकदा संयुक्त राष्ट्रांच्या सेनांची मदत घेतली गेली आहे. अनेकदा दोन युद्धमान देश आपापसांतील संघर्ष सोडवण्यासाठी तिसऱ्या देशाची मध्यस्थी स्वीकारतात. मध्यस्थांसंबंधी पहिली महत्त्वाची अट म्हणजे तो निष्पक्ष असला पाहिजे. दुसरे म्हणजे त्याच्या निष्पक्षपणाची खात्री पटून दोन्ही बाजूंनी त्याला मध्यस्थ म्हणून स्वीकारले पाहिजे. मध्यस्थाची भूमिका ही प्रामुख्याने संवाद साधण्याची असते. दोन्ही बाजूंना एकमेकांचे म्हणणे स्पष्टपणे कळवून, त्यांना कराराप्रत नेण्याचे काम मध्यस्थ करतो. कोणत्याही बाजूने मत व्यक्त करणे मध्यस्थाने कटाक्षाने टाळावे लागते. अरब–इस्राईल संघर्षात अमेरिकेने अनेकदा मध्यस्थाची भूमिका बजावली आहे. अलीकडच्या काळात श्रीलंकेतील संघर्षात ही भूमिका काही काळ नॉर्वेने केली होती.

२. शांतता प्रस्थापनाचा किंवा संघर्ष सोडवण्याचा दुसरा मार्ग किंवा उपाय म्हणजे लवाद. यात संघर्ष करणारे दोन घटक एखाद्या आंतरराष्ट्रीय संघटनेला लवाद नेमतात. लवादही निष्पक्ष असावा, अशी अर्थातच अपेक्षा असते. तसेच त्याची भूमिका दोन्ही बाजूंना मान्य असायला हवी. लवाद हा मध्यस्थापेक्षा वेगळा असतो. दोन्ही बाजूंचे म्हणणे ऐकून तो समस्येवर तोडगा म्हणून आपला निर्णय देतो. हा निर्णय आपल्यावर बंधनकारक असल्याचे दोन्ही बाजूंनी आधीच मान्य केलेले असते. बहुधा अशा लवादाची भूमिका आंतरराष्ट्रीय संघटना अथवा आंतरराष्ट्रीय न्यायालय करताना दिसतात.

३. शांतता प्रस्थापनाचा किंवा संघर्ष सोडवण्याचा तिसरा मार्ग किंवा उपाय म्हणजे मैत्रीपूर्ण साहाय्य. यात दोन घटकांतील संघर्ष संपवण्यात स्वारस्य असलेला तिसरा घटक त्या दोघांशीही असलेल्या आपल्या मैत्रीचा उपयोग करून संघर्ष संपवण्यात मदत करतो. यात तिसरा घटक कधी दबावतंत्राचा वापर करतो, कधी उपयुक्त माहिती पुरवतो, कधी समजूत काढण्याचा प्रयत्न करतो आणि दोन्ही घटकांनी एकमेकांशी बोलणी करून समस्या सोडवण्याच्या दिशेने वाटचाल करण्यास मदत करतो. थोडक्यात हा घटक एका फॅक्लीटॅटोरची भूमिका करतो. मैत्रीपूर्ण साहाय्य करणारा देश निष्पक्ष असतोच, असे नाही. तसेच संघर्ष सोडवण्यात त्याचे स्वतःचेही हितसंबंध असू शकतात. भारत आणि पाकिस्तानच्या अणुचाचण्यांनंतर, त्यांच्यातील संघर्ष थांबवून त्यांना वाटाघाटीच्या टेबलावर आणण्यात अमेरिकेने हीच भूमिका बजावली होती.

४. शांतता प्रस्थापनाचा किंवा संघर्ष सोडवण्याचा चौथा मार्ग किंवा उपाय म्हणजे सहकार्य. आंतरराष्ट्रीय राजकारणात संघर्षाचे अस्तित्व जरी कायम असले, तरी एखादा संघर्ष दीर्घकाळ भिजत पडणे कोणत्याही राष्ट्राच्या विकासासाठी योग्य नाही. त्यामुळे संघर्षातून मार्ग काढण्यासाठी राष्ट्रे सहकार्याचा मार्ग किंवा उपाय अवलंबतात. संघर्ष सोडवण्यासाठी व शांतता प्रस्थापण्यासाठी सहकार्याचा मार्ग किंवा उपाय निवडला जातो. सहकार्य म्हणजे समान हितसंबंध असणाऱ्या दोन राष्ट्रांनी केलेले परस्पर हितसंबंधांना पूरक कृत्य. समान हितसंबंधांच्या संरक्षणासाठी,आर्थिक आणि व्यापारी उद्दिष्टांच्या पूर्ततेसाठी सहकार्याचा मार्ग अवलंबला जातो. यामध्ये परस्परांच्या हितसंबंधांना पूरक अशा कृत्यांचा विनिमय होत असतो. उदा. शीतयुद्ध काळात भारत आणि सोव्हिएत रशिया यांच्यातील मैत्री आणि सहकार्याचे प्रतीक म्हणून सोव्हिएत रशियाने काश्मीरच्या प्रश्नावर भारताची बाजू उचलून धरली, तर भारताने सोव्हिएत रशियाच्या हस्तक्षेपी धोरणावर भाष्य करण्याचे टाळले. तसेच ज्या वेळी दोन राष्ट्रांचा शत्रू हा एकच असतो, त्या वेळी त्या राष्ट्रांमध्ये सहकार्य प्रस्थापित होणे स्वाभाविक

असते. पाकिस्तान आणि चीनमधील सहकार्य याचे उत्तम उदाहरण आहे. सहकार्यातून समान हितसंबंध असणाऱ्या राष्ट्रांच्या युती किंवा गट निर्माण होतात. याचा फायदा राष्ट्रांना संघर्षामध्ये आपली बाजू बळकट करण्यासाठी होतो.

संघर्षाचे व्यवस्थापन आणि सोडवणूक :

आंतरराष्ट्रीय राजकारणात संघर्षाचे अस्तित्व अटळ आहे. एक संघर्ष मिटला की, दुसरा संघर्ष निर्माण होतो. राष्ट्रांना आपली उद्दिष्टे साधण्यासाठी आंतरराष्ट्रीय शांतता आणि सुरक्षिततेची आवश्यकता असते. परिणामी संघर्षावर नियंत्रण ठेवण्याचे प्रयत्न आंतरराष्ट्रीय राजकारणात सदैव चालू असतात. अनेकदा संघर्ष कायमस्वरूपी सोडवणे जरी शक्य नसले, तरी संघर्षाचे व्यवस्थापन करून, त्यावर नियंत्रण ठेवणे शक्य असते. अन्यथा एखादा संघर्ष जर दीर्घकाळ चालत राहिला, तर त्यातून हिंसाचार आणि युद्धाची शक्यता वाढते. संघर्ष दीर्घकाळ भिजत पडणे राष्ट्रीय हितासाठी योग्य नाही. त्यातून राष्ट्रीय विकासाच्या प्रक्रियेत अडथळे निर्माण होतात. याचसाठी संघर्षाच्या व्यवस्थापनासाठी किंवा संघर्ष सोडवण्यासाठी विविध मार्गांचा अवलंब केला जातो. या मार्गांचा अभ्यास आंतरराष्ट्रीय संबंधात होतो. आज अनेक आंतरराष्ट्रीय संघटना आणि शांतता निर्मितीसाठी कार्य करणाऱ्या संस्था संघर्षांचे नियंत्रण करण्यासाठी विविध मार्गांचा अवलंब करीत आहेत. आंतरराष्ट्रीय संबंधात वर्तनवादी दृष्टिकोनातून संघर्षांचे विश्लेषण केले जाते आणि त्यांच्या व्यवस्थापनाच्या पद्धती शोधल्या जातात.

संघर्ष सोडवण्याचे किंवा नियंत्रणात ठेवण्याचे मार्ग किंवा पद्धती –

१. सामुहिक सुरक्षितता
२. नि:शस्त्रीकरण व शस्त्रनियंत्रण
३. प्ररोधन
४. आंतरराष्ट्रीय कायदा
५. राजनय
६. सत्तासमतोल

१. सामूहिक सुरक्षितता :

अर्थ :

जागतिक शांतता स्थापण्यासाठी व जागतिक संघर्ष सोडवण्यासाठी सामूहिक सुरक्षितता हा महत्त्वाचा मार्ग समजला जातो. यामध्ये आक्रमक राष्ट्रांविरुद्ध एकत्र येऊन सैनिकी कारवाई करून शांतता प्रस्थापित करण्यावर भर दिला जातो. आंतरराष्ट्रीय

संस्थांची स्थापना जागतिक शांतता व सामूहिक सुरक्षिततेसाठीच झालेली आहे. पहिल्या महायुद्धानंतरचा राष्ट्रसंघ व आजचा संयुक्त राष्ट्रसंघ यांचा मूळ हेतू सामूहिक सुरक्षितता हाच आहे. आक्रमक वृत्तीच्या राष्ट्रांना रोखणे व शांतताप्रेमी राष्ट्रांना संरक्षण देणे हे सामूहिक सुरक्षिततेद्वारे शक्य आहे.

कोणत्याही एका राष्ट्रावर झालेले आक्रमण म्हणजे सर्व राष्ट्रांवर झालेले आक्रमण समजणे व आक्रमक राष्ट्राविरुद्ध सामूहिक शक्तीद्वारे लढा देणे हे सामूहिक सुरक्षिततेचे लक्षण समजले जाते. जर सर्व राष्ट्रे अशा प्रकारे एकत्र आली, तर ती आक्रमक राष्ट्राला रोखू शकतात. याप्रमाणे राष्ट्रे एकत्र आल्यामुळे सहसा कोणी आक्रमण करणार नाही व त्यामुळे राष्ट्रीय हित सुरक्षित राहून जागतिक शांतता स्थापन होईल. सामूहिक सुरक्षिततेत एका राष्ट्रावर झालेले आक्रमण हा त्या राष्ट्रापुरता प्रश्न न समजता त्यास आंतरराष्ट्रीय समस्येचे स्वरूप प्राप्त होते.

सामूहिक सुरक्षेचा प्रथम विचार एकोणिसाव्या शतकात विल्यम पेन व विल्यम पिट यांनी मांडला. परंतु विसाव्या शतकात खऱ्या अर्थाने सामूहिक सुरक्षिततेच्या कल्पनेचा विशेष प्रचार झाला. प्रा. विल्सन यांनी जागतिक शांततेसाठी सामुदायिक संघटन आवश्यक असल्याचे प्रतिपादन केले व त्यातून राष्ट्रसंघाची निर्मिती झाली. यास सामूहिक सुरक्षिततेचा पहिला प्रयोग म्हणता येईल. परंतु हा पहिला प्रयत्न अयशस्वी झाला. युद्धोत्तर काळात संयुक्त राष्ट्रसंघाने पुन्हा सामूहिक सुरक्षिततेला प्रमुख स्थान दिले व राष्ट्रसंघातील दोष दूर करून सामूहिक सुरक्षिततेची कल्पना यशस्वी करण्याचा प्रयत्न सुरू केला. या दुसऱ्या प्रयत्नात मात्र संयुक्त राष्ट्रसंघाला अल्प यश मिळाले आहे.

सत्तासमतोलामुळे युद्धे बंद झाली नाहीत, म्हणून सामूहिक सुरक्षिततेचे प्रतिपादन करण्यात आले. जागतिक शांतता व संरक्षणाच्या उद्देशानेच आंतरराष्ट्रीय संघटना स्थापन करण्यात आल्या. जागतिक संघटना व सामूहिक सुरक्षितता यांचा घनिष्ट संबंध आहे. जागतिक संघटना जेवढी प्रभावी होईल, तितकी सामूहिक सुरक्षिततेची योजना यशस्वी होऊ शकेल.

सामूहिक सुरक्षितता म्हणजे राष्ट्रहिताचे संरक्षण करण्यासाठी विभिन्न राष्ट्रांनी सामूहिकरीत्या केलेली एक व्यवस्था होय. सामूहिक सुरक्षिततेस सामूहिक सुरक्षा व्यवस्था असते. केवळ एकटे राज्य सुरक्षिततेचा प्रयत्न करत नाही. सामूहिकरीत्या शक्तीचा उपयोग केला जातो व त्याचा लाभ सारख्या प्रमाणात सर्वांना मिळतो. सामूहिक सुरक्षितता हा युद्ध टाळण्याचा एक मार्ग आह. कारण आक्रमक राष्ट्राला

युद्धाची धमकी देऊन आक्रमण मागे घेण्यास बाध्य केले जाते. सामूहिक सुरक्षिततेला परराष्ट्र धोरणाचे एक प्रभावी साधनदेखील मानले जाते.

सामूहिक सुरक्षिततेची व्याख्या :

सामूहिक सुरक्षितता या शब्दाची व्याख्या विविध विचारवंतांनी आपापल्या दृष्टिकोनातून केलेली आहे. त्यापैकी काही विचारवंतांच्या व्याख्या खालीलप्रमाणे-

मॉर्गेन्था यांनी, 'सामूहिक सुरक्षितता म्हणजे एकासाठी अनेक व अनेकांसाठी एक हा सिद्धान्त आंतरराष्ट्रीय समाजात उपयोगात आणणे' अशा प्रकारची व्याख्या केली आहे. दुसऱ्या शब्दांत सामूहिक सुरक्षा व्यवस्था म्हणजे सुरक्षिततेची समस्या ही कोणत्याही एका राष्ट्राची समस्या राहत नसून ती सर्व राष्ट्रांची समस्या असते. जे या व्यवस्थेच्या अंतर्गत परस्परांशी निगडित असतात, त्यांमध्ये एकावरील आक्रमण हे सर्वांवरील आक्रमण समजले जाते. तसेच सुरक्षिततेसाठी सहकार्य करण्याची सर्व राष्ट्रांवर जबाबदारी असते.

जेकब आणि अर्थरटन यांच्या मते, 'सामूहिक सुरक्षितता हा राष्ट्रांमधील परस्पर सुरक्षिततेचा हमी करार आहे. यात प्रत्येक राष्ट्र इतर राष्ट्रांच्या संरक्षणाची हमी घेते आणि त्याबदल्यात त्याचे स्वातंत्र्य आणि सार्वभौमत्व अबाधित राहते'.

क्लॉऊड यांनी सामूहिक सुरक्षिततेला सत्तासमतोल व जागतिक शासनाप्रमाणेच 'शक्तिसंचलनाचे स्वरूप' मानले आहे. त्यांच्या मते, 'सामूहिक सुरक्षितता ही सत्तासमतोल व जागतिक शासनामधील स्थिती होय.'

श्लेचर यांच्या मते, 'सामूहिक सुरक्षितता ही एक अशा स्वरूपाची अवस्था आहे, ज्यात राष्ट्राच्या संकटकाळात परस्परांच्या मदतीसाठी वचनबद्ध असतात.'

जॉर्ज श्वार्झनबर्जर यांच्या मते, 'सामूहिक सुरक्षितता म्हणजे प्रस्थापित आंतरराष्ट्रीय व्यवस्थेविरुद्ध आक्रमण करण्यास कृतीद्वारे प्रतिबंध घालणारी एक यंत्रणा होय.'

अर्नेस्ट ए. ग्रॉस यांनी म्हटले आहे की, 'सुरक्षिततेसाठी सामूहिक कृतीशिवाय दुसरा पर्याय नाही. सामूहिक सुरक्षिततेविरुद्ध पूर्ण असुरक्षितता आहे. परंतु सर्वच सामूहिक कृती सामूहिक सुरक्षिततेच्या कृती ठरत नाहीत.'

राज्यशास्त्र शब्दकोशामध्ये 'सामूहिक सुरक्षितता ही युद्ध टाळून प्रत्येक देशाचे स्वातंत्र्य व प्रादेशिक ऐक्य कायम राखणारी व्यवस्था होय', अशा प्रकारची व्याख्या केली आहे.

सामूहिक सुरक्षिततेचे आधार :

१. आंतरराष्ट्रीय किंवा जागतिक संघटनेची निर्मिती : सामूहिक सुरक्षिततेसाठी आंतरराष्ट्रीय किंवा जागतिक संघटनेची गरज असते. या समान हेतूसाठी जगातील राष्ट्रांनी एकत्र येणे आवश्यक असते. आंतरराष्ट्रीय संघटनेत सर्व राष्ट्रे एकत्र येऊ शकतील, तरच ती आपल्या शक्तिसंचयाद्वारे आक्रमक राष्ट्राला रोखू शकतात. सामूहिक सुरक्षिततेसाठी कायम स्वरूपाचे दृढ संघटन असणे आवश्यक आहे. राष्ट्रे वेगळी राहून जागतिक शांतता व सुरक्षितता कायम ठेवू शकत नाहीत, म्हणूनच राष्ट्रसंघ व संयुक्त राष्ट्रसंघासारख्या जागतिक संघटना उभारण्यात आल्या.

२. लष्करी करारापासून दूर राहणे : सामूहिक सुरक्षिततेमध्ये सामील झालेली राष्ट्रे जागतिक संघटनेच्या वतीने संघर्ष करण्यासाठी एकत्र आलेली असतात म्हणजेच अशा राष्ट्रांनी कोणत्याही लष्करी संघटनेत सामील होता कामा नये.

३. व्यापक शक्तिसंचय : सामूहिक सुरक्षिततेत व्यापक शक्तिसंचय असण्याची अपेक्षा असते. आंतरराष्ट्रीय संघटनेजवळ प्रचंड शक्तिसंचय असल्याशिवाय आक्रमक राष्ट्रे भयभीत होणार नाहीत. या व्यापक शक्तिसंचयामुळे सहसा कोणतेही राष्ट्र आक्रमण करण्यास धजणार नाही.

४. राष्ट्रांचे समान धोरण : सामूहिक सुरक्षिततेला मान्यता देणाऱ्या व आक्रमक राष्ट्राविरुद्ध संघटित होणाऱ्या राष्ट्रांचे धोरण समान असले पाहिजे म्हणजेच ते परस्परविरोधी नसावे. अन्यथा सामूहिक सुरक्षिततेची कल्पना यशस्वी होणार नाही. एकदा आक्रमक कोण, हे ठरल्यानंतर व त्याविरुद्ध कारवाई करण्याचे निश्चित झाल्यानंतर सर्व राष्ट्रांना सामुदायिक कारवाईला अनिवार्यपणे पाठिंबा देणे आवश्यक असते.

५. परस्पर हितांना गौण स्थान : सामूहिक सुरक्षिततेला मान्यता दिल्यानंतर राष्ट्रांनी वैयक्तिक हिताला महत्त्व न देता सामूहिक हिताला त्यांनी महत्त्व दिले पाहिजे म्हणजेच आपापसांतील परस्परविरोधी हितांना सामूहिक सुरक्षिततेच्या कार्यासाठी गौण स्थान दिले पाहिजे. आपापसांतील मतभेद कायम राहिले, तर सामूहिक सुरक्षितता यशस्वी होऊ शकत नाही.

संयुक्त राष्ट्रसंघ आणि सामूहिक सुरक्षिततेचा प्रयत्न :

आंतरराष्ट्रीय राजकारणात सामूहिक सुरक्षितता व शांततेसाठी १९४५ मध्ये संयुक्त राष्ट्रसंघाची स्थापना करण्यात आली. संयुक्त राष्ट्रसंघाच्या चार्टरमधील कलम ४५ ते ४९ प्रमाणे एखादे राष्ट्र आक्रमणाची भीती दाखवून जागतिक शांतता धोक्यात आणत असेल, तर संयुक्त राष्ट्रसंघ त्या राष्ट्राविरुद्ध सामूहिक कार्यवाही करेल, अशा स्वरूपाचा

उल्लेख आहे. अशा प्रकारच्या सामूहिक कार्यवाहीसाठी लागणाऱ्या सैन्यबळाची मागणी सभासद राष्ट्रांकडे कलम १ व ४३ नुसार संयुक्त राष्ट्रसंघ करू शकते. त्यानुसार सभासदांनी संयुक्त राष्ट्रसंघाला सैन्य पुरवावे, अशाही प्रकारची तरतूद त्यामध्ये आहे. कलम ४७ नुसार 'मिलिटरी स्टाफ कमिटी' स्थापन्यात येऊन कलम ५१ प्रमाणे वैयक्तिक व सामूहिक संरक्षणाचा अधिकार जगातील राष्ट्रांना मिळाला आहे. सुरुवातीच्या काळात संयुक्त राष्ट्रसंघाला सामूहिक सुरक्षितता व शांतता प्रस्थापित करण्यात काही प्रमाणात यश मिळालेले दिसून येते. संयुक्त राष्ट्रसंघाने १९५० मध्ये 'शांततेसाठी ऐक्य' अशा प्रकारचा ठराव पास केला. त्याच वेळी उत्तर कोरियाने दक्षिण कोरियावर आक्रमण केले होते. या ठरावानुसार संयुक्त राष्ट्रसंघाने सभासदांकडून सैन्य घेऊन दक्षिण कोरियात पाठवून त्यांचे संरक्षण केले होते.

संयुक्त राष्ट्रसंघ आपत्कालीन शक्तिसंचय ही योजना १९५६ मध्ये स्वीकारण्यात आली. यास सभासद राष्ट्रांनी मदत केली. त्याच वेळी सुवेझ कालव्याबाबत निर्माण झालेला संघर्ष सोडवण्यासाठी या योजनेचा उपयोग झालेला आपणांस दिसून येतो. संयुक्त राष्ट्रसंघाने जागतिक संघर्ष शांततेच्या मार्गाने सोडवण्यावर भर दिल्यामुळे जागतिक तणाव कमी होण्यास मदत झालेली आपणांस दिसून येते. याला अनुसरून संयुक्त राष्ट्रसंघाने एक सामूहिक उपाय समिती स्थापन केली. त्यानुसार सभासद राष्ट्रांनी संयुक्त राष्ट्रसंघाच्या कार्यासाठी वेगळी सेना निर्माण करावी, असे ठरूनसुद्धा कोणत्याही सभासदाने संयुक्त राष्ट्रसंघासाठी सैन्य निर्माण केलेले दिसून येत नाही.

संयुक्त राष्ट्रसंघाने स्वतःच्या घटनेला विसंगत असूनही केवळ जागतिक सुरक्षा व शांततेसाठी सभासद राष्ट्रांना आपापसांत लष्करी करार करण्यास घटनेनुसार अनुमती दिलेली दिसून येते.

संयुक्त राष्ट्रसंघाच्या कार्यात अनेक प्रकारचे अडथळे असल्यामुळे जागतिक शांतता व सुरक्षितता राखण्याच्या कार्यात तिला म्हणावे तेवढ्या प्रमाणात यश मिळू शकलेले नाही. त्याची काही कारणे खालीलप्रमाणे आपणांस सांगता येतील–

१. जागतिक प्रश्न किंवा समस्या यांबाबत सभासद राष्ट्रांचे वेगवेगळे हितसंबंध असलेले दिसून येतात. उदा. कोरिया युद्ध, व्हिएतनाम युद्ध किंवा अरब–इस्राइल संघर्षात अमेरिका व सोव्हिएत रशियाचे हितसंबंध यांमध्ये कोणत्यातरी एका बाजूने गुंतलेले होते. त्यामुळेच असे प्रश्न सोडवण्यात संयुक्त राष्ट्रसंघाला अपयश येत होते.

२. संयुक्त राष्ट्रसंघाचे ध्येयधोरण व त्यांच्या इतर कार्यक्रमांमध्ये सभासदांकडून अडथळे उत्पन्न होतील, अशा प्रकारचे अनेक मुद्दे होते ज्यामध्ये व्हेटोचा अधिकार याचे उदाहरण देता येईल.

३. सभासद राष्ट्रांचा संयुक्त राष्ट्रसंघाच्या शांतता व सुरक्षिततेच्या कार्यावर विश्वास न राहिल्यामुळे अशी राष्ट्रे आपापसांत संरक्षणासाठी क्षेत्रीय लष्करी करार करीत आहेत. यांचाही परिणाम संयुक्त राष्ट्रसंघाच्या कार्यावर झालेला दिसून येतो.

४. आपले हितसंबंध राखले जाणार नसतील, तर संयुक्त राष्ट्रसंघाने ठराव पास करूनही सभासदांनी त्यांच्या कार्यासाठी वेगळ्या सैन्याची तरतूद केलेली दिसत नाही.

५. जागतिक शांतता व सामूहिक सुरक्षिततेच्या दृष्टीने संयुक्त राष्ट्रसंघाला म्हणावे तेवढ्या प्रमाणात यश मिळू शकले नाही. पण सभासद राष्ट्रे आपापसांतील मतभेद विसरून संयुक्त राष्ट्रसंघाच्या कार्याला जर मदत करणार असतील, तरच जागतिक शांतता व सामूहिक सुरक्षिततेची कल्पना सत्यस्वरूपात येण्यास मदत होईल.

सामूहिक सुरक्षिततेची उपयुक्तता व परीक्षण :

सामूहिक सुरक्षिततेचा सिद्धान्त 'एकासाठी अनेक व अनेकांसाठी एक' या तत्त्वावर आधारित आहे. सामूहिक सुरक्षिततेमुळे राष्ट्रीय हिताचे संरक्षण होते व जागतिक शांतता स्थापन होते. एकावर आक्रमण झाल्यास सर्वांवर आक्रमण झाले, असे समजून सामूहिक शक्तीद्वारे प्रतिबंध घालण्याचे कार्य सामूहिक सुरक्षितता करीत असते.

सत्तासमतोल पद्धतीच्या अपयशामुळे सामूहिक सुरक्षिततेची कल्पना मांडण्यात आली व जागतिक संघटन स्थापन करावे लागले. सामूहिक सुरक्षिततेचे यश राष्ट्रांच्या सहकार्यावर अवलंबून असते. प्रा. फ्रीडमन यांच्या मते, 'एक यशस्वी सामूहिक सुरक्षा पद्धती प्रत्येक राष्ट्रास आपले पूर्ण स्वातंत्र्य गमवण्यास सांगत नाही किंवा व्यक्तित्वाचा पूर्ण त्यागही करण्यास सांगत नाही, तर त्या राष्ट्रास स्वतःच्या इच्छेस सामूहिक निर्णयाशी सहमत होण्यास सांगत असते.' सामूहिक सुरक्षितता प्रभावी होण्यासाठी ती राष्ट्रांच्या सैन्यावर, शस्त्रास्त्रांवर व राजकीय प्रभुसत्तेवर कडक आंतरराष्ट्रीय नियंत्रण घालीत असते.

सामूहिक सुरक्षिततेच्या यशस्वितेसाठी मोठ्या प्रमाणात शक्तिसंचय आवश्यक असतो. त्यामुळे आक्रमक राष्ट्राला आक्रमण करण्याचे धाडस होत नाही. त्याचप्रमाणे आक्रमक राष्ट्राविरुद्ध एकत्र येणाऱ्या राष्ट्रांचे धोरणही समान असले पाहिजे. तसेच राष्ट्रांनी आपल्या राष्ट्रीय हितास सामूहिक सुरक्षिततेपुढे गौण समजले पाहिजे.

वरील सर्व लक्षणांचा विचार केल्यानंतर प्रत्यक्ष व्यवहारात मात्र सामूहिक सुरक्षितता मोठ्या प्रमाणात अयशस्वी झालेली आपणांस दिसून येते. त्याची प्रमुख कारणे पुढीलप्रमाणे आहेत–

१. सामूहिक सुरक्षिततेसाठी मोठ्या प्रमाणात शक्तिसंचयाची गरज असते.

त्याशिवाय सामूहिक कार्यवाही होऊच शकत नाही. परंतु याबाबत सामूहिक सुरक्षितता यशस्वी होताना दिसत नाही. कारण शक्तिसंचयनाशिवाय ही फक्त कल्पनाच राहते.

२. आजच्या काळात किंवा आंतरराष्ट्रीय राजकारणात सामूहिक सुरक्षितता ही एक चांगली कल्पना आहे. ती यशस्वी होण्यासाठी तीमध्ये सहभागी असलेल्या राष्ट्रांमध्ये त्यागाची व सहकार्याची गरज असते. परंतु दुर्दैवाने त्याग व सहकार्याची भावना राष्ट्रांमध्ये आढळत नाही, म्हणूनच सामूहिक सुरक्षितता यशस्वी होताना दिसत नाही.

३. सामूहिक सुरक्षिततेत सामूहिक कार्यवाही ताबडतोब केली जात नाही. कारण यामधील जो प्रश्न असतो, तो अगोदर चिघळू दिला जातो आणि त्याने उग्र स्वरूप धारण केल्यानंतर त्याविरुद्ध कारवाई करणे कठीण जाते. सुरुवातीला जर्मनी व इटालीच्या आक्रमक धोरणांकडे दुर्लक्ष केल्याने जगाला द्वितीय महायुद्धाला सामोरे जावे लागले.

४. सामूहिक सुरक्षितता ही एक विसंगत स्वरूपाची कल्पना आहे, अशा स्वरूपाची टीका तीवर केली जाते. युद्धप्रवृत्ती नष्ट करणे हे सामूहिक सुरक्षिततेचे प्रमुख कार्य असताना ती त्याकडे दुर्लक्ष करताना दिसून येते. म्हणजेच एखाद्या राष्ट्रातील छोटा प्रश्न दुर्लक्ष करण्याच्या प्रवृत्तीमुळे जागतिक युद्धाचे कारण बनू शकतो.

५. यामध्ये सामील असणारी राष्ट्रे यांचे धोरण व दृष्टिकोन समान असला पाहिजे तरच सामूहिक सुरक्षितता ही संकल्पना यशस्वी होईल, अन्यथा ती यशस्वी होणार नाही म्हणजेच यामध्ये सामील असणारी राष्ट्रे तिच्याबाबत मोठ्या प्रमाणात अनास्था दाखवताना दिसून येतात.

६. सामूहिक सुरक्षिततेच्या कल्पनेमुळे राष्ट्राच्या शक्तीवर नियंत्रण लावले जाते. त्याचप्रमाणे सामूहिक सुरक्षिततेच्या यशासाठी सभासद राष्ट्रांना आपले सैन्यही पुरवावे लागते. परंतु प्रत्यक्षात कोणतेही राष्ट्र आपली सैन्यशक्ती कमी करण्यास तयार नसते. त्याच वेळी ते सामूहिक सुरक्षिततेसाठी सैन्य देतानाही दिसत नाहीत. यामुळेच ही संकल्पना अयशस्वी होताना दिसून येते.

७. संयुक्त राष्ट्रसंघाजवळ स्वतःचे सैन्य नाही, सामूहिक सुरक्षितता या पद्धतीवर राष्ट्रांचा विश्वास नसल्यामुळे ते संरक्षणासाठी आपापसांत लष्करी करार करताना दिसून येतात. संयुक्त राष्ट्रांतील गटबाजी, सुरक्षा परिषदेतील मोठ्या राष्ट्रांना दिलेला नकाराधिकार या विविध कारणांमुळे संयुक्त राष्ट्राला सामूहिक सुरक्षिततेची संकल्पना राबवण्यात अडचणी येताना दिसून येतात.

सामूहिक सुरक्षितता यथास्थितीची संरक्षक आहे. असे मत वाल्टर लिपमन

व्यक्त करताना दिसतात. तर प्रा. क्लाऊड यांनी तिला अवास्तविक धोरण असे म्हटले आहे. या सिद्धान्ताच्या उपयोगितेच्या दृष्टिकोनातून यावर टीका करताना मॉर्गेन्था असे म्हणतात की, परस्पर सहकार्य व त्यागाची भावना निर्माण होईल, अशा प्रकारची पोकळ आशा बाळगताना राष्ट्रे दिसतात. महेंद्रकुमार यांच्या मते, 'सामूहिक सुरक्षिततेत न्यायपूर्ण स्थितीपेक्षा शांततेवर अधिक भर दिला आहे.' न्यायपूर्ण शांततेचा विचार कोणीही करताना दिसत नाही, अशी अनेक विचारवंतांनी या सिद्धान्तावर टीका केलेली दिसून येते.

सामूहिक सुरक्षिततेच्या सिद्धान्ताचे मूल्यमापन :

वाल्टर लिपमन यांनी असे म्हटले आहे की, 'जोपर्यंत खऱ्या अर्थाने जागतिक समूह निर्माण होत नाही, छोट्या आणि शांतताप्रिय राष्ट्रांना आपल्या अस्तित्वालाच धोका आहे असे वाटते, तोपर्यंत अशा प्रकारच्या व्यवस्थेवर लक्ष केंद्रित करणे म्हणजे अस्तित्वात असलेल्या धोक्याकडे दुर्लक्ष करणे. तसेच शांतता प्रस्थापण्याचे जे इतर व्यवहार्य मार्ग आहेत, त्याकडे दुर्लक्ष करणे होय. सामूहिक सुरक्षिततेच्या सिद्धान्तावर वरील प्रकारची टीका होत असली, तरी जागतिक शांततेसाठी हा सिद्धान्त म्हणजे अतिशय उत्तम मार्ग असलेला आपणांस दिसतो. फक्त त्यापुढील अडथळे दूर करण्याचा प्रयत्न केला पाहिजे. शिवाय जागतिक शांतता प्रस्थापित करण्याची संयुक्त राष्ट्राची ही संकल्पना म्हणजे चांगल्या प्रकारची आधारशिला आहे, असे मानल्यास चूक होणार नाही. 'एकासाठी अनेक व अनेकांसाठी एक' या तत्त्वावर ही संकल्पना आधारित असल्यामुळे युद्धे बंद होतील. लहान लहान राष्ट्रांना आपले स्वातंत्र्य टिकवून ठेवण्यात यश मिळेल. पर्यायाने सर्वच राष्ट्रांना आपला सर्वांगीण विकास करता येईल. यामधील मोठ्या राष्ट्रांनी जरी आपली शक्ती वाढवण्यावर भर दिला, तरी या संकल्पनेमुळे त्यांचे महत्त्व कमी होईल. त्याचे वर्चस्व लहान राष्ट्रांवर राहणार नाही. एकंदरीत सामूहिक सुरक्षिततेमुळे राष्ट्रीय हिताचे संरक्षण होण्यास मदत होईल.

नि:शस्त्रीकरण व शस्त्रनियंत्रण :

संघर्षाचे व्यवस्थापन करताना नि:शस्त्रीकरण आणि शस्त्रनियंत्रणाची मोठ्या प्रमाणात गरज आहे. शस्त्रास्त्रांमुळे युद्धे होतात. शस्त्रास्त्रे नष्ट झाली तर संघर्षाचा प्रश्नच राहणार नाही, हे नि:शस्त्रीकरणाच्या प्रक्रियेचे एक आधारभूत तत्त्व आहे. त्यामुळे राष्ट्रांमधील संघर्ष टाळण्यासाठी नि:शस्त्रीकरणाच्या प्रक्रियेचा पुरस्कार केला जातो. पहिल्या महायुद्धानंतर जर्मनीकडून पुन्हा युद्धाचे धाडस होऊ नये म्हणून जर्मनीचे सक्तीचे

नि:शस्त्रीकरण करण्यात आले. नि:शस्त्रीकरणामुळे संघर्ष सोडवण्यास कितपत मदत होते, याविषयी विद्वानांमध्ये मतभेद आहेत. संपूर्ण नि:शस्त्रीकरणातून राष्ट्रांमधील संघर्ष वाढतील, असेच काहींचे मत असलेले आपणांस दिसते.

शस्त्रास्त्रस्पर्धा :

पहिल्या आणि दुसऱ्या महायुद्धाचे प्रमुख कारण म्हणजे शस्त्रास्त्रस्पर्धा होय. शस्त्रास्त्रस्पर्धा ही आंतरराष्ट्रीय शांतता आणि सुरक्षिततेला धोका निर्माण करणारी, राष्ट्रांमधील तणाव, अविश्वास आणि असुरक्षितता वाढवणारी प्रक्रिया आहे. अनियंत्रित शस्त्रास्त्रस्पर्धेचे रूपांतर युद्धामध्ये होते. शस्त्रास्त्रस्पर्धा आंतरराष्ट्रीय सहकार्यामधला मोठा अडथळा आहे. शस्त्रास्त्रस्पर्धेतून ज्या विध्वंसक शस्त्रास्त्रांची निर्मिती झाली आहे, त्यामुळे पृथ्वीवरील मानवी संस्कृतीचे अस्तित्व धोक्यात आले आहे. परिणामी आज नि:शस्त्रीकरणाची जाणीव जागतिक बनली असून त्यासाठी संयुक्त राष्ट्रसंघटनेच्या बाहेरदेखील मोठ्या प्रमाणात प्रयत्न होत आहेत.

शस्त्रास्त्रस्पर्धा म्हणजे शत्रू किंवा प्रतिस्पर्धी राष्ट्रांच्या वाढत्या आक्रमण क्षमतेचा सामना करण्यासाठी एखाद्या राष्ट्राने आपले लष्करी सामर्थ्य वाढवण्यासाठी केलेला प्रयत्न. अशा प्रकारे एका राष्ट्राने लष्करी सामर्थ्य वाढवण्यासाठी केलेला प्रयत्न दुसऱ्या राष्ट्राला लष्करी सामर्थ्य वाढवण्यासाठी भाग पाडतो. यातून लष्करी सामर्थ्य वाढवण्यासाठी राष्ट्रांमध्ये चढाओढ निर्माण होते आणि शस्त्रास्त्रस्पर्धेचा प्रसार झपाट्याने होतो. दुसऱ्या महायुद्धापर्यंत केवळ अमेरिकेकडे अण्वस्त्रक्षमता होती. अण्वस्त्रांमुळे अमेरिकेच्या वाढलेल्या लष्करी सामर्थ्याला शह देण्यासाठी सोव्हिएत रशियाला अणुबॉम्ब बनवण्याशिवाय पर्याय नव्हता. त्यामुळे लवकरच सोव्हिएत रशियाने ही क्षमता प्राप्त केली. हाच प्रकार दक्षिण आशियामध्ये भारत आणि पाकिस्तानच्या बाबतीत घडला. सन १९६० च्या दशकातच पाकिस्तानने अणुबॉम्ब विकासाची योजना आखली. पाकिस्तानचे तत्कालीन पंतप्रधान झुल्फिकार अली भुत्तो यांनी अणुबॉम्बचा उल्लेख 'इस्लामिक बॉम्ब' असा करून धर्मरक्षणासाठी अणुबॉम्बचा पाठपुरावा केला. त्यासाठी चीनकडून मदत घेण्यात आली. पाकिस्तानच्या अण्वस्त्रविकास कार्यक्रमात चीनची भूमिका मोठी आहे. सन १९६४ मध्ये चीनने पहिली अणुचाचणी केली आणि अणुबॉम्ब विकासाची क्षमता प्राप्त केली. त्यानंतर पाकिस्तान आणि चीनचे या क्षेत्रात सहकार्य सुरू झाले. पाकिस्तान आणि चीनच्या अण्वस्त्र कार्यक्रमामुळे भारताच्या सुरक्षिततेला मोठा धोका निर्माण झाला. परिणामी भारताला अणुबॉम्बचा विकास करण्याशिवाय पर्याय नव्हता.

शस्त्रास्त्रस्पर्धेमुळे जागतिक पातळीवर मोठ्या प्रमाणात भीती आणि असुरक्षितता निर्माण होते. शस्त्रास्त्रस्पर्धेमुळे जगामध्ये मोठ्या प्रमाणात संशय व अविश्वास वाढीस लागला आहे. उभय राष्ट्रांतील राजकीय वाद सोडवण्यासाठी संघर्षाचा मार्ग यामुळे राष्ट्रे घेताना दिसतात. द्वितीय महायुद्धानंतर अमेरिका व सोव्हिएत रशियामधील शीतयुद्ध यांमुळे मोठ्या प्रमाणात वाढले. तर संरक्षण क्षेत्रातील प्रगतीने या स्पर्धेला खतपाणी घातलेले दिसते. या सर्व कारणांमुळे जागतिक युद्धाचा धोका वाढला, आर्थिक क्षेत्रावर त्याचे विपरीत परिणाम झाले. त्याचप्रमाणे सामाजिक, राजकीय व मानसशास्त्रीय परिणामही जागतिक समाजावर झालेले दिसून येतात. हे टाळण्यासाठीच शस्त्रास्त्रनियंत्रण व नि:शस्त्रीकरण महत्त्वाचे आहे.

नि:शस्त्रीकरण :

शस्त्रास्त्रनियंत्रणामध्ये आपण शस्त्रास्त्रस्पर्धेचा नकारात्मक परिणाम पाहिला. जागतिक शांतता व सुरक्षिततेमधील सर्वांत मोठा अडथळा म्हणजे शस्त्रीकरण आणि शस्त्रास्त्रस्पर्धा आहे. याचाही आपण अभ्यास केला. शस्त्रीकरण आणि शस्त्रास्त्रस्पर्धेमुळे आंतरराष्ट्रीय राजकारणात भीती आणि तणाव वाढतो आणि युद्धासाठी पोषक परिस्थिती निर्माण होते. आंतरराष्ट्रीय राजकारणाच्या इतिहासाचा आढावा घेतला, तर शस्त्रास्त्रस्पर्धा आणि युद्धामध्ये जवळचा संबंध असल्याचे तत्काळ लक्षात येते. शस्त्रास्त्रस्पर्धा हे पहिल्या आणि द्वितीय महायुद्धाचे प्रमुख कारण आहे. त्यामुळे युद्धाचा धोका टाळून शांतता आणि सुरक्षितता निर्माण करावयाची असेल, तर नि:शस्त्रीकरण हे सर्वोत्तम साधन आहे. नि:शस्त्रीकरणामुळे केवळ आंतरराष्ट्रीय शांतता आणि सुरक्षितताच टिकणार नाही, तर राष्ट्रांचा आर्थिक आणि सामाजिक विकास घडून येईल. गरिबी, बेकारी, लोकसंख्येचा विस्फोट, पर्यावरण, प्रदूषण, निकृष्ट राहणीमान यांसारख्या समस्या सुटतील, म्हणूनच जॉर्ज बर्नाड शॉ म्हणतात की, नायट्रोजनचा उपयोग बॉम्ब तयार करण्यापेक्षा नायट्रोजनयुक्त खते तयार करण्यासाठी झाला, तर ते अधिक फायद्याचे असेल.

विसाव्या शतकात विशेषत: द्वितीय महायुद्धानंतर नि:शस्त्रीकरणाकडे जगाने गांभीर्याने बघायला सुरुवात केली. अठराव्या व एकोणिसाव्या शतकात युरोपपर्यंत मर्यादित असलेल्या या प्रक्रियेला जागतिक रूप प्राप्त झाले. नि:शस्त्रीकरणाची गरज वाढण्यामागचे प्रमुख कारण म्हणजे अमेरिका व सोव्हिएत रशियामधील शीतयुद्धकालीन अण्वस्त्र स्पर्धा होय. अणुबॉम्ब, हायड्रोजन बॉम्ब, नायट्रोजन बॉम्ब, जैविक व रासायनिक शस्त्रास्त्रे बनवण्यासाठी या महासत्तांमध्ये जी चढाओढ निर्माण झाली, त्यामुळे पृथ्वीवरील

मानवी संस्कृतीचे अस्तित्व धोक्यात आले. अशा परिस्थितीत जर तिसरे महायुद्ध झाले, तर जग बेचिराख होण्याची भीती निर्माण झाली आणि या भीतीतूनच नि:शस्त्रीकरणाची योजना पुढे आली आहे.

नि:शस्त्रीकरण : अर्थ आणि स्वरूप :

नि:शस्त्रीकरण म्हणजे अस्तित्वात असणाऱ्या शस्त्रास्त्रांवर नियंत्रण, त्यांच्यात कपात किंवा त्यांना पूर्णपणे नष्ट करणे या गोष्टींचा समावेश असणारी एक व्यापक योजना होय. नि:शस्त्रीकरणाच्या प्रक्रियेत शस्त्रास्त्रे, युद्धसाहित्य, उपकरणे, शस्त्रास्त्र कारखाने, लष्करी प्रशिक्षण केंद्रे, लष्करी तळ, संरक्षण खर्च इ. गोष्टींमध्ये मोठी कपात, त्यांच्यावर नियंत्रण किंवा पूर्णपणे नष्ट करणे हे अपेक्षित आहे. अनेक विचारवंतांनी नि:शस्त्रीकरणाचा अर्थ स्पष्ट करण्याचा प्रयत्न केला आहे.

मॉर्गेन्था : शस्त्रास्त्रस्पर्धा नष्ट करण्यासाठी काही किंवा सर्व प्रकारच्या शस्त्रास्त्रांमध्ये कपात किंवा त्यांना नष्ट करणे म्हणजे नि:शस्त्रीकरण.

शलैश्वर : दोन किंवा दोनपेक्षा अधिक राष्ट्रांमध्ये झालेल्या करारांद्वारे शस्त्रास्त्रांमध्ये कपात, त्यांच्यावर नियंत्रण किंवा त्यांना पूर्णत: नष्ट करणे म्हणजे नि:शस्त्रीकरण.

टी.व्ही.डायेक : लष्करी सामर्थ्याशी निगडित कोणतीही कपात किंवा नियंत्रण म्हणजे नि:शस्त्रीकरण.

नि:शस्त्रीकरणाच्या प्रक्रियेत एका अशा जागतिक व्यवस्थेची कल्पना केली जाते की, ज्यात शस्त्रास्त्रांचे अस्तित्व नसेल. ही संकल्पना शस्त्रास्त्रांचा संपूर्ण नाश किंवा त्यांच्या पूर्ण त्यागावर आधारलेली आहे. शस्त्रास्त्रांमुळे युद्धे होतात. त्यामुळे युद्धाचा धोका टाळून जागतिक शांतता आणि सुरक्षितता निर्माण करायची असेल, तर शस्त्रास्त्रे नष्ट होणे आवश्यक आहे. हे नि:शस्त्रीकरणाचे आधारभूत तत्त्व आहे. यावरून नि:शस्त्रीकरणाची संकल्पना ही अस्तित्वात असणाऱ्या शस्त्रास्त्रांवर नियंत्रण, त्यांच्यात कपात किंवा त्यांचा समूळ नाश करण्याशी संबंधित आहे. मॉर्गेन्थाच्या मताप्रमाणे, 'नि:शस्त्रीकरण म्हणजे सर्व प्रकारच्या शस्त्रास्त्रांची स्पर्धा कमी करणे किंवा ती नष्ट करणे होय.' नि:शस्त्रीकरणाची संकल्पना ही एक व्यापक प्रक्रिया असून तिचा संबंध केवळ अस्तित्वात असणाऱ्या शस्त्रास्त्रांमध्ये कपात किंवा त्यांच्या निर्मितीवर बंधने आणण्याशीच नसून युद्धसाहित्य, उपकरणे, युद्धसाहित्य बनवणारे कारखाने, लष्करी प्रशिक्षण केंद्रे, लष्करी तळ, संरक्षण खर्च यांच्यातही कपात किंवा नियंत्रण अपेक्षित आहे. अशा प्रकारे नि:शस्त्रीकरणा ही एक सर्वसमावेश संकल्पना आहे.

वैशिष्ट्ये :

नि:शस्त्रीकरण प्रक्रियेचा जो अर्थ आपण पाहिला, त्यावरून या प्रक्रियेची काही प्रमुख वैशिष्ट्ये तत्काळ लक्षात येतात. ती खालीलप्रमाणे आहेत–

१. नि:शस्त्रीकरणाच्या प्रक्रियेत युद्धाचा धोका टाळण्यासाठी अस्तित्वात असलेल्या वर्तमानकाळातील शस्त्रास्त्रांचे नियंत्रण केले जाते, ती कमी किंवा नष्ट केली जातात.

२. नि:शस्त्रीकरण ही एक व्यापक संकल्पना असून तिचा वापर शस्त्रास्त्रांवर मर्यादा, शस्त्रास्त्रांवर नियंत्रण, शस्त्रकपात, संपूर्ण शस्त्रत्याग अशा विविध अर्थाने होत असतो.

३. नि:शस्त्रीकरण सक्तीचे किंवा ऐच्छिक असते. सक्तीच्या नि:शस्त्रीकरणात राष्ट्रांवर शस्त्रास्त्रांमध्ये कपात करण्यासाठी किंवा ते पूर्णपणे नष्ट करण्यासाठी दबाव आणला जातो. एखाद्या युद्धातील विजयी राष्ट्राकडून पराभूत राष्ट्रावर अशा प्रकारचा दबाव आणला जातो. पहिल्या महायुद्धानंतर जर्मनीचे सक्तीने नि:शस्त्रीकरण करण्याचा प्रयत्न इंग्लंड, फ्रान्स, अमेरिका, रशियासारख्या विजयी राष्ट्रांनी व्हर्सायच्या तहामार्फत केला. द्वितीय महायुद्धानंतरची नि:शस्त्रीकरणाची प्रक्रिया ही ऐच्छिक स्वरूपाची होती. आज शस्त्रास्त्रांमध्ये कपात करणे हा राष्ट्रीय इच्छाशक्तीचा भाग बनला आहे.

४. नि:शस्त्रीकरणाचे रूप काळानुरूप बदलू शकते. विध्वंसकारी शस्त्रास्त्रांच्या संख्येत कपात करणे किंवा त्यांचा समूळ नाश करणे हे नि:शस्त्रीकरण प्रक्रियेचे प्रमुख उद्दिष्ट असून अशा शस्त्रास्त्रांचे स्वरूप बदलू शकते. उदा. पहिल्या महायुद्धामध्ये पाणबुड्यांनी मोठी जीवित आणि वित्तहानी घडवून आणल्यामुळे महायुद्धानंतर अशा पाणबुड्यांची संख्या कमी करण्याकडे नि:शस्त्रीकरण प्रक्रियेत विशेष लक्ष केंद्रित केले गेले. द्वितीय महायुद्धात जपानवर टाकण्यात आलेल्या बॉम्बमुळे जो प्रचंड नरसंहार झाला, त्यामुळे अण्वस्त्रांच्या संख्येत कपात करणे किंवा त्यांचा नाश करणे या उद्दिष्टाला नि:शस्त्रीकरणात प्राधान्य देण्यात आले.

५. नि:शस्त्रीकरणाच्या प्रक्रियेचा संबंध भविष्यातील शस्त्रास्त्रस्पर्धा नियंत्रित करण्याशी नाही. हे शस्त्रास्त्रनियंत्रण प्रक्रियेचे प्रमुख उद्दिष्ट आहे. नि:शस्त्रीकरणात केवळ अस्तित्वात असणाऱ्या शस्त्रास्त्रांमध्ये कपात किंवा त्यांना नष्ट करण्यासाठी प्रयत्न केले जातात.

प्रकार :

नि:शस्त्रीकरण ही एक व्यापक संकल्पना असून ती भिन्न अर्थाने वापरली जाते. यामध्ये तिचा वापर शस्त्रास्त्रांवर मर्यादा, शस्त्रास्त्रांवर नियंत्रण, शस्त्रकपात, संपूर्ण शस्त्रत्याग

या विविध प्रक्रियांचा समावेश होतो. यावरून नि:शस्त्रीकरणाचे खालील काही प्रकार पाडण्यात आलेले आहेत-

१. गुणात्मक नि:शस्त्रीकरण : ही प्रक्रिया विशिष्ट प्रकारची शस्त्रास्त्रे किंवा युद्ध साहित्याच्या कपातीशी किंवा त्यांना नष्ट करण्याशी संबंधित आहे. काही शस्त्रास्त्रे ही संरक्षण आणि डावपेचात्मक दृष्टिकोनातून महत्त्वाची असतात. उदा. रासायनिक शस्त्रास्त्रे, अण्वस्त्रे इ. त्यांच्यात कपात करण्यासाठी किंवा त्यांना नष्ट करण्यासाठी विशेष करार केले जातात. सन १९७२ आणि १९७९ मध्ये अमेरिका आणि सोव्हिएत रशियामध्ये डावपेचात्मकदृष्ट्या महत्त्वाची क्षेपणास्त्रे नष्ट करण्यासाठी 'साल्ट-१ व साल्ट-२' हे करार झाले. याशिवाय आंशिक अणुचाचणी बंदी करार तसेच अण्वस्त्रप्रसार बंदी करार हे गुणात्मक नि:शस्त्रीकरणाशी निगडित आहेत.

२. संख्यात्मक नि:शस्त्रीकरण : ही प्रक्रिया सर्व प्रकारच्या शस्त्रास्त्रांमधील कपात किंवा त्यांना नष्ट करण्याशी निगडित आहे. सन १९५५ साली जिनेव्हा येथे झालेल्या विश्व नि:शस्त्रीकरण परिषदेत सर्व प्रकारच्या शस्त्रास्त्रांमध्ये कपात घडवून आणण्याविषयी प्रस्ताव मांडण्यात आला होता.

३. स्थानिक नि:शस्त्रीकरण : नि:शस्त्रीकरणाची प्रक्रिया जेव्हा विशिष्ट राष्ट्रांशी संबंधित असते तेव्हा त्या प्रक्रियेला स्थानिक नि:शस्त्रीकरण असे म्हणतात. यात दोन किंवा त्यापेक्षा अधिक राष्ट्रे भाग घेतात. करारात सहभागी राष्ट्रांवरच नि:शस्त्रीकरणाची प्रक्रिया बंधनकारक असते. सन १८१७ मध्ये झालेला 'रश बगॉट नि:शस्त्रीकरण करार' हा अमेरिका व कॅनडाशी संबंधित होता. स्थानिक नि:शस्त्रीकरणाचे हे एक उत्तम उदाहरण आहे.

४. सार्वत्रिक नि:शस्त्रीकरण : सार्वत्रिक नि:शस्त्रीकरणाचे करार हे बहुपक्षीय पातळीवर होणारे करार असून यात सर्व लहानमोठी राष्ट्रे सहभागी होतात. नि:शस्त्रीकरणाची ही प्रक्रिया सर्व राष्ट्रांवर बंधनकारक असतेच, असे नाही. सार्वत्रिक नि:शस्त्रीकरण हे संयुक्त राष्ट्रसंघटनेचे प्रमुख उद्दिष्ट असून गेल्या पन्नास वर्षांपासून संयुक्त राष्ट्रसंघटना त्यासाठी प्रयत्नशील आहे. सार्वत्रिक नि:शस्त्रीकरणाची प्रक्रिया ही तत्त्वत: मान्य केली जाते. त्यात शस्त्रास्त्रांमध्ये कपात करावी म्हणून राष्ट्रांवर दबाव आणला जात नाही.

५. सक्तीचे नि:शस्त्रीकरण : सक्तीच्या नि:शस्त्रीकरणात राष्ट्रांवर कपात करण्यासाठी किंवा ते पूर्णपणे नष्ट करण्यासाठी दबाव आणला जातो. नि:शस्त्रीकरणाची ही प्रक्रिया नेहमीच काही राष्ट्रांच्या इच्छेविरुद्ध त्यांच्यावर लादली जाते. एखाद्या युद्धातील विजयी राष्ट्राकडून पराभूत राष्ट्रांवर शस्त्रास्त्रकपातीसाठी दबाव आणला जातो. पहिल्या महायुद्धानंतर जर्मनीचे सक्तीने नि:शस्त्रीकरण करण्याचा प्रयत्न इंग्लंड, फ्रान्स,

अमेरिका आणि सोव्हिएत रशिया यांसारख्या विजयी राष्ट्रांनी व्हर्सायच्या तहामार्फत केला. सन १९२२ साली अमेरिका आणि इंग्लंडने जपानबरोबर 'वॉशिंग्टन करार' करून जपानचे सक्तीचे नि:शस्त्रीकरण करण्याचा प्रयत्न केला.

६. ऐच्छिक नि:शस्त्रीकरण : नि:शस्त्रीकरणाच्या या प्रक्रियेत राष्ट्रे स्वेच्छेने शस्त्रास्त्रकपातीचा किंवा त्यांना नष्ट करण्याचा प्रस्ताव मान्य करतात. यात राष्ट्रांवर नि:शस्त्रीकरणासाठी दबाव आणला जात नाही. नि:शस्त्रीकरणाचा प्रस्ताव मान्य किंवा अमान्य करणे हे राष्ट्राच्या इच्छाशक्तीवर अवलंबून असते. द्वितीय महायुद्धानंतर नि:शस्त्रीकरणाचे असे अनेक प्रस्ताव मांडले गेले, जे काही राष्ट्रांनी धुडकावून लावले. उदा. अमेरिकेकडून मांडले गेलेले नि:शस्त्रीकरण प्रस्ताव सोव्हिएत रशियाने अमान्य केले.

७. सर्वसमावेशक नि:शस्त्रीकरण : नि:शस्त्रीकरणाच्या या प्रक्रियेत अस्तित्वात असणाऱ्या सर्व शस्त्रास्त्रांचा नाश अपेक्षित आहे. या प्रकारात एका अशा विश्वव्यवस्थेच्या निर्मितीची कल्पना केली जाते, ज्यात कोणत्याही प्रकारची शस्त्रास्त्रे अस्तित्वात नसतील. या प्रक्रियेत केवळ शस्त्रास्त्रेच नष्ट करण्यावर भर दिला जात नाही, तर इतर युद्धसाहित्य, उपकरणे, शस्त्रास्त्र कारखाने, लष्करी प्रशिक्षण केंद्रे, लष्करी तळ, संरक्षण खर्च इ. विभाग बंद करण्याबाबत आग्रह धरला जातो. हा एक आदर्शवादी विचार असून तो अस्तित्वात येणे अवघड आहे. प्रबळ राजकीय इच्छाशक्तीतूनच सर्वसमावेशक नि:शस्त्रीकरण साधले जाणार आहे.

नि:शस्त्रीकरणाची आवश्यकता किंवा गरज :

नि:शस्त्रीकरण हे आज संयुक्त राष्ट्रसंघटनेचे प्रमुख उद्दिष्ट बनले आहे. या संकल्पनेला जागतिक रूप प्राप्त झाले असून पुढील महायुद्धाचा धोका टाळण्यासाठी आणि पृथ्वीवरील मानवी संस्कृतीच्या अस्तित्वासाठी नि:शस्त्रीकरणाशिवाय पर्याय नाही, ही जाणीव खोलवर रुजली आहे. नि:शस्त्रीकरणाची गरज किंवा आवश्यकता अपरिहार्य बनवणारी आणखीही काही कारणे आहेत. हीच कारणे नि:शस्त्रीकरणाच्या समर्थनासाठी पुढे केली जातात. ती खालीलप्रमाणे स्पष्ट करता येतील–

१. युद्धाचा धोका टाळणे : प्रथम व द्वितीय महायुद्धात प्रचंड जीवित व वित्तहानीने युद्धाचे विध्वंसकारी रूप जगाने अनुभवले. शस्त्रीकरण हे या दोन्ही महायुद्धांमागचे प्रमुख कारण होते. राष्ट्रीय सुरक्षेसाठी जरी राष्ट्रांनी शस्त्रास्त्रनिर्मिती केली, तरी त्यातूनच शस्त्रास्त्रस्पर्धा वाढली. द्वितीय महायुद्धानंतर संरक्षण क्षेत्रात घडून आलेल्या क्रांतीने अणुबॉम्ब, हायड्रोजन बॉम्ब, नायट्रोजन बॉम्ब, जैविक व रासायनिक

शस्त्रास्त्रे यासारख्या अस्त्रांना जन्म दिला, जी पृथ्वीवरील मानवी संस्कृतीचे अस्तित्व सहज नष्ट करू शकतात. त्यामुळे संयुक्त राष्ट्र संघटनेसह जगातील सर्व लहान–मोठी राष्ट्रे युद्ध टाळण्यासाठी प्रयत्नशील आहेत आणि हे उद्दिष्ट नि:शस्त्रीकरणाने साध्य होणार आहे. सत्तासमतोल, सामूहिक सुरक्षितता, आंतरराष्ट्रीय कायदा आणि नैतिकता या सर्व व्यवस्थांचा उद्देश आंतरराष्ट्रीय राजकारणातील स्थिरता टिकवून शांततानिर्मितीचा जरी असला, तरी या प्रक्रियेमुळे युद्ध टळेलच, अशी शाश्वती देता येत नाही. शस्त्रास्त्रे आणि सैनिकांच्या संख्येत वाढ झाली की, राष्ट्रे युद्धखोर बनतात आणि अशा वेळी सत्तासमतोल किंवा आंतरराष्ट्रीय कायदा परिस्थितीवर नियंत्रण ठेवू शकत नाही. याउलट नि:शस्त्रीकरणाचा संबंध शस्त्रास्त्रांमध्ये कपात करून युद्धाचा धोका टाळण्याशी आहे. परिणामी युद्ध टाळण्यासाठी इतर व्यवस्थेपेक्षा नि:शस्त्रीकरणाची व्यवस्था अधिक उपयुक्त आहे, असे नि:शस्त्रीकरणाच्या पुरस्कर्त्यांचे मत आहे.

२. आर्थिक विकासाला प्रोत्साहन : नि:शस्त्रीकरणाच्या प्रक्रियेचे समर्थन आर्थिक विकासासाठी केले जाते. शस्त्रीकरण ही अतिशय खर्चिक प्रक्रिया आहे. शस्त्रास्त्रनिर्मिती आणि खरेदीसाठी राष्ट्रांना आपल्या राष्ट्रीय उत्पन्नाचा मोठा हिस्सा राखून ठेवावा लागतो. नि:शस्त्रीकरणामुळे संरक्षणावर होणारा खर्च कमी होऊन अधिकाधिक पैसा आर्थिक विकासासाठी वापरता येतो. राष्ट्रांच्या आर्थिक आणि औद्योगिक विकासातून अनेक आर्थिक आणि सामाजिक समस्या सुटू शकतात. द्वितीय महायुद्धानंतर संरक्षणावरचा राष्ट्रांचा खर्च वाढला आहे. संरक्षणावर अतिरेकी खर्च केल्यामुळे ज्या आर्थिक समस्यांचा सामना सोव्हिएत रशियाला करावा लागला, त्यांतून सोव्हिएत रशियाचे विघटन घडून आले, हे विसरून चालणार नाही. याचे दुष्परिणाम विकसित राष्ट्रांपेक्षा विकसनशील राष्ट्रांना अधिक भोगावे लागत आहेत. पाकिस्तानसारख्या विकसनशील राष्ट्रामध्ये गरिबी, बेकारी, लोकसंख्यावाढ, निकृष्ट राहणीमान, औद्योगिक मागासलेपणा यांसारख्या समस्यांचे रूप गंभीर झाले आहे, तर दुसरीकडे संरक्षणावरचा खर्च भरमसाठ वाढला आहे. दरवर्षी पाकिस्तान संरक्षणावर १५० अब्ज डॉलर्स एवढा पैसा खर्च करीत आहे.

३. सामाजिक विकास : नि:शस्त्रीकरणामुळे आर्थिक विकासाला जसा हातभार लागतो, तसाच विविध सामाजिक समस्या सुटण्यासाठी मदत होते. राष्ट्रे संरक्षणावर जो अतिरिक्त खर्च करीत असतात, त्यासाठी अनेक समाजकल्याण योजनांमध्ये कपात करून निधी उभारला जातो. गरिबी, बेकारी, लोकसंख्यावाढ, निकृष्ट राहणीमान, औद्योगिक मागासलेपणा, उपासमार, आरोग्य, निरक्षरता या विकसनशील राष्ट्रांमधील समस्या आहेत. संरक्षणावरील खर्च वाढल्यामुळे या समस्या सोडवण्यासाठी त्यांना

पुरेसा निधी उपलब्ध करता येत नाही. भारताच्या दक्षिणेकडील श्रीलंका या शेजारी विकसनशील राष्ट्राचे उदाहरण या संदर्भात योग्य ठरेल. वीस वर्षांपूर्वी तमिळ बंडखोरांशी श्रीलंकेचा संघर्ष सुरू झाल्यापासून त्यांच्या संरक्षणावरचा खर्च दुपटीने वाढला आहे. इतर विकसनशील राष्ट्रांप्रमाणे श्रीलंकादेखील अनेक आर्थिक आणि सामाजिक समस्यांच्या विळख्यात अडकला आहे. या समस्या सोडवण्यासाठी श्रीलंकेला जो विकासनिधी पाश्चिमात्य राष्ट्रांकडून मिळत आहे, त्याचा उपयोग श्रीलंका शस्त्रास्त्रे खरेदीसाठी करीत आहे. याचे नकारात्मक परिणाम श्रीलंकेतील सामाजिक क्षेत्राला भोगावे लागत आहेत.

४. नैतिक कारण : युद्धामधून मोठ्या प्रमाणात जीवित व वित्तहानी होते. त्यामुळे युद्ध हे नैतिकदृष्ट्या चुकीचे आहे, असे काही विचारवंतांचे मत आहे. पहिल्या व दुसऱ्या महायुद्धात घडून आलेल्या प्रचंड जीवित आणि वित्तहानीमुळे युद्ध केवळ अमानवीय नाही, मानवी संस्कृतीला मिळालेला मोठा शाप असल्याचे स्पष्ट झाले. नि:शस्त्रीकरणाचा प्रमुख उद्देश शस्त्रास्त्रे नष्ट करून युद्धाचा धोका टाळण्याचा असल्यामुळे ही प्रक्रिया मानवतावादी आहे. नि:शस्त्रीकरणामुळे संरक्षणावर होणाऱ्या खर्चात बचत होऊन राष्ट्रांचा आर्थिक आणि सामाजिक विकास घडून येत असल्यामुळे मानवी संस्कृतीला मिळालेले हे एक वरदान आहे. नि:शस्त्रीकरणाचा नैतिक आधार अणुयुगात महत्त्वपूर्ण बनला आहे. अण्वस्त्रांनी मानवी संस्कृतीच्या अस्तित्वालाच धोका निर्माण केला आहे. परिणामी मानवी संस्कृतीच्या संरक्षणाची जबाबदारी नि:शस्त्रीकरणावर आहे. मानवी संस्कृतीचा विकास आणि संरक्षण नि:शस्त्रीकरणाची प्रक्रिया अमलात येण्यावर अवलंबून आहे.

५. आंतरराष्ट्रीय शांतता आणि सहकार्यासाठी नि:शस्त्रीकरण : राष्ट्रीय सुरक्षिततेसाठी प्रत्येक राष्ट्राला जरी शस्त्रास्त्रे बाळगण्याचा अधिकार असला, तरी हेच शस्त्रीकरण राष्ट्राराष्ट्रांमध्ये भीती आणि तणावाचे वातावरण निर्माण करीत असते. त्यामुळे आंतरराष्ट्रीय शांततेला धोका पोहोचून सहकार्यामध्ये अडथळा निर्माण होतो. शस्त्रीकरणामुळे अनेक राजकीय संघर्ष चिघळले आहेत. भारत आणि पाकिस्तानमध्ये काश्मीरचा प्रश्न वादग्रस्त आहे. दोन्ही राष्ट्रांमधील शस्त्रास्त्रस्पर्धेमुळे हा प्रश्न अधिकच चिघळला आहे. दोन्ही राष्ट्रांमधील तणाव आणि संशय वाढला असल्यामुळे दक्षिण आशियात असुरक्षिततेचे वातावरण निर्माण झाले असून दक्षिण आशियाई राष्ट्रांमध्ये सहकार्य वाढवण्यासाठी निर्माण करण्यात आलेले सार्कचे व्यासपीठ अपयशी ठरत आहे किंवा ठरले आहे. दोन्ही राष्ट्रे आता अण्वस्त्रसंपन्न बनल्यामुळे दक्षिण आशियातील तणाव अधिक वाढला आहे. नि:शस्त्रीकरणामुळे राष्ट्राराष्ट्रांमधील भीती आणि तणावाचे

वातावरण कमी होऊन परस्परविश्वास वाढीस लागतो. आंतरराष्ट्रीय प्रश्न शस्त्रांच्या माध्यमातून नाही, तर परस्पर सहकार्य आणि चर्चेच्या माध्यमातून सोडवण्यासाठी राष्ट्रे प्रवृत्त होतात. राष्ट्रांमधील युद्धपिपासू वृत्ती कमी होऊन आंतरराष्ट्रीय कायद्याविषयी आदर वाढतो.

६. लोकशाहीच्या संरक्षणासाठी नि:शस्त्रीकरण : शस्त्रीकरणाची प्रक्रिया ही लोकशाही तत्त्वांच्या विरोधात जाणारी आहे. जे राष्ट्र आपले लष्करी सामर्थ्य वाढवण्यावर अधिक भर देते, त्या राष्ट्रात लष्करी हुकूमशाहीच्या निर्मितीची शक्यता अधिक असते. हुकूमशाही शस्त्रीकरणासाठी अनुकूल परिस्थिती निर्माण करते. द्वितीय महायुद्धापूर्वीचा जपान, आजचा पाकिस्तान, लीबिया, इराक याची उत्तम उदाहरणे आहेत. या राष्ट्रांनी लष्करी सामर्थ्य वाढवण्यावर अतिरेकी भर दिल्यामुळे तेथील लोकशाही व्यवस्था अल्पजीवी ठरली. पाकिस्तानच्या स्वातंत्र्यानंतर २५ वर्षांहून अधिक काळ लष्करी हुकूमशाहीचा सामना करावा लागला. नि:शस्त्रीकरणाची प्रक्रिया ही केवळ लोकशाहीशी सुसंगत नाही, तर लोकशाहीच्या प्रसाराला प्रोत्साहन देणारी आहे.

नि:शस्त्रीकरणाच्या अपयशाची कारणे :

१९७० च्या दशकापर्यंत अमेरिका, सोव्हिएत रशिया, इंग्लंड, फ्रान्स आणि चीन याच राष्ट्रांकडे अण्वस्त्रसंपन्नता होती. आज अण्वस्त्रसंपन्न राष्ट्रांची संख्या वाढली असून भारत व पाकिस्तान यांचा अण्वस्त्रसंपन्न राष्ट्रांच्या यादीत समावेश झाला आहे. अल्जेरिया, अर्जेंटिना, ब्राझील, इराण, उत्तर कोरिया, सीरिया व इस्त्राईल अण्वस्त्रे विकासाच्या मार्गावर आहेत. विशेष म्हणजे अल् कायदासारख्या काही दहशतवादी संघटनांकडेदेखील अण्वस्त्रे असल्याचा संशय व्यक्त केला जात आहे. या राष्ट्रांना आपल्या अणुशक्ती कार्यक्रमासाठी मोठ्या राष्ट्रांकडून (चीन, रशिया) गुप्तपणे अण्वस्त्र तंत्रज्ञान पुरवले जात आहे. केवळ अमेरिका आणि रशिया यांच्याकडील अण्वस्त्रांची संख्या वीस हजारांहून अधिक आहे. या सर्व घडामोडी नि:शस्त्रीकरण प्रक्रियेला आलेले अपयश दर्शवतात. गेल्या पन्नास वर्षांत शस्त्रास्त्रनियंत्रण आणि नि:शस्त्रीकरणासाठी बहुपक्षीय आणि द्विपक्षीय पातळीवर अनेक प्रयत्न झाले. संयुक्त राष्ट्रसंघटनेने नि:शस्त्रीकरणासाठी काही आयोग स्थापन केले. परिषदा घेतल्या, विशेष अधिवेशने बोलावली. पण यात फारसे यश आले नाही. अण्वस्त्रसंपन्न राष्ट्रांची संख्या वाढल्यामुळे अण्वस्त्रयुद्धाची शक्यता आज पहिल्यापेक्षा अधिक आहे. शस्त्रास्त्रनिर्मिती, शस्त्रास्त्रांचा व्यापार वाढला आहे. सोव्हिएत रशियाच्या विघटनानंतर आण्विक सुरक्षेचा

प्रश्न गंभीर बनला आहे. विघटनानंतर रशियातून अवैध मार्गाने अण्वस्त्रे आणि अण्वस्त्र तंत्रज्ञानाची निर्यात होत असल्याची शंका आहे. ही नि:शस्त्रीकरण चळवळीच्या अपयशाची पावतीच आहे. नि:शस्त्रीकरण चळवळीला आलेल्या अपयशाची काही प्रमुख कारणे सांगता येतील. ही कारणे खालीलप्रमाणे आहेत-

१. राष्ट्रीय सुरक्षेला प्राधान्य : राष्ट्रीय स्वातंत्र्य आणि सार्वभौमत्वाचे रक्षण हे प्रत्येक राष्ट्राचे कर्तव्य मानले जाते. राष्ट्रीय सुरक्षेसाठी संरक्षण खर्चात वाढ, अत्याधुनिक शस्त्रास्त्रांची निर्मिती, संरक्षण करार या गोष्टींना प्राधान्य दिले जाते. आंतरराष्ट्रीय राजकारणात भीती आणि सुरक्षितता हे कधीही न संपणारे चक्र आहे. भीती आणि असुरक्षिततेच्या वातावरणामुळे राष्ट्रीय सुरक्षेचा प्रश्न गंभीर बनला आहे. एका राष्ट्राने संरक्षण खर्चात केलेली वाढ दुसऱ्या राष्ट्रामध्ये भीती निर्माण करते आणि आपल्या संरक्षण खर्चात वाढ करण्यास त्याला भाग पाडते. भीती आणि असुरक्षिततेच्या या अखंडित शृंखलेतून राष्ट्रांमध्ये शस्त्रास्त्रस्पर्धा वाढीस लागते. अशा परिस्थितीत नि:शस्त्रीकरणासाठी राष्ट्रे इच्छाशक्ती दाखवत नाहीत. राष्ट्रीय सुरक्षेची हमी जोपर्यंत दिली जात नाही, तोपर्यंत राष्ट्रे नि:शस्त्रीकरणासाठी तयार होणार नाहीत.

२. परस्पर हेतूविषयी संशय आणि अविश्वास : राष्ट्रांना परस्पर हेतूविषयी असणारा संशय, गैरसमज, अविश्वासामुळे नि:शस्त्रीकरण कठीण होऊन बसले आहे. या अविश्वासामुळे राष्ट्रांमध्ये मैत्री, सहकार्याचे वातावरण राहत नाही आणि राष्ट्रे आपले संरक्षण सामर्थ्य वाढवण्यावर भर देतात. एका राष्ट्राला दुसऱ्या राष्ट्राच्या उद्दिष्टांविषयी असणारा संशय शस्त्रास्त्रस्पर्धेला जन्म देतो आणि नि:शस्त्रीकरण अवघड बनते.

३. वाढते आंतरराष्ट्रीय संघर्ष : विविध कारणांवरून असलेले संघर्ष नि:शस्त्रीकरणाच्या मार्गातील सर्वात मोठा अडथळा आहे. पूर्वीपासूनच राष्ट्रे राजकीय संघर्ष सोडवण्यासाठी लष्करी मार्गाचा वापर करीत आले आहेत. राजकीय संघर्ष शांतता आणि सहकार्याच्या माध्यमातून सोडवण्यासाठी पहिल्या महायुद्धानंतर राष्ट्रसंघाची स्थापना करण्यात आली. पण असे संघर्ष सोडवण्यात राष्ट्रसंघाला अपयश आले. जगाला दुसऱ्या महायुद्धाचा सामना करावा लागला. शीतयुद्धकाळात राजकीय संघर्षांना उग्र स्वरूप प्राप्त झाले. परिणामी शस्त्रास्त्रस्पर्धादेखील वाढली. शीतयुद्ध संपले, तरी राजकीय संघर्ष संपलेले नाहीत. सन १९९१ मध्ये इराकने कुवेतवर केलेल्या आक्रमणाने हेच सिद्ध केले आहे. काश्मीरच्या प्रश्नावरून भारत-पाकिस्तानमधील संघर्ष, इस्राईल-पॅलेस्टाईनमधील संघर्ष, इराण-इराकमधील संघर्ष, श्रीलंकेतील वांशिक संघर्ष,

आंतरराष्ट्रीय दहशतवादाचा झालेला प्रसार यांमुळे आजही राष्ट्रांना शस्त्रास्त्रांची आवश्यकता भासते. आंतरराष्ट्रीय संघर्षामुळे राष्ट्रे नि:शस्त्रीकरणासाठी प्रवृत्त होत नाहीत.

४. नि:शस्त्रीकरणाला प्राप्त झालेले औपचारिक स्वरूप : बहुतांश राष्ट्रांचा नि:शस्त्रीकरणाकडे पाहण्याचा दृष्टिकोन हा औपचारिक आहे. आंतरराष्ट्रीय राजकारणातील भीती, असुरक्षितता, तणाव, परस्पर अविश्वास, राजकीय संघर्ष यांमुळे शस्त्रास्त्रांचा संपूर्ण त्याग किंवा शस्त्रास्त्रमुक्त विश्वाची निर्मिती अशक्य आहे. याची जाणीव राजकीय नेत्यांना आहे. परिणामी मोठी राष्ट्रे शस्त्रास्त्रनियंत्रणाचे उद्दिष्ट नि:शस्त्रीकरण कधीच ठेवत नाहीत. प्ररोधनाला स्थिरता प्राप्त करून देण्यापुरताच नि:शस्त्रीकरणाचा वापर केला जातो. नि:शस्त्रीकरण करारांमध्ये राष्ट्रे शस्त्रास्त्रकपातीची घोषणा करतात. पण त्याला बांधील राहत नाहीत. साल्ट आणि स्टार्ट करारांना आलेले अपयश हेच दर्शवते.

५. नि:शस्त्रीकरणामुळे युद्धाला प्रोत्साहन : नि:शस्त्रीकरणामुळे युद्धाला प्रोत्साहन मिळेल असा उलटा मतप्रवाह जोर धरत आहे. शस्त्रास्त्रस्पर्धेमुळे प्ररोधनाची व्यवस्था टिकून राहते. आपल्या आक्रमणाचा प्रतिकार केला जाईल, या भीतीमुळे राष्ट्रे युद्धाचे किंवा आक्रमणाचे धाडस करीत नाहीत, जेव्हा शस्त्रास्त्रे नसतील तेव्हा आक्रमक राष्ट्रांवर वचक राहणार नाही, असे या विचाराच्या पुरस्कर्त्यांचे मत आहे. याच आधारावर शस्त्रास्त्रांचे समर्थन करतात.

६. महासत्तांचे राजकारण : नि:शस्त्रीकरणाची व्यवस्था अयशस्वी ठरण्यामागे महासत्तांचे राजकारण हे कारण महत्त्वाचे आहे. अमेरिका, रशियासारख्या राष्ट्रांनी शेकडो अणुचाचण्या केल्या आहेत. इंग्लंड, फ्रान्स, चीनसारख्या राष्ट्रांनीदेखील अनेक अणुचाचण्या केल्या आहेत. या राष्ट्रांकडील अण्वस्त्रांची संख्या वीस हजाराच्या वर आहे. आपल्याकडील अण्वस्त्रांचे संरक्षण ही राष्ट्रे जागतिक सुरक्षेसाठी आवश्यक मानतात. याउलट भारत, पाकिस्तान किंवा इस्त्राईलकडील अण्वस्त्रे त्यांना जागतिक शांतता आणि सुरक्षिततेसाठी धोकादायक वाटतात. अण्वस्त्रप्रसारबंदी करार किंवा सर्वसमावेशक अणुचाचणीबंदी करार यासारखे पक्षपाती करार अमेरिका, रशिया, इंग्लंड, फ्रान्स आणि चीनसारख्या राष्ट्रांची अण्वस्त्रसंपन्नता टिकवून ठेवण्यासाठी आणि भारत, पाकिस्तान, इस्त्राईलसारख्या राष्ट्रांना अण्वस्त्रांचा विकास करण्यापासून परावृत्त करण्यासाठी जाणीवपूर्वक करण्यात आले आहेत. महासत्तांच्या या पक्षपाती राजकारणामुळे नि:शस्त्रीकरण अयशस्वी ठरत आहे.

७. शस्त्रास्त्रांचा व्यापार : आर्थिक कायद्याच्या दृष्टिकोनातून महासत्तांकडून होत असलेला शस्त्रास्त्रांचा व्यापार नि:शस्त्रीकरणाच्या मार्गातील मोठा अडथळा आहे.

अमेरिका, रशिया, इंग्लंड, फ्रान्स व इटालीसारखी राष्ट्रे शस्त्रास्त्रांच्या व्यापारातील अग्रेसर देश आहेत. या राष्ट्रांमध्ये शस्त्रास्त्रनिर्मिती उद्योगांना महत्त्वाचे स्थान असून त्यांच्या राष्ट्रीय उत्पन्नात या व्यापाराचा मोठा वाटा आहे. या क्षेत्रातील उद्योगांचे हितसंबंधी गट निर्माण झाले असून शासनावर शस्त्रास्त्रांच्या निर्यातीसाठी त्यांचा दबाव असतो. आर्थिक फायदा मिळवून देणारा उद्योग म्हणून अमेरिका, रशिया, इंग्लंड, फ्रान्ससारखी राष्ट्रे या उद्योगांना प्रोत्साहन देत आहेत. नि:शस्त्रीकरणामुळे या राष्ट्रांचे हितसंबंध धोक्यात येतील, त्यांचे मोठे आर्थिक नुकसान होईल. परिणामी नि:शस्त्रीकरणाची प्रक्रिया यशस्वी व्हावी, असे त्यांना कधीही वाटणार नाही.

शस्त्रास्त्रनियंत्रण :

शस्त्रास्त्रनियंत्रण ही विसाव्या शतकात विकसित झालेली महत्त्वाची संकल्पना आहे. हिचा संबंध प्रामुख्याने द्वितीय महायुद्धानंतर अमेरिका आणि सोव्हिएत रशियामध्ये जी अण्वस्त्रस्पर्धा सुरू झाली, तिला नियंत्रित करण्याशी आहे. द्वितीय महायुद्धापर्यंत केवळ अमेरिकेकडे अण्वस्त्रसंपन्नता होती. त्यामुळे सोव्हिएत रशियाकडून आक्रमण झाल्यास प्रचंड प्रतिकाराची किंवा प्रतिरोधनाची अमेरिकेला खात्री होती. पण जेव्हा सोव्हिएत रशियाने सन १९४९ मध्ये अण्वस्त्रसंपन्नता प्राप्त केली, तेव्हा सोव्हिएत रशियाकडेदेखील प्रतिकाराची क्षमता आली. दोन्ही महासत्तांना कळून चुकले की, त्यांच्यात अण्वस्त्रयुद्ध झाल्यास दोघांचेही नुकसान होणार आहे. यालाच परस्परविनाशाची खात्री किंवा मॅड असे म्हणतात. या कटू सत्याकडे दुर्लक्ष करून दोन्ही महासत्तांना चालणार नव्हते. परिणामी अण्वस्त्रस्पर्धेवर नियंत्रणासाठी शस्त्रास्त्रनियंत्रणाच्या मार्गाचा अवलंब करण्याचे त्यांनी ठरवले. शीतयुद्धाच्या काळात अण्वस्त्रांच्या संख्यात्मक आणि गुणात्मक वाढीसाठी दोन्ही महासत्तांनी आपल्या संरक्षण खर्चात मोठी वृद्धी केली होती. १९७० पर्यंत दोन्ही महासत्तांनी मिळून पंधरा हजारांहून अधिक अण्वस्त्रे बनवली होती. शस्त्रास्त्रस्पर्धेतून दोन्ही महासत्तांमधील तणाव वाढला होता. १९६२ च्या क्युबामधील अण्वस्त्र संघर्षानंतर अणुयुद्धाची भीती वाढली आणि धोका वाढल्यानंतर जागतिक शांततेसाठी व सुरक्षिततेसाठी नि:शस्त्रीकरणाच्या मागणीनेदेखील जोर धरला. महासत्तांमधील अण्वस्त्रयुद्धाचे परिणाम जगाला भोगावे लागणार होते. त्यामुळे पृथ्वीवरील मानवी संस्कृती धोक्यात येणार होती. अण्वस्त्रांचा समूळ नायनाट करणे हे नि:शस्त्रीकरण प्रक्रियेचे उद्दिष्ट साध्य होणे अशक्य असले, तरी अण्वस्त्रांच्या संख्यावाढीवर नियंत्रण ठेवणे अवघड नव्हते, याची जाणीव महासत्तांना असल्यामुळे शस्त्रास्त्रनियंत्रणासाठी अनुकूल वातावरण निर्माण झाले.

अर्थ व स्वरूप :

शस्त्रास्त्रनियंत्रण ही एक बहुअर्थी संकल्पना असून साधारणत: या संकल्पनेत शस्त्रास्त्रांमध्ये कपात, शस्त्रास्त्रनिर्मितीवर बंदी, शस्त्रास्त्रस्पर्धा थांबवण्यासाठी द्विपक्षीय अथवा बहुपक्षीय करार करणे इ. उद्दिष्टे अंतर्भूत होतात. काही अभ्यासकांच्या शस्त्रास्त्रनियंत्रण संकल्पनेच्या व्याख्या खालीलप्रमाणे –

केगली आणि विटकॉफ : राष्ट्रांमधील सहकार्याचे असे करार की, ज्याअंतर्गत शस्त्रांस्त्राच्या निर्मितीवर मर्यादा घालून किंवा त्यांच्या वापरावर बंधने घालून शस्त्रास्त्रस्पर्धा नियंत्रित केली जाते.

प्रा. शलैश्वर : राष्ट्रांमधील संरक्षणाशी संबंधित सहकार्याचा असा कोणताही करार की, ज्यात शस्त्रास्त्रस्पर्धा नियंत्रित करण्याविषयी, हिंसाचार किंवा युद्धाची शक्यता आणि व्याप्ती कमी करण्याविषयी तरतुदी आहेत.

प्रा. एडवर्ड : राष्ट्रामधील लष्कर किंवा सैनिकांची संख्या परस्पर सहकार्याच्या माध्यमातून नियंत्रित करण्यासाठी एकपक्षीय किंवा बहुपक्षीय पातळीवर करण्यात आलेले करार म्हणजे शस्त्रास्त्रनियंत्रण.

वरील व्याख्येवरून या संकल्पनेची खालील काही उद्दिष्टे आपणास सांगता येतील–

१. शस्त्रास्त्रनियंत्रण संकल्पनेचा संबंध हा शस्त्रास्त्रांच्या समूळ उच्चाटनाशी नसून केवळ शस्त्रास्त्रस्पर्धा नियंत्रित करण्याशी आहे.

२. या प्रक्रियेत विशिष्ट प्रकारच्या शस्त्रास्त्रांमध्ये कपात करण्याची, त्यांच्या निर्मितीवर आणि वापरावर बंधने घालण्याची उद्दिष्टे अंतर्भूत आहेत.

३. शस्त्रास्त्रनियंत्रण करारात सहभागी राष्ट्रांनी आपल्या संरक्षण खर्चात, सैनिकांच्या आणि शस्त्रास्त्रांच्या तसेच इतर युद्धसामग्रीच्या संख्येत कपात करणे अपेक्षित असते.

४. शस्त्रास्त्रनियंत्रणासंबंधीचे बहुतांश करार हे शीतयुद्धकाळात अमेरिका आणि सोव्हिएत रशियादरम्यान द्विपक्षीय पातळीवर झालेले आहेत.

५. शस्त्रास्त्रनियंत्रणामुळे प्ररोधनाचे तंत्र टिकून राहते आणि संरक्षण स्थिरता निर्माण होते.

६. शस्त्रास्त्रनियंत्रण संकल्पनेचा संबंध भविष्यात निर्माण होणाऱ्या शस्त्रास्त्रांना नियंत्रित करण्याशी असून त्याद्वारे भविष्यातील शस्त्रास्त्रस्पर्धेला नियंत्रित करण्याशी आहे.

शस्त्रास्त्रनियंत्रणाची आधारभूत तत्त्वे :

शस्त्रास्त्रनियंत्रणाची कल्पना दोन मूलभूत तत्त्वांवर आधारलेली आहे. ही तत्त्वे आंतरराष्ट्रीय संबंधाविषयी वास्तववादी दृष्टिकोनाशी मिळतीजुळती आहेत. ती पुढीलप्रमाणे-

अ. आंतरराष्ट्रीय संघर्षाची अपरिहार्यता : शस्त्रास्त्रनियंत्रणाची संकल्पना आंतरराष्ट्रीय संघर्षाची अपरिहार्यता मान्य करते. आंतरराष्ट्रीय राजकारणात प्रत्येक राष्ट्र आपल्या हितसंबंधाच्या संरक्षणासाठी प्रयत्नशील असते. परराष्ट्र धोरण आणि राजनय किंवा राजनीती हे प्रमुख उद्दिष्ट आहे. राष्ट्र हितसंबंधाच्या संरक्षणासाठी चाललेल्या या स्पर्धेत संघर्ष अटळ आहे. संघर्ष आला म्हणजे त्याबरोबर तणाव, परस्परांविषयी भीती, संशय आलाच. यातूनच असुरक्षितता निर्माण होते आणि राष्ट्रे शस्त्रास्त्रनिर्मितीकडे वळतात. संघर्षमुक्त जगाची कल्पना अवघड आहे. या संघर्षाचे युद्धात रूपांतर होणार नाही, याची काळजी शस्त्रास्त्रनियंत्रण प्रक्रियेअंतर्गत घेतली जाते. संघर्ष, चर्चा आणि सहकार्याच्या मार्गाने सोडवण्यासाठी आवश्यक आंतरराष्ट्रीय शांतता प्रस्थापित करणे हे शस्त्रास्त्रनियंत्रणाचे उद्दिष्ट आहे.

ब. शस्त्रास्त्रांचे अस्तित्व अटळ : राष्ट्रीय स्वातंत्र्य आणि सार्वभौमत्वाचे संरक्षण करणे, हे प्रत्येक राष्ट्राचे पहिले कर्तव्य आहे. राष्ट्रीय सुरक्षिततेसाठी राष्ट्रांना शस्त्रास्त्रे बनवण्याचा अधिकार आहे. संयुक्त राष्ट्र संघटनादेखील राष्ट्रांच्या आत्मरक्षणाचा अधिकार मान्य करते. संयुक्त राष्ट्रसंघटनेच्या घटनेतील कलम ५१ या अधिकाराशी निगडित आहे. अशा प्रकारे शस्त्रास्त्रांचे अस्तित्व आणि त्याचा वापर अटळ आहे. शस्त्रास्त्रांचा संपूर्ण त्याग राष्ट्रांकडून कधीच होणार नाही, म्हणूनच शस्त्रास्त्रमुक्त विश्वाची निर्मिती हे नि:शस्त्रीकरणाचे उद्दिष्ट अतिमहत्त्वाकांक्षी आणि अवास्तव आहे. राष्ट्रांना स्वसंरक्षणासाठी जरी शस्त्र बाळगण्याचा अधिकार असला, तरी अशा शस्त्रास्त्रांचा गैरवापर राष्ट्रे आपली इच्छा इतरांवर लादण्यासाठी करू शकतात. त्यामुळे त्यांच्यावर नियंत्रण असणे आवश्यक आहे आणि हे कार्य शस्त्रास्त्रनियंत्रण प्रक्रियेअंतर्गत होते. शस्त्रास्त्रांच्या संख्येवर, त्यांच्या वापरावर नियंत्रण ठेवून शस्त्रास्त्रनियंत्रण प्रक्रिया डावपेचात्मक स्थैर्य आणि समतोल साधण्याचा प्रयत्न करते.

शस्त्रास्त्रनियंत्रणाची उद्दिष्टे :

१. शस्त्रास्त्रस्पर्धा नियंत्रित करणे : शस्त्रास्त्रस्पर्धा नियंत्रित करणे, अस्तित्वात असणाऱ्या शस्त्रास्त्रांमध्ये कपात करणे, आणि त्यांच्या वापरावर मर्यादा आणणे, याद्वारे डावपेचात्मक समतोल आणि स्थैर्य साधले जाते.

२. आंतरराष्ट्रीय राजकारणातील तणाव कमी करणे : राष्ट्राराष्ट्रांमधील भीती आणि तणाव कमी करून मैत्री आणि सहकार्याचे वातावरण निर्माण करणे. अनियंत्रित शस्त्रास्त्रस्पर्धा युद्धात रूपांतरित होऊ शकते. अशा शस्त्रास्त्रस्पर्धेमुळे भीती, संशय आणि तणावाचे वातावरण वाढते. शस्त्रास्त्रनियंत्रण प्रक्रियेद्वारे अनियंत्रित शस्त्रास्त्रस्पर्धा नियंत्रित केली जाते. राष्ट्रांमधील सहकार्य वाढवले जाते.

३. लोकशाहीचे संरक्षण : राष्ट्रांतर्गत लोकशाहीचे संरक्षण आणि लोकशाही व्यवस्थेला मजबुती प्राप्त करून देणे. संरक्षणावरील अमर्याद खर्च लोकशाहीचे अस्तित्व धोक्यात आणून राष्ट्रांतर्गत वर्चस्व वाढवण्यास कारणीभूत ठरतो. जे राष्ट्र संरक्षण क्षेत्रावर अधिक जोर देते, तिथे लष्करी हुकूमशाहीच्या निर्मितीची शक्यता अधिक वाढते. द्वितीय महायुद्धापूर्वीचा जपान किंवा आजचा पाकिस्तान याची उत्तम उदाहरणे आहेत. परिणामी लष्करी हुकूमशाहीच्या उदयाला प्रतिबंध घालून लोकशाही राजकीय व्यवस्थेला संरक्षण प्रदान करणे हे शस्त्रास्त्रनियंत्रण प्रक्रियेचे एक महत्त्वाचे उद्दिष्ट आहे.

४. आंतरराष्ट्रीय कायद्याचे संरक्षण : राष्ट्रीय सुरक्षा आणि आंतरराष्ट्रीय राजकारणातील समतोल या दोन्ही गोष्टी आंतरराष्ट्रीय कायद्याच्या अस्तित्वावर अवलंबून आहेत. शस्त्रास्त्रस्पर्धा ही आंतरराष्ट्रीय कायद्याच्या विरोधात जाणारी आहे. अशी शस्त्रास्त्रस्पर्धा नियंत्रित करून आंतरराष्ट्रीय कायद्याचे संरक्षण करणे, आंतरराष्ट्रीय राजकारणात स्थैर्य आणि समतोल निर्माण करणे ही शस्त्रास्त्रनियंत्रणाची प्रमुख उद्दिष्टे आहेत.

५. शांततेची निर्मिती आणि रक्षण : शांतता हे शस्त्रास्त्रनियंत्रणाचे प्रमुख उद्दिष्ट असून, आंतरराष्ट्रीय शांतता आणि सुरक्षिततेसाठी राष्ट्रांमध्ये झालेल्या करारांचे पालन करण्यास त्यांना प्रवृत्त करणे, तसेच राष्ट्रांनी अशा स्वरूपाचे शांतता करार आणखी करावेत म्हणून त्यांना प्रोत्साहित करणे हेदेखील शस्त्रास्त्रनियंत्रणाचे महत्त्वाचे उद्दिष्ट आहे.

६. राष्ट्रीय प्रतिष्ठा वाढवणे : राष्ट्राची आंतरराष्ट्रीय राजकारणातील प्रतिष्ठा वाढवणे हेदेखील शस्त्रास्त्रनियंत्रणाचे एक उद्दिष्ट आणि कार्य आहे. जी राष्ट्रे शस्त्रास्त्रनियंत्रणाला आपल्या परराष्ट्र धोरणामध्ये अग्रक्रम देतात, त्यांची आंतरराष्ट्रीय प्रतिष्ठा आपोआपच वाढते.

७. आर्थिक प्रगती साधणे : राष्ट्राची आर्थिक प्रगती घडवून आणणे हे शस्त्रास्त्रनियंत्रणाचे आणखी एक उद्दिष्ट आहे. शस्त्रास्त्रस्पर्धा ही एक प्रचंड खर्चिक बाब आहे. शस्त्रास्त्रस्पर्धेत आपले स्थान टिकवण्यासाठी राष्ट्रांना आपल्या उत्पन्नातील मोठा हिस्सा संरक्षणावर खर्च करावा लागतो. शस्त्रास्त्रस्पर्धेसाठी करण्यात आलेली ही

अतिरिक्त तरतूद इतर आर्थिक आणि सामाजिक विकासाच्या योजनांमध्ये कपात करून केली जाते. शस्त्रास्त्रनियंत्रणामुळे संरक्षणावरील खर्चात कपात होते आणि तो पैसा आर्थिक विकासासाठी वापरता येतो.

शस्त्रास्त्रनियंत्रण व नि:शस्त्रीकरणामधील फरक :

शस्त्रास्त्रनियंत्रण व नि:शस्त्रीकरण या दोन्ही परस्परपूरक संकल्पना आहेत. शस्त्रास्त्रनियंत्रण व नि:शस्त्रीकरण या दोन्ही संकल्पना अनेकदा एकाच अर्थी वापरल्या जातात. कारण एकाच समस्येच्या दोन घटकांशी निगडित या संकल्पना आहेत. शस्त्रास्त्रनियंत्रणाची संकल्पना ही नि:शस्त्रीकरणाच्या व्यापक प्रक्रियेचा जरी एक भाग असला तरी दोन्ही संकल्पनांमध्ये काही मूलभूत फरक आहेत.

नि:शस्त्रीकरण ही एक आदर्शवादी आणि स्वप्नाळू कल्पना आहे. यात एका अशा जगाची कल्पना केली जाते, ज्यात शस्त्रास्त्रांचे अस्तित्व नसेल, राष्ट्रे शस्त्रास्त्रांचा त्याग करून राजकीय संघर्ष सोडवण्यासाठी युद्धाचा नाही, तर चर्चा आणि सहकार्याचा मार्ग अवलंबतील. अशा प्रकारच्या शस्त्रास्त्रमुक्त जगाची निर्मिती ही अशक्य जरी नसली, तरी अतिशय अवघड प्रक्रिया आहे. कोणतेही राष्ट्र आपल्याकडील सर्व शस्त्रास्त्रांचा सहजासहजी त्याग करण्यास तयार होणार नाही. राष्ट्रीय स्वातंत्र्य आणि सार्वभौमत्वाच्या संरक्षणासाठी प्रत्येक राष्ट्राला शस्त्रास्त्रे आवश्यक वाटतात. शीतयुद्ध संपले, तरी युद्धाचा धोका कमी झालेला नाही. १९९० मध्ये इराकने कुवेतवर केलेल्या आक्रमणाने हे सिद्ध केले आहे.

शस्त्रास्त्रनियंत्रण ही वास्तववादी कल्पना आहे. आंतरराष्ट्रीय राजकारणात प्रत्येक राष्ट्र आपले हितसंबंध साधण्यासाठी प्रयत्नशील असते. यासाठी चाललेल्या स्पर्धेत हितसंबंधांमधील संघर्ष अपरिहार्य असतो. शस्त्रास्त्रनियंत्रणाचा हा आधारभूत घटक आहे. असे संघर्ष नष्ट होणे जरी अवघड असले, तरी त्यांची तीव्रता कमी करता येऊ शकते आणि हेच शस्त्रास्त्रनियंत्रणाचे उद्दिष्ट आहे. या प्रक्रियेत शस्त्रास्त्रस्पर्धा आणि त्यातून निर्माण होणारे संघर्ष, तणाव नियंत्रित करण्यावर भर दिला जातो. त्यासाठी शस्त्रास्त्रे नष्ट करण्याचा नाही, तर शस्त्रास्त्रांच्या संख्येत कपात करण्याचा, शस्त्रास्त्रांच्या वापरावर बंधने घालण्याचा प्रयत्न होतो. शस्त्रास्त्रनियंत्रणाद्वारे शस्त्रास्त्र समतोल साधला जाऊन स्थिरता निर्माण होण्यास मदत होते. तसेच शस्त्रास्त्रांच्या निर्मितीवर मर्यादा आल्याने संरक्षणावरील खर्चात कपात होते. परिणामी राष्ट्रे आपल्या परराष्ट्रीय धोरणाचे प्रमुख हे उद्दिष्ट ठेवतात.

नि:शस्त्रीकरण आणि शस्त्रास्त्रस्पर्धा या परस्पर निगडित आणि परस्परपूरक संकल्पना

आहेत. युद्धाचा धोका टाळण्यासाठी केवळ अस्तित्वात असणारी शस्त्रास्त्रे नष्ट करून चालणार नाही, तर भविष्यात अशा शस्त्रास्त्रांच्या निर्मितीवरही निर्बंध असायला हवेत.

एकंदरीत दोघांचेही कार्य शांतता व सुव्यवस्था राखणे हेच असलेले आपणांस दिसते.

प्रतिरोधकता किंवा प्ररोधन :

प्ररोधन ही संकल्पना गेली तीन-चार दशके आंतरराष्ट्रीय राजकारणाचे लक्ष वेधून घेत आहे. अणुयुगाचा आधार घेऊन सुरक्षाविषयक विचार मांडताना प्ररोधन या संकल्पनेला असाधारण महत्त्व प्राप्त झालेले दिसून येते. अगदी प्राथमिक पातळीवर पाहिले, तर दुसऱ्या राष्ट्राने आपल्या राष्ट्रहिताला धक्का देणारी पाऊले उचलली, तर त्या राष्ट्राला आपण आपल्या संभाव्य प्रतिहल्ल्याची जाणीव करून देणे आणि या प्रतिहल्ल्याच्या दहशतीद्वारे त्याला त्याच्या मूळ धोरणांच्या अंमलबजावणीपासून परावृत्त करणे हा याचा अर्थ आहे.

प्ररोधनाची मूळ संकल्पना नवीन नाही. भारतात कौटिल्य राजनीतीत त्याचा उल्लेख दिसतो. तसेच पश्चिमेकडे थ्युसीडीडेस आणि मॅकियाव्हिली यांच्या लिखाणात ही संकल्पना आढळून येते. नेपोलियननंतरच्या काळात जेव्हा युरोपमध्ये सत्तासमतोलाचा वापर करून स्थैर्य प्रस्थापित केले गेले, तेव्हा त्या सत्तासमतोलाचा मूळ पाया हा सत्तेच्या दहशतीसाठी प्रयोग करून राजकीय व्यवस्थेत बदल करणाऱ्यांना त्या कृत्यापासून परावृत्त करणे हा होता. यात प्ररोधन हे गर्भित होते.

मात्र प्ररोधन या संकल्पनेचा खऱ्या अर्थाने वापर हा दुसऱ्या महायुद्धानंतरच्या काळातच झालेला दिसून येतो. आण्विक रणनीतीचा प्ररोधन हा केंद्रबिंदू आहे. या संकल्पनेचे सामरिक शास्त्राच्या अभ्यासात तसेच राजनीतीच्या क्षेत्रात महत्त्वाचे कार्य आहे. लष्कराचे प्राथमिक कार्य हे संभाव्य किंवा प्रत्यक्षात होणाऱ्या आक्रमणाला प्रतिरोध करणे हे असते. लष्कराचे हे पारंपरिक कार्य आहे. राष्ट्रीय सुरक्षिततेच्या कार्यात लष्कराच्या कार्याचा वाटा मोठा असतो. मात्र त्या पारंपरिक कार्याच्या वाटचालीला अणुयुगामुळे एक नवीन वळण लागले. अणुबॉम्बच्याद्वारे पारंपरिक राजनीती, रणनीती आणि सामरिकशास्त्र, यांत मूलभूत बदल घडून आले. राष्ट्रीय सुरक्षिततेकडे बघण्याचा दृष्टिकोन बदलून गेला.

पारंपरिक पद्धतीत राष्ट्रीय सुरक्षा ही प्रामुख्याने लष्करी बाब मानली जात असे. त्यात आक्रमणाविरुद्ध लष्करी सज्जता, सुरक्षिततेसाठी केलेले युद्ध, युद्धसिद्धता यासारख्या गोष्टींकडे प्रामुख्याने पाहिले जात होते. राष्ट्रीय सुरक्षा ही संकल्पना युद्धाच्या चौकटीतील

राजनीतीत बसवली होती. अणुयुगाच्या आगमनानंतर या राष्ट्रीय सुरक्षिततेच्या संकल्पनेत मूलभूत बदल घडून आला. अण्वस्त्रधारी राष्ट्रे राष्ट्रीय सुरक्षिततेकडे युद्धाच्या नव्हे, तर शांततेच्या चौकटीतून पाहू लागली. आज राजनीतीचे प्रमुख कार्य हे क्लॉझविट्सच्या सिद्धान्ताच्या पलीकडे जाऊन शांततेसाठी झटण्याचा प्रयत्न करणे, हे आहे. प्रबोधनाचे प्रमुख कार्य हे शांतता अबाधित ठेवणे आणि युद्ध टाळणे, हे आहे. रणनीतीचे स्वरूप आज युद्ध टाळण्याची कला, असे झालेले दिसून येते.

प्ररोधनाचा अर्थ :

प्ररोधन ही संकल्पना बळाचे किंवा जोराचे साधन म्हणून उपयोग आणि धमकी म्हणून उपयोग यांत फरक करते. हा फरक केवळ सैद्धान्तिक नाही,तर प्रत्यक्ष आहे. त्याचबरोबर प्ररोधनाकडे केवळ 'संकल्पना' म्हणून नाही, तर एक राजनीतीची 'कला' म्हणूनदेखील पाहावे लागते. हा दुसरा अर्थ आज मनोवैज्ञानिक युद्धाच्या संदर्भात अधिक महत्त्वाचा आहे. प्ररोधनाला दोन प्रमुख पायाभूत तत्त्वे आहेत. मनोवैज्ञानिक आणि बुद्धिप्रमाण किंवा तार्किक किंवा तर्कशक्तीवर आधारित एखाद्या देशाच्या निर्णयप्रक्रियेत त्या देशाच्या नेत्याला म्हणजेच राष्ट्राध्यक्ष किंवा पंतप्रधान यांना अनन्यसाधारण महत्त्व प्राप्त झालेले दिसून येते. लोकशाही राष्ट्रप्रणालीतदेखील युद्धाच्या परिस्थितीत अंतिम निर्णय हा कोणा एकट्याचाच असू शकतो. १९६२ च्या क्युबा प्रकरणी अमेरिकेच्या राष्ट्राध्यक्ष जॉन केनेडींवर जे असंख्य अभ्यास प्रसिद्ध झाले, त्यात याचा प्रकर्षाने उल्लेख जाणवतो. त्या संकटाच्या निर्णयप्रक्रियेत ते युद्ध आण्विक युद्धाच्या दिशेने जाण्याची शक्यता लक्षात आल्यावर रशियावर कोणत्या मर्यादेपर्यंत दबाव आणायचा, हा निर्णय स्वत: राष्ट्राध्यक्षांनी घेतला. इथेच प्रामुख्याने मनोवैज्ञानिक आणि तार्किक बाबी लक्षात घ्याव्या लागतात. अशा संकटात दोन्ही बाजू बुद्धिप्रमाण राहतील, तर्कसंगत धोरण आखतील, हे गृहीत धरावे लागते. त्याचबरोबर त्या वेळच्या दबावाचा त्या नेत्यावर मनोवैज्ञानिक दबाव कसा येईल, याचा अभ्यास करावा लागेल.

अणुयुगाच्या आधी प्ररोधनाचा जो वापर होत होता, तो युद्ध आणि शांतता या दोन टोकांच्यामधील बाबींवर आधारलेला होता. एकीकडे जगात स्थैर्य टिकवणे, तसेच सत्तासमतोलात जैसे थे परिस्थिती ठेवण्यासाठी प्रयत्न केले जात होते. दुसरीकडे युद्ध झाले, तर ते जिंकण्यासाठी पराकाष्ठा केली जात होती. प्ररोधनाचा वापर एकतर युद्ध पुकारण्यासाठी केला जात होता किंवा फसवी धमकी देण्यासाठी केला जात होता. अण्वस्त्रांच्या प्रत्यक्ष प्रयोगानंतर अणुयुगात राजनीतीचे धोरण आणि राजनीती

किंवा राजकीय धोरण आणि सामरिक धोरण यांच्यातील भेद कमी होत चालला आहे. पूर्वीच्या काळात प्ररोधन हे अनेक धोरणांपैकी एक होते. आज ते संरक्षणासाठी एकमेव धोरण झाले आहे.

प्ररोधनाची व्याख्या :

प्ररोधनाची व्याख्या करताना प्रामुख्याने एक गोष्ट आधारभूत म्हणून मानली जाते. आपण आण्विक जगातील अण्वस्त्रधारी राष्ट्रांच्या संदर्भात व्याख्या करीत आहोत. जागतिक राजकारण सत्तासमतोलाच्या पलीकडे जाऊन दहशत संतुलनाकडे वळले आहे, हे मान्य करीत आहोत. प्ररोधनाचे प्रमुख कार्य हे दुसऱ्या राष्ट्राचे मन वळवण्याचे आहे. त्यांच्या आखलेल्या धोरणामध्ये बदल घडवून आणण्यासाठी प्रवृत्त करण्याचे आहे. प्ररोधनाच्या संकल्पनेत दोन राष्ट्रांच्या संबंधाचे अवलोकन केले जाते. यात एक राष्ट्र दुसऱ्या राष्ट्राला म्हणजेच प्ररोधित राष्ट्राला त्याने योजलेल्या नव्या धोरणांत बदल करण्यासाठी, ते नवीन धोरण सोडून देण्यासाठी परावृत्त करीत असते. ही परावृत्त करण्याची प्रक्रिया धमकी किंवा दहशतीद्वारे केली जाते. ही दहशत इतकी गंभीर स्वरूपाची असावी की, त्या राष्ट्राला त्यापासून खऱ्या अर्थी सर्वनाशाचा धोका जाणवला पाहिजे. यावरून अनेक विचारवंतांनी प्ररोधनाच्या खालीलप्रमाणे व्याख्या केलेल्या आहेत–

जोसेफ नाय यांच्या मते, प्ररोधन हे भीतीद्वारे परावृत्त करण्याचे तंत्र असून, ऐतिहासिक काळापासून राष्ट्रे शक्तिशाली सैन्याची निर्मिती, लष्करी करार यांद्वारे प्रतिपक्षाला आक्रमणापासून परावृत्त करता आले आहे.

शेलिंगच्या मते, प्ररोधन म्हणजे प्रत्यक्ष बळाचा वापर न करता त्या बळाच्या संभाव्य शक्तीचा चतुराईने उपयोग करणे हा आहे.

अमेरिकन संरक्षण विभागाच्या शब्दकोशानुसार, परिणामांची भीती दाखवून प्रतिपक्षाला आपल्या आक्रमक कार्यापासून परावृत्त करणे म्हणजे प्ररोधन. प्रतिहल्ल्याची क्षमता विकसित करून प्रतिपक्षामध्ये धाक निर्माण करता येतो.

बाल्डविन यांच्या मते, प्ररोधनामध्ये प्रभावी प्रतिहल्ल्याची क्षमता विकसित करून प्रतिपक्षाला हल्ला करण्यापासून परावृत्त केले जाते.

झिम यांच्या मते, प्ररोधन तंत्रामध्ये प्रतिपक्षाच्या धोरण निर्मात्यांना त्याच्या आक्रमक कृत्यांचे गंभीर परिणाम पटवून देऊन आक्रमक धोरण यशस्वी होणार नाही, हे समजावून सांगण्याचा प्रयत्न केला जातो.

प्ररोधनाची उद्दिष्टे :

काही उद्दिष्टे साध्य करण्यासाठी हे तंत्र वापरले जाते. यांतील काही उद्दिष्टे खालीलप्रमाणे आहेत-

१. देशातील जनता, त्यांची संपत्ती तसेच सेना या सर्व घटकांचे शत्रूच्या हल्ल्यापासून संरक्षण करणे.

२. शत्रूने केलेल्या हल्ल्याने जे नुकसान होणार आहे, त्याची तीव्रता कमी करणे.

३. आक्रमणाचा धोका टाळून आंतरराष्ट्रीय राजकारणात स्थिरता टिकवून ठेवण्याच्या दृष्टीने प्रयत्न करणे.

४. शत्रूला कोणतेही युद्धासारखे कृत्य करण्यापासून रोखणे.

५. नि:शस्त्रीकरण किंवा शस्त्रनियंत्रणासारखे प्रयोग सतत करत राहणे.

६. शांततामय किंवा सहकार्याच्या मार्गाने दोन राष्ट्रांतील संघर्ष सोडवण्याच्या दृष्टीने प्रयत्न करणे.

प्ररोधनाची तत्त्वे :

प्ररोधनाच्या तत्त्वांमध्ये दळणवळण, सामर्थ्य किंवा शक्ती, विश्वासार्हता व नफ्यातोट्याची गोळाबेरीज यांचा समावेश होतो.

१. दळणवळण : याच्या माध्यमातून सर्व शत्रूपक्षांची माहिती प्राप्त होत असते. प्रामुख्याने धमकी देणाऱ्या राष्ट्रांची क्षमता ही त्यातून स्पष्ट होत असते. या क्षमतेबाहेर कार्यवाही झाली, तर काय होईल, याचीही कल्पना येते. दळणवळणाच्या माध्यमांच्या गडबडीमुळे, तांत्रिक बिघाडामुळे गैरसमज पसरतात आणि त्यांतून कठीण प्रश्न निर्माण होतात. काही वेळा अनर्थ ओढवण्याचीही शक्यता नाकारता येत नाही. बऱ्याच वेळा या माध्यमांच्या परिस्थितीमुळे किंवा उशिरा स्पष्टीकरण झाल्यामुळे प्रतिरोधनात अपयश येते. दळणवळणाच्या चांगल्या व्यवस्थेवरच प्रतिरोधनाचे महत्त्व आणि यश अवलंबून असते.

२. सामर्थ्य किंवा शक्ती : प्रतिरोधन या संकल्पनेचे यश फक्त सभोवतालच्या परिस्थितीवरच अवलंबून ठेवता येत नाही. आपली प्रत्यक्ष शक्ती किंवा सामर्थ्य एवढे असावयास हवे की, वेळ आली, तर शत्रूला त्यांच्या कल्पनेत नसेल एवढी नुकसानीची झळ पोहोचवणे शक्य आहे. शत्रूच्या मनामध्ये आपल्या सामर्थ्याबद्दल सतत भीती असावयास हवी. त्याला त्यामध्ये कोणतीही उणीव जाणवता कामा नये. आव्हान देणाऱ्या राष्ट्राची शक्ती अमर्याद नसली, तरी ती पुरेशी असणे आवश्यक आहे.

आपल्या शक्ती किंवा सामर्थ्याच्या कल्पनेनेच शत्रू गारद होतो. यावरच त्याचे यश अवलंबून असते.

३. विश्वासार्हता : प्रतिरोधनाचा आत्मा समजल्या जाणाऱ्या विश्वसनीयतेला अतिशय महत्त्व प्राप्त झालेले आहे. कोणत्याही संधी किंवा करारामध्येसुद्धा विश्वसनीयतेलाच महत्त्व असते. प्रतिरोधनामध्येसुद्धा विश्वसनीयतेचा हा महत्त्वाचा भाग आहे. समोरच्या पक्षाला, शत्रूला आपल्या सामर्थ्याबद्दल, शक्तीबद्दल, आपल्या कार्यवाहीबद्दल खात्री असेल तरच तो शांत राहील. आपली आव्हाने पोकळ नसून ती शत्रूला नष्ट करणारी असतील तर विश्वसनीयता आहे, असे म्हणता येईल. जेव्हा दोन्ही पक्षांची स्थिती सारखी असते, दोन्हीकडे सारखी क्षमता किंवा शक्ती असते, तेव्हा ते दोन्ही परस्परांवर सारखे आघात करून नुकसानसुद्धा त्याच प्रमाणात घडवून आणतात. अशा स्थितीमध्ये बिकट प्रश्न निर्माण होतो. परंतु अशाही परिस्थितीमध्ये काही प्रसंग असे येतात की, काही वेळा शत्रूची गुप्त माहिती आपल्यापर्यंत पोहोचते, ज्याची त्याला कल्पना नसते. त्या गुप्त माहितीच्या आधारे आपण त्यावर सरशी करू शकतो. अर्थात त्या गुप्त माहितीमुळे आपल्या आघातशक्तीची विश्वसनीयता वाढते.

४. नफा-तोट्याची गोळाबेरीज : आक्रमक कृत्य करणाऱ्या राष्ट्राला मिळणारा फायदा तसेच जीवित व वित्तहानीच्या रूपातील तोटा किंवा किंमत यांची गोळाबेरीज करावी लागते.

प्ररोधनाची वैशिष्ट्ये :

प्ररोधनाची वैशिष्ट्ये खालीलप्रमाणे सांगता येतील-

१. यामध्ये प्रतिपक्षापुढे भीती किंवा धाक निर्माण करून त्याला युद्धापासून परावृत्त करण्याचे उद्दिष्ट असते आणि हे उद्दिष्ट साध्य करण्यासाठी संबंधित राष्ट्राकडून शक्तीचे प्रदर्शन केले जाते.

२. प्ररोधनाची कल्पना ही परिकल्पनेवर आधारित असून यानुसार युद्ध हा राष्ट्रापुढे धोका असून त्यासाठी राष्ट्राला सदैव सावध राहावे लागते. याचाच आधार घेऊन आज अमेरिकेने आपले सैन्य जगातील बहुतेक राष्ट्रांमध्ये ठेवून घेण्यास त्यांना भाग पाडले आहे.

३. नकारात्मक कृत्याचे फायदे व त्यासाठी मोजावी लागणारी किंमत यांच्या गोळाबेरजेवर ही संकल्पना आधारित आहे.

४. या संकल्पनेमध्ये सैनिकी सामर्थ्याच्या प्रदर्शनावर भर दिला जातो.

५. ही संकल्पना दहशतीच्या समतोलावर आधारित असते.

६. यामध्ये परस्पर विरोधाभास असणाऱ्या घटकांचे अस्तित्व आहे.

प्रोधनाचे घटक :

प्रोधनाच्या संकल्पनेत सात प्रमुख घटक आहेत–

१. धमकी किंवा दहशत

२. बंधन किंवा बद्धस्थिती

३. प्रवृत्त करणे किंवा मन वळवणे

४. संज्ञापन

५. विश्वासार्हता

६. बुद्धिप्रमाण किंवा तर्कसंगत विचार

७. पर्यायी मार्ग

या घटकांचे अर्थ व महत्त्व पुढीलप्रमाणे आहे.

१. धमकी किंवा दहशत : प्रोधनाच्या प्रक्रियेत पहिले राष्ट्र दुसऱ्या राष्ट्राला विशिष्ट धमकी देत असते. ही धमकी म्हणजे दुसऱ्या राष्ट्राच्या संभाव्य कृत्याची किंमत असते. त्या अर्थाने ती धमकी ही दहशतीचा भाग असते. या धमकीचे दोन मुख्य पायाभूत आधार आहेत. एकतर धमकीत निश्चितता असावी आणि दोन, ती परिस्थितीजन्य बदल करता येण्याजोगी असावी. धमकीची निश्चितता ही त्या धमकीबद्दल संदिग्धता दूर करते. प्रोधित राष्ट्राला कोणत्याही प्रकारची लबाडी किंवा हातचलाखी करायला वाव मिळता कामा नये.

त्याचबरोबर या धमकीमध्ये धमकी देणाऱ्या राष्ट्राला धमकीच्या वापराची पातळी अवगत असायला हवी. प्रोधनाच्या प्रक्रियेत दुसऱ्या राष्ट्राने आपले धोरण बदलले की, तयार केलेली दहशतीची परिस्थिती पुन्हा सामान्य करण्याची क्षमता असायला हवी. किंबहुना, दुसऱ्या राष्ट्राच्या बदलत्या धोरणानुसार धमकीच्या स्वरूपात बदल करणे, वाढ किंवा कमी करणे, ही सिद्धता असायला हवी. अणुयुगापूर्वी ही धमकी फसवी होती. दुसऱ्या राष्ट्राला तो फसवेपणा लक्षात आला तर युद्ध होण्याची शक्यता होती. आज या धमकीत जी निश्चितता आहे, ती प्रामुख्याने धमकी देण्याच्या क्षमतेतून आलेली आहे. मुख्य म्हणजे ही क्षमता उघडपणे प्रदर्शित केलेली क्षमता आहे. त्या धमकीबद्दल शंका घेता येत नाही, ती फसवी नसते. आज हे सर्वनाश करण्याची क्षमता असलेले युद्ध आहे. ही झीरो सम गेम ची संकल्पना पूर्वी वापरली जात नव्हती. या

संकल्पनेत एखादे राष्ट्र पूर्ण विजयी आणि दुसरे पूर्ण पराभूत होऊ शकते. पूर्वीच्या युद्धाच्या संकल्पनेत युद्धानंतर सत्तासमतोलात फरक होऊन नवीन व्यवस्था तयार होऊ शकत होती. मुद्दा असा की, आज धमकीचा वापर करताना युद्ध टाळण्यासाठी त्याचे खरे महत्त्व आहे, युद्ध करण्यासाठी नव्हे. प्ररोधनाची संकल्पना शांततेवर भर देते, युद्धावर नाही, ती या युद्धाच्या बदललेल्या अर्थामुळे.

२. बंधन किंवा बद्धस्थिती : प्ररोधनाला आज बद्धस्थित रणनीती म्हणून संबोधित केले जाते. त्यांत प्रामुख्याने पहिल्या राष्ट्राच्या धोरणावर लक्ष दिले गेले आहे. या बंधनात किंवा बद्धस्थितीत केवळ हेतूचा भाग नाही, तर त्या हेतूला निश्चितता असेल, त्याच्या अंमलबजावणीची सिद्धता असेल. पहिले राष्ट्र जेव्हा दुसऱ्या राष्ट्रासमोर धमकीचे स्वरूप काय असेल, हे स्पष्ट करते, तेव्हा ती धमकी ही बद्धस्थित असते. पहिल्या राष्ट्राच्या धमकीचा जो मार्ग असेल, त्याचा संपूर्ण क्रम हा सुरुवातीलाच स्पष्ट केला जातो. त्यात हेतू, कृत्य, पद्धती या सर्व गोष्टी बदलता न येणाऱ्या बंधनात गोवलेल्या असतात. त्या बंधनाचा मार्ग एकदा मान्य केला की, पहिले राष्ट्र त्या कृत्याचा दुसऱ्या राष्ट्रावर काय विपरीत परिणाम होईल, हे बघत नाही. त्याबद्दल खंत करणे म्हणजे आपल्या बंधनात्मक रणनीतीला तडा जाणे होय.

३. प्रवृत्त करणे किंवा मन वळवणे : त्या धमकीचा आणि त्याच्या या बदलता न येणाऱ्या परिस्थितीचा हेतू हा दुसऱ्या राष्ट्राचे मन वळवणे हा असतो. वर उल्लेख केल्याप्रमाणे दुसरे राष्ट्र आपली भूमिका ही स्वतःच्या राष्ट्रहितासाठी आखत असते. जागतिक परिस्थितीत जे बदल घडवायचे असतात, त्यासाठी जी धोरणे आखली जातात, ती स्वहिताच्या आधारे आखली जात असतात. परंतु या नवीन धोरणांचा जर इतर राष्ट्रांवर विपरीत परिणाम होणार असेल, तर ती राष्ट्रे त्यांना विरोध करतीलच. अशा वेळेस या विरोधाला तोंड देताना आपल्या नवीन धोरणांचा फायदा आणि त्या विरोधापासून होणारा तोटा या बाबींचा अभ्यास केला जातो. हा विरोध म्हणजे प्ररोधनाची प्रक्रिया आहे. हा विरोध एक प्रकारे 'किंमत' असते. ही किंमत जर परवडत नसेल, तर ते धोरण सोडून देण्याची तयारी असू शकते. त्या मूळच्या आराखड्यात बदल करणे हा तर्कसिद्ध निर्णय असतो. संभाव्य किंमत डोळ्यासमोर ठेवून घेतलेला निर्णय असतो, मुख्य म्हणजे प्रत्यक्ष युद्ध सुरू होण्याआधीच घेतलेला हा निर्णय असतो, म्हणूनच ही 'माघार' नव्हे. ही प्रक्रिया म्हणजे त्या राष्ट्राला प्ररोधनाच्या मार्गाने निर्णय बदलण्यासाठी प्रवृत्त करणे ही आहे. त्याचसाठी धमकी देणाऱ्या पहिल्या राष्ट्राला सुरुवातीपासूनच या बदलासाठी मार्ग मोकळा ठेवावा लागतो. असा निर्णय

बदलताना दुसऱ्या राष्ट्राला पराभवाच्या माघारीची वाट घ्यावी लागता कामा नये. हा सन्माननीय मार्ग ठेवला गेला पाहिजे.

४. **संज्ञापन :** प्ररोधनाच्या संकल्पनेत संज्ञापनेला अतिशय महत्त्वाचे कार्य आहे. परंपरागत युद्ध पद्धतीत संज्ञापन हे प्रामुख्याने (लष्करी) माहिती मिळवण्याचे कार्य होते. त्या पद्धतीत गुप्ततेला महत्त्व असल्याने शत्रूराष्ट्राची माहिती, त्याच्या लष्करी तयारीची माहिती असणे, हे सर्व आवश्यक होते. आज संज्ञापन ही खऱ्या अर्थी प्रदर्शनाची, जाहीरपणे भूमिका स्पष्ट करण्याची संकल्पना झाली आहे. इथे आपल्या क्षमतेचे, उद्देशाचे, ध्येयाचे स्पष्ट आणि निश्चित स्वरूप शत्रूपक्षाला द्यायचे असते. थोडक्यात पहिल्या राष्ट्राला धमकी देताना, ती ज्याप्रमाणे निश्चित असायला हवी, त्याचप्रमाणे त्या धमकीच्या मागील क्षमता, हेतू आणि तयारी करून द्यायला हवी.

५. **विश्वासार्हता :** पहिल्या राष्ट्राने दुसऱ्या राष्ट्राला जी धमकी दिली असेल, ती निश्चित स्वरूपाची असेल, योग्य पद्धतीने ती पोहोचवली असेल, पण त्या धमकीला विश्वासार्हता असणे तितकेच महत्त्वाचे आहे. ही विश्वासार्हता पहिल्या राष्ट्राच्या लष्करी क्षमतेतून निर्माण होते. तसेच ती क्षमता प्रत्यक्ष वापरण्याच्या तयारीतून निर्माण होते. दुसऱ्या राष्ट्राला (प्ररोधित राष्ट्राला) याची खात्री झाली पाहिजे की, जर त्याने पहिल्या राष्ट्राचे म्हणणे मानले नाही, तर पहिल्या राष्ट्राने पुढे केलेल्या धमकीला त्याला तोंड द्यावे लागेल आणि त्या परिस्थितीला तोंड देणे म्हणजे त्याचा पूर्णपणे, निश्चितपणे, यशस्वीपणे, कायमचा नाश केला जाईल. कारण प्ररोधनात नाश करण्याची धमकी असते. ती संपूर्णपणे नाश करण्याच्या हेतूने दिलेली असते. त्यात या माया किंवा क्षमेचा भाग येत नाही.

पहिल्या राष्ट्राने दिलेल्या धमकीबाबत विश्वासार्हता ही त्या राष्ट्राची लष्करी क्षमता आणि हेतू जाणून घेऊनच आखता येते. क्षमतेचे मोजमाप करताना ज्या घटकांचा विचार करावा लागतो, ते पुढीलप्रमाणे आहेत–

१. शस्त्रास्त्रांच्या संख्येची आणि त्याच्या नाश करण्याच्या ताकदीची माहिती करून घ्यावी लागेल. त्याचप्रमाणे युद्धाच्या क्षणी ही शस्त्रे कितपत उपयोगी पडतील, त्याचा अंदाज बांधावा लागेल.

२. त्या राष्ट्राकडे ही शस्त्रे प्ररोधनाच्या चर्चेत अण्वस्त्र असतील, हे गृहीत धरले जाते. शत्रूराष्ट्रावर फेकण्याची योग्य उपाययोजना आहे का, त्याचा अभ्यास करावा लागेल.

३. आपली शस्त्रे ही शत्रूच्या अचानक झालेल्या हल्ल्यांत उद्ध्वस्त केली

जाणार नाहीत, तसेच आपण टाकलेली शस्त्रे शत्रूपर्यंत पोहोचतील, याची खबरदारी घ्यावी लागते.

४. आपल्या राष्ट्राची जी निर्णय पद्धती असते, त्यातील अंतिम जबाबदारी व्यक्ती, राष्ट्रपती किंवा पंतप्रधान, तसेच संपूर्ण सुरक्षादल हाताळतात. ते 'कमांड सेंटर' हल्ल्याच्या धोक्यापासून वाचवता यायला हवे. हल्ल्याची पूर्वसूचना देणारी यंत्रणा, सर्व महत्त्वाची संसूचना उपकरणे तसेच प्रमुख कार्यालय यांवर हल्ला झाला तर त्याचा विपरीत परिणाम होऊ शकतो. व्हॉलस्टेटरच्या मते पूर्वसूचना, लष्करी मुख्यालय आणि नियंत्रण या तीन गोष्टी अन्अतिक्रमणीय असणे हे सामरिक योजनेचे एक आवश्यक त्रिमूल्य आहे.

५. क्षमतेविषयी विचार करताना आणखी एक महत्त्वाचा घटक हा नागरी संरक्षणाचा आहे. नागरी संरक्षणाद्वारे प्रतिकार करण्याची शक्ती वाढू शकते.

६. बुद्धिप्रमाण किंवा तर्कसंगत विचार : तर्कसंगत वागणूक किंवा बुद्धिप्रमाण वागणूक याला प्ररोधनात अतिशय महत्त्व आहे. येथे दोन्ही राष्ट्रांना आपले परस्परांबद्दल अंदाज मांडताना तर्कसंगत विचार करावा लागतो. प्रथमत: दुसऱ्या राष्ट्राचे हेतू, राष्ट्रहित आणि निर्णयप्रक्रिया हे तर्कसंगत पद्धतीने जाणून घ्यावे लागतील, या संकल्पनेत दोन्ही राष्ट्र आपले जे राष्ट्रहित आहे, त्याचे निश्चित स्वरूप मांडू शकतात. प्ररोधनाचा प्रमुख पाया हा युद्धाची धमकी देऊन युद्ध टाळणे हा आहे. येथे तर्कसंगत विचाराची सर्वात जास्त गरज आहे. एक प्रकारे, प्ररोधनात दोन परस्परविरोधी तत्त्वे मांडलेली दिसून येतील. खरेतर त्यात तसा विरोधाभास नाही. एक तत्त्व संभाव्य युद्धाच्या तयारीचे, प्ररोधन कार्यक्षम होण्यासाठी प्रत्येक राष्ट्राला सातत्याने युद्धाच्या तयारीत राहावे लागते. ही तयारी संपूर्ण नाशाची असेल. परंतु ही तयारी करताना आपल्या ज्या युद्धाच्या तयारीसाठी ही क्षमता वाढवत आहोत, तेच युद्ध टाळण्यासाठी हे प्रयत्न असतील, याची जाणीव असायला हवी. कारण युद्ध झालेच तर सर्व जगाचा नाश होईल, अशा युद्धात खरेतर कोणाचाच जय होऊ शकत नाही, याची जाणीव दोघांना असेल, त्याचमुळे युद्ध टाळण्यासाठी युद्धाची धमकी देणे हा प्ररोधनाचा पाया मानला जातो. या संकल्पनेकडे डोळसपणे बघण्यासाठी बुद्धिप्रमाण आणि तर्कसंगत विचार असणे आवश्यक आहे.

७. पर्यायी मार्ग : शेवटचा मुद्दा हा प्ररोधनाचा वापर केल्यानंतर तयार झालेल्या परिस्थितीतून बाहेर पडायचे, आंतरराष्ट्रीय स्थिती सामान्य बनवायची यासाठी पर्यायी मार्गांचा अवलंब केला जातो. धमकीच्या स्वरूपाची चर्चा करताना जी गोष्ट नमूद केली होती, तीच इथे लक्षात घ्यायला हवी. प्ररोधनाचे यश दुसऱ्या राष्ट्राच्या पराभवात

नाही, त्याच्या सर्वनाशात नाही, त्याच्या पराभवातून नवीन सत्तासमतोल निर्माण करण्यात नाही किंवा नव्याने आंतरराष्ट्रीय व्यवस्था स्थापन करण्यात नाही. त्याचे खरे यश युद्ध टाळण्यात आहे, स्थैर्य टिकवण्यात आहे. म्हणूनच प्ररोधनाचा विचार करताना 'माघार' घेण्याचा विचार केला जात नाही. त्याउलट प्रथम धमकी देणाऱ्या राष्ट्रानेच त्या परिस्थितीतून अंग काढून घेण्यासाठी मार्ग तयार ठेवायचा असतो. असा पर्यायी मार्ग सुरुवातीपासूनच खुला ठेवण्याची जबाबदारी ही पहिल्या राष्ट्राची असेल. असा मार्ग ठेवला नाही, तर युद्धाला तोंड फुटेल. कारण दुसऱ्या राष्ट्राला इतर पर्याय उरणार नाहीत. इतकेच नव्हे तर हा मार्ग सन्माननीय नसेल, तरी त्याचा विपरीत परिणाम होण्याची शक्यता आहे. प्ररोधनाचे अंतिम ध्येय शांतता राखणे हे आहे, युद्धातून नवीन व्यवस्था निर्माण करणे नाही, हे लक्षात घ्यायला हवे.

कार्याची मीमांसा :

प्ररोधनाचे प्रमुख कार्य हे आंतरराष्ट्रीय परिस्थितीत स्थैर्य अबाधित ठेवून जैसे थे परिस्थिती कायम ठेवणे हे आहे. प्ररोधनातून त्या कालाचा सत्तासमतोल गोठवून ठेवला जातो. प्ररोधनात स्थैर्य जपून ठेवण्यासाठी आत्मसंयमतेचा वापर केला जातो. हे आत्मसंयमन प्रत्येक राष्ट्राच्या धोरणात दिसून येते.

आंतरराष्ट्रीय व्यवस्थेत शांततेची किंवा युद्धाची नवीन व्यवस्था निर्माण करण्याची धमक या संकल्पनेत आहे. त्यात एक गतिशीलता आहे, ज्याद्वारे आपण इतिहासातील बदलांबद्दल बोलू शकतो. आज आपण प्ररोधनाची संकल्पना पाहिली की, त्यात अशा तऱ्हेचे पर्याय नसतात. आज हा पर्याय केवळ मार्ग स्वीकारायचा इतक्यापुरताच मर्यादित असतो. त्यात हे चांगले, ते अधिक चांगले अशा तऱ्हेची निवड नसते. ही निवड सत्तासमतोलाच्या राजकारणातच होऊ शकते. प्ररोधनात अंतिम ध्येय हे समान असते, मार्गांत मात्र काही फरक असू शकतात. प्ररोधनाद्वारे आंतरराष्ट्रीय परिस्थितीत जो बदल होऊ शकतो, तो वरवरचा असतो, मूलभूत असत नाही.

१९५७ मध्ये सोव्हिएत रशियाने स्पुटनिक यान आकाशात सोडले आणि अणुयुद्धाच्या बदलत्या परिस्थितीला एक नवे वळण मिळाले. १९५७ च्या आधी दोन्ही अण्वस्त्रधारी राष्ट्रांच्यात जो सत्तेचा समतोल साधला होता, त्याला जरी प्ररोधनाचा पाया होता, तरी त्यात एक प्रकारचे स्थैर्य होते. दोन्ही राष्ट्रांकडे अणुबॉम्ब होते, परंतु ते दुसऱ्या राष्ट्रावर टाकण्याची साधने मर्यादित होती, निश्चित क्षमतेची होती आणि मुख्य म्हणजे समान पद्धतीची होती. १९५७ च्या स्पुटनिकने या परिस्थितीत एकाएकी आमूलाग्र बदल झाला. अमेरिकेला प्रथमच आपली संरक्षणफळी भेद्य असल्याची

जाणीव झाली. अमेरिकेच्या संरक्षण खात्याने या नवीन घटनांचा अभ्यास केला. व्हॉलस्टेटर याच्या 'डेलीकेट बॅलन्स ऑफ टेरर' हा महत्त्वाचा अहवाल अभ्यासाचा एक भाग आहे. व्हॉलस्टेटर यांनी प्रथम त्यात दहशत संतुलनाची संकल्पना मांडली आहे. अणुयुगातील अनिश्चितेत आपण गैरसावध स्थितीत पकडले जाऊ शकतो, ही अमेरिकेची भीती व्हॉलस्टेटर मांडत होते. अमेरिका आणि रशिया यांच्यातील प्ररोधनावर आधारित सुरक्षेच्या संकल्पनेची खरी सुरुवात येथे झाली.

अमेरिका आणि रशिया यांचा विचार करता प्ररोधनाची खरी कसोटी १९६२ मध्ये क्युबाच्या प्रकरणावरून झाली. क्युबामध्ये सोव्हिएत रशियाने आण्विक प्रक्षेपणास्त्र ठेवण्याचे ठरवले. ते करण्यामागील हेतू अमेरिकेच्या युरोपीय धोरणांत बदल घडवून आणण्याचा होता. अमेरिकेवर युरोपीय धोरणाच्या संदर्भात दबाव आणण्यासाठी ही योजना आखली गेली. अमेरिकेने युरोपमध्ये सोव्हिएत रशियाला काही सवलती द्याव्यात म्हणून क्युबाचा वापर करायचा होता. सोव्हिएत रशियाने हा उपक्रम सुरू केल्यावर अमेरिकेने त्याला विरोध केला. पुढे हा प्रश्न अधिक बिकट झाला. सोव्हिएत रशियाने आपले धोरण बदलण्यास नकार दिला आणि प्रत्युत्तर म्हणून अमेरिकेने क्युबाची सागरी नाकेबंदी केली. सोव्हिएत रशियन युद्धनौका क्युबापर्यंत पोहोचू शकत नव्हत्या आणि आता प्रथमच अमेरिकन आणि सोव्हिएत रशियन आरमार समोरासमोर युद्धाच्या तयारीत उभे राहिले. या दोन्ही राष्ट्रांमधील तणावाचे युद्धात रूपांतर होण्याची दाट शक्यता निर्माण झाली.

नाविक नाकेबंदी करून जर सोव्हिएत रशियन युद्धनौका ती नाकेबंदी तोडतील, तर युद्ध होईल, हे जाहीर केले. ही धमकी होती, दहशत होती. आता या धमकीमागे विश्वासार्हता आहे की नाही, हे सोव्हिएत रशियाने बघायचे होते. सोव्हिएत रशियाने ही विश्वासार्हता अजमावण्यासाठी काही काळ घेतला. त्या काळात हे तणाव वाढतच गेले. परंतु ज्या वेळेस अमेरिकेच्या धमकीची विश्वासार्हता पटली, तेव्हा सोव्हिएत रशियाने बुद्धिप्रमाण निर्णय घेऊन क्युबातून माघार घेतली. सोव्हिएत रशियाने क्युबाबाबतचे जे धोरण बदलले, त्यात प्ररोधनाचे खरे यश दिसून येते. अर्थात क्रुश्चेव्हच्या या निर्णयाचा परिणाम त्यांना पुढे भोगावा लागला. क्रुश्चेव्ह यांना १९६४ मध्ये पदच्युत केले गेले, परंतु तो या चर्चेचा भाग नव्हे.

मात्र क्युबा प्रकरणात दोन मुद्दे लक्षात येतात. एकतर या प्रकरणात, दोन व्यक्ती, अमेरिकेचे केनेडी आणि सोव्हिएत रशियाचे क्रुश्चेव्ह, या खऱ्या अर्थाने एकाकीपणे निर्णय घेत होत्या. अंतिम जबाबदारी केवळ त्यांचीच होती आणि दुसरी महत्त्वाची गोष्ट म्हणजे ज्या मुद्यांवर हा वाद झाला, तो अमेरिकेला निश्चितपणे कितपत महत्त्वाचा

होता? कारण त्याच्या महत्त्वावरच धमकीची खरी विश्वासार्हता अवलंबून होती. मुद्दा असा की, इथे दोन गोष्टी बघायला हव्यात, मानसिक पातळीवरील निर्णयप्रक्रिया आणि वादग्रस्त मुद्यांचे महत्त्व.

१९५० ते १९६२ च्या दरम्यान जे संघर्ष झाले, उदा. व्हिएतनाम, पश्चिम आशियात सुवेझचे युद्ध, इत्यादी. जे लष्करी करार झाले ते शीतयुद्धाच्या व्याप्तीचा भाग आहेत. १९६२ नंतर क्युबा प्रकरणातून मिळालेल्या धड्यापासून दृष्टिकोन बदलतो. या दोन राष्ट्रांची सुरक्षा ही प्ररोधनाच्या संकल्पनेत समजलेली आहे, हे आता मान्य केले जाते. दोन्ही देश सामरिक शस्त्रांच्या माऱ्यांपासून सुरक्षित नाहीत. त्यांची सुरक्षा भेद्य आहे आणि म्हणून जर युद्ध झाले, तर दोघांचा नाश होईल, या जाणिवेने युद्ध टाळले जाईल, हा विचार मान्य केला गेला.

या दोन्ही राष्ट्रांतील प्ररोधनातील समतोलाची विश्वासार्हता ही आधुनिक शस्त्रास्त्रांच्या अभेद्यतेवर बऱ्याच प्रमाणात अवलंबून आहे. सामरिक शस्त्रास्त्रेही प्रामुख्याने तीन प्रकारची असतात. आंतरखंडीय प्रक्षेपणास्त्र किंवा आयसीबीएम, समुद्रात किंवा पाणबुडीस्थित प्रक्षेपणास्त्र किंवा एसएलबीएम, आणि लांब पल्ल्याची बॉम्बर विमाने. अशा तऱ्हेची सामरिक शस्त्रांची थोडीबहुत सज्जता जर दोन्ही राष्ट्रांकडे असेल तर, त्यातून निर्माण होणारे प्ररोधन हे अस्थिर असेल, असे मत मांडले जाते. या प्ररोधनांत स्थैर्य आणण्यासाठी दोन्ही राष्ट्रांना प्रत्याघात करण्याची क्षमता असणे आवश्यक आहे, कारण प्रथम हल्ले केलेल्या हल्ल्यानंतरदेखील प्रतिघात करण्याची जर क्षमता असेल, तर प्रथम हल्ला करण्यावर प्रतिबंध लागू शकेल.

प्ररोधनाच्या पातळ्या :

जॉर्ज आणि स्मोक यांनी प्ररोधनाच्या तीन पातळ्या स्पष्ट केल्या आहेत. सामरिक युद्धाची पातळी, मर्यादित युद्ध आणि सबलिमिटेड संघर्षाची पातळी.

प्ररोधनाची मूलभूत संकल्पना ही सामरिक प्ररोधनाच्या चौकटीत मांडली गेली आहे. त्या संकल्पनेत आपल्यावर प्रथम हल्ला झाल्यावर आपल्याकडे प्रत्याघात करून अपेक्षित आणि खात्रीचा विनाश करण्याची क्षमता गृहीत धरली गेली आहे. बहुतांश अभ्यासक हे गृहीत धरतात की, आण्विक पातळीवरच्या सामरिक प्ररोधनात, सर्व तऱ्हेच्या आण्विक युद्धाला दहशत निर्माण करण्याची क्षमता आहे.

मात्र मर्यादित युद्ध किंवा सबलिमिटेड युद्धाच्या पातळीवर प्ररोधनाचे कार्य अधिक अवघड होते. मर्यादित युद्धात एक निश्चित स्वरूपाचे आत्मसंयमन अपेक्षित असते. मर्यादित युद्ध उद्दिष्टांसाठी केलेले युद्ध असते. अर्थात ही मर्यादा अंतिम

निर्णयाबाबत नसते, तर वापरण्याच्या क्षमतेवर असते. मोठ्या प्रमाणात युद्ध करण्याची क्षमता असतानादेखील, मर्यादित स्वरूपाचे लष्करी बळ वापरणे, हा त्यामागचा हेतू असतो. अशा युद्धात शहरांवर सामरिक पद्धतीने बॉम्बहल्ले करून शहरे नष्ट करायची नसतात. कोरियन युद्धात मात्र या मर्यादेच्या संदर्भात अनेक प्रश्न उपस्थित केले गेले. त्यातील महत्त्वाचे असे होते की, जर युद्धावर भौगोलिक क्षेत्रीय मर्यादा घालायच्या असतील, तर निदान मर्यादित स्वरूपाची आण्विक शस्त्रे वापरण्यास परवानगी असावी. आण्विक शस्त्रांची दहशत किंवा धमकी, त्यातून निर्माण होणाऱ्या प्ररोधनाचे प्रश्न हे सबलिमिटेड संघर्षाबाबतदेखील लागू होतील. 'सबलिमिटेड संघर्ष' ही संकल्पना १९६० च्या दशकात विकसित झाली. ही संकल्पना पारंपरिक युद्धाच्या पातळीखालील जे संघर्ष असतात, त्यांना संबोधित करते. त्यात विप्लव, घुसखोरी, बळाचे प्रदर्शन, नाविक नाकेबंदी आदींचा समावेश केला जातो. त्या पातळीवर प्ररोधन हे अपेक्षित आणि खात्रीचा विनाश करण्याच्या पद्धतीच्या पातळीवर आखता येत नाही. या पातळीवर प्ररोधनात्मक धमकीचा वापर हा परिस्थितीनुसार करावा लागतो.

पश्चिमी राष्ट्रांमध्ये केला गेलेला सामरिक शब्दाचा बराचसा अभ्यास हा अमेरिकेच्या युरोपविषयीच्या धोरणाबाबत झाला आहे. प्रामुख्याने अमेरिकेच्या अण्वस्त्रांद्वारे पश्चिम युरोपसाठी विश्वासार्ह प्ररोधन तयार केले जाते का, की सोव्हिएत रशियन आक्रमणाचा धोका तसाच कायम राहतो. या मुद्द्यांचा अधिक तपशीलवार अभ्यास झालेला दिसून येतो. पश्चिम युरोपीय राष्ट्रे ही अमेरिकेने तयार केलेल्या प्ररोधनावर अवलंबून राहू इच्छित होती. त्यांना आपली वेगळी पारंपरिक फौज वाढवायची नव्हती. दोन महायुद्धांच्या अनुभवानंतर पारंपरिक युद्ध टाळण्याचा आटोकाट प्रयत्न चालला होता. अमेरिकेच्या प्ररोधन तत्त्वास 'जबरदस्त आण्विक प्रत्याघात' हा सोव्हिएत रशिया विरुद्धच्या धोरणाचा पाया होता. त्याचाच अर्थ की, सोव्हिएत रशियाला अमेरिकेकडून जी दहशतीच्या संदर्भातील धमकी दिली जाईल, ती प्रचंड प्रमाणातील आण्विक संहाराची होती. केनेडीच्या काळात या धोरणामध्ये बदल घडून आला. आता नवीन धोरण हे जबरदस्त प्रत्याघात न राहता 'लवचीक प्रतिसादाचे' तसेच बहुमुखी पर्यायाचे राहणार होते. मर्यादित क्षमतेच्या डावपेचात्मक अण्वस्त्राची आणि मर्यादित आण्विक युद्धाची चर्चा याच संदर्भात सुरू झालेली दिसून येते.

प्ररोधनावरील टीका :

प्ररोधनाच्या संकल्पनेवरील टीका ही प्रामुख्याने त्याच्या बुद्धिप्रमाण आणि तर्कसंगत निर्णयप्रणालीसंदर्भात आहे. रॉबर्ट ऑसगुड आणि रॉबर्ट जरविस यांनी

युद्धजन्य परिस्थितीत निर्णयप्रक्रिया बुद्धिप्रमाण असेल का, याबाबत शंका उत्पन्न केली आहे. जरविस प्ररोधनातील बुद्धिप्रमाण निर्णय पद्धतीचा फायदा मान्य करतात. परंतु, प्ररोधित राष्ट्र जेव्हा आपल्या उपक्रमाचा फायदा आणि तोटा किंवा मिळकत आणि घ्यावयाची किंमत या चौकटीत विचार करतो, तेव्हा त्याची 'चिकन' च्या खेळाशी तुलना करता येते. या खेळात दोन प्रतिस्पर्धी असतात. त्यातील प्रथम कोण घाबरून बाजूला होईल, हे बघायचे असते. जर कोणीच बाजूला झाले नाही, तर त्या दोघांचा नाश होऊ शकतो.

प्ररोधनाच्या संकल्पनेतून एखाद्या संकटस्थितीचा अभ्यास करता येतो. परंतु जे तणाव किंवा मतभेद जुने आहेत, वर्षानुवर्षे चालू आहेत, त्यांचा अभ्यास तितकासा उपयुक्त ठरत नाही. ही संकल्पना शिक्षा देण्यावर (धमकी किंवा दहशत देऊन) भर देते, धोरण बदलल्यानंतर मिळण्याच्या मोबदल्यावर देत नाही. त्यामुळे तणाव कमी करून शांतता प्रस्थापित करण्याची धडपड इथे दिसत नाही. प्ररोधनातून निर्माण होणारी शांतता ही तणावपूर्ण असते, सर्वनाशी युद्धाच्या भीतीतून निर्माण झालेली असते.

कार्ल डोएश यांनी प्ररोधनाच्या सिद्धान्ताच्या या मर्यादांचे विश्लेषण केले आहे. ते या संकल्पनेची अल्पकालीन विचारपद्धतीबद्दल टीका करतात. या संकल्पनेत दोन्ही राष्ट्रांची क्षमता ही कायमची स्थिर असलेली मानली जाते. त्याचप्रमाणे ही संकल्पना एकाच अंतिम युद्धाच्या संदर्भात आखली गेलेली दिसून येते. या प्ररोधनाच्या मर्यादा आहेत.

प्ररोधनाच्या संकल्पनेत आणखी काही त्रुटी आहेत. एकतर प्ररोधनात हे गृहीत धरले जाते की, धमकी देणारे आणि प्ररोधित झालेले राष्ट्र या दोन्हींचा त्यांच्या स्वतःच्या निर्णयपद्धतीवर पूर्ण ताबा आहे. विशेषतः धमकी देणाऱ्या राष्ट्राला आपल्या धमकीची विश्वासार्हता ठेवण्यासाठी बऱ्याच गोष्टी कराव्या लागतात, ज्या कधीकधी तर्कसंगत नसू शकतात. पुढे जर प्ररोधित राष्ट्राला जसे जाणवले की, आपण कोणतीही पाऊले उचलली तरीही आपल्याला किंमत मोजावी लागेल, तर त्या मूळच्या धमकीला अर्थ राहत नाही. त्याचप्रमाणे प्ररोधनाची संकल्पना संचयी धोक्याचे मोजमाप करीत नाही. युद्धाच्या किंवा दहशतीच्या एका धोक्यातून मुक्तता झाली, तर तो धोका सातत्याने टाळता येईलच, याची खात्री नसते. त्यामुळे धमकीला मूलतः मर्यादा येतात.

प्ररोधनातील इतर काही गृहीतकांबद्दलदेखील डोएश यांनी वक्तव्य केले आहे. राष्ट्राचे नेते युद्धाच्या दबावाखालीदेखील बुद्धिप्रमाण निर्णय घेतील, त्याबद्दल ते शंका उत्पन्न करतात. तसेच राष्ट्राची उद्दिष्टे बदलू शकतात, विचार बदलू शकतात आणि

म्हणून निर्णयदेखील बदलू शकतात. या प्रक्रियेत जडत्व नाही, तर एक चालना आहे जी प्ररोधनाने मान्य करायला हवी.

गेल्या काही वर्षांत आंतरराष्ट्रीय राजकारणात बरेच बदल घडून आले. या बदलांचा अभ्यास केला, तर त्यांत प्रामुख्याने खालील प्रवाहांचा उल्लेख करावा लागेल–

१. आंतरराष्ट्रीय राजकारण, जे शीतयुद्धाच्या चौकटीत आखले गेले होते, ते शीतयुद्धाच्या राजकीय आणि लष्करी क्षेत्रातून बाहेर पडले आहे. आज जागतिक पातळीवरील राष्ट्रांचे विभाजन शीतयुद्धासारखे पूर्व–पश्चिम असे न करता आर्थिक पातळीवर उत्तर–दक्षिण असे करावे लागते. आज उत्तरेकडील श्रीमंत राष्ट्र आणि दक्षिणेकडील गरीब राष्ट्र असे हे विभाजन झालेले दिसून येते.

२. त्या विभाजनाबरोबर जागतिक पातळीवर आर्थिक प्रश्नांना अधिक महत्त्व प्राप्त झाले आहे. आज आर्थिकदृष्ट्या बलाढ्य राष्ट्र, जपान किंवा जर्मनी ही आंतरराष्ट्रीय पातळीवर अधिकाधिक महत्त्वाची होत चालली आहेत.

३. जागतिक सुरक्षाविषयक विचारांत आज अण्वस्त्र ही अप्रासंगिक होत चाललेली वाटतात. त्याला एक कारण आर्थिक क्षेत्राचा वाढता प्रभाव आहे. पण दुसरे महत्त्वाचे कारण हे बदलत्या युद्ध पद्धतीत आहे. महायुद्धानंतरच्या शीतयुद्धाच्या काळात प्ररोधनाचा पाया हा अणुयुद्धाच्या सर्वनाशाच्या क्षमतेवर आधारला होता. मात्र युद्धाच्या स्वरूपात बदल घडला. ही युद्धे मर्यादित स्वरूपाची, क्षेत्रीय किंवा स्थानिक युद्धे होती. त्यात प्ररोधनाच्या मूळ तर्काला तितकेसे स्थान नव्हते. अमेरिकेने जबरदस्त प्रत्याघातापासून लवचीक प्रतिसादाकडे आपले धोरण जे बदलले त्यामागे हीच भूमिका होती.

४. या बदलत्या परिस्थितीला गोर्बाचेव्ह यांनी नवीन चालना दिली होती. शस्त्रनियंत्रण आणि नि:शस्त्रीकरणाला दिलेले महत्त्व आणि त्याची अंमलबजावणी करण्यासाठी केलेली धडपड लक्षात घ्यायला हवी. गोर्बाचेव्हच्या मूलभूत धोरणांचा परिणाम युरोपमध्ये प्रत्यक्षात दिसून आला. १९८९ च्या पूर्व युरोपीय क्रांतीनंतर जागतिक राजकारणाचे नवीन पर्व सुरू झालेले दिसते. आज सोव्हिएत रशियाच्या विघटनानंतर नवी जागतिक व्यवस्था उदयाला येत आहे.

आंतरराष्ट्रीय राजकारणाची ही बदलती परिस्थिती पाहिली की प्ररोधनाच्या संकल्पनेचा पुनर्विचार सुरू करावा लागतो. याबाबत तीन भिन्न विचारसरणी आहेत. पाश्चिमात्य विचारवंतांच्या मते प्ररोधनाला अधिक स्थिर आणि सुरक्षित करायला हवे. यासाठी त्यांच्या आण्विक बाबींवर कमी जोर देऊन शस्त्रनियंत्रण किंवा परस्परांत

विश्वास तयार करण्यासाठी पाऊले उचलावी लागतील. त्याउलट सोव्हिएत रशिया आणि वॉर्सा करारातील तज्ज्ञांना प्ररोधनात बदल करायचे नव्हते, तर त्याबदली दुसरी पर्यायी सुरक्षाव्यवस्था तयार करायची आहे.

प्ररोधनाच्या संकल्पनेत जर खरोखरचे बदल घडवून आणायचे असतील, तर ते बदल शांतता आणि सहकार्याच्या तत्त्वावर आधारावे लागतील. अलिप्ततावादी राष्ट्रांच्या मते या संकल्पनेत तीन प्रकारे बदल होऊ शकतात.

१. अण्वस्त्रप्रधान प्ररोधनाची संकल्पना तशीच राहील; परंतु त्यात एक बदल होईल, तो बदल म्हणजे अण्वस्त्रांची आक्रमक क्षमताविषयक तंत्रज्ञानाने बोथट होईल.

२. काही कालानंतर अण्वस्त्रांचा नाश केला जाईल आणि जगातील अण्वस्त्रे संपुष्टात आल्यावर प्ररोधन हे पारंपरिक शस्त्रास्त्रांच्या आधारे तयार होईल.

३. अण्वस्त्रांना आत्ताच अवैध जाहीर करून आण्विक पातळीवर आधारलेले प्ररोधन संपुष्टात आणावे.

आज अमेरिकेच्या सामरिक सुरक्षा उपक्रमाने आक्रमणाच्या पातळीवर आधारलेल्या प्ररोधनात बदल घडून येत आहे, प्रक्षेपणास्त्रांच्या माऱ्याविरुद्ध नवीन सुरक्षा तंत्रज्ञान विकसित केले जात आहे. १९७२ मध्ये प्रक्षेपण, अस्त्र विरोधी अस्त्र बनवण्याविरुद्ध करार केला होता. या कराराद्वारे प्ररोधनाला एक प्रकारे सैद्धान्तिक मान्यता दिली गेली होती. त्यात दोन्ही राष्ट्रे आक्रमणापासून अभेद्य राहणार नाहीत, हे मान्य केले गेले होते. अमेरिकेच्या नव्या योजनेने त्या समतोलाला धक्का पोहोचेल अशी भीती व्यक्त केली जाते.

युद्धविषयक तंत्रज्ञानाच्या विकासावर मर्यादा आणता येत नाहीत. इराक-कुवेतच्या युद्धात नवीन तंत्रज्ञानाचा वापर दिसून आला, म्हणूनच प्ररोधनाच्या संकल्पनेत बदल घडून येतील. मात्र ते बदल शांततेच्या दिशेने असावेत, अशी अपेक्षा केली जाते.

प्ररोधनाच्या अपयशाची कारणे :

प्ररोधनाच्या अपयशाची काही महत्त्वाची कारणे पुढीलप्रमाणे -

१. प्ररोधनाचा पाया हा दहशतीवर आधारलेला आहे. परंतु हल्ला केल्यानंतर आपल्याला प्रतिहल्ला सहन करावा लागेल, या संभाव्य दहशतीचा कितपत फायदा होऊ शकतो, याबाबत शंका व्यक्त करण्यात येते. अशा संभाव्य दहशतीत विश्वासार्हता असतेच, असे नाही.

२. प्ररोधनाची दुसरी पायरी त्याच्या वर्तनाच्या गृहितात आहे. प्ररोधन यशस्वी व्हायचे असेल, तर राष्ट्राचे धोरण हे तर्कसंगत असायला हवे. तरच प्ररोधनाच्या सर्व

पातळ्या योग्य पद्धतीने अमलात आलेल्या दिसून येतील. प्ररोधनातील पर्याय हे विचारपूर्वक, जाणीवपूर्वक घेण्याचे निर्णय असतात. त्यात अपघाती युद्धाला वाव दिलेला नाही. अमेरिकन किंवा सोव्हिएत रशियाच्या संदर्भात असे 'अपघात' अनेक वेळेला झाले आहेत. हे अपघात, विमान चुकून मार्ग सोडून इतरत्र गेले, अशा स्वरूपाचे असू शकतात. मात्र अशा अपघातांचे कारण यांत्रिक बिघाड असू शकते. अशा वेळेस प्रत्युत्तर म्हणून युद्ध सुरू करायचे का, हा प्रश्न समोर येतो.

३. प्ररोधनाची तिसरी महत्त्वाची मर्यादा ही 'जबरदस्त प्रत्याघात' या अमेरिकन संकल्पनेच्या संदर्भात जाणवली होती. अमेरिकेने सोव्हिएत रशियाच्या कोणकोणत्या प्रक्षोभक भूमिकांविरुद्ध प्ररोधनाचा तर्क वापरायचा, हा तो प्रश्न होता. एखादे छोटे युद्ध जर कोठेतरी सुरू झाले आणि त्यात सोव्हिएत रशियाचा सहभाग जाणवला, तर त्याला प्रत्युत्तर प्ररोधनाच्या कोणत्या पातळीवर द्यायचे, हा तो प्रश्न होता. हा प्रश्न युरोपबद्दल अधिक प्रकर्षाने जाणवला होता. तिथे सत्ता सातत्याने तोच पुढे आणत होत्या. युरोपमध्ये युद्ध झाल्यास अमेरिका ते युद्ध स्थानिक किंवा प्रादेशिक पातळीवर ठेवण्याचा प्रयत्न करील का, जबरदस्त प्रत्याघाताच्या तत्त्वानुसार सोव्हिएत रशियावर आयसीबीएम चा हल्ला करून त्याला जागतिक स्वरूप देईल.

आंतरराष्ट्रीय कायदा :

आजच्या प्रगत युगात जग इतके जवळ आले असताना आणि परस्परसंबंधांची राष्ट्रासंदर्भात जास्त वाढ झाली असताना आंतरराष्ट्रीय कायद्याचे महत्त्व दिवसेंदिवस वाढतच आहे, हे सत्य मान्य करावे लागेल. या कायद्यामुळे आंतरराष्ट्रीय राजकारणात शांतता आणि सुव्यवस्था निर्माण होण्यास फार मोठी मदत झाली आहे. तसेच आंतरराष्ट्रीय संबंधांना यामुळे स्थैर्य प्राप्त झाले आहे. आज जगातील सर्वच राष्ट्रे या कायद्याचे पालन करताना दिसतात. त्यामुळे जागतिक राजकारणात स्थैर्याचे वातावरण निर्माण होण्यास मदत झाली आहे. मानव हा जन्मतःच संघर्षशील प्राणी असल्यामुळे आणि आंतरराष्ट्रीय राजकारण मानवानेच नियंत्रित केले असल्यामुळे तेथे कायद्याची आवश्यकता आहेच. या कायद्यामुळे जगातील नागरिकांना काही महत्त्वाचे हक्क प्राप्त झाले आहेत, म्हणूनच हा कायदा मानवी प्रगतीच्या सुरक्षिततेचे एक महत्त्वाचे साधन म्हणून सिद्ध झाले आहे.

आंतरराष्ट्रीय कायद्यामध्ये मान्यता, चालीरीती, प्रथा, संधी किंवा करार त्याचप्रमाणे आंतरराष्ट्रीय न्यायालयाचे निर्णय व आंतरराष्ट्रीय संस्थांचाही समावेश होत असतो. आंतरराष्ट्रीय कायदा जगातील सर्व राष्ट्रांसाठी सारखाच आहे. राष्ट्राराष्ट्रांतील संबंध

सुरळीत व्हावेत, या हेतूने सर्व राष्ट्रांनी स्वीकारलेले ते नियम आहेत, म्हणून त्यांचे वर्णन राष्ट्रांनी स्वीकारलेली नैतिक आचारसंहिता असे करता येईल.

आंतरराष्ट्रीय कायद्याची व्याख्या :

आंतरराष्ट्रीय कायदे म्हणजे सभ्य राष्ट्रांनी परस्परांत व्यवहार करण्यासाठी मान्य केलेल्या नियमांचा संग्रह होय, अशा प्रकारची आंतरराष्ट्रीय कायद्यांची सुटसुटीत व्याख्या केली जाते. याशिवाय अनेक विचारवंतांनी केलेल्या व्याख्या पुढीलप्रमाणे आहेत–

जॉर्ज श्वाझॅनबर्जर यांच्या मते, 'सार्वभौम राज्यांचे परस्परांमधील व्यवहारांचे नियम म्हणजे आंतरराष्ट्रीय कायदे होय.'

ओपेनहाईमर यांच्या मते, 'सभ्य राष्ट्रे परस्परांत व्यवहार करताना ज्या नियमांना कायदेशीररीत्या बंधनकारक मानतात, अशा परंपरागत प्रथेवर आधारलेल्या नियमांना आंतरराष्ट्रीय कायदे असे म्हणतात.'

लॉरेन्स यांच्या मते, 'सुसंस्कृत राज्यांच्या सामान्य समूहाच्या परस्पर व्यवहाराचे निर्धारण करणाऱ्या नियमांना आंतरराष्ट्रीय कायदे म्हणतात.'

हॅन्स केलसन यांच्या मते, 'सभ्य राष्ट्रांना परस्परांमध्ये व्यवहार ठेवणे ज्यामुळे शक्य होते, अशा नियम व सिद्धान्तांचे संकलन म्हणजे आंतरराष्ट्रीय कायदे होत.'

फिलीप जोसेफ यांच्या मते, 'राज्याराज्यांतील संबंधांना लागू होणारा कायदा म्हणजे आंतरराष्ट्रीय कायदा होय.'

आंतरराष्ट्रीय कायद्याचे स्वरूप :

आंतरराष्ट्रीय कायद्याला कायदा म्हणावे की नाही, याबाबत विचारवंतांमध्ये विविध मतभेद आहेत. हे मतभेद त्यांनी केलेल्या व्याख्यांवरून निर्माण झालेले दिसून येतात. आंतरराष्ट्रीय कायद्याचे स्वरूप हे आपण कायद्याची कोणती व्याख्या स्वीकारतो, यावर प्रामुख्याने अवलंबून असले, तरी यासंबंधी इतर विचारवंतांचीही मते जाणून घेणेही आवश्यक आहे. या दृष्टीने जे लोक आंतरराष्ट्रीय कायदा हा कायदा नाही, असे प्रतिपादन करतात, ते त्याचे समर्थन पुढील मुद्द्यांच्या आधारे करतात–

१. जॉन ऑस्टिन यांच्या मते, 'आंतरराष्ट्रीय कायदे हे खऱ्या अर्थाने कायदे नसून ते केवळ आंतरराष्ट्रीय नैतिकतेचे नियम आहेत. कारण आंतरराष्ट्रीय कायद्याची निर्मिती कोणत्याही सर्वोच्च विधिवत संस्थेद्वारे होत नाही. अशा कायद्यांचे पालन करवून घेईल अशी कोणतीच सर्वोच्च सत्ता या कायद्यामागे नाही. या कायद्यांचे पालन

राष्ट्रांना आवश्यक नसून ते ऐच्छिक स्वरूपाचे आहे. त्यामुळे आंतरराष्ट्रीय कायदा यामधील 'कायदा' हा शब्द भ्रम निर्माण करणारा, तसेच काल्पनिक वाटतो.'

२. आंतरराष्ट्रीय कायदे सौजन्यावर आधारलेले आहेत. हे कायदे अमलात आणणारी सार्वभौम सत्ता नसते. यातील 'कायदा' हा शब्द चुकीचा आहे, असे मत हॉलड यांनी व्यक्त केले आहे.

३. हॉब्जच्या मते, 'कायद्यात भीती आणि शिक्षेची कल्पना अंतर्भूत असते. परंतु आंतरराष्ट्रीय कायद्याच्या उल्लंघनामुळे शिक्षा होईल, अशी भीती राज्यांना वाटत नाही. कोणतीही सार्वभौम सत्ता जिची राज्यांना भीती वाटेल, अशी सत्ताही या कायद्यांच्या मागे नाही. परिणामत: आंतरराष्ट्रीय कायदा अमलात आणणे कठीण आहे आणि जो कायदा अमलात आणता येत नाही, त्याला कायदा म्हणता येणार नाही.'

४. न्यायाधीश कोलरिज यांच्या मते, 'बदलत्या परिस्थितीनुसार कायद्यात परिवर्तन, दुरुस्ती आवश्यक असते, परंतु अशा प्रकारची दुरुस्ती करणारी एकमेव सत्ता कायद्यामागे नसल्यामुळे बरेच कायदे अनावश्यक ठरले आहेत आणि तरीही ते व्यवहारात आहेत. राष्ट्रे त्यांचा आदर करत नाहीत किंवा अशा कायद्यांकडे दुर्लक्ष करण्याचीच प्रवृत्ती अधिक दिसून येते, म्हणूनच ते या कायद्याला अनिश्चित व भ्रम निर्माण करणारा मानतात.'

५. राष्ट्रीय आणि आंतरराष्ट्रीय कायदे हे परस्परपूरक असावे लागतात. त्यांत समन्वय असावा लागतो. परंतु, प्रत्यक्ष व्यवहारात राष्ट्रीय कायदे राष्ट्रहित लक्षात घेऊन केलेले असल्यामुळे आंतरराष्ट्रीय समाजहिताशी सुसंगत नसतात आणि तरीही ते जागतिक राजकारणात कार्यशील असतात. त्यामुळे राष्ट्रीय कायद्यांचे महत्त्व वाटते आणि आंतरराष्ट्रीय कायदा त्याच प्रमाणात दुर्बल ठरतो.

जे लोक आंतरराष्ट्रीय कायदा हा कायदा आहे असे प्रतिपादन करतात, ते त्याचे समर्थन पुढील मुद्यांच्या आधारे करतात–

१. हॉब्जच्या मते, 'आंतरराष्ट्रीय कायदा हा खऱ्या अर्थाने कायदा आहे. कारण राष्ट्रीय कायद्याप्रमाणेच त्याचा उगम रूढी, परंपरा यातून झालेला आहे. जर एखादा कायदा मोडला, तर त्यामागची परंपरा तोडली जाते व त्यातून संघर्षमय परिस्थिती निर्माण होते. त्यामुळे कोणतेही राष्ट्र सहसा हे आंतरराष्ट्रीय कायदे तोडण्याचा प्रयत्न करत नाही.

२. मानव शिक्षेच्या भीतीने कायद्याचे पालन करत नाही, तर कायद्याचे पालन करण्यात आपले राष्ट्रीय हित आहे, या जाणिवेतून तो या कायद्याचे पालन करतो.

३. हेन्रीमेन यांच्या विचारानुसार आंतरराष्ट्रीय कायद्यामागे त्याचे पालन करून घेण्यासाठी सार्वभौम सत्ता असण्याची गरज नाही.

४. जे. सी. स्टार्क यानेही इतिहासाच्या आधारे हे सिद्ध केले आहे की, कायदापालनासाठी सार्वभौम सत्तेची आवश्यकता नसते.

५. पीट कॉबेट यांच्या मते, आंतरराष्ट्रीय कायद्याला कायद्याचा आधार दिला पाहिजे, याला केवळ नैतिक नियम समजू नये, याचे पालन ऐच्छिक नसून अनिवार्य आहे.

६. आधुनिक काळात आंतरराष्ट्रीय संघटनेने आंतरराष्ट्रीय न्यायालयाची स्थापना केली आहे. याचे निर्णय संबंधित राज्यांवर बंधनकारक असतात, त्याचप्रमाणे फौजदारी न्यायालयाद्वारे गुन्हेगारांना पकडून त्यांना शिक्षा दिली जाते किंवा दंड केला जातो.

७. ओपनहाईमरच्या मते, समाजाची आवश्यकता, विकसित असे व्यवहाराचे नियम व या नियमांना असलेली समाजाची मान्यता या तीन महत्त्वाच्या गोष्टी कायद्यासाठी आवश्यक असतात. या तीन गोष्टींवर कायद्याचे परीक्षण केल्यास आज आंतरराष्ट्रीय समाज निर्माण झालेला आहे. दुसरे म्हणजे घोषणापत्र, संमेलन, युनोची घटना, विविध राष्ट्रांतील करार किंवा संधी याआधारे परस्पर व्यवहाराचे नियम निश्चित करण्यात आलेले आहेत. तसेच या नियमांना व युनोच्या घटनेला जगातील जवळजवळ सर्वच राष्ट्रांची मान्यता आहे. अशा प्रकारे या तीन निकषांवर आंतरराष्ट्रीय कायदा पूर्ण उतरतो, म्हणूनच हा 'कायदा' आहे, हे मान्यच करावे लागते म्हणजेच राष्ट्रीय कायद्यांप्रमाणेच आंतरराष्ट्रीय कायद्याची रूढी, परंपरा, संकेत, तह यांतून निर्मिती, त्यांच्या पालनातील असलेले हित, जागतिक लोकमताचा तसेच आंतरराष्ट्रीय संघटनेचा त्यामध्ये असलेला पाठिंबा या सर्व गोष्टी आंतरराष्ट्रीय कायदा हा कायदा आहे, हेच स्पष्ट करतात.

आंतरराष्ट्रीय कायद्याची उगमस्थाने :

१. आंतरराष्ट्रीय करार : जगातील अनेक राष्ट्रे विविध परिषदा किंवा अधिवेशनांमध्ये भाग घेतात आणि त्या ठिकाणी विशिष्ट प्रकारचे नियम करतात व उपस्थित राष्ट्रे त्याला मान्यता देतात. पुढे याच नियमांचे रूपांतर आंतरराष्ट्रीय कायद्यात होते. शक्यतो आंतरराष्ट्रीय कायद्याच्या संदर्भातील अशा प्रकारची अधिवेशने किंवा परिषदा हेग किंवा जिनिव्हा येथेच भरवण्यात येतात. तसेच आंतरराष्ट्रीय करारांद्वारे करण्यात आलेले कायदे बऱ्याच प्रमाणात वस्तुनिष्ठ प्रकारचे असतात. कारण बहुतेक वेळा याबाबत मतभेद असतात, तर हा कायदा मानायचा का हा प्रश्न कधीकधी

निर्माण होतो. एखाद्या परिषदेतील नियम हा सर्वच राष्ट्रांना मान्य असेलच, असे नाही.

२. रूढी आणि परंपरा : राष्ट्राराष्ट्रांतील संबंधांच्या अनेक वर्षांच्या इतिहासातून काही रूढी आणि परंपरा निर्माण झालेल्या आहेत. जगातील बहुतेक राष्ट्रे सवयीने त्यांचे पालन करत असतील, तर त्या रूढी आणि परंपरेला कायद्याचे स्थान प्राप्त होते. आंतरराष्ट्रीय कायद्याचा बराच मोठा भाग हा यावर आधारलेला आहे. कायदा पुराव्यानिशी सिद्ध करून दाखवणे ही याची प्रमुख अडचण असते. साधारणपणे न्यायालयाचे निर्णय, राजनैतिक पत्रव्यवहार, शासकीय कागदपत्रे, संशोधकाचे संशोधनकार्य यांच्या माध्यमातून पुरावा मिळत असतो. याच्यातून जो अर्थ निघतो, त्याबाबत पूर्ण एकमत होत नाही, ही याची दुसरी अडचण असते.

३. कायद्याची सर्वसाधारण तत्त्वे : कायद्याची काही सर्वसामान्य अशी तत्त्वे असतात. सुसंस्कृत राष्ट्रांमध्ये त्यांना मान्यता मिळालेली असते. न्यायाची कल्पना, व्यवहारज्ञान, योग्य कारणमीमांसा यावर ही तत्त्वे आधारलेली असतात. ती व्यक्तिनिष्ठ असतात म्हणजेच ती व्यक्तीप्रमाणे बदलतात, असे समजण्याचे कारण नाही. जगातील विविध राज्यांच्या कायद्याच्या व्यवस्थेमध्ये ती मान्य झालेली आणि स्वीकारली गेलेली असतात. त्यामुळे अशा तत्त्वांबाबतही बऱ्याच प्रमाणात वस्तुनिष्ठता असू शकते. अशा तत्त्वांचा उपयोग ज्या बाबतींत आंतरराष्ट्रीय कायदा स्पष्ट नाही किंवा परिपूर्ण नाही, अशा बाबतींत निर्णय देताना न्यायालयांना होतो.

४. न्यायालयीन निर्णय : आंतरराष्ट्रीय कायद्यांच्या अनुषंगाने विविध राज्यांतील न्यायालये तसेच आंतरराष्ट्रीय न्यायालय जे निर्णय देतात, त्यामुळे हा कायदा अधिक परिपूर्ण बनतो. ज्या बाबतीत आंतरराष्ट्रीय कायदा संदिग्ध आहे किंवा त्यात अपुरेपणा आहे, अशा बाबतीत एकूण त्या कायद्याचे स्वरूप, न्यायाची कल्पना, कायद्याची सर्वसाधारण तत्त्वे, समन्याय बुद्धी, यांच्या आधारे न्यायाधीश निर्णय देतात आणि एकप्रकारे कायदा परिपूर्ण करण्याचा प्रयत्न करतात. एकदा एका संघर्षाबाबत निर्णय दिल्यानंतर तशाच प्रकारचा संघर्ष पुन्हा उपस्थित झाला, तर त्याबाबत निर्णय देताना पूर्वी दिलेल्या निर्णयाचा आधार घेतला जातो. साहजिकच न्यायाधीश अशा प्रकारे कायद्यातील संदिग्धता किंवा अपुरेपणा नाहीसा करण्यासाठी त्याचा अर्थ लावून निर्णय देतात, तेव्हा कायद्याच्या निर्मितीचे कार्य घडते, असे म्हटले जाते.

५. विचारवंतांची मते : आंतरराष्ट्रीय कायद्याचे अभ्यासक या कायद्यासंबंधी अभ्यास करून निष्कर्ष काढतात. कायद्याच्या अर्थासंबंधी स्वत:ची मते मांडतात.

विविध प्रकारच्या आंतरराष्ट्रीय समस्यांबाबत संशोधन करतात आणि काही माहिती उजेडात आणतात. या सर्वांचा परिणाम आंतरराष्ट्रीय कायद्यात भर पडण्यामध्ये होत असतो.

६. **आंतरराष्ट्रीय संघटना :** अलीकडच्या काळात आंतरराष्ट्रीय कायदेनिर्मितीचे सर्वांत प्रमुख उगमस्थान आंतरराष्ट्रीय संघटना बनलेल्या आहेत. राष्ट्रसंघ व संयुक्त राष्ट्रसंघ यांच्या स्थापनेनंतर आंतरराष्ट्रीय कायदेनिर्मितीची अधिकाधिक जबाबदारी या संघटनांवर आलेली आहे. यांचे सभासदत्व सर्वांना खुले आहे. जगातील बहुतेक सर्व राष्ट्रे यांची सभासद आहेत. त्यामुळे बहुपक्षीय करार काही ठरावीक राष्ट्रांनी मान्य केलेला असता. तशी स्थिती आंतरराष्ट्रीय संघटनेने केलेल्या नियमांची नसते. हे नियम सर्व राष्ट्रांच्या प्रतिनिधींनी मान्य केलेले असतात, म्हणून त्यांचे पालन करण्याची नैतिक जबाबदारी सर्व राष्ट्रांची असते.

या उगमस्थानांव्यतिरिक्त आंतरराष्ट्रीय कायद्याची शासकीय कागदपत्रे, आंतरराष्ट्रीय परिषदांचे ठराव इ. दुय्यम स्वरूपाची उगमस्थानेही आहेत.

आंतरराष्ट्रीय कायद्याचे संहितीकरण :

विधीनियमांचे एकत्रीकरण म्हणजेच कायद्याचे संहितीकरण होय. एखाद्या विषयावरील सर्व कायदे व त्यासंदर्भातील नियमांचे संकलन केले जाते. आंतरराष्ट्रीय कायद्याबाबत असे आढळते की, हे कायदे वेगवेगळ्या प्रथा, रूढी, संधी व न्यायालयीन निर्णयांमध्ये विखुरलेले असतात. या विखुरलेल्या सर्व नियमांचे एकत्रीकरण करून त्यात आवश्यक त्या सुधारणा वा बदल करून तसेच त्याचे योग्य भाषांतर करून त्यांची पुनर्रचना किंवा सूत्रबद्ध मांडणी करणे म्हणजे संहितीकरण होय. या प्रक्रियेमध्ये सर्व राज्यांचे एकमत होणे गरजेचे असते.

संहितीकरणाचे गुण :

१. यामुळे आंतरराष्ट्रीय कायद्यातील अनिश्चितता दूर होण्यास मदत होते.

२. राज्याराज्यांतील सर्व नियम एकत्र करून त्यांच्यात एकसूत्रता निर्माण करण्यावर भर दिला जातो.

३. या प्रक्रियेमुळे न्यायाधीशांना न्याय देणे सुलभ होते.

४. यामुळे आंतरराष्ट्रीय कायद्यात नवीन संशोधनाला चालना मिळते.

५. यामुळे राज्याराज्यांतील मतभेद व तणाव दूर करणे.

६. संहितीकरणामुळे कायदे सुस्पष्ट होतात.

संहितीकरणाचे दोष :

१. यामुळे कायद्याची नैसर्गिक वाढ बंद होते.

२. यामुळे कायद्यामध्ये गतिशीलता राहणार नाही व ते कुचकामी ठरतील.

३. यामुळे कायद्यातील न्यायिक तत्त्व नष्ट होईल.

४. कायद्यापुढील अडथळे दूर करण्यासाठी कायदेपंडितांऐवजी राजनीतीज्ञ एकत्र येतील व हेच कायद्याच्या कार्यात अडथळे आणताना दिसून येतात.

आंतरराष्ट्रीय कायद्याची आंतरराष्ट्रीय राजकारणातील भूमिका :

आंतरराष्ट्रीय संबंधांना स्थैर्य प्राप्त करून देण्याची जेवढी साधने उपलब्ध आहेत, त्या साधनांपैकी अधिक सर्वसाधारण आणि सातत्य असलेले साधन म्हणजे 'आंतरराष्ट्रीय कायदा' होय. आंतरराष्ट्रीय कायद्याची आंतरराष्ट्रीय संबंधातील भूमिका आपणांस खालीलप्रमाणे सांगता येईल–

१. आंतरराष्ट्रीय संबंधांचा चांगला आधार : आंतरराष्ट्रीय संबंध हे अधिक सुरळीत आणि सुव्यवस्थित आंतरराष्ट्रीय कायद्याच्या आधारेच होऊ शकतात. राष्ट्राराष्ट्रांतील आर्थिक, सांस्कृतिक, राजकीय असे सर्व प्रकारचे संबंध सतत वृध्दिंगत होत आहेत. अशा स्थितीत त्यांच्यामध्ये सुव्यवस्था निर्माण करण्यासाठी कायद्याची अत्यंत आवश्यकता आहे. राष्ट्राराष्ट्रांतील द्विपक्षीय संबंध आंतरराष्ट्रीय कायद्यामुळे सुव्यवस्थित राहू शकतात. राजकीय प्रतिनिधी, राजदूत यांचे विशेषाधिकार आंतरराष्ट्रीय कायद्यामुळेच सामंजस्याने येऊ शकतात.

२. राष्ट्राच्या पूर्वापार भूमिकेत बदल : मानवी हक्कांचा जाहीरनामा हे मानवी समूहाच्या दृष्टीने आंतरराष्ट्रीय कायद्याद्वारे झालेले महत्त्वपूर्ण योगदान आहे. सर्व मानवी समूहांना किमान कोणते हक्क प्राप्त झाले पाहिजेत, हे या जाहीरनाम्याने स्पष्ट केले आहे. राष्ट्रातील जनतेला दिली जाणारी वागणूक ही केवळ आपल्या अखत्यारीतील बाब आहे, ही राष्ट्राची पूर्वापार असलेली भूमिका थोडीफार तरी बदलण्याचे कार्य आंतरराष्ट्रीय कायद्याच्या निर्मिती व विकासामुळे झाली आहे, असे म्हणता येते.

३. राष्ट्राराष्ट्रांतील व्यापारी संबंधांचा आधार : वेगवेगळ्या राष्ट्रांमधील व्यापारी संबंध सुरळीत राहण्यास आंतरराष्ट्रीय कायद्याची फार मोठी मदत झाली आहे. व्यापारी संबंध हे राष्ट्रांच्या द्विपक्षीय किंवा बहुपक्षीय संबंधांपासून निर्माण होतात, अशा करारांतून प्रस्थापित झालेल्या अनेक नियमांना आंतरराष्ट्रीय कायद्याचे स्थान मिळाले आहे. आंतरराष्ट्रीय पोस्टल सेवा, समुद्रमार्गे होणारी जलवाहतूक, आंतरराष्ट्रीय विमानसेवा

आदींचे सुव्यवस्थित संचालन आंतरराष्ट्रीय कायद्याच्या निर्मितीमुळेच शक्य झाले आहे.

४. **आंतरराष्ट्रीय संघर्षाच्या नियमनाचे व नियंत्रणाचे साधन :** आंतरराष्ट्रीय कायद्याला मर्यादा असूनही आंतरराष्ट्रीय कायद्याचे राष्ट्राकडून पालन होत असल्याचे आढळून येते. आंतरराष्ट्रीय कायद्याचे पालन करण्याचे राष्ट्रांनी स्वतःवर बंधन घालून घेतले, तर आंतरराष्ट्रीय क्षेत्रात अधिक स्थायी स्वरूपाची शांतता प्रस्थापित होऊ शकेल, असे विचारवंतांना वाटते. यामध्येच कायद्याचे महत्त्व स्पष्ट होताना दिसून येते.

५. **तांत्रिक, वैज्ञानिक क्षेत्रातील विकासकार्यात मदत :** संपूर्ण जगात तांत्रिक, वैज्ञानिक क्षेत्रातील विकासकार्य सुरळीत चालू राहण्यास आंतरराष्ट्रीय कायद्याची मदत होत आहे. अंतराळ क्षेत्र, अंटार्क्टिकाचे क्षेत्र, महासागरामधील खनिज संपत्ती व नैसर्गिक साधनसामग्री, सागरी सीमा इ. विषयांबाबत आंतरराष्ट्रीय कायदे करण्यात आले आहेत. या सर्व क्षेत्रांत वेगवेगळ्या राष्ट्रांना संशोधन व विकास कार्य सुरू ठेवण्याबाबत आंतरराष्ट्रीय कायद्याचे मोलाचे सहकार्य झाले आहे.

आंतरराष्ट्रीय कायद्याचे आंतरराष्ट्रीय संबंधातील स्थान जागतिक व्यवस्थेवर अवलंबून आहे. जागतिक परिस्थिती जेवढ्या प्रमाणात सहकार्याची, सामंजस्याची बनत जाईल, तेवढ्या प्रमाणात आंतरराष्ट्रीय कायद्याचे महत्त्व वृध्दिंगत होत जाईल.

आंतरराष्ट्रीय कायद्यांचे मूल्यमापन :

आंतरराष्ट्रीय राजकारणातील प्रश्न सोडवण्यात आंतरराष्ट्रीय कायद्यांना अपयश आले आहे, अशा प्रकारची टीका यावर केली जाते. यावरून आंतरराष्ट्रीय कायद्याला संघर्ष निवारण्याचे साधन म्हणता येईल काय, अशा प्रकारचा प्रश्न उपस्थित होतो. म्हणजेच यांच्या मार्गात अनेक अडचणी आहेत. उदा. अनेक ज्वलंत प्रश्नांना ते स्थानिक आहेत, असे सांगून अनेक राष्ट्रांकडून यांच्या कार्यक्षेत्रात येऊ दिले जात नाही. कायदे पाळण्यासाठी कधीकधी पराभूत राष्ट्रांवर सक्ती केली जाते त्यातूनच त्यांच्यात सूडाची आग निर्माण होते, त्यातूनच बलसंपन्न होताच संबंधित राष्ट्र असे करार झिडकारून लावते.

आंतरराष्ट्रीय कायद्याचे स्वरूप विकेंद्रित असल्यामुळे त्यांच्या पालनाबाबत अडचणी निर्माण होतात, कायदे निर्माण करणारे शक्तिशाली किंवा अधिकारसंपन्नही नसतात. याशिवाय अनेक प्रश्नांमध्ये राज्यांची संमती मिळत नाही. एखादा प्रश्न आंतरराष्ट्रीय न्यायालयाकडे न्यायचा की नाही, हे राज्यच ठरवतात. त्यातून या कायद्यामध्ये अस्पष्टता निर्माण होते. आज मोठी राष्ट्रे या कायद्याचे उल्लंघन करताना

आढळून येतात. पण लहान राष्ट्रांनी हे कायदे पाळावेत म्हणून हीच राष्ट्रे त्यांच्यावर दडपण आणतानाही दिसतात. एकंदरीत लहान राष्ट्रे आंतरराष्ट्रीय कायदे पाळताना दिसतात म्हणूनच त्यांना आजच्या काळात महत्त्वाचे स्थान प्राप्त होत आहे. कारण युद्धकाळात अशा प्रकारचे कायदेभंग केले जात असले, तरी जगातील कोणतेही राष्ट्र त्याचे महत्त्व नाकारत नाही. दोन महायुद्धांमुळे जगाची प्रचंड प्रमाणात हानी झाली. त्यामुळेच आंतरराष्ट्रीय कायद्याच्या पालनाची गरज मोठ्या प्रमाणात भासू लागलेली आपणास दिसून येते. जागतिक शांतता, सुव्यवस्था व सुरक्षितता स्थापण्याच्या दृष्टिकोनातून नवीन कायदे करण्यावर आणि ते पाळण्यावर भर दिला पाहिजे, यावर पामर आणि पर्किन्स, क्विन्सी राईट व केल्सन यांसारखे विचारवंत जोर देताना दिसतात.

राजनय किंवा राजनीतीचा अर्थ :

देशाच्या राष्ट्रशक्तीत मोठ्या प्रमाणात भर टाकणारे साधन म्हणून राजनयाकडे पाहिले जाते. राष्ट्राचा सर्वांगीण विकास किंवा उन्नती उत्तम राजकीय संबंध व यशस्वी कूटनीती यांवर अवलंबून असते. राष्ट्र जरी अन्नधान्य, खनिजद्रव्य, सैन्यशक्ती व मनोधैर्य यांनी परिपूर्ण असले, तरी उत्तम राजनयिक नेतृत्वाच्या अभावी वरील सर्व लक्षणे निरुपयोगी ठरतात. राजनयिक प्रतिनिधी या सर्व साधनांचा योग्य उपयोग करून आपल्या राष्ट्राची प्रतिष्ठा वाढवत असतात. याचाच अर्थ असा होतो की, प्राचीन काळापासून राजनयाला आंतरराष्ट्रीय राजकारणात तसेच परराष्ट्रीय धोरणात अतिशय महत्त्वाचे स्थान आहे. आज युद्ध टाळण्यासाठी व शांतता राखण्यासाठी याचा अतिशय प्रभावी मार्ग म्हणून वापर केला जात आहे. एवढेच नाही तर राष्ट्राराष्ट्रांतील संबंध राजनयामुळे जोडले जातात. राष्ट्राराष्ट्रांत संवाद साधण्याचे कामही राजनयालाच करावे लागते. आर्थिक व सामाजिक क्षेत्रातही हे अतिशय चांगल्या प्रकारे कार्य करत आहे. राजनय म्हणजे असे तंत्र किंवा पद्धती की, त्यायोगे एक राष्ट्र विविध राष्ट्रांशी संबंध स्थापन करीत असते. अशा प्रकारचे संबंध परराष्ट्र कार्यालयाकडून राजदूत किंवा राजनयिक प्रतिनिधींकडून स्थापन केले जातात.

राजनय किंवा राजनीतीची व्याख्या :

राजनय किंवा राजनीतीची व्याख्या करण्याचा प्रयत्न अनेक विचारवंतांनी केलेला आहे. त्यातील काही विचारवंतानी केलेल्या व्याख्या पुढीलप्रमाणे -

मॉर्गेन्था यांच्या मते, 'राजनय किंवा राजनीतीचा प्राथमिक उद्देश शांततापूर्ण मार्गाद्वारे राष्ट्रहिताची सर्वांगीण वाढ करणे हा आहे.'

ऑक्सफर्ड इंग्रजी शब्दकोशानुसार, 'राजनय किंवा राजनीती म्हणजे वाटाघाटी करून आंतरराष्ट्रीय संबंधांचे व्यवस्थापन करणे.'

क्विन्सी राईट यांच्या मते, 'आंतरराष्ट्रीय वाटाघाटीत किंवा व्यवहारात बुद्धिमत्ता व कौशल्ये यांचा वापर करून आपली उद्दिष्टे साध्य करणे म्हणजे राजनय किंवा राजनीती होय.'

सर अर्नेस्ट सातो यांच्या मते, 'स्वतंत्र राज्याच्या शासनामधील किंवा अंकित राज्यांच्या अधिकृत संबंधांबाबत उपयोगात आणला जाणारा बुद्धी व चातुर्य यांचा प्रयोग म्हणजे राजनय होय.'

पामर आणि पार्किन्स यांच्या मते, 'राजनय किंवा राजनीती एखाद्या यंत्राप्रमाणे असून त्याला नैतिक किंवा अनैतिक म्हणता येणार नाही. ज्या व्यक्तीकडून त्यांचा वापर करण्यात येतो, त्या व्यक्तींच्या परस्पर क्रिया आणि कौशल्यावर राजनयाचे मूल्य आधारित असते.'

राजनय किंवा राजनीतीची उद्दिष्टे :

१. आपल्याविरुद्ध अन्य राष्ट्रे एकत्र येऊन एक गट निर्माण करीत असतील, तर तो प्रयत्न सफल होणार नाही, याची काळजी घेणे.

२. युद्धकाळात आपल्या राष्ट्राने सुरू केलेले युद्ध हे न्यायावर आधारलेले असून त्याचा उद्देश न्यायाची प्रस्थापना करणे आहे, हे जगातील इतर राष्ट्रांना पटवून देणे.

३. राजनयाचे सर्व प्रयत्न अयशस्वी झाल्यानंतरच युद्धाची सुरुवात करणे.

४. मित्रराष्ट्रांबरोबर संबंध दृढ करणे; तसेच ज्या राष्ट्रांबरोबर मतभेद असतील, त्या राष्ट्रांबाबत अलिप्ततेच्या धोरणाचा स्वीकार करणे.

५. राष्ट्राच्या आर्थिक आणि व्यापारीक हिताची वाढ करणे, त्यासाठी नवीन बाजारपेठा शोधणे, खनिजद्रव्ये प्राप्त करणे, तांत्रिक ज्ञान, नवीन तंत्र, यंत्र आणि संपत्ती इतर राज्यांकडून मिळवणे.

राजनय किंवा राजनीतीचे स्वरूप :

राजनय किंवा राजनीतीला स्वत:चे असे नैतिक किंवा अनैतिक स्वरूप नाही. त्यांचा वापर करण्याच्या हेतूनुसार त्याचे स्वरूप ठरत असते. सर्व देशात असणाऱ्या परराष्ट्र कचेऱ्या, दूतावास, वाणिज्य दूतावास, खास प्रतिनिधी अशा विविध संस्थांमार्फत राजनयाचे कार्य चालू असते. राजनय सामान्यत: द्विपक्षी स्वरूपाचा असतो. पण

अलीकडे आंतरराष्ट्रीय परिषदा, आंतरराष्ट्रीय संघटना, विभागीय संघटना, सामूहिक सुरक्षितता यांचे महत्त्व वाढत चालल्याने राजनयाला बहुपक्षी स्वरूप प्राप्त झाले आहे. राजनयांतर्गत केल्या जाणाऱ्या कार्याची व्याप्ती मोठी आहे. दोन राज्यांतील संबंधांचा तपशील ठरवण्यापासून युद्ध आणि शांततेच्या समस्या सोडवण्यापर्यंत विविध प्रकारची कार्ये राजनयामार्फत पार पाडली जातात. राष्ट्राराष्ट्रांतील समस्या वाटाघाटीतून आणि शांततामय मार्गाने सोडवण्याचे राजनय हे एक उत्तम साधन आहे. जेव्हा राजनयाचा मार्ग खुंटतो, तेव्हा राष्ट्राराष्ट्रांत संघर्षाची किंवा युद्धाची शक्यता वाढते. नंतरच खऱ्या अर्थाने युद्धाला सुरुवात होते. परंतु युद्ध सुरू झाल्यानंतर ही राजनयाची आवश्यकता भासते, म्हणजेच शांततेसाठी युद्ध यशस्वीपणे चालू ठेवण्यासाठी तसेच युद्ध समाप्तीनंतरही राजनयाची आवश्यकता भासत असते.

राजसत्तेच्या काळात राजा आपला खासगी दूत इतर राज्यांकडे पाठवत असे व त्याचा उद्देश दोन्ही परस्पर राज्यांत सद्भाव निर्माण करण्याचा तसेच परस्परांच्या गरजांची पूर्तता करण्याचा रहात असे. आधुनिक काळात आंतरराष्ट्रीय संबंध हे अधिक गुंतागुंतीचे बनल्यामुळे राजनयाचे महत्त्व फारच वाढले. त्याचबरोबर त्याचे स्वरूपही मोठ्या प्रमाणात वाढलेले आपणांस दिसून येते.

परराष्ट्र धोरणाची उद्दिष्टे साध्य करण्याचे प्रमुख साधन म्हणून राजनयाकडे पाहिले जाते. याच कारणामुळे राजनय हे साध्य नसून राष्ट्रहिताची वाढ करण्याचे एक साधन आहे. राष्ट्राराष्ट्रांतील संबंधाबाबत जे प्रश्न निर्माण होतात ते चर्चा, समझोता आणि परस्पर हिताची देवाण-घेवाण याद्वारे सोडवण्याचा तसेच दोन्ही राष्ट्रांतील संघर्ष टाळण्याचा प्रयत्न याद्वारे केला जातो. याच कारणामुळे आधुनिक युगात राजनयाला आंतरराष्ट्रीय राजकारणात महत्त्वाचे स्थान प्राप्त झाले आहे.

राजनय किंवा राजनीतीचे प्रकार :

१. जुना व नवा राजनय किंवा राजनीती : जुना राजनय याला अतिशय जुना असा इतिहास आहे. जुन्या ग्रीक नगर राज्यापासून ते हिंदू, चिनी, इजिप्शियन तसेच प्राचीन लेखनात राजनयाचे उल्लेख सापडतात. असे असले तरी जुना राजनय हा शब्दप्रयोग साधारणपणे सतराव्या शतकात असलेल्या राष्ट्राराष्ट्रांतील संबंधांच्या संदर्भात वापरला जातो. त्या काळात सर्वत्र राजेशाही अस्तित्वात होती, म्हणून राजाने वैयक्तिक हितसंबंध सुरक्षित राखणे, हा जुन्या राजनयाचा मुख्य हेतू होता. त्यात राष्ट्रीय हित फारच गौण व दुय्यम स्वरूपाचे होते म्हणजेच त्याचा संबंध फक्त राजघराण्याशी होता. शिवाय जुना राजनय हा केवळ युरोपपुरताच मर्यादित होता. कारण त्या काळात

सर्वत्र युरोपियनांच्याच वसाहती होत्या. जुना राजनय हा गुप्त राजनय पद्धतीवर आधारलेला होता. जुन्या राजनयात ध्येयवाद, राष्ट्रवाद, स्वार्थहेतू हे राजनय किंवा राजनीती बाळगत नसत.

राजेशाही संपली आणि लोकशाही शासनपद्धतीचा उदय झाला. वसाहतवादाची पीछेहाट होऊन अनेक वसाहती स्वतंत्र झाल्या म्हणजेच नव्या स्वतंत्र व सार्वभौम राष्ट्रांचा उदय झाला. लोकमताचे प्रभुत्व नव्या शासनावर पडू लागले. साहजिकच राजनयाच्या पद्धतीत बदल झाला. त्याचे क्षेत्रही वाढले. त्यातूनच नवा राजनय उदयाला आला. नव्या राजनयाचे कार्यक्षेत्र व्यापक बनले. नव्या राजनयाच्या कार्यात मोठ्या प्रमाणात वाढ झाली. नवा राजनय हा उघड स्वरूपाचा आहे. नव्या राजनयामध्ये प्रशिक्षित राजदूत वर्गाचा उदय झाला. नव्या राजनयामध्ये दळणवळणाच्या साधनांमुळे राजदूतांना दुय्यम स्थान प्राप्त झाले.

जुना व नवा राजनय किंवा राजनीती यांतील फरक :

१. जुना राजनय हा फक्त युरोपपुरताच मर्यादित होता. नवीन राजनय हा जागतिक स्वरूपाचा झाला आहे.

२. जुना राजनय हा परस्पर विश्वासावर आधारित होता. याच्या कालखंडात राजदूत आपले कार्य विश्वासपूर्ण रीतीने एकमेकांकडून करवून घेत असत. त्यांच्यात तह करणे, तहाच्या अटी पाळणे हे पवित्र कर्तव्य समजले जाई. नवीन राजनयाच्या कालखंडात सर्वत्र युद्धाची भीती निर्माण झालेली दिसून येते.

३. जुना राजनय हा गुप्त होता. नवीन राजनय हा खुला आहे.

४. जुन्या राजनयात राजे किंवा सम्राटांच्या संमतीने तडजोडी होत असत. आज देशाचे विधीमंडळ व लोकमत यांची संमती आंतरराष्ट्रीय व्यवहारासाठी आवश्यक समजली जाते.

५. जुन्या राजनयात राज्याच्या हिताला प्राधान्य दिले जात होते. नवीन राजनयात राष्ट्रीय हिताला प्राधान्य दिले जाते.

६. जुन्या राजनयात राज्ये समान मानली जाऊन त्यांना राजनयिक व्यवहारात सारखेच महत्त्व दिले जात होते. नवीन राजनयात महासत्ता, मोठी राष्ट्रे, दुर्बल राष्ट्रे असा फरक प्रत्यक्ष व अप्रत्यक्षपणे केला जातो.

७. जुना राजनय हा आहे ती स्थिती टिकवून ठेवण्यावर भर देणारा म्हणजेच वास्तववादी होता. नवीन राजनय हा ध्येयवादी आहे. जगातील शांततेसाठी राष्ट्राच्या ध्येयवादी उद्दिष्टांनाच आधुनिक काळात अधिक महत्त्व दिले जाते.

८. जुना राजनय हा प्रसिद्धीपासून अलिप्त होता. नवीन राजनयात प्रचारतंत्रावर

व जागतिक लोकमत अनकूल करून घेण्यासाठी प्रयत्न करण्यावर अधिक भर दिला जातो.

९. जुन्या राजनयिक प्रतिनिधींपेक्षा नवीन प्रतिनिधी प्रशिक्षित असतात.

१०. जुन्या राजनयाला जी प्रतिष्ठा व महत्त्वाचे स्थान होते, तसे नवीन राजनयाला किंवा आजच्या राजनयिक प्रतिनिधीला महत्त्वाचे स्थान राहिलेले नाही.

२. गुप्त व खुला/प्रकट राजनय किंवा राजनीती : जुन्या राजनय पद्धतीचा नियम म्हणजेच गुप्त राजनय होय. या गुप्त राजनयाचा सर्वांत मोठा परिणाम म्हणजे पहिले महायुद्ध होय. या युद्धापूर्वी युरोपातील अनेक राष्ट्रांनी आपापसांत अनेक गुप्त प्रकारचे करार किंवा संधी केलेले दिसून येतात.

जुन्या राजनय पद्धतीमुळे जगावर अनेक लहानमोठ्या प्रकारची संकटे उद्भवली. त्यांतील सर्वांत मोठा परिणाम म्हणजे पहिले महायुद्ध होय. या युद्धानंतर जागतिक शांततेसाठी प्रा. विल्सन यांनी जी १४ कलमी योजना मांडून प्रकट किंवा खुल्या राजनय पद्धतीचे समर्थन केले, त्यामध्ये दोन राष्ट्रे समोरासमोर येतात आणि उघड स्वरूपात आपापसांत करार करतात.

३. हुकूमशाही व लोकतांत्रिक राजनय किंवा राजनीती : हुकूमशाही राजनय पद्धतीमध्ये जे करार केले जातात, त्या करारांचा मनाला वाटेल तसा अर्थ काढला जातो किंवा ते करार भंग करण्याकडेही यातील राष्ट्रांचा कल असतो. हुकूमशाही राजनय पद्धतीमध्ये धमकी देऊन किंवा दहशतीने काम करून घेण्याकडे प्रामुख्याने कल असतो. या पद्धतीचा स्वीकार करणारी राष्ट्रे कट्टर स्वरूपाची असतात. त्यामध्ये नाझी जर्मनीचा जसा उल्लेख करता येईल, तसाच फॅसिस्ट विचारसरणी असलेल्या इटालीचाही विचार करता येईल.

लोकशाही राजनय पद्धतीमध्ये जे करार किंवा आपापसांत ज्या वाटाघाटी केल्या जातात त्या कशा अमलात येतील, हे पाळण्यावर यातील राष्ट्रांचा प्रामुख्याने भर असतो. लोकशाही राजनय पद्धतीमध्ये गोड बोलून यातील उद्दिष्टांची पूर्तता करण्यावर भर दिला जातो. या पद्धतीचा स्वीकार अनेक पाश्चिमात्य राष्ट्रांनी केलेला आहे की, ज्यामध्ये अनेक राष्ट्रे साम्राज्यवादी असलेली दिसून येतात. उदा. अमेरिका.

४. व्यक्तिगत व शिखर राजनय किंवा राजनीती : व्यक्तिगत राजनयामध्ये वेगवेगळ्या राष्ट्रांचे प्रमुख, (राज्यप्रमुख, परराष्ट्रमंत्री इ.) परराष्ट्र धोरण राबवणारे एकत्र येतात आणि परस्परांशी वाटाघाटी करतात आणि तेच त्या ठिकाणी योग्य तो निर्णय घेतात.

शिखर राजनयामध्ये वेगवेगळ्या राष्ट्रांचे फक्त प्रमुखच (यामध्ये राष्ट्रपती किंवा पंतप्रधान यांचाच समावेश होतो.) भाग घेतात आणि परस्परांशी वाटाघाटी करतात आणि तेच त्या ठिकाणी योग्य तो निर्णय घेतात. १९१९ मध्ये झालेली पॅरिस शिखर परिषद हे याचे उत्तम उदाहरण मानले जाते.

५. संसदीय व परिषद राजनय किंवा राजनीती : संसदीय राजनयामध्ये एखाद्या राज्याच्या संसदेमध्ये जसे सरकार पक्षाचे, विरोधी पक्षाचे, अपक्ष असलेले अनेक नेते एखाद्या चर्चेत भाग घेऊन त्यावर निर्णय घेत असतात, तशाच प्रकारे संयुक्त राष्ट्रसंघाच्या बैठकांचे स्वरूप असते व त्यामध्येही अशाच प्रकारे सामूहिक निर्णय घेतले जातात. यामध्ये वेगवेगळे गट असतात, ते आपल्या हितसंबंधानुसार यामध्ये प्रभाव टाकण्याचा प्रयत्न करत असतात.

परिषद राजनय पद्धतीचा प्रामुख्याने उपयोग आंतरराष्ट्रीय राजकारणात द्वितीय महायुद्धानंतर झालेला दिसून येतो. जगातील अनेक राष्ट्रांच्या प्रतिनिधींनी एखाद्या विशिष्ट प्रश्नावर चर्चा करण्यासाठी परिषदांच्या माध्यमातून एकत्र येऊन निर्णय घेण्यावर भर दिला जातो.

राजदूत किंवा राजनयाची कार्ये :

देशाच्या सर्वांगीण विकासासाठी राजदूताला विविध प्रकारची कार्ये करावी लागतात. त्यांना दोन्ही सरकारतर्फे प्रवक्ते किंवा दुभाषी म्हणून कार्य करावे लागते. राजदूतांना शासनाचे कान व डोळे असे समजले जाते. राजदूत आपल्या शासनास संबंधित राष्ट्रांच्या संदर्भात जगातील प्रमुख उलाढालींची माहिती देत असतात. त्यांची कामे खालीलप्रमाणे-

१. प्रतिनिधित्व करणे : राजदूताचे पहिले कार्य म्हणजे आपल्या राज्याचे प्रतिनिधित्व करणे हे होय. तो आपल्या शासनाचे आणि देशातील जनतेचेही प्रतिनिधित्व करीत असतो. दोन देशांचे संबंध जोडताना राजदूतास संबंधित राज्यातील प्रतिष्ठित व्यक्ती, महत्त्वपूर्ण गट व सर्व क्षेत्रांतील प्रमुख व्यक्तींशी संबंध प्रस्थापित करावे लागतात. राजदूत हा मेहनती, संयमी, चतुर व प्रभाव पाडणारा असावा लागतो. आपला देश, आपल्या नागरिकांबद्दल कार्य करणाऱ्या देशात, सद्भावना निर्माण करण्यात व मैत्री वाढवण्यात तो यशस्वी झाला पाहिजे. आपल्या देशाची व लोकांची प्रतिष्ठा, स्वागतकक्षा देशात वाढवणे राजदूताच्या कौशल्यावर अवलंबून असते.

२. वाटाघाटी करणे : आज दळणवळणाच्या साधनांच्या विकासामुळे वार्ता

करणारा म्हणून आंतरराष्ट्रीय राजकारणातील राजदूताचे महत्त्व कमी होत आहे. तरीही परराष्ट्र संबंध विभागाच्या सूचनेनुसार किंवा मार्गदर्शनानुसार त्याला कार्य करावेच लागते. राजदूताच्या माध्यमाने आर्थिक, राजकीय, सामाजिक इ. स्वरूपाचे संधी व करार होत असतात. प्रादेशिक बदल, परराष्ट्राची मदत, आयात-निर्यात, विमान वाहतूक, दळणवळण इत्यादी बाबतींत स्वागतकर्त्या राष्ट्राशी आपल्या राज्यांच्या वतीने राजदूत वाटाघाटी करत असतो.

३. निवेदन सादर करणे : आपल्या देशास अहवाल किंवा निवेदन सादर करणे हे राजदूताचे तिसरे व महत्त्वाचे कार्य आहे. राजदूत ज्या देशात आपल्या देशाचे प्रतिनिधित्व करत असतो, तेथील घटनांचे तो निरीक्षण करतो. त्यानुसार आपल्या सरकारने कोणते धोरण निर्धारित करावे, याबाबत तो अहवाल सादर करतो. त्यामुळेच तो योग्य निरीक्षण करणारा असावा लागतो. शिवाय संबंधित राष्ट्रांतील बारीकसारीक गोष्टींबाबतचे त्याने आपल्या सरकारला निवेदन सादर करणे आवश्यक असते.

४. हितसंबंध वाढवणे व सुरक्षित ठेवणे : आपल्या देशाचे हितसंबंध वाढवणे व आपल्या नागरिकांचे हितसंबंध सुरक्षित ठेवणे हे राजदूताचे चौथे महत्त्वाचे कार्य आहे. यामध्ये व्यापारी वर्ग, विद्यार्थी, सहलीसाठी त्या देशात गेलेले नागरिक इत्यादींचा समावेश होतो. या सर्वांना तेथे कोणतीही अडचण येऊ नये किंवा त्यांना संबंधित राज्याकडून वाईट वागणूक मिळू नये, हे पाहण्याचे काम राजदूताचे असते.

राजनय किंवा राजनीतीची उपयुक्तता :

आंतरराष्ट्रीय राजकारणात आज राजनय किंवा राजनीतीची किती उपयुक्तता आहे, अशा प्रकारचा प्रश्न आपल्यापुढे उपस्थित होतो. कारण आज मानवाने विज्ञानाच्या मदतीने अतिविनाशक स्वरूपाची अण्वस्त्रे निर्माण करून अणुयुगाला सुरुवात केलेली आहे. या पार्श्वभूमीवर जगाचे संरक्षण करण्याबरोबर प्रत्येक राष्ट्राला आपल्या राष्ट्रीय हिताचे संरक्षण करण्यासाठी उत्तम राजनयाची गरज आहे. आज जगातील कोणत्याही भागात दोन राष्ट्रांत युद्धसदृश परिस्थिती निर्माण होताच त्यांच्यातील वाद मिटवण्यासाठी जगातील राष्ट्रे पुढाकार घेऊन राजनयाच्या पातळीवरून प्रयत्न करू लागतात. साहजिकच दोन राष्ट्रांदरम्यान तसेच जागतिक पातळीवर शांतता प्रस्थापित करणे, हे आजच्या राजनयाचे महत्त्वाचे कार्य समजले जाते. त्यांतूनच त्याला जागतिक राजनयाचे स्वरूप प्राप्त झालेले आपणांस दिसून येते. दोन राष्ट्रांत आलेल्या वितुष्टामुळे त्यांच्यातील राजनयिक संबंधावर त्याचा परिणाम होतो. असे असले तरी या संबंधात सुधारणा करून ते परत स्थापन करण्याचे कामही राजनयालाच करावे लागते.

राजनीतीचा ऱ्हास :

राजनय हे संघर्ष नियंत्रणाचे व राष्ट्रीय धोरणाचे एक साधन या दृष्टीने जरी महत्त्वपूर्ण असले, तरी आज राजनयाचा अनेक कारणांमुळे ऱ्हास होत आहे. एकेकाळी राजनयाचे महत्त्व होते, पण आजच्या परिस्थितीत त्याचे महत्त्व कमी होत आहे, असे मानणारा विचारवंतांचा एक वर्ग आहे. राजनयाचा ऱ्हास खालील कारणांनी होत आहे-

१. राजनयावर जनतेचा अविश्वास : पहिल्या महायुद्धात झालेली अपरिमित प्राणहानी व संपत्तीच्या विनाशामुळे लोकांना मोठ्या प्रमाणात हादरा बसला. या सर्व विनाशासाठी गुप्त राजनय जबाबदार आहे, अशी त्यांची समजूत झाली. यापुढे दोन देशांतील करार व वार्ता जनतेच्या समोर झाल्या पाहिजेत, अशी जनमताने मागणी केली. त्यामुळे गुप्त राजनयाचे दिवस संपले व राजनय पद्धतीचे महत्त्व हळूहळू कमी होऊ लागले.

२. दळणवळण साधनांचा विकास : दळणवळणाच्या साधनांमध्ये झपाट्याने झालेल्या प्रगतीमुळे राजनयावर फार मोठा परिणाम झाला. पूर्वीच्या काळी राजदूत राज्याच्या वतीने स्वत:च स्वतंत्रपणे राजनयिक निर्णय घेत असत. आज दळणवळण साधनात मोठ्या प्रमाणात झालेल्या विकासामुळे प्रत्येक राजनयिक प्रतिनिधीला आपल्या शासनाशी संपर्क साधावा लागत आहे. त्यामुळे राजदूताचे महत्त्व हळूहळू कमी होत आहे. राष्ट्राध्यक्षांच्या शिखर परिषदा होऊन त्यातील निर्णयाची कार्यवाही करण्याचे कार्य काही वेळा राजदूतांना करावे लागते.

३. संसदीय राजनयाचा विकास : पहिल्या महायुद्धानंतर राष्ट्रसंघ व द्वितीय महायुद्धानंतर संयुक्त राष्ट्रसंघाच्या निर्मितीमुळे संसदीय राजनय पद्धतीला प्रारंभ झाला. आंतरराष्ट्रीय समस्या संयुक्त राष्ट्रसंघाच्या कार्यक्रमपत्रिकेवर ठेवली जाते. या प्रश्नाबाबत सर्व प्रतिनिधींच्या उपस्थितीत खुली चर्चा होत असते. त्यातून बहुमताच्या आधारावर राज्यांचे त्या प्रश्नाविषयी मत घेतले जाते. या प्रकारामुळे आता द्विपक्ष व गुप्त राजनयाचे महत्त्व संपले असून त्यांची जागा प्रखर राजनय पद्धतीने घेतलेली आहे. त्यामुळे राजनयिक प्रतिनिधींचे महत्त्व कमी झाले आहे.

४. महासत्तांचा उदय : पूर्वी राजनय पद्धतींमुळे परराष्ट्रीय धोरणाच्या निर्धारणात मदत होत असे. परंतु आज महासत्तांच्या उदयामुळे व त्यांच्या प्रभावामुळे त्यांनी इतर राज्यांच्या राजनय पद्धतीला प्रभावित केले आहे. त्यामुळे राजनयाचे महत्त्व कमी झाले आहे. महासत्तांच्या परस्परविरोधी भूमिकांमुळे इतर राज्यांच्या राजनयावर त्यांचे गंभीर परिणाम झाले आहेत. त्यांचे स्वतंत्र अस्तित्व त्यांनी गमावले आहे.

५. आजच्या जागतिक राजकारणाचे स्वरूप : जगाच्या राजकारणात आज द्विध्रुवीकरण झालेले दिसते. साम्यवादी व गैरसाम्यवादी गटाचा संघर्ष आपल्याला आजच्या स्थितीत आढळतो. जरी आज द्विपक्ष किंवा बहुपक्ष समझोते व वार्ता होत असल्या, तरी महाशक्तीमध्ये संयोजन घडवून आणण्यात या वार्ता यशस्वी ठरल्या आहेत.

६. सत्तासमतोलाची समाप्ती : पहिल्या महायुद्धापूर्वी सत्तासमतोल पद्धतीमुळे जागतिक शांतता होती. परंतु त्यानंतर विनाशक शस्त्रांची निर्मिती, राजकीय व सामाजिक क्रांती आणि नवोदित स्वतंत्र राज्यांचे आंतरराष्ट्रीय राजकारणात पदार्पण झाल्यामुळे सत्तासमतोल व शांतता भंग झाला आहे. नवीन राज्यांच्या उदयामुळे राजनयपद्धती विश्वव्यापी बनली आहे.

सत्तासमतोलाचा अर्थ :

सुरुवातीच्या काळात म्हणजेच बहुराज्य पद्धतीपासून सत्तासमतोल किंवा सत्तासंतुलनाचा प्रयोग सुरू झाला. प्राचीन काळात ग्रीकांनी सत्ता संतुलित राखण्याचा प्रयत्न केला होता. चीन, भारत व इजिप्तमध्येही प्राचीन काळात या संकल्पनेचा अवलंब केला होता, याचा संदर्भ सापडतो. परंतु रोमन साम्राज्यांच्या व मध्ययुगाच्या काळात याचे महत्त्व राहीले नाही. विज्ञानयुगाची सुरुवात, अमेरिकेचा लागलेला शोध व राष्ट्रराज्य पद्धतीचा झालेला उदय या कारणांमुळे सत्तासमतोल पुन्हा सुरू झाला. १६४८ मधील वेस्टफालियाच्या तहानंतर सत्तासमतोलाच्या हेतूने युरोपीय राज्यात युट्रेट संधी, व्हिएन्ना काँग्रेस यांसारखे करार घडून आले. एकंदरीत सत्तासमतोल ही पद्धती प्राचीन काळापासून प्रत्यक्ष प्रयोगात असल्याने एक उपयुक्त पद्धती म्हणून आंतरराष्ट्रीय राजकारणात ही एक अतिशय महत्त्वाची पद्धती म्हणून ओळखली जाते.

आंतरराष्ट्रीय राजकारणात प्रत्येक राष्ट्र आपली शक्ती किंवा लष्करी ताकद वाढवण्याचा प्रयत्न करीत असते. याच शक्तीचा वापर प्रत्येक राष्ट्राकडून ज्या वेळी केला जातो, तेव्हा संघर्ष निर्माण होतो. त्यातून आंतरराष्ट्रीय राजकारणात अराजकाची स्थिती निर्माण होते म्हणजेच आंतरराष्ट्रीय राजकारणात प्रत्येक राष्ट्र मन मानेल तसे वागायला लागले, आपल्यापेक्षा दुबळ्या राष्ट्रांवर आक्रमण करू लागले किंवा त्यांचे शोषण करू लागले, तर संपूर्ण जगच बदलून जाईल. परंतु आंतरराष्ट्रीय राजकारणात किंवा समाजात कोणत्याही राष्ट्राचे मन मानेल तसा व्यवहार करण्याचे स्वातंत्र्य इतर राष्ट्रे मान्य करत नाहीत. राष्ट्रांच्या अशा मन मानेल त्या पद्धतीने वागण्याच्या वृत्तीवर प्रतिबंध घालण्याचे काम इतर राष्ट्रे करीत असतात, म्हणून जगात संघर्षाचे वातावरण

सारखे राहत नाही. सत्तासमतोल, आंतरराष्ट्रीय कायदेपालन, राजनयिक पद्धतीचा उपयोग, सामूहिक सुरक्षिततेची व्यवस्था व नि:शस्त्रीकरण या पद्धतीने संघर्षाचे वातावरण नियंत्रित होऊन शांतता प्रस्थापित करण्याची कार्ये केली जातात.

संघर्ष नियंत्रित करण्याच्या वेगवेगळ्या पद्धतीमध्ये सत्तासमतोल हा अति महत्त्वाचा मार्ग समजला जातो. शिवाय तो आंतरराष्ट्रीय संबंधातील मूलभूत स्वरूपाचा सिद्धान्त म्हणूनही ओळखला जातो. शक्तिशाली राष्ट्रे नेहमीच सत्ता संतुलित ठेवण्याचा प्रयत्न करीत असतात. कारण ते जागतिक शांततेसाठी आवश्यक मानले जाते. प्रभुसत्ता व शक्ती हे शब्दप्रयोग आंतरराष्ट्रीय राजकारणात किंवा संबंधात नेहमीच वापरले जातात. शक्ती हा राज्यव्यवस्थेचा आधार असला, तरी सर्व राज्ये आक्रमणासाठीच शक्तीचा वापर करीत नाहीत. शक्तीचा उपयोग युद्ध व आक्रमणाचा प्रतिकार करण्यासाठी तर होतोच. पण ज्या वेळी याचा उपयोग शांतता प्रस्थापित करण्यासाठी केला जातो, तेव्हा त्यास सत्तासमतोलासाठी केलेला शक्तीचा प्रयोग असे म्हणतात. आजच्या आधुनिक काळातही सत्तासमतोल पद्धतीवर भर दिला जातो. जगाच्या समतोल स्थितीत बिघाड होऊ दिला जात नाही. सत्तासमतोल पद्धती ही राष्ट्रराज्य व्यवस्था जोपर्यंत जिवंत राहील तोपर्यंत अस्तित्वात असेल, पण आज तिचे स्वरूप मात्र वेगळ्या प्रकारचे झालेले आहे.

सत्तासमतोलाच्या व्याख्या :

वेगवेगळ्या विचारवतांनी वेगवेगळ्या अर्थाने सत्तासमतोलाच्या व्याख्या केल्यामुळे निश्चित व्याख्या करणे कठीण झाले आहे. वास्तविक पाहता संतुलन या शब्दाचा व्यावहारिक अर्थ समतोल असा होत असल्यामुळे सत्तेबाबत समतोल निर्माण करणे म्हणजेच सत्तासमतोल होय, अशी साधी व्याख्या तयार करता येते.

ए. एफ. पोलार्ड यांनी म्हटले आहे की, शब्दश: विश्लेषण केल्यास सत्तासमतोलाचे हजारो अर्थ निघतात. सत्तासमतोलाची कल्पना तराजूच्या दोन पारड्यांच्या समतोल स्थितीच्या कल्पनेवर आधारलेली आहे. जेव्हा दोन्ही पारड्यांत सारखे वजन असते त्या वेळी समतोल साधला जातो. आंतरराष्ट्रीय राजकारणातदेखील एका शक्तिशाली सार्वभौम राज्यास वरचढ होऊ देत नाहीत. शक्तिहीन राष्ट्रास मदत करून किंवा संघटन करून सत्ता संतुलित ठेवण्याचा प्रयत्न केला जातो.

इनिस एल. क्लाइड यांच्या मते, 'सत्तासमतोलाचा निश्चित अर्थ नाही. परंतु त्याचे अनेक अर्थ काढल्यामुळे ही अडचण निर्माण झाली आहे.'

क्विन्सी राईटच्या मते, 'सत्तासमतोल म्हणजे अशी व्यवस्था की, ज्यात राष्ट्रे

सामूहिक प्रतिकाराच्या भीतीमुळे आक्रमक कृत्यापासून परावृत्त होतात.'

मॉर्गेन्था यांच्या मते, 'सत्तासमतोल म्हणजे सर्वसामान्य सामाजिक सिद्धान्ताचे विशेष प्रकटीकरण होय.

प्रा. टायबी यांनी प्रयत्नांच्या गतिमानतेला महत्त्व देऊन सत्तासमतोलाची व्याख्या पुढीलप्रमाणे केली आहे. त्यांच्या मते, 'मानवी समाजात जेव्हा परस्परांपासून स्वतंत्र अशी अनेक राज्ये अस्तित्वात येतात, तेव्हा त्यांमधील राजकीय शक्तीच्या गतिमान प्रयत्नांतून निर्माण होणारी व्यवस्था म्हणजे सत्तासमतोल होय.'

हार्टमन यांच्या मते, 'सत्तासमतोलामुळे गट, प्रतिगट निर्मितीची एक शृंखला तयार होते. ज्यामुळे आंतरराष्ट्रीय राजकारणात स्थिरता निर्माण होऊन युद्धाचा धोका टळतो.'

जॉर्ज श्वार्त्सनबर्जर यांच्या मते, सत्तासमतोल म्हणजे आंतरराष्ट्रीय संबंध स्थिर ठेवणे होय. शस्त्रसंपन्न राष्ट्रे सहकार्याने सहजीवन जगत असतात.

पामर आणि पर्किन्स यांच्या मते, 'सत्तासमतोलामध्ये परस्परविरोधी दबावाची एक प्रक्रिया निर्माण केली जाते. ज्यामुळे कोणत्याही विशिष्ट राष्ट्राला किंवा राष्ट्रांच्या गटाला इतरांच्या तुलनेत शक्तिशाली बनण्यापासून परावृत्त केले जाते.'

सत्तासमतोलाबाबत प्रा. फॉय असे म्हणतात की, राज्याच्या समुदायातील सत्तेचे असे संतुलन की, ज्यामुळे एका राज्यास इतके बलशाली होऊ न देणे की, जेणेकरून ते राज्य आपल्या इच्छांचे पालन शक्तीने दुसऱ्यांकडून करवून घेईल.

सत्तासमतोलाच्या वरील व्याख्या पाहिल्यानंतर आपणांस असे म्हणता येईल की, सत्तासमतोल म्हणजे जागतिक राजकारणात अशी एक व्यवस्था निर्माण करणे की, ज्यामुळे कोणतेही एखादे राष्ट्र आक्रमक आणि बलशाली होऊ शकणार नाही आणि बळाच्या आधारे दुसऱ्याचे राजकीय, आर्थिक शोषण करू शकणार नाही म्हणजेच जगातील सर्व राष्ट्रांना समान स्तरावर आणून राष्ट्रीय आणि आंतरराष्ट्रीय हिताची पूर्ती करण्याचा सत्तासमतोलाचा उद्देश असतो.

सत्तासमतोलाची वैशिष्ट्ये :

सत्तासमतोलाची वैशिष्ट्ये आपणांस खालीलप्रमाणे सांगता येतील-

१. सत्तासमतोल हे समतोलावर आधारलेले आहे. युद्धामध्ये कोणतेतरी एक राष्ट्र विजयी होते. तेवढ्यापुरते त्याचे पारडे जड होते म्हणजेच सत्ता असंतुलितसुद्धा राहते.

२. सत्तासमतोल ही ईश्वरी देणगी नव्हे, तर ती मानवाने सक्रिय हस्तक्षेपाने

स्थापित करावी लागते. ती आपोआप निर्माण होत नाही. जर राज्यांना जगायचे असेल, तर त्यांना त्या काळातील वाढत्या एकात्मक शक्तींविरुद्ध युद्धासाठी तयार व्हावेच लागते, असे विचार निकोलस जे. स्पायकमन यांनी व्यक्त केले आहेत.

३. यथास्थितीचे समर्थन सत्तासमतोल पद्धती करीत असते. परंतु ही पद्धती परिणामकारक ठरण्यासाठी तिच्यामध्ये गतिमानता व ती परिवर्तनशीलता असावी लागते.

४. अस्थिर व तात्पुरत्या स्वरूपाची ही पद्धती आहे. शिवाय तिचा कालावधीही फारच कमी असतो.

५. ही पद्धती प्रस्थापित झाली आहे की नाही, हे समजण्याचा निश्चित मार्ग नाही म्हणजेच ती एक साधारण स्वरूपाची समजूत असते.

६. व्यक्तिनिष्ठ व वस्तुनिष्ठ अशा दोन्ही प्रकारांत ही पद्धती असू शकते.

७. या पद्धतीचा मूळ उद्देश शांतता राखण्याचा नसून राज्यांचे स्वातंत्र्य सुरक्षित ठेवण्याचा आहे.

८. मोठ्या राष्ट्रांचे सत्तासमतोल राखण्याचे खरे काम आहे. लहान राष्ट्रांचाही त्यात संबंध असतो. परंतु लहान राष्ट्रे एकतर मोठ्यांच्या तंत्राने वागतात किंवा मोठी राष्ट्रे त्यांना गिळंकृत करतात किंवा अलिप्त राहून प्रेक्षकाची भूमिका त्यांना घ्यावी लागते.

९. लोकशाही व हुकूमशाही या दोघांनाही ही पद्धती उपयुक्त ठरत नाही.

१०. आजच्या परिस्थितीत ही पद्धती उपयोगी नाही, असे बरेच विचारवंत सांगतात. युरोपीय राज्यपद्धतीचा काळ त्यासाठी योग्य होता. आज राज्यपद्धतीचा विस्तार होऊन तिचे स्वरूप द्विध्रुवीय व केंद्रीय बहुल असे झाले आहे. त्यामुळे कोणत्याही राष्ट्रास किंवा आंतरराष्ट्रीय संघटनेसदेखील या पद्धतीनुसार कार्य करता येणार नाही.

वरील टीका बरोबर आहे. परंतु सत्तासमतोलाचा आजही उपयोग होत आहे. पण त्याचे स्वरूप मात्र बदलले आहे.

सत्तासमतोलाचे प्रकार :

१. साधारण सत्तासमतोल : यांमध्ये दोन परस्परविरोधी शक्तिशाली गट किंवा राष्ट्रे असतात. या गटांची शक्ती समान असते. शिवाय ही पद्धती द्विध्रुवीय पद्धतींवर आधारित असते.

२. बहुविध सत्तासमतोल : यामध्ये अनेक राष्ट्रे सत्तासमतोल राखण्यामध्ये

भाग घेत असतात. अनेक राष्ट्रे किंवा त्यांचे गट एकमेकांना समतोलात ठेवत असतात. अशा समतोलातील गटांत परस्पर संघर्ष झाल्यास त्या गटांतील मोठी राष्ट्रे संघर्ष किंवा मतभेद सोडवण्याचा प्रयत्न करीत असतात. आज जगात दोन मोठ्या गटांबरोबर तिसरा अलिप्त राष्ट्रांचा गट निर्माण झाला आहे. या पद्धतीस 'बहुविध समतोल पद्धती' असे म्हणतात.

३. भौगोलिक सत्तासमतोल : यामध्ये स्थानिक, क्षेत्रीय व जागतिक असे तीन प्रकार असतात. भारत आणि पाकिस्तानसारख्या राष्ट्रांतील संघर्षानंतर त्यांच्यामध्ये सत्तासमतोल राखण्याचा जो प्रयत्न झाला, त्यास 'स्थानिक प्रकारचा सत्तासमतोल' असे म्हणतात. जर समतोलाचा प्रश्न आशिया किंवा युरोप खंडापुरता मर्यादित असेल, तर त्यास 'क्षेत्रीय समतोल' व संपूर्ण जगाचाच सत्तासमतोलाशी संबंध आल्यास त्यास 'जागतिक सत्तासमतोल' असे म्हणतात.

४. परिवर्तनशील सत्तासमतोल : राजतंत्र पद्धतीच्या वेळी समतोल लवचीक किंवा परिवर्तनशील स्वरूपाचे होते. पूर्वी राजे ताबडतोब आपल्या मित्र व शत्रूमध्ये बदल करीत असत, म्हणजेच प्रत्येक राष्ट्र बदलत्या परिस्थिती व आपल्या हितसंबंधानुसार आपली भूमिका त्वरित बदलत असत.

५. परिदृढ सत्तासमतोल : दोन परस्परविरोधी राष्ट्रे किंवा गट हे सत्तासमतोलाच्या दृष्टीने आपली भूमिका सोडावयास तयार नसतात, म्हणजेच ते आपल्या भूमिकेवर ठाम असतात. अशा समतोलाला 'कठीण किंवा परिदृढ सत्तासमतोल' असे म्हणतात.

६. प्रत्यक्ष आणि अप्रत्यक्ष सत्तासमतोल : दोन राष्ट्रांमध्ये जेव्हा प्रत्यक्ष संघर्ष अथवा तणाव निर्माण होण्याची स्थिती असते, त्या वेळी ती दोन्ही राष्ट्रे इतर कोणालाही मध्यस्थ न करता प्रत्यक्ष सत्तासमतोल राखण्याचा प्रयत्न करतात. राजनय किंवा राष्ट्रप्रमुखांच्या भेटी किंवा करार करून सत्तासमतोल ठेवण्याचा प्रयत्न करतात. पण जेव्हा एखादे राष्ट्र प्रत्यक्ष संतुलन न ठेवता दुसऱ्या एखाद्या राष्ट्राबाबत, राष्ट्र गटामार्फत समतोल ठेवण्याच्या दृष्टीने अप्रत्यक्षरीत्या प्रयत्न करते, अशा या तिसऱ्या राष्ट्राची भूमिका ही मध्यस्थांची असते म्हणजे प्रत्यक्ष ज्यांच्यात संघर्ष आहे ते न भेटता समतोल न ठेवता तिसऱ्या राष्ट्रामार्फत समतोल ठेवतात, त्याला 'अप्रत्यक्ष समतोल' असे म्हणतात.

सत्तासमतोल राखण्याचे मार्ग/तंत्र/पद्धती :

१. शक्तीत वाढ : सत्तासमतोल स्थापन करण्यासाठी विरोधी गटांच्या प्रमाणात आपली शक्ती वाढवण्याचा प्रयत्न राष्ट्रे करत असतात. संकट उद्भवण्याची किंवा

आक्रमणाची संभावना असल्यास राष्ट्रशक्तीमध्ये जास्त वाढ केली जाते. विशेषत: सैनिक, तांत्रिक व उत्पादन क्षेत्रात वाढ केली जाते. सैन्यावरील खर्च वाढवण्यात येतो. सोव्हिएत रशिया-अमेरिका, भारत-पाकिस्तान यांच्यात संघर्षात्मक वातावरण असल्यामुळे ही राष्ट्रे सतत आपली शक्ती वाढवण्याचा प्रयत्न करीत असतात. प्रत्यक्ष युद्धकाळात शस्त्रवाढ जास्त प्रमाणात होत असते.

२. प्रत्यक्ष प्रमुख शत्रू राष्ट्राबरोबर करार करणे : दोन मोठी शक्तिशाली राष्ट्रे परिस्थितीचे अवलोकन करून जागतिक लोकमत, देशातील लोकमत आणि एकूण परिस्थिती यांचा विचार करून परस्परांत युद्ध न करणे, शस्त्रास्त्रांमध्ये कपात करणे, काही विशिष्ट शस्त्रास्त्रांचे पूर्ण निशस्त्रीकरण करणे आदी मार्गांचा अवलंब करून परस्परांना विश्वासात घेणे आणि त्यासंदर्भातील करार करणे यामुळे सत्तासमतोल राखला जाऊ शकतो.

३. संधी किंवा मैत्रीचा तह : आजच्या काळात कोणतेही राष्ट्र संरक्षणाबाबत स्वयंपूर्ण असत नाही. राष्ट्रांना संरक्षणासाठी व आपली शक्ती वाढवण्यासाठी परस्परांमध्ये संधी किंवा करार करून आपल्या मित्र राष्ट्रांचा गट वाढवावा लागतो. नाटो, वॉर्सासारखे करार याच उद्देशाने झालेले दिसून येतात. अशा प्रकारचे करार हे आक्रमण, अनाक्रमण, तटस्थ राहण्याच्या स्वरूपातलेही असू शकतात. त्यांचे स्वरूप द्विपक्षीय किंवा बहुपक्षीय त्याचप्रमाणे सैनिकी वा आर्थिक स्वरूपाचेही असू शकते.

४. हस्तक्षेप : सत्तासमतोल व आपले हितसंबंध राखण्यासाठी प्रबळ राष्ट्रे दुसऱ्या राज्यांच्या अंतर्गत व बाह्य कारभारात हस्तक्षेप करतात. हस्तक्षेप न करण्याचे धोरण आपले धोरण म्हणून सहसा लहान राष्ट्रे निश्चित करीत असतात.

५. मोबदला देणे : सत्तासमतोल राखण्यासाठी मोठी राष्ट्रे एखादा प्रदेश प्राप्त करून त्या प्रदेशाची दुसऱ्या राज्यांना मोबदला म्हणून वाटणी करीत असतात. अठराव्या व एकोणिसाव्या शतकात एखाद्या बलाढ्य राष्ट्राने सत्तासमतोल बिघडवून एखादा प्रदेश काबीज केल्यास मोठ्या राष्ट्रांना त्याचे हिस्से करून वाटणी करावी लागत असे. उदा. युट्रेक्टच्या करारानंतर अशाच स्वरूपाची वाटणी करण्यात आली होती. परंतु अशा पद्धतीने संतुलन राखले जाईलच, असे खात्रीने सांगता येत नाही.

६. आपल्या देशाची भौगोलिक सीमा वाढवणे : सत्तासमतोलाचा हा फार प्राचीन आणि परंपरागत असा मार्ग आहे. त्या काळात भूमी विस्ताराला फार महत्त्व दिले जात असे. आपल्या बाजूच्या लहान आणि दुबळ्या देशाचा पूर्ण भाग अथवा काही भाग जिंकून नवे सत्तासंतुलन साधण्याचा प्रयत्न राष्ट्रे करत.

७. आघात प्रतिबंधक राज्य : सत्तासमतोल राखण्यासाठी दोन प्रबळ राष्ट्रांमध्ये

लहान तटस्थ राज्य निर्माण करावे लागते. त्यालाच आघात प्रतिबंधक राष्ट्र असे म्हणतात. असे राष्ट्र दोन प्रबळ राष्ट्रात असल्याशिवाय जगाचे सत्तासंतुलन होणे फारच कठीण असते. अशी राष्ट्रे परस्परविरोधी राष्ट्रांच्या दरम्यान असल्यामुळे विरोधक राष्ट्रांचे संघर्ष किंवा तणाव कमी झाले आहेत.

८. फूट पाडणे व राज्य करणे : एका विशिष्ट काळात या धोरणाचा उपयोग केला जातो. काही वेळा या धोरणाचा सत्तासमतोलाशी संबंधदेखील नसतो. साम्राज्यवाद्यांनी गुलाम राष्ट्रांना याच पद्धतीने वागवले होते.

सत्तासमतोलाची कार्ये :

सत्तासमतोलाच्या पद्धतीत प्रत्यक्षपणे भाग घेणे हे वाटते तेवढे सोपे कार्य नाही. शक्तिशाली मोठ्या राष्ट्रांनादेखील सत्तासमतोल ठेवणे धोक्याचे असते. त्यात जबाबदारी मोठी व निष्कर्ष अनिश्चित असतात. त्यासाठी मोठ्या राष्ट्रांना समतोल राखण्याचे महत्त्वाचे कार्य करावे लागते.

प्राचीन काळापासून मोठी राष्ट्रे संतुलन राखण्याची कामे करत आलेली आहेत. त्यासाठी नेहमी एकाच गटाकडून किंवा एकाच बाजूने संघर्षात संमीलीत होऊन चालत नाही.

जागतिक राजकारणात ब्रिटनने ही कार्ये बऱ्याच वेळा केली आहेत. अठराव्या व एकोणिसाव्या शतकामध्ये युरोपच्या राजकारणात निर्माण झालेली असंतुलित स्थिती ब्रिटनने संतुलित केली होती. ऑस्ट्रिया आणि फ्रान्स यांच्या संघर्षात ब्रिटनला समतोलाचे कार्य करावे लागले होते. एकोणिसाव्या शतकात ब्रिटनच्या सामुद्रिक शक्तीमुळे व ते युरोप खंडापासून पृथक असल्यामुळे तसेच औद्योगिक व राजकीय प्रगती आणि सफल राजनयिक संबंधामुळे त्याने सत्तासमतोलाचे कार्य यशस्वीरीत्या पार पाडले आहे. परंतु १९९१ नंतर अमेरिकेची वाढती शक्ती व विसाव्या शतकातील नवोदित राज्यांच्या प्रभावामुळे इंग्लंडची एकमेव सत्तासमतोलाची प्रतिष्ठा आज संपलेली आहे. त्यामुळे जगात आज संतुलक असे कोणतेही एकमेव राष्ट्र नाही.

द्वितीय महायुद्धानंतर दोन प्रभावी गट निर्माण झाले होते. साम्यवादी व पाश्चिमात्य राष्ट्रांच्या या दोन गटांत संघर्ष, तणाव व शीतयुद्ध सुरू होते. सत्तेच्या या द्विध्रुवीकरणामुळे विभिन्न राष्ट्रे कोणत्या ना कोणत्या गटाला मिळालेली होती. आज जागतिक राजकारणात अलिप्त राष्ट्रांचा तिसरा प्रभावी गट उदयाला आला असून हा गटदेखील सत्तासमतोलाच्या कार्यात भाग घेत आहे.

गेल्या एक दशकापासून आंतरराष्ट्रीय राजकारणात अमेरिकेचे वर्चस्व वाढत

चालले आहे. सारांशाने आपणांस असे म्हणता येईल की, सत्तासमतोलाचे कार्य कोणत्या ना कोणत्या स्वरूपात चालूच असते. मात्र समतोलाचे स्वरूप व पद्धती यांमध्ये फरक झालेला आहे.

सत्तासमतोलाचे फायदे-तोटे :

आंतरराष्ट्रीय राजकारणात सत्तासमतोल ही एक महत्त्वाची संकल्पना आहे. हिच्या अंमलबजावणीमुळे विविध प्रकारचे अनेक फायदे तसेच त्यांची उपयुक्तता दिसून येते. म्हणूनच या पद्धतीचे फायदे आपणांस खालीलप्रमाणे सांगता येतील -

१. जगाची युद्ध व तणावाच्या वातावरणापासून मुक्तता होते.

२. जगातील लहान राष्ट्रांचे स्वातंत्र्य व अस्तित्व यामुळे टिकून राहते.

३. आंतरराष्ट्रीय कायद्याचे पालन व संरक्षण केले जाते.

४. एखाद्या राष्ट्राच्या किंवा गटाच्या स्वार्थाला रोखता येते.

५. जगातील विविध राष्ट्रांमध्ये सहकार्याची व विश्वासाची भावना निर्माण होते.

६. जगात शांतता, सुव्यवस्था व सुरक्षितता निर्माण करता येते. (याच संदर्भात टेलिरॅड हे विचारवंत असे म्हणतात की, 'सत्तासमतोलामुळे राष्ट्राराष्ट्रांमधील हितसंबंध, हक्क, इतर प्रकारचे संबंध, यांचा सुयोग्य मेळ घातला जातो; म्हणून सत्तासमतोलाच्या परिस्थितीत कोणतेही राष्ट्र इतरांवर आक्रमण करत नाही.')

७. देशाचे स्वातंत्र्य टिकवण्यात व सर्वांगीण प्रगती करण्यास राष्ट्राला संधी मिळते.

सत्तासमतोलाचे तोटे :

सत्तासमतोलाचे जसे वरील प्रकारचे काही फायदे किंवा गुण आहेत तसेच त्याचे खालीलप्रकारचे काही तोटेही आहेत-

१. सत्तासमतोल करताना लहानलहान राष्ट्रांनाच त्रास सहन करावा लागतो.

२. सत्तासमतोल करताना अनेक वेळा युद्धही करावे लागते. त्यामुळे युद्धाच्या शक्यतेत मोठ्या प्रमाणात वाढ होते.

३. सत्तासमतोलात स्पर्धा असते. पण ही स्पर्धा प्रगतीला पोषक नसून जीवघेण्या स्वरूपाची स्पर्धा असते.

४. सत्तासमतोलामध्ये जगातील राष्ट्रांमध्ये फूट पडते. त्यातून वेगवेगळे गट निर्माण होतात. त्यातून जगात तणावाची परिस्थिती निर्माण होते.

५. सत्तासमतोल ठेवण्याचा आणि तो मोडण्याचा खेळ मोठी राष्ट्रे करत असतात.

६. सत्तासमतोल न्यायाच्या तत्त्वावर आधारित व्यवस्था नाही.

सत्तासमतोलाचे मूल्यमापन :

आजच्या स्थितीत सत्तासमतोलाचे पूर्वीचे स्वरूप बदलले आहे. दुसऱ्या महायुद्धापर्यंत सत्तासमतोल हे बहुलकेंद्र होते.

उदा. जर्मनी, जपान, इटाली, अमेरिका व रशिया अशी अनेक सत्तासमतोलक राज्ये होती. परंतु द्वितीय महायुद्धानंतर अमेरिका व सोव्हिएत रशिया ही दोनच राष्ट्रे जागतिक राजकारणात महाशक्ती म्हणून उदयाला आली होती. त्यामुळे जागतिक राजकारणाचे द्विध्रुवीकरण झाले होते; परंतु १९९१ पासून म्हणजेच सोव्हिएत रशियाच्या विघटनापासून यामध्ये परत बदल झालेला आहे.

या द्विध्रुवीकरणाचा परिणाम म्हणजे जगात परस्परविरोधी गट तयार झाले व त्यांच्यात शीतयुद्धास प्रारंभ झाला. आज १९९१ नंतर जगात सत्तेच्या दृष्टीने अमेरिका सत्तेची एकाधिकारी बनली आहे.

साम्यवादी गटातील राष्ट्रांनी परस्परांत संरक्षणात्मक करार म्हणजेच वॉर्सा करार केला होता, तर अमेरिकेच्या नेतृत्वाखाली दुसऱ्या गटानेही नाटो, सिएटो, सेन्टो यांसारखे अनेक संरक्षणात्मक करार केलेले आढळतात. या दोन्ही गटांकडे नवनवीन शस्त्रास्त्रांचा भरपूर साठा होता. त्यामुळे आजच्या युद्धतंत्रातदेखील बराच फरक पडलेला आहे. सत्तासमतोल म्हणून कोणतेही एक राष्ट्र राहिले नाही. ब्रिटनने सत्तासमतोलाचे कार्य केले. परंतु आज कोणीही एक राष्ट्र संतुलक म्हणून राहिलेले नाही.

आजच्या काळात आंतरराष्ट्रीय राजकारणात भारत, म्यानमार, इंडोनेशिया, सिलोन म्हणजेच आजचा श्रीलंका, युगोस्लाव्हियासारख्या राष्ट्रांचा गट उदयाला आला आहे. या गटातील राष्ट्रे आपली शक्ती वाढवत आहेत. ही राष्ट्रे कोणत्याही गटात समाविष्ट झालेली नाहीत. या राष्ट्रांनी आपला वेगळा गट तयार करून संयुक्त राष्ट्रसंघात महत्त्वाचे स्थान प्राप्त केलेले आहे. शांततेच्या मार्गाने संघर्ष सोडवणे, अण्वस्त्रांवर बंदी घालणे व नि:शस्त्रीकरण करणे यावर अलिप्त राष्ट्रे भर देताना दिसतात. त्यामुळे द्विध्रुवी सत्तासमतोलावर बराच परिणाम झाला आहे. त्याचप्रमाणे द्वितीय महायुद्धानंतर घडलेली महत्त्वपूर्ण घटना म्हणजे साम्यवादी चीनचा उदय ही होय. त्यामुळे सत्तासमतोलाच्या स्थितीत फरक पडलेला दिसतो. सुरुवातीला चीन रशियाच्या गटातील साम्यवादी राष्ट्र होते. परंतु आता चीनने आपली शक्ती वाढवून अण्वस्त्रांची निर्मिती केली आहे. त्यामुळे साम्यवादी गटात विभाजन झाले आहे. पेकिंग व मॉस्को ही दोन प्रभावी केंद्रे बनली होती. चीन स्वत: तिसरी महाशक्ती बनण्याचा प्रयत्न करत आहे. त्याचबरोबर इस्लामिक युनिटीच्या नावाखाली इस्लामी राष्ट्रे एकत्रित येऊन नवा गट निर्माण करीत आहेत.

सारांश रूपाने असे म्हणता येईल की, आज सत्तासमतोलाबाबत जगातील स्थिती अशी आहे की, सत्तासमतोलावर अलिप्त राष्ट्रांच्या गटाचा, इस्लामिक गटाचा व त्याच्या जोडीने साम्यवादी चीनचाही प्रभाव पडला आहे.

आज सत्तासमतोल सिद्धान्त कालबाह्य झाला आहे काय?

द्वितीय महायुद्धानंतर राष्ट्रवाद व प्रभुसत्ता यांचे महत्त्व कमी झाल्यामुळे व जगाचा व्यवहार महाशक्तींच्या इच्छेप्रमाणे चालत असल्यामुळे सत्तासमतोलाचा सिद्धान्तही कालबाह्य झाला आहे, असे मत अनेक विचारवंतांनी व्यक्त केले आहे.

सत्तासमतोल पद्धतीची उपयोगिता व सत्यतेबाबत अनेक विचारवंतांनी संदेह व्यक्त केला आहे. सत्तासमतोल सिद्धान्त खरोखरच शांततेचा संरक्षक आहे काय, असा प्रश्न निर्माण होतो. जर समतोल म्हणजे सर्व घटकांना समान सत्तावाटप असा अर्थ केला, तर प्रत्येक राष्ट्राला इतरांवर आक्रमण करण्याचा मोह होईल.

समतोल स्थिती राष्ट्रांना युद्धास प्रवृत्त करीत असते, कारण प्रत्येक राष्ट्रास वाटते की, आपला विजय होईल, असे मत प्रा. ऑर्गेन्स्की यांनी मांडले आहे. त्यांनी असेही स्पष्ट केले की, प्रत्यक्ष सत्तासमतोलाचा काळ हा युद्धाचाच काळ असतो. उलट प्रबळ सत्तेचा काळ हा शांततेचा काळ ठरला आहे.

जेव्हा सत्तासमतोलाचा उपयोग द्विध्रुवीकरणाच्या तत्त्वात केला जातो त्या वेळी संतुलन होत नाही. द्विध्रुवी स्थितीत प्रत्येक पक्ष आपली सत्ता वाढवण्याचा प्रयत्न करतो, अशा वेळी एका संतुलकाची गरज असते. परंतु आज कोणत्याही गटात समाविष्ट न झालेल्या व कोणत्याही पक्षाच्या पारड्यात माप न टाकणारा तटस्थ संतुलक आढळत नाही, असे मत प्रा. ॲंड्रयू स्कॉट यांनी मांडले आहे.

जर लोकतंत्र व व्यक्तिस्वातंत्र्याला जीवित ठेवायचे असेल; तर ज्या राष्ट्रांनी सत्तासमतोलाचा स्वीकार केला आहे, त्यांना राजकीय सुरक्षिततेसाठी सत्तासमतोलाऐवजी दुसरी योजना तयार करावी लागेल. त्यासाठी संयुक्त राष्ट्रसंघाने सत्तासमतोलाचे कार्य हाती घेणे आवश्यक आहे, असे क्विन्सी राईट यांनी प्रतिपादन केले आहे. परंतु द्वितीय महायुद्धानंतरच्या अनुभवाप्रमाणे असे दिसते की, सत्तासमतोल संपुष्टात आलेले नाही. उलट ते अधिक दृढ झाले आहे.

जगात साम्यवादी व गैरसाम्यवादी यांच्या उदयामुळे सत्ता दोन महाशक्तीत केंद्रित झाली आहे. त्याचप्रमाणे अलिप्त व इस्लामिक गट व साम्यवादी चीनच्या उदयामुळे त्याचा सत्तासमतोलावर प्रभाव पडला आहे.

आज प्रत्येक राष्ट्र पुढे जाण्याची व प्रगती करण्याची धडपड करीत आहे. जरी

आज जागतिक शांतता व नि:शस्त्रीकरणाचा उद्घोष होत असला तरी अमेरिका व रशिया यांच्यासारख्या महाशक्ती जगात भीतीचे संतुलन निर्माण करीत आहेत. राष्ट्रे शस्त्रस्पर्धा करण्यात गुंतली आहेत. अमेरिकेने तर चंद्रावरही विजय मिळविला आहे व आता इतर ग्रहांवर दृष्टी वळवली आहे

आजच्या युगात विचारधारा व शीतयुद्धाने राष्ट्रवादाचे महत्त्वदेखील कमी झाले आहे, असे मत व्यक्त करण्यात येते. प्रा. कारलेंटन यांनी असे मत व्यक्त केले आहे की, विचारधारांनी राष्ट्रांच्या सीमा पार केल्या आहेत. त्यामुळे राष्ट्रवादाची कल्पना व सत्तासमतोल सिद्धान्त मागे पडला आहे. पण आज विचारधारांचे महत्त्व सर्वाधिक आहे. अमेरिका, रशिया व चीन ही तिन्ही राष्ट्रे आपली विचारधारा जगात कशी यशस्वी होईल याचा प्रयत्न करत आहेत. म्हणूनच विचारधारांनी आजच्या सत्तासमतोल पद्धतीवर फार मोठा प्रभाव पाडला आहे असे म्हणता येईल.

शेवटी असे म्हणावे लागेल की, अद्याप सत्तासमतोल नष्ट झालेले नाही. अजूनही तो एक अर्थपूर्ण सिद्धान्त आहे. जोपर्यंत बहूराष्ट्र पद्धतीचे अस्तित्व राहील तोपर्यंत राष्ट्रराज्य सत्तासमतोलाचे धोरण चालूच ठेवतील.

प्रकरण ५

शीतयुद्ध

शीतयुद्धाचा अर्थ :

द्वितीय महायुद्धानंतर सोव्हिएत रशिया व अमेरिका यांच्यामध्ये शीतयुद्धाला सुरुवात झाली. यामध्ये वेगवेगळ्या काळात चढउतार होऊन सोव्हिएत रशियाच्या विघटनाबरोबरच १९९१ मध्ये शीतयुद्ध संपुष्टात आले. दुसऱ्या महायुद्धाच्या अगोदर प्रथम सत्ता असलेल्या इंग्लंड व फ्रान्स या युद्धात नामशेष झाल्या. तर या युद्धानंतर सोव्हिएत रशिया व अमेरिका महासत्ता म्हणून पुढे आल्या. वैचारिक मतभेद त्यांच्यात असल्यामुळे त्यांनी एकमेकांना शह देण्याचे राजकारण सुरू केले. त्यातूनच शीतयुद्ध ही संकल्पना आंतरराष्ट्रीय राजकारणात आली. जेव्हा एखादे राष्ट्र किंवा राष्ट्रांचा गट लष्करी बळाचा वापर करून आपली इच्छा दुसऱ्या राष्ट्रांवर किंवा राष्ट्रांच्या गटावर लादण्याचा प्रयत्न करते, तेव्हा अशा कृत्याला युद्ध म्हणतात. याचाच अर्थ युद्धात प्रत्यक्ष लष्करी कारवाई, आक्रमण आणि शस्त्रास्त्रांचा वापर अपेक्षित असतो. ह्या दृष्टिकोनातून विचार केला, तर शीतयुद्धाला युद्ध म्हणणे चुकीचे ठरेल. कारण शीतयुद्धाच्या ४५ वर्षांच्या कालावधीत अमेरिका आणि सोव्हिएत रशिया यांसारख्या महासत्तांमध्ये समोरासमोर युद्ध कधीच झाले नाही. युद्धजन्य परिस्थिती अनेकदा निर्माण झाली, पण तिचे रूपांतर प्रत्यक्ष लढाईत झालेच नाही. मग प्रश्न हा निर्माण होतो की, शीतयुद्धाला युद्ध म्हणायचे का? याचे उत्तर म्हणजे विसाव्या शतकाच्या उत्तरार्धात अनेक प्रकारच्या राजकीय संघर्षासाठी युद्ध हा शब्दप्रयोग वापरण्याची पद्धत सुरू झाली. अमेरिका आणि जपानमध्ये जो व्यापारसंघर्ष आहे, त्यासाठी अनेकदा व्यापारयुद्ध असा शब्दप्रयोग केला जातो. त्याचप्रमाणे प्रचारतंत्राचा वापर करून प्रस्थापित शासनयंत्रणेला उलथून पाडण्यासाठी जनतेला आवाहन करण्याचे प्रयत्न केले जातात किंवा विशिष्ट विचार, मूल्ये, संस्कृती, जीवनपद्धती हीच जगात सर्वश्रेष्ठ असून इतरांनी त्याचा अवलंब

करावा, यासाठी जाणीवपूर्वक प्रचार केला जातो. तेव्हा त्याला मानसशास्त्रीय युद्ध म्हणून संबोधले जाते.

दुसऱ्या महायुद्धानंतर अमेरिका आणि सोव्हिएत रशिया या दोन राष्ट्रांचा महासत्ता म्हणून उदय झाला. या दोन्ही महासत्ता दोन परस्परविरोधी विचारसरणीच्या पुरस्कर्त्या होत्या. अमेरिका भांडवलवादी लोकशाही, मुक्त अर्थव्यवस्था, व्यक्तिस्वातंत्र्य या विचाराची पुरस्कर्ता आहे, तर सोव्हिएत रशिया साम्यवादी विचारसरणीवर आधारित महासत्ता आहे. या दोन्ही महासत्तांमधील तीव्र संघर्ष, परस्पर संशय, भीती, शस्त्रास्त्रस्पर्धा, राजनैतिक पातळीवरील संघर्ष, शहप्रतिशहाचे वातावरण हे दर्शवण्यासाठी शीतयुद्ध हा शब्दप्रयोग वापरला गेला. ऑक्सफर्ड शब्दकोशानुसार शीतयुद्ध म्हणजे प्रकटपणे, कोणत्याही प्रकारची हिंसा न करता धमकी, अडथळे आणि प्रचाराच्या माध्यमातून शत्रुत्व चालू ठेवणे होय. शीतयुद्ध म्हणजे सत्तेसाठी चाललेली स्पर्धा असून जागतिक राजकारणावर प्रभाव पाडणे व जगाचे नेतृत्व करणे हाच शीतयुद्धाचा उद्देश समजला जातो. याचाच अर्थ शीतयुद्ध म्हणजे दोन परस्परविरोधी राजकीय पद्धती किंवा विचारधारांमध्ये चाललेला संघर्ष होय. पंडित नेहरूंच्या मते, 'शीतयुद्ध म्हणजे अशा प्रकारचे युद्ध की, जे युद्धक्षेत्रात लढले जात नसून व्यक्तीच्या डोक्यात लढले जाते, तसेच याद्वारे विचारांवर नियंत्रण प्रस्थापित करण्याचा प्रयत्न केला जातो.' के. पी. एस. मेनन यांच्या मते 'शीतयुद्ध म्हणजे दोन विचारप्रणाली, दोन जीवनपद्धती, दोन गट, दोन राज्ये किंवा दोन व्यक्तींमधील दृढ संघर्ष होय.'

दुसऱ्या महायुद्धाच्या दरम्यान पूर्व युरोपमधील दोस्त राष्ट्रांच्या लष्करी आघाडीचे नेतृत्व सोव्हिएत रशियाकडे होते. परिणामी पूर्व युरोपमधील अनेक राष्ट्रांमध्ये रशियाचे लष्करी तळ होते. ही राष्ट्रे रशियाच्या प्रभावाखाली होती. युद्धोत्तर युरोपच्या रचनेसाठी सन १९४५ साली अमेरिका, ब्रिटन आणि सोव्हिएत रशिया या राष्ट्रांच्या दरम्यान एक महत्त्वपूर्ण बैठक याल्टा या ठिकाणी झाली होती. या बैठकीच्या दरम्यान पूर्व युरोपमधील रशियाचा लष्करी तळ आवश्यक मानण्यात येऊन तेथील रशियाच्या लष्करी तळाला आणि प्रभावाला परिषदेने मान्यता दिली होती.

दुसऱ्या महायुद्धात पश्चिम युरोपीय राष्ट्रांचे मोठे आर्थिक नुकसान झाले होते. या बिकट आर्थिक परिस्थितीचा फायदा सोव्हिएत रशिया पश्चिम युरोपीय राष्ट्रांमध्ये साम्यवादाच्या प्रसारासाठी करून घेईल, याची भीती अमेरिकेला होती. सन १९४७ च्या जर्मनीमधील संघर्षाने अमेरिकेच्या भीतीने वस्तुस्थितीचे रूप घेतले होते. सोव्हिएत रशियाचा प्रभाव पूर्व युरोपमधून पश्चिम युरोपमध्ये वाढू नये, यासाठी अमेरिकेला विशेष धोरणाची आवश्यकता होती. १९४० च्या दशकाच्या उत्तरार्धात सोव्हिएत

रशियाचा वाढता प्रभाव मर्यादित किंवा नियंत्रित करण्यासाठी अमेरिकेने जे धोरण स्वीकारले, ते साम्यवादाचे प्रतिरोधन धोरण म्हणून ओळखले जाते. या धोरणांतर्गत लष्करी, राजकीय विचारसरणीच्या आणि आर्थिक अशा सर्व प्रमुख आघाड्यांवर सोव्हिएत रशियाच्या वाढत्या प्रभावाचा सामना करण्याचे ठरवण्यात आले. आशिया खंडात १९४९ साली चीन साम्यवादी झाल्यानंतर आणि १९५० च्या कोरियन युद्धानंतर प्रतिरोधन धोरणाची अमलबजावणी अमेरिकेने करायला सुरुवात केली.

अमेरिकेचे प्रतिरोधनाचे धोरण हा शीतयुद्धाच्या राजकारणाचा पाया आहे. या धोरणांतर्गत जगातील अनेक राष्ट्रांना आर्थिक मदत पुरवली गेली. पश्चिम युरोपीय राष्ट्रांना आर्थिक मदत पुरवण्यासाठी 'मार्शल योजना' नावाची महत्त्वाकांक्षी योजना आखण्यात आली. लष्करी पातळीवर पश्चिम युरोपीय राष्ट्रांना संरक्षण देण्यासाठी १९५० साली 'नॉर्थ अटलांटिक ट्रीटी ऑर्गनायझेशन' म्हणजेच 'नाटो' या संघटनेची स्थापना करण्यात आली. या संघटनेची स्थापना सामूहिक सुरक्षिततेच्या तत्त्वावर झाली आहे. कोणत्याही सदस्य राष्ट्रावरील आक्रमण हे सर्व सदस्य राष्ट्रांवरील आक्रमण म्हणून गृहीत धरले जाईल, असे नाटोच्या जाहीरनाम्यात स्पष्ट केले आहे. अशाच स्वरूपाच्या सिएटो आणि सेन्टो या संघटना आशिया खंडातील सदस्य राष्ट्रांना संरक्षण देण्यासाठी स्थापन करण्यात आल्या.

अमेरिकेच्या या प्रयत्नांना सोव्हिएत रशियाने वॉर्सा करार करून उत्तर दिले. १९५५ साली सोव्हिएत रशियाच्या नेतृत्वाखाली वॉर्सा करार संघटनेची स्थापना झाली. पूर्व युरोपातील राष्ट्रे या संघटनेची सदस्य बनली. रशियानेदेखील पूर्व युरोप आणि आशिया खंडातील अनेक राष्ट्रांना आर्थिक आणि लष्करी मदत पुरवायला सुरुवात केली. दुसऱ्या महायुद्धापर्यंत अमेरिकेकडे अण्वस्त्रे होती. पण लवकरच या क्षेत्रात सोव्हिएत रशियानेदेखील आघाडी मारली.

दोन्ही महासत्तांमधील तीव्र शस्त्रास्त्रस्पर्धा, नव्याने स्वतंत्र झालेल्या आशिया व आफ्रिका खंडातील राष्ट्रांना आपल्या गटात सामील करून घेण्यासाठीची चढाओढ, इतर राष्ट्रांना आर्थिक साहाय्य आणि लष्करी मदत देण्यासाठी प्रयत्न, संयुक्त राष्ट्र संघटनेत एक दुसऱ्यांच्या प्रस्तावांना विरोध करून आपल्या शक्तिसामर्थ्याचे प्रदर्शन, इत्यादी शीतयुद्धाच्या राजकारणातील प्रमुख पद्धती होत्या. विस्टन चर्चिलने शीतयुद्धामुळे झालेल्या युरोपच्या विभागाला 'आयर्न कर्टन' म्हणून संबोधले आहे. याच आयर्न कर्टनने १९९० पर्यंत पूर्व आणि पश्चिम युरोपच्या दरम्यान मोठी दरी निर्माण केली होती. शीतयुद्धाच्या समाप्तीनंतर आता अनेक पूर्व युरोपीय राष्ट्रे नाटोसारख्या अमेरिका पुरस्कृत संरक्षण संघटनेची सदस्य बनत आहेत.

शीतयुद्धाची वैशिष्ट्ये :

शीतयुद्धाची प्रमुख वैशिष्ट्ये खालीलप्रमाणे आपणास सांगता येतील–

१. शीतयुद्धाची रचना ही ध्रुवीकरणाच्या कल्पनेवर आधारित आहे. ध्रुवीकरण ही पारंपरिक सत्तासमतोलाच्या व्यवस्थेशी निगडित कल्पना आहे. ध्रुवीकरणाच्या प्रक्रियेत दोन परस्परविरोधी गट किंवा समूहांमध्ये सर्वसाधारणपणे समान सत्ता विभागणी होते. अशी विभागणी आंतरराष्ट्रीय पातळीवर असू शकते. हे दोन्ही गट आर्थिक, वैचारिक, लष्करी आणि राजकीय पातळीवर तुल्यबळ असतात. परस्पर सामर्थ्याची त्यांना कल्पना असल्यामुळे त्यांच्यात जरी संघर्ष असला, तरी त्याचे रूपांतर युद्धात होत नाही.

२. शीतयुद्धातून अमेरिका आणि सोव्हिएत रशिया यांच्यातील दुसऱ्या महायुद्धानंतर तीव्र संघर्ष, शस्त्रास्त्रस्पर्धा, शहप्रतिशहाचे राजकारण यांचे दर्शन होते.

३. अनेकदा शीतयुद्धाचा उल्लेख दोन परस्परविरोधी विचारसरणींमधला संघर्ष म्हणून केला जातो. या दोन विचारसरणी भांडवलवादी लोकशाही आणि साम्यवाद या होत्या. सन १९९० च्या दशकात सोव्हिएत रशियाच्या विघटनानंतर भांडवलवादी लोकशाही या विचारसरणीचा विजय झाला आणि सध्या ही जगातील सर्वांत प्रभावशाली विचारसरणी आहे, असा युक्तिवाद फ्रॅन्सिस फुकूयामा, डॅनियल बेल यांसारखे विचारवंत करतात.

४. शीतयुद्धाच्या राजकारणात दोन्ही महासत्तांमध्ये तीव्र संघर्ष असला, तरी प्रत्यक्ष युद्ध कधीच झाले नाही. अनेकदा दोन्ही महासत्तांच्या दरम्यान युद्धजन्य परिस्थिती निर्माण झाली. उदा. १९६२ च्या क्युबामधील संघर्षातसुद्धा युद्ध झाले नाही.

५. शीतयुद्धाचे राजकारण विभागीय म्हणजे केवळ युरोपपुरते मर्यादित नव्हते, तर यात आशिया, आफ्रिका आणि लॅटिन अमेरिकेमधील राष्ट्रेदेखील ओढली गेली होती.

६. नवीन शीतयुद्ध हा शीतयुद्धाचा एक प्रकार आहे. नवीन शीतयुद्धाची सुरुवात अमेरिकेमध्ये १९८० साली रोनाल्ड रेगन यांची अध्यक्षपदावर निवड झाल्यानंतर सुरू झाली. १९७९ साली सोव्हिएत रशियाने अफगाणिस्तानमध्ये सैन्य पाठवले. त्याचबरोबर दक्षिण आणि उत्तरपूर्व आशियामध्ये रशियाने आपल्या लष्करी हालचाली तीव्र केल्या. रेगन यांनी रशियाच्या वाढत्या प्रभावाविरुद्ध कडवी भूमिका घेण्याचा निर्णय घेतला. १९८० च्या दशकात पश्चिम युरोपीय राष्ट्रांची संरक्षण संघटना नाटो, अमेरिका, जपान या राष्ट्रांनी सोव्हिएत रशियाच्या वाढत्या प्रभावाचा सामना करण्यासाठी आपल्या संरक्षणखर्चात मोठी वृद्धी केली. याच काळात रशियाचा सामना करण्यासाठी स्टार

वॉर, स्ट्रॅटेजिक डिफेन्स इनिशेटिव्ह यांसारख्या कल्पना अमेरिकेकडून पुढे आल्या. या कल्पना कल्पनाच राहिल्या. त्यांना वास्तवतेचे रूप मिळू शकले नाही. पण याचा परिणाम म्हणजे अमेरिकेच्या वैज्ञानिक प्रगतीविषयी रशियाच्या मनात दरारा निर्माण झाला.

७. शीतयुद्धाच्या काळात आर्थिक आणि लष्करी मदतीचा प्रमुख साधन म्हणून उपयोग केला गेला. ही मदत प्रत्यक्ष-अप्रत्यक्षपणे अमेरिका-सोव्हिएत रशिया या दोन्ही महासत्तांकडून त्यांच्या मित्रराष्ट्रांना दिली गेली.

शीतयुद्धाच्या पद्धती किंवा साधने :

शीतयुद्धाच्या काळात प्रत्यक्ष संघर्ष दिसत नसला, तरी संघर्ष निर्माण झालाच तर त्यात आपली शक्ती अधिक असावी, या दृष्टीने रशिया आणि अमेरिका ही राष्ट्रे प्रयत्नशील होती. आपली शक्ती वाढवण्यासाठी या दोन्ही देशांनी अधिकाधिक राष्ट्रांशी विविध प्रकारांनी संबंध जोडून त्यांना आपल्या प्रभावाखाली आणण्याचा प्रयत्न केला. ही साधने पुढीलप्रमाणे होत-

१. साहित्याचा प्रसार : रशिया आणि अमेरिका या दोन्ही देशांनी आपला प्रभाव वाढवण्यासाठी तसेच दुसऱ्याचा प्रभाव कमी करण्यासाठी जगातील सर्व देशांत विविध प्रकारचे साहित्य वाटण्यास सुरुवात केली. उदा. अमेरिकन सरकारने केवळ लोकशाहीला प्रोत्साहन मिळेल अशा प्रकारचेच साहित्य वाटले नाही, तर साम्यवादामुळे व्यक्तिस्वातंत्र्य कसे नष्ट होते, साम्यवादामुळे कोणते नवीन प्रश्न निर्माण होतात, साम्यवादी रशियात व्यक्तीचे स्थान कसे आहे म्हणजेच मानवी विकासासाठी साम्यवाद कसा घातक ठरतो, हे दाखवण्यासाठी पुस्तके, पत्रिका, मासिके अशा विविध स्वरूपात साहित्याचे वितरण केले. याची प्रतिक्रिया म्हणून रशियानेही मार्क्स, एंजेल आणि मार्क्सवादी विचारवंतांचे साहित्य अतिशय कमी मूल्य ठेवून वाटले. हे साहित्य वाटताना पाश्चिमात्य राष्ट्रे इतर राष्ट्रांचे कशा प्रकारे शोषण करून वसाहतवाद किंवा नवीन प्रकारचा साम्राज्यवाद निर्माण करीत आहेत, हेसुद्धा स्पष्ट केले.

२. आर्थिक व तांत्रिक मदत : रशिया आणि अमेरिका या दोन्ही देशांनी आफ्रिका, आशिया आणि लॅटिन अमेरिकेतील नव्यानेच स्वतंत्र्य झालेल्या; परंतु अविकसित असलेल्या देशांना भरपूर प्रमाणात आर्थिक आणि तांत्रिक मदत देण्यास सुरुवात केली. या आर्थिक मदतीचा परिणाम असा झाला की, त्या राष्ट्रांनी आपले धोरण संबंधित राष्ट्राला अनुकूल राहील असेच ठेवले. उदा. पाकिस्तान. पाकिस्तानला अमेरिकेची विपुल मदत मिळत असल्यामुळे पाकिस्तानच्या परराष्ट्र धोरणावर अमेरिकेचा

प्रभाव स्पष्टपणे दिसून येतो. थोडक्यात रशिया आणि अमेरिका ही दोन्ही राष्ट्रे आर्थिक मदतीला एक अस्त्र या स्वरूपात वापरतात व त्याद्वारे विविध राष्ट्रांत आपला प्रभाव वाढवताना दिसतात.

३. **सैनिकी करार किंवा संधी :** जगात आपला प्रभाव वाढवण्याचा आणखी एक मार्ग या महाशक्तींनी वापरला आहे आणि तो मार्ग म्हणजे विविध राष्ट्रांना संरक्षणात्मक दृष्टिकोनातून एकत्र आणून त्यांना करारामार्फत आपल्या प्रभावाखाली ठेवणे होय. उदा. नाटो, सिटो हे करार अमेरिका पुरस्कृत असून वॉर्सा करार हा रशिया पुरस्कृत आहे. जर एखाद्या वेळेस युद्ध सुरू झालेच, तर अशा करारातील सर्व राष्ट्रांना त्यात भाग घ्यावा लागतो. याशिवाय विविध देशांत या राष्ट्रांनी परस्परांच्याविरुद्ध सैनिकी ठिकाणे किंवा तळ स्थापन केले. थोडक्यात अप्रत्यक्षरीत्या रशिया व अमेरिकेने आपली शक्ती वाढवली. त्याचबरोबर महाशक्तींचा उद्देश युद्ध झालेच, तर ते इतरत्र व्हावे, असाच राहिला आहे. शिवाय याची प्रत्यक्ष अप्रत्यक्ष झळ सर्वांनाच बसणार असल्यामुळे त्याच्या आर्थिक व्यवस्थाही त्यामुळे प्रभावित झालेल्या आहेत.

४. **सांस्कृतिक आदानप्रदान :** आर्थिक मदत किंवा सहकार्याबरोबरच रशिया आणि अमेरिका या दोन्ही देशांनी इतर देशांना आपल्या प्रभावाखाली आणण्यासाठी नव्यानेच स्वतंत्र झालेल्या देशांशी सांस्कृतिक संबंधही प्रस्थापित केले. यासाठी त्यांनी शासकीय व अशासकीय अशा विविध संस्थांची स्थापना केली. या कार्यक्रमाद्वारे इतर देशांच्या नागरिकांना आपल्या देशात भेटीसाठी बोलावणे, तसेच त्यांना आपला देश किती मोठा, उदार, शक्तिशाली आणि संपन्न आहे, याची जाणीव करून देण्याचा होता. नाटक, सिनेमा, सर्कस, खेळ इ. सांस्कृतिक कार्यक्रम यांचे मुक्तपणे आदानप्रदान करण्यात आले. नोबेल पुरस्कार, लेनिन पुरस्कार यांसारखे पुरस्कार आणि मोठी धनराशी यांचा मुक्तपणे वापर करण्यात आला. या सर्वांचा उद्देश सांस्कृतिक देवाणघेवाण हा वरवर वाटत असला, तरी विद्यार्थी, शिक्षक, उच्च अधिकारी वर्ग, नागरिक यांच्यात आपले लोक घुसवून आपला प्रभाव निर्माण करणे, हा खरा उद्देश होता.

५. **गुप्तहेर संघटनेचा वापर :** अमेरिका व रशियाने सीआयए आणि केजीबी यासारख्या गुप्त संघटना स्थापन केल्या. यांचा उद्देश इतर राष्ट्रांत हेरगिरी करणे, तेथील राजकीय कार्याची माहिती मिळवणे, राजकीय आणि सरकारी अधिकाऱ्यांना आपल्या प्रभावाखाली आणणे आणि आवश्यकता पडल्यास तेथील सरकार उलथून टाकणे हाच राहिला आहे. लष्करी व राजकीय योजना, अणुशक्ती विकास यांबाबतीत या संघटना विशेष कार्यरत असताना दिसतात. थोडक्यात रशिया व अमेरिका यांनी

राजकीय, आर्थिक, सांस्कृतिक अशा विविध क्षेत्रांत उघडपणे तसेच गुप्तरीत्या सतत प्रयत्न केले असून त्यासाठी नैतिक आणि अनैतिक अशा सर्व साधनांचा वापर केला होता व आजही करीत आहेत.

याशिवाय शीतयुद्ध खेळण्यासाठी संयुक्त राष्ट्रसंघाचाही उपयोग केला जातो.

शीतयुद्धाचा उदय आणि विकास :

१९१७ मध्ये रशियात क्रांती होऊन तेथे साम्यवादी राजवट प्रस्थापित झाली. त्याच्या पुढच्याच वर्षी पाश्चिमात्य राष्ट्रांनी सोव्हिएत रशियावर हल्ला केला. तेव्हापासून शीतयुद्धाला सुरुवात झाली, असे मानले जाते. परंतु द्वितीय महायुद्धात हुकूमशाही राष्ट्रांना (जपान, जर्मनी इ.) पराभूत करण्यासाठी भिन्न विचारसरणी असूनही अमेरिका, रशिया, इंग्लंड व फ्रान्ससारखी मोठी राष्ट्रे एकत्र आली. द्वितीय महायुद्धात त्यांनी हुकूमशाही राष्ट्रांना पराभूत केले. हुकूमशाही पराभूत करणे या समान हेतूने एकत्र आलेल्या या राष्ट्रांना युद्धानंतर काहीच काम न राहिल्यामुळे ती राष्ट्रे परत एकमेकांच्या विरोधी भूमिका घेऊ लागली. त्यातूनच द्वितीय महायुद्धानंतर खऱ्या अर्थाने रशिया व अमेरिका यांच्यामध्ये शीतयुद्धाला सुरुवात झाली.

शीतयुद्धाचा विकास :

शीतयुद्धाचा उदय व विकास प्रामुख्याने अवस्थेनुसार कसा झाला, हेच आपणांस पाहावे लागेल. शीतयुद्धाच्या पहिल्या अवस्थेत अमेरिकेने आपल्या ट्रमन व मार्शल योजना जाहीर केल्या. द्वितीय महायुद्धानंतर सोव्हिएत रशिया व अमेरिका ही राष्ट्रे महासत्ता म्हणून पुढे आली. द्वितीय महायुद्धाअगोदरच्या महासत्ता इंग्लंड व फ्रान्स यांचे साम्राज्य संपूर्ण जगभर पसरलेले होते. या दोन्ही सत्ता या महायुद्धामुळे मोडकळीस आल्या होत्या. साहजिकच त्यांनी निर्माण केलेल्या साम्राज्यावर त्यांना नियंत्रण ठेवणे अवघड होऊ लागले. परिणामी जगातील अनेक राष्ट्रे इंग्लंड व फ्रान्सच्या गुलामगिरीतून मुक्त होऊ लागली. ही मुक्त झालेली राष्ट्रे संरक्षण व आर्थिकदृष्ट्या फारच गरीब होती. वरील मदतीसाठी ही राष्ट्रे सोव्हिएत रशियाकडे गेली, तर सोव्हिएत रशियाचा दबदबा किंवा आंतरराष्ट्रीय राजकारणातील त्यांचे वर्चस्व वाढेल. हे आपल्या राष्ट्रीय हिताच्या विरोधी असेल, हाच विचार करून सोव्हिएत रशियाच्या साम्यवादापासून युरोपातील गरीब राष्ट्रांना वाचवण्यासाठी व त्यांना आर्थिक व संरक्षणाच्या गरजेसाठी ट्रमन योजना व जगातील इतर गरीब राष्ट्रांना सोव्हिएत रशियाच्या साम्यवादापासून वाचवण्यासाठी व त्यांना आर्थिक व संरक्षणाच्या गरजा तत्काळ पुरवण्यासाठी मार्शल

योजना अमेरिकेने सुरू केल्या. त्यामुळे जगातील अनेक राष्ट्रांना अमेरिकन मदतीचा ओघ सुरू झाला.

शीतयुद्धाच्या विकासाच्या दुसऱ्या अवस्थेत, द्वितीय महायुद्धाच्या शेवटच्या टप्प्यात सोव्हिएत रशियन फौजा जर्मन सेनेचा पराभव करत पूर्वेकडील बाजूने युरोपात शिरून त्यांनी जर्मनीचा पराभव केला. युद्धानंतर या फौजा सोव्हिएत रशियाने तेथून माघारी बोलावणे गरजेचे होते. पण सोव्हिएत रशियाने तसे न करता पूर्व युरोपातील राष्ट्रांमध्ये साम्यवादी राजवटी प्रस्थापित करून शीतयुद्धातील आपला गट वाढवण्यावर भर दिला. त्यामुळे सोव्हिएत रशिया व त्याच्या साम्यवादाचा धोका पश्चिम युरोपपुढे उभा राहिला. सोव्हिएत रशियाच्या साम्यवादाला विरोध करण्यासाठी व पश्चिम युरोपच्या संरक्षणासाठी अमेरिकेने पुढाकार घेऊन नाटो हे लष्करी संघटन स्थापन केले. परिणामी सोव्हिएत रशियाने नाटोला विरोध म्हणून पूर्व युरोपातील राष्ट्रांच्या आर्थिक व लष्करी मदतीसाठी कोमिनफॉर्म नावाची संघटना स्थापन केली. कोमिनफॉर्ममुळे सोव्हिएत रशियाची पूर्व युरोपवरील पकड आणखीनच मजबूत होण्यास मदत झाली. या दोन्ही संघटनांचे एक कलम असे आहे की, या संघटनेतील कोणत्याही एका राष्ट्रावर झालेले परकीय आक्रमण हे त्या एका राष्ट्रावर झालेले नसून ते या संघटनेतील सर्वच राष्ट्रांवर झालेले आहे, असे गृहीत धरून त्याचा प्रतिकार संघटनेतील सर्वच राष्ट्रे करतील, असे होते. त्यामुळे कोणतेही राष्ट्र दुसऱ्यावर आक्रमण करण्याचा नाद सोडून देईल, अशाच स्वरूपाचा हेतू ही संघटना स्थापन्यामागचा होता.

शीतयुद्धाच्या विकासाच्या तिसऱ्या अवस्थेत, द्वितीय महायुद्ध संपवण्यासाठी अमेरिकेने अणुबॉम्बचा वापर केल्यामुळे अणुक्षेत्रामध्ये अमेरिकेची मक्तेदारी होती. त्यामुळे शीतयुद्धामध्ये काही प्रमाणात का होईना अमेरिकन शक्ती वरचढ होती. पण १९४९ मध्ये सोव्हिएत रशियाने आण्विक चाचणी घेऊन अणुक्षेत्रातील अमेरिकेची मक्तेदारी मोडून काढली. शिवाय अणुक्षेत्रात ही दोन्ही राष्ट्रे तुल्यबळ झाली. त्याच वेळी आशिया खंडातील कोरिया या राष्ट्रात उत्तर कोरिया व दक्षिण कोरिया यांच्यात यादवी युद्धाला सुरुवात झाली. शीतयुद्धाचा एक भाग म्हणून उत्तर कोरियाची बाजू सोव्हिएत रशिया व चीनने घेतल्यामुळे दक्षिण कोरियाच्या बाजूला अमेरिकेला यावे लागले. म्हणजेच युरोपमध्ये सुरू झालेले शीतयुद्ध आता आशिया खंडात या अवस्थेत आलेले आपणांस दिसून येते.

१९४९ मध्ये चीनमध्ये साम्यवादी राजवट प्रस्थापित झाली. तेव्हापासून शीतयुद्धाच्या विकासाची चौथी अवस्था सुरू होते. याच अवस्थेत सोव्हिएत रशियाच्या साम्यवादाला विरोध करण्यासाठी अमेरिकेने जगाच्या कानाकोपऱ्यात ज्या ज्या ठिकाणी

जागा मिळेल, त्या त्या ठिकाणी लष्करी संघटना स्थापन करण्यास सुरुवात केली. त्यातूनच सिएटा, सेन्टो या लष्करी संघटना अस्तित्वात आल्या. त्याला उत्तर म्हणून सोव्हिएत रशियाने पुढाकार घेऊन पूर्व युरोपच्या संरक्षणासाठी वॉर्सा हे लष्करी संघटन स्थापन केले.

शीतयुद्धाची पाचवी अवस्था म्हणजे १९५३ मध्ये रशिया व अमेरिका यांनी घेतलेली हायड्रोजन बॉम्बची चाचणी होय. या चाचणीनंतर शीतयुद्ध जास्तच तीव्र बनलेले आपणांस दिसून येते.

अशा प्रकारे आपणांस शीतयुद्धाचा उगम व विकास थोडक्यात सांगता येईल.

शीतयुद्धाची कारणे :

द्वितीय महायुद्धानंतर दोन्ही महासत्तांना आपापली स्थिती बळकट करावयाची होती आणि हितसंबंध जपायचे होते. त्यांच्या महत्त्वाकांक्षा परस्परविरोधी असल्यामुळे शीतयुद्धाला पोषक वातावरण निर्माण झाले. एकमेकांविरुद्ध छुप्या कारवाया करून, प्रचार करून त्यांनी परिस्थिती आणखी बिघडवली. याशिवाय शीतयुद्धाच्या पुढील काही कारणांचा ऊहापोह या ठिकाणी करणे गरजेचे आहे.

१. ऐतिहासिक कारणे : काही निरीक्षकांच्या मते इ. स. १९१७ च्या बोल्शेव्हिक क्रांतीमध्ये शीतयुद्धाची बीजे दडलेली होती. पाश्चात्त्य राष्ट्रे रशियाला नष्ट करण्याचा प्रयत्न करीत होती. कारण साम्यवाद ही भांडवलशाही समूळ नष्ट करू पाहणारी एक जागतिक चळवळ होती. ब्रिटनने १९२४ मध्ये तर अमेरिकेने १९३३ मध्ये रशियाला मान्यता दिली. पाश्चिमात्य राष्ट्रे हिटलरला रशियावर हल्ला करण्यासाठी चिथावणी देत होती. कारण त्यावेळी त्यांना नाझी जर्मनीपेक्षा साम्यवादी रशियाची अधिक भीती वाटत होती.

२. रशियाकडून याल्टा कराराचा भंग : रशियाने रुझवेल्ट, स्टॅलिन व चर्चिल यांनी केलेल्या याल्टा कराराचा १९४५ मध्ये भंग करून पोलंडच्या ल्युबनिन सरकारवर आपला प्रतिनिधी लादण्याचा प्रयत्न केला. त्याचप्रमाणे त्याने हंगेरी, बल्गेरिया, रूमानिया व झेकोस्लोव्हाकियामध्ये रशियाधार्जिणी सरकारे आणली. दोस्त राष्ट्रांना सैबेरियामध्ये लष्करी तळ स्थापन करण्यास रशियाने प्रतिरोध केला. त्यामुळेही दोस्त राष्ट्रांच्या मनातील रशियाबद्दलच्या संशयामध्ये भर पडली. त्यातच मांचुरियामध्ये तैनात केलेल्या रशियन फौजांनी जपानने तेथे मागे ठेवलेला दारूगोळा व शस्त्रास्त्रे १९४६ च्या सुरुवातीस साम्यवादी फौजांकडे सुपूर्त केली.

३. रशियाकडून बाल्कन कराराचा भंग : ऑक्टोबर १९४४ मध्ये रशियाने

पूर्व युरोपचे विभाजन करण्याविषयीच्या चर्चिलच्या योजनेला मान्यता दिली होती. या योजनेनुसार बल्गेरिया व रूमानियावर रशियाचे नियंत्रण राहणार होते. ग्रीस हा ब्रिटिश नियंत्रणाखाली राहणार होता, तर हंगेरी व युगोस्लाव्हियावर ब्रिटन-रशियाचे संयुक्त नियंत्रण असणार होते. रशियाने या कराराकडे दुर्लक्ष करून या सर्व देशांमध्ये 'कामगारांची हुकूमशाही' प्रस्थापित केली. या सर्व देशांतील प्रशासनावर रशियन साम्यवादी पक्षाचे नियंत्रण होते. या करार भंगामुळे पाश्चात्त्य राष्ट्रांमध्ये चीड उत्पन्न झाली व त्यातूनच शीतयुद्धाला सुरुवात झाली.

४. पोकळीची संकल्पना : जर्मनी व जपानचा पराभव झाल्यामुळे एक प्रकारची पोकळी अथवा निर्वात प्रदेश निर्माण झाला होता. सोव्हिएत रशिया व अमेरिका हे दोन्ही देश ही पोकळी भरून काढू शकले असते. पण त्याऐवजी त्यांनी जर्मनीचे खच्चीकरण करण्याचा प्रयत्न केला. त्यामुळे शीतयुद्धाला पोषक अशी परिस्थिती निर्माण झाली.

५. परस्परांविषयी संशय : रशिया व पाश्चिमात्य देशांनी जर्मनी, इटाली व जपानशी एकत्रित युद्ध केले होते. पण त्यांचा कधीच परस्परांवर विश्वास नव्हता. दुसऱ्या महायुद्धापूर्वी बोल्शेव्हिक क्रांती असफल करण्यासाठी पाश्चात्त्य देशांनी केलेली धडपड सोव्हिएत रशिया विसरणे शक्य नव्हते आणि भांडवलशाहीचा नाश करणे हेच सोव्हिएत रशियन नेतृत्वाचे उद्दिष्ट असल्याची पक्की खात्री पाश्चात्त्य देशांना होती. म्युनिक येथील बैठकीत झेकोस्लोव्हाकियाचे भवितव्य ठरवले गेले. पण त्या वेळी सोव्हिएत रशियाला मात्र अंधारात ठेवले गेले. या बैठकीच्या वेळी सोव्हिएत रशियासंदर्भात किमान शिष्टाचारांचेही पालन केले गेले नाही. ब्रिटन व फ्रान्सने स्टॅलिनची निंदा करून हिटलर-मुसोलिनी या हुकूमशहांना झुकते माप देऊन शांत ठेवण्याचे धोरण स्वीकारले. या अपमानजनक वागणुकीमुळे दुखावल्या गेलेल्या सोव्हिएत रशियाने हिटलरशी अनाक्रमणाचा करार केल्यावर मात्र सोव्हिएत रशियाने विश्वासघात केला, असे अरण्यरुदन पाश्चात्त्य सत्तांनी केले.

६. सोव्हिएत रशियाकडून व्हेटोचा वारंवार वापर : शीतयुद्धाचे आणखी एक कारण म्हणजे विश्वशांती स्थापन करण्यात आलेल्या संयुक्त राष्ट्रसंघावर अमेरिकेचे वर्चस्व प्रस्थापित होऊ नये, म्हणून पाश्चिमात्य राष्ट्रांनी मांडलेल्या बहुतेक प्रस्तावांविरुद्ध सोव्हिएत रशियाने सुरक्षा मंडळात व्हेटो अधिकाराचा वापर करण्यास सुरुवात केली. यामुळे अमेरिका व ब्रिटन यांची प्रत्येक योजना निष्फळ ठरू लागली. या घटनेमुळे सोव्हिएत रशिया विरुद्धचा कार्यक्रम अधिक व्यापक केला.

७. अमेरिकेकडून अणुरहस्याबाबत गुप्तता : सोव्हिएत रशिया आणि

अमेरिकेमधील शीतयुद्धाचे महत्त्वाचे कारण म्हणजे अमेरिकेने हिरोशिमावर अणुबॉम्ब वापरून आपले श्रेष्ठत्व सिद्ध केले होते. या वेळेपर्यंत रशियाने अणुशक्तीचा विकास केलेला नव्हता. विशेषत: अमेरिकेने अणुशक्तीच्या विकासासंबंधीचे संशोधन अतिशय गुप्त ठेवले होते. परिणामत: रशिया अमेरिकेकडे साशंक नजरेने पाहू लागला. यामुळे त्यांच्यातील मैत्रीसंबंध तर संपुष्टात आलेच, पण त्याचबरोबर त्याची जागा शीतयुद्धाने घेतलेली आपणांस दिसून येते.

८. महाशक्तीकडून शक्ती संघर्षाचे राजकारण : वैचारिक संघर्षामुळे सोव्हिएत रशिया आणि अमेरिका परस्परांना शत्रू मानू लागले. यातूनच आंतरराष्ट्रीय राजकारण शक्ती संघर्षाचे राजकारण बनले. अमेरिका आणि सोव्हिएत रशिया यांनी महाशक्ती म्हणून स्वत:ला पात्र ठरवण्यासाठी अधिकाधिक शक्ती प्राप्त करण्याचा प्रयत्न सुरू केला. आंतरराष्ट्रीय राजकारणाच्या संदर्भात शक्ती या शब्दाचा अर्थ भौगोलिक, आर्थिक, सैनिकी शक्तीबरोबरच आंतरराष्ट्रीय राजकारणावर प्रभाव टाकण्याची क्षमता असा होत असल्यामुळे या दोन्ही राष्ट्रांनी शक्तीसंतुलन प्रभाव क्षेत्र, अधिनस्थ देश, मित्र देश इत्यादी सिद्धान्ताचा स्वीकार केला. शक्ती संघर्षाच्या या राजकारणाचा परिणाम होऊन दोन्ही राष्ट्रांतील संघर्ष अटळ बनला व त्यांतूनच शीतयुद्धास सुरुवात झाली.

९. जर्मनीकडून बळजबरीने वसुली : दुसऱ्या महायुद्धात जर्मनीने रशियावर आक्रमण केल्यामुळे सोव्हिएत रशियाची जबरदस्त हानी झाली होती. सोव्हिएत रशियाने हे नुकसान २० अब्ज डॉलर्स असल्याचे घोषित करून युद्धसमाप्तीनंतर जबरदस्तीने वसूल केले. यासाठी रशियाने जर्मनीतील महत्त्वाच्या उद्योगांतील अतिशय मौल्यवान मशिनरी सोव्हिएत रशियात हस्तांतरित केली. परिणामत: जर्मनीची अर्थव्यवस्था कोलमडून पडली. सोव्हिएत रशियाच्या या धोरणाने अमेरिका आणि ब्रिटन नाराज तर झालेच. परंतु जर्मनीला त्यांना ही नुकसानभरपाई नंतर करावी लागली. अगोदरच सुरू असलेल्या शीतयुद्धात यामुळे भर पडली.

शीतयुद्धाचे स्वरूप :

दुसऱ्या महायुद्धानंतर अमेरिका आणि सोव्हिएत रशिया या दोन राष्ट्रांचा महासत्ता म्हणून उदय झाला. या दोन्ही महासत्ता दोन परस्परविरोधी विचारसरणीच्या पुरस्कर्त्या होत्या. अमेरिका भांडवलवादी, लोकशाही, मुक्त अर्थव्यवस्था, व्यक्तिस्वातंत्र्य या विचारांची पुरस्कर्ता आहे, तर सोव्हिएत रशिया साम्यवादी विचारसरणीवर आधारीत महासत्ता. या दोन्ही महासत्तांमधील तीव्र संघर्ष, परस्पर संशय, भीती, शस्त्रास्त्रस्पर्धा,

राजनैतिक पातळीवरील संघर्ष, शहप्रतिशहाचे वातावरण हे दर्शवण्यासाठी शीतयुद्ध हा शब्दप्रयोग वापरला गेला. शीतयुद्ध म्हणजे सत्तेसाठी चाललेली स्पर्धा असून जागतिक राजकारणावर प्रभाव पाडणे व जगाचे नेतृत्व करणे हाच शीतयुद्धाचा उद्देश समजला जातो. शीतयुद्ध म्हणजे दोन परस्परविरोधी राजकीय पद्धती किंवा विचारधारांमध्ये चाललेला संघर्ष होय.

दुसऱ्या महायुद्धाच्या दरम्यान पूर्व युरोपमधील दोस्त राष्ट्रांच्या लष्करी आघाडीचे नेतृत्व सोव्हिएत रशियाकडे होते. परिणामी पूर्व युरोपमधील अनेक राष्ट्रांमध्ये रशियाचा लष्करी तळ होता. ही राष्ट्रे रशियाच्या प्रभावाखाली होती. रशियाच्या लष्करी तळाला आणि प्रभावाला १९४५ च्या याल्टा परिषदेने मान्यता दिली होती. युद्धोत्तर युरोपच्या रचनेसाठी १९४५ साली अमेरिका, ब्रिटन आणि सोव्हिएत रशिया या राष्ट्रांच्या दरम्यान एक महत्त्वपूर्ण बैठक याल्टा या ठिकाणी झाली होती. या बैठकीच्या दरम्यान पूर्व युरोपमधील रशियाचा लष्करी तळ आवश्यक मानण्यात आला होता. दुसऱ्या महायुद्धात पश्चिम युरोपीय राष्ट्रांचे मोठे आर्थिक नुकसान झाले होते. या बिकट आर्थिक परिस्थितीचा फायदा सोव्हिएत रशिया पश्चिम युरोपीय राष्ट्रांमध्ये साम्यवादाच्या प्रसारासाठी करून घेईल, याची भीती अमेरिकेला होती. १९४७ च्या जर्मनीमधील संघर्षाने अमेरिकेच्या भीतीने वस्तुस्थितीचे रूप घेतले होते. सोव्हिएत रशियाचा प्रभाव पूर्व युरोपमधून पश्चिम युरोपमध्ये वाढू नये, यासाठी अमेरिकेला विशेष धोरणाची आवश्यकता होती. सन १९४० च्या दशकाच्या उत्तरार्धात सोव्हिएत रशियाचा वाढता प्रभाव मर्यादित किंवा नियंत्रित करण्यासाठी अमेरिकेने जे धोरण स्वीकारले, ते साम्यवादाचे प्रतिरोधन धोरण म्हणून ओळखले जाते. या धोरणांतर्गत लष्करी, राजकीय विचारसरणीच्या आणि आर्थिक अशा सर्व प्रमुख आघाड्यांवर सोव्हिएत रशियाच्या वाढत्या प्रभावाचा सामना करण्याचे ठरवण्यात आले. आशिया खंडात १९४९ साली चीन साम्यवादी झाल्यानंतर आणि १९५० च्या कोरियन युद्धानंतर प्रतिरोधन धोरणाची अंमलबजावणी अमेरिकेने करायला सुरुवात केली म्हणजेच शीतयुद्धाचे स्वरूप युरोप खंडातून आशिया खंडात व त्यानंतर हळूहळू संपूर्ण जगभर पोहोचलेले दिसून येते.

शीतयुद्धाची व्याप्ती :

शीतयुद्धाचे राजकारण हे सत्ता सामर्थ्याच्या प्रदर्शनाचे, शहप्रतिशहाचे राजकारण होते. १९४५ ते १९९० या पंचेचाळीस वर्षांत घडलेल्या प्रत्येक संघर्षाला, मग तो देशांतर्गत असो, वा दोन राष्ट्रांमधील वाद असो त्याला शीतयुद्धाचा रंग दिला गेला. परिणामी अनेक स्थानिक पातळीवरील संघर्षांना जागतिक रूप प्राप्त झाले. अमेरिका

आणि रशिया या दोन्ही महासत्तांच्या स्थानिक संघर्षातील सहभागामुळे हे संघर्ष सुटण्यापेक्षा अधिक गुंतागुंतीचे बनत गेले. या संघर्षांमधून दोन्ही महासत्तांनी आपले हितसंबंध जोपासण्याचा प्रयत्न केला, पण याची फार मोठी किंमत आशिया व आफ्रिका खंडातील छोट्या राष्ट्रांना चुकवावी लागली. या संघर्षामुळे शीतयुद्धाची व्याप्ती किंवा राजकारण अधिक तीव्र बनलेले आपणांस दिसून येते. शीतयुद्धाच्या राजकारणात भर घालणारे काही प्रश्न, योजना खालीलप्रमाणे आहेत-

१. पॅरिस शांतता परिषद : शीतयुद्धाचे पहिले पडसाद दुसऱ्या महायुद्धानंतर झालेल्या पॅरिस शांतता परिषदेत उमटले. जर्मनी, इटाली व जपानच्या पराभवानंतर सन १९४६ साली पॅरिस येथे दोस्त राष्ट्रांची युद्धोत्तर युरोपच्या पुनर्रचनेसाठी परिषद झाली. या परिषदेत घेण्यात आलेले दोन निर्णय अमेरिका आणि सोव्हिएत रशियामधील दरी वाढवण्यास कारणीभूत ठरले. ते दोन निर्णय म्हणजे एक, ट्रीस्टी या बंदराची मुक्त बंदर म्हणून घोषणा आणि बंदराला संयुक्त राष्ट्र संघटनेच्या सुरक्षा परिषदेच्या नियंत्रणाखाली ठेवण्याचा निर्णय आणि दोन, डॅन्यूब आणि ब्लॅकसीची मुक्त जलप्रवाह म्हणून घोषणा. त्यामुळे पश्चिम युरोपीय राष्ट्रांचा बाल्कन देशांशी व्यापार जरी सोपा होणार होता, तरी सोव्हिएत रशियाच्या सुरक्षिततेला धोका निर्माण झाला होता.

२. ट्रुमन योजना किंवा तत्त्व : दुसऱ्या महायुद्धानंतर अमेरिकेचे परराष्ट्र धोरण आणि तत्त्वाची घोषणा १२ मार्च १९४७ रोजी अमेरिकेचे तत्कालीन अध्यक्ष हॅरी ट्रुमन यांनी केली. या योजनेचा प्रमुख उद्देश युद्धोत्तर आर्थिक दुष्परिणामांना बळी पडलेल्या युरोपातील राष्ट्रांना आर्थिक मदत पुरवणे व पश्चिम युरोपातील राष्ट्रांना सोव्हिएत रशियाच्या साम्यवादापासून किंवा त्यांच्या नियंत्रणात जाण्यापासून वाचवणे हे होते. युरोपमधील ग्रीस, तुर्की यांसारख्या राष्ट्रांमध्ये आर्थिक प्रश्नांमुळे राजकीय अस्थिरता निर्माण झाली होती. या राजकीय अस्थिरतेचा फायदा सोव्हिएत रशिया साम्यवादाच्या प्रसारासाठी घेण्याची शक्यता अधिक होती. तेव्हा अशा राष्ट्रांना आर्थिक मदतीद्वारे प्रस्थापित लोकशाही व्यवस्थेला स्थिरता प्राप्त करून देण्यासाठी आर्थिक साहाय्य देण्याची तरतूद ट्रुमन योजनेत होती. या योजनेंतर्गत ग्रीस आणि तुर्कस्थान या राष्ट्रांना जवळजवळ ४०० दशलक्ष डॉलर्स एवढी मदत देण्यात आली. त्यानंतर युरोपातील इतर राष्ट्रांना ही अशाच स्वरूपाची मदत पुरवण्यावर लक्ष देण्यात आले.

३. मार्शल योजना : ट्रुमन योजनेप्रमाणेच मार्शल योजनेचा उद्देशदेखील दुसऱ्या महायुद्धानंतर विविध आर्थिक समस्यांशी झुंजत असणाऱ्या युरोपियन तसेच जगातील राष्ट्रांना आर्थिक मदत पुरवण्याचा होता. कारण युद्धोत्तर आर्थिक दुष्परिणामांमुळे जगातील अनेक राष्ट्रांत अशा स्वरूपाच्या आर्थिक प्रश्नांमुळे राजकीय अस्थिरता

निर्माण झाली होती. या राजकीय अस्थिरतेचा फायदा सोव्हिएत रशिया साम्यवादाच्या प्रसारासाठी घेण्याची शक्यता अधिक होती, तेव्हा अशा राष्ट्रांना आर्थिक मदतीद्वारे प्रस्थापित लोकशाही व्यवस्थेला स्थिरता प्राप्त करून देण्यासाठी आर्थिक साहाय्य देण्याची तरतूद यामध्ये होती. या योजनेची घोषणा ५ जून १९४७ रोजी अमेरिकेचे तत्कालीन परराष्ट्रमंत्री जॉर्ज मार्शल यांनी केली. विशेष म्हणजे या योजनेत नंतरच्या कालावधीत सहभागी होण्यासाठी सोव्हिएत रशियालादेखील आवाहन केले गेले होते. या योजनेनुसार युरोपियन आर्थिक सुधारणा कार्यक्रम आखण्यात आला. १६ एप्रिल १९४८ रोजी स्थापन झालेली युरोपियन राष्ट्रांची आर्थिक सहकार्य संघटना मार्शल योजनेवरच आधारित होती.

४. नाटो, सिएटो, सेन्टो, वॉर्सा यांसारखे लष्करी करार व संघटनांची स्थापना : शीतयुद्धाच्या काळात अमेरिका व रशिया या महासत्तांनी परस्पर दबाव निर्माण करण्यासाठी सामूहिक सुरक्षिततेच्या तत्त्वाच्या आधारावर संरक्षण करार केले. त्यांतून काही लष्करी संघटना अस्तित्वात आल्या. साम्यवादाच्या वाढत्या प्रसारापासून पश्चिम युरोप, आशिया खंडातील राष्ट्रांचे संरक्षण करण्यासाठी अमेरिकेने १९४९ साली नाटो, १९५४ साली सिटो, तसेच सन १९५५ मध्ये सेन्टो या संघटनांची स्थापना केली. साम्यवादाचा प्रसार रोखण्यासाठी या संघटना स्थापन करण्यात आल्या. सुरुवातीला इंग्लंड, फ्रान्स, बेल्जियम, हॉलंड आणि लक्झेंबर्ग ही नाटोची सदस्य राष्ट्रे होती. नंतरच्या काळात ही संख्या मोठ्या प्रमाणात वाढली. सिएटो या संघटनेचे अमेरिका, ऑस्ट्रिया, न्यूझीलंड, पाकिस्तान, थायलंड, फिलिपाईन्स, इंग्लंड, फ्रान्स ही राष्ट्रे सदस्य बनली. सेन्टो करारात पाकिस्तान, इंग्लंड, इराण, इराक व तुर्कस्थान ही राष्ट्रे सहभागी झाली. या कराराअंतर्गत सदस्य राष्ट्रांना अमेरिकेहून मोठ्या प्रमाणात आर्थिक व लष्करी मदत पुरवण्यात आली. पाकिस्तान सिएटो आणि सेन्टो या कराराचा सदस्य बनल्यामुळे शीतयुद्धाचे राजकारण दक्षिण आशियात आले. पाकिस्तानला अमेरिकेहून जी मोठ्या प्रमाणावर लष्करी मदत मिळाली, त्याचा वापर पाकिस्तानने सन १९६५ च्या भारतविरुद्धच्या युद्धात केला. या कराराअंतर्गत सदस्य राष्ट्राच्या संरक्षणासाठी अमेरिका बांधील होती.

सोव्हिएत रशियाने सन १९५५ साली वॉर्सा करार घडवून अमेरिकेच्या प्रयत्नांना उत्तर दिले. वॉर्सा करार नाटो कराराच्या धर्तीवरच आधारलेला होता. या करारात अल्बानिया, बल्गेरिया, झेकोस्लोव्हाकिया, पोलंड, रूमानिया यांसारख्या पूर्व युरोपीय राष्ट्रांनी सहभाग घेतला. या राष्ट्रांच्या संरक्षणाची जबाबदारी सोव्हिएत रशियाने उचलली. हा करार नाटोप्रमाणेच सामूहिक सुरक्षिततेच्या तत्त्वांवर आधारित होता.

लष्करी करार आणि संघटनांनी शीतयुद्धाची तीव्रता वाढली, शस्त्रास्त्रस्पर्धा वाढली. आशिया खंडातील अनेक गरीब राष्ट्रांना अमेरिका व सोव्हिएत रशियासारख्या महासत्तांकडून शस्त्रास्त्रे मिळाल्यामुळे त्यांच्या शेजारील राष्ट्रांमध्ये असुरक्षितता निर्माण झाली. या करारांमुळे जागतिक राजकारणातील ध्रुवीकरण आणखी वाढले.

५. इराणमधील सोव्हिएत सैन्याचा प्रश्न : दुसऱ्या महायुद्धानंतर इराणमधून रशियाने सैन्य काढून घ्यायला नकार दिला. इराणच्या अंतर्गत कारभारात रशियाच्या वाढत्या हस्तक्षेपामुळे इराणने संयुक्त राष्ट्रसंघटनेत रशियाविरुद्ध तक्रार केली. स्वाभाविकपणे अमेरिकेने हा प्रश्न उचलून धरला. सुरक्षा परिषदेने इराणमधून रशियाने सैन्य काढावे, असा ठराव पास केला.

६. बर्लिनचा पेचप्रसंग : दुसऱ्या महायुद्धानंतर जर्मनीमधील बर्लिनच्या पूर्व भागावर सोव्हिएत रशियाचा आणि पश्चिम भागावर अमेरिकेचा ताबा होता. रशियाने सन १९४२ मध्ये वाहतूक आणि व्यापारावर कडक बंधने टाकून अमेरिका आणि त्याच्या मित्र राष्ट्रांची कोंडी करण्याचा प्रयत्न केला. रशियाने केलेल्या या कोंडीमुळे पश्चिम बर्लिनमधील जनतेला दैनंदिन व्यवहारासाठी आवश्यक गोष्टींचा पुरवठा खंडित झाला. अमेरिका आणि त्याच्या मित्र राष्ट्रांनी हवाईमार्गाने पश्चिम बर्लिनला अन्नधान्याचा पुरवठा केला. पुढे संयुक्त राष्ट्रसंघटनेच्या हस्तक्षेपानंतर ही कोंडी सुटण्यास मदत झाली.

७. हंगेरीचा प्रश्न : हंगेरीमध्ये सोव्हिएत रशियाचा लष्करी हस्तक्षेप, राष्ट्रवादी साम्यवादी आंदोलन यामुळे हंगेरीत जनतेच्या मूलभूत अधिकारांची पायमल्ली होत आहे, असा आरोप आणि तक्रार अमेरिका आणि त्याच्या मित्रराष्ट्रांनी संयुक्त राष्ट्रसंघटनेत केली होती. हंगेरी वॉर्सा कराराचा सदस्य असल्यामुळे हंगेरीला लष्करी मदत पुरवण्यासाठी सोव्हिएत रशिया बांधील आहे, अशी भूमिका रशियाने घेतली. खुद हंगेरीनेदेखील हा आपला अंतर्गत प्रश्न असल्याचे घोषित केले.

८. इंडोचायनामधील यादवी : इंडोचायनामधील फ्रेंच साम्राज्यवादाविरुद्धच्या संघर्षात दोन्ही राष्ट्रगटांनी विरुद्ध बाजूंना पाठिंबा दिला असला, तरी या प्रश्नावर शांततापूर्ण तोडगा काढण्याचा प्रयत्न केला गेला. १९५४ मध्ये इंडोचायना प्रश्नावर जिनिव्हा करार झाला. व्हिएतनामचे साम्यवादी उत्तर व्हिएतनाम व लोकशाहीवादी दक्षिण व्हिएतनाम असे दोन तुकडे करण्यात आले. या दोघांमध्ये १९५३ ते १९७० या काळामध्ये युद्ध चालू होते. महासत्तांमधील शीतयुद्धाचे हे एक चांगले उदाहरण आहे.

९. क्युबामधील क्षेपणास्त्र संघर्ष : क्युबा हे अमेरिकेच्या दक्षिणेला असलेले साम्यवादी राष्ट्र. अमेरिकेच्या मुख्य भूमीपासून क्युबा केवळ १४५ किमी अंतरावर

आहे. सन १९६२ मध्ये सोव्हिएत रशियाने क्युबामध्ये मध्यम पल्ल्याची आण्विक क्षेपणास्त्रे ठेवण्याचा निर्णय घेतला. हे अमेरिकेच्या संरक्षणाला उघड आव्हान होते. ज्याचा अमेरिकेने केवळ विरोधच केला नाही, तर लष्करी कारवाईचीपण धमकी दिली. अनेक संरक्षणतज्ज्ञ मानतात की, दुसऱ्या महायुद्धानंतर हा पहिला प्रसंग होता की, जेव्हा तिसऱ्या महायुद्धाची शक्यता सर्वाधिक होती. पुढे रशियाने हा निर्णय मागे घेतल्यानंतर परिस्थिती निवळली.

यानंतर देतांत्तचा कालखंड सुरू होतो. तरीही या दोन महासत्तांमध्ये सुरू झालेल्या शीतयुद्धाची व्याप्ती कमी होण्याऐवजी वाढतच गेलेली आपणांस दिसून येते. अफगाणिस्तानमधील सोव्हिएत रशियाच्या हस्तक्षेपानंतर तर त्याची व्याप्ती मोठ्या प्रमाणात वाढलेली दिसून येते.

शीतयुद्धाची शिथिलता कमी होण्याची कारणे :

शीतयुद्ध खालील काही घटनांमुळे किंवा कारणांमुळे शिथिल झाले किंवा त्या युद्धाची तीव्रता कमी झालेली आपणांस दिसून येते-

१. सोव्हिएत सत्तेत जोपर्यंत स्टॅलिन होते, तोपर्यंत शीतयुद्धाची तीव्रता मोठ्या प्रमाणात होती, पण त्यांच्या निधनानंतर सत्तेत आलेले क्रुश्चेव्ह यांनी अमेरिका व पाश्चिमात्य राष्ट्रांबरोबर सहअस्तित्वाचे धोरण स्वीकारले. त्यामुळे उभय राष्ट्रांत चालू असलेले शीतयुद्ध शिथिल बनण्यास मदत झाली.

२. आंतरराष्ट्रीय राजकारणात १९५५ पासून शांतता व सहअस्तित्वासाठीच्या शिखर राजनयाला सुरुवात झाली. त्याची सुरुवात १९५५च्याच जिनेव्हा शिखर संमेलनाने झाल्यामुळे शीतयुद्धाची तीव्रता कमी होण्यास मदत झाली.

३. १९५७ च्या कालावधीत दोन्ही महासत्तांनी अतिवेगाने जाणारी आंतरखंडीय क्षेपणास्त्रे निर्माण केली. त्यामुळे तर आपला विनाश अतिजवळ आला आहे, याची जाणीव या दोघांनाही झाल्यामुळे शीतयुद्धाची तीव्रता कमी होण्यास मदत झाली.

४. १९६० मध्ये हेरगिरी करणारे अमेरिकन विमान सोव्हिएत रशियाने पाडले. हे ते यू-२ विमान प्रकरण. तसेच १९६२ मध्ये क्युबामध्ये साम्यवादी राजवट प्रस्थापित झाल्यामुळे शीतयुद्धाचे संकट अमेरिकेच्या अगदी दारात आले. त्यातच क्युबामध्ये रशियाकडून क्षेपणास्त्र तळ उभा केला जात आहे, याची कल्पना अमेरिकेला आल्यामुळे अमेरिकेने क्युबाची नाकेबंदी केली. तेव्हा उभय राष्ट्रांत मोठ्या प्रमाणात तणाव निर्माण झाला. आता त्यांच्यामध्ये आण्विक युद्धच होणार, याची जाणीव जगाला झाली. पण

महासत्तांनी समजूतदारपणा दाखवून हे प्रश्न सोडवल्यामुळे शीतयुद्धाची तीव्रता कमी होण्यास मदत झाली.

५. आपल्याकडे असलेल्या शस्त्रास्त्रांत कपात करण्याच्या हेतूने या महासत्तांनी १९६३ अणू-परीक्षण प्रतिबंध करार व १९६८ मध्ये अण्वस्त्र निर्माण व प्रसार प्रतिबंधक करार म्हणजेच एनपीटी केल्याने उभय राष्ट्रांतील शीतयुद्धाची तीव्रता कमी होण्यास मदत झाली.

६. १९७० च्या दशकात कंबोडियाचा प्रश्न महासत्तांनी निकालात काढल्याने या भागातील युद्धे थांबल्यामुळे उभय राष्ट्रांतील शीतयुद्धांची तीव्रता कमी होण्यास मदत झाली.

७. १९७५ च्या दशकात व्हिएतनामचा प्रश्न महासत्तांनी निकालात काढल्यामुळे आग्नेय आशियातील शीतयुद्धाचे मूळच नष्ट झाल्यामुळे उभय राष्ट्रांतील शीतयुद्धाची तीव्रता कमी होण्यास मदत झाली.

८. १९४८ पासून सुरू असलेला पश्चिम आशियातील अरब-इस्राईल यांच्यातील संघर्ष १९७५ मध्ये झालेल्या त्रिपक्षीय कराराने संपुष्टात आल्यामुळे याही भागातील शीतयुद्ध थांबले. यामुळे उभय राष्ट्रातील शीतयुद्धाची तीव्रता कमी होण्यास मदत झाली.

९. महासत्तांमध्ये परस्पर सहकार्यासाठी देतांत्त या संकल्पनेचा उदय झाल्यामुळे उभय राष्ट्रांतील शीतयुद्धाची तीव्रता कमी होण्यास मदत झाली.

१०. महासत्तांमधील सोव्हिएत रशियाच्या गटातील चीनने तर अमेरिकेच्या गटातील फ्रान्सने या सत्तांच्या स्थानाला आव्हान दिल्यामुळे उभय राष्ट्रांतील शीतयुद्धाची तीव्रता कमी होण्यास मदत झाली.

११. सोव्हिएत रशियाच्या गटातील चीनने रशियाबरोबरच सीमासंघर्ष उकरून काढला. एवढेच नाही तर चीनने हायड्रोजन बॉम्बची निर्मिती केल्यामुळे अमेरिका व चीन अशा दोन आघाड्यांवर संघर्ष टाळण्याचे रशियाने ठरवल्यामुळेच उभय राष्ट्रांतील शीतयुद्धाची तीव्रता कमी होण्यास मदत झाली.

शीतयुद्धाचे परिणाम :

सन १९४५ ते १९९० हा शीतयुद्धाचा काळ मानला जातो. शीतयुद्ध संपून आता १५ वर्षांहून जास्त काळ उलटून गेला आहे. तरीही शीतयुद्धकालीन अनेक समस्या अद्याप सुटलेल्या नाहीत. शीतयुद्धाच्या राजकारणाचे अनेक नकारात्मक परिणाम आजही जगाला भोगावे लागत आहेत. शीतयुद्धाचे काही सकारात्मक परिणामही

आहेत. तिसरे महायुद्ध टाळण्यात शीतयुद्धाला यश प्राप्त झाले, असे म्हणावे लागेल. शीतयुद्धाचे प्रमुख परिणाम खालीलप्रमाणे आहेत-

१. संशयी वातावरण : शीतयुद्धाच्या ४५ वर्षांच्या काळात दोन्ही महासत्तांमधील शहप्रतिशहाच्या राजकारणामुळे आंतरराष्ट्रीय समुदाय हा सतत परस्परसंशय, भीती आणि संघर्ष यांमुळे भीतीच्या वातावरणात वावरताना दिसून येतो. महासत्तांमधील युद्धजन्य परिस्थिती केव्हा स्फोटक बनेल हे सांगता येत नाही. आणि युद्ध झालेच तर ते जवळजवळ निम्मे जग नष्ट करेल अशा प्रकारची भीती समाजामध्ये पसरली होती.

२. शस्त्रास्त्रस्पर्धा : शीतयुद्धाने निर्माण केलेल्या असुरक्षिततेमुळे शस्त्रास्त्रस्पर्धा वाढली. मोठ्या प्रमाणावर अणुचाचण्या करण्यात येऊन विध्वंसक क्षेपणास्त्रांचा विकास करण्यात आला. अमेरिका व रशियाने केलेल्या अणू-चाचण्यांची संख्या दोन हजारांच्या वर आहे. यांतून विकसित करण्यात आलेल्या क्षेपणास्त्रांची क्षमता पृथ्वीवरील जीवसृष्टीचा क्षणार्धात नाश करण्याची आहे. अमेरिका आणि रशियाने केवळ आपलाच संरक्षण खर्च वाढवला नाही, तर आपल्या सहकारी राष्ट्रांवर संरक्षण खर्च वाढवावा म्हणून दबाव आणला. उदा. अमेरिकेने जपानवर असा दबाव अनेकदा आणला. अमेरिकेकडून पाकिस्तानला शस्त्रास्त्रे मिळाल्यामुळे भारतालादेखील सुरक्षेपोटी आपला संरक्षण खर्च वाढवावा लागला. शस्त्रास्त्रस्पर्धेतून वाढलेल्या संरक्षण खर्चामुळे आर्थिक व सामाजिक विकासासाठी आवश्यक तरतुदीत मोठी कपात करावी लागली, ज्याचा नकारात्मक परिणाम ह्या क्षेत्रावर झाला.

३. सैनिकी संघटनांची निर्मिती : शीतयुद्धाच्या काळात महासत्तांनी नाटो, वॉर्सा, सिएटो, सेन्टो यांसारख्या अनेक लष्करी संघटना निर्माण केल्या. या संघटना निर्माण करण्याचा उद्देश सदस्य राष्ट्रांना सुरक्षा प्रदान करण्याचा असला तरी प्रत्यक्षात अशा संघटनांच्या निर्मितीमुळे जागतिक संघर्षात भर पडून जगात द्विध्रुवीकरणाची प्रक्रिया अधिक तीव्र झाली.

४. अधांतरी प्रश्न : शीतयुद्धामुळे अनेक स्थानिक संघर्षांना वैश्विक रूप प्राप्त होऊन त्यांचे स्वरूप अधिक गुंतागुंतीचे बनले. संघर्ष सोडवण्यापेक्षा त्या संघर्षाच्या मार्गाने आपले हितसंबंध जोपासण्याचा महासत्तांनी प्रयत्न केल्यामुळे शीतयुद्धाच्या समाप्तीनंतरही अनेक प्रश्न भिजत पडले आहेत.

५. युनोपुढे अडथळे : शीतयुद्धाच्या काळात महासत्तांच्या राजकारणामुळे संयुक्त राष्ट्रसंघटनेला जागतिक शांतता आणि सुरक्षिततेची भूमिका पार पाडताना अनेक अडथळे आले. महासत्तांनी आपल्या शहप्रतिशहाच्या राजकारणात युनोच्या व्यासपीठाचा एक साधन म्हणून उपयोग केला. परिणामी युनोला नि:पक्षपातीपणे कार्य

करता आले नाही. शीतयुद्धाच्या समाप्तीनंतर विशेषत: १९९१ च्या खाडी युद्धानंतर संयुक्त राष्ट्र संघटनेचे महत्त्व आंतरराष्ट्रीय राजकारणात वाढल्याचे दिसते.

शीतयुद्धाच्या ऱ्हासाची किंवा समाप्तीची कारणे :

द्वितीय महायुद्धानंतर अमेरिका व सोव्हिएत रशिया यांच्यात शीतयुद्धाला सुरुवात केली, शीतयुद्धाच्या काळात पुढे अशा काही घटना घडल्या की, ज्यामुळे शीतयुद्धाचा शेवट झाला. शीतयुद्धाचा शेवट हा जागतिक राजकारणातील एक महत्त्वपूर्ण बदलाचा टप्पा होता. शीतयुद्धाच्या समाप्तीमुळे आंतरराष्ट्रीय राजकारणातील संरचनांमध्ये बदल घडून आले. राष्ट्रराज्यांच्या भूमिका व कार्यात तसेच आंतरराष्ट्रीय संघटनांमध्येही बदल घडून आले. शीतयुद्धाचा शेवट किंवा समाप्ती कशामुळे झाली, याबद्दल बरेच विश्लेषण केले जाते. या विश्लेषणात सोव्हिएत रशिया व पूर्व युरोपातील साम्यवादाचे पतन हे एक मुख्य कारण म्हणून सांगितले जाते. याखेरीज अमेरिकन धोरणांचा परिणाम, जागतिक अर्थव्यवस्थेवरील सोव्हिएत रशियाची तुलनात्मक कमकुवत स्थिती हीही कारणे मांडली जातात. सोव्हिएत रशिया भांडवलाच्या जागतिकीकरणात स्पर्धा करू शकला नाही व त्यामुळे त्याला अपयश आले. अशीही याची मीमांसा केली जाते. शीतयुद्ध संपल्यानंतरच्या आंतरराष्ट्रीय राजकारणाचे सर्वांत ठळक वैशिष्ट्य म्हणजे त्यात कोणत्याही तत्त्वांवर आधारित अशी व्यवस्था वा संरचना राहिलेली नाही. याशिवाय शीतयुद्धाच्या ऱ्हासाची कारणे आपणांस प्रामुख्याने खालीलप्रमाणे सांगता येतील–

१. जगात शांतता व सुरक्षितता प्रस्थापित करण्यासाठी संयुक्त राष्ट्रसंघानी जो पर्यंत सुरू केला,त्यामध्ये महासत्तांनी हस्तक्षेप करू नये, अशा प्रकारचा प्रयत्न संयुक्त राष्ट्रसंघाने केल्यामुळेच महासत्तांमधील शीतयुद्ध संपुष्टात येण्यास मदत झाली.

२. महासत्तांनी कोट्यवधी रुपये खर्च करून विनाशक स्वरूपाची शस्त्रास्त्रे एकमेकांना शह देण्यासाठी निर्माण केल्यामुळे सर्वसामान्य लोकांच्या गरजांकडे त्यांचे दुर्लक्ष झाले. साहजिकच जनता व नेते यांच्यामध्ये त्यामुळे नाराजी पसरली होती. ती दूर करण्याच्या हेतूने महासत्तांनी आपापसांतील युद्ध संपुष्टात आणले.

३. अण्वस्त्रांसारखी विनाशक शस्त्रास्त्रे महासत्तांनी निर्माण केल्यामुळे जगामध्ये भीतीचा समतोल निर्माण झाला. अशा परिस्थितीत युद्ध घडून आले, तर त्यामध्ये कोणीही जिवंत राहणार नाही, याची जाणीव महासत्तांना झाल्यामुळे त्यांनी आपापसांतील शीतयुद्ध नष्ट करण्यावर भर दिला.

४. शीतयुद्ध काळात जगाची विभागणी अमेरिकाप्रणीत भांडवलशाही व सोव्हिएत

रशियाप्रणीत साम्यवादी यांच्या दोन गटात झाली. पुढे त्यांच्याच गटातून फ्रान्स व चीनकडून महासत्तांपुढे आव्हान उभे राहिले. त्याच वेळी भारताच्या नेतृत्वाखाली अलिप्तता चळवळ जोर धरू लागली. साहजिकच त्यामुळे जगाचे द्विध्रुवीकरण झाले. या सर्वांचा परिणाम म्हणून महासत्तांमधील शीतयुद्ध नष्ट होण्यास मदत होऊ लागली.

५. महासत्तांमधील शस्त्रस्पर्धा नि:शस्त्रीकरणाच्या मार्गामध्ये अडथळा ठरत होती, पण महासत्तांनी आपापसांत काही करार करून नि:शस्त्रीकरणाला चालना दिली. त्यामुळेच उभय राष्ट्रांतील शीतयुद्ध नष्ट होण्यास मदत झाली.

६. १९८० च्या दशकात अमेरिकेने रशियन धोरणाला विरोध म्हणून 'अवकाश युद्धा'ची संकल्पना विकसित केली. साहजिकच आपण शस्त्रस्पर्धेत अमेरिकेच्या मागे पडत आहोत. हाच विचार करून रशियन नेतृत्वाने अमेरिकेबरोबर सहकार्याचे धोरण स्वीकारून उभय राष्ट्रांतील शीतयुद्ध संपुष्टात आणण्यास मदत केली.

७. शीतयुद्धकाळात अमेरिका आणि रशिया यांनी राजकारणाचा भाग म्हणून काही राष्ट्रांमध्ये हस्तक्षेप केला, तेथे त्यांचे धोरण फसले. उदा. व्हिएतनाममध्ये अमेरिकेची झालेली कोंडी आणि अफगाणिस्तानमध्ये रशियाचा फसलेला डाव. परिणामी असे राजकारण किती काळ सुरू ठेवायचे, यांविषयी दोन्ही महासत्तांमध्ये पुनर्विचार सुरू झाला होता.

तणावशैथिल्य किंवा सलोख्याची (Detente – देत्तांत) संकल्पना :

दुसऱ्या जागतिक महायुद्धानंतर अमेरिका आणि सोव्हिएत रशिया ही दोन महाशक्तिशाली राष्ट्रे जगाच्या व्यासपीठावर आपापले श्रेष्ठत्व सिद्ध करून काही वैचारिक आणि व्यावहारिक हितसंबंधाच्या रक्षणासाठी परस्परांचे हितशत्रू म्हणून कार्य करू लागली. संपूर्ण जगाचे लक्ष या दोन्ही राष्ट्रांच्या हालचालींकडे केंद्रित झालेले होते. या दोन्ही महाशक्तींमध्ये प्रत्यक्ष युद्धे झाली नाहीत, पण त्यांच्यात शस्त्रास्त्रस्पर्धा राहिली. वातावरण तणावपूर्ण, पण शांततामय स्थिती अशा या कालखंडालाच शीतयुद्ध असे संबोधण्यात आले. पण ही परिस्थिती कायम राहणे शक्य नव्हते आणि आंतरराष्ट्रीय जगतात कोणतीही गोष्ट दीर्घकाळ टिकू शकत नाही. दोन्ही राष्ट्रांना आपल्या ताठर भूमिकेत बदल करणे वेगवेगळ्या कारणांमुळे आवश्यक झाले. एकूण आंतरराष्ट्रीय परिस्थितीचीच ती आवश्यकता होती. १९६० नंतरच्या दशकात या दोन्ही राष्ट्रांमध्ये हळूहळू का होईना परस्पर समजूतदारपणा, सहकार्य, सहअस्तित्व म्हणजे 'सहजीवन पर्व' सुरू करण्याच्या दृष्टीने वाटाघाटींना सुरुवात झाली. यालाच तणावशैथिल्य (Detente

– देत्तांत) असे म्हणतात. त्याची सुरुवात खऱ्या अर्थाने १९६३ च्या अणुपरीक्षण प्रतिबंध संधी या नि:शस्त्रीकरणाबाबतच्या झालेल्या करारामध्ये आणि त्या वेळी निर्माण केलेल्या हॉट लाईनमध्ये आहे, असे म्हटल्यास चुकीचे ठरणार नाही.

या दोन महासत्तांमध्ये तणाव कमी करण्याचे कार्य अमेरिकेचे तत्कालीन राष्ट्राध्यक्ष निक्सन आणि त्यांचे राजकीय सल्लागार सर हेन्री किसींजर यांच्याकडेच जाते. राष्ट्राध्यक्ष निक्सन यांनी या कालखंडाला वाटाघाटीचे व परस्पर सामंजस्याचे पर्व असे म्हटलेले होते. 'जगा आणि जगू द्या' या शाश्वत तत्त्वांचा दोन्ही महासत्तांनी स्वीकार केला. परस्पर विश्वास आणि प्रेम हीच मानवी मूल्ये असून मानवाच्या अस्तित्वासाठी आणि शांततेसाठी तसेच प्रगतीसाठी आवश्यक असतात, हे या दोन्ही महासत्तांनी मान्य केले. विविध स्तरांवर तणावपूर्ण संबंध समाप्त करण्यासाठी जाणीवपूर्वक प्रयत्न करण्याला सुरुवात झाली. अण्वस्त्र साठ्यांबाबत सत्तासंतुलन ठेवून परस्परांत विश्वास निर्माण करण्यासाठी शस्त्रकपात, अण्वस्त्रनिर्मितीवर प्रतिबंध व नियंत्रण, राष्ट्रप्रमुखांच्या सदिच्छा भेटी आणि इतर विविध क्षेत्रांत सहकार्य अशा प्रकारच्या एका नव्या पर्वाला सुरुवात झाली. या दशकात सोव्हिएत रशिया–चीन आणि चीन–अमेरिका यांच्यातील तात्त्विक मतभेद कमी झाले. परस्पर सहकार्य आणि सहअस्तित्व, केवळ सहअस्तित्वच नाही तर शांततामय सहअस्तित्व या धोरणाचाही स्वीकार अमेरिका, सोव्हिएत रशिया आणि चीन या महाशक्तींनी केला. त्यामुळे तणावशैथिल्य (Detente – देत्तांत) अर्थात सहजीवनपर्व कालखंडाला प्रारंभ झाला.

रशियन दृष्टिकोन :

सोव्हिएत रशियन विचारवंत हे सलोखा किंवा तणावशैथिल्य (Detente – देत्तांत) या शब्दांचा अर्थ 'मिरनाई सोसुशेस्ट वोवानी' म्हणजे 'शांततापूर्ण सहअस्तित्व' असा करतात व याच अर्थाने किंवा भावनेतून याकडे पाहून त्याचा संबंध ते परस्पर धोरणाशी जोडतात. सोव्हिएत नेते ब्रेझनेव्ह यांच्या मते, 'आम्ही आमच्या धोरणाची जी नवीन उद्दिष्टे आणि दिशा निश्चित करीत आहोत ती साध्य करण्यासाठी आंतरराष्ट्रीय संबंधात शांतीपूर्ण सहअस्तित्वाचा नियम आम्ही प्रभावीपणे अमलात आणण्याचा प्रयत्न करीत आहोत. दोन्ही देशांतील तणावशैथिल्यामुळे (Detente – देत्तांत) आंतरराष्ट्रीय संबंधात एक नवीन व्यवस्था निर्माण होत आहे. तिचा आधार परस्परांच्या सार्वभौमत्वाला मान्यता, अंतर्गत क्षेत्रात हस्तक्षेप न करणे तसेच या दोन्ही तत्त्वांचे प्रामाणिकपणे पालन करणे हा आहे. एकंदरीत तणावशैथिल्याकडे पाहण्याचा सोव्हिएत रशियाचा दृष्टिकोन शांतीपूर्ण सहअस्तित्वाचा मार्ग या स्वरूपाचा आहे.

अमेरिकन दृष्टिकोन :

अमेरिकेचे भूतपूर्व परराष्ट्रमंत्री हेन्री किसिंजर यांच्या मते 'परमाणू युगात लष्करी सामर्थ्य आणि राजकीय दृष्टीतील व्यावहारिक सामर्थ्य यांमधील असंगती दूर करण्याचा प्रयत्न म्हणजे सलोखा किंवा तणावशैथिल्य (Detente – देत्तांत) होय.' याची कल्पना अधिक स्पष्ट करताना ते पुढे म्हणतात की, देत्तांत (Detente) राष्ट्रांच्या अंतर्गत व्यवस्थेच्या अनुकूलतेवर आधारित आहे, असे म्हणणे चूक आहे. सोव्हिएत रशिया आणि चीन या राष्ट्रांची मूल्ये, विचारप्रणाली आणि राष्ट्रीय हित आमच्यापेक्षा भिन्न, विरोधी आणि कधीकधी तर शत्रुतापूर्ण आहे. परंतु असे असूनही आंतरराष्ट्रीय परिस्थितीत पूर्वीपेक्षा आज एक मूलभूत परिवर्तन होत आहे. थोडक्यात परस्पर व्यवहारासंबंधीचे नियम, तसेच परस्पर हितासाठी संबंध प्रस्थापित करण्याचा प्रयत्न करणे म्हणजे देत्तांत (Detente) असे अमेरिकन विचारवंत मानतात किंवा त्याकडे त्या अर्थाने पाहतात. एकंदरीत तणावशैथिल्याकडे (Detente – देत्तांत) पाहण्याचा अमेरिकन दृष्टिकोन संकटकाळातील धोके कमी करण्याचा मार्ग या स्वरूपाचा आहे.

तणावशैथिल्याच्या (Detente) सुरुवातीच्या घडामोडी :

तणावशैथिल्याची (Detente) सुरुवात प्रामुख्याने अमेरिकेत केनेडी व सोव्हिएत रशियात क्रुश्चेव्ह यांच्याकडे सत्तासूत्रे आल्यानंतर झालेली दिसते. काही विचारवंत तणावशैथिल्याची (Detente) सुरुवात सोव्हिएत रशियात ब्रेझनेव्ह आणि अमेरिकेत निक्सन यांच्याकडे सत्तासूत्रे गेल्यानंतर मानतात. तणावशैथिल्याची (Detente) सुरुवात केव्हा झाली, याबद्दल मतभेद असले, तरी साधारणतः क्युबा क्रांतीनंतर म्हणजेच १९६३ नंतर शीतयुद्धाची तीव्रता कमी झाल्याचे दिसून येते. अमेरिकेत केनेडी विजयी होताच क्रुश्चेव्ह यांनी त्यांचे अभिनंदन केले व शांती प्रस्थापनासाठी सहकार्य करण्याचे आश्वासन दिले. परस्परसंबंध सुधारण्याच्या दृष्टीने वॉशिंग्टन व मॉस्को यांच्यात तत्काळ संबंध प्रस्थापित करता यावा म्हणून हॉट लाईन म्हणजेच प्रत्यक्ष टेलिफोन व्यवस्था निर्माण करण्यात आली. त्यामुळे दोन्ही देशांच्या प्रमुखांना परस्परांशी प्रत्यक्ष चर्चा करणे सुलभ झाले.

नि:शस्त्रीकरणाच्या दृष्टीनेही या राष्ट्रांनी परस्परांशी सहकार्य करण्यास सुरुवात केली. २५ जुलै १९६३ रोजी अमेरिका, इंग्लंड आणि सोव्हिएत रशिया यांच्यात एक करार होऊन अंतरिक्षात आणि समुद्रात अणुपरीक्षण करू नये, हे मान्य करण्यात आले. शांततेच्या दृष्टीने हे महत्त्वाचे पाऊल होते. क्युबाच्या प्रश्नावर सोव्हिएत रशियाने घेतलेला संयमी दृष्टिकोन हासुद्धा शांततेच्या दृष्टीने एक प्रयत्नच होता.

राष्ट्रपती केनेडी यांनी क्रुश्चेव्ह यांची याबाबतीत स्तुतीच केली होती. सोव्हिएत रशियाने स्टॅलिनच्या संघर्षाचे धोरण सोडून देत्तांतच्या (Detente) धोरणाचा पुरस्कार केला होता.

साम्यवादी व्यवस्था ही भांडवलशाही व्यवस्थेपेक्षा चांगली असली, तरी तिचा प्रसार संघर्ष, युद्ध या मार्गाने न करता शांततेच्या मार्गानेच करावा, असे सोव्हिएत रशियाच्या साम्यवादी पक्षाने ठरवले होते. याच्या अगदी उलट भूमिका चीनच्या साम्यवादी नेतृत्वाने घेतली होती. त्यांनी सोव्हिएत रशियाचा शांततापूर्ण सहजीवनाचा विचार हा साम्यवादी विचारसरणीच्या पूर्णत: विरोधी असल्याचे जाहीर केले. वास्तविक हा वैचारिक संघर्ष चीन व सोव्हिएत रशिया यांच्यातील साम्यवादी राष्ट्रांचे नेतृत्व कोणी करावे, या संदर्भात होता. कम्युनिस्ट राष्ट्रांतील या संघर्षात पाश्चिमात्य राष्ट्रांनी क्रुश्चेव्हची बदनामी होईल, असे कोणतेच कार्य करावयाचे नाही, असा निर्णय घेतला. कारण स्टॅलीनपेक्षा क्रुश्चेव्ह यांचे धोरण निश्चितच आंतरराष्ट्रीय शांततेच्या दृष्टीने उपयुक्त होते. सोव्हिएत रशिया आणि चीन यांच्यातील मतभेदामुळे आंतरराष्ट्रीय राजकारणात चीनला एकटे पाडणे अमेरिकेला सहजशक्य झाले होते. सोव्हिएत रशिया आणि अमेरिका यांच्यातील सहकार्यामुळे अमेरिका व सोव्हिएत रशिया संयुक्तपणे चीनच्या विरोधात कार्य करतील, असेही सर्वांना वाटू लागले होते.

केनेडी यांचा उदारवादी दृष्टिकोन आणि क्रुश्चेव्ह यांचा शांततापूर्ण सहजीवनाचा सिद्धान्त यामुळे शीतयुद्धाची तीव्रता खूपच कमी झाली. याच काळात म्हणजे १९६३ मध्ये केनेडी यांचा खून झाला व १९६४ मध्ये क्रुश्चेव्ह यांना सत्ता सोडावी लागल्यामुळे दोन्ही देशांच्या धोरणांत काही बदल होणे अपरिहार्य होते. परंतु केनेडीनंतर निक्सन यांनी तसेच क्रुश्चेव्हनंतर ब्रेझनेव्ह यांनी राष्ट्रांच्या परराष्ट्रीय धोरणात कोणताच बदल केला जाणार नाही, असे आश्वासन दिल्यामुळे शीतयुद्धात निर्माण झालेली शिथिलता यापुढेही चालू राहिली. अर्थात या काळात व्हिएतनामचा प्रश्न, अरब-इस्त्राईल संघर्ष आणि बर्लिन प्रश्न यांसारख्या प्रश्नांवरून दोन्ही राष्ट्रांत तणाव निर्माण झाला होता. परंतु दोन्ही राष्ट्रांच्या प्रमुखांनी सामोपचाराचे धोरण स्वीकारल्यामुळे या तणावाचे प्रत्यक्ष युद्धात कधीच रूपांतर होऊ शकले नाही. उलट दोन्ही राष्ट्रे परस्परांशी सहकार्य करू लागली.

याचे महत्त्वाचे उदाहरण म्हणजे मास्कोबेन करार होय. हा करार सोव्हिएत रशिया व पश्चिम जर्मनी यांच्यात घडून आला. या करारानुसार दोन्ही राष्ट्रांनी परस्परांविरुद्ध युद्ध न करण्याचे तसेच पूर्व आणि पश्चिम जर्मनीसहित युरोपीय राष्ट्रांच्या ज्या सीमा आहेत, त्या स्वीकृत करण्याचे मान्य करण्यात आले. या करारामुळे सोव्हिएत रशिया

व अमेरिका यांच्यातील संघर्षाचे कारणच नष्ट झाले. एवढेच नव्हे तर पुढील काळात या दोन्ही राष्ट्रांनी पूर्व व पश्चिम जर्मनीच्या एकीकरणासही मान्यता दिली. महाशक्तीतील संघर्षाचे दुसरे राज्य म्हणजे कोरिया. १९७१ मध्ये उत्तर कोरिया व दक्षिण कोरिया यांच्यात करार होऊन परस्परांचे नागरिक परत करण्याचे मान्य करण्यात आले. १९७२ मध्ये पुन्हा दुसरा करार होऊन परस्परांवर आक्रमण न करण्याचे दोन्ही राष्ट्रांनी मान्य केले. १९७३ मध्ये दोन्ही राष्ट्रांत सहकार्य प्रस्थापित करण्याच्या दृष्टीने एका आयोगाची स्थापना करण्यात आली. अशा प्रकारे दक्षिण आणि उत्तर कोरियात मैत्रीचे वातावरण निर्माण होताच अमेरिका व सोव्हिएत रशिया यांच्यातील संघर्षाचे कारण नष्ट झाले.

अमेरिका व सोव्हिएत रशिया यांच्यातील संघर्षाचा तिसरा मुद्दा म्हणजे पूर्व आणि पश्चिम जर्मनी होय. १९७१ मध्ये अमेरिका, इंग्लंड, फ्रान्स आणि सोव्हिएत रशिया यांच्यात बर्लिन प्रश्नाबाबत करार झाला. या करारानुसार पश्चिम जर्मनीचे लोक पूर्व जर्मनीत जाऊ शकतील, हे मान्य करण्यात आले. यानंतर या राष्ट्रांमधील संबंध हळूहळू चांगले बनत गेले व आज पूर्व जर्मनी व पश्चिम जर्मनीचे एकीकरण होताना दिसते. महाशक्तींच्या सहकार्याशिवाय हे शक्यच नव्हते. याच कारणामुळे दोन्ही राष्ट्रांनी परस्पर सहकार्य करण्याचे तसेच परस्पर संघर्ष टाळण्याचे धोरण कसोशीने अमलात आणले, असे म्हणावे लागते.

अशा प्रकारे आपणांस तणावशैथिल्याच्या (Detente) सुरुवातीच्या घडामोडी स्पष्ट करता येतील.

तणावशैथिल्य (Detente – देत्तांत) उदयाची कारणे :

अमेरिका व सोव्हिएत रशिया ही दोन राष्ट्रे द्वितीय महायुद्धानंतर महासत्ता म्हणून पुढे आली. एकमेकांना शह देण्यासाठी त्यांनी आपापसांत शीतयुद्धाला सुरुवात केली, त्यानंतर जगात अशा काही घटना घडल्या की, ज्यामुळे तणावशैथिल्याचा (Detente – देत्तांत) उदय झाला. याची कारणे आपणांस प्रामुख्याने खालीलप्रमाणे सांगता येतील–

१. युनोचे प्रयत्न : जगात शांतता व सुरक्षितता प्रस्थापित करण्यासाठी द्वितीय महायुद्धानंतर युनोची स्थापना करण्यात आली. या कार्यात महासत्तांनी हस्तक्षेप करू नये, अशा प्रकारचा प्रयत्न युनोने सुरू केल्यामुळे महासत्तांमध्ये तणावशैथिल्य (Detente – देत्तांत) निर्माण होण्यास मदत झाली.

२. जनता व नेते यांचा विरोध : महासत्तांनी एकमेकांना शह देण्यासाठी कोट्यवधी रुपये खर्च करून विनाशक स्वरूपाची शस्त्रास्त्रे निर्माण केल्यामुळे सर्वसामान्य

लोकांच्या गरजांकडे त्यांचे दुर्लक्ष झाले. साहजिकच त्यामुळे उभय राष्ट्रांतील जनता व नेते यांच्यामध्ये नाराजी पसरली होती. ती नाराजी दूर करण्याच्या हेतूने महासत्तांनी आपापसांत तणावशैथिल्य (Detente – देत्तांत) निर्माण करण्यावर भर दिला.

३. भीतीचा समतोल : महासत्तांनी अण्वस्त्रांसारखी विनाशक स्वरूपाची शस्त्रास्त्रे निर्माण केल्यामुळे जगामध्ये एक प्रकारचा भीतीचा समतोल निर्माण झाला. त्यातून जर एखादे युद्ध झाले, तर त्यामध्ये आपणही जिवंत राहणार नाही, याची जाणीव महासत्तांना झाल्यामुळे त्यांनी आपापसांत तणावशैथिल्य (Detente – देत्तांत) निर्माण करण्यावर भर दिला.

४. जगाचे द्विध्रुवीकरण : शीतयुद्ध काळात जगाची विभागणी अमेरिका व सोव्हिएत रशिया यांच्या दोन गटांत झाली. पुढे त्यांच्याच गटातील फ्रान्स व चीनकडून महासत्तांना आव्हान दिले गेले. त्याच वेळी भारताच्या नेतृत्वाखाली अलिप्तता चळवळ उभी राहिली. साहजिकच त्यामुळे जगाचे द्विध्रुवीकरण झाले. या सर्वांचा परिणाम म्हणून महासत्तांनी तणावशैथिल्य (Detente – देत्तांत) निर्माण करण्यावर भर दिला.

५. नि:शस्त्रीकरणाला चालना : महासत्तांमधील शस्त्रस्पर्धा नि:शस्त्रीकरणाच्या मार्गामध्ये अडथळा ठरत होती. त्यानंतर मात्र महासत्तांनी आपापसांत काही करार करून नि:शस्त्रीकरणाला चालना दिली. त्यातूनही उभय राष्ट्रांत तणावशैथिल्य (Detente – देत्तांत) निर्माण होण्यास मदत झाली.

६. दुसऱ्यावर प्रभाव पाडण्याची प्रवृत्ती : अमेरिका आणि सोव्हिएत रशिया यांच्या एक दुसऱ्यावर प्रभाव पाडण्याच्या राजकारणातून अमेरिका व रशिया यांनी जगातील अनेक राष्ट्रांमध्ये हस्तक्षेप केला, पण तेथे त्यांचे हे धोरण चुकल्यामुळेच त्यांच्यात सलोखा निर्माण होण्यास मदत झाली. उदा. व्हिएतनाममध्ये अमेरिकेची झालेली कोंडी आणि अफगाणिस्तानमध्ये सोव्हिएत रशियाचा फसलेला डाव.

अशा प्रकारे आपणांस तणावशैथिल्य किंवा देत्तांतच्या उदयाची कारणे सविस्तरपणे स्पष्ट करता येतील.

तणावशैथिल्य किंवा सलोख्याचे परिणाम :

तणावशैथिल्य किंवा देतांत या संकल्पनेचे जगाने स्वागतच केले. अणुयुद्धाच्या प्रचंड अशा दबावाखाली जग एक क्षण घालवत होते. तिसरे जागतिक महायुद्ध केव्हा सुरू होईल, की १९५० च्या दशकातच होईल काय, अशी भीती वाटत होती. पण अमेरिका आणि सोव्हिएत रशिया यांनी गांभीर्याने विचार केला आणि सुसंवादाच्या धोरणाला १९६२ नंतर सुरुवात झाली आणि मग पुढील दोन दशकांत प्रचंड असा

तणाव पूर्णपणे निवळला, असेच म्हणावे लागेल. याचे संपूर्ण जगावर अतिशय चांगले म्हणजे, सुपरिणाम झाले. त्यातील काही पुढीलप्रमाणे आहेत–

१. शस्त्रस्पर्धा थांबवून शस्त्रनियंत्रण आणि नि:शस्त्रीकरण करणे आवश्यक आहे, याचा बोध सर्व संबंधितांना झाला आणि त्या दृष्टीने प्रयत्नांना सुरुवात झाली.

२. लष्करी संघटनांचे अर्थात गटबाजीच्या राजकारणाचे म्हणजेच नाटो, सिएटो, वॉर्सासारख्या युद्धाला प्रवृत्त करणाऱ्या संघटनांचे महत्त्व कमी झाले.

३. शांततामय, सहकार्यवादी आणि सहअस्तित्ववादी धोरणाला महत्त्व प्राप्त झाले. जगा आणि जगू द्या, शक्यतो विकासासाठी मदत करा, हा दृष्टिकोन पुढे आला.

४. विविध क्षेत्रांमध्ये सहकार्याला चालना मिळाली. राजकीय क्षेत्राबरोबरच आर्थिक, व्यापारविषयक, औद्योगिक, सामाजिक, शैक्षणिक, सांस्कृतिक अशा विविध क्षेत्रांमध्ये परस्पर देवाण–घेवाण आणि सहकार्य करण्याच्या युगाला गती प्राप्त झाली.

५. दुसऱ्या जागतिक महायुद्धानंतर भांडवलशाही विरुद्ध साम्यवाद अशा वैचारिक मतभेदातून संघर्ष निर्माण झालेले होते, तणाव वाढलेले होते. पण या विचारप्रणालीचे युद्धामधून मानवाला सुखी करण्याचे, त्यांच्या गरजा पूर्ण करण्याचे ध्येय साध्य होत नाही. त्यासाठी परस्पर सहकार्याची गरज असते, हा विचार पुढे आला आणि तो देत्तांत प्रक्रियेतून विकसित झाला.

६. तणावशिथिलतेमुळे संयुक्त राष्ट्रसंघाला जागतिक शांतता व सहकार्य वाढवण्याचे कार्य करण्यास अधिक गती प्राप्त झाली.

७. तणावशिथिलतेमुळे जगातील अनेक प्रश्न सुटण्यास मदत झाली, की जे शीतयुद्धाच्या राजकारणामुळे अडलेले होते.

८. आर्थिक आणि व्यापारविषयक क्षेत्रांबरोबरच इतर क्षेत्रांवरही परिणाम झाले.

तणावशैथिल्य/सलोख्याचे मूल्यमापन :

अमेरिका व सोव्हिएत रशिया या दोन्ही राष्ट्रांच्या संबंधात चांगल्या प्रकारे सुधारणा व्हावी, या दृष्टीने १९७२ मध्ये अमेरिकेचे राष्ट्रपती निक्सन यांनी सोव्हिएत रशियाला भेट देऊन ब्रेझनेव्ह व इतर सोव्हिएत रशियन नेत्यांशी बोलणी केली. या बोलणीनंतर जी घोषणा करण्यात आली होती, त्यात दोन्ही राष्ट्रांनी संयुक्त राष्ट्र–संघाच्या सनदेनुसार जी कर्तव्ये सदस्यराष्ट्रांवर टाकली आहेत, ती पूर्ण करण्याचे तसेच तणाव किंवा युद्धाची स्थिती निर्माण होणार नाही, यासाठी प्रयत्न करण्याचे मान्य करण्यात आले होते. १९७२ मधील शिखर संमेलनात दोन्ही राष्ट्रांनी साल्ट–१ म्हणजे अण्वस्त्र उत्पादन कमी करण्याचे, प्रक्षेपणास्त्र निर्माण न करण्याचे मान्य केले होते.

यानंतरच्या काळात दोन्ही राष्ट्रांनी व्यावहारिक आणि आर्थिक संबंध वाढवण्याच्या दृष्टीने एका आयोगाची स्थापना करण्याचे; तसेच येत्या तीन वर्षांच्या आत दोन्ही राष्ट्रांतील व्यापार तीनपट करण्याचे मान्य करण्यात आले होते.

१९७३ मध्ये ब्रेझनेव्ह यांनी अमेरिकेला भेट दिली. या वेळी अमेरिकेचे अध्यक्ष निक्सन यांनी म्हटले होते की, वैचारिक मतभेद असूनही आम्ही संबंध वाढवू शकतो, हे आम्ही अनुभवाने शिकलो आहोत. या भेटीत अणुशक्तीचा शांततेसाठी उपयोग, औद्योगिक व वैज्ञानिक क्षेत्रात परस्पर सहयोग, व्यापारीक व आर्थिक संबंधात वाढ या गोष्टी दोन्ही राष्ट्रांनी मान्य केल्या होत्या. या वेळी ब्रेझनेव्ह यांनी अमेरिका-सोव्हिएत रशिया यांच्या संबंधातील सुधारणा ही कोणत्याही तिसऱ्या देशाच्या विरोधात नसून ती विश्वशांतीसाठी आवश्यक आहे, असे म्हटले.

परस्परांतील संबंध सुधारण्याच्या दृष्टीने फिनलँडची राजधानी हेलसिकी येथे युरोपीय सुरक्षा सम्मेलन घेण्यात आले. त्यात अमेरिकेसह युरोपातील ३५ राष्ट्रांनी भाग घेतला होता. हे संमेलन म्हणजे नव्या युगाची सुरुवात होती. कारण युरोपमधील तणाव कमी करण्याच्या दृष्टीने १९७४ मध्ये अमेरिकेचे राष्ट्रपती फोर्ड यांनी सोव्हिएत रशियन नेते ब्रेझनेव्ह यांची भेट घेतली. या शिखर संमेलनात दोन्ही राष्ट्रांनी साल्ट-२ ची रूपरेषा तयार केली. १९७५ मध्ये अमेरिकेचे अपोलो आणि सोव्हिएत रशियाचे सोयूज यान अंतराळात परस्परांना भेटले, जे दोन्ही राष्ट्रांच्या वैज्ञानिक क्षेत्रातील सहकार्याचे प्रतीक समजले गेले.

परस्पर सहकार्याच्या दृष्टीने सर्वांत महत्त्वाची घटना म्हणजे मे १९७९ मध्ये व्हिएन्ना येथे अमेरिकेचे राष्ट्रपती कार्टर आणि सोव्हिएत रशियाचे राष्ट्रपती ब्रेझनेव्ह यांनी साल्ट-२ करारावर हस्ताक्षर केले. शस्त्रास्त्रांवर मर्यादा, शस्त्रास्त्र उत्पादनावर नियंत्रण आणि अणुशक्तीचा शांततेसाठी उपयोग या गोष्टींना या करारात मान्यता प्रदान करण्यात आली. याच काळात अफगाणिस्तानमध्ये सोव्हिएत रशियाचा सैनिकी हस्तक्षेप आणि मध्यपूर्वेतील अरब-इस्राईल संघर्ष यामुळे उभय राष्ट्रांत तणाव निर्माण झाले. पण क्रुश्चेव्ह आणि ब्रेझनेव्ह यांनी सुरू केलेल्या शांततेच्या धोरणाचा सोव्हिएत रशियाचे नवे राष्ट्रपती गोर्बाचेव्ह यांनीही पुरस्कार केला. सोव्हिएत रशियाने अफगाणिस्तानमधून आपल्या फौजा परत घेतल्या. तसेच पूर्व युरोपातील आपल्या सैन्यदलात मोठ्या प्रमाणात कपात केली. शांततामय सहजीवन निर्माण करण्याची इच्छा केवळ शब्दांतून नव्हे, तर कृतीतून त्यांनी दाखवून दिली. त्यामुळे उभयतांमध्ये विश्वासाचे वातावरण निर्माण होण्यास मदत झाली. सोव्हिएत रशियाच्या पुढाकाराला अमेरिकेने तेवढ्याच प्रमाणात प्रतिसाद दिला. यांतूनच विविध क्षेत्रांत सोव्हिएत रशिया

आणि अमेरिका परस्परांशी सहकार्य करीत आहेत. आज कृषीविषयक आणि औद्योगिक क्षेत्रात अमेरिका सोव्हिएत रशियाला भरीव मदत करीत आहे.

१९८५ ते १९९० पर्यंत मिखाईल गोर्बाचेव्ह यांनी अमेरिकन अध्यक्षांबरोबर सातत्याने शिखर परिषदा घेतल्या. या परिषदांचे फलित म्हणजे दोन्ही महासत्तांनी युरोपमधील मध्यम पल्ल्यांची अण्वस्त्रे पूर्णत: नष्ट करण्याचा निर्णय घेतला. याचाच अर्थ असा होतो की, या दोन्ही राष्ट्रांतील संबंध फारच सामंजस्याचे झालेले आहेत. १९८७ मध्ये वाशिंग्टन शिखर परिषदेत आर्थिक संबंध आणि व्यापार यांबाबत सोव्हिएत रशियाला 'खास मर्जीतील राष्ट्र' म्हणून अमेरिकेने मान्यता दिली. आर्थिक अडचणीतून मार्ग काढण्यासाठी अमेरिकेने सोव्हिएत रशियाला मदत देण्याचे ठरवले. त्याच वेळी १९९० मध्ये कॅप डेव्हिड येथील परिषदेमधून लांब पल्ल्याच्या अण्वस्त्रसाठ्यात कपात तसेच रासायनिक अस्त्रे कमी करण्यावर दोन्ही राष्ट्रांनी भर दिला. अमेरिका-सोव्हिएत रशिया यांच्यातील परस्पर सहकार्याचे सर्वांत उत्तम उदाहरण नुकतेच घडलेले इराक-अरब युद्ध. इराकने कुवेत जिंकून आपल्या राज्यास जोडला तसेच जवळच्या राष्ट्रावर आक्रमणाची तयारी सुरू केली. इराकने आपल्या सामर्थ्यात एवढ्या व्यापक प्रमाणात वाढ केली होती की, कोणतेच अरब राष्ट्र इराकचा सामना करू शकत नव्हते. अशा वेळी अमेरिकेने संयुक्त राष्ट्रांमार्फत इराकवर कुवेत सोडण्याबद्दल दडपण आणण्यास सुरुवात केली. अमेरिकेच्या या कृतीला रशियानेही पाठिंबा दिला. इराक कुवेत सोडत नाही, असे दिसताच मित्र राष्ट्रांच्या सैन्याने अमेरिकेच्या नेतृत्वाखाली इराकवर आक्रमण केले व इराकचा पराभव करून कुवेत मुक्त केला. वास्तविक इराक रशियाचे मित्र राष्ट्र होते. तरीही रशियाने इराकची बाजू न घेता अमेरिकेचे समर्थन केले. हे समर्थन खऱ्या अर्थाने परस्पर सहकार्य आणि सहअस्तित्वाच्या धोरणाचे समर्थन होते, असे म्हटल्यास चुकीचे ठरणार नाही.

अमेरिका व रशिया यांच्यातील चांगल्या संबंधामुळे, तसेच पूर्व युरोपातील बहुतेक देशांत साम्यवादी राजवटींचा शेवट झाल्याने वॉर्सा करार आणि नाटो करार निरर्थक बनले. वॉर्सा करार या संघटनेचे आता औपचारिकरीत्या विसर्जन झालेच आहे. नाटो संघटना टिकून राहिली, तरी तिचे पूर्वीचे स्वरूप आता राहणार नाही हे निश्चित.

नवीन शीतयुद्ध :

द्वितीय महायुद्धानंतर राजकीयदृष्ट्या जगाची विभागणी अमेरिका व सोव्हिएत रशिया यांच्या गटामध्ये झाली. त्याच वेळी अनेक स्वतंत्र व सार्वभौम राज्यांचा उदय

झाला. या नवोदित राष्ट्रांना आपल्या बाजूला वळवण्याचा प्रयत्न या महासत्तांनी सुरू केला. यातूनच उभय राष्ट्रांत शीतयुद्धाला सुरुवात झाली. नंतरच्या काळात जगात अशा काही घटना घडल्या की, उभय राष्ट्रांना आपापसांतील शीतयुद्ध थांबवून सलोख्याचा आधार घ्यावा लागला. तरीही त्यांच्यातील स्पर्धा व संघर्ष संपलेला नव्हता. दरम्यानच्या काळात उभय राष्ट्रांनी एकमेकांना कमी लेखण्याच्या कोणत्याही संधी सोडलेल्या नव्हत्या. उदा. सोव्हिएतला कमी लेखण्यासाठी अमेरिकेने चीनला जवळ केले.

१९७० च्या दशकात तिसऱ्या जगामध्ये अनेक घडामोडी घडल्या. त्यामध्ये महासत्ता आपापल्या परीने गुंतलेल्या दिसतात. १९७१ मध्ये दक्षिण आशियात पाकिस्तानचे दोन तुकडे होऊन भारताच्या मदतीने बांगला देश नव्याने अस्तित्वात आला. बांगला देशाच्या निर्मितीला अमेरिकेचा विरोध तर सोव्हिएत रशियाचा पाठिंबा होता. १९७३ च्या अरब-इस्राईल युद्धात अरबांची बाजू सोव्हिएत रशियाने तर इस्राईलची बाजू अमेरिकेने घेतली. त्याच वेळी सोव्हिएत रशिया आफ्रिकेतील काही देशांमधील स्वातंत्र्यासाठीच्या सशस्त्र चळवळींना मदत करत होता. १९७१ नंतर इराणमध्ये सत्तांतर झाले. त्यानंतर सत्तेत आलेले सरकार पाश्चात्त्यांच्या विरोधात होते, तर १९७९ मध्ये अफगाणिस्तानात कम्युनिस्ट सरकार स्थापन करण्यात आले. १९८० मध्ये अमेरिकन नेतृत्वात बदल होऊन रोनाल्ड रेगन राष्ट्राध्यक्ष झाले. सत्तेत येताच त्यांनी सलोख्याचे धोरण संपवून संघर्षाचे धोरण स्वीकारले, तेव्हापासून नवीन शीतयुद्धाला खऱ्या अर्थाने सुरुवात झाली, असे म्हटल्यास चूक होणार नाही.

१९७९ ते १९८९ या दहा वर्षांच्या काळात शीतयुद्धाचे नवे स्वरूप पुढे आले आहे. काही विचारक यास शीतयुद्धाचा दुसरा कालखंड किंवा द्वितीय शीतयुद्ध किंवा नवीन शीतयुद्ध असे म्हणतात. या नवीन शीतयुद्धाचा प्रारंभ खऱ्या अर्थाने अमेरिकेचे अध्यक्षपद रेगन यांनी स्वीकारल्यापासून प्रारंभ होतो. रेगन यांच्या काळात पुनश्च अण्वस्त्रांमध्ये वाढ तसेच मित्र राष्ट्रांना पुन्हा शस्त्रपुरवठा करण्याचे धोरण हे नव-शीतयुद्धास कारणीभूत ठरले आहे. याद्वारे रेगन यांनी सोव्हिएत संघाप्रति अधिक कठोर धोरण स्वीकारले. यापूर्वी तणावशैथिल्याच्या काळात अमेरिका व सोव्हिएत संघाने वेगवेगळ्या आंतरराष्ट्रीय घटनांमध्ये आपापल्या गटातील राष्ट्रांना पैसा व शस्त्रे पुरवली, त्यामुळे जगामध्ये भीती निर्माण झाली. उदा. १९७१ मध्ये बांगला देशाच्या प्रश्नात अमेरिकेने पाकिस्तानचे समर्थन केले, तर सोव्हिएत संघाने भारताची भूमिका योग्य ठरवली. पश्चिम आशियात अमेरिकेने इस्राईलच्या धोरणांचा पुरस्कार केला, तर सोव्हिएत संघाने अरबांना मदतीचा हात दिला. तसेच १९७५ मध्ये अंगोला प्रश्नाचे

वेळी अमेरिका व सोव्हिएत संघ परस्परविरोधी गटांचे समर्थन करीत होते. १९७८ मध्ये सोव्हिएत संघ व क्युबा यांनी संयुक्तपणे इथियोपियावरील अमेरिका समर्थित सोमालियाचे आक्रमण अपयशी केले. १९७९ च्या शेवटी अफगाणिस्तानात सोव्हिएत संघाने हस्तक्षेप केला व सैन्याच्या तुकड्या तिथे तैनात केल्या. यावरून प्रचंड वादळ उठले. १९८३ मध्ये दक्षिण कोरियाचे विमान सोव्हिएत संघाने पाडले. त्यावर अमेरिकेने तीव्र नाराजी व्यक्त केली. त्याचबरोबर अमेरिकेने १९८३ मध्ये ग्रेनाडात व १९८६ साली लीबियाविरुद्ध जे लष्करी हस्तक्षेप केले, त्यामुळे जगाला भीती वाटते, याला आधारच मिळाला. १९८६ मध्ये अमेरिकेच्या स्टारवॉरवर सोव्हिएत संघाने सर्व बंधने झुगारून परमाणू अस्त्रांचे परीक्षण केले. १९८९ मध्ये सोव्हिएत संघाने अफगाणिस्तानमधून माघार घेतली व त्याचबरोबर शीतयुद्धाचा जोर संपत गेला. याच सालापासून जागतिक राजकारणात आश्चर्यकारक बदल झाला, कारण शीतयुद्धाच्या मूलभूत कारणात परिवर्तन घडून आले. बर्लिन भिंतीचे पतन व जर्मनीचे एकत्रीकरण, वॉर्सा करार भंग होणे ही शीतयुद्धाच्या परिवर्तनातील महत्त्वाची कारणे आहेत.

१९८२ साली सोव्हिएत रशियाच्या लिओनिद ब्रेझनेव्ह यांचे निधन झाले. आंद्रोपोव व चेर्नेन्को हे नेते अल्पकाळ सत्तेवर येऊन गेले. यानंतर १९८५ साली मिखाईल गोर्बाचेव्ह सोव्हिएत रशियाचे अध्यक्ष झाले. गोर्बाचेव्ह यांच्या काळात पुन्हा एकदा आंतरराष्ट्रीय राजकारणाला नाट्यमय वळण मिळाले. त्यांनी सोव्हिएत परराष्ट्र धोरणात नवीन विचार आणले व अंतर्गत धोरणात क्रांतिकारक बदल केले. 'पेरेस्त्रोइका' म्हणजेच पुनर्रचना व 'ग्लासनोस्त' म्हणजेच खुलेपणा या त्यांच्या धोरणामुळे ज्या शक्ती निर्माण झाल्या, त्यांनी पुढे काही काळातच सोव्हिएत रशियाचाच नाश केला. रशियात आणलेले परिवर्तन तसेच अलिप्त राष्ट्रांचा शस्त्रकपातीबाबत केलेला पाठपुरावा याचा एकूण परिणाम शीतयुद्धाच्या समाप्तीवर झाला. इराण-इराक युद्धाची समाप्ती, अफगाणिस्तानातून सोव्हिएत संघाची माघार, दक्षिण व उत्तर कोरियाचे एकत्रीकरण इ. घटनांचे नवीन शीतयुद्धात परिणाम झाल्याचे आढळून येते.

गोर्बाचेव्ह यांच्या परराष्ट्र धोरणाचे उद्दिष्ट अमेरिका व पश्चिम युरोपबरोबरील संबंधामध्ये बदल घडवणे हे होते. ग्लासनोस्ट किंवा खुलेपणा आणण्याच्या अंतर्गत धोरणाचे परिणाम पूर्व युरोपातील देशांवर झाले व त्या देशांमध्ये १९९० च्या आसपास सोव्हिएत प्रभावापासून मुक्त होण्याच्या चळवळी सुरू झाल्या. सर्वांत प्रथम लाटव्हिया, लिथुआनिया व इस्टोनिया या बाल्टिक देशांमध्ये हे घडले. तेव्हा ते सोव्हिएत रशियाच्या संघराज्याचे भाग होते. स्वतंत्र होण्याच्या चळवळी सुरू झाल्या. ब्रेझनेव्ह प्रणाली

जोपर्यंत होती तोपर्यंत बळाच्या आधारे पूर्व युरोपातील देशांवर सोव्हिएत रशियाची पकड होती. आता तो सिद्धान्त सोडून देऊन ग्लासनोस्तचा स्वीकार केल्यावर आणि गोर्बाचेव्ह यांना बळाचा वापर करावयाचा नसल्यामुळे हे देश सोव्हिएत प्रभावापासून मुक्त व्हायला लागले. त्यांच्या अंतर्गत व परराष्ट्र धोरणावर सोव्हिएत रशियाचे नियंत्रण असे. ते शिथिल झाल्यावर या राष्ट्रांनी आपापला मार्ग स्वीकारण्यास सुरुवात केली. यांपैकी बहुतेक देशांमध्ये लोकशाहीसाठी चळवळी झाल्या. सोव्हिएत रशियाच्या पाठिंब्याने उभ्या असलेल्या कम्युनिस्ट राजवटी कोसळल्या. १९८९ मध्ये पूर्व आणि पश्चिम जर्मनीतील लोकांनी स्वयंस्फूर्तीने येऊन बर्लिन शहराला दुभागणारी भिंत तोडली. अत्यंत नाट्यमय पद्धतीने दोन्ही जर्मनींचे एकीकरण झाले.

गोर्बाचेव्ह यांनी परराष्ट्र धोरणात अमेरिकेसमोर मोठ्या अण्वस्त्र कपातीचे प्रस्ताव ठेवले. त्यांतील अनेक तरतुदी एकतर्फी स्वत:च्या बाजूने अमलातही आणल्या. हे करताना पश्चिम युरोपातील राज्यकर्ते व लोकांमध्ये विश्वास निर्माण करण्याचे काम केले. अमेरिकेचे तत्कालीन अध्यक्ष जॉर्ज डब्ल्यू. बुश यांच्यासाठी गोर्बाचेव्ह यांचे प्रस्ताव गोंधळात टाकणारे होते. संघर्षाच्या भाषेला गोर्बाचेव्ह यांचे मित्रत्वाचे उत्तर अमेरिकेच्या अध्यक्षांना न कळणारे होते. त्यामुळे जगासमोर गोर्बाचेव्ह यांची प्रतिमा शांतताप्रेमी, तर बुश यांची युद्धखोर अशी झाली. सॉल्ट, स्टार्ट यांसारख्या करारांचा गोर्बाचेव्ह यांनी सातत्याने पाठपुरावा करून ते प्रत्यक्षात आणले. १९८७ साली सोव्हिएत रशिया, अमेरिका व पश्चिम युरोपीय राष्ट्रांनी INF - Intermediated Range-Nuclear Force करार करून त्याद्वारे आपली युरोपमधील अण्वस्त्रे कमी केली. १९९० मध्ये अफगाणिस्तानातील रशियन सैन्य माघारी बोलवण्याचा निर्णयही त्यांनी घेतला. १९९० च्या पॅरिस येथील करारानुसार युरोपातील पारंपरिक पद्धतीचे सैन्यही परत बोलवण्यात आले. याप्रमाणे नवीन शीतयुद्धाचाही शेवट झाला. यानंतर अण्वस्त्रांमध्ये कपात करण्यात आली किंवा त्यांच्या वापरावर निर्बंध घालण्यात आले, तरी नि:शस्त्रीकरण मात्र झाले नाही. जगापुढे अण्वस्त्रांचा धोका मात्र कायमच राहिला.

मध्य अमेरिकेतील निकाराग्वामधील अमेरिकेचा हस्तक्षेपही वादग्रस्त ठरला. रेगन प्रशासनाचा लष्करी सत्तावापर मर्यादित स्वरूपाचा होता व काही कारवायांमध्ये त्यांना गंभीर अपयश पत्करावे लागले. पण या कारवाया सोव्हिएत रशियाच्या दृष्टीने गंभीरच होत्या व त्यांची दखल घेतली गेली. एकमेकांबद्दलच्या समज-गैरसमजातून महासत्तांमधील तणाव गंभीर झाला होता व त्यामुळेच युद्धाचा धोका वाढला होता. यालाच दुसरे शीतयुद्ध किंवा नवीन शीतयुद्ध असे म्हणतात.

शीतयुद्धोत्तर जग :

१९९१ मध्ये सोव्हिएत रशियाचे विघटन झाले. त्याचबरोबर ४५ वर्षांपूर्वी आंतरराष्ट्रीय राजकारणात सुरू झालेले शीतयुद्धही आपोआपच नष्ट झाले. शीतयुद्धाच्या समाप्तीबरोबरच आंतरराष्ट्रीय संबंधांच्या अभ्यासकांनी नवीन आंतरराष्ट्रीय व्यवस्थेचे स्वरूप कसे असेल, शीतयुद्धोत्तर आंतरराष्ट्रीय राजकारणाची दिशा कोणती असेल, याविषयी विविध दृष्टिकोन मांडण्यास सुरुवात केली. काही विचारवंतांच्या मते शीतयुद्धाच्या राजकारणात अमेरिकेचा आणि अमेरिका पुरस्कृत भांडवलवादी लोकशाहीचा विजय झाल्यामुळे नवीन आंतरराष्ट्रीय व्यवस्थेत अमेरिकेचे वर्चस्व अबाधित राहील. सोव्हिएत रशियाच्या विघटनानंतर अमेरिकेला आव्हान देऊ शकेल अशी दुसरी तुल्यबळ महासत्ता जागतिक राजकारणात अस्तित्वात नसल्याने शीतयुद्धोत्तर काळात एकध्रुवीय आंतरराष्ट्रीय व्यवस्था निर्माण झालेली आहे. या दृष्टिकोनाला विरोध करणारे अभ्यासक असा युक्तिवाद करतात की, नवीन आंतरराष्ट्रीय व्यवस्थेत अमेरिकेशिवाय जपान, चीन, भारत, आसियान संघटना, युरोपियन महासंघ यांचा आर्थिक प्रगतीच्या जोरावर महासत्ता म्हणून उदय झाल्यामुळे नवीन आंतरराष्ट्रीय व्यवस्थेचे स्वरूप हे बहुध्रुवीय असेल.

शीतयुद्धोत्तर जगाचे स्वरूप :

शीतयुद्धोत्तर जग किंवा आंतरराष्ट्रीय राजकारणाच्या स्वरूपाविषयी मांडण्यात आलेल्या विविध दृष्टिकोनांची विभागणी रस्कीन आणि बेरी या दोन विचारवंतांनी खालील पाच गटांत केलेली आहे –

१. एकध्रुवीय आंतरराष्ट्रीय व्यवस्था.

२. बहुध्रुवीय आंतरराष्ट्रीय व्यवस्था.

३. स्तरीय व्यवस्था.

४. रशिया-चीन युतीच्या पुनरुज्जीवनातून निर्माण होणारी व्यवस्था.

५. जागतिकीकरणाची व्यवस्था.

१. एकध्रुवीय आंतरराष्ट्रीय व्यवस्था (अमेरिकेचे हस्तक्षेपी धोरण) :
सोव्हिएत रशियाच्या विघटनानंतर जागतिक राजकारणातील शीतयुद्धकालीन द्विध्रुवीकरणाची व्यवस्था कोसळली आणि त्याचबरोबर अमेरिकेला आव्हान देणारी दुसरी मोठी तुल्यबळ महासत्ता अस्तित्वात नसल्याने अमेरिकेच्या नेतृत्वाखाली एकध्रुवीय व्यवस्था निर्माण झाली. यातूनच अमेरिकेच्या निरंकुश हस्तक्षेपी दादागिरीला प्रारंभ झाला. १९९१ साली अमेरिकेचे तत्कालीन राष्ट्राध्यक्ष जॉर्ज बुश सीनियर यांनी एका

नवीन जागतिक रचनेची कल्पना मांडली. या कल्पनेच्या केंद्रस्थानी अर्थातच अमेरिका होता आणि जागतिक लोकशाहीच्या संरक्षणाची जबाबदारी अमेरिकेवर असल्यामुळे आंतरराष्ट्रीय राजकारणात अमेरिकेच्या सक्रिय भूमिकेवर या सिद्धान्तात जोर देण्यात आला होता. रशियन साम्यवादाचा धोका जरी संपुष्टात आला असला, तरी लोकशाहीला इतरही अनेक धोके आहेत. त्यामुळे अमेरिकेला जागतिक राजकारणापासून अलिप्त राहता येणार नाही, हा बुश यांचा यामागील प्रमुख युक्तिवाद होता. जॉर्ज बुश सीनियर यांच्या या नवीन जागतिक रचनेच्या घोषणेनंतर अमेरिकेच्या हस्तक्षेपी राजकारणाच्या नव्या युगाला प्रारंभ झाला. सन १९९० च्या दशकात इराकविरुद्धची पहिली लष्करी कारवाई, सन २००१ मधील अफगाणिस्तानमधील तालीबान शासनाविरुद्धची लष्करी मोहीम आणि २००३ मधील इराकमधील सद्दाम हुसेनचे शासन उलथून टाकण्यासाठी इराकमध्ये करण्यात आलेला दुसरा लष्करी हस्तक्षेप, २०११ मधील लीबियातील अंतर्गत संघर्ष मिटवण्यासाठी दिली गेलेली लष्करी धमकी हे अमेरिकेच्या हस्तक्षेप करण्याच्या निरंकुश दादागिरीची साक्ष देतात. या हस्तक्षेपामागच्या अमेरिकेच्या आर्थिक हितसंबंधाचे संरक्षण करण्याचा स्वार्थी हेतू लपू शकलेला नाही. अमेरिकेच्या या हस्तक्षेपी धोरणामुळे अमेरिकेचे शत्रू वाढतच आहेत. विशेष म्हणजे इस्लामिक राष्ट्रांमध्ये अमेरिकाविरोधी असंतोष जोर पकडत आहे. ११ सप्टेंबर २००१ रोजी अमेरिकेतील जागतिक व्यापार केंद्र आणि संरक्षण मंत्रालयाच्या कार्यालयावर झालेला भीषण दहशतवादी हल्ला ही अमेरिकी हस्तक्षेपी राजकारणाचीच प्रतिक्रिया आहे. एवढेच नाही, तर सन १९९० ते २०११ या दरम्यान जगभरात झालेल्या दहशतवादी हल्ल्यांपैकी १/३ हल्ले एकट्या अमेरिकेवर झाले आहेत.

२. बहुध्रुवीय आंतरराष्ट्रीय व्यवस्था : शीतयुद्धोत्तर काळात निर्माण झालेल्या आंतरराष्ट्रीय व्यवस्थेचे 'बहुध्रुवीय आंतरराष्ट्रीय व्यवस्था' असे वर्णन करणे अधिक सयुक्तिक आणि वास्तववादी ठरेल. १९९० च्या दशकात निर्माण झालेल्या बहुध्रुवीय आंतरराष्ट्रीय व्यवस्थेत अमेरिका, भारत, चीन, जपान, युरोपियन युनियन, आसियान अशी विविध सत्ताकेंद्रे आहेत.

१९९० नंतरच्या बहुध्रुवीय आंतरराष्ट्रीय व्यवस्थेची वैशिष्ट्ये –

१. या व्यवस्थेत सत्तेची पाच ते सहा केंद्रे असतात.

२. यातील सत्तांचे सामर्थ्य कमीअधिक प्रमाणात सारखेच असते.

३. समान हितसंबंधांच्या संरक्षणासाठी सामूहिक सुरक्षिततेच्या आधारावर या सत्तांमध्ये युती होण्याची शक्यता असते.

४. सत्ताविभागणी सारखी असल्यामुळे विशिष्ट राष्ट्र अधिक शक्तिशाली बनण्याची

किंवा आक्रमक धोरण अवलंबण्याची शक्यता कमी असते.

५. राष्ट्रांबरोबर राष्ट्रांचे संघ किंवा व्यापारसंघदेखील सत्ताकेंद्र या नात्याने आंतरराष्ट्रीय राजकारणात सक्रिय आहेत.

६. सत्ताकेंद्रांमधील स्पर्धा ही प्रामुख्याने आर्थिक स्वरूपाची आहे.

जागतिक शांतता व सुरक्षितता धोक्यात आणणाऱ्या राष्ट्रांविरोधी या सत्ता एकत्र आल्या आहेत. सन १९९१ च्या खाडीयुद्धाच्या वेळी इराकविरुद्ध सर्व प्रमुख सत्ता अमेरिकेच्या नेतृत्वाखाली एकत्र आल्या होत्या. त्याप्रमाणे सन २००१ मध्ये अफगाणिस्तानमधील तालीबान शासनाविरुद्ध लोकशाहीप्रेमी राष्ट्रांची मोठी युती तयार झाली होती. याशिवाय या महासत्तांमधील सहकार्य संयुक्त राष्ट्रसंघटनेच्या शांती मोहिमा यशस्वी करण्यात महत्त्वपूर्ण ठरते.

शीतयुद्धोत्तर बहुध्रुवीय आंतरराष्ट्रीय व्यवस्थेमध्ये प्रमुख सत्ता आर्थिकदृष्ट्या सामर्थ्यवान असल्या, तरी त्यांना संरक्षणासाठी बऱ्याच प्रमाणात अमेरिकेवर अवलंबून रहावे लागते. आसियान संघटनेमधील राष्ट्रांना चीनपासून असलेल्या धोक्यासाठी अमेरिकेच्या मदतीची आवश्यकता आहे. परिणामी शीतयुद्धोत्तर आंतरराष्ट्रीय व्यवस्थेचे स्वरूप जरी बहुध्रुवीय असले, तरी आंतरराष्ट्रीय राजकारणातील अमेरिकेचे वर्चस्व नाकारता येत नाही.

३. स्तरीय व्यवस्था : शीतयुद्धोत्तर आंतरराष्ट्रीय व्यवस्थेच्या स्वरूपाविषयीच्या या दृष्टिकोनानुसार आंतरराष्ट्रीय राजकारणात राष्ट्रांचे 'तीन स्तर' निर्माण झाले आहेत. श्रीमंत राष्ट्रे, विकसनशील राष्ट्रे व आंतरराष्ट्रीय गुन्हेगारीत (यामध्ये बेकायदेशीर शस्त्रव्यापार व अमली पदार्थांचा व्यापार) अग्रेसर असणाऱ्या गरीब राष्ट्रांचा समावेश होतो. उदा. अफगाणिस्तान, कांगो, कोलंबिया इत्यादी.

४. रशिया–चीन युतीच्या पुनरुज्जीवनातून निर्माण होणारी व्यवस्था : या दृष्टिकोनानुसार रशिया आणि चीनच्या शीतयुद्धकालीन युतीचे पुनरुज्जीवन होऊन अमेरिकेचा वाढता प्रभाव नियंत्रित केला जाईल, असा युक्तिवाद यामध्ये केला जातो. विशेष म्हणजे शीतयुद्धोत्तर काळात रशिया आणि चीनकडून पूर्वीच्या युतीचे पुनरुज्जीवन करण्याचे काही प्रयत्न झाले. १६ जुलै २००१ ला रशिया आणि चीन यांच्या दरम्यान एक ऐतिहासिक स्वरूपाचा करार झाला, जो अमेरिकेच्या एकाधिकार निरंकुश सत्तेला शह देण्याचा मोठा प्रयत्न होता. रशिया आणि चीन यांच्यातील युतीच्या पुनरुज्जीवनाची तीन प्रमुख उद्दिष्टे खालीलप्रमाणे-

१. इस्लामिक कट्टरवादापासून रशिया, चीन आणि मध्य आशियाचे संरक्षण करणे.

२. नाटो या लष्करी संघटनेच्या पश्चिम युरोपमधून पूर्व युरोपकडील विस्ताराला विरोध करणे.

३. अमेरिकेला राष्ट्रीय क्षेपणास्त्र संरक्षण व्यवस्था (नॅशनल मिसाईल डिफेन्स सिस्टम) विकसित करण्यापासून रोखणे.

सोव्हिएत रशियाला आर्थिक दुर्दशेतून बाहेर येण्यासाठी अमेरिकेने कोरड्या आश्वासनांशिवाय काहीच दिले नाही. उलट रशियाच्या आर्थिक दुर्बलतेचा गैरफायदा घेऊन अमेरिकेने मध्य आशियात आपला प्रभाव वाढवण्याचा प्रयत्न केला जी मध्य आशियातील राष्ट्रे पूर्वी सोव्हिएत संघराज्याची भाग होती. सन १९९४ साली नाटो संघटनेत वॉर्सा करारातील राष्ट्रांना समाविष्ट करून घेण्यासाठी एक विशेष मोहीम सुरू केली. हे रशियाला उघड आव्हान आणि चिथावणी होती. एवढेच नाही तर नाटो संघटनेत कोसोवो प्रश्नाला धरून युगोस्लाव्हियात हस्तक्षेप, एकतर्फी बॉम्बवर्षाव म्हणजे नाटोच्या आक्रमक धोरणाची पावतीच होती. या बॉम्बहल्ल्यात बेलग्रेडमधील चीनच्या वकिलातीचेसुद्धा नुकसान झाले. या कृत्यामुळे चीन आणि रशिया दोघेही दुखावले. नाटोच्या विस्तारवादी धोरणाबरोबरच रशिया आणि चीनला युतीसाठी संधी उपलब्ध करून देणारे आणखी एक कारण म्हणजे अमेरिकेची महत्त्वाकांक्षी राष्ट्रीय क्षेपणास्त्र संरक्षण योजना. ही योजना जरी इराण, इराक, क्युबा, लीबिया, उत्तर कोरिया यांसारख्या राष्ट्रांकडे अण्वस्त्रांपासून अमेरिकेचे आणि त्यांच्या मित्रराष्ट्रांचे संरक्षण करण्यासाठी राबवण्यात येत असल्याचे अमेरिकेकडून सांगण्यात येत असले, तरी या योजनेचा मुख्य रोख चीन आणि रशियाविरुद्ध आहे. ही योजना यशस्वी झाली, तर रशिया आणि चीनसाठी मोठे आव्हान असणार आहे. परिणामी या दोन्ही सत्ता अमेरिकेच्या योजनेला संयुक्तपणे विरोध करत आहेत.

५. जागतिकीकरणाची व्यवस्था : शीतयुद्धोत्तर आंतरराष्ट्रीय व्यवस्थेचे हे एक महत्त्वाचे वैशिष्ट्य आहे. जागतिकीकरणाच्या प्रक्रियेत जगाचे परिवर्तन एका भांडवलशाही बाजारपेठेत होत आहे. या प्रक्रियेत प्रत्येक राष्ट्राकडे एक आर्थिक घटक म्हणून पाहिले जाते. आर्थिक स्पर्धेच्या वातावरणात राष्ट्रे आपले हितसंबंध विविध व्यापारसंघाची स्थापना करून जोपासण्याचा प्रयत्न करतात. जागतिकीकरणाची प्रक्रिया ही शीतयुद्ध समाप्त होण्यापूर्वीच सुरू झाली होती. शीतयुद्धाच्या समाप्तीनंतर या प्रक्रियेला गती प्राप्त झाली. जागतिकीकरण प्रक्रियेचा प्रमुख उद्देश आर्थिक विकास आणि समृद्धी हा आहे. सन १९९५ साली जागतिक व्यापार संघटनेच्या स्थापनेमुळे जागतिकीकरणाची प्रक्रिया गतिमान झालेली आहे. संपूर्ण जगाचा आर्थिक विकास हा जरी जागतिकीकरणाच्या प्रक्रियेचा प्रमुख हेतू असला, तरी या प्रक्रियेचे स्वरूप खऱ्या

अर्थाने जागतिक बनलेले नाही. कारण जगातील श्रीमंत राष्ट्रेच सध्या या प्रक्रियेत सक्रिय आहेत. या प्रक्रियेमुळे गरीब आणि श्रीमंत राष्ट्रांमधील आर्थिक दरी रुंदावत चालली असून मूठभर विकसित आणि औद्योगिकदृष्ट्या पुढारलेल्या राष्ट्रांनाच या प्रक्रियेचा फायदा होत असल्याची टीका अनेकांकडून होत आहे. या प्रक्रियेवर होणारा दुसरा महत्त्वाचा आरोप म्हणजे आर्थिक समृद्धीतून शांतता निर्माण होईलच, असे नाही. आर्थिकदृष्ट्या समृद्ध असणाऱ्या अनेक राष्ट्रांना गंभीर राजकीय प्रश्नांचा सामना करावा लागत आहे. या प्रक्रियेवर आरोप जरी होत असले, तरी ही एक अपरिहार्य प्रक्रिया असून प्रत्येक राष्ट्राला यात सहभागी व्हावेच लागणार आहे.

शीतयुद्धोत्तर काळातील आंतरराष्ट्रीय राजकारणाची किंवा जगाची वैशिष्ट्ये :

शीतयुद्धोत्तर काळात निर्माण झालेली आंतरराष्ट्रीय राजकीय व्यवस्था सुरुवातीस शांततेकडे जाणारी आहे, असे वाटले, तरी ११ सप्टेंबरच्या दहशतवादी हल्ल्यानंतर या व्यवस्थेतील अस्थिरता विचारवंतांच्या ध्यानात आली. अमेरिकेकडे वर्चस्ववादी सत्ता असूनही अनेक अमेरिकी विचारवंतांना हा कालखंड अधिक धोक्याचा वाटतो. या नव्या आंतरराष्ट्रीय राजकीय व्यवस्थेची वैशिष्ट्ये आपणांस पुढीलप्रमाणे सांगता येतील–

१. शीतयुद्धाचा शेवट : शीतयुद्धाच्या शेवटाबरोबरच या विचारप्रणालीवर आधारलेली द्विध्रुवीयता संपुष्टात आली. त्यामुळे अमेरिकेचा म्हणजेच भांडवली विचारव्यूह हा एकमेव पर्याय शिल्लक असल्याचा दावा होऊ लागला. सोव्हिएत रशियाच्या विघटनानंतर रशियन गणराज्याने व बहुतेक युरोपीय देशांनी भांडवलशाही बाजारपेठीय अर्थव्यवस्थेचा स्वीकार केला व त्यानंतरच भांडवलाच्या जागतिकीकरणाच्या प्रक्रियेने वेग घेतला. या घटनांचा परिणाम अखिल जागतिक व्यवस्थेवर झाला. 'उत्तर-दक्षिण' विभाजन तसेच राहिले व अमेरिकेचे प्रभुत्व चालूच राहिले. परंतु भांडवलशाही विरोधात वैचारिक भूमिका मांडणे हे मात्र वैचारिक मागासलेपणा मानले जाऊ लागले.

२. भांडवलाचे जागतिकीकरण : 'जागतिकीकरण' हाच १९९० च्या दशकातील सर्वाधिक चर्चेचा विषय होता. जागतिक अर्थव्यवस्थेचे अधिक खुलेपण जागतिकीकरण दर्शवत नाही, तर भांडवलाच्या राष्ट्रीय सीमा ओलांडल्यामुळे राष्ट्रराज्यांच्या व्यवस्थेला आलेले गौणत्वही दर्शवते. आंतरराष्ट्रीय अर्थव्यवस्थेच्या जागतिकीकरणाबरोबरच जागतिक राजकारणाचे स्वरूप बदलत गेले. वैचारिकदृष्ट्या हे राजकारण मध्यममार्गी व उजवीकडे झुकत चालले. भांडवलशाहीला विरोध करणाऱ्या

डाव्यांना विशेषत: साम्यवादाच्या पतनानंतर नव्या आर्थिक वास्तव्याच्या संदर्भात आपल्या भूमिकांचा पुनर्विचार करावा लागत आहे.

३. अमेरिका प्रभुत्वाकडे : व्हिएतनाममधील माघारीनंतर अमेरिकेच्या प्रभुत्वाचा ऱ्हास होत असल्याचे व सत्तास्पर्धेत ती मागे पडत असल्याचे अनुमान अनेक विचारवंतांकडून मांडले जात होते. परंतु प्रत्यक्षात परिस्थितीने वेगळेच वळण घेतले. १९८९ च्या काही घटनांनी अमेरिकेने जगापुढे आपण महासत्ता असल्याचे सिद्ध केले. १९८९ मध्ये अफगाणिस्तानमधून आम्ही माघार घेत आहोत, अशा प्रकारची घोषणा रशिया ही महासत्ता करत असतानाच अमेरिका ही महासत्ता मात्र पनामा या मध्य अमेरिकेतील देशामध्ये हस्तक्षेप करत होती. एवढेच नाही तर १९९० मध्ये इराकने कुवेतवर आक्रमण केल्यानंतर अमेरिकेने इराकवर हल्ला चढवून कुवेतवरील आक्रमण परतवून लावले. त्याच वेळी एकीकडे सोव्हिएत रशियाचे विघटन होत असताना अमेरिकेत मात्र अमेरिकी अर्थव्यवस्थेला गती मिळाली. एकंदरीत विसावे शतक संपताना अमेरिका हा जगातील आर्थिकदृष्ट्या सर्वात संपन्न देश बनला.

४. रशियन अर्थव्यवस्थेपुढील पेच : सोव्हिएत रशियाच्या विघटनानंतर अस्तित्वात आलेल्या रशियन गणराज्यापुढे अर्थव्यवस्थेत सुधारणा करून ती मजबूत करण्याचे मोठे आव्हान होते. जुनी साम्यवादी अर्थव्यवस्था विसर्जित करून भांडवलशाही बाजारप्रधान अर्थव्यवस्थेत सामील होणे हे जसे एक मोठे परिवर्तन होते, तसेच साम्यवादी सर्वंकषवादी राज्यव्यवस्था सोडून लोकशाहीपद्धती स्वीकारणे हेही एक मोठेच आव्हान होते. या दोन्ही परिवर्तनासाठी इतर भांडवलशाही देशांची व नाणेनिधीसारख्या अर्थसंस्थांची मदत मिळण्याची रशियाला गरज होती. या मदतीच्या आधारेच हे परिवर्तन सुरळीत होणार होते. प्रत्यक्षात हे बदल अतिशय कठीण झाले. औद्योगिक उत्पादनात झालेल्या समस्यांमुळे लोकांचे मनोधैर्य खचले. त्यातच माफिया टोळ्यांनी अर्थव्यवस्थेत हस्तक्षेप केल्यामुळे रशियाच्या अर्थव्यवस्थेला 'गुन्हेगारी भांडवलशाही' चे स्वरूप प्राप्त झाले. लोकशाही प्रस्थापित होण्याची प्रक्रियाही रशियामध्ये अवघड बनत चालली. एकेकाळी वॉर्सा कराराचे सदस्य असणारे पूर्व युरोपातील रशियाचे मित्र देश आता नाटो करारात सामील झाले असून युरोपीय संघाचे सदस्यही बनले आहेत किंवा सदस्यत्वाची प्रतीक्षा करीत आहेत. रशिया मात्र या बाहेर असून त्याची आर्थिक व राजकीय परिस्थिती अजूनतरी अमेरिकेशी स्पर्धा करण्याची नाही. पण ती संभाव्यता ध्यानात घेऊन अमेरिका शीतयुद्धोत्तर काळातही रशियाची ताकद मर्यादित ठेवण्याचा प्रयत्न करताना दिसते. पण नजिकच्या काळात तरी रशिया जागतिक पातळीवर अमेरिकेसाठी धोकादायक ठरेल, असे आज तरी दिसत नाही.

५. चीन एक उभरती सत्ता : पूर्व युरोप व सोव्हिएत रशियामधील साम्यवादाचा एकीकडे पाडाव होत असताना दुसरीकडे म्हणजेच चीनमध्ये साम्यवादी पक्षाची राजवट अधिक भक्कम होत होती. आपल्या उत्पादनव्यवस्थेमध्ये आवश्यक ते बदल करून चीनने आपली अर्थव्यवस्था झपाट्याने स्पर्धात्मक बनवून जागतिक बाजारपेठेत मोठ्या दिमाखात प्रवेश केला. चीनच्या याच धोरणामुळे आज चीन जागतिक अर्थव्यवस्थेतील महत्त्वाचा देश बनला आहे. एवढेच नाही तर आज मोठी आर्थिक ताकद असल्यामुळेच आंतरराष्ट्रीय राजकारणातही चीन स्वतंत्र भूमिका घेताना दिसतो. त्याने अमेरिकेसारख्या राष्ट्रापुढे आव्हान उभे केले आहे. आज जागतिक राजकारणासाठी दोघांनाही एकमेकांची गरज आहे. गेल्या अनेक वर्षांमध्ये चीनने आंतरराष्ट्रीय राजकारणात आपली भूमिका पार पाडताना आपल्या आर्थिक हितसंबंधांना प्राधान्य दिले आहे. चीनच्या वाढत्या आर्थिक शक्तीमुळेच चीनबरोबर वाढत्या प्रमाणात व्यापार करण्यास व चीनमध्ये आर्थिक गुंतवणूक करण्यास उत्सुक असणारी जगातील राष्ट्रे व अमेरिका भविष्यातील आंतरराष्ट्रीय भूमिकेबाबत मात्र सावध पवित्रा घेताना दिसतात. चीनच्या वाढत्या शक्तीमुळे आशियाई-पॅसिफिक भागातील देशांमध्ये मात्र अस्वस्थता दिसते. कारण चीनची वाढती महत्त्वाकांक्षा त्यांच्यासाठी धोक्याची ठरण्याची शक्यता आहे.

६. आशियाई वाघ : दक्षिण कोरिया, मलेशिया, थायलंड आणि तैवान या आशियाई-पॅसिफिक भागातील देशांनी १९८० च्या दशकाच्या अखेरीस भांडवली अर्थव्यवस्थेचा स्वीकार करून आपल्या संरचनात्मक प्रक्रियेत बदल करून जो प्रचंड आर्थिक विकास साधला, त्यामुळे त्यांना 'आशियाई वाघ' असे संबोधले जाऊ लागले. हा आर्थिक विकास साधताना तंत्रज्ञानाचा विकास, मोठी उत्पादनक्षमता, बाजारपेठा, भांडवलवाढ यांच्या आधारे शीतयुद्धोत्तर काळात या देशांनी जपान व अमेरिकेसारख्या देशांपुढे आर्थिक आव्हान उभे केले. परंतु १९९० च्या दशकाच्या अखेरीस त्याचा हा आर्थिक प्रगतीचा विकास किती कुचकामी आहे, याची जगाला प्रचिती आली. कारण या काळात आलेल्या आर्थिक महामंदीमुळे चलनाचे दर स्थिर राखण्याच्या प्रयत्नांत या देशातील अर्थव्यवस्था एकामागून एक कोसळल्या. अमेरिका व जपानच्याही अर्थव्यवस्थेवर याचा परिणाम झाला. या भागातील निर्माण झालेल्या अर्थव्यवस्था उद्ध्वस्त झाल्या नाहीत, तरीपण त्यांच्या गतीला मात्र खीळ बसली. याचे सामाजिक व राजकीय परिणाम मोठ्या प्रमाणात झाले. त्याचबरोबर या आर्थिक फटक्याचा परिणाम जागतिक अर्थव्यवस्थेवरही झाला. परंतु २००० सालापासून या अर्थव्यवस्था पुन्हा हळूहळू सावरू लागलेल्या आपणांस दिसून येतात.

७. युरोपचे एकीकरण : शीतयुद्ध संपल्याचा किंवा सोव्हिएत विघटनाचा सर्वांत मोठा परिणाम युरोपवर झाला. पूर्व युरोपातील साम्यवादी राजवटी एकामागून एक कोसळू लागल्या. १९९० मध्ये जर्मनीचे एकीकरण घडून आले. नाटो संघटनेची व्याप्ती वाढून नव्याने स्वतंत्र झालेल्या पूर्व युरोपीय देशांना टप्प्याटप्प्याने नाटोचे सभासदत्व देण्यात आले. त्यामुळे नाटोची सदस्यसंख्या वाढण्याबरोबरच तिचा प्रादेशिक विस्तारही वाढला. २००६ मध्ये युरोपीय संघाची सदस्यसंख्या १२ होती. ती या सदस्यांच्या समावेशामुळे २७ वर जाऊन पोहोचली आहे. शीतयुद्धाच्या समाप्तीनंतर याप्रमाणे एका विस्तृत एकात्म युरोपची संकल्पना अस्तित्वात आली. युरोपीय संघाने युरोपीय संसदेबरोबरच 'युरो' या सामाईक चलनाचा स्वीकार करून एकत्र येण्याच्या प्रक्रियेतील पुढची पावले टाकली. समान आर्थिक धोरणाच्या जोडीने समान परराष्ट्र धोरण स्वीकारण्याचा युरोपीय संघाचा प्रयत्न आहे. एकत्र आल्यामुळे ताकद वाढलेला युरोपीय संघ जागतिक राजकारणातील प्रमुख म्हणून पुढे येत आहे.

८. उत्तर-दक्षिण विभाजन : शीतयुद्धोत्तर जगात अशा प्रकारचे अनेक बदल होत असतानाच तिसऱ्या जगाची स्थिती मात्र फारशी बदलली नाही. आंतरराष्ट्रीय स्तरावर पाश्चिमात्य भांडवलशाही राष्ट्रांचे पहिले जग अधिक समृद्ध व बलशाली बनले. साम्यवादी प्रगत राष्ट्रांमध्ये आर्थिक व राजकीय परिवर्तन घडून आले. पण विकसनशील व अविकसित राष्ट्रांच्या तिसऱ्या जगाची स्थिती फारशी बदलली नाही. विकसित 'उत्तर' राष्ट्रांच्या स्थितीपर्यंत पोहोचू इच्छिणाऱ्या या देशांचे प्रयत्न जागतिकीकरणाच्या प्रक्रियेतही फारसे यशस्वी झाले नाहीत. नव्या प्रक्रियेत त्यांच्यासमोर नवी आणि अधिक गंभीर आव्हाने उभी राहिली. गॅटच्या नियामक व्यवस्था विकसनशील राष्ट्रांच्या फारशा हिताच्या नसूनही त्या त्यांच्यावर लादल्या जात आहेत. ज्यातून गरीब व श्रीमंत राष्ट्रांमधील दरी म्हणजे 'उत्तर-दक्षिण' अंतर वाढतच आहे.

शीतयुद्धाच्या समाप्तीनंतर अलिप्त राष्ट्रांच्या एकजुटीमागील कारण संपुष्टात आले. त्यांच्या राजकीय एकजुटीच्या अभावी त्यांचा दुबळेपणा अधिकच वाढला असून श्रीमंत राष्ट्रांवरील त्यांचे अवलंबनही वाढले आहे.

एकध्रुवीय जग :

सोव्हिएत रशियाच्या विघटनानंतर जागतिक राजकारणातील शीतयुद्धकालीन द्विध्रुवीकरणाची व्यवस्था कोसळली आणि त्याचबरोबर अमेरिका या महासत्तेला आव्हान देणारी दुसरी मोठी तुल्यबळ महासत्ता अस्तित्वात नसल्याने अमेरिकेच्या नेतृत्वाखाली एकध्रुवीय जागतिक व्यवस्था निर्माण झाली, असे काही विचारवंत

मानतात. शीतयुद्धाच्या समाप्तीनंतर एकध्रुवीय व्यवस्था निर्माण झाली की बहुध्रुवीय व्यवस्था निर्माण झाली, हा जरी अभ्यासकांमधील वादाचा विषय असला, तरी एक गोष्ट मात्र निश्चित होते व ती म्हणजे शीतयुद्धकालीन सत्तासमतोलाची व्यवस्था ढासळली आणि अमेरिकेच्या निरंकुश एकाधिकारशाही दादागिरीला प्रारंभ झाला. १९९१ साली अमेरिकेचे तत्कालीन राष्ट्राध्यक्ष जॉर्ज बुश सीनियर यांनी एका नवीन जागतिक रचनेची कल्पना मांडली. या नवीन जागतिक रचनेची पाच तत्त्वे त्यांनी सांगितली.

१. जगाचे नेतृत्व करण्याची क्षमता अमेरिकेकडे असल्यामुळे या कल्पनेच्या केंद्रस्थानी अमेरिका होता.

२. जागतिक लोकशाहीच्या संरक्षणाची जबाबदारी अमेरिकेवर असल्यामुळे आंतरराष्ट्रीय राजकारणात अमेरिकेच्या सक्रिय भूमिकेवर या सिद्धान्तात जोर देण्यात आला होता.

३. साम्यवादाचा धोका जरी संपुष्टात आला असला, तरी लोकशाहीला इतरही अनेक धोके आहेत. त्यामुळे अमेरिकेला जागतिक राजकारणापासून अलिप्त राहून चालणार नाही.

४. जगातील मोठ्या राष्ट्रांनी जागतिक शांतता, आंतरराष्ट्रीय कायदा व सुरक्षिततेसाठी एकमेकांना सहकार्य करावे.

५. संयुक्त राष्ट्रसंघाला तसेच अण्वस्त्रप्रसाराला आळा घालण्याच्या दृष्टीने जगातील राष्ट्रांनी सहकार्य करावे.

सोव्हिएत रशियाचे विघटन होऊन शीतयुद्ध संपुष्टात आले. पूर्व युरोपात असलेल्या देशांमधील साम्यवादी राजवटी एकामागोमाग एक नष्ट होऊ लागल्या. शीतयुद्धाच्या काळातील सत्तासमतोल व्यवस्था कोसळली. शीतयुद्धामुळे अस्तित्वात आलेल्या 'सत्तासमतोल' किंवा 'दहशतीचा समतोल' या संकल्पना नामशेष होण्याच्या दिशेने वाटचाल करू लागल्या. सोव्हिएतप्रणित वॉर्सा लष्करी संघटन नष्ट झाले, लष्करी हितसंबंधाची जागा आर्थिक हितसंबंधाने घेतली. यांतूनच विभागीय व्यापारी संघटनांचा उदय झाला. उत्तर आणि दक्षिण कोरियाच्या एकीकरणाच्या दिशेने वाटाघाटी सुरू झाल्या. पूर्व व पश्चिम जर्मनीचे एकीकरण घडून आले. रशियाप्रमाणेच युगोस्लाव्हियाचेही विघटन घडून आले. आंतरराष्ट्रीय राजकारणातील संघर्षाचे वातावरण नष्ट करण्यासाठी संघर्ष निवारण्याचे कार्य जगातील प्रमुख राष्ट्रांनी हाती घेतले. अशा प्रकारचे अनेक मोठ्या प्रमाणात बदल जागतिक राजकारणात १९९० च्या दशकात घडून आले.

अमेरिकेच्या नेतृत्वाखालील एकध्रुवीय व्यवस्थेची वैशिष्ट्ये :

१. व्हिएतनाममधील पराभवानंतर अमेरिकेच्या वर्चस्वाचा ऱ्हास होत असल्याचे व सत्तास्पर्धेत ती मागे पडत असल्याचे तर्क केले जात होते. परंतु प्रत्यक्षात १९८९ च्या काही घटनांनी अमेरिकेने जगापुढे आपण वर्चस्ववादी सत्ता असल्याचे सिद्ध केले. उदा. १९८९ मध्ये पनामा या मध्यअमेरिकेतील देशावर आक्रमण करून तेथे हस्तक्षेप केला. तसेच १९९० मध्ये इराकने कुवेतवर आक्रमण केल्यावर अमेरिकेने इराकवर हल्ला चढवून कुवेतवरील आक्रमण परतवले, म्हणजेच अमेरिकेच्या हस्तक्षेपी राजकारणाच्या नव्या युगाला प्रारंभ झाला.

२. १९९० च्या दशकात इराकविरुद्धची पहिली लष्करी कारवाई २००१ मधील अफगाणिस्तानमधील तालीबान शासनाविरुद्धची लष्करी मोहीम आणि २००३ ला इराकमधील सद्दाम हुसेनचे शासन उलथून टाकण्यासाठी इराकमध्ये करण्यात आलेला दुसरा लष्करी हस्तक्षेप ही उदाहरणे अमेरिकेच्या निरंकुश शीतयुद्धोत्तर जागतिक रचना एकध्रुवी असल्याचे मान्य करतात.

३. अमेरिकेच्या या हस्तक्षेपी धोरणांमुळे अमेरिकेचे शत्रू वाढतच आहेत. विशेष म्हणजे इस्लामिक राष्ट्रांमध्ये अमेरिकाविरोधी असंतोष जोर पकडत आहे.

४. सोव्हिएत विघटनामुळे अमेरिकेपुढे आता कोणताच मोठा लष्करी धोका उरला नव्हता. तरीही अमेरिकेचा संरक्षण व्यवस्थेवरील खर्च कमी झाला नाही. अर्थातच आपल्या लष्करी ताकदीच्या जोरावर अमेरिकेची जगातील भूमिका वाढत्या हस्तक्षेपाची आणि वर्चस्ववादी होत गेली. पूर्व युरोप, दक्षिण आशिया आणि मध्यपूर्व या सर्व क्षेत्रांमध्ये अमेरिकेने आपले वर्चस्व दाखवून दिले.

५. अमेरिकेची सध्याची आंतरराष्ट्रीय राजकारणातील भूमिका स्वयंघोषित जागतिक रक्षणकर्त्याची असून त्यासाठी अण्वस्त्रे बाळगण्याचा अधिकार केवळ अमेरिका व त्याच्या मित्र राष्ट्रांनाच असून जगातील इतर राष्ट्रांनी अण्वस्त्रांचा विकास करू नये, अशा प्रकारची भूमिका अमेरिका घेत आहे.

६. अमेरिका आंतरराष्ट्रीय राजकारणातील अपरिहार्य घटक बनल्यामुळे तिच्याकडे अधिकाधिक प्रमाणात साम्राज्यवादी सत्ता म्हणून पाहिले जाऊ लागले आणि हिचा वापर अमेरिका शहाणपणाने करेल किंवा नाही, याबद्दल संशयही निर्माण होऊ लागले.

७. एकंदरीत आर्थिक, लष्करी, विज्ञान व तंत्रज्ञान, माहिती तंत्रज्ञान, यातील प्रगतीच्या आधारावर अमेरिका जगाचे नेतृत्व करू पाहत आहे.

वरील वैशिष्ट्यांवरून जागतिक राजकारणात अमेरिकेची वाढत असलेली एकाधिकारशाही स्पष्ट होते.

प्रकरण ६

आंतरराष्ट्रीय राजकीय अर्थव्यवस्था

आंतरराष्ट्रीय राजकीय अर्थव्यवस्थेचा अर्थ :

आजच्या काळात राजकारण व अर्थकारण या दोन्ही संकल्पना पूर्णपणे एकमेकांमध्ये गुंतलेल्या असल्याची जाणीव अधिक प्रकर्षाने आपणांस होते. त्यामुळे या दोन्ही संकल्पनांचा परस्परसंबंधीचा विशेष अभ्यास आपणांस करावा लागतो किंवा अशा प्रकारच्या अभ्यासाशिवाय आंतरराष्ट्रीय राजकारणाचे मूल्यमापन हे अपूर्णच राहते. शिवाय यांच्या अभ्यासामुळे देशांतर्गत किंवा आंतरराष्ट्रीय राजकारणाविषयीची आपली मते किंवा आपला दृष्टिकोन अधिक व्यापक आणि सखोल होऊ शकतो.

आंतरराष्ट्रीय राजकारणामध्ये किंवा राष्ट्राराष्ट्रांमध्ये चालणाऱ्या राजकीय व्यवहारांना आर्थिक हितसंबंधांचा व व्यवहारांचा एक प्रकारचा पाया असतो. ज्या सत्ता किंवा शक्तीचा आंतरराष्ट्रीय राजकारणात प्रामुख्याने अभ्यास केला जातो, त्याचा पायादेखील आर्थिक शक्ती हाच असतो. जे देश आर्थिकदृष्ट्या संपन्न असतात, तेच आंतरराष्ट्रीय राजकारणात अधिक प्रबळ असतात व ते इतर देशांच्या धोरणावर व राजकारणावर आपल्या सामर्थ्याच्या साहाय्याने प्रभाव पाडू शकतात. याउलट गरीब देशांची परिस्थिती असते. अशा प्रकारची राष्ट्रे आंतरराष्ट्रीय सत्ताकारणातही दुर्बल ठरतात व प्रबळ देशांच्या राजकारणात त्यांचे फारसे चालत नाही.

आंतरराष्ट्रीय व्यापार, व्यापारासाठी असणारे किंवा ठरणारे आंतरराष्ट्रीय नियम, ते अमलात आणणाऱ्या संघटना, बाजारपेठा, बहुराष्ट्रीय कंपन्या, आंतरराष्ट्रीय आर्थिक सहकार्य व स्पर्धा यांचा मुख्यत्वे आंतरराष्ट्रीय राजकीय अर्थव्यवस्थेच्या अभ्यासात समावेश केला जातो. या सर्व संकल्पनांचा राष्ट्राच्या अंतर्गत घडामोडींवर तसेच परराष्ट्र व्यवहारांवरही परिणाम होत असल्याने हा अभ्यास आज महत्त्वाचा ठरतो आहे. म्हणजेच केवळ आर्थिक व्यवहारांचा व घडामोडींचा राजकारणावर परिणाम होतो,

असे नाही. राजकीय प्रक्रिया व राजकीय निर्णय हेही अर्थव्यवस्थेत बदल करणारे किंवा तिला एखाद्या विशिष्ट दिशेने चालना देणारे घटक ठरू शकतात. अशाच स्वरूपाच्या आर्थिक व राजकीय घडामोडी हल्लीच्या जगात अधिक महत्त्वाच्या ठरत आहेत. विशेषत: गेल्या दशकभरामध्ये झालेल्या जागतिकीकरणाच्या प्रक्रियेमुळे याच्या अभ्यासाला आंतरराष्ट्रीय राजकारणाच्या अभ्यासात विशेष महत्त्व प्राप्त झाले आहे. या त्याच्या वाढलेल्या महत्त्वामुळे आंतरराष्ट्रीय राजकारणाची सैद्धान्तिक व संकल्पनात्मक चौकटही बदलण्यास सुरुवात झालेली आहे. या संकल्पनेचा अभ्यास करताना वास्तववादी 'सत्ता' किंवा लष्करी सत्तेला दिले गेलेले महत्त्व कमी करून आर्थिक सत्तेचे महत्त्व वाढवावे लागते.

संकल्पना :

'आंतरराष्ट्रीय राजकीय अर्थव्यवस्था' अशा प्रकारची संकल्पना दोन अर्थाने वापरली जाते. एक म्हणजे, हा विषय किंवा या विषयातील मुद्यांचा व समस्यांचा अभ्यास करणारा विषय आणि दुसरा म्हणजे, जागतिक राजकारण व अर्थकारण यासंबंधी विचार करण्याची एक पद्धती. आजच्या जागतिकीकरणाच्या काळात आंतरराष्ट्रीय अर्थकारण हे आंतरराष्ट्रीय संबंधाच्या अभ्यासाचा जवळजवळ केंद्रबिंदू बनले आहे. कारण जागतिकीकरणाची मुख्य शक्ती ही आर्थिक शक्ती आहे. जगभर पसरलेल्या बहुराष्ट्रीय कंपन्यांच्या वाढत्या विस्तारामुळे वित्त पुरवठ्याचे जागतिकीकरण झाले आहे. त्याशिवाय जगातील लोक व व्यापार हे माहिती तंत्रज्ञानाच्या क्रांतीमुळे जोडले गेले आहेत. अर्थकारणात होणारे बदल हे जागतिकीकरणाच्या प्रक्रियेवरही प्रभाव पाडतातच. शिवाय राजकारणावरही पाडत असतात. आंतरराष्ट्रीय आर्थिक संबंधांचे स्वरूप व रचना यांचा उत्पादनाचे नवे प्रकार व पद्धती, गुंतवणूक, वित्तपुरवठा आणि व्यापार या जागतिकीकरणाच्या महत्त्वाच्या बाबींवर प्रभाव पडतो.

आंतरराष्ट्रीय राजकारणाच्या विश्लेषणातील विशिष्ट विचारपद्धतीसाठी आजच्या काळात आंतरराष्ट्रीय राजकीय अर्थव्यवस्था हा शब्दप्रयोग वापरला जातो. याची संकल्पना किंवा व्याख्या करताना आपणांस असे म्हणता येईल की, आंतरराष्ट्रीय संबंधाच्या अभ्यासात आंतरराष्ट्रीय राजकीय अर्थव्यवस्था ही मुख्यत: राजकारण व अर्थकारण यांच्यातील परस्परसंबंधावर जोर देते. कारण अर्थकारण लक्षात घेतले, तरच राजकारण समजू शकेल, अशी भूमिका यामागे आहे. त्याचप्रमाणे अर्थकारण व राजकारण एकमेकांवर प्रभाव टाकतात, असेही त्यामध्ये अभिप्रेत आहे. जागतिकीकरण घडवणाऱ्या ज्या शक्ती आहेत, त्यांनीच आंतरराष्ट्रीय राजकीयीकरण केले आहे जे

अगोदर नव्हते. ही कल्पना राजकीय अर्थव्यवस्था या दृष्टिकोनाला मान्य नाही. तसेच आंतरराष्ट्रीय आर्थिक व्यवस्थेचा पाया आर्थिक स्वरूपाचाच असतो, हे गृहीतकही यामध्ये अमान्य केले जाते. यात राजकारण व अर्थकारणाचा परस्परावलंबी, परस्परांवर प्रभाव टाकणारा व परस्परांत गुंतलेला संबंध अंतर्भूत होतो.

राष्ट्रीय व आंतरराष्ट्रीय राजकीय अर्थव्यवस्थेमधील सीमारेषा, अर्थकारण व राजकारण परस्परांमध्ये गुंतल्यामुळे व परस्परांवर अवलंबून असल्याने पुसट होत गेलेले आहे. वाढत चाललेला आंतरराष्ट्रीय व्यापार, वाढत्या प्रादेशिक आर्थिक संघटना व त्यांचे सदस्यत्व आणि जागतिकीकरणाची प्रक्रिया यांमुळे आर्थिक प्रक्रिया विशिष्ट राष्ट्रांच्या सीमांपलीकडे जाऊन राष्ट्रांचे परस्परावलंबन वाढत चालले आहे. साहजिकच त्यामुळे जगातील राष्ट्रांच्या अर्थव्यवस्था एकमेकांशी जोडल्या गेल्या आहेत. त्यामुळे एखाद्या राष्ट्रामध्ये होणाऱ्या आर्थिक बदलांचे परिणाम लगेचच जगातील इतर राष्ट्रांवर होतात. उदा. पश्चिम आशियातील राष्ट्रांनी तेलाचे उत्पादन कमी करताच आंतरराष्ट्रीय बाजारातील तेलाचे भाव वाढतात व याचा परिणाम इतर देशांच्या आर्थिक परिस्थितीवर आणि धोरणांवर होतो. शिवाय यातूनच संबंधित देशांची अंतर्गत व आंतरराष्ट्रीय धोरणेही बदलू शकतात व त्या गोष्टीचा परिणाम एकंदरीत आंतरराष्ट्रीय राजकारणावर होतो. त्यावर उपाय म्हणून मग जगातील काही मोठ्या देशांकडून मोठ्या प्रमाणात जागतिक व्यवस्थेत राजकीय व आर्थिक हस्तक्षेप केला जाऊ शकतो. इराकने जेव्हा १९९१ मध्ये कुवेतवर आक्रमण केले, तेव्हा त्याचे संभाव्य परिणाम तेलाच्या पुरवठ्यावर होतील, या संशयानेच अमेरिका व तिच्या मित्रराष्ट्रांनी इराकवर आक्रमण केले. हे उदाहरण अर्थव्यवस्था व राजकारण परस्परांमध्ये किती गुंतलेले असतात, हे स्पष्ट करते.

आजच्या काळात विकसित होणाऱ्या जागतिकीकरणामुळे जगातील राष्ट्रांचे परस्परावलंबन अधिकच वाढलेले आहे. त्याचप्रमाणे आंतरराष्ट्रीय अर्थकारणातील बदल जागतिकीकरणाच्या शक्तीमुळे किंवा प्रवाहांमुळे देशांतर्गत राजकारणावरही परिणाम करताना दिसून येतात. या परिणामांमुळेच राष्ट्रीय शासनव्यवस्थांना आपली राष्ट्रीय धोरणे राबवणे व राष्ट्राचे अर्थकारण चालवणे अधिकाधिक अवघड बनत चाललेले आहे. यावर उपाय म्हणून जगातील या शासनव्यवस्था आपल्या परीने; पण आंतरराष्ट्रीय अर्थव्यवस्थेच्या अंतर्गत राहूनच देशांतर्गत आर्थिक धोरणे ठरवतात व राबवतात व त्यातूनच आंतरराष्ट्रीय अर्थव्यवस्थेचे नियंत्रण करू शकतील, अशा प्रकारच्या आंतरराष्ट्रीय पातळीवरच्या संस्था किंवा संघटना निर्माण करण्याचा प्रयत्न

करतात. अशा प्रकारे देशाचे राष्ट्रीय राजकारण व अर्थकारण हे आंतरराष्ट्रीय राजकारण व अर्थकारणाशी जोडले जाऊन परस्परांवर प्रभाव टाकतात. यामधूनच राष्ट्रीय व आंतरराष्ट्रीय यांच्यातील संबंधाची सीमारेषा पुसट होत चालली आहे, असे आंतरराष्ट्रीय राजकीय अर्थव्यवस्थेच्या दृष्टिकोनातून स्पष्ट होते.

आंतरराष्ट्रीय राजकीय अर्थव्यवस्थेकडे पाहण्याचे जगामध्ये जे वेगवेगळे दृष्टिकोन आहेत, त्यांच्यानुसार राजकारण व अर्थकारण हे आंतरराष्ट्रीय राजकीय अर्थव्यवस्थेला गती देणारे घटक असतात. अर्थकारण किंवा बाजारपेठा ह्या आंतरराष्ट्रीय राजकीय अर्थव्यवस्थेमधील शक्ती, असे उदारमतवादी दृष्टिकोन मानतो; तर राज्य व राजकारण या आंतरराष्ट्रीय राजकीय अर्थव्यवस्थेमागील शक्ती आहेत, असे वास्तववादी दृष्टिकोन मानतो.

राष्ट्राराष्ट्रांमधील राजकीय व आर्थिक संबंधांनाच आंतरराष्ट्रीय संबंध असे म्हणतात. हे शेवटी आंतरराष्ट्रीय राजकीय अर्थव्यवस्थेचा एक भाग आहेत, असे काही विचारवंताना वाटते; तर आंतरराष्ट्रीय सुरक्षा संबंध आणि आंतरराष्ट्रीय राजकीय अर्थव्यवस्था अशा प्रकारची दोन आंतरराष्ट्रीय संबंधांची मुख्य उपक्षेत्रे आहेत, असे मत प्रसिद्ध विचारवंत जोशुआ गोल्डस्टाइन मांडतात. ते पुढे असेही म्हणतात की, आंतरराष्ट्रीय राजकीय अर्थव्यवस्थेच्या अंतर्गत व्यापार, वित्तीय संबंध, बहुराष्ट्रीय कंपन्या, युरोपचे आर्थिक एकीकरण, जागतिक पर्यावरणाचे राजकारण, उत्तर व दक्षिण यांच्यातील आर्थिक दरी, विकासाचे वेगवेगळे प्रश्न इ. गोष्टींचा अभ्यास यामध्ये येतो. थोडक्यात, आंतरराष्ट्रीय राजकीय अर्थव्यवस्था ही आजच्या काळातील आंतरराष्ट्रीय राजकारणातील विविध प्रकारच्या प्रक्रिया समजण्यासाठीचे आवश्यक साधन बनले आहे. राज्ये व त्यांच्यामधील संबंधावर झोत असला, तरी या दृष्टिकोनानुसार अराज्य घटकांनाही अर्थपूर्णता व महत्त्व आहे. जागतिकीकरणाच्या संदर्भात आंतरराष्ट्रीय राजकारणातील संरचना व मुद्दे या दृष्टिकोनातून अभ्यासता येतात.

आजच्या काळात जगात कोणताही देश स्वयंपूर्ण नाही. कच्च्या मालाच्या किंवा आवश्यक गोष्टींच्या आयात वा निर्यातीसाठी त्याला इतर देशांवर अवलंबून राहावे लागते. याप्रकारची आयात-निर्यात ही देशाच्या आर्थिक व सर्वांगीण विकासासाठी आवश्यक ठरते. इंग्लंड, अमेरिका, जपान व जर्मनी यांसारखे विकसित देश असोत किंवा बांगला देश, मलेशिया, ब्राझील यांसारखे विकसनशील देश असोत ते याप्रकारे परस्परांवर अवलंबून असतात. विकसनशील देशांना यंत्रे, वस्तू किंवा लष्करी सामान आयात करायचे असते व कच्चा माल निर्यात करायचा असतो, तर विकसित देशांना

त्यांचा तयार माल निर्यात करून कच्चा माल आयात करायचा असतो. या परस्परावलंबी आर्थिक संबंधामध्ये सर्वसाधारणत: विकसनशील म्हणजे गरीब देश हे अधिक कमकुवत स्थितीत असतात व त्याचा गैरफायदा विकसित देश घेऊ शकतात. एखाद्या छोट्या अविकसित देशाची अर्थव्यवस्था त्याच्या कच्च्या मालाच्या निर्यातीवर पूर्णपणे अवलंबून असते. विकसित देशाने हा माल घेणे थांबवले म्हणजेच आयात थांबवली, तर छोट्या देशाची अर्थव्यवस्था धोक्यात येऊ शकते.

जगातील विविध देशांमधील आर्थिक संबंध मुख्यत: व्यापार व आर्थिक मदत या स्वरूपांमध्ये असतात. या दोन्ही साधनांचा प्रगत देश आपल्या राजकीय उद्दिष्टांसाठी वापर करताना दिसतात म्हणजेच आंतरराष्ट्रीय व्यापार व आंतरराष्ट्रीय आर्थिक मदत हे आंतरराष्ट्रीय राजकीय अर्थव्यवस्थेच्या संदर्भात महत्त्वाचे ठरतात.

आंतरराष्ट्रीय राजकीय अर्थव्यवस्थेची उद्दिष्टे :

आंतरराष्ट्रीय आर्थिक व्यवहारांत स्वत:चा आर्थिक लाभ व्हावा, असा हेतू असतोच. परंतु दुसऱ्या राज्यासदेखील आर्थिकदृष्ट्या आपल्यावर विसंबून राहावे लागेल, अशा राजकीय उद्देशाने आर्थिक व्यवहार केले जातात. या उद्देशामध्ये सर्वसाधारणपणे पुढील गोष्टींचा समावेश होतो–

१. परराष्ट्रीय धोरणाची उद्दिष्टे साध्य करणे : साम, दाम, दंड या मार्गाने दुसऱ्या राज्यास आपल्याकडे वळवण्याचा प्रयत्न केला जातो. दुसऱ्या राष्ट्राच्या परराष्ट्र धोरणास प्रभावित करण्याचे प्रयत्न आर्थिक साधनांद्वारे केले जातात. एखाद्या राज्यास आर्थिक मदत न करण्याची धमकी देऊन त्या राज्याचे मन वळवण्याचा प्रयत्न केला जातो.

२. स्वत:ची क्षमता वाढवणे व शत्रूपक्षाची क्षमता कमी करणे : काही राज्ये आपली क्षमता वाढवून प्रतिपक्षाची क्षमता कमी करण्याचा आर्थिक साधनांद्वारे प्रयत्न करीत असतात. उदा. कच्च्या मालाचा सर्व उपलब्ध साठा ताब्यात घेतात. त्यामुळे शत्रू-पक्षास अशा वस्तूची कमतरता भासते व त्यांच्या औद्योगिक क्षमतेवर त्याचा विपरीत परिणाम होतो.

३. आर्थिकदृष्ट्या संरक्षित राज्य निर्माण करणे : काही राज्ये दुर्बल राज्यांना आर्थिक मदत करून त्यांना पूर्णपणे आपली आर्थिकदृष्ट्या संरक्षित राज्ये बनवितात. अशी आर्थिक दृष्टीने पराधीन राज्ये नंतर त्यांच्यापासून पृथक होण्याची कल्पनाच करू शकत नाहीत.

राजकीय अर्थव्यवस्थेच्या अभ्यासातील विविध दृष्टिकोन :

अ. उदारमतवाद :

आंतरराष्ट्रीय राजकारणाचा एक स्वतंत्र विषय म्हणून ज्या वेळी अभ्यास होऊ लागला त्या काळात, म्हणजे पहिल्या महायुद्धानंतरच्या काही वर्षांत उदारमतवादाचे प्राबल्य होते. मुख्यत: अमेरिका आणि ब्रिटनमध्ये या विद्याशाखेचा विकास होऊ लागल्याने तेथील उदारमतवादाचा प्रभाव जागतिक राजकारणाच्या अभ्यासावर पडणे स्वाभाविकही होते. सतराव्या शतकातील इंग्रज तत्त्वज्ञ जॉन लॉकच्या 'मानवी स्वभाव आणि निसर्गावस्था' याविषयीच्या विचारांमध्ये उदारमतवादाची मुळे आहेत. अठराव्या शतकाच्या अखेरीस प्रसिद्ध झालेल्या, जर्मन विचारवंत इमान्युएल कॉंट यांच्या 'पर्पेटयुल पीस' या ग्रंथातील विचारांचाही त्यावर प्रभाव आहे. मनुष्यप्राणी विवेकी असतो, आपल्या व इतरांच्याही भल्याबुऱ्याचा सारासार विचार तो करू शकतो. आपल्याप्रमाणेच इतरांचेही भले व्हावे, यासाठी एकमेकांशी सहकार्य करण्याची प्रवृत्ती त्याच्यात असते. यांमुळेच त्यांनी विविध सामाजिक संघटना निर्माण केल्या. राज्य व कायदा निर्माण केले आणि परस्परांच्या भल्यासाठी परस्पर सहकार्याने राहता येईल, अशी व्यवस्था निर्माण केली. अशाच तऱ्हेने कायदा व संघटना यावर आधारित जागतिक अर्थव्यवस्था निर्माण करणे शक्य आहे. हा उदारमतवादी विचारांचा गाभा आहे. उदारमतवादी सिद्धान्त राष्ट्रराज्ये नष्ट करू पाहत नाही, तर केवळ त्यांच्या वर्तनाचे कायद्याने नियमन करू पाहतो. या अर्थाने तो राज्यकेंद्री सिद्धान्तच आहे.

सुरुवातीच्या काळात मुख्यत: पहिल्या महायुद्धकालीन अमेरिकन राष्ट्राध्यक्ष वुड्रो विल्सन आणि नॉर्मल एंजेल यांनी आंतरराष्ट्रीय राजकारणाची उदारमतवादी मांडणी केली. व्हर्सायच्या तहाच्या विड्रो विल्सन यांनी मांडलेल्या शांततेच्या प्रस्तावावरील चौदा मुद्दे या दृष्टीने महत्त्वाचे आहेत. त्यातील काही मुद्दे असे–

१. गुप्त करार आणि गुप्त राजनयाची पद्धत बंद करणे.

२. मुक्त व्यापारावरील बंधने उठवणे.

३. सर्व राष्ट्रांना नौवहनाचे संपूर्ण स्वातंत्र्य देणे.

४. सर्व राष्ट्रांनी शस्त्रकपात करून फक्त अंतर्गत सुरक्षेसाठी आवश्यक इतकीच शस्त्रास्त्रे बाळगणे.

५. वसाहतींचे प्रश्न आणि भौगोलिक सीमांचे वाद सोडवण्यासाठी स्वयंनिर्णयाच्या तत्त्वांचा वापर करणे.

विल्सन यांच्या विचारांतील दोन गोष्टींच्या पायावर उदारमतवादाची चौकट सर्वसाधारणपणे उभी आहे. एक म्हणजे, लोकशाहीचा प्रसार. विल्सन यांना तो

महत्त्वाचा वाटतो. कारण लोकशाही राष्ट्रे बव्हंशी शांतताप्रिय असतात आणि त्यांच्यात आपसांत युद्धे क्वचित होतात, असा त्यांचा विश्वास होता. दुसरे म्हणजे, सशक्त आंतरराष्ट्रीय संघटनांची गरज. आंतरराष्ट्रीय संघटना आणि आंतरराष्ट्रीय कायदा याद्वारे जागतिक संबंधाचे नियमन करून राष्ट्राराष्ट्रांतील संघर्ष सोडवता येतात. सत्तासंतुलनापेक्षा संघटना व कायदा ही आंतरराष्ट्रीय सुरक्षेची अधिक विश्वासू साधने आहेत. विल्सन यांच्या विचारांस 'उदारमतवादी आदर्शवाद' असेही म्हणतात. नॉमेल एंजेल त्यांच्या विसाव्या शतकाच्या प्रारंभासच प्रसिद्ध झालेल्या 'द ग्रेट इल्यूशन' या पुस्तकात असा विचार मांडतात की, युद्ध हे उपयुक्त असते आणि युद्धामुळे जेत्या राष्ट्रास भरपूर फायदा होतो, ही मोठीच गैरसमजूत आहे. आधुनिक काळात दुसऱ्या राष्ट्राचा प्रदेश जिंकून घेण्याची जबर किंमत विजेत्या राष्ट्रालाही मोजावी लागते. शिवाय युद्धामुळे आंतरराष्ट्रीय व्यापारावर विपरीत परिणाम होऊन नुकसान होते, ते वेगळेच. एंजेल यांच्या या विचारांवरून पुढील काळातील उदारमतवाद्यांनी असा विचार मांडला की, राष्ट्राराष्ट्रांच्या वाढत्या आर्थिक, व्यापारी परस्परावलंबित्वामुळे युद्धाची उपयुक्तता आपोआप कमी होत जाईल आणि आंतरराष्ट्रीय संबंधाचे नियमन करणाऱ्या आंतरराष्ट्रीय कायद्याचे व संघटनांचे महत्त्व वाढेल.

या उदारमतवादी विचारांतून १९२० च्या दशकातील सुधारणेचा आदर्शवादी कार्यक्रम तयार झाला. राष्ट्रसंघाची निर्मिती करण्यात आली. राष्ट्रसंघाच्या माध्यमातून सामुहिक सुरक्षेच्या तत्त्वांचा पुरस्कार करण्यात आला. १९२१ मध्ये आंतरराष्ट्रीय न्यायालयाची स्थापना झाली. १९२८ च्या केलॉग-ब्रिआंद कराराने युद्ध बेकायदेशीर ठरवले गेले. स्वयंनिर्णयाच्या तत्त्वाच्या आधारे ऑटोमन, जर्मन, रशियन आणि ऑस्ट्रो-हंगेरियन साम्राज्यांतील प्रदेशांची पुनर्रचना करून नवीन स्वतंत्र राष्ट्रे निर्माण करण्यात आली. या राष्ट्रांमध्ये लोकशाही राबवण्यात आली. १९३० च्या दशकातील घटनांमुळे हा अजेंडा मागे पडत गेला आणि हळूहळू युरोप पुन्हा शस्त्रस्पर्धा व सत्तासंतुलनाकडे वळला. भारताला स्वातंत्र्य मिळाल्यानंतर पंतप्रधान नेहरूंनी मुख्यत: उदारमतवादी तत्त्वांच्या आधारे भारताच्या परराष्ट्र धोरणाची उभारणी केली. गटनिरपेक्षतेच्या धोरणांचा अवलंब असो की आंतरराष्ट्रीय संघटनांना दिलेले महत्त्व, त्यामागे नेहरूंचा उदारमतवादी विचार होता.

१९६० व १९७० च्या दशकात विशेषत: पाश्चिमात्य जगतातील आंतरराष्ट्रीय राजकारणातील घडामोडींमुळे पुन्हा एकदा उदारमतवादी विश्लेषणास चालना मिळाली. उदारमतवाद्यांच्या ज्या वेगवेगळ्या शाखा या काळात विकसित झाल्या, त्या सर्वांना एकत्रितपणे 'नवउदारमतवाद' असे म्हणता येते. या सिद्धान्ताचे एक वैशिष्ट्य म्हणजे

ते आदर्शवादी नव्हते आणि दुसरे वैशिष्ट्य म्हणजे त्यांच्या अभ्यासपद्धतीवर वैज्ञानिक दृष्टिकोनाचा प्रभाव पडलेला होता.

या काळातील पश्चिम युरोपातील क्षेत्रीय सहकार्याचा आणि आर्थिक एकात्मीकरणाचा कार्ल डॉइश आणि सहकाऱ्यांनी वैज्ञानिक अभ्यास केला. डॉइश यांनी असा विचार मांडला की, स्वतंत्र राष्ट्रांदरम्यान सातत्याने चालणाऱ्या विशेषत: आर्थिक, व्यापारी देवाण-घेवाणीमुळे त्या राष्ट्रांतील नागरिकांमध्ये सामाईक ओळख आणि सामाईक मूल्यव्यवस्था विकसित होण्यास मदत होते. त्यामुळे शांतता आणि सहकार्य वाढीस लागते. रॉबर्ट कोहेन आणि जोसेफ नाय यांच्या विश्लेषणानुसार, पाश्चिमात्य जगातील देशांमध्ये गुंतागुंतीचे परस्परावलंबित्व निर्माण झाले आहे. परस्परावलंबित्व हे दोन देशांच्या शासनांतील संबंधांपुरतेच मर्यादित नसून जनतेच्या पातळीवरील सामाजिक संबंध; उद्योगधंद्यांचे सीमापार अस्तित्व; आणि तदनुषंगाने येणारे संबंध,असा त्याचा विस्तार झाला आहे. लष्करी सामर्थ्य हे परराष्ट्र धोरणाचे प्रमुख साधन राहिलेले नाही. या सगळ्यांमुळे पाश्चिमात्य देशांदरम्यान संघर्षाची आणि युद्धाची शक्यता अगदीच नगण्य झाली आहे. या सिद्धान्ताला 'परस्परावलंबित्वाचा उदारमतवाद' असे म्हटले गेले. ओरान यंग यांनी आंतरराष्ट्रीय संस्थांचे महत्त्व विशद केले. संस्था दोन प्रकारच्या असतात. एक म्हणजे, आंतरराष्ट्रीय संघटना आणि दुसरी म्हणजे, आंतरराष्ट्रीय नियमव्यवस्था. संस्थांच्या वाढत्या जाळ्यांमुळे राजकीय आणि सामरिकच नव्हे तर आर्थिक, सामाजिक विषयांवरील आंतरराष्ट्रीय सहकार्य वाढले आहे. 'नवउदारमतवादी संस्थावाद' असे नाव या सिद्धान्ताला मिळाले. मायकल डॉयल यांनी लोकशाहीजन्य शांततेची कल्पना मांडली. राष्ट्राराष्ट्रांतील विवादाची शांततामय मार्गाने सोडवणूक, सामाईक मूल्यव्यवस्था आणि आर्थिक सहकार्य या तीन गोष्टींमुळे लोकशाही देशांदरम्यान युद्धे कमी होतात आणि शांतता नांदते, असे त्यांनी म्हटले आहे. या सिद्धान्ताच्या समर्थकांच्या म्हणण्यानुसार, जगात लोकशाहीचा जसजसा प्रसार होईल तसतशी युद्धाची शक्यता कमी होऊन शांततेचे क्षेत्र विस्तारत जाईल. शीतयुद्ध संपल्यानंतरच्या काळात नवउदारमतवादाचा प्रभाव पुन्हा एकदा वाढल्याचे दिसते. विशेषत: नवउदारमतवादी संस्थावाद आणि लोकशाहीजन्य शांततेचा सिद्धान्त हे अभ्यासकांमध्ये अधिक लोकप्रिय होत असल्याचे दिसते.

आंतरराष्ट्रीय व्यवस्था ही प्रामुख्याने सार्वभौम राष्ट्रराज्यांचीच व्यवस्था असली; तरी त्यात संघर्ष अटळ नसून राष्ट्रराज्यांचे एकमेकांशी सहकार्य शक्य असते, हे उदारमतवादाचे प्रमुख गृहीतक आहे. ज्याप्रमाणे व्यक्ती विवेकाने विचार करून व्यवस्था आणि सुरक्षा प्रस्थापित करू शकतात, त्याचप्रमाणे राष्ट्रराज्येही व्यवस्था आणि सुरक्षा

प्रस्थापित करू शकतात, असे उदारमतवाद मानतो. अभिजात उदारमतवादामध्ये 'सामूहिक सुरक्षेची संकल्पना' हे सुरक्षेचे प्रमुख साधन मानले गेले आहे. नवउदारमतवादी परस्परावलंबित्वाचा सिद्धान्त आर्थिक; तसेच इतर पातळ्यांवरील परस्परावलंबित्व जसे वाढते तशी परस्पर सहकार्याची प्रवृत्ती वाढते, असे मानतो. नवउदारमतवादी संस्थावादामध्ये विविध आंतरराष्ट्रीय संस्थांच्या माध्यमातून राष्ट्राराष्ट्रांतील सहकार्य वाढते, असे मानले आहे; तर लोकशाहीजन्य शांततेच्या सिद्धान्तामध्ये लोकशाहीचा प्रसार हेच सुरक्षेचे आणि सहकार्याचे साधन मानले गेले आहे.

ब. वाणिज्यवाद किंवा व्यापारवाद :

आंतरराष्ट्रीय राजकीय अर्थव्यवस्थेच्या अभ्यासात वाणिज्यवाद हा एक महत्त्वाचा दृष्टिकोन आहे. वाणिज्यवादी दृष्टिकोन हा वास्तववादी दृष्टिकोनाप्रमाणेच 'प्रत्येक राज्य स्वत:च्या हितसंबंधांचे संरक्षण करीत असते व तसे करीत असताना इतर राज्यांच्या हितसंबंधांचा बळी देण्यास कचरत नाही', या गृहीतकावर आधारलेला आहे. या दृष्टिकोनानुसार राज्यांचे हितसंबंध परस्परविरोधी असतात व त्यामुळे कोणत्याही राज्याचे उद्दिष्ट हे संपत्तीचे स्वत:स सर्वांत हितकर असे घडवून आणणे हे असते. वाणिज्यवाद्यांच्या मते जगातील संपत्ती मर्यादित आहे, त्यामुळे तिच्या वाटपात जेव्हा एका देशाचा फायदा होतो, तेव्हा दुसऱ्या देशाचा किंवा देशांचा तोटा होत असतो. अर्थातच अशा वेळी प्रत्येक देश स्वत:चा फायदा पाहतो व त्याने तो पाहावा, असे वाणिज्यवाद सुचवतो.

वाणिज्यवाद असे मानतो की, अर्थकारणाने राजकारणाची उद्दिष्टे साध्य करण्यास हातभार लावला पाहिजे. संपत्ती निर्माण करणे हे राज्याची ताकद वाढवणारे ठरू शकते. सत्ता ही सापेक्ष असल्यामुळे दोन राष्ट्रांमधील आर्थिक व्यवहारांमध्ये आपल्या राष्ट्राला प्रतिस्पर्धी राष्ट्रापेक्षा अधिक फायदा व्हायला हवा. ज्या प्रमाणात राज्ये संपत्ती निर्माण करतील, त्यानुसार आंतरराष्ट्रीय व्यवस्थेत त्यांची शक्ती व त्यांचा प्रभाव ठरतो. उदा. जपान किंवा जर्मनीसारख्या देशांचे वाढते सामर्थ्य हे भविष्यात अमेरिकेच्या सत्तेला आव्हान देऊ शकणारे होईल, असे मानले जाते.

एकोणिसाव्या शतकात इंग्लंडने जेव्हा मुक्त बाजारपेठेचा पुरस्कार सुरू केला व बचावात्मक धोरण सोडून दिले, तेव्हा वाणिज्यवादाला ओहोटी लागली. पण परत विसाव्या शतकात दोन महायुद्धांदरम्यानच्या काळात वाणिज्यवादाचे पुनरागमन झाले. या काळात उदारमतवादी व्यापारी संबंध जवळजवळ संपुष्टात आले होते. अनेक देश वाणिज्यवादी धोरणांनुसार आपले आर्थिक व्यवहार करीत असल्यामुळे वाणिज्यवादी

बचावात्मक उपाययोजनांचा अवलंब करीत होते. या उपायांमध्ये संरक्षणात्मक जकाती, कोटा पद्धती, आयातपर्यायी वस्तूंचे उत्पादन इ. गोष्टी येतात.

वाणिज्यवादाचे डावपेच :

१. स्वयंपूर्णता : परावलंबन कमी करण्यासाठी देशाची स्वयंपूर्णता वाढवणे, इतर देशांबरोबर व्यापार टाळण्यासाठी गरजेच्या सर्व वस्तूंचे देशातच उत्पादन करणे हा अशा प्रकारच्या डावपेचांपैकी एक. समाजवादी देशांनी, विशेषत: चीनसारख्या देशाने या प्रकारच्या धोरणांचा स्वीकार सुरुवातीस केला होता. परंतु असे धोरण दीर्घकाळासाठी यशस्वी होत नाही. इतर राष्ट्रे एकत्र येऊन सहकार्य करतात, तेव्हा अशा एखाद्या राष्ट्राची ताकद त्यांच्या तुलनेत कमीच पडते.

२. बचाववाद : बचाववादी धोरण हे अशा प्रकारचे दुसरे धोरण. आंतरराष्ट्रीय व्यापार आपल्या स्वत:च्या फायद्याचा ठरवण्यासाठी काही वेळा राष्ट्रे काही खटपटी, लटपटी करतात. ज्यामुळे देशांतर्गत बाजारपेठ भक्कम होईल व देशातील उद्योगांना आंतरराष्ट्रीय बाजारपेठेपासून संरक्षण देता येईल व आंतरराष्ट्रीय स्पर्धेपासून वाचवता येईल, अशी धोरणे म्हणजे बचाववादी धोरणे. आयात, निर्यात मालावर विशिष्ट पद्धतींनी जकात बसवून हे संरक्षण दिले जाते. आयात वस्तूंवर अधिक जकात बसवून त्या वस्तूंची आयात आपोआप मर्यादित केली जाते व देशात उत्पादित केलेल्या त्या प्रकारच्या वस्तूंना देशांतर्गत बाजारपेठेत फारशा स्पर्धेला तोंड द्यावे लागत नाही. जकातीमार्फत उभी केलेली संरक्षणे ही उघड स्वरूपाची असतात. कोटा म्हणजे आयात होणाऱ्या वस्तू किती प्रमाणात आयात होऊ शकतील यावर निर्बंध घालणे किंवा काही देशांकडून होणाऱ्या आयातीवर किंवा त्यांच्या विशिष्ट मालावर निर्बंध घालणे. हे छुपे संरक्षणवादी डावपेच असतात.

३. अनुदाने : देशांतर्गत उद्योगांना संरक्षण देण्यासाठी त्यांना अनुदान देणे हा आणखी एक उपाय असतो. अनुदान मिळणारे उद्योग अनुदानामुळे आपल्या मालाची किंमत उत्पादन किमतीपेक्षा कमी ठेवू शकतात व आंतरराष्ट्रीय स्पर्धेला तोंड देऊ शकतात. कधी ही अनुदाने प्रत्यक्ष असतात, तर कधी उद्योगांना कर सवलती किंवा आदान किंमतीमध्ये सवलती अशा स्वरूपाची असतात. काही वेळा सरकारे देशी उत्पादकांचा माल वाढीव किमतीला घेऊन आंतरराष्ट्रीय बाजारपेठेत तो कमी किमतीला विकतात, ज्यामुळे त्यांना बाजारपेठेतील स्पर्धेला तोंड देऊन तगून राहता येते व बाजारपेठेवर वर्चस्व मिळवता येते. युरोपीय संघ आपल्या सभासद देशांमधील शेतीमाल अशा प्रकारे अनुदानित करतो किंवा वाढीव किमतीला विकत घेऊन

आंतरराष्ट्रीय बाजारपेठेत कमी किंमतीला विकून अमेरिकन शेतकऱ्यांच्या मालाशी स्पर्धा करतो.

४. आयात-निर्यात निर्बंध : काही वेळा काही देश अशा प्रकारचे नियम किंवा बंधने किंवा कायदे करतात की, जे वस्तूंची आयात जरी सहजपणे झाली, तरी त्यांचे वितरण किंवा विक्री अवघड किंवा अशक्य करतात. अमेरिकन उत्पादक जपानमधील अशा प्रकारच्या निर्बंधांबाबत तक्रार करतात, तर तिसऱ्या जगातून आयात होणाऱ्या मालाबाबत असेच निर्बंध घालून त्यांची आयात व नंतर विक्री अवघड करते, अशी तक्रार भारत, पाकिस्तानसारखी राष्ट्रे करतात.

कधी देशांची प्रत्यक्ष धोरणे आयातीविषयी संरक्षक स्वरूपाची नसली, तरी त्या देशांमधील संस्कृती आयातीला उत्तेजन देणारी नसते. अशा देशांमधील नागरिक 'आर्थिक राष्ट्रवादा' च्या प्रभावाखाली परकीय माल व परकीय सत्ता यांचा आपल्या देशावरील प्रभाव वाढू नये, यासाठी परकीय मालाचा वापर करीत नाहीत व स्वदेशीचा पुरस्कार करतात.

बचाववादी धोरणाचे होकारात्मक व नकारात्मक असे दोन्ही प्रकारचे परिणाम अर्थव्यवस्थेवर होतात. बहुतेक वेळा या धोरणामुळे उत्पादकांचा फायदा आणि ग्राहकांचा तोटा होतो, असे दिसते. बचाववादाचा दुसरा तोटा असा की, मिळालेल्या संरक्षणाचा उपयोग करून उत्पादकवर्ग उत्पादनपद्धतीमध्ये सुधारणा करणे टाळतो आणि त्याच्या परिणामी अकार्यक्षम बनतो व स्पर्धा करण्यास लायक राहत नाही.

क. परावलंबित्ववाद :

परावलंबित्व सिद्धान्ताची उत्पत्ती किंवा निर्मिती साधारणतः दुसऱ्या महायुद्धानंतर झाली. या सिद्धान्ताची उत्पत्ती जैविक व वैचारिक ईर्ष्येतून झाली. हा सिद्धान्त अविकसित जगातील राष्ट्रांच्या विकासाशी निगडित आहे. लॅटिन अमेरिकेतील समाजशास्त्रज्ञांनी या सिद्धान्ताची निर्मिती केली आहे. या सिद्धान्ताचा मुख्य भर विकासतत्त्वावर आहे. या सिद्धान्ताचे बौद्धिक पितामह म्हणजे 'रॉडर ब्रीच' हे अर्जेंटिनाचे विकासतत्त्वावर आहे. या सिद्धान्ताचे बौद्धिक पितामह म्हणजे रॉडर ब्रीच हे अर्जेंटिनाचे ख्यातनाम अर्थतज्ज्ञ होत. रॉडर ब्रीच यांच्याबरोबरच सिद्धान्ताचे समर्थक अनेक शिल्पकार, खंदे पुरस्कर्ते आहेत. त्यात प्रमुख गुड फ्रॅंक, समीर अमीर हे होत.

परावलंबित्वाची संकल्पना अतिशय अस्पष्ट अशी आहे. हा सिद्धान्त म्हणजे जागतिक व्यवस्थेत क्रांतिकारक परिवर्तनाची मागणी होय. या सिद्धान्ताच्या समर्थकांनी आंतरराष्ट्रीय व्यापाराच्या परंपरागत सिद्धान्तावर कठोर शब्दांत टीका व्यक्त केली

आहे. परंपरागत सिद्धान्ताचा अर्थ असा होता की, व्यापारी संबंधात विकसित राष्ट्रांना व कच्च्या मालाची निर्मिती करणाऱ्या अविकसित राष्ट्रांना समान फायदा होतो. प्रचलित व्यापार व्यवस्थेत दोन गट निर्माण केले आहेत.

प्रचलित व्यापार व्यवस्था ही मध्य धार्जिणी होती. युरोप, जपान, अमेरिका यांचा अंतर्भाव यात होतो. आशिया, आफ्रिका आणि लॅटिन अमेरिकेतील परावलंबी राष्ट्रांचा अंतर्भाव परंपरागत या सिद्धान्तात केवळ लाथाडलाच नाही, तर असा दावा केला की, मागासपणाचे किंवा अविकसितपणाचे मुख्य कारण म्हणजे ग्रामीण, अविकसित रयतेचे शहरी व विकसित राष्ट्रांनी केलेले शोषण होय.

ब्राझीलच्या सेलसो किलाये या लेखकाच्या मते, विकसित राष्ट्रांच्या संरचनेत मोठे बदल होण्याची नितांत आवश्यकता आहे आणि त्याचबरोबर उत्पादन व्यवस्थेत व उत्पादनाच्या वितरण व्यवस्थेत बदलाची मागणी केली, याचा मुख्य भर मूलभूत संरचनेच्या परिवर्तनावर होतो आणि त्यातूनच परावलंबनाचा नमुना विकसित केला.

१९६० च्या मध्यात परावलंबी सिद्धान्ताचा प्रभाव वैचारिक आणि धोरण निर्मिती क्षेत्रात प्रामुख्याने जाणवला. परावलंबी दृष्टिकोन हा मुख्यत: मार्क्सवादी पद्धतीच्या सैद्धान्तिक स्पष्टीकरणावर आधारित आहे. या सिद्धान्ताने साम्राज्यवादी सिद्धान्ताच्या उपेक्षित किंवा दुर्लक्षित घटकांकडे जास्त लक्ष दिले. तसेच साम्राज्यवादाने अविकसित राष्ट्रांत अनेक समस्या निर्माण केल्या होत्या त्याकडे लक्ष केंद्रित केले.

सिद्धान्ताचा उद्देश :

परावलंबित्वाच्या सिद्धान्ताचा उद्देश जगातील श्रीमंत, गरीब राष्ट्रांतील दरीचे (विषमता/असमानता) स्पष्टीकरण होय.

या सिद्धान्ताचा मुख्य भार विकसित आणि अविकसित किंवा केंद्रस्थ व बहिर्गत किंवा आश्रयदाते व आश्रित राष्ट्रांतील संबंधावर होतो.

या सिद्धान्तात गरीब व श्रीमंत राष्ट्रांतील परस्पर संबंधावरील प्रभाव व परावलंबन या सूत्राद्वारे सूचित केले आहे. याबाबतचे समीकरण अर्जेंटिनाचे ख्यातनाम अर्थशास्त्र तज्ज्ञ अॅन्ड्रू गुम्डर फ्रॅक यांनी प्रथम जगासमोर त्यांच्या मते मांडले. अविकसित राष्ट्राचे दारिद्र्य केवळ प्रचलित आंतरराष्ट्रीय अर्थव्यवस्थेची फलनिष्पत्ती आहे.

या सिद्धान्ताने मुळात दोन सिद्धान्त निर्माण केले आहेत :

१. जागतिक भांडवलशाही अर्थव्यवस्थेत तिसऱ्या जगातील राष्ट्रांना एकसंघ करून घ्यावे का? आणि एकीकरण हे तिसऱ्या जगात अनुकूल असेल का?

२. तिसऱ्या जगातील राष्ट्रांच्या हिताच्या दृष्टीने तटस्थता कितपत विकसित करता येईल?

या सिद्धान्ताच्या समर्थकांचा असा दावा आहे की, औद्योगिकीकरणाचे आणि विकासाचे फायदे अविकसित, गरीब आशिया व आफ्रिका खंडांपर्यंत तसेच लॅटिन अमेरिकेतील राष्ट्रांपर्यंत खऱ्या अर्थाने पोहोचले नाहीत. परावलंबित्वाचा आधुनिक सिद्धान्त म्हणजे पारंपरिक असंतुलित, विकसित, राष्ट्रधार्जिण्या सिद्धान्तावर केलेली टीकाटीप्पणी होय. जॉन मेगेलाच्या मते, अविकसित राष्ट्रांचे दारिद्र्य हे प्रचलित आंतरराष्ट्रीय अर्थव्यवस्थेचा परिणाम होय. प्रचलित अर्थव्यवस्थेत गरिबांना गरीबच ठेवण्यावर भर देण्यात आलेला आहे.

परंपरागत सिद्धान्तानुसार आंतरराष्ट्रीय राजकारणात आणि अर्थव्यवस्थेत अर्धविकसित राष्ट्रांचे स्थान बाहेर आहे. अविकसित राष्ट्रांत भाग भांडवल, तंत्रज्ञानाचा आणि निष्णात व्यवस्थापनाचा अभाव दारिद्र्य आहे.

थोडक्यात प्रचलित आंतरराष्ट्रीय अर्थव्यवस्थेत किंवा व्यापारात उत्तरेकडील विकसित राष्ट्रांना झुकते माप मिळाले आहे, ते कमी करून दक्षिणेकडील अविकसित राष्ट्रांच्या विकासाला हातभार लावला पाहिजे, ही या सिद्धान्ताची मूळ मागणी आहे. या सिद्धान्ताच्या समर्थकांनी, श्रीमंत राष्ट्रांना अधिक श्रीमंत होण्यापासून आणि गरीब राष्ट्रांना विकासाच्या फायद्यापासून वंचित ठेवण्यास विरोध केला. या सिद्धान्ताने तिसऱ्या जगातील विकासाशी निगडित असलेल्या प्रश्नांवर प्रभावीपणे मात करून ते यशस्वीपणे सोडवण्यासाठी काही पर्यायी मार्ग सुचवले आहेत.

परावलंबित्वाची उत्पत्ती/सिद्धान्ताचा उदय :

परावलंबित्वाच्या सिद्धान्ताची उत्पत्ती साधारण द्वितीय महायुद्धानंतर झाली, असे मानले जाते. अनेक देश स्वतंत्र झाले. हे स्वतंत्र झालेले देश सामाजिक, आर्थिक व राजकीयदृष्ट्या प्रगत पाश्चिमात्य देशांपेक्षा कितीतरी पटीने अप्रगत होते. तरीही त्यांनी विकासमार्ग शोधण्याचा प्रयत्न केला. त्यांना गुलामगिरी नको होती. आपल्या नैसर्गिक साधनसामग्रीचा उपयोग करून विकास घडवणे, त्यासाठी यंत्रसामग्रीच्या उपलब्धतेचे ध्येय नवस्वतंत्र राष्ट्रांसमोर होते.

संरचनात्मक आणि जागतिक विचारधारा म्हणून निर्मिती :

या सिद्धान्ताची निर्मिती १९६९-७० मध्ये संरचनात्मक आणि जागतिक विचारधारा म्हणून झाली आहे. या सिद्धान्ताचा हेतू जगातील गरीब व श्रीमंतांतील दरीचे स्पष्टीकरण

करणे हा आहे. या सिद्धान्ताच्या समर्थकांच्या मते, जगातील अर्थव्यवस्था शून्यावर आधारित आहे. त्यामध्ये केंद्र राष्ट्रांचा फायदा तर (परिघावरील) राष्ट्रांचे नुकसान होते. या सिद्धान्तातून श्रीमंत, गरीब राष्ट्रांतील संबंध सूचित केले गेले.

परावलंबित्वाचे स्वरूप :

१. व्यापारी संबंधात दोन भागीदार : या सिद्धान्ताच्या समर्थकांच्या मते प्रचलित व्यापारी संबंधात दोन भागीदार आहेत आणि ते म्हणजे आश्रयदाते आणि आश्रित राष्ट्रे होत. व्यापाराचे सर्व फायदे मिळतात सदैव आश्रयदात्यांनाच. केंद्र राष्ट्रे म्हणजे अमेरिका, जपान, युरोप व परिघावरील राष्ट्रांत आशिया, आफ्रिका व लॅटिन अमेरिका यांचा समावेश होतो.

२. हा सिद्धान्त म्हणजे बौद्धिक अन्याय शोधणारी चळवळ : या सिद्धान्ताची निर्मिती लॅटिन अमेरिकेतील विकासाच्या प्रयत्नांतून झालेली आहे. हा सिद्धान्त म्हणजे अन्याय, अत्याचार संपुष्टात आणण्यासाठी शोधलेली एक बौद्धिक चळवळ होय. समर्थकांचा असा दावा आहे की, उत्पादनव्यवस्थेत आणि वितरणव्यवस्थेत उभयतांमध्ये बदल झाला पाहिजे.

३. दक्षिणेकडील राष्ट्रांना दुय्यम स्थान : या सिद्धान्ताच्या हितचिंतकांचा असा दावा आहे की, दक्षिणेकडील राष्ट्रे उत्तरेकडील राष्ट्रांवर जास्त दिवस अवलंबून राहू शकत नाहीत. पण त्याचबरोबर उत्तरेकडील आणि दक्षिणेकडील राष्ट्रांना परस्परांपासून संपूर्णत: फारकत मुळीच घेता येणार नाही. सिद्धान्ताचा आधार असा की, जागतिक अर्थव्यवस्थेचा केंद्रीय, भांडवलधार्जिण्या उत्तरेकडील राष्ट्रांनी दक्षिणेकडील म्हणजेच परिघावरील राष्ट्रांना दुय्यम मानले आहे.

४. जहाल गटाचा दावा : या सिद्धान्ताच्या समर्थकांतील जहाल गटाने असा दावा केला की, केंद्रीय व परिघावरील राष्ट्रांतील व्यापारी व आर्थिक संबंध तोडून टाकावेत. त्याशिवाय संतुलित, यथोचित, सर्वांगीण वाढ होऊन आदर्श व्यवस्था निर्माण होणार नाही.

५. परस्परावलंबन : उत्तरेकडील राष्ट्रे दक्षिणेकडील राष्ट्रांवर अवलंबून आहेत, तर दक्षिणेकडील राष्ट्रे आर्थिक भांडवलासाठी, तंत्रज्ञानासाठी अमेरिकेवर अवलंबून आहेत. त्यामुळे शोषण (अविकसित राष्ट्रांचे) थांबवणे आवश्यक आहे.

६. शस्त्रास्त्रांबाबत परावलंबन : विकसनशील राष्ट्रांकडे शस्त्रास्त्रनिर्मितीसाठी तंत्रज्ञानही नव्हते आणि त्यांचे तंत्रज्ञान विकसित होण्याची संधीही नव्हती. त्यामुळे त्यांना विकसित राष्ट्रांकडून शस्त्रास्त्रे विकत घ्यावी लागली.

७. व्यापाराबाबत परावलंबन : परंपरागत व्यापार सिद्धान्तानुसार व्यापार ही विकसित राष्ट्रांची मिरासदारी झाली होती. व्यापारव्यवस्था अशी करण्यात आली होती की, ज्यातून अविकसितांना संपूर्णत: विकसितांवर अवलंबून राहावे लागेल.

८. कर्जामुळे परावलंबन : विकसनशील राष्ट्रांकडे भाग भांडवलाचा मोठा अभाव होता. कोणत्याही योजनेची पूर्तता करण्यासाठी त्यांना कर्जाची याचना करावी लागत असे. त्यात त्यांना अधिक दराने कर्जपुरवठा करण्यात येत असे आणि अनेक जाचक अटी करारात सामील करून घेतल्या जात असत. एकंदरीत सर्वच प्रकारांतून त्यांचे शोषण केले जात असे.

९. परावलंबित्व वैचारिक पातळीवरून : साम्राज्यवादी पूर्वी जुलूम जबरदस्तीने राज्य करत. परंतु ते वैचारिक प्रभावाने जुलूम करून राज्य करतात. तिसऱ्या जगातील वर्तमानपत्रातील विचार, संकल्पना, फॅशन या ८० टक्के गोष्टी परदेशी असतात, असे सिद्धान्तकाराचे म्हणणे आहे.

परावलंबित्वाचे महत्त्व/ गुण/ फायदे/उपयुक्तता :

१. मूलभूत प्रश्न उपस्थित केले : या सिद्धान्ताने काही मूलभूत किंवा महत्त्वपूर्ण प्रश्न उपस्थित केले. या सिद्धान्ताने उपस्थित केलेले मूलभूत प्रश्न आर्थिक असमतोलाशी व संतुलनाशी निगडित आहेत. या सिद्धान्ताने चर्चेचे नवे व्यासपीठ सर्वांसाठी प्रामुख्याने बुद्धिवंतांसाठी उपलब्ध करून दिले आणि ते जर खरे असेल, तर या सिद्धान्ताचे महत्त्व आणि उपयोगिता कधीही कोणीही कमी करू शकणार नाही.

२. महत्त्वपूर्ण प्रश्नांची मांडणी केली : या सिद्धान्ताने मूलभूत प्रश्नांची मांडणी केली. १९८० व ९० या दशकांत तसेच इ. स. २००० पर्यंत व यापुढेही या प्रश्नाचे गांभीर्य व महत्त्व प्रतिपादन केले.

थोडक्यात आजपर्यंत उपेक्षित व दुर्लक्षित राहिलेल्या प्रश्नांची व्यापकता संपूर्ण जगाच्या आणि प्रामुख्याने विकसित जगाच्या समोर तर्कशुद्धपणे मांडण्याचा प्रयत्न केला. सिद्धान्तानुसार निओ व त्याला अनुसरून प्रश्नांचा ऊहापोह करण्याचे कार्य व चालना देण्याचे कार्य याने केले.

३. अन्यायकारक व्यापाराविरुद्ध व पारंपरिक व्यापाराविरुद्ध संघर्ष : हा सिद्धान्त म्हणजे पारंपरिक प्रचलित व्यापारव्यवस्थेच्या अन्यायाविरुद्ध केलेली गणती होय. या सिद्धान्ताने आशिया, आफ्रिका, लॅटिन अमेरिकेतील निद्रिस्त राष्ट्रांना जागे करण्याचे कार्य केले व शोषण करणाऱ्या विकसित राष्ट्रांचे अत्याचार कमी करण्याचे कार्य केले. परिणामत: काही औद्योगिक राष्ट्रांची झोप उडाली व त्यातूनच अविकसित

राष्ट्रांकडे जास्त वक्र दृष्टिकोनातून बघणे सयुक्तिक नाही, असा साक्षात्कार विकसित राष्ट्रांना झाला. याचे श्रेय या सिद्धान्ताला जाते.

४. भक्कम व्यासपीठ उपलब्ध करून दिले : वादविवादातील अनेक त्रुटी मान्य करूनही या सिद्धान्ताने महत्त्वपूर्ण प्रश्नांची चर्चा करण्यासाठी एक भक्कम व्यासपीठ उपलब्ध करून दिले, त्यामुळे या सिद्धान्ताचे महत्त्व नाकारता येत नाही.

५. योजनांची व धोरणांची शिफारस केली : या सिद्धान्ताने अर्थव्यवस्थेमार्फत केवळ सैद्धान्तिक स्वरूपाची सत्यप्रत उपलब्ध करून दिली आहे, असे नव्हे, तर त्यात अनेक प्रभावी योजनांची व धोरणांची शिफारस केली आहे.

सिद्धान्तात काही चांगली सूत्रे व गुण निश्चित आहेत, फक्त त्यांचा शोध घ्यावा लागतो.

परावलंबित्वाचे दोष :

परावलंबित्वाच्या सिद्धान्तावर काही मान्यवरांनी टीका करून त्यांच्यातील दोष दाखवण्याचे प्रयत्न केले आहेत. या सिद्धान्तात असंख्य गंभीर दोष आहेत.

१. एकांगी किंवा एकेरी स्वरूपाचा सिद्धान्त : या सिद्धान्ताने मार्क्सवादी सिद्धान्तावर, भांडवलावर अधिक भर दिला आहे. या सिद्धान्ताची नाळ मार्क्सवादी सिद्धान्ताशी निगडित आहे. परावलंबी सिद्धान्त मार्क्सवादी सिद्धान्ताप्रमाणे एकांगी स्वरूपाचा आहे. या सिद्धान्ताच्या समर्थकांनी मार्क्सवादी वारसा टिकवण्याचा प्रयत्न केलेला दिसून येतो. मार्क्सवादी सिद्धान्ताची सुधारित आवृत्ती म्हणजे परावलंबित्वाचा सिद्धान्त होय, असे विरोधक म्हणतात.

२. ठिसूळ पायावर उभारलेला सिद्धान्त : या सिद्धान्तावर पारंपरिक मार्क्सवादाच्या सिद्धान्तातील वर्गकलहाची संकल्पना कमालीची महत्त्वपूर्ण आहे, परंतु वर्गकलहातील सिद्धान्ताचा आधार बराच ठिसूळ आहे. या सिद्धान्तावरील माहिती संकलन करण्याची पद्धती जागतिक स्वरूपाची वाटत नाही.

३. अविकसितपणाचे दायित्व उद्योगप्रधान राष्ट्रांवर सोपवले : तिसरा महत्त्वपूर्ण दोष म्हणजे अविकसितपणाचे सर्व दायित्व उद्योगप्रधान राष्ट्रांवर सोपवले. अंतर्गत घटक विचारात घेण्यास नकार दिला. या परावलंबी सिद्धान्ताने लोकांच्या हिताचा माणुसकीच्या दृष्टिकोनातून सखोल विचार करावयास हवा होता. तो केलेला दिसत नाही.

४. संकुचित दृष्टिकोन : या सिद्धान्ताने जागतिक किंवा सार्वजनिक दृष्टिकोन अंगीकारताना केवळ प्रादेशिक आणि संकुचित दृष्टिकोन स्वीकारला आहे, असे दिसून येते.

५. अविकासासाठी केंद्रीय घटकांना दोषी ठरवले : या सिद्धान्ताने अविकासासाठी केंद्रीय घटकांनाच सर्वस्वी दोषी मानले, पण टीकाकारांच्या मते यासाठी अंतर्गत व बहिर्गत असे दुहेरी घटक कारणीभूत आहेत.

टीकाकारांच्या मते विकसित राष्ट्रांचा व्यापार व मदत जर शोषणावर अधिष्ठित आहे, तर मग दक्षिण कोरिया, तैवान व सिंगापूर यांचा जलद आर्थिक विकास का व कसा झाला?

६. भांडवलशाही वसाहतवादावर भर : या सिद्धान्ताने भांडवलशाही व वसाहतवाद यांच्या शक्तीवर नको तेवढा भर दिला; तसेच सामाजिक, आर्थिक, स्थानिक शक्तीचे महत्त्व या सिद्धान्ताने तितकेसे गांभीर्याने घेतले नाही.

७. साम्राज्यवादाच्या राजकीय हेतूस नगण्य महत्त्व दिले : या सिद्धान्ताने साम्राज्यवादाच्या मागे असलेल्या हेतूंना नगण्य महत्त्व दिले. दुसऱ्या शब्दांत या सिद्धान्ताने आशिया, आफ्रिका, लॅटिन अमेरिकेतील प्रभावसंपन्न स्थानिक राजकीय घटकांची उपेक्षा केली.

थोडक्यात हा सिद्धान्त मार्क्सवादी सिद्धान्ताप्रमाणे बराचसा सदोष आहे. परंतु या सिद्धान्ताने आंतरराष्ट्रीय क्षेत्रात ज्वालामुखीच्या उद्रेकाप्रमाणे प्रचंड खळबळ उडवून दिली.

परावलंबित्वावर उपाययोजना :

१. समाजवादी विकास सोडून विकास : आंतरराष्ट्रीय व्यवस्था बदलायला पाहिजे. सर्वत्र समाजवादी गणती व्हायला पाहिजे म्हणजे सर्वत्र क्रांती येईल, हा विचार फोल ठरला. कारण समाजवादी राज्यांनी समाजवादाला सोडचिठ्ठी दिली.

२. अर्थव्यवस्थेत समानता आणून संघटना स्थापन करणे : तिसऱ्या जगातील राष्ट्रांनी एकत्र येऊन सहकार स्थापन करावा आणि आपली संघटना निर्माण करावी. परंतु वस्तुस्थिती मात्र वेगळी आहे. तिसऱ्या जगाच्या अर्थव्यवस्था एकमेकांना पूरक नाहीत. त्या एकमेकांच्या स्पर्धक आहेत.

३. आपापसांतील वाद स्पष्ट करणे : तिसऱ्या जगातील राष्ट्रांत मोठ्या प्रमाणात वैमनस्य आहे. धार्मिक, वांशिक, सांस्कृतिक सरहद्दीवरून जगातील बहुतेक तंटे आशिया, आफ्रिका खंडातील देशांत आहेत. अशा प्रकारे तंटे असताना एकमेकांत एकजूट कशी करणार?

४. विकासाची कल्पना बदलायला पाहिजे : काही ऐतिहासिक कारणांमुळे जो असमतोल जगात निर्माण झाला आहे, तो नष्ट करण्यासाठी विकासाची संकल्पना बदलायला पाहिजे. भारताने कितीही प्रगती केली, तरी इंग्लंड, अमेरिका यांच्या

बरोबरीने तो येणार नाही. त्यासाठी विकासाची संकल्पना बदलायला पाहिजे. यासाठी मोटारऐवजी सायकली वापराव्यात. मात्र हे गांधीवादाला उत्तर आहे असे नाही.

सारांश :

या सिद्धान्तात काही उणिवा, चुका निश्चित आहेत. पण तरीदेखील या सिद्धान्ताचे महत्त्व व उपयोगिता कोणीही अमान्य करू शकत नाही. या सिद्धान्ताने अप्रगत राष्ट्रांना जागृत करावयाचे, संघटित करण्याचे आणि विकसित राष्ट्रांना काही प्रमाणात धमकवायाचे व इशारा देण्याचे कार्य केले आहे.

या सिद्धान्ताची उपयुक्तता कमालीची आहे. या सिद्धान्ताने काहीशा निद्रिस्त असलेल्या अप्रगत राष्ट्रांना जागे करण्याचे आणि विकसित राष्ट्रांची काहीशी झोप उडवण्याचे कार्य केले आहे.

आंतरराष्ट्रीय संबंधातील परावलंबित्व म्हणजे एका राष्ट्राने दुसऱ्या राष्ट्रांवर अवलंबून राहणे होय. सध्याच्या राष्ट्रीय व आंतरराष्ट्रीय जीवनाचा परिणाम म्हणून जगातील बहुसंख्य राष्ट्रांना अनेक बाबतीत कमीअधिक प्रमाणात दुसऱ्या राष्ट्रांवर अवलंबून रहावे लागते. आधुनिक जगातील बहुसंख्य राष्ट्रे स्वतंत्र आणि सार्वभौम असली, तरी स्वावलंबी आणि स्वयंपूर्ण नाहीत. जगातील सर्व राष्ट्रांचा आर्थिक विकासही सारखा झालेला नाही. यातूनच मागासलेली विकसनशील व विकसित राष्ट्रे असे जगातील विविध राष्ट्रांचे वर्गीकरण करता येईल. याच वेळी जगातील छोटीछोटी राष्ट्रे आपले अस्तित्व टिकवण्यासाठी आणि आर्थिक प्रगती घडवून आणण्यासाठी एखाद्या राष्ट्राच्या गटांशी संलग्न होण्याच्या प्रयत्नात असतात, तर बडी आणि सामर्थ्यशाली राष्ट्रे लहान राष्ट्रांना आपल्या नियंत्रणाखाली किंवा वर्चस्वाखाली ठेवण्याचा प्रयत्न करीत असतात.

आधुनिक काळातील राष्ट्रांमध्ये जसे आर्थिक परावलंबित्व आहे, तसेच राजकीय परावलंबित्व असल्याचे दिसून येते. आंतरराष्ट्रीय राजकारणातील काही वाद हे राष्ट्राराष्ट्रांतील विचारप्रणालींतील भेदामुळे निर्माण झालेले असतात. आंतरराष्ट्रीय राजकारणात विविध विचारप्रणालींच्या आधारे विविध गट पडलेले आहेत आणि समान विचारप्रणालींच्या राष्ट्रांमध्ये मैत्री व सहकार्य असते, तर विरोधी विचारप्रणाली असलेल्या राष्ट्रांशी शत्रुत्व आणि संघर्ष असतो. आंतरराष्ट्रीय राजकारणातील विचारप्रणालीतील भेद हे युद्धाचे कारण होऊ शकते. आधुनिक राजकारणात विचारप्रणालीचे महत्त्वही फार आहे आणि त्यावर आधारित परावलंबित्वही अधिक आहे.

आंतरराष्ट्रीय संबंधातील परावलंबित्व विशेषत: आर्थिक क्षेत्रातील परावलंबित्व दिवसेंदिवस वाढत आहे. याचे मुख्य कारण म्हणजे आर्थिक गरजांच्या बाबतीत

कोणतेही राष्ट्र स्वावलंबी आणि स्वयंपूर्ण नाही. त्यामुळे आर्थिक विकासासाठी बहुराष्ट्रीय संघटना निर्माण झाल्या आहेत आणि आंतरराष्ट्रीय संबंधात विभागीय सहकार्याचे युग सुरू झाले आहे. आंतरराष्ट्रीय क्षेत्रातील आर्थिक स्थिती ही नेहमीच सारखी असत नाही. त्यात नेहमीच चढ-उतार होत असतो. जगात आर्थिकदृष्ट्या स्वयंपूर्ण असा कोणताही देश नाही. अमेरिकेसारख्या संपन्न देशालाही आपली अर्थव्यवस्था टिकवून धरण्यासाठी जागतिक बाजारपेठेवर अवलंबून रहावे लागते. जगातील सर्वच राष्ट्रांच्या अर्थव्यवस्था या परस्परावलंबी आहेत आणि त्यामुळे आर्थिक प्रश्नही अनेक आहेत आणि ते गुंतागुंतीचे झालेले आहेत. अविकसित देश आपला विकास करून घेण्यासाठी प्रगत देशांकडून कर्जे आणि आर्थिक मदत घेतात आणि प्रगत देशही तशी मदत करतात. परंतु अशी मदत घेताना व देताना दोन्ही राष्ट्रांच्या परराष्ट्रीय धोरणांवर परिणाम होत असतो.

आंतरराष्ट्रीय संबंधातील आर्थिक परावलंबित्व वाढण्याचे आणखी एक कारण म्हणजे काही देशांची अर्थव्यवस्था एकाच वस्तूच्या निर्यातीवर बऱ्याच प्रमाणात अवलंबून असते. तसेच आंतरराष्ट्रीय संबंधात प्रत्येक राष्ट्राचा आर्थिक स्वयंपूर्णता साध्य करण्याचा प्रयत्न असतो; परंतु अशा प्रयत्नात आंतरराष्ट्रीय संबंधात आर्थिक तणाव आणि आर्थिक बिघाड होत असतो. त्यातून आंतरराष्ट्रीय युद्धाची सुरुवातसुद्धा होऊ शकते. आंतरराष्ट्रीय संबंधात प्रत्येक राष्ट्र शांततेच्या काळात तसेच युद्धाच्या काळात दुसऱ्या राष्ट्रावर अवलंबून असते. त्यामुळे प्रत्येक राष्ट्राद्वारे दुसऱ्या राष्ट्रांशी आर्थिक, तांत्रिक मदत करण्यासंबंधीचे करार केले जातात. तसेच कर्ज देण्याघेण्यासंबंधीसुद्धा करार केले जातात. त्याचप्रमाणे आंतरराष्ट्रीय राजकारणात संरक्षणाच्या दृष्टीने निरनिराळी राष्ट्रे लष्करी करारसुद्धा करीत असतात. अशा सर्व प्रकारच्या करारांतून संबंधित राष्ट्रे परस्परांना मदत व सहकार्य करीत असतात. अशा प्रकारच्या आंतरराष्ट्रीय संबंधातून प्रत्येक राष्ट्र दुसऱ्या राष्ट्रांवर अवलंबून असते. त्यामुळे प्रत्येक राष्ट्राकडून दुसऱ्या राष्ट्रांशी आर्थिक, तांत्रिक मदत करण्यासंबंधीचे करार केले जातात. तसेच कर्ज देण्याघेण्यासंबंधीसुद्धा करार केले जातात. त्याचप्रमाणे आंतरराष्ट्रीय राजकारणात संरक्षणाच्या दृष्टीने निरनिराळी राष्ट्रे लष्करी करारसुद्धा करीत असतात. अशा सर्व प्रकारच्या करारांतून संबंधित राष्ट्रे परस्परांना मदत व सहकार्य करीत असतात. अशा प्रकारच्या आंतरराष्ट्रीय संबंधातून विविध राष्ट्रांचे परावलंबित्व स्पष्ट होते.

प्रकरण ७

क्षेत्रीय व आंतरराष्ट्रीय संघटना

आज जगामध्ये कोणतेही राष्ट्र स्वावलंबी नाही. त्याला कोणत्या ना कोणत्या गरजांसाठी इतरांवर अवलंबून राहावे लागते.याच उद्देशाने द्वितीय महायुद्धानंतर आंतरराष्ट्रीय राजकारणात वेगवेगळ्या राष्ट्रांनी आपापसांत आर्थिक आणि लष्करी स्वरूपाचे क्षेत्रीय किंवा स्थानिक संघटन केलेले आढळून येते. त्याचप्रमाणे जगातील प्रमुख राष्ट्रांनी आंतरराष्ट्रीय संघटनाही स्थापन करण्यावर भर दिला आहे.

क्षेत्रीय किंवा प्रादेशिक संघटन म्हणजे समान उद्देशांच्या किंवा गरजांच्या प्राप्तीसाठी राष्ट्रांच्या समुदायांनी एकत्र येऊन स्थापन केलेले संघटन. क्षेत्रीयतेचाच एक भाग म्हणजे विशिष्ट क्षेत्रांतील वेगवेगळ्या देशांचे सामाईक हितसंबंध जोपासण्यासाठी क्षेत्रीय आंतरराष्ट्रीय संघटनेची स्थापना करणे. पण कधीकधी आपल्या स्वार्थी हेतूसाठी काही राष्ट्रे आपल्या क्षेत्रापासून दूर असलेल्या संघटनांमध्येही सामील होताना दिसतात. उदा. केवळ भारताविरुद्ध लढण्यासाठी भरपूर मदत मिळेल, या हेतूने पाकिस्तान सिएटो व सेंटो कराराचे सभासद झाले. क्षेत्रीय संघटनांमध्ये जशा आर्थिक संघटना आहेत, तशाच काही लष्करी संघटनाही आहेत.

एकंदरीत विभागातील राष्ट्रांनी एकत्र येऊन आपल्या संरक्षणासाठी जशा कराररूपाने संघटना निर्माण केल्या, तशाच प्रकारे विभागीय क्षेत्रांच्या विकासासाठी आर्थिक संघटना निर्माण केल्या आहेत. आजच्या जागतिकीकरणाच्या प्रक्रियेतील या संघटनांची भूमिका मोठ्या प्रमाणात वाढलेली आपणांस दिसून येते. किंबहुना हे आर्थिक व लष्करी विभाग किंवा गट आजच्या जागतिकीकरणाच्या काळात अतिशय महत्त्वाची भूमिका पार पाडताना दिसून येत आहेत. आर्थिक पातळीवर विभागीय एकीकरणात यांचे योगदान महत्त्वाचे आहे. त्याही पुढे जाऊन असे म्हणता येईल की, आर्थिक घटकांनी आज शीतयुद्धकालीन लष्करी संघटनांची जागा घेतलेली असून विभागीय

आर्थिक व्यापारी हितसंबंधांच्या संरक्षणासाठी संघटित प्रयत्न सुरू केले आहेत. याचे कार्यक्षेत्र जरी आर्थिक तत्त्वांच्या विकासाशी निगडित असले, तरी आजच्या काळात राष्ट्रांमधील राजकीय तसेच संरक्षणविषयक संबंधांनादेखील ते प्रभावित करत आहेत.

आर्थिक संघटना :

आर्थिक संघटनांमध्ये मध्यपूर्वेतील तेल उत्पादक राष्ट्रांनी आपले आर्थिक हितसंबंध जपण्यासाठी ओपेकची स्थापना केली. ओपेकसारख्याच युरोपीय संघ, आसियान व सार्कसारख्या क्षेत्रीय सहकार्यासाठी संघटना उभ्या राहिल्या. त्यांची थोडक्यात माहिती पुढीलप्रमाणे–

१. तेल निर्यात देशांची संघटना (ओपेक) :

१९६0 मध्ये खनिज तेल निर्यात करणाऱ्या देशांनी इराकची राजधानी बगदाद येथे एक संघटना स्थापन केली, तिलाच 'ओपेक' असे म्हणतात. ओपेक हे खनिज तेलउत्पादक देशांचे कार्टेल आहे. उत्पादनाची किंमत आणि पुरवठा नियंत्रित करणाऱ्या उत्पादकांच्या संघटनेला कार्टेल असे म्हणतात. या संघटनेमध्ये सुरुवातीला इराण, इराक, कुवेत, सौदी अरेबिया व व्हेनेझुएला ही संस्थापक सदस्य राष्ट्रे होती. नंतरच्या कालावधीत यामध्ये अल्जेरिया, इक्वेडोर, इंडोनेशिया, गॅबन, लीबिया, नायजेरिया व संयुक्त अरब अमिराती ही राष्ट्रे सामील झाली. त्यानंतर असे ठरले की, एका ठरावीक प्रमाणात पेट्रोल निर्यात करणाऱ्या कोणत्याही राष्ट्राला ओपेकचे सभासदत्व दिले जाईल. त्याच वेळी संस्थापक सदस्यांच्या धोरणाशी त्याचे धोरण जुळणारे असावे, अशा प्रकारची ओपेकची प्रमुख अट होती. एकंदरीत ओपेकमध्ये अरब राष्ट्रांचे प्राबल्य असलेले आपणांस दिसून येते. ओपेकमधून १९९२ मध्ये इक्वेडोरने तर १९९५ मध्ये गॅबनने माघार घेतली. सध्या ओपेकची सभासदसंख्या ही ११ आहे.

ओपेकची उद्दिष्टे :

१. खनिज तेलाचे उत्पादन नियंत्रित करून जागतिक बाजारपेठेत तेलाच्या किमती स्थिर ठेवणे.

२. सभासद राष्ट्रांचे हितसंबंध सुरक्षित ठेवण्यासाठी यामध्ये सतत विचारविनिमय करणे.

३. तेलाच्या किमती जशाच्या तशा ठेवण्यासाठी उत्पादन नियंत्रणात ठेवणे.

४. ग्राहकाला वेळेवर तेलपुरवठा करणे व लगेच सभासदांना त्यांचा हिस्सा देणे.

५. पेट्रोलच्या किमतीत अकारण वाढ होणार नाही, हे पाहणे.

६. तेल उत्पादन कंपन्यांबरोबर विचारविनिमय केल्याशिवाय तेलाच्या किमतीत बदल न करणे.

१९६० पूर्वी सात ब्रिटिश आणि अमेरिकन तेल कंपन्यांच्या कार्टेलच्या ताब्यात ही तेलाची बाजारपेठ होती. ओपेकच्या स्थापनेनंतर सुरुवातीला या कार्टेलला विशेष स्वरूपाचे यश मिळाले नव्हते. १९६९ मध्ये लीबियामध्ये क्रांती होऊन अमेरिकेचे समर्थन असलेले सरकार जाऊन कर्नल गडाफींचे सरकार सत्तेत आले. सत्तेवर येताच त्यांनी तेल-उत्पादन कमी करणे व मोठ्या तेल कंपन्यांना तेल न विकणे यावर भर दिला. लीबियाचा कित्ता इतर राष्ट्रे गिरवू लागली. त्यातच ओपेक देशांनी १९७३ मध्ये प्रथम ७० टक्के व नंतर १३० टक्के दरवाढ केली. १९७३ मध्ये त्यांनी तेलाच्या प्रत्येक गॅलनची किंमत तीन डॉलर्सवरून ११.६५ डॉलर्स इतकी वाढवली. १९७३ च्या 'योम किप्पूर' युद्धात युरोपीय देश व अमेरिकेने इस्त्राईलला पाठिंबा दिल्याने ओपेक देशांनी हा निर्णय घेतला. त्याचबरोबर इस्त्राईलला मदत करणाऱ्या राष्ट्रांचा तेलपुरवठा थांबवण्याचा निर्णय या संघटनेने घेतला. परंतु तेलाच्या वाढणाऱ्या किमतीचा आर्थिक फटका तिसऱ्या जगातील विकसनशील देशांना बसला व श्रीमंत देशदेखील या कारवाईने हादरून गेले. या ओपेकच्या कार्यवाहीलाच 'ऑईलशॉक' असे म्हणतात.

याचा परिणाम म्हणून तेलाचा वापर अति जपून करणे, तेलाला पर्याय असणाऱ्या वस्तूंचा शोध घेणे अशा प्रकारचे उपाय जगातील राष्ट्रे योजू लागली. वास्तविक पाहता ओपेक देश श्रीमंत असून उद्योगधंदा आणि तंत्रविद्येत मागासलेले आहेत. परंतु त्यांच्याकडे तेलाचे प्रचंड साठे असल्याने त्यांचा ते अमोघ शस्त्र म्हणून उपयोग करू शकतात. युद्ध व शांततेच्या काळातही अत्यंत महत्त्वाचा ठरलेला तेलासारखा पदार्थ अत्यंत कमी किमतीला विकला जातो, असे ओपेक देशांचे म्हणणे होते. तेल निर्यात करून त्यांना आवश्यक असलेल्या सर्व जीवनावश्यक वस्तू त्यांच्याकडे आयात केल्या जातात. जीवनावश्यक वस्तूंच्या किमतीत प्रचंड वाढ झाल्याने ओपेक देशांना तेलाची किंमत वाढवावी लागली. ओपेक देशांना आर्थिक विकासाकरिता पैसा आवश्यक आहे व तो मिळवण्याचा सोपा मार्ग म्हणजे तेलाची निर्यात. तेलाची निर्यात करून युरोपीय देशांत व अमेरिकेत ओपेक देशांना अद्ययावत शस्त्रास्त्रे खरेदी करता येतात. बहुतेक ओपेक देशांना दरवाढीमुळे प्रचंड परकीय चलन प्राप्त झाले. त्यानंतर अनेक विकसनशील देशांत ओपेक देशांनी प्रतिवर्षी १०० अब्ज डॉलर्सपेक्षा जास्त गुंतवणूक १९८० नंतर

केली. अनेक ओपेक देशांनी गरीब देशांना मदत म्हणून आपल्या राष्ट्रीय उत्पन्नाच्या ३ ते १० टक्के उत्पन्न काही काळ वाटलेले आहे व अल्पदराने भांडवल गुंतवणूक, कृषी व्यवसाय व उद्योगधंद्यांत केली आहे. आपल्या देशातील तेल एक दिवस संपणार आहे, ही जाणीव या देशांना आहे व त्या दृष्टीने त्यांची तयारी सुरू आहे.

गेल्या काही वर्षांमध्ये तेल उत्पादनाच्या तंत्रज्ञानात लक्षणीय सुधारणा झाली आहे. साहजिकच ओपेकबाहेरील देशांचे तेल उत्पादन वाढले आहे. १९९१ च्या आखाती युद्धानंतर, इराकवर जागतिक समुदायाने आर्थिक निर्बंध घातले, २०११ च्या सुरुवातीलाच ओपेकच्या सभासद राष्ट्रांमध्ये सत्तापरिवर्तने होऊन लोकशासने प्रस्थापित होऊ लागली आहेत. या परिस्थितीचा विचार करता ओपेकचा पूर्वीचा दबदबा राहिलेला नाही, असेच खेदाने म्हणावे लागेल.

२. युरोपीय संघ :

जगातील सर्वांत शक्तिशाली व्यापारसंघ किंवा युरोपातील एकूण २७ राष्ट्रांचे राजकीय व आर्थिक स्वरूपाचे संघटन म्हणून युरोपियन महासंघाचा उल्लेख केला जातो. हा संघ द्वितीय महायुद्धानंतर अस्तित्वात आला पण या संघाची सुरुवात खऱ्या अर्थाने १९५७ मध्ये झालेल्या रोमच्या संधीमधून युरोपियन आर्थिक परिषदेच्या माध्यमातून सहा युरोपियन देशांनी आर्थिक दृष्टिकोनातून केलेली आपणांस दिसून येते. त्या वेळी बेल्जियम, जर्मनी, फ्रान्स, इटाली, लक्झेंबर्ग, नेदरलँड हे सहा देश या संघाचे मूळ सभासद होते. १९७३ ला तिला आधुनिक स्वरूप दिले गेलेले दिसून येते. त्या वेळी डेन्मार्क, आयरिश प्रजासत्ताक व ग्रेट ब्रिटन या संघात सामील झाले, तर ग्रीस १९८१ मध्ये आणि पोर्तुगाल व स्पेन ही दोन राष्ट्रे १९८६ मध्ये आणि १९९५ च्या विस्तारात ऑस्ट्रीया, फिनलंड आणि स्वीडन यांचा समावेश करून घेण्यात आला. या संघाचे असे एकूण १५ सभासद बऱ्याच कालावधीपर्यंत होते. युरोपियन महासंघाचा उदय हा जरी १९९१ च्या ऐतिहासिक मॅस्ट्रिश करारातून झालेला असला, तरी गेल्या चाळीस वर्षांत युरोपियन राष्ट्रांमध्ये झालेल्या विविध करारांनी या महासंघाची पार्श्वभूमी तयार केली. त्यामध्ये प्रामुख्याने पॅरिस करार – १९५१, रोम करार – १९५८, एकीकृत युरोपियन कायद्याविषयीचा करार – १९८६, मॅस्ट्रिश करार – १९५८ यांचा समावेश होतो.

८ एप्रिल १९६५ रोजी आर्थिक व राजकीय व्यवहारात एकी आणण्यासाठी ब्रुसेल्स येथे रोमचा करार करून युरोपीय आर्थिक समुदाय व युरोपीय अणुशक्ती

समुदाय असे दोन संघ स्थापन करण्यात आले. युरोपीय समुदायाचे कामकाज स्पॅनिश, फ्रेंच, इंग्लिश, जर्मन, ग्रीक इ. भाषांमध्ये चालते. सभासद देशांतर्गत सर्व प्रकारच्या वस्तु, लोकांची ये-जा, इतर स्वरूपाच्या सेवा व भांडवल पुरवठा यांच्या मुक्त वहनांचे तत्त्व या कराराने प्रस्थापित केले. याच्या सर्व अटी पाळणे हे सभासदांचे आद्यकर्तव्य आहे, म्हणजेच रोमकरार हे एक प्रकारे युरोपीय समूहाचे संविधान आहे, असे म्हणता येईल. १९८७ मध्ये एक युरोप हा कायदा करण्यात आला आणि त्यानुसार युरोपातील बाजाराची प्रक्रिया तडीस नेणे हे याचे उद्दिष्ट ठेवण्यात आले. शिवाय आपापसांतील व्यापार, आर्थिक सेवा, सुरक्षाविषयक आणि तंत्रज्ञानविषयक बाबींमध्ये सुसूत्रता आणण्याचा निर्धार केला गेला.

मॅस्ट्रिश करार ९ नोव्हेंबर, १९९३ रोजी अस्तित्वात आला. त्यामुळे युरोपच्या एकात्मिकरणाच्या प्रक्रियेला वेग आला. यामधूनच युरोपियन महासंघ अस्तित्वात आला आणि त्याच्या अंतर्गत राहून युरोपचा आर्थिक संघ निर्माण करण्याच्या प्रक्रियेने वेग घेतला. युरोपियन महासंघाची सदस्यसंख्या मात्र वेळोवेळी बदलत गेलेली आपणांस दिसून येते. आज ही सदस्यसंख्या २७ एवढी झालेली आहे. युरोपियन महासंघाचे मुख्यालय ब्रुसेल्स (बेल्जियम) येथे आहे. युरोपियन संघाचे लोक प्रत्येक पाच वर्षांनी आपल्या संसदीय व्यवस्थेसाठी निवडणुका करतात. युरोप खंडातील सर्वांत मोठे राजकीय व आर्थिक अस्तित्व युरोपीय संघाला लाभले आहे.

अ. रचना किंवा आराखडा :

युरोपियन महासंघाचे सात प्रमुख घटक असून ते प्रामुख्याने खालीलप्रमाणे -

१. युरोपियन संघ परिषद : यामध्ये सदस्य राष्ट्रांच्या शासकीय प्रमुखांचा समावेश होतो.

२. युरोपियन संघ संसद : यामध्ये युरोपियन महासंघाच्या सदस्य राष्ट्रांमधून निवडून आलेल्या सदस्यांचा समावेश होतो. या सदस्यांची निवड पाच वर्षांसाठी केली जाते.

३. मंत्रिपरिषद : यामध्ये सदस्य राष्ट्रांच्या परराष्ट्रमंत्र्यांचा समावेश होतो. सर्व महत्त्वपूर्ण निर्णय घेण्याचे कार्य ही परिषद करते.

४. युरोपियन आयोग : युरोपियन आयोगाचे कार्य हे कार्यकारी प्रमुखाचे असून युरोपियन महासंघाच्या दैनंदिन प्रशासनाचे कार्य युरोपियन आयोगाकडून होते.

५. युरोपियन न्यायालय : न्यायालयाचे मुख्यालय लक्झेंबर्ग येथे असून त्यात

१५ न्यायाधीशांचा समावेश होतो. युरोपियन महासंघाच्या करारातील तरतुदींचा अर्थ लावण्याचे कार्य न्यायालयाकडून होते.

६. लेखपालांचे न्यायालय : युरोपियन महासंघाचा खर्च आणि उत्पन्नाच्या हिशोबाचे कार्य लेखपालांच्या न्यायालयाकडून होते.

७. सल्लागार समित्या : विविध विषयांवर चर्चा करण्यासाठी आणि सल्ला देण्यासाठी अशा समित्यांची निर्मिती करण्यात आली आहे. उदा. आर्थिक आणि सामाजिक समिती, क्षेत्रीय समिती इत्यादी.

ब. युरोपियन महासंघाची उद्दिष्टे :

युरोपियन महासंघाची उद्दिष्टे पुढीलप्रमाणे आहेत-

१. आर्थिक, व्यापारी, सामाजिक, राजकीय पातळीवरील विकास धोरण व सहकार्य वाढवणे.

२. आर्थिक, वित्तीय संघ स्थापण्याच्या दिशेने प्रयत्न करणे.

३. एका चलनव्यवस्थेच्या निर्मितीसाठी प्रयत्न करणे.

४. संपूर्ण युरोपसाठी एका नागरिकत्वाच्या निर्मितीसाठी प्रयत्न करणे.

५. स्वातंत्र्याचे आदानप्रदान करणे.

६. युरोपीय देशांमध्ये राजकीय व शासकीय संयुक्तता आणणे.

७. समान अर्थव्यवस्था व समान व्यापार नियम लागू करणे.

८. समान चलन – युरो अस्तित्वात आणणे.

क. युरोपियन महासंघाची कार्ये :

युरोपियन महासंघाकडून सन १९९९ मध्ये एक चलनव्यवस्था सुरू करण्यात आली, ती युरो नावाने ओळखली जाते. सन २००० पर्यंत महासंघाच्या राष्ट्रांपैकी ११ राष्ट्रांनी या चलनव्यवस्थेचा स्वीकार केला होता. सभासद देशांतर्गत वस्तू, व्यक्ती सेवा, आणि भांडवल यांच्या मुक्त वहनाचे तत्त्व या कराराने प्रस्थापित केले. रोम करारातील अटींची अंमलबजावणी करणे सभासद राष्ट्रांवर बंधनकारक असल्यामुळे रोम करार हे एक प्रकारे युरोपीय समूहाचे संविधान आहे, असे म्हणता येते. बाजाराच्या एकात्मीकरणाची प्रक्रिया तडीस नेणे हे १९८७ च्या 'एक युरोप' कायद्याचे उद्दिष्ट होते. हे याद्वारे यशस्वी करण्यात आले आहे. याशिवाय आर्थिक सेवा, विमा, दळणवळण या क्षेत्रांचे विविध सभासद देशांतील नियमन, तसेच सुरक्षाविषयक आणि तंत्रज्ञानविषयक मानके यांच्यात सुसूत्रता आणण्याचा निर्धार या संघाने तडीस नेलेला आहे. १९९२

मधील मॅस्ट्रिश करारामुळे पश्चिम युरोपच्या एकात्मिकरणाच्या प्रक्रियेने आणखी एक पाऊल पुढे पडले. यातूनच पश्चिम युरोपचा आर्थिक संघ निर्माण होण्याच्या प्रक्रियेने वेग घेतला. तसेच युरोपीय देशांच्या सामाजिक धोरणांत सुसूत्रता आणण्याचाही प्रयत्न झाला. डेन्मार्क आणि फ्रान्समध्ये मोठ्या संख्येने लोकांनी या कराराविरुद्ध मतदान केले, तर ब्रिटनने या करारातून बाहेर पडण्याचा हक्क राखून ठेवला. परंतु युरोपिय संघाच्या सर्वच सभासद राष्ट्रांनी मॅस्ट्रिश करारास अखेर मंजुरी दिली.

३. दक्षिण-पूर्व आशियाई राष्ट्रांची संघटना किंवा आसियान :

व्हिएतनाममधील संघर्ष आणि अमेरिकेची व्हिएतनाममधील साम्राज्यवादी भूमिका, कंबोडिया, इंडोनेशिया, लाओस व म्यानमारमधील संघर्षमय स्थिती यामुळे सुरुवातीला इंडोनेशिया, मलेशिया, फिलिपाईन्स, सिंगापूर आणि थायलंड या राष्ट्रांना एका क्षेत्रीय संघटनेची गरज भासू लागली. त्यातूनच दक्षिणपूर्व आशियाई राष्ट्रांची संघटना म्हणजेच 'आसियान' ची स्थापना ८ ऑगस्ट, १९६७ मध्ये बँकॉक येथे करण्यात आली. भौगोलिकदृष्ट्या दक्षिण-पूर्व आशियाई राष्ट्रांशी संलग्न असणाऱ्या राष्ट्रांनाच केवळ यामध्ये प्रवेश देण्यात आला आहे. आसियानच्या स्थापनेमागचा मुख्य उद्देश दक्षिण-पूर्व आशियाई राष्ट्रांमध्ये आर्थिक सहकार्य वृद्धिंगत करणे, आर्थिक सहकार्यासाठी संघटित प्रयत्न करणे हा आहे. कालांतराने आसियानची सदस्यसंख्या दहावर जाऊन पोहोचली असून त्यात ब्रुनेई, व्हिएतनाम, कंबोडिया, लाओस या देशांचा १९९९ मध्ये समावेश झालेला आपणांस दिसतो. आर्थिक सहकार्याबरोबरच विभागीय संरक्षणाच्या मुद्यांवर चर्चा करण्यासाठी आसियानच्या अंतर्गत 'आसियान रिजनल फोरम' नावाचे व्यासपीठ तयार करण्यात आले आहे. या फोरमची सदस्यसंख्या १८ असून भारतदेखील या फोरमचा सदस्य आहे. १९९२ मध्ये संघटनेच्या सदस्य राष्ट्रांनी आसियानमुक्त व्यापारक्षेत्र सुरू केले. दक्षिणपूर्व आशियाई राष्ट्रांच्या आर्थिक आणि औद्योगिक विकासात आसियान संघटनेचा वाटा महत्त्वाचा आहे. या राष्ट्रांच्या आर्थिक विकासाचा दर ७ ते ८ टक्के एवढा असून ते 'आशियाई वाघ' म्हणून ओळखले जातात.

अ. आसियानची संघटनात्मक रचना किंवा स्वरूप :

आसियानच्या स्थापनेच्या वेळी या संघटनेची थायलंड, मलेशिया, सिंगापूर, फिलीपाईन्स आणि इंडोनेशिया ही मूळ सदस्य राष्ट्रे होती. नंतर १९८४ मध्ये ब्रुनेई, १९९५ मध्ये व्हिएतनाम, १९९७ मध्ये लाओस, आणि म्यानमार; तर १९९९ मध्ये

कंबोडिया हे राष्ट्र या संघटनेचे सभासद बनले. सध्या आसियानची सदस्यसंख्या १० आहे. सभासद देशांच्या शासनप्रमुखांची शिखर परिषद ही आसियान निर्णयप्रक्रियेतील सर्वोच्च परिषद आहे. आज दक्षिण-पूर्व आशियातील राष्ट्रे 'आसियान टायगर्स' म्हणून ओळखली जातात. १९९० च्या दशकातील काही दक्षिण-पूर्व आशियाई राष्ट्रांच्या आर्थिक विकासाचा दर हा पाश्चिमात्य विकसित राष्ट्रांपेक्षा अधिक होता.

आसियान या संघटनेचे खालीलप्रमाणे चार प्रमुख घटक आहेत-

१. मंत्रिपरिषद किंवा सभा : मंत्रिसभा ही सर्वांत महत्त्वाची असून त्यात सभासद राष्ट्रांचे परराष्ट्र व्यवहारमंत्री आणि त्याचे राजदूत वार्षिक सभेत व अन्य बैठकीच्या वेळी एकत्र येतात. विभागीय हितसंबंधाच्या दृष्टीने महत्त्वाच्या प्रश्नांवर निर्णय घेण्याचे कार्य मंत्रिपरिषदेतून होते. मंत्रिपरिषदेच्या नियमित बैठका होतात.

२. कार्यकारी समिती : कार्यकारी समितीची बैठक आवश्यकतेनुसार घेण्यात येते. कार्यकारी समितीचे मुख्य कार्य हे आसियानच्या अधिवेशनाची तयारी करणे, अधिवेशनात चर्चेसाठी विषय ठरवणे आहे. या समितीमध्ये ज्या सदस्य राष्ट्रांमध्ये अधिवेशन होणार आहे, त्या राष्ट्रांचा परराष्ट्रमंत्री आणि इतर सदस्य राष्ट्रांचा समावेश होतो.

३. सचिवालय : आसियानचे प्रशासकीय कार्य सचिवालयामार्फत पार पाडले जाते. १९७६ मध्ये एका सचिवालयाची स्थापना करण्यात आली. सचिवालयाची प्रमुख कचेरी जाकार्ता येथे आहे. सचिवालय प्रशासकीय कामकाज करीत असते. सचिवालयाचा जो प्रमुख सचिव असतो, त्याची नेमणूक पाच वर्षांसाठी केली जाते.

४. स्थायी व अस्थायी समित्या : आर्थिक आणि व्यापारी सहकार्याच्या विविध पैलूंवर चर्चा करण्यासाठी आसियान अंतर्गत विषयांवर स्थायी व अस्थायी समित्या निर्माण करण्यात आल्या आहेत. सध्या या संघटनेमध्ये ९ स्थायी व ८ अस्थायी समित्या आहेत. त्यांच्याकडे विशेष परंतु ठरावीक कामे सोपविली जातात.

ब. आसियानची उद्दिष्टे :

आसियान हे समुद्रतटीय गैरराजकीय व गैरसैनिकीय असे आर्थिक संघटन आहे. हे संघटन स्थापन करण्यामागचा प्रमुख उद्देश म्हणजे दक्षिण-पूर्व आशियाई राष्ट्रांमध्ये आर्थिक सहकार्य वृद्धिंगत करणे, सदस्य राष्ट्रांमधील साधनसंपत्तीचा सयुक्तिक किंवा सामूहिक वापर करणे हा होता. याशिवाय ह्या संघटनेची प्रमुख उद्दिष्टे पुढीलप्रमाणे आहेत –

१. या प्रदेशामधील राष्ट्रांनी आर्थिक, सामाजिक आणि सांस्कृतिक प्रगती घडवून आणणे.

२. या सभासद राष्ट्रांमध्ये सुरक्षितता आणि शांततेची व्यवस्था करणे.

३. सभासद राष्ट्रांच्या विभिन्न हितसंबंधांमध्ये वाढ करणे व परस्परांतील सहकार्य वाढवणे.

४. सभासद राष्ट्रांतील नागरिकांमध्ये स्थिरता व संशोधनास प्रोत्साहन देणे व मदत करणे.

५. परस्परांत कृषी, उद्योग व व्यापारवृद्धीचा प्रयत्न करणे.

६. अन्य आंतरराष्ट्रीय आणि क्षेत्रीय संघटनांशी सहकार्य वाढवणे.

७. आर्थिक आणि वित्तीय क्षेत्रांतील एकात्मीकरण घडवून आणणे.

८. आसियान देशांना जोडणारी वाहतूक व्यवस्था सुरळीत करणे.

९. हवाई वाहतुकीचे एकात्मीकरण घडवून आणणे.

१०. आसियान देशांचे ऊर्जा नेटवर्क कार्यान्वित करणे.

क. आसियानची कार्ये :

दक्षिण-पूर्व आशियाई राष्ट्रांमधील व्यापारी, आर्थिक, सामाजिक आणि संरक्षण क्षेत्रातील सहकार्यामध्ये आसियानची भूमिका महत्त्वाची आहे. आज जगातील सर्वांत शक्तिशाली व्यापारसंघापैकी आसियान हा एक असून त्यामध्ये प्रवेशासाठी अनेक राष्ट्रे उत्सुक आहेत. आर्थिक सहकार्याबरोबरच विभागीय संरक्षणावर चर्चा करण्यासाठी आसियान अंतर्गतच 'आसियान रीजनल फोरम' नावाचे एक व्यासपीठ तयार करण्यात आले आहे. या फोरमची सदस्यसंख्या १८ असून भारतदेखील या फोरमचा सदस्य आहे. आसियानशी सहकार्य वाढवण्यासाठी भारताने १९९१ मध्ये 'लूकइस्ट' नावाचे धोरण स्वीकारले. या धोरणात तीन गोष्टींना प्राधान्य देण्यात आले.

१. आसियानच्या सदस्य राष्ट्रांबरोबर राजकीय संबंध सुधारणे.

२. आसियानच्या सदस्य राष्ट्रांबरोबर विज्ञान, तंत्रज्ञान, गुंतवणूक पर्यटन अशा क्षेत्रांमध्ये सहकार्य वाढवणे.

३. आसियानच्या सदस्य राष्ट्रांबरोबर संरक्षणसंबंध प्रस्थापित करणे.

१९९५ मध्ये आसियानमध्ये भारताला विभागीय सहकार्याचा दर्जा देण्यात आला.

या संघटनेने अत्यंत थोड्याकाळात नेत्रदीपक प्रगती केली आहे. इतर क्षेत्रीय संघटनांना या संधीपासून प्रेरणा मिळाली आहे. या संघटनेतील राष्ट्रांनीदेखील पूर्व आशिया कॉमन मार्केटची कल्पना मांडली आहे. संघटनेच्या नोव्हेंबर, १९९९ मध्ये

मनिला येथे झालेल्या परिषदेत चीन व जपानचे पंतप्रधान तसेच दक्षिण कोरियाचे अध्यक्ष उपस्थित होते. या सभेत पूर्व आशियाच्या आर्थिक व सुरक्षिततेच्या दृष्टीने विचार मांडण्यात आला. इ. स. २०१० ते २०१५ पर्यंत जकातकर पूर्णपणे उठवण्याचा विचार झाला. त्याचप्रमाणे चाचेगिरीवर, दहशतवादी कारवायांवर नियंत्रण ठेवण्याचा निर्णय घेण्यात आला. यापूर्वी १९९७ च्या परिषदेत आर्थिक संकट दूर करण्यासाठी आंतरराष्ट्रीय नाणेनिधीला मदतीची विनंती करण्यात आली. १९९८ च्या सिंगापूर येथील अधिवेशनात अर्थमंत्र्यांनी परस्परांशी व्यापार करताना क्षेत्रीय चलनाच्या माध्यमातून व्यवहार करण्याचा विचार केला. परंतु या ठरावाला संमत करण्यात फारसे यश मिळाले नाही. आसियानमुक्त व्यापार क्षेत्र निर्माण करणे हे आता आसियानचे पुढचे उद्दिष्ट आहे.

याशिवाय आसियान करार १९६७ मध्ये करण्यात आला. त्याच्या अंतर्गत राहून शांतता, स्वातंत्र्य आणि तटस्थतेच्या क्षेत्रांचा जाहीरनामा १९७१ मध्ये करण्यात आला. आसियानचा दक्षिण चीन समुद्रविषयक जाहीरनामा १९९२ मध्ये करण्यात आला. आग्नेय आशिया अण्वस्त्रविरहित क्षेत्राचा करार १९९७ मध्ये, तर आसियान व्हिजन २०२० हे आसियान देशांचे काही महत्त्वाचे करार आहेत. क्षेत्रीय सुरक्षेच्या दृष्टिकोनातून १९९४ मध्ये आसियान क्षेत्रीय व्यासपीठाची स्थापना करण्यात आली. यामध्ये आसियानच्या दहा सभासदांव्यतिरिक्त ऑस्ट्रेलिया, कॅनडा, चीन, युरोपीय संघ, भारत, जपान, उत्तर व दक्षिण कोरिया, मंगोलिया, न्यूझीलंड, पाकिस्तान, पापुआन्यूगिनी, रशिया आणि अमेरिका यांचा समावेश आहे.

आसियानच्या व्यासपीठावर क्षेत्रीय सुरक्षेशी संबंधित विषयांवर चर्चा आणि वाटाघाटी होतात. १९९२ पासून आसियानमुक्त व्यापार क्षेत्राची वाटचाल सुरू झाली. आर्थिक आणि वित्तीय क्षेत्रांतील एकात्मीकरण, आसियान देशांना जोडणारी वाहतूक व्यवस्था, हवाई वाहतुकीचे एकात्मीकरण, आसियान देशांचे ऊर्जा-नेटवर्क ही आसियानची भविष्यातील काही उद्दिष्टे आहेत.

४. दक्षिण आशिया प्रादेशिक सहकार्य संघ/संघटन/सार्क :

भारतीय उपखंडालाच अलीकडच्या काळात 'दक्षिण आशिया' असे म्हणतात. दक्षिण आशियात भारत, पाकिस्तान, नेपाळ, भूतान, बांगलादेश, श्रीलंका, मालदीव या सात राष्ट्रांचा समावेश होतो. या सात राष्ट्रांपैकी भारत हे धर्मनिरपेक्ष राष्ट्र आहे. पाकिस्तान, बांगलादेश व मालदीव ही मुस्लीमधर्मीय राष्ट्रे आहेत. श्रीलंका व भूतान ही बौद्धधर्मीय राष्ट्रे आहेत, तर नेपाळ हे हिंदू राष्ट्र आहे. अशा वेगवेगळ्या धर्मांची राष्ट्रे

असूनही त्यांनी एकत्र येऊन दक्षिण आशियाच्या सर्वांगीण विकासासाठी १९८५ मध्ये 'सार्क' या क्षेत्रीय संघटनेची स्थापना केली. वास्तविक पाहता वरील सात दक्षिण आशियाई राष्ट्रांच्या परराष्ट्र सचिवांची बैठक १९८१ मध्ये भरली. त्यानंतर १९८३ मध्ये झालेल्या परराष्ट्र मंत्र्यांच्या बैठकीत 'दक्षिण आशियाई क्षेत्रीय सहकार्याचा जाहीरनामा' संमत करण्यात आला. अलीकडच्या काळात सार्क संघटनेत अफगाणिस्तान हे आठवे सभासद म्हणून सामील झालेले आहे.

सार्कची मूळ कल्पना व स्थापना :

दक्षिण आशियाचा सर्वांगीण विकास व्हावा, यासाठी या भागात एखादे क्षेत्रीय संघटन असावे, याची जाणीव तत्कालीन बांगला देश अध्यक्ष झिया-उर-रहेमान यांना झाली. त्या दृष्टीने त्यांनी एक प्रस्ताव तयार केला व तो प्रस्ताव त्यांनी दक्षिण आशियातील राष्ट्रांना विचारासाठी पाठवून दिला. या प्रस्तावामध्ये एक, म्हणजे दक्षिण आशियामध्ये नाटो किंवा वॉर्सा यासारखे एखादे संघटन असावे आणि दुसरे म्हणजे, दक्षिण आशियाच्या सर्वांगीण विकासासाठी या क्षेत्रातील सर्वांनी एकमेकांना सहकार्याच्या भावनेतून मदत करावी, असे मांडण्यात आले होते. सहकार्याची क्षेत्रे म्हणून दळणवळण, आर्थिक आणि औद्योगिक विकास, पर्यटन इ. मुद्यांचा त्यामध्ये समावेश करण्यात आला होता. या प्रस्तावाबरोबरच त्यांनी स्वत: यासाठी दक्षिण आशियातील राष्ट्रांना भेटी दिल्या. त्यानंतर परिपत्रकाद्वारे त्यांनी आपले प्रतिनिधी दक्षिण आशियातील राष्ट्रांत पाठवून दक्षिण आशियात एखादे संघटन स्थापन करण्याचे आवाहन केले. एवढेच नाही तर या राष्ट्रांनी यासाठी एकत्र येऊन शिखर परिषद घ्यावी, असाही त्यांनी प्रयत्न केलेला दिसून येतो.

या प्रस्तावावर विचारविनिमय करण्यासाठी सुरुवातीला सातही राष्ट्रांच्या (अफगाणिस्तान सोडून, कारण २००६ नंतर अफगाणिस्तानचा समावेश या संघटनेत केलेला आहे.) परराष्ट्रीय मंत्र्यांच्या सचिवाची २१ ते २३ एप्रिल १९८१ मध्ये कोलंबो येथे बैठक झाली. या बैठकीत दक्षिण आशियाच्या सहकार्यासाठी एक आराखडा बनवण्यात आला. त्यामध्ये शेती, ग्रामीण विकास, आरोग्य व लोकसंख्या इ. सहकार्याची क्षेत्रे प्रामुख्याने ठरवण्यात आली. शिवाय या प्रत्येक क्षेत्राचा सखोल अभ्यास करण्यासाठी तज्ज्ञ लोकांची एक समिती नियुक्त करण्यात आली. नोव्हेंबर १९८१, ऑगस्ट १९८२, मार्च १९८३, आणि जुलै १९८३ मध्ये ठिकठिकाणी दक्षिण आशियातील परराष्ट्रीय मंत्र्यांच्या सचिवांच्या बैठका झाल्या. त्यामध्ये परस्परांशी सहकार्य करण्याची अनेक क्षेत्रे निश्चित करण्यात आली. त्या क्षेत्रांच्या विकासासाठी कार्ययोजना आखण्यात

आल्या. त्यानंतर सातही राष्ट्रांचे परराष्ट्रीय मंत्री नवी दिल्ली येथे १ व २ ऑगस्ट १९८३ रोजी एकत्र आले. या बैठकीत त्यांनी आतापर्यंत झालेल्या सर्व सचिवांच्या बैठकीचा आढावा घेऊन दक्षिण आशियाच्या सहकार्यासाठी दक्षिण आशियाई क्षेत्रीय सहकार्याचे संघटन स्थापन करण्याची औपचारिक घोषणा केली. भूतानची राजधानी थिम्पू येथे १९८५ मध्ये झालेल्या परराष्ट्रीय मंत्र्यांच्या बैठकीत दक्षिण आशियाई सहकार्याच्या प्रयत्नांना संघटनात्मक स्वरूप देण्याचे ठरले.

दक्षिण आशियातील भारत, पाकिस्तान, नेपाळ, भूतान, बांगलादेश, श्रीलंका व मालदीव या सात राष्ट्रांचे प्रमुख बांगलादेशाची राजधानी ढाका येथे ७ व ८ डिसेंबर, १९८५ रोजी एकत्र आले. या ठिकाणी या सात राष्ट्रांनी परस्पर सहकार्य करण्याच्या आवश्यकतेवर भर देऊन दक्षिण आशियाई क्षेत्रीय सहकार्य संघटन अर्थात सार्क अधिकृत स्थापन केले. या दोन दिवसांत या सात राष्ट्रांच्या प्रमुखांनी या प्रदेशातील दारिद्र्य, निरक्षरता, कुपोषण, रोगराई यांसारख्या अनेक प्रश्नांवर सविस्तर चर्चा केली. एवढेच नाही तर सार्क संघटनेची उद्दिष्टे या संमेलनामध्ये निश्चित करण्यात आली. तसेच सार्कची मूलभूत तत्त्वेही ठरवण्यात आली. हे सर्व हाताळण्यासाठी एक घटना बनवण्यात आली. त्या घटनेनुसार सार्कच्या शिखर परिषदा कधी घ्याव्यात हे ठरविण्याबरोबरच सार्कच्या यशस्वी कार्यासाठी मंत्रिपरिषद, स्थायी समिती, तांत्रिक समिती, कार्यकारी समिती, वित्तीय समिती, सचिवालय इत्यादींची निर्मिती करण्यात आली.

सार्कची उद्दिष्टे :

क्षेत्रीय सहकार्याचे अंतिम उद्दिष्ट हे 'सार्क' देशांचा आर्थिक, सामाजिक व सांस्कृतिक विकासाचा वेग वाढवून सामाजिक न्याय व या भागांतील लोकांचे कल्याण साधणे हे आहे. या व्यतिरिक्त सार्क संघटनेची काही उद्दिष्टे खालीलप्रमाणे –

१. दक्षिण आशियाई जनतेच्या कल्याणात व जीवनमानात सुधारणा करणे.

२. आर्थिक, सामाजिक आणि सांस्कृतिक विकास साधणे व सर्व व्यक्तींना विकासाच्या संधी उपलब्ध करून देणे.

३. दक्षिण आशियाई राष्ट्रांची सामूहिक आत्मनिर्भरता बळकट करणे.

४. दक्षिण आशियाई राष्ट्रांमध्ये परस्परांच्या समस्या आणि प्रश्नांविषयी सहानुभूती, विश्वास निर्माण करणे.

५. सदस्य राष्ट्रांमध्ये आर्थिक, सामाजिक, सांस्कृतिक आदी क्षेत्रांमध्ये सहकार्य वाढवणे.

६. इतर विकसनशील राष्ट्रांबरोबर दक्षिण आशियाई राष्ट्रांचे सहकार्य आणि मैत्रीचे संबंध प्रस्थापित करणे.

७. दक्षिण आशियाई राष्ट्रांमध्ये सामूहिक हितसंबंधाच्या विषयावर सहमती प्रस्थापित करणे.

८. इतर विभागीय व्यापारसंघ आणि आंतरराष्ट्रीय संघटनांबरोबर सहकार्य वाढवणे.

सार्कची तत्त्वे :

दक्षिण आशियातील सर्वच राष्ट्रांनी दक्षिण आशियाच्या विकासासाठी, सहकार्यासाठी आधारभूत ठरतील अशी सार्कची खालील तत्त्वे स्वीकारली–

१. सदस्य राष्ट्रे परस्परांच्या सार्वभौमत्वाचा आणि भौगोलिक एकात्मतेचा आदर करतील.

२. परस्परांच्या अंतर्गत कारभारात हस्तक्षेप केला जाणार नाही.

३. परस्परांचे हित व फायद्यासाठी प्रयत्न केले जातील.

४. सदस्य राष्ट्रांमध्ये सार्वभौम समानता असेल.

५. सार्कच्या व्यासपीठावरून जे करार केले जातील, ते सार्कच्या सदस्य राष्ट्रांनी द्विपक्ष पातळीवर अथवा बहुपक्ष पातळीवर इतर राष्ट्रांसमवेत जे करार केलेले असतील, त्यांच्याशी विसंगत नसतील.

६. सार्कच्या व्यासपीठावर झालेले करार सदस्य राष्ट्रांनी इतर राष्ट्रांबरोबर केलेल्या करारांची जागा घेणार नाहीत.

सार्कपुढील समस्या किंवा अडथळे :

१९८५ मध्ये सार्क संघटनेची स्थापना दक्षिण आशियाच्या आर्थिक विकासासाठी करण्यात आली. अल्पावधीतच या संघटनेपुढे अनेक समस्या निर्माण झालेल्या आपणांस दिसून येतात. त्यामधील काही खालीलप्रमाणे –

१. वैचारिक भिन्नता : सार्क संघटनेतील सर्वच राष्ट्रे भिन्न विचारधारेची आहेत. साहजिकच भिन्न विचारधारा एकत्र येऊन यशस्वीरीत्या कार्य करूच शकत नाहीत. त्यामध्ये नेपाळ हे हिंदू राष्ट्र भूतान व श्रीलंका ही बौद्धधर्मीय; पाकिस्तान, बांगला देश, मालदीव व अलीकडेच सार्कमध्ये सामील झालेले अफगाणिस्तान ही मुस्लीम धर्मीय; तर भारत हे धर्मनिरपेक्ष राष्ट्र आहे. त्यामुळेच या संघटनेतील राष्ट्रांमध्ये वैचारिक भिन्नता आढळून येते.

२. सहकार्याचा अभाव : सार्क संघटनेची स्थापना केल्यानंतर सार्क संघटनेतील

सर्व राष्ट्रे एकमेकांना स्थानिक व आंतरराष्ट्रीय पातळीवर सहकार्य करतील, असे ठरले होते. परंतु दक्षिण आशियातील प्रश्नांबाबत तर सोडाच, पण आंतरराष्ट्रीय पातळीवरही ही राष्ट्रे एकमेकांना सहकार्य करताना दिसत नाहीत. उलट परस्परविरोधी मतदान करताना दिसून येतात.

३. दहशतवाद : दक्षिण आशियातील सर्वच राष्ट्रांत आज कमीजास्त प्रमाणात दहशतवादाचे स्वरूप पाहावयास मिळते. तसेच दक्षिण आशियातीलच राष्ट्रे एकमेकांच्या प्रदेशातील दहशतवादाला खतपाणी घालण्याचे काम करताना दिसतात. उदा. भारतात दहशतवाद निर्माण करण्याचे काम पाकिस्तान व बांगलादेश करतात, तर श्रीलंकेमध्ये भारताकडून कारवाई होताना दिसते. दहशतवादामुळे संबंधित राष्ट्राची सुरक्षितता धोक्यात तर येतेच, त्याचबरोबर दक्षिण आशियाच्या विकासाला खीळ बसून दक्षिण आशियाची सुरक्षितता धोक्यात येताना दिसते.

४. महासत्तेची भूमिका : इंग्रजांची सत्ता बऱ्याच काळपर्यंत दक्षिण आशियावर होती. इंग्रज येथून निघून गेल्यानंतर दक्षिण आशियात एक प्रकारची सत्तेची पोकळी निर्माण झाली. ही पोकळी भरून काढण्यासाठी व दक्षिण आशियातील राष्ट्रांना आपल्या बाजूला वळवण्यासाठी महासत्तांनी प्रयत्न सुरू केले. हेच प्रयत्न सार्क संघटनेच्या स्थापनेनंतरही चालू असलेले दिसतात. त्यामुळेच दक्षिण आशियातील राष्ट्रांमध्ये सहकार्य होताना दिसत नाही.

५. हस्तक्षेप : दक्षिण आशियातील कोणत्याही राष्ट्राने एकमेकांच्या प्रदेशात हस्तक्षेप करू नये, या हेतूनेच सार्क संघटनेची स्थापना केली. परंतु दक्षिण आशियातील प्रत्येक राष्ट्र दुसऱ्या राष्ट्राच्या अंतर्गत कारभारात कोणत्या ना कोणत्या प्रकारचा हस्तक्षेप करताना दिसून येते.

६. अविश्वास : सार्क संघटनेतील सर्वच राष्ट्रे भिन्न विचारधारेची, भिन्न संस्कृतीची असल्यामुळे त्यांच्यात एकी तर होणार नव्हतीच, पण असे असूनही त्यांनी एकत्र येऊन सार्क संघटनेची स्थापना केली. या संघटनेतील भारत हे सर्वच बाबतींत इतरांपेक्षा मोठे राष्ट्र असल्यामुळे त्यांच्याकडे इतर राष्ट्रे संशयाने पाहताना दिसतात, म्हणजेच सार्क संघटनेमध्ये अविश्वासाचे वातावरण असलेले दिसून येते.

७. सुरक्षितता : दक्षिण आशियाची सुरक्षितता अबाधित ठेवण्याच्या हेतूने दक्षिण आशियातील राष्ट्रांनी एकत्र येऊन सार्क संघटना स्थापन केली. परंतु दक्षिण आशियातील राष्ट्रे परकीयांची मदत घेऊन दक्षिण आशियाची सुरक्षितता धोक्यात आणताना दिसून येतात. अलीकडच्या काळात चीन-पाकिस्तान व बांगलादेश युती होऊ पाहतेय. तसे झाल्यास दक्षिण आशियाची सुरक्षितता धोक्यात येईल. त्याचप्रमाणे

अमेरिकेने पाकिस्तानला नाटोबाहेरील खास मित्रराष्ट्रांचा दर्जा दिल्यामुळे भारताची पर्यायाने दक्षिण आशियाची सुरक्षितता धोक्यात येणार आहे. त्याशिवाय १९९८ मध्ये भारत-पाकिस्तान यांनी आण्विक चाचण्या घेतल्यामुळे दक्षिण आशियात अण्वस्त्रस्पर्धा सुरू झाली. त्याचाही परिणाम दक्षिण आशियाच्या सुरक्षिततेवर झालेला दिसून येतो.

८. **व्यापार :** दक्षिण आशियात मोठ्या प्रमाणात गरिबी आहे. आर्थिक मागासलेपणा आहे व तो दूर करण्यासाठीच सार्क संघटन स्थापन करण्यात आले. पण सार्क संघटनेतील राष्ट्रे आपापसांतील व्यापार वाढवण्याकडे लक्ष देताना दिसत नाहीत. पर्यायाने त्यांचा आर्थिक विकास घडून येत नाही. उदा. भारताची साखर दक्षिण आशियातील राष्ट्रांत जाण्याऐवजी ती इतरत्र जाताना दिसते. भारतात लोखंड मुबलक प्रमाणात आहे, पण बांगलादेश ऑस्ट्रेलियाकडून लोखंड आयात करताना दिसते.

सार्कचे यश :

सार्कच्या स्थापनेला २००९ मध्ये २४ वर्षे होत आलेली आहेत. या कालावधीतील सार्कच्या प्रगतीचे यशापयश तपासल्यास आपणांस असे जाणवते की, सार्क संघटनेतील सदस्य राष्ट्रांनी आपापसांतील मतभेद दूर करून, परस्परांतील संशय दूर करून, समानतेच्या तत्त्वावर एकत्र येऊन कार्य केल्यास सार्क संघटन निश्चित यशस्वी होईल. त्यासाठी सार्क संघटनेतील सभासद राष्ट्रांनी सार्कच्या तत्त्वांचे पालन केलेच पाहिजे. तरच सार्क संघटन भविष्यात उज्ज्वल बनण्यास मदत होईल. म्हणजेच सार्कच्या मार्गात अनेक अडथळे आहेत. असे असले तरी दक्षिण आशियाई राष्ट्रांमध्ये विविध क्षेत्रांत सहकार्य वाढवण्यास सार्कमुळे चालना मिळाली आहे. सार्कने दक्षिण आशियाई राष्ट्रांमधील समान हितसंबंधाच्या अनेक विषयांवर सदस्य राष्ट्रांमध्ये सहमती निर्माण करण्याचा प्रयत्न केला. सार्कमुळे केवळ विभागीय सहकार्यालाच प्रोत्साहन मिळाले नाही, तर दक्षिण आशियातील अनेक वादग्रस्त प्रश्न सोडवण्यासाठी पोषक परिस्थिती निर्माण झाली. या संघटनेचा सर्वांत मोठा फायदा म्हणजे आर्थिक मुद्यांना राजकीय संघर्षापासून वेगळे करण्याची मानसिकता सार्कने सदस्य राष्ट्रांमध्ये विकसित केली. राजकीय संघर्षामुळे आर्थिक किंवा व्यापारी सहकार्याच्या मार्गात अडथळा निर्माण व्हायला नको, अशी भूमिका पाकिस्तानचा अपवाद वगळता इतर सर्व सदस्य राष्ट्रांची आहे. सार्कच्या सदस्य राष्ट्रांना भेडसावणाऱ्या समान प्रश्नांमध्ये गरिबी, बेकारी, लोकसंख्या, महागाई, पर्यावरणाचे प्रदूषण, निम्न जीवनस्तर, महिला आणि लहान मुलांच्या मानवाधिकारांचे उल्लंघन आदी समस्यांचा प्रामुख्याने समावेश होतो. सार्कच्या व्यासपीठावरून या समस्यांवर व्यापक चर्चा झाली आणि त्या सोडवण्यासाठी कृतियोजना

बनवण्यात आली. या कृतियोजनेची अंमलबजावणी सदस्य राष्ट्रांमधील राजकीय इच्छाशक्तीच्या अभावामुळे जरी पूर्णपणे होऊ शकली नाही, तरी अशा समस्यांवर सामूहिक सहमती निर्माण करण्यात सार्कला यश प्राप्त झाले आहे. सार्कमुळे भारत आणि पाकिस्तान या दोन्ही राष्ट्रांना इतर सदस्य राष्ट्रांबरोबर संबंध सुधारण्याची संधी प्राप्त झाली. तसेच दक्षिण आशियाई राष्ट्रांमधील भारताविषयीची अकारण भीती सार्कमुळे बऱ्याच प्रमाणात कमी झाली. सार्कच्या अंतर्गत भारताने छोट्या दक्षिण आशियाई राष्ट्रांना अनेक व्यापारी सवलती दिल्या. त्याचबरोबर उपविभागीय सहकार्याच्या तत्त्वांतर्गत भारताने नेपाळ, भूतान, श्रीलंका, बांगलादेश आणि मालदीव या राष्ट्रांना कोणत्याही परतफेडीची अपेक्षा न ठेवता मोठे आर्थिक साहाय्य पुरवले. यामुळे भारताविषयी आदर वाढण्यास मदत झाली.

सार्कच्या सदस्य राष्ट्रांमध्ये आर्थिक आणि व्यापारी पातळीवरील सहकार्य वाढावे, तसेच सर्व सदस्य राष्ट्रांना भेडसावणाऱ्या समान समस्यांवर सामूहिक योजना करता याव्या, यासाठी गेल्या चोवीस वर्षांत सार्कच्या व्यासपीठावरून अनेक प्रयत्न झाले आहेत. त्यांपैकी काही प्रयत्न खालीलप्रमाणे सांगता येतील–

१. कृषी, साधनसंपत्तीचा विकास, ग्रामविकास, शिक्षण, आरोग्य, पर्यावरण, विज्ञान–तंत्रज्ञान आदी क्षेत्रांमध्ये सहकार्याला प्रोत्साहन मिळावे यासाठी अकरा समित्यांची स्थापना करण्यात आली.

२. कृषी, हवामान तसेच काही साथीच्या रोगांसंबंधीचे संशोधन व्हावे, या क्षेत्रांमधील माहितीची देवाणघेवाण केली जावी यासाठी चार विभागीय केंद्रे उघडण्यात आली आहेत.

३. महिला आणि बालकांच्या अधिकारासंबंधी सार्क संघटना सुरुवातीपासूनच संवेदनशील राहिली आहे. महिला व बाल–कल्याणासाठी, त्यांच्या अधिकारांच्या रक्षणासाठी, त्यांच्या व्यापारावर बंदी घालण्यासाठी विविध प्रकारचे करार सार्कच्या व्यासपीठावरून करण्यात आले आहेत. २००१ ते २०१० हे दशक 'बालहक्क दशक' म्हणून घोषित करण्यात आले आहे.

४. दारिद्र्य निर्मूलन, महापुरासारख्या नैसर्गिक आपत्ती, अन्नधान्याची उपलब्धता, यांविषयी सार्कच्या व्यासपीठावर बहुपक्षीय करार करण्यात आले आहेत.

५. दहशतवाद आणि अमली पदार्थांचा व्यापार या परस्परसंबंधित समस्या असून बहुतेक दक्षिण आशियाई राष्ट्रांना भेडसावत आहेत. या समस्यांचा सामूहिक प्रतिकार करण्यासाठी सार्कच्या व्यासपीठावरून महत्त्वपूर्ण करार करण्यात आले.

६. सार्कने दक्षिण आशियाई राष्ट्रांना द्विपक्षीय तसेच बहुपक्षीय पातळीवर चर्चा

करून आणि सहकार्याच्या माध्यमातून आपले प्रश्न सोडवण्याची संधी उपलब्ध करून दिली आहे.

१९८५ मध्ये ढाका येथे झालेल्या सार्कच्या पहिल्या परिषदेमध्ये महिलांचे सबलीकरण, बालआरोग्य, शिक्षण, अमली पदार्थांच्या व्यापारावर प्रतिबंध या विषयावर चर्चा होऊन उपाययोजना करण्याचे ठरवण्यात आले. या परिषदेमध्ये एक एकात्मिक कृतिकार्यक्रम आखण्यात आला. सहकार्यासाठी काही क्षेत्रांची निवड करण्यात आली. त्यामध्ये कृषी, ग्रामविकास, विज्ञान-तंत्रज्ञान, आरोग्य, वाढत्या लोकसंख्येचे प्रश्न, दळणवळण आदी क्षेत्रांचा समावेश होता. १९८६ मध्ये झालेल्या सार्कच्या दुसऱ्या परिषदेमध्ये सदस्य राष्ट्रांचे परस्परविश्वास आणि सहकार्य वाढावे, यासाठी शैक्षणिक क्षेत्रामध्ये सहकार्य, विद्यार्थी आणि शिष्यवृत्तीची देवाणघेवाण, पर्यटन आणि प्रसारमाध्यमातील सहकार्य यांवर चर्चा होऊन सर्वानुमते निर्णय घेण्यात आला. काठमांडू येथे १९८७ मध्ये झालेल्या सार्कच्या तिसऱ्या परिषदेमध्ये दक्षिण आशियातील पर्यावरणासंबधी, पर्यावरणाचे वाढते प्रदूषण कमी करण्यासाठी निर्णय घेण्यात आला. १९८८ मध्ये इस्लामाबाद येथे झालेल्या सार्कच्या चौथ्या परिषदेत जनतेच्या पातळीवर संबंध वाढावे, यासाठी प्रयत्न करण्यात आले. १९९० मध्ये मालदिवची राजधानी माले येथे झालेल्या सार्कच्या पाचव्या परिषदेमध्ये अमली पदार्थांचा व्यापार, दहशतवाद, शस्त्रास्त्रांचा व्यापार यावर चर्चा होऊन बहुपक्षीय करार करण्यात आले. १९९१ साली कोलंबो येथे झालेल्या सार्कच्या सहाव्या परिषदेमध्ये नि:शस्त्रीकरण, मानवाधिकार यासंबंधी चर्चा होऊन निर्णय घेण्यात आले.

१९९३ मध्ये ढाका येथे झालेल्या सार्कच्या सातव्या परिषदेमध्ये प्रयत्नशील व्यापार करार किंवा साप्टासंबंधीचा महत्त्वपूर्ण ठराव करण्यात आला. त्यामध्ये असे ठरवण्यात आले की, सार्कच्या सदस्य राष्ट्रांनी परस्परांबरोबर व्यापाराला प्राधान्य द्यावे, त्यासाठी व्यापार सवलती, जकात करामध्ये कपात आदी पावले उचलली जावीत, असे अपेक्षित होते. १९९५ मध्ये नवी दिल्ली येथे झालेल्या सार्कच्या आठव्या परिषदेमध्ये दहशतवाद आणि नि:शस्त्रीकरणाच्या प्रश्नांवर चर्चा झाली आणि त्यावर उपाययोजना सुचविणाऱ्या प्रसिद्ध दिल्ली घोषणेचा स्वीकार करण्यात आला. १९९७ मध्ये माले येथे झालेल्या सार्कच्या नवव्या परिषदेमध्ये विभागीय पातळीवर व्यापार वाढावा यासाठी व्यापारातील अडथळे, अवाजवी जकात दूर करण्यासंबंधी निर्णय घेण्यात आला. यामध्ये २००५ पर्यंत दक्षिण आशिया मुक्त व्यापार क्षेत्र निर्माण करण्याचे उद्दिष्ट निर्धारित करण्यात आले. १९९९ मध्ये कोलंबो येथे झालेल्या सार्कच्या दहाव्या परिषदेमध्ये विभागीय व्यापार वाढावा, यासाठी प्रसिद्ध 'कोलंबो करार' करण्यात

आला. यामध्ये आर्थिक आणि व्यापारी सहकार्य वाढावे, यासाठी काही महत्त्वपूर्ण तरतुदींचा समावेश करण्यात आला. तसेच उपविभागीय सहकार्याला प्रोत्साहन देण्याचे मान्य करण्यात आले. २००१ मध्ये काठमांडू येथे झालेल्या सार्कच्या अकराव्या परिषदेमध्ये वाढत्या दहशतवादी कारवायांचा मुकाबला करण्यासाठी सामूहिक प्रयत्न करण्याचे मान्य करण्यात आले. २००४ मध्ये इस्लामाबाद येथे झालेल्या सार्कच्या बाराव्या परिषदेमध्ये दहशतवादाचा मुकाबला, दारिद्र्य निर्मूलन आणि मुक्त व्यापार हा तीनसूत्री कार्यक्रम अमलात आणण्याचे मान्य करण्यात आले.

लष्करी संघटना :

द्वितीय महायुद्धानंतर लगेचच आंतरराष्ट्रीय राजकारणात शीतयुद्ध ही संकल्पना उदयास आली. या संकल्पनेच्या माध्यमातूनच अमेरिका व सोव्हिएत रशिया यांनी एकमेकांना शह देण्यासाठी काही लष्करी संघटना स्थापन केल्या. त्यामध्ये नाटो, सिएटो, सेंटो व वॉर्सा या अतिशय महत्त्वाच्या आहेत. त्यांची माहिती पुढीलप्रमाणे-

१. नाटो करार :

वॉशिंग्टन येथे ४ एप्रिल १९५० रोजी एक सभा होऊन नाटो करारावर प्रथम बेल्जियम, कॅनडा, फ्रान्स, इंग्लंड, आयर्लंड, इटली, लक्झेंबर्ग, हॉलंड, नॉर्वे, पोर्तुगाल, डेन्मार्क व अमेरिका या बारा राष्ट्रांनी सह्या केल्या. प्रथमत: २० वर्षांसाठी या करारावर वरील बारा राष्ट्रांनी सह्या केल्या. पुढे १९५२ मध्ये ग्रीस व तुर्कस्थान, १९५५ मध्ये पश्चिम जर्मनी, १९८२ मध्ये स्पेन १९९७ मध्ये झेक प्रजासत्ताक, पोलंड व हंगेरी ही राष्ट्रे या संधीत समाविष्ट झाली. आज एकूण १९ सभासद या करारामध्ये आहेत.

उद्देश :

१. हा करार करण्याचे प्रमुख कारण म्हणजे द्वितीय महायुद्धानंतर सोव्हिएत रशियाने पूर्व युरोपियन राष्ट्रांपैकी जवळजवळ निम्म्या राष्ट्रांवर साम्यवादाचा प्रभाव पाडून त्यांना आपले अंकित बनवले होते. या भागात साम्यवादाचा प्रसार झपाट्याने होत होता. पाश्चात्त्य देशांनी स्वसंरक्षणासाठी व साम्यवादाला विरोध करण्यासाठी हा करार केला.

२. उत्तर अटलांटिक सामुद्रिक राष्ट्रांची सुरक्षितता राखणे व युरोपीय प्रदेशांचे संरक्षण करणे हे या संधीचे प्रयोजन आहे.

३. अमेरिकेचा युरोपीय राजकारणात उत्साह वाढत होता व तिचे रशियाशी

शीतयुद्धही सुरू झाले होते. या दृष्टीने युरोपात साम्यवादावर प्रतिबंध घालणे अमेरिकेस आवश्यक वाटले. त्यासाठीच अमेरिकेने पुढाकार घेऊन हा करार घडवून आणला.

४. या करारातील पाचवे कलम महत्त्वाचे आहे. करारातील कोणत्याही पक्षावर आक्रमण झाल्यास ते सर्वांवर झालेले आक्रमण समजण्यात यावे व अशा आक्रमणाचा प्रतिकार करारातील सर्व राष्ट्रांनी सामूहिकरीत्या करावा. आवश्यकता वाटल्यास सशस्त्र सैनिकी मदत करण्याचीही त्यात तरतूद आहे. अशा आक्रमणाची व त्यासंबंधी नाटोने केलेल्या कारवाईची सूचना या करारानुसार सुरक्षामंडळास ताबडतोब द्यावी लागते. सुरक्षामंडळाने शांतता प्रस्थापित करण्याबाबत कारवाई सुरू केली की, नाटोने आपली कारवाई थांबवावी, अशी यात तरतूद आहे.

रचना :

या संघटनेत एक सर्वश्रेष्ठ उत्तर अटलांटिक परिषद आहे. या परिषदेच्या वर्षातून दोन ते तीन वेळा बैठकी होतात. या बैठकीत प्रत्येक सभासद राष्ट्राचे संरक्षणमंत्री किंवा विदेशमंत्री भाग घेत असतात. या संघटनेचे मुख्य कार्यालय पॅरिसमध्ये आहे. ही परिषद दरवर्षी आपला सभापती निवडत असते. संघटनेच्या कार्यासाठी एक सचिव व त्याचे सचिवालय आहे. परिषदच सचिवाची नेमणूक करीत असते. नाटोची एक सैनिकी समिती आहे. या समितीत सभासद राष्ट्रांच्या मुख्य अधिकाऱ्यांचा समावेश असतो. परिषदेला सैनिकी कारवाईबाबत सल्ला देणे हे सैनिकी समितीचे कार्य आहे. १९५० मध्ये परिषदेने युरोपच्या सुरक्षेसाठी सर्व सभासद राष्ट्रांची एक संयुक्त सेना निर्माण केली होती व या संयुक्त सैन्यास मुख्य कार्यालयाच्या (पॅरिस) देखरेखीखाली ठेवण्यात आले होते. याशिवाय नाटोच्या आणखी दोन सैनिकी कमांड आहेत. त्या अटलांटिक सागर कमांड (व्हर्जिनिया) व कॅनल कमांड होत. १९५३ मध्ये नाटोमधील अमेरिकन सैन्यास अण्वस्त्रांनी सुसज्ज करण्यात आले.

नाटो संघटनेस अमेरिकेची सर्वाधिक आर्थिक मदत मिळते. एकूण खर्चाच्या ४/५ भाग अमेरिकाच खर्च करते. युरोपीय राष्ट्रांना आर्थिक मदत करून या भागातील साम्यवादाचा प्रसार रोखणे हे यामागील अमेरिकेचे उद्दिष्ट आहे.

नाटोची शीतयुद्धातील भूमिका :

शीतयुद्धाच्या राजकारणात साम्यवादाच्या प्रसाराला आळा घालून जागतिक सत्तासमतोल टिकवण्याच्या मूळ उद्दिष्टासाठी नाटो या संघटनेची स्थापना झाली होती आणि ही भूमिका नाटोने चोखपणे बजावली. अमेरिकेचे तीन लाखांहून अधिक सैन्य

आणि सात हजारांहून अधिक क्षेपणास्त्र पश्चिम युरोपमध्ये तैनात असल्यामुळे साम्यवादापासून पश्चिम युरोपीय राष्ट्रांना केवळ संरक्षणच मिळाले नाही, तर युरोपच्या आर्थिक पुनर्रचनेला आणि एकात्मतेला चालना मिळाली. पश्चिम जर्मनीत लोकशाही निर्माण करण्याची व तिच्या संवर्धनाची महत्त्वाची जबाबदारी नाटोने पार पाडली. नाटोच्या शक्तीचे प्रदर्शन सन १९५० च्या कोरियन युद्धात झाल्यामुळे सोव्हिएत रशियाला मोठा वचक बसला होता. शीतयुद्धाच्या काळात विशेषतः १९६० च्या दशकात नाटोमध्ये जरी अंतर्गत फूट निर्माण झाली होती, तरी आपली एकात्मता टिकवून धरण्यात या संघटनेला यश प्राप्त झाले. शीतयुद्धाच्या काळात निर्माण झालेल्या बहुतांश संघटना आज विघटित झाल्या असल्या, तरी नाटो आजही मजबूत पायावर उभी आहे.

परीक्षण :

नाटो करारास प्रादेशिक किंवा क्षेत्रीय संघटन म्हणता येत नाही. कारण या करारात इटाली, तुर्कस्तान व ग्रीस या अटलांटिक अतिरिक्त राष्ट्रांचा समावेश आहे. या करारामुळे जागतिक राजकारण गढूळ झाले आहे. या करारास सोव्हिएत रशियाने एक आक्रमक सैनिक संघटन असे मानले आहे. या करारामुळे शीतयुद्धाला चालना मिळाली व जागतिक तणाव त्यामुळे आणखी वाढलेले आढळतात. नाटो कराराचे परीक्षण करताना नॉमेल जे. पेडलफोर्ड म्हणतात की, अमेरिकेने नाटो संघटनेमागे आपली संपूर्ण शक्ती उभी केलेली नाही. स्वतंत्र युरोपला सशस्त्र करण्यासाठी नाटो ही एक उपयुक्त संघटना आहे. या उद्देशानेच अमेरिका या संघटनेकडे पाहत असते. प्रा. शुमन यांच्या मते, अमेरिकेने कॅनडा व इतर दहा युरोपीय राष्ट्रांचे साम्यवादी आक्रमणापासून संरक्षण व्हावे, यासाठी हा परस्पर संरक्षणाचा नाटो करार केलेला आहे. पश्चिम युरोपला शीघ्रतेने शस्त्रसंपन्न करण्यासाठी नाटो करार करण्यात आलेला आहे. परंतु प्रत्यक्षात या अपेक्षा पूर्ण झालेल्या नाहीत.

नाटो करारातील चढ-उतार :

नाटो संघटनेत अनेक वेळा झालेले चढ-उतार लक्षात घेणे आवश्यक आहे. जागतिक सहकार्याच्या वातावरणामुळे मध्यंतरी शीतयुद्धाचा प्रभाव कमी होऊ लागला होता. त्याचप्रमाणे फ्रान्समध्ये राष्ट्रपती द गॉल यांच्या कारकिर्दीत नाटो संघटनेबद्दल संदेह व्यक्त करण्यात आला. फ्रान्सने तर नाटो संघटनेतून बाहेर पडण्याचीदेखील घोषणा केली. गोव्याच्या प्रश्नाबाबत नाटोने सक्रिय मदत न केल्यामुळे पोर्तुगालने

नाटो संघटनेबाबत नाराजी व्यक्त केली. त्यामुळे नाटो संघटन नष्ट होण्याच्या मार्गावर होते. १९६७-६८ मध्ये अशा काही घटना घडल्या की ज्यामुळे नाटो संघटन पुन्हा प्रभावी बनले.

१९६७ मध्ये अरब-इस्राईल युद्ध पुन्हा पेटले. अरबांच्या मदतीसाठी सोव्हिएत रशियाने भूमध्य समुद्रात युद्धनौकांचा तांडा आणून ठेवला. या घटनेमुळे नाटो सदस्य पुन्हा जागृत झाले. ग्रीस व तुर्कस्तानला या घटनेने चिंताग्रस्त केले व त्यांनी अमेरिकेकडे नाविक शक्ती वाढवण्यास मदत मागितली. त्याचप्रमाणे झेकोस्लोव्हाकियामध्ये सोव्हिएत रशियाने ससैन्य हस्तक्षेप केला. या घटनेमुळे नाटो सदस्य पुन्हा संघटित होण्याचा विचार करू लागले. यापूर्वी ब्रिटन व अमेरिकेने आपले नाटोमधील सैन्य काढून घेण्यास सुरुवात केली होती व त्यामुळे नाटो एक औपचारिक संघटन राहील, असे वाटत होते. परंतु झेकोस्लोव्हाकियाच्या घटनेने नाटोला पुन्हा सक्रिय बनवले. त्याचप्रमाणे सोव्हिएत रशियाने पश्चिम जर्मनीबाबत संयुक्त घोषणापत्रकानुसार पश्चिम जर्मनीत सैनिकी हस्तक्षेप करण्याचा आपला अधिकार स्पष्ट केला. या घोषणेमुळे तर नाटो संघटनेत पुन्हा चैतन्य निर्माण झाले व नाटो सदस्य त्यामुळे पश्चिम जर्मनीच्या सुरक्षेचा विचार करू लागले.

या घटनांमुळे फ्रान्सने नाटोचे सदस्यत्व सोडण्याचा विचार लांबणीवर टाकला. अमेरिका व ब्रिटन यांनी आपले सैन्य पश्चिम जर्मनीच्या संरक्षणार्थ पुन्हा पाठवण्याचा निर्धार केला. पोर्तुगालने नाटोचे क्षेत्र दक्षिण अटलांटिकपर्यंत वाढवावे अशी सूचना केली. या सर्व कारणांमुळे नाटो हे पुन्हा क्रियाशील संघटन बनले. नाटो करार हे एक शिथिल संघटन आहे. यामधील राष्ट्रांमध्ये वॉर्सा कराराप्रमाणे परिदृढ संघटन आढळत नाही. नाटोसंबंधी अमेरिकेच्या वर्चस्वाला न जुमानण्याची फ्रान्सची प्रवृत्ती तर आढळतेच. परंतु या करारांतर्गत असलेल्या राष्ट्रांचे परस्परांत युद्ध झाल्याचाही प्रसंग नुकताच घडलेला आहे. जुलै १९७४ मध्ये सायप्रसमध्ये झालेल्या लष्करी क्रांतीचा परिणाम म्हणजे नाटो करारामधील ग्रीस व तुर्कस्तान यांच्या फौजांमध्ये सरळ सैनिकी संघर्ष झाला. या दोन देशांमध्ये परस्पर शत्रुत्व निर्माण झाल्यामुळे नाटोच्या अंतर्गत राहून ग्रीसबरोबर आपल्याला सहकार्य करता येणार नाही, अशी स्पष्ट घोषणा तुर्कस्तानचे पंतप्रधान बुलेन्ट एकेटिव्ह यांनी केली. सायप्रसचा प्रश्न हा आजच्या आंतरराष्ट्रीय राजकारणातील एक ज्वलंत प्रश्न आहे. सायप्रसवर हे दोन्ही देश आपला हक्क असल्याचे सांगत आहेत. दि. १४ ऑगस्ट १९७४ रोजी नाटोमधून आपण बाहेर पडत आहोत, अशी घोषणा ग्रीसने केली. या सभासद राष्ट्रांमधील संघर्ष नाटोला टाळता आलेला नाही. त्यामुळे नाटो अस्तित्वशून्य ठरले, असे ग्रीसकडून सांगण्यात आले असले तरी

ग्रीस नाटोच्या राजकीय आघाडीचा सदस्य राहील, अशी घोषणा ग्रीसकडून करण्यात आली.

नाटो संघटनेत अनेक वेळा आपणांस असे चढ-उताराचे प्रसंग घडलेले आढळतात. १२ मार्च १९९९ रोजी वॉर्सा करारातील भूतपूर्व सदस्य राष्ट्रे पोलंड, हंगेरी आणि झेकोस्लोव्हाकिया यांना नाटो संघटनेचे सभासदत्व देण्यात आले. या राष्ट्रांच्या प्रवेशामुळे नाटोची सभासद संख्या १९ झाली. या नव्या सभासद राष्ट्रांमुळे नाटोचा पूर्वेकडे ४०० मैल एवढा विस्तार झालेला आहे. नाटो संघटनेने या भूतपूर्व साम्यवादी राष्ट्रांच्या सुरक्षेची जबाबदारी स्वीकारली आहे. या नव्याने सभासदत्व घेतलेल्या राष्ट्रांत वैचारिक परिवर्तन होऊन तेथे बहुपक्षीय लोकशाहीमुक्त व्यापार सुरू झाला आहे. परंतु सैनिकी व तांत्रिक प्रगतीच्या दृष्टीने त्यांची विचार करण्याची पद्धती रशियाप्रमाणेच आहे. अन्य सभासद राष्ट्रांप्रमाणे सैनिकी दृष्टी बदलण्यास बराच वेळ लागेल असे दिसते. नव्या सभासदांमुळे या संघटनेत चैतन्य निर्माण झालेले दिसते.

२. सिएटो करार :

द्वितीय महायुद्धानंतर साम्यवादी चीनचा उदय झाला. चँग कै शेक सरकारला चीनमधून पळून जावे लागले व फोर्मोसामध्ये आश्रय घ्यावा लागला. साम्यवादी पक्षाचा चीनच्या गृहयुद्धातील विजय म्हणजे अमेरिकेच्या प्रतिष्ठेला मोठा धक्काच होता. साम्यवादी चीनच्या सरकारने दक्षिणपूर्व आशियातील इतर देशांमधील साम्यवादी पक्षांना मदत देणे सुरू केले. त्यामुळे साम्यवादाचा प्रसार या भागात झपाट्याने होऊ लागला. इंडोचायनाला चीन व सोव्हिएत रशियाने मदत देणे सुरू केले. उत्तर व्हिएतनाममध्ये असलेल्या फ्रेंच शासनास अमेरिकेची विपुल मदत असूनही त्यावर जोरदार हल्ले चढवले. या सर्व परिस्थितीमुळे अमेरिका व पाश्चात्त्य राष्ट्रे चिंतित झाली.

दक्षिणपूर्व आशियाकडील पॅसिफिक महासागरीय राष्ट्रांमध्ये साम्यवादाचा प्रसार रोखण्याच्या दृष्टीने या कराराची कल्पना मांडण्यात आली. अमेरिकेचे परराष्ट्रीय सचिव जॉन फॉस्टर डलेस यांनी या भागात एक सैनिक संघटना स्थापण्यासाठी आटोकाट प्रयत्न सुरू केले. प्रथम आशियातील राष्ट्रांकडून त्यांना प्रतिसाद मिळाला नाही. तरीदेखील डलेस यांनी ही कल्पना पुढे रेटली. प्रथम थायलंडने त्यांना होकार दिला. त्यानंतर फिलीपाईन्सची मान्यता मिळाली. ब्रिटन व फ्रान्सकडून मान्यतेला थोडा विलंब लागला. परंतु शेवटी या राष्ट्रांनीसुद्धा ही योजना मान्य केली. ८ सप्टेंबर १९५४ रोजी फिलीपाईन्सच्या मनिला या राजधानीत ऑस्ट्रेलिया, फ्रान्स, ब्रिटन, पाकिस्तान, फिलीपाईन्स, थायलंड व अमेरिका या आठ राष्ट्रांमध्ये सामूहिक सुरक्षितता व परस्पर

सहकार्यासाठी सीएटो संधी करण्यात आली. या संधीस 'मनिला संधी' असेही म्हणतात. १९७३ मध्ये पाकिस्तानने या संधीतून माघार घेतली. त्यामुळे या संघटनेची सभासद संख्या केवळ सात आहे.

या संधीच्या कलमात आंतरराष्ट्रीय स्वरूपाचे वाद शांततेच्या मार्गाने सोडवण्यासाठी प्रतिज्ञा आहे. तिसऱ्या कलमात परस्पर आर्थिक व सामाजिक कल्याणाचे वचन देण्यात आले आहे. संधीचे चौथे कलम महत्त्वाचे आहे. संधीतील सभासद राष्ट्रांवर सशस्त्र आक्रमण होण्याची किंवा शांतताभंग होण्याची भीती निर्माण झाल्यास सर्वांसाठीच ती धोक्याची परिस्थिती आहे, असे समजले जाईल. पाचव्या कलमात संधीबाबत विचार करण्यासाठी एका परिषदेची योजना आहे. या संघटनेचे मुख्य कार्यालय थायलंडची राजधानी बँकॉक येथे आहे. या संधीबरोबर अमेरिकेने आक्रमणाबाबत एक व्याख्यापत्रक जोडले आहे. त्यानुसार केवळ साम्यवाद्यांकडून आक्रमण झाले असेल तरच अमेरिका मदत करील, असे म्हटले आहे.

संधीतील सभासद युनोच्या घटनेनुसार वागतील, असे मान्य करण्यात आले आहे. समान अधिकार व स्वयंनिर्णयाचा प्रत्येक सभासद राष्ट्राला अधिकार राहील. या संधीचे क्षेत्र फक्त दक्षिणपूर्व आशियापुरते मर्यादित राहील, असे नमूद करण्यात आले. मात्र ही संधी अनिश्चित काळासाठी करण्यात आली असली, तरी आज ही संधी संपुष्टात आली आहे.

संधीचे परीक्षण :

या संधीचा रोख साम्यवादाविरुद्ध आहे. या भागाचे साम्यवादापासून रक्षण करण्याच्या स्पष्ट उद्देशाने ही संधी करण्यात आली आहे. कंबोडिया, दक्षिण व्हिएतनाम व लाओस यांना साम्यवादाच्या प्रभावापासून वाचवणे हा या संधीचा स्पष्ट उद्देश आहे. अमेरिकेप्रमाणे जी राष्ट्रे या संधीत समाविष्ट आहेत, त्यांचे स्वतःचे स्वार्थ गुंतलेले आहेत. ब्रिटन व फ्रान्स आपला साम्राज्यवाद टिकवून ठेवण्याच्या कल्पनेने या संधीत समाविष्ट झाले. ऑस्ट्रेलिया व न्यूझीलंड हे फिलीपाईन्स व जपानच्या वाढत्या शक्तीच्या भयामुळे समाविष्ट झाले. तसेच काश्मीर प्रश्नाबाबत भारताविरुद्ध मदत मिळवण्याच्या हेतूने पाकिस्तान त्यात समाविष्ट झाला.

सीएटो हे नाटोप्रमाणे प्रभावी सैनिक संघटन नाही. आशियातील अनेक राष्ट्रांनी या संधीला विरोध केला आहे. संधीद्वारे आशियात फूट पाडण्याचा हा प्रयत्न आहे, अशी त्यावर टीका करण्यात येत असते. या संधीत साम्यवाद्यांकडून आक्रमण झाल्यावरच अमेरिका मदत करणार, असे म्हटले आहे. ही अट मूळ उद्देशाला विसंगत वाटते.

यातील सैनिकी योजना अस्पष्ट आहे. या कराराला 'दात नाहीत असा करार' असे म्हटले जाते. या संधीत आशियातील प्रमुख राष्ट्रे समाविष्ट नाहीत. तसेच या संधीस क्षेत्रीय संधीही म्हणता येणार नाही, कारण यात ब्रिटन, फ्रान्स व अमेरिका ही क्षेत्राबाहेरील राष्ट्रे आहेत. ही संधी जागतिक शांततेला व युनोला घातक ठरलेली आहे, अशीदेखील टीका करण्यात येते.

श्री. व्ही. के. कृष्ण मेनन यांनी या संधीस 'संरक्षणपद्धतीचे आधुनिक स्वरूप' असे म्हटले आहे. पंडित नेहरूंनी यावर टीका करताना म्हटले आहे की, ही संधी युनोच्या सनदेशी विसंगत आहे. जागतिक शांततेऐवजी असुरक्षितता व जागतिक तणाव या संधीमुळे वाढले आहेत.

३. सेन्टो करार :

या कराराला 'सेंट्रल ट्रिटी ऑर्गनायझेशन' किंवा पूर्वी 'बगदाद संधी' असेही नाव होते. मध्यपूर्व आशियाच्या सुरक्षिततेसाठी हा करार करण्यात आला. द्वितीय महायुद्धानंतर ब्रिटनला इजिप्तमधून आपल्या फौजा परत बोलवाव्या लागल्या. त्यामुळे या भागात जी पोकळी निर्माण झाली, तिचा फायदा सोव्हिएत रशियाने घेऊ नये, यासाठी ब्रिटन व अमेरिका चिंताग्रस्त झाले होते. त्यासाठी या दोन राष्ट्रांनी एक योजना तयार केली. तुर्कस्तानला आपल्या बाजूला वळवून घेऊन तुर्कस्तान व इराक यांच्यामध्ये बगदाद इथे या संधीवर हस्ताक्षर करण्यात आले. या संधीचा उद्देश अरब राष्ट्रांत फूट पाडणे व साम्यवादाचा प्रतिकार करणे हा होता. या संधीत इ. स. १९५५ मध्ये ब्रिटन समाविष्ट झाले. जुलै १९५५ मध्ये पाकिस्तान सदस्य झाला. इराणलाही या संधीत घेण्यात आले.

या भागातील पेट्रोलचे साठे व वैशिष्ट्यपूर्ण स्थितीमुळे बड्या राष्ट्रांची लोभी वृत्ती या भागाकडे वळली. येथे दारिद्र्य व आर्थिक विषमता होती. साम्यवादाला हे वातावरण पोषक होते, म्हणूनच अमेरिका व ब्रिटनने साम्यवादाचा प्रसार रोखण्यासाठी ही संधी घडवून आणली. अमेरिकेचा या संधीला पाठिंबा व सहानुभूतीही होती. १९७९ मध्ये इराण, तुर्कस्तान आणि पाकिस्तान यांनी या करारातून अंग काढून घेतल्यामुळे या संधीला आता फारसे महत्त्व राहिले नाही. परंतु इ. स. १९५८ मध्ये इराकमध्ये क्रांती होऊन तिथे सत्तांतर झाले. नवीन क्रांतिकारी सरकारने या संधीशी संबंध तोडले. त्यामुळे बगदाद संधीचे भवितव्य धोक्यात आले. परंतु अमेरिका व ब्रिटन हा पराजय मानण्यास तयार नव्हते. बगदाद संधीच्याऐवजी दुसरे दृढसंघटन स्थापन करण्याचा त्यांनी प्रयत्न केला. बगदाद संधी हे नाव बदलून त्याऐवजी

केंद्रीय संधी संघटन म्हणजेच सेन्टो हे नाव देण्यात आले. इराक या संधीतून बाहेर पडले.

परीक्षण :

या संधीने अरब राष्ट्रांमध्ये मतभेद निर्माण केले. या संधीस इजिप्त, सीरिया, सौदी अरेबिया यांचा विरोध होता. इराकमधील जनमत या संधीच्या विरुद्ध गेले व शेवटी इराकला त्यातून बाहेर पडावे लागले. या संधीमुळे शस्त्रस्पर्धा सुरू झाली. रशिया व भारतानेदेखील या संधीस विरोध केला. कारण या संधीमुळे अरब जगतातील एकता भंग पावली. पाकने केवळ भारताविरुद्ध शस्त्रास्त्रांची मदत मिळवण्यासाठीच या संधीत भाग घेतला होता. एकंदरीत ही संधी क्षेत्रीय तत्त्वावर आधारलेली आहे, असे म्हणता येत नाही. आज या संधीचे महत्त्व संपले आहे.

४. वॉर्सा करार :

नाटो संधीला प्रत्युत्तर देण्यासाठी साम्यवादी राष्ट्रांनी जो करार केला, त्यास वॉर्सा करार किंवा पूर्व युरोपीय संधी संघटन असे म्हणतात. सोव्हिएत रशियाने नाटोचा तीव्र विरोध केला. पण त्याचा काहीही उपयोग झाला नाही. तेव्हा १४ मे १९५५ रोजी पूर्व युरोपातील अल्बानिया, बल्गेरिया, पोलंड, हंगेरी, पूर्व जर्मनी, रूमानिया, सोव्हिएत रशिया आणि झेकोस्लोव्हाकिया या आठ देशांनी वीस वर्षाच्या मुदतीसाठी हा करार केला. संरक्षण, सुरक्षा व शांतता स्थापनेच्या भूमिकेतून झालेल्या या करारात युरोपच्या सामूहिक सुरक्षिततेची तरतूद आहे. 'पश्चिम युरोपीय राष्ट्रांचा संघ' स्थापन झाल्यामुळे व जर्मनीला पुन्हा शस्त्रसंपन्न केल्यामुळे इतर युरोपीय राष्ट्रांच्या संरक्षणार्थ हा करार करण्यात आलेला आहे.

या करारात सर्व साम्यवादी राष्ट्रे एकत्र आली असल्यामुळे हे संघटन नाटोपेक्षा अधिक दृढ आहे. या करारातील तिसरे कलम महत्त्वाचे आहे ते म्हणजे 'संधीत समाविष्ट अशा कोणत्याही एका राष्ट्रावर सशस्त्र आक्रमण झाल्यास ते सर्वांवर झालेले आक्रमण समजले जाईल व अशा राष्ट्राला सर्व सदस्य राष्ट्रे सैनिकी मदत करतील.'

पाचव्या कलमानुसार एक संयुक्त सैनिकी कमांड स्थापन करण्यात आले आहे. या कमांडमध्ये सर्व सभासद राष्ट्रांचे सैन्य असते व सैन्याचा एक सर्वोच्च सेनापती असतो. युरोपात वॉर्साच्या तीन कमांड व पूर्व आशियात एक कमांड ठेवण्यात आली आहे. या करारात सभासद राष्ट्रांमध्ये आर्थिक, सामाजिक व सांस्कृतिक सहकार्य वाढावे, याची तरतूद करण्यात आली आहे. आपसांतील वाद शांततेच्या मार्गाने

सोडवण्यास सभासद राष्ट्रे वचनबद्ध आहेत. सामान्य प्रश्नांचा विचार करण्यासाठी एक राजकीय सल्लागार समिती आहे. या संघटनेच्या वर्षातून दोन वेळा बैठका होतात. मुख्य कचेरी मॉस्को येथे आहे.

या करारानुसार साम्यवादी राष्ट्रांमध्ये परस्पर सहकार्याबाबत वीस संधी झालेले आहेत. एकाच विचारधारेच्या व समान सामाजिक व आर्थिक धोरणाचा पुरस्कार करणाऱ्या राष्ट्रांमधील हा करार नाटोपेक्षा अधिक दृढ आणि क्रियाशील आहे.

वॉर्सा करारातील प्रमुख पुढाऱ्यांनी प्राग येथे १९८३ च्या प्रारंभी वॉर्सा गटांच्या बैठकीनंतर असे आवाहन केले आहे की, वॉर्सा गट नाटो गटाशी अनाक्रमण करार करण्यास तयार आहे. दोन्ही गटांनी लष्करी शक्तीचा परस्परांबद्दल वापर न करण्याबाबत चर्चा करण्यासाठी वॉर्सा गट तयार आहे. शांतता संबंध प्रस्थापित करण्याबाबत युरी आंद्रोपोव्ह यांनी वॉर्साच्या वतीने नाटो गटाशी संधी करण्याची तयारी दर्शवली आहे. कोणतीही पूर्वअट न ठेवता निःशस्त्रीकरणाबाबत नाटो गटाशी चर्चा करण्यास वॉर्सा गट तयार आहे. एवढेच नव्हे तर नाटो संघटन बरखास्त करण्याची तयारी असल्यास वॉर्सा संघटनदेखील बरखास्त करण्याची तयारी असल्याची वॉर्सा करारातील प्रमुखांकडून घोषणा करण्यात आली आहे.

वॉर्सा कराराची समाप्ती :

१ जुलै १९९१ रोजी वॉर्सा सभासद राष्ट्रांनी एकत्रित येऊन वॉर्सा करार समाप्तीच्या मसुद्यावर सह्या केल्या. या घटनेची कारणमीमांसा अशी की, १९८९ पासून पूर्व युरोपीय राष्ट्रांतून साम्यवादाची झालेली पीछेहाट व सोव्हिएत रशियाच्या विघटनानंतर वॉर्सा करारामागचे औचित्यही संपले.

लष्करी करारांचे परिणाम :

लष्करी करारांचे परिणाम पुढीलप्रमाणे आपणास सांगता येतील—

१. लष्करी करारांमुळे शीतयुद्धाचे राजकारण जागतिक बनले. इच्छा असो अगर नसो, जगातील लहानमोठी राष्ट्रे यामध्ये ओढली गेली.

२. पाकिस्तान सिटो आणि सेन्टो कराराचा सभासद बनल्यामुळे शीतयुद्धाचा शिरकाव दक्षिण आशियात झाला.

३. लष्करी करारांमुळे शस्त्रास्त्रस्पर्धा वाढली.

४. सदस्य राष्ट्रांच्या संरक्षणासाठी अमेरिका व सोव्हिएत रशियाने आपला संरक्षणावरचा खर्च वाढवल्यामुळे असुरक्षितता आणि परस्पर संशय वाढला.

५. या लष्करी करारांमुळे विभागीय सत्तासमतोल अस्थिर बनला. त्यांतूनच विभागांमध्ये शस्त्रास्त्रस्पर्धा वाढली.

६. या लष्करी करारांमुळे संयुक्त राष्ट्रसंघटनेच्या भूमिकेवर मर्यादा पडल्या आणि या संघटनेचे महत्त्व कमी झाले. तसेच लष्करी संघटनांच्या संघर्षाचे व्यासपीठ असे स्वरूप संयुक्त राष्ट्र संघटनेला प्राप्त झाले.

७. महासत्तांचा सदस्य राष्ट्रांच्या अंतर्गत कारभारातील हस्तक्षेप वाढला.

प्रकरण ८

भारत आणि जागतिकीकरण

जागतिकीकरण व उदारीकरणाची प्रक्रिया यांमधूनच जगावर दूरगामी परिणाम करणारी घटना म्हणजे सोव्हिएत रशियाचे १९९१ मध्ये झालेले विघटन होय. या विघटनाबरोबर जगातील अनेक राज्यांतील राजवटी कोसळल्या. त्याचा परिणाम जागतिक आर्थिक क्षेत्रावरही मोठ्या प्रमाणात झाला. लोकांच्या व राष्ट्रांच्या आर्थिक गरजा भागवण्यासाठी जागतिक व्यापार संघटना, जागतिक नाणेनिधी व जागतिक बँक यांसारख्या विविध संस्था किंवा संघटना अस्तित्वात आल्या. त्यांच्याबरोबरचे भारताचे संबंध व त्यांचा भारताच्या अर्थकारणावर झालेला परिणाम यांवर या प्रकरणात प्रकाश टाकलेला आहे.

जागतिकीकरण :

१९५० नंतर जगाच्या राजकारणात जागतिकीकरणाच्या संकल्पनेला महत्त्व प्राप्त झाले. अमेरिकेने सर्वप्रथम आर्थिक उदारमतवादाचा पुरस्कार केला. त्यांचे अनुकरण करून अनेक राष्ट्रांनी खासगीकरणाला चालना दिली. जागतिकीकरणामुळे अनेक देशांच्या अर्थव्यवस्थाही डबघाईला आल्या. सोव्हिएत रशियाचे विघटन त्यामधूनच झाले. जागतिक राजकारणातील वर्चस्वाला लढा देण्याच्या हेतूने ज्या ज्या देशांनी खासगीकरणाला महत्त्व दिले, त्यांचा मूळ हेतू दूर राहिला. आर्थिक जागतिकीकरणाचा हा राजकीय परिणाम होता. आंतरराष्ट्रीय राजकारणाने जागतिकीकरणाला नवा अर्थ देण्याचा प्रयत्न केला. जागतिकीकरणाची संकल्पना आर्थिक वाटत असली, तरी प्रत्यक्षात ती आंतरराष्ट्रीय राजकारण व देशांतर्गत राजकीय व्यवस्थेशी संबंधित आहे.

जागतिकीकरणातून एक नवी जागतिक व्यवस्था उदयास येईल आणि सर्वच देशांच्या दृष्टीने ती हिताची असेल, असे जागतिकीकरणाचे समर्थक मानतात, तर

जागतिकीकरणाची प्रक्रिया ही प्रगत राष्ट्रांच्या हिताची आणि विकसनशील देशांवर अन्याय करणारी असून त्यातून नवा वसाहतवाद निर्माण होईल, असे मत जागतिकीकरणाचे विरोधक व्यक्त करतात. जागतिकीकरण हा असा विवाद्य प्रकार बनला आहे. काही देश व गट या प्रक्रियेचे स्वागत करत आहेत, तर काही सामाजिक गटांचा तिला विरोध आहे. विकसनशीलच नव्हे तर विकसित देशांतीलही काही सामाजिक गट जागतिकीकरणास विरोध करताना दिसतात.

व्याप्ती :

जागतिकीकरणाला सार्वत्रिकीकरण किंवा वैश्वीकरण असे म्हटले जाते. दुसऱ्या महायुद्धानंतर हे तत्त्वज्ञान उदयाला आले, कारण नव्याने स्वतंत्र झालेली बरीच राष्ट्रे आर्थिक दृष्टीने दुर्बल होती. त्या सर्वांनी लोकशाहीचा स्वीकार केल्यानंतर त्यांचे राजकीय तत्त्वज्ञान समान बनले आणि जागतिकीकरणाला नवे परिमाण मिळाले. जागतिकीकरणाच्या प्रक्रियेत राष्ट्राराष्ट्रांमध्ये अधिकाधिक मुक्त आर्थिक व्यापारी संबंध निर्माण होणे अभिप्रेत आहे. उत्पादने, भांडवल, सेवा, तंत्रज्ञान इत्यादींच्या देवाणघेवाणीवर राष्ट्रांनी घातलेले निर्बंध दूर करून त्यांचा सीमापार मुक्तप्रवाह निर्माण करणारी प्रक्रिया म्हणजे जागतिकीकरण. ही मुक्त व्यापार आणि मुक्त बाजारपेठ निर्माण करून जगाचे आर्थिक व्यापारी एकीकरण साधणारी प्रक्रिया आहे, असे तिचे वर्णन केले जाते.

व्याख्या :

एडवर्ड हार्मन : जागतिकीकरण ही उत्पादने, भांडवल, सेवा आणि आर्थिक संबंध यांचा सीमापार वाढता प्रवाह दर्शवणारी प्रक्रिया आहे.

जागतिक बँक : उपभोग्य वस्तूंसह सर्व वस्तूंच्या आयातीवरील निर्बंध टप्पाटप्प्याने रद्द करून आणि सार्वजनिक क्षेत्रातील खासगीकरण करणे म्हणजे जागतिकीकरण.

संयुक्त राष्ट्र : जागतिक सहकार्यामधून नवी राजकीय व्यवस्था स्थिर करून विकसित करणे आणि त्या राष्ट्रांचा सर्वांगीण विकास करणे म्हणजे 'जागतिकीकरण' होय.

स्मिथ : जागतिकीकरण ही आंतरराष्ट्रीय वाद आणि सर्वांसाठी स्वातंत्र्य या मूल्यांचा समावेश असणारी आणि मुक्त व्यापार आणि अर्थव्यवस्थेचे फायदे सर्वांना मिळवून देणारी सर्वसमावेशक प्रक्रिया आहे.

कॉक्स आणि कॉर्टन : जागतिक भांडवलशाहीतून निर्माण झालेल्या बहुराष्ट्रीय

कंपन्या, संस्था, यांचा प्रभाव असणारी आंतरराष्ट्रीय राजकीय आणि आर्थिक व्यवस्थेत राष्ट्रांची भूमिका मर्यादित करणारी प्रक्रिया म्हणजे 'जागतिकीकरण' होय.

वरील व्याख्या या केवळ जागतिकीकरणाचा आर्थिक पैलू दाखवणाऱ्या आहेत. वास्तविक पाहता, जागतिकीकरण ही संकल्पना विविध पैलू असणारी आणि व्यापक स्वरूपाची आहे. या प्रक्रियेत आर्थिक घटक हा प्रधान घटक आहे. हे खरे असले, तरी तो एकमेव घटक या प्रक्रियेत नाही. सामाजिक, राजकीय, सांस्कृतिक, पर्यावरणविषयक अशी मानवी जीवनाची इतर क्षेत्रेही जागतिकीकरणाच्या प्रक्रियेने व्यापली आहेत, कारण राष्ट्राराष्ट्रांत असे विविध प्रकारचे संबंध पूर्वीही होते. फक्त आजच्या जागतिकीकरणाच्या प्रक्रियेत ते अधिक व्यापक बनले आहेत. एवढेच म्हणून असे म्हणता येईल की, मानवी जीवनाच्या सर्वच क्षेत्रांत व्यापक, सखोल आणि वेगवान असे परस्पर संबंध प्रस्थापित करणारी प्रक्रिया हा 'जागतिकीकरण' या संज्ञेचा अर्थ आहे. अशा प्रकारे जागतिकीकरण ही उत्पादने सेवा, भांडवल, लोक, माहिती आणि संस्कृती यांचे सीमापार वाढते प्रवाह निर्माण करणारी प्रक्रिया आहे.

जागतिकीकरणामुळे बहुराष्ट्रीय कंपन्या निर्माण होऊन त्यांचा मोठ्या प्रमाणात विकास झाला. जागतिकीकरणाने दळणवळण आणि तंत्रज्ञान यांच्या पायाभूत सुविधा मोठ्या प्रमाणात उपलब्ध झाल्या. त्यामुळे बहुराष्ट्रीय कंपन्यांचा विकास जलद झाला. अशा बहुराष्ट्रीय कंपन्यांची वाढ आणि त्यांचा विस्तार म्हणजेच जागतिकीकरण होय.

स्वरूप :

जगाच्या वेगवेगळ्या प्रदेशात राहणाऱ्या लोकसमूहांचा परस्परांशी संपर्क येणे, त्यांच्यात विविध प्रकारच्या आंतरक्रिया किंवा परस्परसंबंध निर्माण होणे, ही नवी घटना नाही. आधुनिक काळात युरोपीय देशांनी आपली साम्राज्ये निर्माण केली. पाश्चात्त्य संस्कृती, आचारविचार यांचा संबंध आशिया, आफ्रिका व अमेरिका खंडांतील लोकांशी आला. ब्रिटिश साम्राज्य हे त्यातले सर्वांत मोठे साम्राज्य होते. स्थलांतर या कारणामुळेही आंतरराष्ट्रीय व्यापार मोठ्या प्रमाणात वाढला. जागतिकीकरणाची संकल्पना ही जागतिक उत्पत्ती आहे. युनोच्या निर्मितीमुळे राजकीय व बिगरराजकीय क्षेत्रांत काम करणाऱ्या संघटनांमध्ये समन्वय निर्माण झाला. त्यातून सार्वत्रिकीकरणाच्या प्रक्रियेला सुरुवात झाली. १९९० नंतर जागतिकीकरणाची प्रक्रिया अधिक वेगवान बनली. रशिया व पूर्व युरोपातील देशांमधील साम्यवादी शासनव्यवस्था संपुष्टात आल्या व त्या देशात लोकशाहीचा उदय झाला. जगात होत असलेले लोकशाहीकरण जागतिकीकरणाला उपकारक ठरले आहे. कारण त्यामुळे विविध देशांच्या आर्थिक

धोरणांत एकसारखेपणा येऊ लागला आहे. संयुक्त राष्ट्रांच्या निर्मितीमुळे राजकीय व बिगरराजकीय क्षेत्रांत काम करणाऱ्या संघटनांमध्ये समन्वय निर्माण झाला. विश्वव्यापी संघटना म्हणून संयुक्त राष्ट्रांना मान्यता मिळाली. त्यातून सार्वत्रिकीकरणाची प्रक्रिया सुरू झाली. सार्वत्रिकीकरणाचे स्वरूप आर्थिक, राजकीय, सामाजिक व सांस्कृतिक प्रकाराचे होते.

जागतिकीकरणाची आधारभूत तत्त्वे :

१. आंतरराष्ट्रीय व्यापारामधील सर्व प्रकारचे अडथळे दूर करणे.

२. आंतरराष्ट्रीय व्यापारातील आयातनिर्यातीमधील सर्व प्रकारची बंधने शिथिल करणे.

३. भांडवलाच्या मुक्त वहनासाठी आवश्यक ती सर्व प्रकारची उपाययोजना करणे.

४. तंत्रज्ञानाच्या मुक्त वहनासाठी आवश्यक ती सर्व प्रकारची उपाययोजना करणे.

५. श्रमिकांच्या मुक्त वहनासाठी आवश्यक ती सर्व प्रकारची अनुकूल परिस्थिती निर्माण करणे.

जागतिकीकरणाची आधारभूत वैशिष्ट्ये :

१. जागतिकीकरण ही विविध पातळ्यांवर लोकांमधील संबंध क्रियाप्रतिक्रिया वाढवणारी प्रक्रिया आहे.

२. जागतिकीकरणाची प्रक्रिया मुक्त जागतिक व्यवस्थेच्या निर्मितीशी संबंधित आहे.

३. जागतिकीकरणाच्या प्रक्रियेत बहुराष्ट्रीय कंपन्यांची भूमिका आणि प्रभाव मोठा आहे.

४. आंतरराष्ट्रीय आर्थिक आणि राजकीय व्यवस्थेमध्ये बिगरशासकीय संघटनांची महत्त्वाची भूमिका हे जागतिकीकरणाच्या प्रक्रियेचे आणखी एक महत्त्वाचे वैशिष्ट्ये आहे.

५. जागतिकीकरणाच्या प्रक्रियेत विभागीय व्यापारी आणि आर्थिक संघटनांची भूमिका मोठ्या प्रमाणात वाढली आहे.

६. गेल्या काही वर्षांमध्ये व्यापार राजवटींचा घडून आलेला उदय आणि विकास हे जागतिकीकरणाच्या प्रक्रियेचे आणखी एक महत्त्वाचे वैशिष्ट्ये आहे.

७. जागतिकीकरणामुळे अनेक देशांनी आर्थिक उदारीकरणाचे धोरण अंगीकारले आहे.

८. जागतिकीकरणामुळे अनेक गतिमान साधने, तसेच संपर्काची साधने निर्माण झाल्यामुळे जग फारच जवळ येण्यास मदत झाली.

९. जागतिकीकरणामुळे लोक मोठ्या प्रमाणात स्थलांतर करू लागले.

१०. जागतिकीकरणामुळे सर्व देशांच्या बाजारपेठा खुल्या झाल्या.

११. जागतिकीकरण ही विविध पातळ्यांवर लोकांमधील संबंध, क्रियाप्रतिक्रिया वाढवणारी प्रक्रिया आहे.

जागतिकीकरणाचे भारतावरील परिणाम :

अ. सकारात्मक परिणाम :

१. भारत व तिसरे जग : जागतिकीकरणाच्या प्रक्रियेमध्ये आर्थिक, भौतिक आणि सामाजिक सुधारणांच्या अनुषंगाने जगाची वर्गवारी करण्यात आली होती. विकसित देशांचा पहिला गट विकसनशील देशांचा दुसरा, तर अविकसित देशांचा तिसरा गट होता. भारत तिसऱ्या गटातले राष्ट्र होते. गॅट करारावर सही करून जागतिकीकरणाच्या प्रक्रियेमध्ये भारत प्रगतीकडे वाटचाल करू लागला. जागतिकीकरणामुळे भारताच्या औद्यौगिक व व्यापारात वाढ झाली. जागतिकीकरणामुळे भारत तिसऱ्या जगाचे नेतृत्व करू लागला. जगाच्या राजकारणात भारताचा दबदबा वाढला. परदेशांतून जलप्रकल्पासाठी निधी उपलब्ध झाल्याने शेती क्षेत्रात प्रचंड प्रगती झाली. बहुराष्ट्रीय कंपन्यांमुळे परकीय गुंतवणूक वाढली. दर्जेदार उत्पादने तयार होऊ लागली. भारताला तेल राष्ट्रांकडून कमी किमतीत तेल मिळू लागले. त्या मोबदल्यात धान्य, कपडे व औद्योगिक उत्पादनांची निर्यात करता आली. तिसऱ्या जगातील एक मोठा विकसनशील देश अशी भारताची प्रतिमा जागतिक समुदायात निर्माण झाली.

२. भारताचे वाढते राजकीय वर्चस्व : जागतिकीकरणाचा सर्वप्रथम स्वीकार करणाऱ्या अमेरिकेने आपले वर्चस्व वाढवण्याचा प्रयत्न केला. रशियाचे विघटन झाल्यावर जागतिक नेतृत्वाचे केंद्रीकरण अमेरिकेकडे गेले, परंतु तिसऱ्या जगाचे नेतृत्व भारताकडे आले. जागतिकीकरणामुळे भारताने १९९१ नंतर आपले आर्थिक धोरण बदलले. भारत आर्थिक महासत्ता बनू लागला. भारताने जागतिक, राजकीय आणि व्यवस्थेच्या कार्यपद्धतीत लोकशाहीचा आदर्श निर्माण केला. भारताने जागतिक स्तरावर प्रगत राष्ट्रांशी स्पर्धा करता येईल, अशी औद्योगिक प्रगती केली. हरितक्रांतीमुळे अन्नधान्याच्या बाबतीत भारत स्वयंपूर्ण बनला. इतर अविकसित राष्ट्रांच्या मानाने

जागतिकीकरणाचा लाभ घेऊन भारताने बरीच प्रगती साधली. आशियाई राष्ट्राचे नेतृत्व करण्याची संधी भारताला वरचेवर मिळू लागली. हा भारताला जागतिकीकरणामुळे झालेला मोठा लाभ आहे.

३. **आंतरराष्ट्रीय सहकार्य :** आजच्या जागतिकीकरणाच्या युगात आंतरराष्ट्रीय प्रश्न निर्माण झालेले आहेत. आंतरराष्ट्रीय दहशतवाद, आंतरराष्ट्रीय संघटित गुन्हेगारी, आंतरराष्ट्रीय मादक द्रव्यांचा व्यापार, तसेच शस्त्रास्त्रांचा वापर असे प्रश्न निर्माण झाले आहेत. त्यांचा बीमोड करण्यासाठी आंतरराष्ट्रीय सहकार्य आवश्यक ठरलेले आहे. भारतासमोरील या समस्या सोडवण्यासाठी भारताला आंतरराष्ट्रीय समुदायाशी सहकार्य करणे व सहकार्य घेणे अपरिहार्य बनले आहे.

ब. नकारात्मक परिणाम :

१. **आंतरराष्ट्रीय कराराची बंधने :** भारत हा युनोचा सदस्य आहेच. शिवाय इतर अनेक आंतरराष्ट्रीय संघटना व करारातही तो सामील झालेला आहे. जागतिक व्यापार संघटना, युरोपियन संघ, आशियान, सार्क इ. संघटनांचा सदस्य आहे. त्यामुळे सर्व संघटनांची व करारांची बंधने भारताला स्वीकारावी लागतात. आपले परराष्ट्रीय नव्हे, तर अंतर्गत धोरण ठरवतानाही या बंधनांचे पालन आता गरजेचे बनले आहे. उदा. आयातनिर्यातीवर जकात किती आकारावी, हा प्रत्येक राष्ट्राचा हक्क होता. पण आता जागतिक व्यापार संघटना त्याबाबत नियम ठरवते व सभासद राष्ट्रांना ते मान्य करण्यास भाग पाडते.

२. **बहुराष्ट्रीय कंपन्यांचा प्रभाव :** जागतिकीकरणाच्या प्रक्रियेत बहुराष्ट्रीय कंपन्यांची भूमिका महत्त्वाची बनलेली आहे. या कंपन्यांना आकर्षित करण्यासाठी विकसनशील देशांत स्पर्धाच सुरू झालेली आहे. त्यासाठी या कंपन्यांना विविध प्रकारच्या सवलती, सुविधा देण्यात येऊ लागल्या आहेत. भारतसुद्धा परकीय कंपन्या, भांडवल यांना आकर्षित करण्यासाठी प्रयत्नशील आहे. त्यासाठी धोरणात्मक बदल केले जात आहेत. एवढेच नव्हे, तर भारतातील वेगवेगळ्या राज्यांतही परकीय भांडवलाला आकर्षित करण्यासाठी स्पर्धा सुरू झालेली आहे. बहुराष्ट्रीय कंपन्यांची मक्तेदारी होऊ घातली जात असताना देशी उद्योगांच्या संरक्षणाचा प्रश्न निर्माण झाला आहे.

३. **खासगीकरणाचा विपरीत परिणाम :** भारत या विकसनशील देशाने जागतिकीकरणाची संकल्पना अयोग्य अर्थाने स्वीकारली. प्रारंभी विकासाचा संबंध पाश्चिमात्यीकरणाशी जोडला गेला होता. परंतु जागतिकीकरणानंतर विकासाचा संबंध खासगीकरणाशी जोडला गेला. स्वातंत्र्याच्या वेळी भारताने समाजवादी अर्थव्यवस्था

स्वीकारली होती. परंतु १९९० नंतर नव्या आर्थिक धोरणानुसार खासगीकरणाला प्राधान्य मिळाले. त्यानंतर मात्र खासगीकरणाचा प्रभाव कमी करता आला नाही म्हणजेच खासगीकरणामुळे भारताची अर्थव्यवस्था डळमळीत होऊ लागली आहे. त्यांतूनच औद्योगिक वाढीचा वेगही काही अंशी कमी झाला. खासगीकरणामुळे राष्ट्रीय उत्पन्नाची वाढ खाली आली. वीज, माहिती व तंत्रज्ञान, विमाक्षेत्र, औद्योगिक क्षेत्र, बँका, खासगी कंपन्या प्रभावित झाल्या आहेत.

भारत आणि नवीन आर्थिक पद्धती किंवा व्यवस्था :

नवीन आर्थिक व्यवस्था :

आजची अर्थव्यवस्था ही दुसऱ्या महायुद्धानंतर उदयास आलेली आहे. एकोणिसाव्या शतकात अर्थव्यवस्थेत जो बदल झाला, त्याची प्रमुख कारणे म्हणजे विसाव्या शतकात तंत्रज्ञान व दळणवळण साधनांमध्ये झालेला बदल, बहुराष्ट्रीय कंपन्यांचा झालेला उदय, नवोदित स्वतंत्र राज्यांच्या संख्येत झालेली वाढ ही होय. डॉ. किसिंजर यांच्या मते, आजची अर्थव्यवस्था पुढील चार तत्त्वांवर अवलंबून आहे–

१. खुला व विस्तारित होत जाणारा व्यापार.

२. भांडवलाचे आणि तंत्रज्ञानाचे मुक्त आदानप्रदान.

३. सहज उपलब्ध होणारा कच्चा माल.

४. आंतरराष्ट्रीय सहकार्य.

दुसऱ्या महायुद्धानंतर जी अर्थव्यवस्था उदयास आली, ती महाशक्तीच्या संघर्षातून. पूर्वेकडे सोव्हिएत संघाने साम्यवादी अर्थव्यवस्था लादण्याचा प्रयत्न केला. पाश्चिमात्यांच्या गटापासून या राज्यांना तोडून त्यांना पूर्णपणे सोव्हिएत संघाचे आश्रित बनवले. पश्चिमेकडील राष्ट्रे अमेरिकेच्या प्रभावी नियंत्रणाखाली असून तिथे खुला व्यापार व मुक्त भांडवलव्यवस्था आहे. तिसऱ्या जगातील जी राष्ट्रे पूर्वी साम्राज्यवादी शक्तींशी संबंध ठेवून होती, ती अमेरिकेच्या व्यवस्थेकडे वळली आहेत म्हणजेच नवीन आर्थिक व्यवस्थेचा आजच्या दृष्टीने विचार करता, ही व्यवस्था नवी न राहता जुनी झाली असून तिच्यात बराच बदल झाला आहे. यातूनच स्पेरो या लेखकाने जागतिक अर्थव्यवस्थेचे खालीलप्रमाणे तीन उपव्यवस्थांमध्ये वर्णन केले आहे –

१. पाश्चिमात्य राष्ट्रांनी परस्परांशी व्यवहार करताना निर्धारित केलेली परस्परावलंबन व्यवस्था.

२. उत्तरदक्षिण अर्थव्यवस्था, ज्यामध्ये राज्ये परावलंबी आहेत.

३. पूर्वपश्चिम अर्थव्यवस्था, ज्यात राज्ये परस्परांवर अवलंबून आहेत.

पश्चिमी अर्थव्यवस्था :

या पद्धतीत उत्तरेकडील राज्यांपैकी अमेरिका, युरोपीय राज्ये व जपान या विकसित राष्ट्रांनी विकसित बाजारपेठांचे आर्थिक धोरण स्वीकारले आहे. या अर्थव्यवस्थेनुसार युरो डॉलर व अमेरिकन डॉलरचा प्रभाव वाढला आहे. या पद्धतीत अमेरिका अन्य राष्ट्रांना आर्थिकदृष्ट्या नियंत्रित करीत आहे.

उत्तरदक्षिण अर्थव्यवस्था :

विकसित राष्ट्रांची बाजारपेठ, अर्थनीती व आशिया, आफ्रिका तसेच लॅटिन अमेरिकेसारख्या कमी विकसित राष्ट्रांच्या अर्थनीतीचा संबंध आलेला आहे, म्हणजेच विकसनशील देशांच्या अर्थव्यवस्थेमधील संबंधातून उत्तरदक्षिण अर्थव्यवस्था उदयास आली. याच्या एका बाजूला श्रीमंत पाश्चात्त्य किंवा एकेकाळचे साम्राज्यवादी/वसाहतवादी देश, तर दुसरीकडे त्यांच्या आर्थिक मदतीवर आणि त्यांच्याबरोबर चालणाऱ्या व्यापारावर अवलंबून असणारे नव्याने स्वतंत्र झालेले गरीब देश अशी परस्परांमधील अंतर वाढत जात असणारी ही अर्थव्यवस्था. त्यामुळेच या पद्धतीत पूर्णपणे असमानता व विसंगती आढळून येते. या पद्धतीत दोन्ही भागांतील राष्ट्रांच्या सरासरी राष्ट्रीय उत्पन्नामध्ये बरीच तफावत आहे. यात दक्षिणेकडील राज्ये उत्तरेकडील राज्यांवर अवलंबून आहेत. हे अवलंबन वेगवेगळ्या स्वरूपाचे होते. दक्षिणेचे देश कच्चा माल विकणारे, काही वेळा एखाद्याच प्रकारचा माल विकणारे असल्यामुळे व बाजारपेठेचे नियंत्रण उत्तरेच्या देशांकडे असल्यामुळे त्यांच्यावर अवलंबून होते. याखेरीज विकासासाठी, भांडवल गुंतवणुकीसाठीही गरीब राष्ट्रे श्रीमंत राष्ट्रांवर अवलंबून होती. त्यांचे व्यापाराद्वारे होणारे उत्पन्न जास्तीतजास्त उत्तरेकडील राज्यांतून येत असते. दक्षिणेकडील राज्ये उद्योग आणि गुंतवणुकीबाबतदेखील उत्तरेकडील राज्यांवर अवलंबून असतात.

पूर्वपश्चिम अर्थव्यवस्था :

ही जगातील तिसरी उपव्यवस्था आहे. दुसऱ्या महायुद्धानंतरच्या शीतयुद्धामुळे पूर्व व पश्चिम अशी पृथक अर्थव्यवस्था निर्माण झाली. पश्चिमी अर्थव्यवस्थेचे नेतृत्व अमेरिका करीत आहे. अमेरिकेने स्वत:च अर्थसाहाय्य देऊन आंतरराष्ट्रीय नाणेनिधी, आंतरराष्ट्रीय बँक व गॅटसारख्या संस्था निर्माण केल्या आहेत. या संस्थांमध्ये पूर्वेकडील राज्यांचा प्रथम फारसा सहभाग नव्हता. परंतु आजकाल हा सहभाग वाढत आहे.

नवीन अर्थव्यवस्थेची मागणी :

नव्या अर्थव्यवस्थेची मागणी अर्धविकसित तसेच विकसनशील राष्ट्रांनी केली आहे. यात तिसऱ्या जगातील अनेक राज्ये आहेत. एकूण ४,००० दशलक्ष लोकसंख्येपैकी १,२०० दशलक्ष लोक ज्या राज्यात राहतात त्यांचे प्रतिवार्षिक उत्पन्न २,००० डॉलर्स आहे. या विपरीत जगात ६०० दशलक्ष लोक राहतात. अशा लोकांचे प्रतिवर्षी उपन्न २,००० ते ५,६०० डॉलर्स इतके आहे. या सर्व अन्यायकारक अर्थव्यवस्थेविरुद्ध विकसनशील राष्ट्रांनी प्रचलित अर्थव्यवस्थेत मूलभूत स्वरूपाचा आर्थिक, व्यापारी, औद्योगिक क्षेत्रांत बदल करण्याचा आग्रह धरला आहे. आंतरराष्ट्रीय आर्थिक संबंधाची पुनर्रचना लोकशाही तत्त्वानुसार ताबडतोब करावी, अशी मागणी केली आहे. या वारंवार होणाऱ्या मागणीचा विचार करून महासभेने १९७३ मध्ये नवीन अर्थव्यवस्था अमलात आणण्याबाबत ठराव मांडला. पुढे हा ठराव अमेरिका व सर्व पाश्चात्त्य राष्ट्रांचा विरोध असूनही १ मे १९७४ रोजी संमत करून नवीन आंतरराष्ट्रीय आर्थिक व्यवस्था अमलात आल्याची घोषणा केली.

नवीन आर्थिक व्यवस्थेची ठळक वैशिष्ट्ये :

१. प्रत्येक राज्याचे सार्वभौमत्व, प्रादेशिक एकात्मता व आंतरराष्ट्रीय संबंधात हस्तक्षेप न करणे.

२. प्रत्येक राज्याचा आपल्या नैसर्गिक संपत्तीवर अधिकार अबाधित राहील तसेच आर्थिक व्यवहाराचे स्वातंत्र्य राहील.

३. परकीय सत्तेच्या आधिपत्याखाली असलेले उद्योग व नैसर्गिक संपत्तीबाबत संबंधित राज्याचा अधिकार प्रस्थापित होईल व आजपर्यंत केलेल्या घोषणांबाबत परकीय सत्ता संबंधित राज्याला नुकसानभरपाई देईल.

४. ही व्यवस्था पूर्वपश्चिम अशा पद्धतीत विभागली असून यात श्रीमंत व गरीब राज्ये यांचा संघर्ष आढळतो.

५. या व्यवस्थेत उत्तरेकडील राज्यांचे हितसंबंध सुरक्षित ठेवले जातात.

६. या पद्धतीत व्यापार करीत असताना विकसित राज्ये विकसनशील राज्यांच्या बाजारपेठेत सरळ प्रवेश करतात.

७. ही व्यवस्था संकुचित राष्ट्रवादी व तर्कविसंगत स्वरूपाची आहे.

८. या पद्धतीत परकीय देशातील खासगी भांडवलावर उभ्या असलेल्या बहुराष्ट्रीय कंपन्या विकसनशील राष्ट्रांच्या व्यापार व उद्योगावर प्रभाव पाडीत आहे.

वरील घोषणेने सुनियोजित आंतरराष्ट्रीय आर्थिक व्यवस्था उदयाला आलेली

आहे व या योजनेनुसार एक कृतियोजना तयार करण्यात आली. १९७५ च्या संयुक्त राष्ट्रांच्या महासभेच्या आमसभेत या व्यवस्थेची अंमलबजावणी करण्याबाबत पुन्हा ठराव संमत झाला. परंतु अमेरिका व पाश्चात्त्य राष्ट्रांनी या ठरावाला विरोध केला. या नव्या अर्थव्यवस्थेत अशी ग्वाही दिली गेली की, आंतरराष्ट्रीय आर्थिक व्यवहार करताना जुन्या पद्धतीमधील मागास राज्यांचे परावलंबित्व व त्यांना मिळत असलेली असमान वागणूक समाप्त होऊन त्या जागी परास्परावलंबी व समानतेच्या तत्त्वावर आधारित नवी आंतरराष्ट्रीय अर्थव्यवस्था निर्माण होईल. या घोषणेनुसार श्रीमंत विकसित राष्ट्रांनी विकास साधनांची मदत विकसनशील राष्ट्रांना करून, त्यांचा विकास घडवून आणणे हे विकसित राष्ट्रांचे कर्तव्य असून ते त्यांच्या हिताचेच आहे. आर्थिक संबंधाची नवी योजना अमलात आणणे, त्यात वस्तूंचा मुक्त व्यापार, कोणत्याही बाजारपेठेत प्रवेश व प्राधान्य, आंतरराष्ट्रीय नाणेनिधीकडून सर्वच राज्यांना मदतीचा ओघ, आंतरराष्ट्रीय संस्थांची पुनर्रचना करणे व तंत्रविज्ञानाचे संपूर्ण जगात आदानप्रदान मुक्तपणे व्हावे, ही नव्या व्यवस्थेची प्रमुख वैशिष्ट्ये आहेत.

नव्या अर्थव्यवस्थेची उद्दिष्टे व साधने :

१. १९७३ मध्ये पेट्रोल उत्पादक राष्ट्रांच्या संघटनेने (ओपेक) पेट्रोलचे भाव वाढवण्याच्या घेतलेल्या निर्णयामुळे ती राष्ट्रे समृद्ध झाली. या धनिक झालेल्या राष्ट्रांतील लोकसंख्येपेक्षा चारपटीने जास्त लोकसंख्या असलेल्या राष्ट्रांना या भाववाढीची झळ लागली व त्यांना गंभीर स्थितीला तोंड द्यावे लागले. परिणामत: तेलसमृद्ध राष्ट्रे अधिक समृद्ध व गरीब राष्ट्रे जास्त गरीब झाली.

२. नव्या व्यवस्थेत न्यूनतम जीवनमान निश्चित करण्यात आले असून न्यूनतम उत्पन्न निर्धारित करण्यात आले आहे. या नव्या व्यवस्थेतील सुधारणा स्वीकारण्याबाबत श्रीमंत राष्ट्रांचे मन वळवण्यात येईल. राज्यांच्या सार्वभौमत्वाच्या सिद्धान्ताला संयुक्त राष्ट्रामार्फत व्यवहार्य स्वरूप देण्यात येईल. या अर्थव्यवस्थेत गरीब राज्यांनादेखील न्यूनतम आय प्राप्त होईल.

३. नवीन अर्थव्यवस्था अमलात आणण्यासाठी तीन अवस्था योजलेल्या आहेत–

अ. पहिल्या योजनेनुसार विकसनशील राष्ट्रे विकसित राष्ट्रांवर दबाव आणून जागतिक आयचे न्याय्य वितरण करण्यावर भर देतील.

ब. दुसऱ्या योजनेनुसार श्रीमंत राष्ट्रे नैतिकदृष्ट्या कमी आय असलेल्या राष्ट्रांना आपल्या संपत्तीचे वाटप करतील.

क. तिसऱ्या योजनेनुसार गरीब व धनवान दोन्ही गटांतील राष्ट्रे वस्तूंच्या

भाववाढीतील चढउतार कमी करतील. तसेच कच्च्या मालाच्या किमतीवर नियंत्रण ठेवतील. याबाबत दोन्ही गटांत करार होणे गरजेचे आहे.

महासभेचा नवा ठराव :

विकसनशील राष्ट्रांच्या सतत मागणीमुळे महासभेने १९७७ मध्ये ठराव संमत केला. त्यानुसार आंतरराष्ट्रीय अर्थव्यवस्थेबाबत युनोच्या चौकटीत राहून ऊर्जाशक्ती, कच्चा माल, व्यापार विकास, चलनव्यवस्था या सर्वांचा समावेश या ठरावात करण्यात आलेला आहे. अमेरिकेने या ठरावाला विरोध केला व युनोच्या बाहेर या मुद्यांवर विचार व्हावा, असा आग्रह धरला. पुढे १९८१ मध्ये कानकून शिखर परिषदेत अमेरिकेने हा ठराव मांडला. परंतु युनोच्या व्यासपीठावरच या ठरावावर विचार व्हावा, असे प्रतिपादन करण्यात आले. विकसनशील राष्ट्रांच्या प्रतिनिधींनी जागतिक पातळीवरचे हे प्रश्न संयुक्त राष्ट्रातच मांडण्यात यावे, असा आग्रह धरला.

दिल्ली सभा (१९८३) :

उत्तरदक्षिण यांच्यातील वार्ता विफल झाल्यामुळे दक्षिणेतील राज्यांची सभा दिल्ली येथे आयोजित केली होती. पुन्हा नवी अर्थव्यवस्था अमलात आणण्याचा विचार झाला. परंतु या सभेतही निर्णायक ठराव संमत झाला नाही. कारण अमेरिकेच्या भूमिकेबाबत मतभेद स्पष्ट झाले. शेवटी या सभेत निर्णय झाला की, जी-७७ या राष्ट्रांच्या सभेत निर्णय घ्यावा. एकूण नवीन आंतरराष्ट्रीय अर्थव्यवस्था जगातील सर्वच राष्ट्रांचे आर्थिक कल्याण व विकासाच्या दृष्टीने महत्त्वाची असूनही धनवान राष्ट्रे स्वतःच्या स्वार्थासाठी या नव्या व्यवस्थेत अडथळे निर्माण करीत आहेत. जसजसा आंतरराष्ट्रीय दबाव वाढेल, तशी ही व्यवस्था अमलात येईल.

परीक्षण :

या अर्थव्यवस्थेतून जगातील उत्पादनक्षमता आणि उत्पादकता वाढली असली, तरी तिचे वितरण असमान आहे. जगातील १/३ मानवजात निवास करीत असलेल्या राज्यात दरडोई उत्पादन व उत्पन्नामध्ये फरक आढळतो. कच्च्या मालावरील जकात कमी, तर तयार मालावरील जकात जास्त. त्यामुळे राज्यांच्या औद्योगिकीकरणावर परिणाम झालेला आहे. भांडवलाचा प्रभाव व कर्जपुरवठ्यावर अमेरिकेचा दबाव असून पूर्वेकडील राज्ये युरोपीय देश व पेट्रोल उत्पादक देशांच्या दबावाखाली आहेत. नाणेनिधी किंवा आंतरराष्ट्रीय बँक यांसारख्या संस्था विकसनशील राष्ट्रांच्या मदतीसाठी

निर्माण झाल्या. परंतु प्रत्यक्षात त्या पाश्चात्त्य राष्ट्रांचे हितसंबंध जपत आहेत. वस्तुस्थिती अशी आहे की, आंतरराष्ट्रीय बँकेने मागास राज्यांना कर्ज दिले. परंतु कमी उत्पादनामुळे त्यांना ते परत फेडता आले नाही. बहुतेक मोठ्या राज्यांचा व्यापार गॅटच्या नियमांद्वारे होत असतो. यात पाश्चात्त्य राष्ट्रांचे हितसंबंध जोपासले जातात. तिसऱ्या जगातील राज्यांकडे मुद्दाम दुर्लक्ष केले जाते.

भारत आणि विविध संस्था :

१. जागतिक व्यापार संघटना :

ही स्थायी जागतिक व्यवसाय किंवा व्यापार संघटना असून तिची स्थापना १९४७ मध्ये करण्यात येणार होती. परंतु सभासदांमधील मतभेदामुळे ती स्थापन होऊ शकली नाही. त्याऐवजी व्यापारविषयक प्रश्न सोडवण्यासाठी आणि व्यापाराला चालना देण्यासाठी व्यापार व जकाती यासंबंधीचा सर्वसाधारण करार गॅटसंमत करण्यात आला. जागतिक व्यापारातील अडचणी सोडवण्यासाठी गॅटच्या कार्यकाळात चर्चेच्या आठ फेऱ्या झाल्या. याचा मसुदा डंकेल यांनी तयार केला होता, म्हणून तो डंकेल प्रस्ताव या नावाने प्रसिद्ध आहे. कालांतराने गॅट करार नष्ट करण्यात आला आणि त्याची जागा १ जानेवारी, १९९५ मध्ये जागतिक व्यापार संघटनेने घेतली म्हणजेच या संघटनेची स्थापना या दिवशी झाली. त्या वेळी या संघटनेचे सदस्य ७७ होते, तर २००४ मध्ये ही सदस्यसंख्या १४८ पर्यंत वाढली होती.

रचना व संघटन :

अ. मुख्य कार्यालय : जागतिक व्यापारी संघटनेचे मुख्य कार्यालय स्वित्झर्लंडमधील जिनिव्हा येथे आहे.

ब. मंत्रिपरिषद : मंत्रिपरिषद ही जागतिक व्यापार संघटनेची सर्वोच्च अधिसत्ता आहे. यामध्ये सर्व सदस्य देशांचे व्यापारमंत्री प्रतिनिधी असतात. या परिषदेची दोन वर्षांतून किमान एक सभा घेतली जाते. मंत्रिपरिषद जागतिक व्यापार संघटनेची कार्यप्रणाली ठरवते व त्यानुसार योग्य ती कार्यवाही करते.

क. सामान्य परिषद : जागतिक व्यापार संघटनेचा दैनंदिन कारभार सामान्य परिषदेकडून पाहिला जातो. ही परिषद मंत्रिस्तरीय पातळीवर घेतलेल्या निर्णयाची अंमलबजावणी करते. सामान्य परिषद विवाद निवारण मंडळ आणि व्यापार धोरण परीक्षण मंडळ या दोन प्रकारांत विभाजित होते. सामान्य परिषदेची सभा प्रत्येक महिन्यात घेतली जाते. सामान्य परिषदेच्या अंतर्गत पुढील मंडळे व उपसमित्या कार्य

करतात. वस्तू व्यापाराचे मंडळ, सेवा व्यापाराचे मंडळ, बौद्धिक संपदा व्यापाराचे मंडळ, व्यापार व विकास समिती, व्यापार व पर्यावरण समिती, व्यवहारातील समिती व अंदाजपत्रक, वित्त व प्रशासन समिती.

ड. सचिवालय : जागतिक व्यापार संघटनेसाठी एक डायरेक्टर जनरल नेमण्यात येतात. ही नेमणूक मंत्रिस्तरीय संमेलनात सदस्य राष्ट्रांकडून केली जाते. डायरेक्टर जनरलच्या पदाची मुदत चार वर्षांची असते. डायरेक्टर जनरलचे अधिकार व कर्तव्य मंत्री परिषदेकडून ठरवले जातात.

इ. निर्णयप्रक्रिया : जागतिक व्यापार संघटनेचे सर्व निर्णय एकमताने घेतले जातात. एखाद्या प्रश्नावर एकमत होत नसेल, तेव्हा २/३ बहुमताने निर्णय घेतले जातात. मूळ करारातील मतभेद मिटवण्यासाठी मात्र ३/४ बहुमताची गरज असते.

उद्दिष्टे :

गॅटची व जागतिक व्यापार संघटनेची उद्दिष्टे जवळजवळ सारखीच आहेत. तथापि जागतिक व्यापार संघटनेच्या करारानुसार काही उद्दिष्टे निश्चित करण्यात आली आहेत. सर्व प्रमुख उद्दिष्टे पुढीलप्रमाणे आहेत-

१. आंतरराष्ट्रीय व्यापारावरील सर्व प्रकारचे निर्बंध कमी करणे.

२. सभासद देशांतील जनतेचे उत्पन्न व राहणीमानात वाढ व्हावी, यासाठी प्रयत्न करणे.

३. जगातील उपलब्ध साधनसामग्रीचा पर्याप्त वापर करणे.

४. आंतरराष्ट्रीय व्यापारात वाढ करण्यासाठी व्यापारात सभासद राष्ट्रांचा सहभाग वाढवणे.

५. सभासद देशांना हितकारक होईल अशी व्यापारव्यवस्था प्रस्थापित करणे.

६. बहुपक्षीय संघटित व्यापारव्यवस्था विकसित करणे.

७. देशादेशांतील भेदभाव करणारी व्यापारव्यवस्था नष्ट करणे.

८. आंतरराष्ट्रीय व्यापारातील वादविवाद मिटवण्यासाठी प्रयत्न करणे.

९. सभासद देशांच्या पर्यावरणाचे संरक्षण करणे व त्यांच्या स्थायी विकासासाठी प्रयत्नशील राहणे.

१०. व्यापारातील अनिष्ट स्पर्धेला पायबंद घालणे.

११. उरुग्वे फेरीतील मान्य तरतुदींचे पालन करणे.

१२. व्यापारविषयक विवाद मिटवणाऱ्या यंत्रणेत सुधारणा घडवून आणणे.

१३. विकसनशील देशांना व्यापारविषयक धोरणे ठरवण्यास मदत करणे.

कार्ये :

आंतरराष्ट्रीय व्यापाराला चालना देण्यासाठी जागतिक व्यापार संघटनेला अनेक कार्ये करावी लागतात. त्यापैकी प्रमुख कार्ये आपणास पुढीलप्रमाणे सांगता येतील.

१. बहुपक्षीय व्यापारी कराराचे व्यवस्थापन व कार्यप्रणालीचे पालन करण्यासाठी प्रयत्न करणे.

२. संघटनेच्या मंत्रिस्तरीय बैठकांतून व्यापारविषयक करारासंबंधी चर्चा करणे व कराराची अंमलबजावणी करणे.

३. सभासद देशांमध्ये जकाती व व्यापारासंबंधी तणाव निर्माण झाल्यास, तो दूर करण्यासाठी प्रयत्न करणे.

४. सभासद देशांच्या व्यापार धोरणांचे परीक्षण करणे व त्याबाबत सभासद देशांना व्यवहार्य सूचना देणे.

५. जागतिक आर्थिक धोरण निश्चितीच्या प्रक्रियेत आंतरराष्ट्रीय नाणेनिधी व जागतिक बँकेला सहकार्य करणे.

६. जागतिक संसाधनाच्या अतिरिक्त वापरावर प्रतिबंध घालून संसाधनांच्या पर्याप्त वापरासाठी प्रयत्नशील राहणे.

७. अल्पविकसित देशांना निर्यात प्रोत्साहनासाठी मार्गदर्शन करणे व निर्यात वाढवण्यासाठी सभासद देशांच्या कर्मचाऱ्यांना प्रशिक्षण देणे.

८. सभासद राष्ट्रांच्या राष्ट्रीय व्यापारविषयक धोरणावर लक्ष ठेवणे.

९. सभासद राष्ट्रांना नवीन व सुधारित व्यापारविषयक उपाययोजनांची माहिती देणे.

१०. पर्यावरणाचे संरक्षण करण्याच्या हेतूने व्यापार व पर्यावरण धोरणे परस्परांस साहाय्यक बनवणे. (व्यापार व पर्यावरणाचा अभ्यास करण्यासाठी जागतिक व्यापार संघटनेने एक समिती नेमली आहे.)

११. वस्तुसेवा आणि बौद्धिक संपदांच्या हक्कासाठी सल्लागार मंडळे स्थापन करणे.

१२. जागतिक स्तरावर व्यापार क्षेत्रात अनिष्ट स्पर्धेचे नियंत्रण करून निकोप स्पर्धेला चालना देणे.

१३. आंतरराष्ट्रीय व्यापारात वाढ व्हावी, यासाठी सतत प्रयत्नशील राहणे.

१४. आंतरराष्ट्रीय व्यापाराच्या उदारीकरणासाठी व व्यापारावरील निर्बंध कमी करण्यासाठी आंतरराष्ट्रीय वाटाघाटीकरता व्यासपीठ उपलब्ध करून देणे.

कामगिरीचे मूल्यमापन :

जागतिक व्यापार संघटना स्थापन होऊन आता तेरा वर्षे पूर्ण झाली आहेत. याबाबतचे या संघटनेने व्यापारक्षेत्रात मोलाचे कार्य केलेले आहे. या पार्श्वभूमीवर या संघटनेचे गुणदोष म्हणजे यशापयशाचे मूल्यमापन करणे आवश्यक ठरते. मूल्यमापनाचा सविस्तर तपशील पुढीलप्रमाणे-

अ. जागतिक व्यापार संघटनेचे यश किंवा फायदे :

१. व्यापक कार्यक्षेत्र : जागतिक व्यापार संघटनेचे कार्यक्षेत्र गॅटपेक्षा जास्त व्यापक आहे. गॅट अंतर्गत केवळ वस्तूंच्या व्यापाराला प्राधान्य दिले जात असे. जागतिक व्यापारसंघटनेत वस्तूसेवा इ. सर्वच बाबींशी संबंधित व्यापाराला महत्त्व देण्यात आले आहे. त्यामुळे जागतिक व्यापाराला शिस्त लावणे व त्याला अपेक्षित दिशा देणे जागतिक व्यापार संघटनेला शक्य झाले आहे.

२. व्यापारविषयक करार : जागतिक व्यापार संघटनेने निर्धारित उद्दिष्ट साध्य करण्यासाठी अनेक व्यापारविषयक करार केले आहेत. वस्तू व्यापाराचा बहुउद्देशीय करार, आंतरराष्ट्रीय क्षेत्रातील सर्व सेवांचा व्यापारासाठीचा सामान्य करार, विवाद निवारण पद्धती, बहुपक्षीय व्यापारी धोरणे पुनर्विलोकन यंत्रणा इ. करारांचा त्यात समावेश होतो. या कराराच्या माध्यमातून वेगवेगळ्या उपाययोजना करून उदारीकरणाला चालना देण्याचे आणि सभासद देशांच्या आंतरराष्ट्रीय व्यापारात वाढ करण्याचे प्रयत्न आंतरराष्ट्रीय व्यापार संघटनेने केले आहेत.

३. परिषदांचे आयोजन : व्यापारविषयक प्रश्नांवर चर्चा करण्यासाठी जागतिक व्यापार संघटनेने विविध ठिकाणी मंत्रिस्तरीय परिषदांचे आयोजन केले. या परिषदा अनुक्रमे सिंगापूर १९९६, जिनिव्हा १९९८, दोहा २००१ व कानकून २००३ येथे घेण्यात आल्या. परिषदांमध्ये व्यापार व गुंतवणूक, व्यापाराचे उदारीकरण, आयातीसंबंधी धोरणे, अनुदाने व शेती इ. बाबींवर चर्चा झाली. त्यांपैकी काही बाबींवर सभासद देशांचे एकमत झाल्यामुळे व्यापारविषयक प्रश्नांची तीव्रता कमी होण्यास मदत झाली.

४. वाद मिटवण्यात यश : जागतिक व्यापार संघटनेने आपल्या अधिकाराचा वापर करून सभासद देशांमधील व्यापारसंधीचे वाद मिटवण्यात बरेच यश मिळवले आहे. गॅटच्या तुलनेत ही कामगिरी निश्चितच प्रशंसनीय मानली जाते.

५. कार्यतत्परता : जागतिक व्यापार संघटनेची कार्यपद्धती जास्त तत्पर व गतिमान असल्याचे प्रतिपादन केले जाते. व्यापारविषयक करार होण्यास पूर्वी अनेक वर्षे लागत असत. जागतिक व्यापार संघटनेने आंतरराष्ट्रीय व्यापाराच्या महत्त्वाच्या

प्रश्नावर अभ्यासपूर्ण मसुदे तयार केले आणि प्रश्न सोडवण्याच्या कार्यपद्धतीत तत्परता आणली.

६. सर्व राष्ट्रांचा फायदा : जागतिक व्यापार संघटनेने आतापर्यंत जे कार्य केले, त्याचा जगातील सर्वच देशांना फायदा झाला आहे. या संघटनेचे व्यापारविषयक काही नियम बऱ्याच देशांना लाभदायक ठरले आहेत.

७. पारदर्शकता, जागरूकता व सुरक्षा : जागतिक व्यापार संघटनेचा आणखी एक फायदा म्हणजे या संघटनेने जागतिक व्यापारात बरीच पारदर्शकता आणली आहे. तसेच सभासद देशांमध्ये जागरूकता व सुरक्षेची भावना रूजवण्यात ही संघटना यशस्वी झाली आहे.

८. विकसनशील देशांना फायदे : जागतिक व्यापार संघटनेचे विकसनशील देशांना बरेच फायदे होतील, असे प्रतिपादन केले जाते. उदा. विकसनशील देशांच्या निर्यातीत वाढ होणे, कृषी निर्यातीपासून अधिक लाभ होणे, खुल्या व्यापारामुळे उपभोक्त्यांना स्वस्तात वस्तू मिळून त्यांचे राहणीमान उंचावणे इत्यादी.

जागतिक व्यापार संघटनेचे अपयश किंवा तोटे :

जागतिक व्यापार संघटनेच्या फलश्रुतीत अपयशाची दुसरी बाजूदेखील आहे. या संघटनेच्या कार्यपद्धतीत अनेक दोष असल्यामुळे तिच्यावर पुढील स्वरूपाची टीका केली जाते–

१. श्रीमंत देशांची हस्तक : आर्थिक व व्यापारविषयक सहकार्य वाढवण्यासाठी जागतिक स्तरावर ज्या संस्था व संघटना स्थापन करण्यात आल्या, त्या सर्वांवर श्रीमंत राष्ट्रांचे वर्चस्व आहे. जागतिक व्यापार संघटना त्यास अपवाद नाही. त्यामुळे ही संघटना अमेरिका व युरोपातील श्रीमंत राष्ट्रांची हस्तक बनून कार्य करते, अशी टीका तीव्र केली जाते.

२. पक्षपाती धोरण : टीकाकारांच्या मते जागतिक व्यापार संघटनेकडून काही देशांसाठी पक्षपाती धोरण स्वीकारले जाते. विशेषत: अल्पविकसित व विकसनशील देशांच्या संदर्भात या संघटनेकडून भेदभाव केला जातो. त्यामुळे ही राष्ट्रे जागतिक व्यापार संघटनेच्या कार्यपद्धतीवर नाराज आहेत.

३. वाटाघाटी अपूर्ण : जागतिक व्यापार संघटनेच्या स्थापनेला आता तेरा वर्षे पूर्ण झाली आहेत. या काळात विविध परिषदांमध्ये करण्यात आलेल्या वाटाघाटी अद्याप अपूर्ण आहेत. शेती, वस्तू, सेवा आणि औद्योगिक वस्तूंच्या व्यापाराचे उदारीकरण करण्यासाठीच्या वाटाघाटी जिनिव्हा परिषदेपर्यंत (जुलै २००६) पूर्णत्वास

गेल्या नव्हत्या. त्यामुळे या संघटनेच्या विलंबकारी कार्यपद्धतीवर सर्वत्र टीका करण्यात येत आहे.

४. जाचक नियम : सुती कापड, बौद्धिकसंपदा, शेतीवस्तू इत्यादीचा व्यापार करण्यासाठी जागतिक व्यापार संघटनेने काही नियम केले आहेत. परंतु बहुतेक सभासद देशांना हे नियम जाचक वाटतात. विशेषत: अल्पविकसित देशांमध्ये या संघटनेच्या नियमांबाबत नाराजीचे सूर आहेत. त्यामुळे वरील वस्तू व सेवांच्या व्यापारावर प्रतिकूल परिणाम होतील, अशी भीती या देशांना वाटते.

५. कृषी अनुदानाचा वाद : जागतिक व्यापार संघटनेच्या नियमानुसार सर्वच सभासद देशांनी कृषी अनुदानामध्ये कपात करावयाची होती. परंतु अमेरिका व इतर श्रीमंत सभासद देशांनी त्यांच्या शेतकऱ्यांचे हित जोपासण्यासाठी कृषी अनुदानात कपात केली नाही. उलट अल्पविकसित देशांनी कृषी अनुदाने कमी करावीत, यासाठी त्यांच्यावर दबाव आणला. अशा कृतीमुळे या संघटनेच्या सभासद देशांतील मतभेद अधिक तीव्र होऊ शकतात.

६. नियम व कराराचा भंग : जागतिक व्यापार संघटनेने औद्योगिक वस्तू, सेवा, शेती, बौद्धिक संपदा इत्यादींबाबत अनेक करार केले आहेत. करारांचे पालन करण्यासाठी दबाव आणला जातो. या संघटनेची ही भेदभावात्मक कृती योग्य वाटत नाही.

७. गुंतवणूक उपाययोजनाविषयक करार : व्यापारासंबंधी गुंतवणूक उपाययोजना करार हा या संघटनेचा महत्त्वाचा करार आहे. या करारानुसार विदेशी गुंतवणुकीला स्वदेशी गुंतवणुकीप्रमाणेच वागणूक दिली जाणार आहे. परंतु विदेशी गुंतवणुकीच्या व्यवहारावर नियंत्रण ठेवण्याची कोणतीच तरतूद या करारात नाही. त्यामुळे विदेशी गुंतवणुकीचे व प्रामुख्याने बहुराष्ट्रीय कंपन्यांचे अल्पविकसित देशांतील उद्योगांवर विपरीत परिणाम होण्याची शक्यता आहे.

जागतिक व्यापार संघटना व भारत :

ऊरूग्वे परिषदेत डंकेल प्रस्ताव मान्य झाला आणि त्यानुसार त्याला कायदेशीर स्वरूप देण्यात आले. त्यानंतर १९९४ मध्ये आंतरराष्ट्रीय व्यापाराविषयी नियमावली तयार करण्यात आली. त्यात तरतूद केल्याप्रमाणे १ जानेवारी १९९५ रोजी जागतिक व्यापार संघटना स्थापन झाली. ही संघटना कार्यरत झाल्याने गॅटचे महत्त्व आपोआपच कमी झाले. असे असले तरी डंकेल प्रस्तावावरून मोठ्या प्रमाणात गदारोळ उठला, हे तेवढेच खरे आहे. या गदारोळावरून भारताने या जागतिक व्यापारी संघटनेत सहभागी व्हावे की नको, अशा स्वरूपाचा प्रश्न उपस्थित केला गेला. भारत सरकारने

डंकेल प्रस्तावाला म्हणजेच जागतिक व्यापारी संघटनेला मान्यता देणे कसे गरजेचे व फायद्याचे आहे, हे पटवून देण्याचा प्रयत्न केला, तर विरोधी पक्षांनी त्यातल्यात्यात डाव्या पक्षांनी याला कडाडून विरोध केला. पण जागतिक परिस्थितीचा विचार करून भारताने डंकेल करारावर सही करून तो जागतिक व्यापारी संघटनेचा सभासद बनला आहे.

जागतिक व्यापारी संघटनेत सहभागी झाल्यामुळे भारताच्या व्यापाराला त्यापासून काय फायदे किंवा तोटे झाले, याची चर्चा करताना जागतिक व्यापारी संघटना ज्या डंकेल प्रस्तावावर उभारली गेली आहे, त्याचा संदर्भ विचारात घेणे गरजेचे आहे.

जागतिक व्यापारी संघटनेत सहभागी झाल्यामुळे भारताला अनेक फायदे झालेले आहेत. तसेच भारताला यामुळे काही तोट्यांनाही सामोरे जावे लागले आहे.

अ. भारताला झालेले फायदे :

जागतिक व्यापारी संघटनेत सहभागी झाल्यामुळे किंवा डंकेल प्रस्तावावर सही केल्यामुळे भारताला अनेक फायदे झालेले आहेत ते खालीलप्रमाणे-

१. जागतिक व्यापारी संघटनेत सहभागी झाल्यामुळे भारतातील प्रत्यक्ष परकीय गुंतवणुकीत मोठ्या प्रमाणात वाढ होण्यास मदत होणार आहे.

२. जागतिक व्यापारी संघटनेत सहभागी झाल्यामुळे भारतीय पर्यटन व्यवसाय वाढून भारताला त्यापासून मोठ्या प्रमाणात परकीय चलन मिळण्यास मदत होणार आहे.

३. गॅटच्या अंतर्गत भारताला दिलेली सर्व प्रकारची अनुदाने, जागतिक व्यापारी संघटनेत भारत सहभागी झाल्यामुळे त्यांच्यावर कोणत्याही प्रकारचा परिणाम होणार नाही.

४. जागतिक व्यापारी संघटनेत भारत सहभागी झाल्यामुळे भारताची निर्यात मोठ्या प्रमाणात वाढून जागतिक व्यापारातील भारताचा सहभाग वाढण्यास मदत होईल.

५. धागा किंवा बहुविध तंतू कापडविषयीच्या करारामुळे जी कोटापद्धती आली होती त्यावरील जागतिक व्यापारी संघटनेत भारत सहभागी झाल्यामुळे नियंत्रणे रद्द होतील, पर्यायाने भारतीय सुती कापडाच्या निर्यातीत वाढ होईल.

६. जागतिक व्यापारी संघटनेत भारत सहभागी झाल्यामुळे भारतातील कोणत्याही औषध उत्पादनावर आणि त्यांच्या निर्यातीवर काहीही वेगळ्या स्वरूपाचा परिणाम होणार नाही.

७. भारत हा कृषिप्रधान देश असल्यामुळे भारतातील कृषी मालावर आधारित उद्योगांना चालना मिळून मोठ्या प्रमाणात निर्यातवाढ होऊन भारताला त्यामुळे परकीय चलन मिळेल.

८. व्यापाराशी निगडित असलेल्या बौद्धिक संपदेच्या कलमामुळे भारतातील शेतकऱ्यांच्या बियाणे विक्री करण्याच्या हक्कावर परिणाम होणार नाही. उलट शेतीशी निगडित असलेल्या नवनवीन बियाण्यांच्या जाती शोधून काढण्यावर भर दिला जाईल. त्यातूनच कृषी संशोधनाला मोठ्या प्रमाणात चालना मिळेल.

९. जागतिक व्यापारी संघटनेच्या करारातील तरतुदीनुसार आयात कर कमी होणार आहे. त्यामुळे भारताला निर्यात वस्तूंच्या उत्पादनासाठी आवश्यक असलेला कच्चा माल स्वस्त होईल. त्यातूनच भारताची निर्यात वाढण्यास मदत होणार आहे.

१०. जागतिक व्यापारी संघटनेत भारत सहभागी झाल्यामुळे भारतीय अर्थव्यवस्थेची कार्यक्षमता एकंदरीत मोठ्या प्रमाणात वाढण्यास मदत होणार आहे.

ब. भारताला झालेले तोटे :

जागतिक व्यापारी संघटनेत सहभागी झाल्यामुळे किंवा डंकेल प्रस्तावावर सही केल्यामुळे भारताला अनेक तोटे झालेले आहेत ते खालीलप्रमाणे-

१. जागतिक व्यापारी संघटनेत श्रमिक सेवांना पूर्णपणे वगळण्यात आले आहे. त्यामुळे भारतामधून श्रमिक सेवांची होणारी निर्यात आपोआपच मंदावेल किंवा श्रमिकांचे होणारे स्थलांतर एकदम थांबेल.

२. जागतिक व्यापारी संघटनेतील तरतुदींप्रमाणे बँकिंग, विमा, दूरसंचार सेवा यांसारख्या सेवांच्या बाबतीत विकसित देश प्रगत तंत्रज्ञानाचा अवलंब करतील. त्यातून त्यांचे उत्पादन वाढण्यास मदत होईल. भारतालाही यातून बरेच लाभ मिळतील. परंतु ते विकसित राष्ट्रांच्या तुलनेत कमी असतील.

३. जागतिक व्यापारी संघटनेच्या अंतर्गत झालेल्या पेटंट कायद्यामुळे भारतीय शेतकऱ्यांना जागतिक कंपन्यांकडून महागडे बियाणे खरेदी करावे लागेल.

४. जागतिक व्यापारी संघटनेच्या अंतर्गत औषधी वस्तू उत्पादनाच्या पेटंटमुळे औषधांच्या किमती वाढतील. वाढलेल्या किमतीची औषधे भारतातील गरीब जनतेला घेणे परवडणार नाही, त्यामुळे त्याचा परिणाम भारतीय लोकांच्या आरोग्यावर होईल.

५. व्यापाराशी निगडित असलेल्या बौद्धिक संपदेच्या कलमामुळे भारतातील कृषी संशोधनावर विपरीत परिणाम होईल कारण पेटंट मिळालेल्या एखाद्या वस्तूच्या बाबतीत नंतर बदल सुचविता येणार नाहीत.

६. धागा किंवा बहुविध तंतू कापडविषयीच्या करारामुळे जी कोटापद्धती आली होती, त्यावरील जागतिक व्यापारी संघटनेत भारत सहभागी झाल्यामुळे नियंत्रणे रद्द होतील. पर्यायाने भारतीय सुती कापडाच्या निर्यातीत वाढ होईल. असे जरी असले, तरी कोणत्या ना कोणत्या कारणावरून भारतीय सुती कापड नाकारले जाईल आणि असे भारताच्या निर्यातीत घट होईल.

जागतिक नाणेनिधी : आंतरराष्ट्रीय नाणे/मुद्रानिधी :

आंतरराष्ट्रीय नाणे किंवा मुद्रानिधी ही आंतरराष्ट्रीय चलनविषयक संस्था असून यास निधी असेही म्हटले जाते. ब्रेटन वुड्सच्या परिषदेमध्ये जगातील ४४ राष्ट्रांनी जुलै १९४४ मध्ये आंतरराष्ट्रीय नाणेनिधीची स्थापना केली. जागतिक व्यापाराचा विस्तार आणि संतुलित वृद्धी घडवून आणण्याच्या दृष्टीने सभासद राष्ट्रांत आर्थिक व वित्तीय सहकार्य वाढीस लागण्यासाठी या संस्थेची स्थापना करण्यात आली. १ मार्च १९४५ पासून आंतरराष्ट्रीय नाणेनिधीने कार्य करण्यास सुरुवात केली. स्थापनेच्या वेळी या निधीची सभासद संख्या फक्त ४४ होती. त्यांना प्राथमिक सदस्य असे म्हणतात. जून १९९६ मध्ये या निधीचे १८१ एवढे सदस्य आहेत.

आंतरराष्ट्रीय नाणे/मुद्रानिधी स्थापन करण्याची आवश्यकता :

१. स्पर्धात्मक अवमूल्यनाला आळा घालणे : जगातील प्रत्येक राष्ट्राने आपल्या सोयीनुसार विनिमयाचे धोरण स्वीकारले. त्यामुळे दोन राष्ट्रांची धोरणे परस्परविरोधी बनू लागली. यांतून स्पर्धात्मक अवमूल्यनाला सुरुवात झाली. त्यामुळे विनिमयातील कोणताही बदल एकतर्फी न होता आंतरराष्ट्रीय विचारविनिमयानंतर व्हावा, असे सर्वांना वाटू लागले. हे सर्व प्रश्न सोडवण्यासाठी आंतरराष्ट्रीय नाणे किंवा मुद्रानिधीची गरज भासू लागली.

२. मूल्यस्तरामधील सामंजस्य टिकवणे : युद्धकाळात कागदी चलनाचा पुरवठा मोठ्या प्रमाणावर वाढल्यामुळे बहुतेक सर्व राष्ट्रांची स्फीतिक्षमता निरनिराळ्या स्तरावर वाढून मूल्यस्तरातील पूर्वीचे सामंजस्य पूर्णत: नष्ट झाले. त्यामुळे आंतरराष्ट्रीय व्यापाराला धोका निर्माण झाला.

३. विनिमय नियंत्रणावर नियंत्रण ठेवणे : जगातील प्रत्येक देश इतर देशांची पर्वा न करता स्वहित साधण्याकरिता विनिमय नियंत्रण करीत होता. त्यामुळे स्पर्धात्मक आव्हानांचा धोका पुन्हा निर्माण झाला.

४. पुनर्निर्माण : जगातील अनेक राष्ट्रांची महायुद्धामुळे औद्योगिक व कृषी

उत्पादकता बरीच कमी झाली होती. अनेक राष्ट्रांतील कारखाने, दळणवळणाची साधने मोठ्या प्रमाणात नष्ट झाली होती. त्यांच्या पुनर्निर्माणाचा प्रश्न सोडवणे आवश्यक झाले होते.

५. आर्थिक विकासाची गती वाढवणे : जगातील शांतता व सुरक्षिततेचा प्रश्न सोडवण्यासाठी अविकसित व अर्धविकसित देशांना तत्काळ मदत करून त्यांच्या आर्थिक प्रगतीची गती वाढवणे आवश्यक होते.

६. विनिमय राखीव पर्याप्त करणे : १९३० च्या महामंदीनंतरच्या काळात आंतरराष्ट्रीय राखीवांची दुर्मिळता तीव्रतेने जाणवू लागली. राखीव निधी नसल्यामुळे संबंधित राष्ट्राला आपल्या अर्थव्यवस्थेत किंवा विनिमय दरात बदल घडवून आणावे लागतात. हे टाळण्यासाठी विदेशी विनिमय राखीवांची व्यवस्था करणे आवश्यक होते.

७. परस्परांमध्ये सहकार्य व विचारविमर्ष करणे : १९३० च्या महामंदीनंतरच्या काळाचे आणखी एक वैशिष्ट्य म्हणजे राष्ट्राराष्ट्रांमध्ये सहकार्याचा व विनिमयाचा पूर्ण अभाव होता. इतरांचा विचार न करता प्रत्येक राष्ट्र आपली धोरणे आखून ती कार्यान्वित करीत होते. त्यामुळे त्यांचे इतरांना दुष्परिणाम भोगावे लागत होते.

आंतरराष्ट्रीय नाणे किंवा मुद्रानिधीची उद्दिष्टे :

आंतरराष्ट्रीय नाणेनिधीच्या उद्दिष्टांची माहिती नाणेनिधीच्या करारातील पहिल्याच कलमामध्ये स्पष्ट करण्यात आली आहेत. यामध्ये आंतरराष्ट्रीय चलनविषयक सहकार्य वाढवणे आणि विनिमय दरात स्थैर्य ठेवणे यांचा समावेश होता. सभासद राष्ट्रांना आपल्या चलनाचे मूल्य स्थिर ठेवण्यासाठी आवश्यक तो आत्मविश्वास मिळवून देणे, हे नाणेनिधीचे प्रमुख कार्य आहे. शिवाय गरजेनुसार सभासद राष्ट्राला आंतरराष्ट्रीय व्यवहार दुरुस्त करण्यासाठी वित्तीय मदत देण्यावर ही संस्था मोठ्या प्रमाणात भर देण्याचे कार्य करते. तसेच आपल्याला व इतर राष्ट्रांना हानीकारक ठरेल व त्यातून अवमूल्यन होईल, अशा स्वरूपाच्या मार्गांचा अवलंब सभासदांनी करू नये, अशी अपेक्षा नाणेनिधीची असते. व्यवहार शेषातील असंतुलनाचा कालावधी आणि प्रमाण शक्य तेवढे कमी करणे हे नाणेनिधीचे उद्दिष्ट आहे. नाणेनिधीची प्रमुख उद्दिष्टे आपणांस पुढीलप्रमाणे सांगता येतील–

१. आंतरराष्ट्रीय मुद्रा समस्या सोडवणे किंवा तिच्यात स्थिरता आणणे : नाणेनिधीच्या स्थापनेचे महत्त्वाचे कारण म्हणजे अनेक राष्ट्रांत अवमूल्यन करण्याची जी स्पर्धा लागली होती, ती अनिष्ट पद्धत बंद करण्याचे होते. यासाठी आपला विनिमय दर जाहीर करून तो स्थिर ठेवण्याचे बंधन सभासदांना घालण्यात आले.

२. सभासदांना वित्तीय मदत देणे : आंतरराष्ट्रीय व्यापारातील असंतुलन दूर करण्यासाठी सभासद राष्ट्रांना तत्कालीन किंवा अल्पकालीन वित्तीय सहकार्य देणे. जेणेकरून सभासदांमध्ये भीतीऐवजी आत्मविश्वास निर्माण होण्यास मदत होईल.

३. आंतरराष्ट्रीय व्यापारात संतुलित वाढ करणे : आंतरराष्ट्रीय व्यापारात वाढ करण्याबरोबरच त्यांच्यात संतुलित वाढ त्याचप्रमाणे विकसनशील राष्ट्रांना विकसित राष्ट्रांबरोबर व्यापारवाढीत सहभागी करून घेण्याचे उद्दिष्ट ठेवण्यात आले.

४. बहुपक्षीय देणी देण्याची पद्धती : आंतरराष्ट्रीय व्यवहारांत द्विपक्षीय देणी देण्याची पद्धती वापरात होती. पण त्यामुळे आंतरराष्ट्रीय व्यापारावर मर्यादा येत. यासाठी विनिमय नियंत्रणे दूर करून बहुपक्षीय देणी देण्याची पद्धती विकसित करण्यावर नाणेनिधीने भर दिला आहे.

५. आंतरराष्ट्रीय चलन सहकार्य वाढ : सभासद राष्ट्रांत चलनविषयक सहकार्य वाढवणे, परस्परांना मदत करणे आणि आंतरराष्ट्रीय स्तरावर चलनविषयक स्थैर्य ठेवण्याचे उद्दिष्ट नाणेनिधीने स्वीकारले आहे.

६. आंतरराष्ट्रीय रोखता : आंतरराष्ट्रीय रोखता व विशेषत: तिची गरजेच्या मानाने कमतरता ही १९७० नंतरच्या काळात एक समस्या बनली. यातून मार्ग काढण्यासाठी नाणेनिधीने आंतरराष्ट्रीय रोखता वाढीचे उद्दिष्ट स्वीकारले. त्यानुसार खास 'उचल अधिकार' योजना तयार करण्यात आली.

आंतरराष्ट्रीय नाणे किंवा मुद्रानिधीची रचना :

आंतरराष्ट्रीय नाणेनिधीची संघटनात्मक रचना ही प्रामुख्याने लोकशाही स्वरूपाची आहे. हिचा दैनंदिन कारभार पाहण्यासाठी कार्यकारी संचालक मंडळ निवडले जाते. सर्वसामान्यपणे संचालक मंडळात प्रत्येक देशाचा एक प्रतिनिधी आणि एक पर्यायी प्रतिनिधी असतो. ह्या संचालक मंडळाची वर्षातून किमान दोनदा बैठक होते. महत्त्वाचे धोरणात्मक निर्णय हे संचालक मंडळ घेते. नव्या राष्ट्रास यामध्ये प्रवेश देणे, संचालकांची निवड करणे, कोटा बदलणे अशा स्वरूपाचे निर्णय संचालक मंडळ घेते. कार्यकारी संचालक मंडळाकडून आंतरराष्ट्रीय नाणेनिधीच्या सर्वसाधारण धोरणाची आखणी केली जाते. कार्यकारी संचालक मंडळाची निवड ही साधारण संचालक मंडळातून केली जाते आणि नाणेनिधीचे दैनंदिन कार्य त्यामार्फत पार पाडले जाते. यामध्ये साधारणपणे २१ संचालक असतात. अमेरिका, इंग्लंड, फ्रान्स, इटाली, कॅनडा व जर्मनी यांचे प्रतिनिधी नियुक्त किंवा स्थायी स्वरूपात असतात. उर्वरित १५ संचालक प्रत्येकी दोन वर्षांच्या अंतराने निवडले जातात. त्यांपैकी ३ संचालक आफ्रिकेतून, ३ लॅटिन

अमेरिकेतून, ५ संचालक पूर्व आशिया व पॅसिफिक राष्ट्रांतून व ४ युरोपमधून निवडले जातात. निधीचा एक व्यवस्थापकीय संचालक असतो. त्याची निवड कार्यकारी संचालकाकडून केली जाते. तो येथील कर्मचाऱ्यांचा प्रमुख असतो. एखाद्याची नेमणूक करणे किंवा एखाद्याला काढून टाकण्याचा अधिकार त्याला असतो. या संस्थेचे प्रमुख कार्यालय वॉशिंग्टन या ठिकाणी आहे.

कार्यकारी संचालक मंडळाला सल्ला देण्यासाठी अंतरिम समिती असून तिची स्थापना ऑक्टोबर १९७४ मध्ये करण्यात आली. याशिवाय या निधीच्या मदतीसाठी एक विकास समिती असून तिचीही स्थापना १९७४ मध्येच करण्यात आली आहे.

आंतरराष्ट्रीय नाणे किंवा मुद्रानिधीची वित्तीय रचना :

आंतरराष्ट्रीय नाणेनिधी ही सभासद राष्ट्रांना अल्पकालीन वित्तीय मदत देण्यासाठी स्थापन झाली असल्याने या कार्यासाठी आवश्यक असणारा वित्तपुरवठा कोठून उभा केला जातो, हा प्रश्न खूपच महत्त्वाचा आहे. आंतरराष्ट्रीय नाणेनिधीची वित्तीय उभारणी करण्यासाठी पुढील मार्गांचा उपयोग केला जातो-

१. सभासद राष्ट्रांची वर्गणी (सुवर्ण वर्गणी अधिक चलन वर्गणी).

२. सभासद राष्ट्रांकडून आवश्यकतेनुसार कर्ज घेणे.

३. नाणेनिधीस गुंतवणुकीपासून मिळणारे उत्पन्न.

यांपैकी नाणेनिधी मुख्यत्वे सभासदांच्या वर्गणीवरच अवलंबून असते. दुसरा मार्ग आवश्यक तेव्हाच वापरला जातो. प्रत्येक सभासद राष्ट्रास आपली वर्गणी २५ टक्के सोन्याच्या स्वरूपात व ७५ टक्के चलनाच्या स्वरूपात द्यावी लागते. सभासद राष्ट्राची वर्गणी निश्चित करताना सभासद राष्ट्राचे वार्षिक उत्पन्न, आयातीचे प्रमाण, निर्यातीचे प्रमाण व त्यातील चढउतार व आंतरराष्ट्रीय अर्थव्यवस्थेत असणारे महत्त्व या घटकांचा आधार घेतला जातो.

सभासद राष्ट्रांच्या संख्येतील वाढ, वर्गणीत करण्यात आलेली वाढ, एस. डी. आर. (उचल अधिकार) मध्ये केलेली वाढ, यामुळे वर्गणी निधीत वाढ झालेली दिसते. १९९७ मध्ये सभासदांच्या वर्गणीचे एकूण मूल्य ५४३६ कोटी एस. डी. आर. इतके होते.

नाणेनिधी वर्गणीव्यतिरिक्त कर्जाच्या मार्फत निधी मिळवू शकते. नाणेनिधीस कर्जाच्या माध्यमातून ३४० कोटी एस. डी. आर. इतकी रक्कम उभी करता येते. ही मर्यादा ५२० कोटी एस. डी. आर. पर्यंतही वाढवता येते. ही कर्जाऊ रक्कम देणाऱ्या देशात एकट्या अमेरिकेचा वाटा १८ टक्के आहे, तर जर्मनीचा वाटा ११ टक्के आहे.

आंतरराष्ट्रीय नाणे किंवा मुद्रानिधीची कार्ये :

आंतरराष्ट्रीय नाणेनिधीची उद्दिष्टे साध्य करण्यासाठी नाणेनिधीला पुढील कार्ये पार पाडावी लागतात-

१. अल्पकालीन कर्जे : आंतरराष्ट्रीय नाणेनिधीच्या सभासदांना या संस्थेकडून अल्पकालीन कर्जे दिली जातात. या कर्जाच्या आधारे सभासद देश आपल्या व्यवहारतोलातील तात्पुरत्या स्वरूपाचा असमतोल दुरुस्त करतात.

२. तांत्रिक मार्गदर्शन : आंतरराष्ट्रीय नाणेनिधीकडून सभासदांना चलनविषयक व राजकोषीय धोरणाच्या बाबतीत तांत्रिक मार्गदर्शन पुरवले जाते.

३. संशोधन व प्रसिद्धी : आंतरराष्ट्रीय नाणेनिधीकडून संशोधन अभ्यास हाती घेतले जातात आणि ते प्रसिद्ध केले जातात.

४. तांत्रिक तज्ज्ञांची उपलब्धता : आंतरराष्ट्रीय नाणेनिधीकडून व्यवहार समतोलविषयक व इतर समस्या असलेल्या सभासद देशांना तांत्रिक तज्ज्ञ उपलब्ध करून दिले जातात. त्यामुळे सभासद देशांना आपल्या समस्यांची सोडवणूक करण्यास मदत होते.

५. प्रशिक्षण कार्यक्रमाचे नियोजन : आंतरराष्ट्रीय नाणेनिधीकडून सभासद देशांच्या कर्मचारी वर्गासाठी राजकोषीय चलनविषयक आणि व्यवहारतोल यावर अल्पकालीन प्रशिक्षण कार्यक्रमाचे आयोजन केले जाते.

६. जकाती व इतर व्यापार नियंत्रणात घट : आंतरराष्ट्रीय नाणेनिधीकडून जकाती व इतर व्यापार नियंत्रणात घट करण्याचा प्रयत्न केला जातो. निधीच्या मान्यतेशिवाय सभासद देशास रक्कम देणे किंवा बहुविध चलन व्यवहार यांवर नियंत्रण लादता येत नाही.

आंतरराष्ट्रीय नाणे किंवा मुद्रानिधीच्या कार्याचा आढावा :

आंतरराष्ट्रीय नाणेनिधी आपली विविध उद्दिष्टे साध्य करण्यासाठी सभासद राष्ट्रांना विविध प्रकारची कार्यरूपी मदत करते ती पुढीलप्रमाणे-

१. अल्पकालीन वित्तीय मदत : आंतरराष्ट्रीय नाणेनिधीच्या सभासदांना या संस्थेकडून आंतरराष्ट्रीय व्यापारातील तूट कमी करण्यासाठी आवश्यक असणारी अल्पकालीन वित्तीय मदत देते. ही मदत चलनाची अदलाबदल या स्वरूपात असते. समजा भारताला जर पौंड हवे असतील, तर भारत नाणेनिधीस रुपये देऊन पौंड घेतो व नंतर आपले रुपये परत घेतो. यामुळे त्या देशावरील अल्पकालीन वित्तीय संकट दूर होते. ही मदत किती प्रमाणात घेता येईल, हे सभासद राष्ट्राच्या कोट्याशी निगडित असते.

२. वित्तीय मदत व नाणेनिधीच्या अटी : सभासदांना मदत देताना त्याबाबत नाणेनिधी अटी घालते. मदतीचा वापर कार्यक्षम रीतीने व्हावा, ही अपेक्षा त्यामागे असते. याबाबत वित्तीय मदतीचे प्रमाण वाढेल, तशी अटींची तीव्रता व संख्या वाढते. नाणेनिधीच्या अटींचे स्वरूप पुढीलप्रमाणे स्पष्ट करता येईल-

अ. प्रत्येक सभासद राष्ट्राच्या एकूण कोट्यापैकी २५ टक्के हिस्सा सोन्याच्या स्वरूपात किंवा एस.डी.आर. स्वरूपात असतो. त्यामुळे ही मदत कोणत्याही अटीशिवाय दिली जाते. यालाच सुवर्णटप्पा असे म्हणतात.

ब. सभासद राष्ट्रांना आवश्यक असणारी वित्तीय मदत त्यांच्या २५ टक्के कोट्यापेक्षा अधिक असल्यास त्या संदर्भात नाणेनिधीच्या अटी वाढत जातात. सभासद राष्ट्रांची मदत कोट्यांच्या १०० टक्के झाल्यानंतर पुढील मदतीसाठी व्याजदर आणि अटी अधिक कडक होतात.

३. विविध पतसुविधा : सभासदांना आंतरराष्ट्रीय नाणेनिधीमार्फत विविध प्रकारच्या पतसुविधा देण्यात आल्या आहेत. त्यांचा फायदा अडचणीत असणाऱ्या सभासदांना मोठ्या प्रमाणात झाला आहे. त्यामध्ये प्रामुख्याने पुढील सुविधांचा समावेश होतो-

अ. **पूरक वित्तपुरवठा सुविधा :** १९६३ मध्ये ही सुविधा सुरू करण्यात आली. जेव्हा राष्ट्राच्या व्यापारतोलात अचानक मोठी तूट येते, अशा वेळी या सुविधेचा लाभ घेता येतो. ही सुविधा १९७९ नंतर अधिक व्यापक करण्यात आली आहे. विकसनशील राष्ट्रांच्या निर्यातीमध्ये मोठी घट झाली, तर त्यांना ही सवलत वापरता येते.

ब. **वाढीव वित्त सुविधा :** नाणेनिधीमार्फत दिली जाणारी वित्तीय मदत सामान्यत: ३ ते ५ वर्षांपर्यंत असते. या सुविधेअंतर्गत वाढीव वित्त सुविधा १० वर्षांपर्यंतच्या काळासाठी दिली जाते. ही सुविधा १९७४ पासून सुरू करण्यात आली.

क. **पूरक वित्त सुविधा :** १९८४ पासून ही सुविधा सुरू करण्यात आली असून व्यापारतोलात येणारी तूट भरून काढण्यासाठी ज्या सुविधा उपलब्ध आहेत, त्यांना पूरक सुविधा असे म्हटले जाते.

४. विनिमय दर स्थैर्य : सभासद राष्ट्रांत विनिमय दराबाबत सहकार्य व सामंजस्य निर्माण करण्याचे कार्य नाणेनिधी करीत आहे. हिच्या स्थापनेनंतर पहिल्या दोन दशकांत विनिमय दर किंवा आपल्या चलनांचे सममूल्य प्रत्येक सभासद राष्ट्र जाहीर करीत असे व तो स्थिर ठेवण्याचा प्रयत्न करीत असे. यामध्ये अपवादात्मक स्थितीत म्हणजेच जर आंतरराष्ट्रीय व्यापारतोलातील तूट त्या देशाच्या रचनात्मक किंवा मूलभूत असंतुलनामुळे

निर्माण झाली असल्यास अवमूल्यन करण्याची मुभा दिली जाते. नंतर बदलत्या विनिमय दराचा स्वीकार अनेक देशांनी केल्याने अलीकडच्या काळात विनिमय दर स्थैर्य या कार्यास पूर्वीइतके महत्त्व दिले जात नाही. तथापि विनिमय दर सहकार्य वाढवण्याचे कार्य नाणेनिधी करीत आहे.

५. सभासद देशांची मध्यवर्ती बँक : व्यापारी बँकांचे नियंत्रण करण्यासाठी देशांतर्गत पातळीवर जशी मध्यवर्ती बँक असते, तसेच आंतरराष्ट्रीय स्तरावर नाणेनिधी कार्य करते. देशादेशांमधील देणी मिटवण्याचे कार्य नाणेनिधीमार्फत केले जाते. अर्थात नाणेनिधीचे सल्ले सभासद देशासाठी मार्गदर्शक असतात, बंधनकारक नसतात.

६. खुल्या अर्थव्यवस्थेस चालना : नाणेनिधी सभासद राष्ट्रांतील व्यापार बंधनमुक्त व्हावा, यासाठी प्रारंभापासून प्रयत्नशील आहे. विनिमय दरावरील बंधने दूर करणे, आंतरराष्ट्रीय व्यापारावरील बंधने दूर करणे यासाठी नाणेनिधी प्रयत्नशील असते. सर्वच देशांच्या अर्थव्यवस्था खुल्या झाल्यास जागतिक व्यापार वाढून त्याचा सर्वांना फायदा होईल.

आंतरराष्ट्रीय नाणे किंवा मुद्रानिधीच्या कार्याचे मूल्यमापन :

आंतरराष्ट्रीय आर्थिक सहकार्यातील एक महत्त्वाची संस्थात्मक रचना म्हणून गेली आठ दशके कार्य करत आहे. अर्थात यातून सर्व प्रकारचे आंतरराष्ट्रीय चलनविषयक प्रश्न सुटले आहेत, असे मात्र नाही. नाणेनिधीचे यश व मर्यादा आपणांस पुढीलप्रमाणे सांगता येतील-

अ. नाणेनिधीचे यश :

नाणेनिधीने आपली विविध उद्दिष्टे साध्य करण्यासाठी सातत्याने समन्वयात्मक व सहकार्याचा दृष्टिकोन स्वीकारला. नाणेनिधी स्थापन होण्यापूर्वीच्या स्थितीमध्ये नाणेनिधीच्या कार्यातून झालेला बदल महत्त्वाचा आहे. त्यात मुख्यत: पुढील गोष्टींचा समावेश होतो-

१. विनिमय दर स्थैर्य : नाणेनिधीच्या स्थापनेमुळे विनिमय दराचे स्थैर्य साध्य करण्यात यश मिळाले. अनेक देशांनी आपली निर्यात वाढवण्यासाठी अवमूल्यनाचा मार्ग स्वीकारला होता. यातून विनिमय दरात फार मोठे अस्थैर्य निर्माण झाले होते. या पार्श्वभूमीवरच नाणेनिधीची स्थापना दुसऱ्या महायुद्धानंतरच्या काळात झाली. नाणेनिधीने प्रत्येक सभासद देशाला आपल्या चलनाचे सममूल्य जाहीर करण्यास सांगितले व ते

स्थिर ठेवण्याचेही बंधन घातले. यातून विनिमय दर कपातीची अनिष्ट स्पर्धा संपुष्टात आली व विनिमय दरांत स्थैर्य निर्माण झाले.

२. आंतरराष्ट्रीय व्यापारात वाढ : नाणेनिधीचे दुसरे महत्त्वाचे उद्दिष्ट हे आंतरराष्ट्रीय व्यापारावरील बंधने कमी करून बहुराष्ट्रीय व्यापाराला चालना देण्याचे होते. त्यानुसार आंतरराष्ट्रीय व्यापारात असणारी विनिमय दरातील अनिश्चितता दूर करण्यात आली. सभासद देशांना अपवादात्मक परिस्थितीतच अवमूल्यन करण्याचे, तसेच संख्यात्मक बंधने घालण्याची परवानगी दिली जाते. सभासद देशांच्या आंतरराष्ट्रीय व्यापारात तूट आल्यास त्यांना नाणेनिधी ही तूट नियंत्रित करण्यास आर्थिक मदत देते. परिणामी त्या देशास तत्काळ संरक्षणात्मक बंधने घालावी लागत नाहीत.

३. विकसनशील राष्ट्रांना मदत : नाणेनिधीने विकसनशील राष्ट्रांना त्यांचे विकासात्मक प्रश्न सोडवण्यास मोठ्या प्रमाणात मदत केली आहे. अशा राष्ट्रांना प्रारंभीच्या काळात विनिमय दर ठरवणे व तो टिकवणे अवघड असते. या कामी नाणेनिधी मदत करते. अशा राष्ट्रांना चलनविषयक धोरणाबाबत मार्गदर्शन करण्याचे कार्य नाणेनिधी करते. विकसनशील राष्ट्रांचे काही खास प्रश्न निर्माण झाले, तर त्याबाबत मदतीची भूमिका नाणेनिधी घेते.

४. मार्गदर्शन चर्चेचे व्यासपीठ : विविध चलनविषयक आर्थिक प्रश्नांबाबत आंतरराष्ट्रीय स्तरावर चर्चा घडवून आणणे, समन्वयातून मार्ग काढणे अशी भूमिका नाणेनिधी घेत आहे. यांतून विकसित व विकसनशील राष्ट्रांत रचनात्मक सहकार्य निर्माण झाले आहे. यासाठी नाणेनिधी आंतरराष्ट्रीय प्रश्नांचा सातत्याने अभ्यास करीत वेळोवेळी आवश्यक ते मार्गदर्शन देत असते.

५. संशोधन : नाणेनिधीमार्फत विविध आर्थिक समस्यांचा सखोल अभ्यास करण्यासाठी सातत्याने संशोधन केले जाते. आंतरराष्ट्रीय स्तरावर निर्माण होणाऱ्या समस्यांबाबत नाणेनिधी आवश्यक ती सर्व माहिती गोळा करीत असते. १९८० च्या दशकात निर्माण झालेला गरीब देशांच्या कर्जबाजारीपणाचा प्रश्न, त्यापूर्वी निर्माण झालेली तेलसमस्या, अलीकडच्या काळातील रचनात्मक सुधारणांचा प्रश्न अशा अनेक महत्त्वाच्या भूमिका पार पाडल्या आहेत. त्यामागे संशोधनाचा वाटा मोठा आहे.

६. आंतरराष्ट्रीय पातळीवर सुरक्षित कोश : आंतरराष्ट्रीय नाणेनिधीजवळ विभिन्न राष्ट्रांतून लहानलहान प्रमाणात सुवर्ण जमा होते. याचा उपयोग आंतरराष्ट्रीय पातळीवर सुरक्षित कोश म्हणून होतो. संकटकाळी सदस्य राष्ट्रांना या सुवर्णकोशाचा उपयोग होतो. विकसनशील राष्ट्रांना त्यांचे विकासात्मक प्रश्न सोडवण्यास मोठ्या प्रमाणात मदत होते.

ब. नाणेनिधीच्या मर्यादा किंवा दोष :

नाणेनिधी ही आंतरराष्ट्रीय स्तरावरील महत्त्वपूर्ण संस्था म्हणून कार्य करीत असताना तिला काही महत्त्वाच्या घटकांबाबतीत यश मिळवता आले नाही. नाणेनिधीच्या कार्याच्या मर्यादा पुढीलप्रमाणे आपणास सांगता येतील–

१. विनिमय दरात स्थैर्य नाही : नाणेनिधीच्या स्थापनेचे एक महत्त्वाचे उद्दिष्ट हे विनिमय दरात स्थैर्य निर्माण करण्याचे होते. तथापि प्रारंभापासून या उद्दिष्टात अडचणी निर्माण झाल्या. अनेक देशांनी आपल्या चलनाचे मूल्य अधिक ठेवले. १९७० नंतरच्या दशकात अनेक देशांनी बदलता विनिमय दर पद्धती स्वीकारली. परिणामी विनिमय दराच्या स्थैर्याचे उद्दिष्ट पूर्णत: असफल झाले, अशी टीका केली जाते. विनिमय दराचे स्थैर्य टिकवण्यासाठी आवश्यक ते व्यापक अधिकार नाणेनिधीजवळ नसल्याने नाणेनिधी फक्त शिफारशीच करू शकते.

२. शिथिल अनुशासन : नाणेनिधी काही बड्या राष्ट्रांविरुद्ध कडक कारवाई करण्याची हिंमत करू शकत नाही. १९४८ मध्ये फ्रान्सने नाणेनिधीला न जुमानता ४४ टक्के विनिमय अवमूल्यन केले. फ्रान्सविरुद्ध नाणेनिधीने कोणतीही कारवाई केली नाही, उलट सुवेझ कालवा व संकटाच्या वेळी त्याला अवास्तव ऋण देऊन मदत केली.

३. अमेरिकेचे वर्चस्व : नाणेनिधीच्या निर्णयप्रक्रियेवर व धोरणावर अमेरिकेचा पगडा आहे. प्रारंभापासून अमेरिकेचा नाणेनिधीच्या भांडवलात मोठा सहभाग आहे. मतांचे अधिकार भांडवलातील सहभागाशी निगडित असल्याने सर्वच निर्णय अमेरिकेचे हितसंबंध जोपासले जातील, अशा पद्धतीने घेतले जातात. एस.डी.आर. च्या निर्मितीवर व वाटपावरदेखील अमेरिकेचीच ताबेदारी दिसते. यातून आंतरराष्ट्रीय चलनव्यवस्था संतुलित होण्याऐवजी एकांगी झाली.

४. रोखतेची समस्या अजूनही भेडसावत आहे : नाणेनिधीने डी. एस. आर.च्या माध्यमाद्वारे आंतरराष्ट्रीय रोखता वाढवण्याचा स्तुत्य प्रयत्न केला असला, तरी रोखतेची समस्या अजूनही सुटलेली नाही.

५. विकसनशील राष्ट्रांकडे दुर्लक्ष : नाणेनिधीने विकसनशील राष्ट्रांचे प्रश्न सोडवण्यासाठी पुरेशा प्रमाणात प्रयत्न केले नाहीत, अशी टीका केली जाते. नाणेनिधीची धोरणे अल्पकालीन प्रश्न सोडवण्यासाठी राबवली जातात, तर विकसनशील राष्ट्रांचे प्रश्न हे दीर्घकालीन असतात. विकसनशील राष्ट्रांना सातत्याने अवमूल्यनाचा सल्ला देऊन त्यांच्या चलनाचे मूल्य कृत्रिमरीत्या घटवले. त्यांतून विकसनशील राष्ट्रांचे प्रश्न अधिकच बिकट झाले.

६. दीर्घकालीन कर्जाची सोय नाही : आंतरराष्ट्रीय नाणेनिधी अल्पकालीन कर्ज देण्याची सोय करतो परंतु अधिकांश विकसनशील देशांना दीर्घ मुदतीच्या कर्जाची आवश्यकता असते. त्यामुळे गरीब राष्ट्रांची अडचण होते. परंतु आता नाणेनिधीने दीर्घकालीन साहाय्यता देण्यास सुरुवात केलेली आहे.

७. नववसाहतवाद : नाणेनिधी आपल्या धोरणातून नववसाहतवाद रुजवत असल्याची टीका केली जाते. अमेरिकेचे प्रभुत्व नाणेनिधीवर असल्याने नाणेनिधीचे निर्णय एकतर अमेरिकेच्या हिताचे किंवा विकसित राष्ट्रांच्या हितासाठी घेतले जातात. भांडवलशाही, खुल्या अर्थव्यवस्थेची धोरणे, रचनात्मक सुधारणा कार्यक्रमांतर्गत सक्तीने विकसनशील राष्ट्रावर, विशेषत: कर्जबाजारी राष्ट्रांवर लादली जातात व तशा धोरणांची सक्ती केली जाते. ही धोरणे बहुराष्ट्रीय कंपन्यांना पूरक आहेत. विकसनशील राष्ट्रांतील साधनसंपत्तीवर अप्रत्यक्षरीत्या ताबा मिळवण्याचे हे प्रयत्न नाणेनिधीच्या मदतीने चालतात. हा नववसाहतवाद आहे.

८. राजकीय भेदभाव : नाणेनिधीच्या कारभारातही अमेरिकेचे रशिया व इतर साम्यवादी राष्ट्रांशी असलेले वैर दिसून येते. बऱ्याच वर्षांपर्यंत साम्यवादी चीनसारख्या मोठ्या राष्ट्राऐवजी अत्यंत छोट्या असलेल्या चीनला प्रथम पाच सन्मानित राष्ट्रांमध्ये आणले. तसेच संचालक मंडळातही तीन जागा केवळ अमेरिकन राष्ट्राकरिताच राखीव ठेवण्यात अमेरिकेची उघड पक्षपाती वृत्ती दिसून येते.

भारत आणि आंतरराष्ट्रीय नाणेनिधी :

भारत हा आंतरराष्ट्रीय नाणेनिधीच्या संस्थापक सदस्यांपैकी एक आहे. भारताने २७ डिसेंबर १९४५ रोजी नाणेनिधी करारावर सही केली. निधी साहाय्याच्या प्रमुख लाभार्थींत भारताचा समावेश आहे. १९७० नंतर इतर देशांचे अभ्यंश जास्त असल्यामुळे भारताची स्थायी सदस्यता संपलेली आहे. पूर्वी भारताच्या श्री. सी. डी. देशमुखांना नाणेनिधीचे संचालक होण्याचा मान मिळाला होता. स्थापनेपासून आजपर्यंत विविध निधी एजन्सींकडून वेळोवेळी भारताला मदत मिळाली असून भारताकडून नियमितपणे कर्जफेड केली जात आहे.

भारताने १९४५ ते ५५ या काळात व्यवहारतोलाची समस्या सोडवण्यासाठी दोनदा १०० दशलक्ष डॉलरचे कर्ज घेतले. १९५७ ते १९७५ या काळात भारताने निधीकडून आठ वेळा कर्ज घेतले असून या कर्जाची एकूण रक्कम १७६४ दशलक्ष डॉलर्स होती. व्यवहारतोल समस्या सोडवण्यासाठी आंतरराष्ट्रीय नाणेनिधीच्या विश्वस्त निधीतून भारताला १ जुलै १९७८ ते २१ फेब्रुवारी १९८१ या काळात सवलतीच्या

दराने कर्ज उपलब्ध झाले. सर्वसाधारणपणे सदस्य देशांना आपल्या कर्ज कोट्याच्या ५० ते ६० टक्के कर्ज मिळते. मात्र भारतास ते कोट्याच्या १०० टक्क्यांपेक्षा जास्त मिळालेले आहे. निधीतील भारताचा कोटा ३.०१ बिलियन डॉलर्स होता आणि स्थूल उचली जानेवारी १९९१ ते जून १९९३ या काळात ३.५ बिलियन डॉलर्स एवढ्या होत्या.

व्यवहारतोलातील तूट भरून काढण्यासाठी कर्ज मिळण्याबरोबरच निधीचा सभासद असण्यामुळे इतरही काही लाभ मिळालेले आहेत. भारत निधीचा सभासद असल्याने जागतिक बँकेचाही सभासद आहे. जागतिक बँकेकडून भारतास विकास प्रकल्पांसाठी मोठ्या प्रमाणात अर्थसाहाय्य मिळत आहे. भारतास निधींकडून अनेक बाबतीत सल्ला मिळतो. निधीचा अर्थशास्त्रज्ञांचा गट भारताला सातत्याने भेट देत असून भारतीय अधिकाऱ्यांबरोबर भारताच्या व्यवहारतोल आणि विनिमय दर समस्येच्या बाबतीत विचारांची देवाणघेवाण करतात आणि या समस्यांच्या सोडवणुकीसाठी चलनविषयक राजकोषीय व इतर उपाययोजना सुचवतात.

जागतिक बँक :

आंतरराष्ट्रीय पुनर्रचना आणि विकास बँक ही जागतिक बँक या नावानेही ओळखली जाते. आंतरराष्ट्रीय नाणेनिधीच्या स्थापनेच्या वेळी या बँकेचीही स्थापना करण्यात आली. आंतरराष्ट्रीय गुंतवणूकविषयक समस्यांची सोडवणूक करण्यासाठी या बँकेची स्थापना २७ डिसेंबर १९४५ रोजी करण्यात आली. या बँकेने २५ जून १९४६ रोजी कार्य करण्यास सुरुवात केली. ही बँक आंतरराष्ट्रीय नाणेनिधीस पूरक संस्था म्हणून कार्य करते.

दुसऱ्या महायुद्धानंतर मौद्रिक व भांडवली देवघेव कशी व्हावी, याबद्दल विचारविनिमय करण्यासाठी जुलै १९४४ मध्ये ब्रेटन वुड्स परिषद झाली. त्यांतूनच आंतरराष्ट्रीय नाणेनिधीप्रमाणेच जागतिक बँकेचीही स्थापना करण्यात आली. आंतरराष्ट्रीय नाणेनिधी आणि जागतिक बँक यांची उद्दिष्टे व कार्यात मूलभूत स्वरूपाचा फरक आहे. आपल्या जवळील साठ्यातून सभासद देशांना परकीय चलन कर्जाऊ देऊन त्यांच्या व्यवहारसंतुलातील अल्पकालीन असमतोल दूर करणे हे आंतरराष्ट्रीय नाणेनिधीचे उद्दिष्ट आहे, तर सभासद देशांना विकासकार्यासाठी दीर्घकालीन कर्जे देऊन त्यांच्या व्यवहारसंतुलातील दीर्घकालीन असमतोल दूर करणे हे जागतिक बँकेचे उद्दिष्ट आहे. तसेच आंतरराष्ट्रीय नाणेनिधी हा राष्ट्राच्या शोधनाचे व विनिमयाचे प्रश्न सोडवण्याकरता निर्माण करण्यात आला. तसेच राष्ट्रांच्या आर्थिक विकासाकरिता भांडवल पुरवण्याचे

प्रश्न सोडवण्यासाठी जागतिक अधिकोष निर्माण करण्यात आला. यालाच 'आंतरराष्ट्रीय पुनर्निर्माण व विकास अधिकोष किंवा बँक' म्हणजेच 'आयबीआरडी' असे म्हणतात.

जागतिक बँकेची आवश्यकता :

दुसऱ्या महायुद्धाची झळ युरोप व आशियातील अनेक राष्ट्रांना लागलेली होती. जगातील प्रमुख अशा अमेरिका, इंग्लंड, फ्रान्स, जपान, जर्मनी व रशिया यांसारख्या देशांतील दळणवळणाची साधने मोठ्या प्रमाणात नष्ट झाली होती. इतर देशांतही संपत्तीचा विनाश कमीअधिक प्रमाणात झाला होता. युद्ध संपताच या सर्व देशांच्या अर्थव्यवस्थेचे पुनर्निर्माण व पुनर्रचना करणे आवश्यक होते. यासाठी मोठ्या प्रमाणात भांडवल पुरवठ्याची व्यवस्था करणे गरजेचे होते. याशिवाय आशिया, आफ्रिका व दक्षिण अमेरिकेच्या इतर अविकसित देशांचा जलद आर्थिक विकास घडवून आणणे हे जागतिक शांततेच्या दृष्टीने आवश्यक होते. अशा अविकसित देशांची आर्थिक प्रगती साधण्यासाठी भांडवल पुरवठ्याची योजना आखणे अत्यंत गरजेचे होते, म्हणून ब्रेटन वुड्स परिषदेत ही कामे करण्याकरिता जागतिक बँकेची स्थापना करण्याचा निर्णय घेण्यात आला.

जागतिक बँकेची उद्दिष्टे :

१. पुनर्निर्माण व विकास : महायुद्धामुळे ज्या सभासद देशांचे उत्पादक उद्योग व व्यवसाय नष्ट झाले, अशा राष्ट्रांना उत्पादक कार्यासाठी सर्व प्रकारे मदत करणे हे या बँकेचे प्राथमिक स्वरूपाचे उद्दिष्ट होते. त्याचप्रमाणे इतर अविकसित देशांमध्ये आर्थिक विकासाच्या योजनांना हातभार लावून म्हणजेच त्यांना भांडवल गुंतवणूक उपलब्ध करून देऊन त्यांची पुनर्रचना आणि विकासाची गती वाढवणे हेही महत्त्वाचे उद्दिष्ट या बँकेचे होते.

२. भांडवली गुंतवणुकीला प्रोत्साहन : भांडवलदारांना सर्व प्रकारे प्रोत्साहन व जमानत देऊन त्यांचे भांडवल आर्थिक विकासासाठी उपलब्ध करून देणे हे या बँकेचे दुसरे महत्त्वाचे उद्दिष्ट आहे. कारण भांडवलाच्या अभावी कोणत्याही देशाचा विकास होऊ शकत नाही. जर खासगी भांडवलदार याकरिता पुरेसे भांडवल पुरवू शकत नसतील, तर विकसनशील देशांना गुंतवणूक भांडवलाचा पुरवठा करण्यासाठी ही बँक आपल्या संसाधनांमधून त्यांच्या उत्पादक साधनसामग्रीच्या विकासास प्रोत्साहन देण्याच्या हेतूने दीर्घकालीन कर्ज देऊ शकते.

३. आंतरराष्ट्रीय व्यापाराची दीर्घकालीन प्रगती : राष्ट्रांच्या विकासात

मोठ्या प्रमाणात विषमता असेल, तर आंतरराष्ट्रीय व्यापारात वेळोवेळी असंतुलन निर्माण होईल. महत्त्वाच्या चलनांची दुर्मिळता ही अजूनही भेडसावणारी समस्या आहे, म्हणून आंतरराष्ट्रीय व्यापारात सतत दीर्घकालीन प्रगती होण्याकरिता योग्य व्यवसायात भांडवल पुरवठा करूनही ही विषमता कमी करणे हे या बँकेचे तिसरे महत्त्वाचे उद्दिष्ट आहे.

४. शांतताकालीन अर्थव्यवस्थेची पुनर्स्थापना : युद्धाकाळात अनेक शांतताकालीन उत्पादक कारखान्यांचे युद्धसामग्रीच्या कारखान्यात परिवर्तन करण्यात आले होते. युद्धसमाप्तीनंतर अशा या कारखान्यांद्वारे जीवनावश्यक उपभोग्य वस्तूंचे उत्पादन पुन्हा सुरू व्हावे, याकरिता भांडवली गुंतवणूक आवश्यक होती. अशा या परिवर्तनासाठी भांडवल उपलब्ध करून द्यावे, हेही एक उद्दिष्ट या बँकेचे होते. यांशिवाय जागतिक बँकेची उद्दिष्टे आपणांस खालीलप्रमाणे सांगता येतील-

अ. खासगी परकीय गुंतवणुकीस प्रोत्साहन देणे.

ब. प्रत्यक्ष कर्जाच्या आधारे खासगी परकीय गुंतवणुकीच्या बाबतीतील उणीव भरून काढणे.

क. सभासद देशांच्या व्यवहारसंतुलातील दीर्घकालीन असमतोल नाहीसा करणे.

ड. सभासद देशांतील श्रमिकांची उत्पादकता, राहणीमानाची पातळी व स्थिती यात सुधारणा करण्यासाठी मदत करणे.

जागतिक बँकेची रचना किंवा संघटना :

आंतरराष्ट्रीय नाणेनिधीप्रमाणेच जागतिक बँकेस अध्यक्ष, कार्यकारी संचालक आणि नियामक मंडळ यांसह त्रिस्तरीय रचना आहे. जागतिक बँक गटाच्या अध्यक्षांची निवड बँकेचे कार्यकारी संचालक करीत असून त्यांची संख्या २१ आहे. त्यांपैकी ५ संचालकांची नेमणूक अमेरिका, इंग्लंड, जर्मनी, फ्रान्स व जपान या जागतिक बँकेच्या पाच मोठ्या भागधारकांकडून केली जाते. उर्वरित १६ संचालक नियामक मंडळाकडून निवडले जातात. त्याचबरोबर पर्यायी संचालकही असतात.

जागतिक बँकेचा अध्यक्ष महिन्यातून एकदा सातत्याने कार्यकारी संचालक मंडळाची सभा घेतो. करार नियमावलीच्या चौकटीत कार्यकारी संचालक धोरणासंबंधी निर्णय घेतात. ते अध्यक्षांनी दिलेले कर्ज व पत प्रस्तावावर विचार करून निर्णय घेतात. अध्यक्षास ६,००० पेक्षा जास्त व्यक्तींचा कर्मचारी वर्ग असून, ते जागतिक बँकेचे कामकाज पाहतात. अनेक वरिष्ठ उपाध्यक्ष आणि विविध विभाग व प्रदेशांचे संचालक त्यांना मदत करतात. तसेच जागतिक बँकेवर दोन मंडळांचे लक्ष असते.

अ. गव्हर्नर मंडळ :

बँकेच्या कारभारावर देखरेख ठेवण्याचे काम गव्हर्नर मंडळाकडे आहे. प्रत्येक सदस्य राष्ट्र या मंडळावर एक गव्हर्नर व त्याच्याऐवजी काम करण्यासाठी एक बदली गव्हर्नर नियुक्त करतो. या मंडळाची वर्षातून किमान एक सभा होणे आवश्यक आहे. या सभेत बँकेचे वार्षिक वृत्त स्वीकारणे, सामान्य नीतिविषयक निर्णय घेणे, तसेच सदस्यता, भांडवल इत्यादींबाबत निर्णय घेण्यात येतात.

ब. कार्यकारी संचालक मंडळ :

या मंडळाचे प्रमुख कार्य म्हणजे जागतिक बँकेच्या दैनंदिन व्यवहारांवर प्रत्यक्ष देखरेख ठेवून त्याला मार्गदर्शन करणे होय. या मंडळात एकूण १९ सदस्य असतात. त्यांपैकी ५ स्थायी संचालक असून सर्वांत जास्त भांडवल देणाऱ्या पाच प्राथमिक सदस्य राष्ट्रांद्वारे ते नियुक्त झालेले असतात. यामध्ये अमेरिका, इंग्लंड, जर्मनी, फ्रान्स व भारत हे स्थायी व बाकीचे सदस्य इतर राष्ट्रांद्वारे नियुक्त झालेले असतात. संचालक हा दोन वर्षांसाठी नियुक्त होतो. प्रत्येक संचालक आपल्याऐवजी काम करण्यासाठी सहकारी नेमू शकतो. संचालक मंडळाची महिन्यातून किमान एकतरी सभा झाली पाहिजे. या सभेत ऋण, जमानत, ऋणाची वसूली, ऋणनिर्गमन इत्यादींबाबत निर्णय घेतले जातात. नाणेनिधीप्रमाणेच येथेही मताधिकार हा भांडवलावरच अवलंबून असतो.

क. कार्यकारी संचालक किंवा अध्यक्ष :

याची निवड कार्यकारी संचालक मंडळाकडून केली जाते. कार्यकारी संचालक मंडळ व अध्यक्षाच्या दैनंदिन कामात तांत्रिक मदत करण्यासाठी तीन तज्ज्ञ समित्या म्हणजे सल्लागार समिती, ऋण समिती व विकास सल्लागार समिती नेमण्यात आल्या आहेत.

जागतिक बँकेची कार्ये :

जागतिक बँक आपल्या उद्दिष्टांना अनुसरून कार्य करते. त्या कार्यांची प्रगती खालीलप्रमाणे आहे–

१. पुनर्रचना व विकासास मदत : जागतिक बँक सभासद देशांच्या पुनर्रचना व विकासास मदत करते. उत्पादक हेतूने भांडवल गुंतवणूक घडवून आणणे आणि उत्पादक सुविधा व साधनसामग्रीच्या विकासास प्रोत्साहन देणे या मार्गाने अशी मदत केली जाते.

२. कर्जाची उपलब्धता किंवा कर्ज देणे : जागतिक बँक सभासद देशांना कर्ज उपलब्ध करून देते. असे कर्ज प्रामुख्याने चांगल्या प्रकारे आर्थिक वृद्धी घडवून आणण्यासाठी, पाया घालण्यास मदत करण्यासाठी दिले जाते. जागतिक बँकेकडून सभासद देशांतील विशिष्ट पुनर्रचना व विकास प्रकल्पासाठी प्रत्यक्ष किंवा हमीद्वारे कर्ज दिले जाते. वरील प्रकारचे कर्ज ही बँक प्रामुख्याने तीन प्रकारांनी उपलब्ध करून देते. एक – स्वतःच्या कोशातून, दोन – उधार घेतलेल्या ऋणातून व तीन – जागतिक बँक कोणत्याही देशाच्या खासगी गुंतवणूकदारांना गरजू देशात गुंतवणूक करण्यास प्रोत्साहन देतात व ऋणको देशाच्या वतीने गॅरंटी किंवा हमी घेतात.

३. व्यवहारांतील असमतोल दूर करणे : जागतिक बँक सभासद देशांना व्यवहारतोलातील दीर्घकालीन असमतोल नाहीसा करण्यास मदत करते. त्यासाठी ती अशा देशांना विकासकार्यासाठी दीर्घकालीन कर्ज देते.

४. खासगी परकीय गुंतवणुकीस प्रोत्साहन : जागतिक बँक खासगी परकीय गुंतवणुकीस प्रोत्साहन देण्याचे कार्य करते. खासगी गुंतवणूकदारांच्या कर्ज व गुंतवणुकीस हमी व त्यात सहभाग याद्वारे असे प्रोत्साहन बँकेकडून दिले जाते.

५. खासगी परकीय गुंतवणुकीची उणीव भरून काढणे : जागतिक बँक खासगी परकीय गुंतवणुकीच्या बाबतीतील कमतरता भरून काढण्याचे कार्य करते. उत्पादक कार्यासाठी आपल्या स्वतःच्या भांडवलातून प्रत्यक्ष कर्जे उपलब्ध करून अशी कमतरता दूर करण्याचा प्रयत्न ही बँक करते.

६. आंतरराष्ट्रीय व्यापारवाढीस प्रोत्साहन : आंतरराष्ट्रीय व्यापाराची दीर्घकालीन संतुलित वृद्धी घडवून आणण्याच्या बाबतीत प्रोत्साहन देण्याचे कार्य जागतिक बँक करते. तसेच दीर्घकालीन आंतरराष्ट्रीय गुंतवणुकीस प्रोत्साहन देऊन सभासद देशांच्या व्यवहारतोलातील समतोल राखण्यासाठी मदत करण्याचे कार्य करते.

७. उत्पादक साधनसामग्रीचा विकास : विकसनशील देशांत उत्पादक साधनसामग्रीच्या विकासास प्रोत्साहन देण्याचे कार्य जागतिक बँक करते. अशा देशांना गुंतवणूक भांडवल पुरवून साधनसामग्रीच्या विकासास ही बँक हातभार लावते.

जागतिक बँकेच्या कार्याचे टीकात्मक परीक्षण :

विकसित तसेच विकसनशील राष्ट्रांना दीर्घकालीन कर्जपुरवठा करणारी संस्था म्हणून जागतिक बँकेने गेल्या सात दशकांहून अधिक काळ कार्य केले आहे. जागतिक बँकेने केलेल्या विकासात्मक व पुनर्रचनात्मक कार्याचे स्पष्टीकरण आपणांस पुढीलप्रमाणे करता येईल.

१. पुनर्रचनेस मदत : युरोपीय देशांना दुसऱ्या महायुद्धाच्या काळात विविध प्रकारचे आर्थिक नुकसान पत्करावे लागले होते. यांतून या देशांची आर्थिक घडी पुन्हा नव्याने बसवण्याची गरज निर्माण झाली. जागतिक बँकेने प्रारंभीच्या काळात सभासद देशांच्या पुनर्रचनेच्या कार्यावर भर दिला.

२. विकासात्मक मदत : जागतिक बँकेने नवोदित विकसनशील राष्ट्रांना भरीव अशी आर्थिक मदत केली आहे. विकसनशील राष्ट्रांना ही पूरक स्वरूपाची मदत मिळाल्याने त्यांना आपला आर्थिक विकासाचा वेग वाढवता आला.

३. आर्थिक संकटात मदत : सभासद राष्ट्रांना आर्थिक संकटात मदतीचा हात देणारी संस्था म्हणून जागतिक बँकेने कार्य केले आहे. १९८० च्या दशकात विकसनशील राष्ट्रांच्या कर्जबाजारीपणाचा गंभीर प्रश्न निर्माण झाला होता. अशा राष्ट्रांच्या कर्जाबाबत व्यावहारिक भूमिका घेऊन त्या राष्ट्रांना मदत केली. १९९० नंतर विविध देशांना आपल्या अर्थव्यवस्थेत रचनात्मक सुधारणा करण्यासाठी कर्जे दिली आहेत.

४. प्रादेशिक समतोल : युरोपीय देश प्रगत तर अन्य खंडांतील देश अप्रगत अशी वर्गवारी झालेली होती. आशियाई व आफ्रिकन देशांना विकासासाठी मदत देऊन त्यांनाही प्रगत जीवनमान गाठण्याची संधी दिली. यातून जागतिक स्तरावर आर्थिक, प्रादेशिक संतुलन साधण्यास मदत झाली.

जागतिक बँकेने स्थापनेपासून जी विविध प्रकारची कार्ये केली आहेत, त्यात असलेल्या त्रुटींबाबत तीवर पुढील प्रकारची टीका केली जाते–

१. बँकेचे कार्य पक्षपाती व भेदभाव करणारे आहे, असे काही देशांचे म्हणणे आहे. संघटनेत कर्ज घेणाऱ्यांचे बहुमत असल्यामुळे त्यांना अनुकूल अशा कर्जाच्या अटी ठेवण्यात येतात, अशी ऋणदात्या राष्ट्रांची तक्रार आहे.

२. बँक फार उशीर करून कर्ज देते असा ऋणको राष्ट्रांचा आक्षेप आहे. कर्ज देण्यापूर्वी ऋणको राष्ट्रांच्या 'कर्ज परत करण्याच्या क्षमतेवर' अवास्तविक जोर देण्यात येतो, अशी टीका करण्यात येते. दिलेल्या कर्जाचा विशिष्ट योजना व कार्य यांच्यात उपयोग करावा, ही बँकेची अट फार जाचक ठरते, असे ऋणको देशांचे म्हणणे आहे.

३. जागतिक बँकेच्या तुलनेत वैयक्तिकरीत्या देशांतर्फे देण्यात येणारे कर्ज अधिक जलद व उपयुक्त ठरते. बँक व्यक्तिगत देश व गुंतवणूकदार यांचे कार्यक्षेत्र मर्यादित करते, असे आलोचकांचे म्हणणे आहे.

४. व्यावसायिक दृष्टीने विचार केल्यास १० ते १२ टक्के व्याज दर हा तसा जास्त नाही, हे जेवढे खरे आहे, तेवढेच हा दर अविकसित व गरीब देशांच्या दृष्टीने बराच जास्त आहे, हेही तेवढेच खरे आहे. गरीब देशांची आर्थिक स्थिती व कर्जफेडीची

क्षमता यांचा विचार करता जागतिक बँकेची कर्जे ही बरीच महाग ठरतात, अशी टीका केली जाते. आंतरराष्ट्रीय विकाससंघाच्या स्थापनेमुळे या समस्येची तीव्रता काही प्रमाणात कमी झाली आहे परंतु या विकाससंघाची साधनसंपत्ती मर्यादित असल्यामुळे पुरेशा प्रमाणात ऋणवाटप होऊ शकत नाही.

५. आशिया व आफ्रिका यांमधील देशांना देण्यात येणारी मदत ही त्यांच्या आवश्यकतेच्या मानाने अतिशय कमी पडते व कर्ज देताना लादण्यात येणाऱ्या अटी या बऱ्याच कडक असतात, अशी वास्तव तक्रार या गरीब देशांची आहे.

६. खनिज तेलाची आयात करणाऱ्या देशांतील ऊर्जाविकास कार्यक्रमांना प्राथमिकता देणे अत्यावश्यक आहे. पण याकरिता जागतिक बँकेकडे स्वतंत्र अशा संस्थेचा अभाव आहे.

७. जागतिक बँक काही विशिष्ट परिस्थितीत कर्जदार देशाच्या अंतर्गत अर्थव्यवस्थेत हस्तक्षेप करते असे आक्षेपकांचे म्हणणे आहे, म्हणून जागतिक बँकेने संकुचित राष्ट्रीय दबावापासून मुक्त होऊन कार्य करावयास पाहिजे, असे त्यांचे म्हणणे आहे.

८. जागतिक बँकेने विविध देशांतील ज्या योजनांना सहकार्य केले, त्यांपैकी ६७ टक्क्यांपेक्षा जास्त योजनांची प्रगती अत्यंत असमाधानकारक आहे. यावरून हे स्पष्ट होते की, जागतिक बँकेने केलेली योजनांची निवड व त्यांचे प्रबंधन सदोष आहे.

भारत आणि जागतिक बँक :

भारत हा जागतिक बँकेच्या संस्थापक सदस्यांपैकी एक आहे. जागतिक बँक भारताच्या नियोजित आर्थिक विकासात पुढील मार्गांनी साहाय्य करीत आहे- कर्ज उपलब्ध करणे, क्षेत्रीय सर्वेक्षणाचे आयोजन करणे, तज्ज्ञांचे मार्गदर्शन पुरविणे, अभ्यास गट पाठवणे व बँकेच्या आर्थिक विकाससंस्थेत भारतीय अधिकाऱ्यांना प्रशिक्षण देणे इ.

१९४७ पासून जागतिक बँकेकडून अधिक प्रमाणात साहाय्य मिळवणाऱ्यांत भारताचा सहभाग आहे. राजकोषीय वर्ष २००० मध्ये जागतिक बँकेने भारतास १. ८ बिलीयन डॉलर्स रकमेचे वाटप केले आहे. जून २००० पर्यंत भारतास ११,०७१ दशलक्ष कोटी डॉलर्स एवढे कर्ज मिळाले होते. त्यांपैकी देणे असलेली रक्कम ७,५०८ दशलक्ष कोटी डॉलर्स होती.

जागतिक बँक भारतास पुढील प्रकल्पांसाठी अर्थसाहाय्य करते-

१. बंदरांचा विकास.

२. तेल शोध.

३. जहाजे.

४. कोळसा, लोखंड, अॅल्युमिनियम, खते.

५. रेल्वे आधुनिकीकरण.

६. तांत्रिक साहाय्य.

७. औद्योगिक विकास वित्त महामंडळ.

भारतास पाकिस्तानबरोबरचा नदीजल विवाद मिटवण्याच्या बाबतीत बँकेने मदत केली आहे. भारत जागतिक बँकेचा सदस्य असल्याने भारताने या बँकेकडून शेती, उद्योग, ऊर्जा व वाहतूक विकासासाठी मोठ्या प्रमाणात साहाय्य मिळवले आहे.

संदर्भग्रंथ

१. उदगावकर म. न. – एकविसाव्या शतकातील दहशतवाद
२. चौधरी ए. पी. – भारताची राष्ट्रीय सुरक्षा
३. टीकेकर मनिषा – भारत आणि शेजारी राष्ट्रे
४. दाते डॉ. सुनिल – आंतरराष्ट्रीय संबंध आणि राजकारण
५. देवळाणकर शैलेंद्र – आंतरराष्ट्रीय संबंध
६. देवळाणकर शैलेंद्र – भारताचे परराष्ट्रीय धोरण : सातत्य आणि स्थित्यंतर
७. देवळाणकर शैलेंद्र – समकालीन जागतिक राजकारणातील प्रमुख प्रश्न
८. पंडित नलिनी – जागतिकीकरण आणि भारत
९. पेंडसे अरुणा आणि सहस्त्रबुद्धे उत्तरा – आंतरराष्ट्रीय संबंध : शीतयुद्धोत्तर व जागतिकीकरणाचे राजकारण
१०. भोगले शांताराम – आंतरराष्ट्रीय संबंध
११. मांढरे डी. ए., पाटील पी. आर. व तोडकर बी. डी. – भारताचे परराष्ट्रीय धोरण आणि राष्ट्रीय सुरक्षा
१२. हुसेन मुझफ्फर – लादेन, दहशतवाद आणि अफगाणिस्तान
१३. तोडकर बी. डी. – भारत आणि जग
१४. तोडकर बी. डी. – राज्यशास्त्र : पेपर २ : ऐच्छिक
१५. कुलकर्णी बी. वाय. व नाईकवाडे अशोक – आंतरराष्ट्रीय संबंध : सिद्धान्त आणि व्यवहार
१६. अमृतकर प्रशांत – आंतरराष्ट्रीय संबंध
१७. चौधरी ए. पी. व चौधरी अर्चना – आधुनिक युद्धपद्धती

इतर संदर्भ

मासिके : मार्मिक, साप्ताहिक सकाळ, लोकप्रभा, संशोधन पत्रिका, India Today, The week

वृत्तपत्रे : सकाळ, लोकमत, लोकसत्ता, महाराष्ट्र टाईम्स, Indian Express, The Times of India

लेखक-परिचय

अहमदनगर जिल्ह्यातील, श्रीगोंदे तालुक्यातील मखरेवाडी या छोट्याशा गावामध्ये जन्म. प्राथमिक शिक्षण तेथेच झाले. माध्यमिक शिक्षण महादजी शिंदे विद्यालय, श्रीगोंदे येथे; तर पदवीपर्यंतचे शिक्षण सोमेश्वरनगर, ता. बारामती येथील मुकुटराव साहेबराव काकडे महाविद्यालयातून पूर्ण केले.

पदव्युत्तर शिक्षण किंवा एम.ए., एम.फिल.चे शिक्षण पुणे विद्यापीठातील संरक्षण व सामरिकशास्त्र या विभागातून पूर्ण केले. १९८८ पासून अहमदनगर जिल्हा मराठा विद्याप्रसारक समाजाचे न्यू आर्ट्स, कॉमर्स ॲण्ड सायन्स महाविद्यालयामध्ये संरक्षण व सामरिकशास्त्र या विषयाचा सहयोगी प्राध्यापक म्हणून कार्यरत आहे.

महाविद्यालयाचे कामकाज सांभाळून पुणे विद्यापीठातील संरक्षण व सामरिकशास्त्र विभागप्रमुख प्रा. डॉ. श्रीकांत परांजपे यांच्या मार्गदर्शनाखाली २० फेब्रुवारी २००९ मध्ये पुणे विद्यापीठातून पीएच.डी. ही पदवी मिळविली.

आतापर्यंत प्रकाशित झालेले ग्रंथ –

१. आंतरराष्ट्रीय सुरक्षितता

२. भूराजनीती, भूयुद्धनीती व लष्करी भूगोल

३. भारताचे परराष्ट्रीय धोरण व राष्ट्रीय सुरक्षितता

४. इ.११ वी संरक्षणशास्त्र व इ.१२ वी संरक्षणशास्त्र ही दोन्ही पुस्तके नरेंद्र प्रकाशन, पुणे यांनी प्रकाशित केली असून या दोन्ही पुस्तकांना महाराष्ट्र शासनाची मान्यता आहे.

५. भारत आणि जग

६. राज्यशास्त्र ऐच्छिक पेपर – १

७. राज्यशास्त्र शब्दकोश

भारत आणि जग, राज्यशास्त्र ऐच्छिक पेपर – १ व राज्यशास्त्र शब्दकोश ही तिन्ही पुस्तके डायमंड पब्लिकेशन्स, पुणे यांनी प्रकाशित केली आहेत.

महाविद्यालय व विद्यापीठ पातळीवरील विविध उपक्रमांत सातत्याने सहभागी (उदा. स्थानिक चौकशी समिती, दक्षता समिती, पेपर सेटिंग, पेपर तपासणी, महाविद्यालय प्रवेश समिती, महाविद्यालय शिस्तपालन समिती, विविध कार्यशाळा, चर्चासत्रे व पेपरवाचन). संरक्षण व सामरिकशास्त्र अभ्यासमंडळ व सामाजिकशास्त्र व मानसनीती विद्याशाखेचे सभासद.